இஸ்லாமிய வரலாறு

நான்காம் பாகம்

வெளியீடு
ரஹ்மத் பதிப்பகம்
இது ஒரு சென்னை ரஹ்மத் அறக்கட்டளை நிறுவனம்

இஸ்லாமிய வரலாறு

பாகம் நான்கு

[அரபு மற்றும் ஆங்கில மூல நூற்களின் ஆதாரங்களின் அடிப்படையில்]

ஆசிரியர்

அல்அஸூமத்

மொழிபெயர்ப்பு மேலாய்வாளர்

குளச்சல் யூசுப்

மெய்ப்புத் திருத்தம்

சிராஜுல் ஹஸன்

நூலாக்கம்

தமிழ்அலை, சென்னை

அச்சிட்டோர்

ஜோதி எண்டர்பிரைசஸ், சென்னை

நூல் விவரம்

முதல் பதிப்பு: மே, 2019

பிரதிகள்: ஆயிரம்

பக்கங்கள்: 480

விலை: ரூ. 400/-

ISBN : 978-93-82132-35-6

பதிப்பாளர்

எம்.ஏ. முஸ்தபா

musthafa@agccapital.co

நிர்வாகி

யாசீன் முஸ்தபா

yasin@agccapital.co

வெளியீடு

ரஹ்மத் பதிப்பகம்

இது ஒரு சென்னை ரஹ்மத் அறக்கட்டளை நிறுவனம்

6, இரண்டாவது பிரதான சாலை, சி.ஐ.டி. காலனி, மைலாப்பூர், சென்னை - 600 004.

PHONE: 044 24997373 MOBILE: 94440 25000

Email : sales@rahmath.net. Website : www.rahmath.net.

Facebook: www.facebook.com/rahmathtrust

பதிப்புரை	7
அப்பாசிய கிலாஃபத் (முதற்கட்டம்)	13
அப்பாசிய கிலாஃபத் (இரண்டாம் கட்டம்)	165
அப்பாசிய கிலாஃபத் (மூன்றாம் கட்டம்)	300
உமய்யா - அப்பாசிய கிலாஃபத் - ஒரு பார்வை	420

மொழிபெயர்ப்பாளர்

இலங்கையைச் சேர்ந்த மூத்த எழுத்தாளர் அல் அஸூமத் அவர்கள், குறிப்பிடத்தக்க முன்னணி இலக்கிய ஆளுமைகளுள் ஒருவர். 1942இல் பிறந்த இவர், 1959இல் எழுத்துலகில் கால் பதித்தார். இன்றுவரை ஏராளமான கவிதைகளையும் சிறுகதைகளும் மூன்று புதினங்களும் எட்டுக் குறுங்காவியங்களும் எழுதியுள்ளர். இவை தவிர இவர் எழுதியுள்ள கட்டுரைகளும் மொழிபெயர்ப்பு நூல்களும் தனி.

'வெள்ளைமரம்' (சிறுகதைத் தொகுப்பு), 'புலராப் பொழுதுகள்' (நெடுங்கவிதை), 'மலைக்குயில்' (கவிதைத் தொகுப்பு) 'நபித்தோழர் பிலால்' (மொழிபெயர்ப்பு) ஆகியவை இவருடைய முக்கியப் படைப்புகளாகும்.

முதல் இரண்டு நூல்களும் பரிசு பெற்ற நூல்களாகும்.

வானொலி, தொலைக்காட்சிகளில் பல கவியரங்குகளையும், புதிய கவிஞர்களுக்கான கவிதைப் பட்டறையும் நடத்தியுள்ளார். படைப்பிலக்கியம் மட்டுமின்றி, இதழியல் துறையிலும் தடம் பதித்துள்ளார். 'பூபாளம்', 'பௌர்ணமி', 'மேகம்' ஆகிய சிற்றிதழ்களை நடத்தி பேரனுபவம் பெற்றவர்.

1992இல் இலங்கை அரசின் சார்பாக 'நஜ்முல் ஸூரா' விருது, 2006 இல் 'கலாபூஷண்' விருது, 2009 இல் இலங்கை முஸ்லிம் கலைஞர் முன்னணியின் 'இலக்கிய சாகரம்' விருது, 2011 இல் இஸ்லாமியத் தமிழ் இலக்கியக் கழகத்தின் சார்பாக 'தமிழ் மாமணி' விருது ஆகியவை இவரைத் தேடி வந்த விருதுகளாகும்.

அகவை 75 என்றாலும் அயராமல் எழுத்துப் பணியில் ஈடுபட்டிருக்கும் அல் அஸூமத் அவர்கள், தற்போது யாப்பிலக்கணம் குறித்து எழுதிவருகிறார். அத்துடன் நபிக்குறளையும் உருவாக்கி வருகிறார். இவைதவிர பல மொழிபெயர்ப்புப் பணிகளிலும் முனைப்புடன் ஈடுபட்டுவருகிறார்.

பதிப்புரை

யா அல்லாஹ் உன்னையே வணங்குகிறோம்.

உன்னிடமே உதவி தேடுகிறோம்.

எல்லாப் புகழும் அல்லாஹ்வுக்கே...

எமது சென்னை ரஹ்மத் அறக்கட்டளையின் ரஹ்மத் பதிப்பகம் சார்பாக, இறைத்தூதர் முஹம்மத் நபி (ஸல்) அவர்களது நபிமொழித் தொகுப்புகளான, **ஸஹீஹுல் புகாரீ, ஸஹீஹ் முஸ்லிம்** ஆகிய இரண்டு தொகுப்புகளையும் முழுமையாக வெளியிட்டுள்ளோம். தொடர்ந்து, **ஜாமிஉத் திர்மிதீயை** மூன்று பாகங்களாக வெளியிட்டுள்ளோம். இதன் தொடர்ச்சியாக, **சுனன் அபூதாவூத், சுனனுந் நஸாயீ, சுனன் இப்னு மாஜா** ஆகிய நபிமொழித் தொகுப்புகள் இன்ஷா அல்லாஹ் விரைவில் வெளிவர உள்ளன.

மேலும், **ஸிஹாஹுஸ் ஸித்தா** எனும் முக்கியமான ஆறு நபிமொழித் தொகுப்புகளையும் முழுமையாகத் தமிழாக்கம் செய்து, மக்களிடம் சேர்க்க இருக்கிறோம் என்பதில் மிகுந்த மகிழ்ச்சியடைகிறோம். அல்ஹம்துலில்லாஹ்! எங்களது பணிகள் நிறைவுபெற்று, நபிமொழித் தொகுப்புகள் அனைத்தையும் உங்கள் கைகளில் கிடைக்கச் செய்ய எல்லாம் வல்ல இறைவனிடம் பிரார்த்தனை செய்யுமாறு வேண்டுகிறோம்.

திருக்குர்ஆன் விரிவுரையில் புகழ்பெற்ற **தஃப்சீர் இப்னு கஸீரைத்** தமிழில் மொழியாக்கம் செய்து மொத்தம் ஒன்பது பாகங்களாக வெளியிட முடிவு செய்து, ஏழு பாகங்கள் வெளியிட்டுள்ளோம். இன்ஷா அல்லாஹ், மீதமுள்ள இரண்டு பாகங்களும் விரைவில் வெளிவரும்.

★ ★ ★ ★

உலக வாழ்விலும் மறுமை வாழ்விலும் மானுடம், வெற்றியும் மேன்மையும் அடைவதற்கான வரலாற்றுப் படிப்பினையின் தேவை குறித்து, சங்கைமிகு திருக்குர்ஆன் நமக்குக் கூறியுள்ளது. தங்களது தீய செயல்களின் விளைவாக அழிவுற்ற சமூகங்கள் குறித்தும் நற்செயல்களின் விளைவாக, பேறுபெற்ற சமூகங்கள் குறித்தும் பல்வேறு போதனைகளை நாம் வரலாற்றின் மூலமே பெற்று வருகிறோம். இதை மனதில்கொண்டு நபிவழி கலீஃபாக்களின் வரலாறு மற்றும் இஸ்லாமிய வரலாற்றை ரஹ்மத் பதிப்பகம் சார்பில் வெளியிட வேண்டும் என்ற சீரிய நோக்கத்துடன் கடந்த மூன்று ஆண்டுகளாக, இஸ்லாமிய வரலாற்றாய்வாளர்கள் மற்றும் மார்க்க அறிஞர்களைக் கொண்ட ஒரு குழுவின் கூட்டு முயற்சியின் நல்விளைவாக, அது குறித்த நூல்களை இப்போது வெளியிடுகிறோம்.

உலகின் பேரொளி எனும் தலைப்பில் இறைத்தூதர் (ஸல்) அவர்களின் வரலாறு; **அதிசயத் தோழர்** எனும் தலைப்பில் அபூபக்ர் (ரலி) அவர்களின் வரலாறு; **உன்னத ஆட்சியாளர்** எனும் தலைப்பில் உமர் (ரலி) அவர்களின் வரலாறு; **ஒப்பற்ற வள்ளல்** எனும் தலைப்பில் உஸ்மான் (ரலி) அவர்களின் வரலாறு; **அறிவின் நுழைவாயில்** எனும் தலைப்பில் அலீ (ரலி) அவர்களின் வரலாறு என ஐந்து நூல்களும், இஸ்லாமிய வரலாறு குறித்த நூல் மூன்று பாகங்கள் என எட்டு நூல்கள்.

மூன்று பாகங்களாக வெளியிடும் இஸ்லாமிய வரலாற்றின் இம்முதல் பாகம், இஸ்லாமிய வரலாறு, அரபு இனக்குழுக்கள் குறித்த அறிமுகத்துடன் தொடங்கி, இறைத்தூதர் முஹம்மத் நபி (ஸல்) அவர்களின் தூதுத்துவ வாழ்வும் பணிகளும், அபூபக்ர் (ரலி), உமர் (ரலி), உஸ்மான் (ரலி), அலீ (ரலி),

ஹஸன் (ரலி) ஆகிய நபிவழி கலீஃபாக்களின் கிலாஃபத் மற்றும் அவர்களது பணிகள் என விரிவடைகிறது.

இரண்டாம் பாகம், உமய்யா கிலாஃபத் தொடங்கி, இமாம் ஹுஸைன் (ரலி) அவர்களின் உயிர்த்துறவு, அப்பாசிய ஆட்சி, அதன் இறுதிவரைக்குமான தொலைவுகளை உள்ளடக்கி இஸ்லாம் பரவியிருந்த பகுதிகள் என விரிவடைகிறது.

மூன்றாம் பாகம், இஸ்லாமிய ஆட்சிக்கு முன்பின்னுள்ள ஸ்பெய்னின் நிலைமைகள், உமய்யா, அப்பாசிய வம்சாவளிகள், அல்முராவித், அல்முஹாத் ஆட்சிகள், கிறிஸ்தவர்களுடனான போர்கள், இதிரீசியர், அக்லபியர் ஆட்சிகள், மொராக்கோ வடஆப்பிரிக்க வெற்றிகள், மங்கோலியர், துருக்கியர், தார்த்தாரியர் பற்றிய விளக்கமான குறிப்புகள், குவாரிஸ்ம் ஷா, அத்தபெக்கியர், ஸிஸ்தானிய அரசர்கள், ஸஃப்ஃபாரியர், ஸமனியர், தெலாமியர், கர்னவியர், ஸெல்ஜுக்குகள், கோரியர், முலுக்கியர் பற்றிய குறிப்புகள், பாரசீகத்தின் இஸ்லாமிய வரலாறு, உபைதுல்லாஹ், அய்யூபிய, மம்லுக் வம்சாவளியினர், கான்ஸ்டான்டிநோபிள் வெற்றி, உஸ்மானியப் பேரரசின் தொடக்க கால ஆட்சியாளரான சுல்தான் ஸலீமின் இறப்பு ஹிஜ்ரீ 926 (கி.பி. 1520) வரையிலான உள்ளடக்கங்களுடன் விரிவடைகிறது.

இந்த அரியதோர் பணிக்கு உறுதுணையாக இருந்த, இலங்கையைச் சேர்ந்த அல் அஸுமத், எழுத்தாளர் குளச்சல் யூசுஃப், சிராஜுல் ஹஸன், மௌலவி ஸைஃபுர் ரஹ்மான் பிலாலி மற்றும் அச்சாக்கம் செய்து உதவிய தமிழ் அலை பதிப்பகம் ஆகியோருக்கு மனமார்ந்த நன்றிகள்.

இஸ்லாம் தொடர்பான அனைத்து நூல்களையும் ரஹ்மத் பதிப்பகம் மூலம் தமிழில் வெளியிடுகிற எங்களது சீரிய நோக்கத்தை நிறைவேற்றும் வாய்ப்பை வழங்கிய அல்லாஹ்வுக்கே எல்லாப் புகழும்.

இஸ்லாத்தை முழுமையாக அறிந்துகொள்ளவும் அதன்படி வாழவும் உதவியாக, இல்லங்கள் தோறும், பள்ளிவாசல்கள் தோறும் இஸ்லாமிய நூலகங்கள் உருவாகவும் இதன் மூலம், மக்கள் அனைவரும் படித்துப் பயன்பெறவும்

தெளிவு பெறவும் இந்நூல்கள் உதவியாக இருக்குமென்று நம்புகிறோம். இவ்வரிய வாய்ப்பை எங்களுக்கு வழங்கிய எல்லாம் வல்ல அல்லாஹ்வுக்கே புகழ் அனைத்தும். யா அல்லாஹ், உன்னையே வணங்குகிறோம். உன்னிடமே அடைக்கலம் தேடுகிறோம்.

எல்லாம் வல்ல அல்லாஹ் நம் அனைவருக்கும் நல்லருள்புரிவானாக. ஆமீன்!

வஸ்ஸலாம்.

எம்.ஏ. முஸ்தபா

நிறுவனர் - பதிப்பாளர்

(ரஹ்மத் பதிப்பகம்)

மறுவெளியீட்டுக் குறிப்பு: 2017இல் வெளியிட்ட இஸ்லாமிய வரலாற்றின் மூன்று பாகங்களும் முறையே 632, 816, 574 பக்கங்கள் கொண்ட பெரிய நூல்களாக அமைந்திருந்தன. இவற்றின் அளவு, கையாள்வதற்கு சிரமமாக இருப்பதாக வாசகர்கள் தெரிவித்த கருத்தைக் கவனத்தில்கொண்டு மேற்கண்ட மூன்று பாகங்களையும் ஆறு நூல்களாக மறுவெளியீடு செய்துள்ளோம் என்பதைத் தெரிவித்துக்கொள்கிறோம்.

இஸ்லாமிய வரலாறு

நான்காம் பாகம்

அப்பாசிய கிலாஃபத்

(முதற்கட்டம்)

அபுல் அப்பாஸ் ஸஃஃப்ஃபா : அபுல் அப்பாஸ் அப்துல்லாஹ் ஸஃஃப்ஃபா பின் முஹம்மத் பின் அலீ பின் அப்துல்லாஹ் பின் அப்பாஸ் பின் அப்துல் முத்தலிப் பின் ஹாஷிம், பல்கா பகுதியிலுள்ள ஹமீமாவில் ஹிஜ்ரீ 104 இல் பிறந்தார். தனது மூத்த சகோதரர் மன்ஸூரைத் தொடர்ந்து இவர் அரசுப் பொறுப்புக்கு வந்தார்.

போர் ஆற்றலுக்கும் கொடைத்தன்மைக்கும் அறிவுக்கூர்மைக்கும் பெயர் பெற்று விளங்கியவர் அப்துல்லாஹ் ஸஃஃப்ஃபா. அவரது ஆளுநர்களும் அதிகாரிகளும்கூட போர் ஆற்றலில் திறன் பெற்றவர்களாகவே இருந்தனர். முதலில், தன் தந்தையின் சகோதரரான தாவூதைக் கூஃபாவின் ஆளுநராக நியமித்த ஸஃஃப்ஃபா பின்னர் அவரை ஹிஜாஸ், யேமன், யமாமா ஆகிய பகுதிகளுக்கு அமீராக நியமித்தார். தனது நெருங்கிய உறவினரான ஈஸா பின் மூஸா பின் முஹம்மதைக் கூஃபா ஆளுநராக நியமித்தார். ஹிஜ்ரீ 133இல் தாவூத் இறந்த பிறகு, தன் தாய்மாமாவான யஸீத் பின் உபைதுல்லாஹ் பின் அப்துல் மதான் ஹர்த்தியை ஹிஜாசுக்கும் யமாமாவுக்கும் ஆளுநராக நியமித்து இன்னொரு உறவினர் முஹம்மத் பின் யஸீத் பின் உபைதுல்லாஹ் பின் அப்துல் மதானை யேமன் ஆளுநராக நியமித்தார்.

ஹிஜ்ரீ 132இல் பஸ்ரா ஆளுநராக நியமிக்கப்பட்ட ஸுஃப்யான் பின் உயைனா ஹல்பியை ஹிஜ்ரீ 133இல் பதவி நீக்கம் செய்துவிட்டு, தனது தந்தையின் சகோதரரான சுலைமான் பின் அலீயைப் பொறுப்பில் நியமித்து பஹ்ரைன் மற்றும் ஓமான் ஆட்சிப்பகுதிகளை பஸ்ராவின்கீழ்க் கொண்டுவந்தார்.

ஹிஜ்ரீ 132இல் ஸஃப்ஃபாவின் தந்தையின் சகோதரரான இஸ்மாயீல் பின் அலீ, அஹ்வாஸ் ஆளுநராகவும், தந்தையின் இன்னொரு சகோதரர் அப்துல்லாஹ் பின் அலீ, சிரியா ஆளுநராகவும், அபூஅவ்ன் அப்துல் மலிக் பின் யஸீத், எகிப்து ஆளுநராகவும், அபூமுஸ்லிம் குராசானி, குராசான் மற்றும் ஜபல் ஆளுநராகவும் இருந்து வந்தனர். காலித் பின் பர்மக், குராசானின் வரி வசூல் அதிகாரியாக இருந்தார். ஹிஜ்ரீ 133 இல் முஹம்மத் பின் அஷ்அதை பாரசீக ஆளுநராக தன்னிச்சையாக நியமித்தார் அபூமுஸ்லிம். அதே வேளையில், தந்தையின் சகோதரரான ஈஸா பின் அலீயைப் பாரசீக ஆளுநராக நியமித்து சான்றிதழுடன் ஸஃப்ஃபாவும் அனுப்பி வைத்தார். ஏற்கனவே நியமிக்கப்பட்டிருந்த முஹம்மத் பின் அஷ்அத், ஈஸா பின் அலீயிடம் பொறுப்பை ஒப்படைக்க மறுத்தார். பின்னர், ஜுமுஆ உரையை நிகழ்த்துவதில்லை என்றும், அதிகாரபூர்வமாக ஜிஹாத் அறிவித்தால் தவிர வாளைத் தொடுவதில்லை என்றும் அவரிடமிருந்து வாக்குறுதி பெற்றுவிட்டு பொறுப்பை ஈஸாவிடம் ஒப்படைத்தார். உண்மையான ஆட்சியாளராக முஹம்மத் அஷ்அத் இருந்தார்.

முஹம்மத் அஷ்அத் இறந்ததும் ஸஃப்ஃபா தன் தந்தையின் சகோதரரான இஸ்மாயீல் பின் அலீயைப் பாரசீக ஆளுநராகவும் முஹம்மத் பின் ஸூல் என்பவரை மோசில் ஆளுநராகவும் அனுப்பி வைத்தார். அப்பாசியருக்கு எதிரான மோசில் மக்கள், முஹம்மத் பின் ஸூலை அனுமதிக்க மறுத்து வெளியேற்றினர்.

கோபமுற்ற ஸஃப்ஃபா தன்னுடைய சகோதரர் யஹ்யா பின் முஹம்மத் பின் அலீயின் தலைமையில் 12,000 வீரர்களை அனுப்பி வைத்தார். மோசிலை அடைந்த யஹ்யா, ஆளுநர் இல்லத்தில் தங்கியிருந்து மோசிலின் தலைவர்கள் அனைவரையும் வரவழைத்து நயவஞ்சகமான முறையில் கொன்றார். கோபமடைந்த மோசில் மக்கள் போருக்குத் தயாராயினர். “தலைமைப் பள்ளிவாசலுக்குள் நுழைபவர்களுக்கு மன்னிப்பு வழங்கப்படும்” என்று பொது

அறிவிப்பு விடுத்தார் யஹ்யா. இதையறிந்த மக்கள் பள்ளிவாசலை நோக்கி விரைந்தனர்.

தன்னுடைய வீரர்களைப் பள்ளிவாசலின் நுழைவாயிலில் நிற்க வைத்திருந்த யஹ்யா, பள்ளிவாசலுக்குள் நுழைந்தவர்களைக் கொன்றார். 11,000 பேர்கள் இவ்வாறு கொலை செய்யப்பட்டனர். பின்னர், ஒரு கூட்டுப் படுகொலைக்கு உத்தரவிட்டார். கொடூரமாகக் கொல்லப்பட்ட தங்களுடைய கணவன்கள், தந்தைகள், சகோதரர்கள், மகன்களுக்காக பெண்கள் அழுது புலம்புவதைச் செவிமடுத்த யஹ்யா அவர்களையும் கொல்லும்படி உத்தரவிட்டார். தொடர்ந்து, மூன்று நாள்கள் மக்களைக் கொல்வது அதிகாரபூர்வமாக அறிவிக்கப்பட்டதுடன் நகரத்தில் பெருமளவிலான கூட்டுப் படுகொலைகள் கொடூரமாக நடந்தேறின.

யஹ்யாவின் படையில் 4,000 கறுப்பின வீரர்கள் இருந்தனர். பெண்களை அவர்கள் வன்புணர்ச்சிக்கு உள்ளாக்கினர். ஆயிரக்கணக்கான பெண்கள் கடத்தப்பட்டனர். நான்காவது நாள், குதிரையின்மீது நகருக்குள் வந்தார் யஹ்யா. ஒரு பெண் துணிச்சலுடன் முன்வந்து குதிரையின் கடிவாளத்தைப் பிடித்தபடி, "நீர் ஹாஷிம் குலத்தைச் சேர்ந்தவர்தானே? நீர் இறைத்தூதர் அவர்களின் சிறிய தந்தையின் மகன்தானே? கறுப்பின வீரர்கள் முஸ்லிம் பெண்களைப் பாலியல் கொடுமைகள் செய்வதை நீர் அறிவீரா?" என்று கேட்டாள். இதற்குப் பதில் சொல்லாமல் அங்கிருந்து அகன்று விட்டார் யஹ்யா.

மறுநாள், கறுப்பின வீரர்களுக்கு ஊதியம் வழங்குவதாக அவர் விடுத்த அழைப்பின்படி அனைவரும் வந்து சேர்ந்தனர். அவர்களை அங்கேயே கொன்று விடும்படி உத்தரவிட்டார் யஹ்யா. இதையறிந்த ஸஃப்ஃபா, மோசில் ஆளுநராக இஸ்மாயீல் பின் அலீயை நியமித்து, யஹ்யாவைப் பாரசீகத்துக்கு இடமாற்றம் செய்தார்.

ஹிஜ்ரீ 133இல் ரோமானியப் பேரரசன், மால்ட்டியாவையும் கலிகலாவையும் முஸ்லிம்களிடமிருந்து பறித்தான். அதே ஆண்டு, யஸீத் பின் உபைதுல்லாஹ் பின் அப்துல் மதான், இப்ராஹீம் பின் ஹிப்பன் ஸுலமியின் தலைமையிலான ஒரு படையை மதீனாவிலிருந்து யமாமாவுக்கு அனுப்பினார். அங்கே முன்னா பின் யஸீத் பின் உமர் பின் ஹுபைரா அவரது தந்தையின் காலம்

முதல் ஆட்சியாளராக இருந்து வந்தார். அவர் இப்ராஹீமுடன் நடந்த போரில் கொல்லப்பட்டார்.

அதே ஆண்டு புக்ஹாராவிலிருந்த ஷரீக் பின் ஷெய்க் மெஹ்ரி, கிளர்ச்சியின் மூலம் 30,000 வீரர்களைத் திரட்டியிருந்தான். ஷரீக்கை அடக்குவதற்காக ஸெய்யத் பின் ஸாலே கஸாயீயை அனுப்பி வைத்தார் அபூ முஸ்லிம். போரில், ஷரீக் கொலையுண்டான். அபூமுஸ்லிம், ஹிஜ்ரீ 133இல் கதல் நகர்மீது படையெடுக்க அபூதாவூத் காலித் பின் இப்ராஹீமை அனுப்பினார். கதலின் அரசனான ஹப்ஷ் பின் ஷிப்ல் தோல்வியுற்றுக் கிழக்கு உஸ்பெக்கிஸ்தானிலுள்ள ஃபர்கானா வழியாகச் சீனாவுக்குத் தப்பித்துச் சென்றான். அதே ஆண்டு அக்ஷித், ஃபர்கானா, ஷாஷ் ஆகிய பகுதிகளின் ஆட்சியாளர்களுடன் போர் மூண்டது. சீன அரசன் தலையிட்டு ஒரு இலட்சம் வீரர்கள்கொண்ட படையை அனுப்பி வைத்தான். இதை எதிர்கொள்ள ஸெய்யத் பின் ஸாலேயை அனுப்பி வைத்தார் அபூமுஸ்லிம். சீனப் படைகளுக்கும் முஸ்லிம்களுக்கும் தாராஸ் நதிக்கரையில் நடந்த இந்தப் போரில் 50,000 சீன வீரர்கள் கொல்லப்பட்டனர். 20,000 வீரர்கள் கைது செய்யப்பட்டனர்.

புகழ்பெற்ற குராசான் படைத்தலைவரான பஸ்ஸாம் பின் இப்ராஹீம், ஹிஜ்ரீ 134இல் மதாயினைக் கைப்பற்றினார். பஸ்ஸாமை எதிர்கொள்ள காஸிம் பின் கிஸைமாவை அனுப்பி வைத்தார் ஸஃப்ஃபா. தோல்வியடைந்த பஸ்ஸாம் தப்பித்தோடினார். பின்னர், கவாரிஜ்களை எதிர்கொள்ள காஸிமை அனுப்பினார் ஸஃப்ஃபா. அவர் கவாரிஜ்களைத் தோற்கடித்து தலைவர்களைக் கொன்றார். அதே ஆண்டு அபூதாவூத் காலித் பின் இப்ராஹீம், குஷ்மீது படையெடுத்து திம்மியாக இருந்த அதன் அரசனைக் கொன்று அவனது தலையை ஸமர்கண்டிலிருந்த அபூமுஸ்லிமுக்கு அனுப்பி வைத்தார். அரசனின் சகோதரரான தாஸனைப் பொறுப்பில் நியமித்துவிட்டு பல்குக்குத் திரும்பினார். அதே வேளை அவர், புக்ஹாரா மக்களைப் படுகொலை செய்தார். பின்னர், புக்ஹாரா மற்றும் ஸமர்கண்டின் ஆட்சியாளராக ஸெய்யத் பின் ஸாலேயை நியமித்துவிட்டு, ஸமர்கண்டில் காவலரண்களைக் கட்டும்படி உத்தரவிட்டு விட்டு மர்வுக்குத் திரும்பினார்.

இந்நிகழ்வுகளுக்குப் பிறகு, மன்ஸூர் பின் ஜம்ஹூர் உடன்படிக்கையை மீறிக் கிளர்ச்சியில் ஈடுபட்டிருப்பதாக அறிந்தார்

ஸஃப்ஃபா. வீரர்களின் ஊதியத்தைக் குறைத்தவர் என்று பெயர் பெற்ற யஸீதின் ஆட்சிக் காலத்தில் இராக் மற்றும் குராசான் ஆளுநராக இரண்டு மாதங்கள் பொறுப்பு வகித்தவர் மன்ஸூர். இவர், அப்துல்லாஹ் பின் முஆவியா பின் அப்துல்லாஹ் பின் ஜஅஃபரின் தோழர்களில் ஒருவர். அஸத்தகார் அருகில் நடந்த போரில் தாவூத் பின் யஸீத் பின் உமர் பின் ஹுபைரா, மஅஆன் பின் ஸைதா ஆகியோரால் அப்துல்லாஹ் பின் முஆவியா தோற்கடிக்கப்பட்ட நிலையில் மன்ஸூர், சிந்துவுக்கு ஓடினார். ஹேரத்துக்குச் சென்ற அப்துல்லாஹ் பின் முஆவியாவை அபூ முஸ்லிமின் உத்தரவின்படி ஹேரத் ஆளுநர் மலிக் பின் ஹைதான் காஸி கொன்றார். ஸஃப்ஃபா, தனது பாதுகாவல் துறைத்தலைவரான மூஸா பின் கஅபைச் சிந்துவுக்கு அனுப்பிவிட்டு அவரது பொறுப்பில் முஸைப் பின் ஸுபைரை நியமித்தார். இந்திய எல்லையில் வைத்து மூஸாவுக்கும் மன்ஸூருக்குமிடையே போர் மூண்டது. 12,000 வீரர்கள் இருந்தும் தோல்வியைத் தழுவிய மன்ஸூர் பாலைவனத்தை நோக்கித் தப்பித்துச் சென்று தாகத்தால் இறந்துபோனார். சிந்துவிலிருந்த மன்ஸூரின் ஆளுநர் தன் குடும்ப உறுப்பினர்களுடனும் உடைமைகளுடனும் கிஸ்ர் நகரை நோக்கி அணிவகுத்துச் சென்றார். அதே ஆண்டு, ஹிஜ்ரீ 134 துல்ஹிஜ்ஜா மாதம் அன்பாருக்கு வந்த ஸஃப்ஃபா, அதைத் தனது தலை நகராக்கினார்.

ஹிஜ்ரீ 135இல், சமர்கண்ட், புக்ஹாரா பகுதிகளின் ஆளுநராக அபூமுஸ்லிமால் நியமிக்கப்பட்ட ஸெய்யத் பின் ஸாலே, அவருக்கெதிராகக் கிளர்ச்சியில் ஈடுபட்டார். அபூமுஸ்லிம் மர்விலிருந்து புறப்பட்டார்.

இதையறிந்த அபூதாவூத் காலித் பின் இப்ராஹீம், திர்மீசை (தெற்கு உஸ்பெக்கிஸ்தான் நகர்) ஸெய்யதிடமிருந்து மீட்பதற்காக நஸ்ர் பின் ரஷீதை அனுப்பி வைத்தார். திர்மீசை அடைந்த நஸ்ரை, தல்கானிலிருந்து வந்திருந்த சிலர் கொன்றனர். நஸ்ரைக் கொன்றவர்களைப் பின்தொடரச் சொல்லி ஈஸா பின் மாஹனை அனுப்பி வைத்தார் அபூதாவூத். அவர், நஸ்ரைக் கொன்றவர்களை அழித்தார். அப்போது, அபூமுஸ்லிம் அமதுக்கு வந்தார். கூடவே, ஸபா பின் நுஃமான் அஸ்தியும் வந்திருந்தார். அபூமுஸ்லிமைக் கொலை செய்யும் பொறுப்பை ஸெய்யத் பின் ஸாலேயிடமும் ஸபா

பின் நுஃமானிடமும் ஒப்படைத்தார் கலீஃபா ஸஃப்ஃபா.

அமதுக்கு வந்த அபூமுஸ்லிம் தனக்கெதிரான சூழ்ச்சியை அறிந்துகொண்டார். ஸபாவை உடனடியாகக் கைது செய்து கொல்லும்படி ஆளுநருக்கு உத்தரவு பிறப்பித்துவிட்டு புக்ஹாராவுக்குப் புறப்பட்டார். வழியில், ஸெய்யத் பின் ஸாலேயின் சில படைத்தலைவர்களைக் கண்டார். அவர்கள் ஸாலேக்கு எதிராக அபூமுஸ்லிமுடன் சேர்வதற்காக வந்துகொண்டிருந்தனர்.

அபூமுஸ்லிம் புக்ஹாராவை அடைந்தார். அங்கே ஒரு வீட்டில் ஒளிந்திருந்த ஸெய்யத் பின் ஸாலேவை வீட்டுரிமையாளன் கொன்று அவரது தலையை அபூமுஸ்லிமிடம் ஒப்படைத்தான். ஸெய்யதின் இறப்பை அபூதாவூதுக்கு அறிவித்தார் அபூமுஸ்லிம். அவர் அப்போது தல்க்கானில் போரில் ஈடுபட்டிருந்தார்.

போரிலிருந்து விடுபட்ட அபூதாவூத், குஷ்ஷுக்குத் திரும்பினார். ஈஸா பின் மாஹன், பஸ்ஸாமுக்குச் சென்றார். ஆனால், பெரிய அளவில் வெற்றி பெற இயலவில்லை. அதே ஆண்டில் ஈஸா பின் மாஹன், அபூதாவூதைக் குறைகூறும் சில கடிதங்களை அபூமுஸ்லிமின் தோழர்களுக்கு அனுப்பியிருந்தார். அபூமுஸ்லிம் அக்கடிதங்களை அபூ தாவூதுக்குத் திருப்பி அனுப்பினார். அபூதாவூத், ஈஸாவுக்குக் கசையடி கொடுத்து காவலில் வைத்தார். சில நாள்களுக்குப் பிறகு விடுதலையான அவரைப் படைவீரர்கள் தாக்கிக்கொன்றனர். அபூமுஸ்லிம் மர்வுக்குத் திரும்பினார்.

ஹிஜ்ரீ 136இல், அப்துல்லாஹ் பின் அலீ, ஸஃப்ஃபாவைச் சந்தித்தார். சிரிய, இராக் படைகளுடன் அவரை ரோமானியர்களை எதிர்த்துப் போரிட அனுப்பி வைத்தார் ஸஃப்ஃபா. ஜஸீராவின் பிரதிநிதியாக இருந்த ஸஃப்ஃபாவின் சகோதரர் அபூஜஅஃபர் மன்ஸூர், ஹஜ் கடமையை நிறைவேற்றுவதாக முடிவு செய்து ஸஃப்ஃபாவிடம் அனுமதி கேட்டார். “இங்கே வரவும். உம்மை ஹஜ் குழுவின் தலைவராக நியமித்து அனுப்பி வைக்கிறேன்” என்று பதில் எழுதினார் ஸஃப்ஃபா. அபூ ஜஅஃபர் அன்பாருக்கு வந்தார். ஹர்ரான் பிரதிநிதியாக முக்கதில் பின் ஹக்கீம் நியமிக்கப்பட்டார். உண்மை என்னவெனில், ஹஜ்ஜுக்குச் செல்ல அபூமுஸ்லிமும் ஸஃப்ஃபாவிடம் அனுமதி கேட்டிருந்தார். ஸஃப்ஃபா இரகசியமாக, தனது சகோதரரிடம் ஹஜ்ஜுக்கான ஏற்பாடுகளைச் செய்யவும்

எல்லா ஆளுநர்களையும்போல் அனுமதி கேட்டு கடிதம் எழுதவும் சொன்னார். அபூமுஸ்லிம் குராசானி, அப்பாசியரின் வெற்றிக்குப் பெருமளவில் பங்காற்றியவர் என்பதை இந்த இடத்தில் நினைவுகொள்வது அவசியம்.

கிலாஃபத்தின் உயர்வும் அப்பாசியரின் அதிகாரமும் வலுப்பட்டதைத் தொடர்ந்து, அபூமுஸ்லிம் குராசான் ஆளுநராக நியமிக்கப்பட்டார். இதற்கான சான்றிதழை ஸஃப்ஃபா அனுப்பியிருந்தார். இருந்தும், வாக்குறுதி அளிப்பதற்காக அபூ முஸ்லிம் அரசவைக்கு வரவில்லை. இமாம் இப்ராஹீமின் சார்பில் முதன்முறையாகக் குராசானுக்கு வந்ததிலிருந்து அவர் அங்கேயே வாழ்ந்து வந்தார். குராசானை அவரே வென்று ஆட்சி செய்து வந்தார். எதிரிகள் அகற்றப்பட்ட நிலையில் வேறு நிலப்பகுதிகளுக்கு அபூமுஸ்லிமை மாற்றுவது சரியல்ல என்றும் ஸஃப்ஃபா கருதினார். அவரது அரசாற்றல் வலுவையும் அவரால் குறைக்க இயலவில்லை.

அப்பாசிய கிலாஃபத்தின் நிறுவனரும் கலீஃபா ஸஃப்ஃபாவின் காப்பாளருமாகத் தன்னைக் கருதி வந்தார் அபூமுஸ்லிம். அவருடன் கலந்தாலோசனை செய்தபிறகுதான் ஸஃப்ஃபா எந்த முடிவுக்கும் வருவார். குராசானைப் பொறுத்தவரைக்கும், ஸஃப்ஃபாவுடன் கலந்தாலோசனை செய்வதை அபூமுஸ்லிம் முக்கியமாகக் கருதவில்லை. அப்பாசியரின் புகழ்பெற்ற, பழைய பிரதிநிதிகளில் ஒருவர் சுலைமான் பின் கதீர். இவரைத் தனிப்பட்ட சில காரணங்களை முன்வைத்து அபூமுஸ்லிம் கொன்றார். இதற்கான காரணத்தை ஸஃப்ஃபாவால் கேட்க முடியவில்லை. ஸஃப்ஃபாவும் அவரது சகோதரர்களும் தந்தையின் சகோதரர்களும் அபூமுஸ்லிமின் அத்துமீறல்களைக் கண்டுகொள்ளாமலிருந்தனர். அவரது ஆட்சியின் அராஜகப் போக்குகளைத் தொடர்ந்து பொறுத்துக்கொள்வது இயலாத விஷயம் என்பதையும் அவர்கள் உணர்ந்திருந்தனர். அபூமுஸ்லிமிற்கான நியமன ஆணையுடனும் தனக்காக வாக்குறுதி பெறும் உத்தரவுடனும் தன்னுடைய சகோதரர் அபூஜஅஃபரை குராசானுக்கு அனுப்பி வைத்திருந்தார் ஸஃப்ஃபா. அப்போது, அபூஜஅஃபரிடம் அபூமுஸ்லிம் நடந்துகொண்ட முறை சரியாக இல்லை. அபூமுஸ்லிமின் ஒவ்வொரு நடவடிக்கையும் இறுமாப்புடனும் அதிக தன்முனைப்புடனும் அமைந்திருப்பதை

அவர் உணர்ந்துகொண்டார். இது, அவர்களிடையே விரிசலை உருவாக்கியது. அபூஜஅஃபர் அனைத்தையும் ஸஃப்ஃபாவிடம் சொன்னார். ஸஃப்ஃபா மிகுந்த கவலையுடன் இதைக் கவனத்தில் கொண்டார். பரஸ்பரம் மனக்குறைகளையும் சந்தேகங்களையும் அவர்கள் வளர்த்துக்கொண்டனர். அபூமுஸ்லிமின் அதிகாரத்தையும் செல்வாக்கையும் குறைக்கும் வழிவகைகள் குறித்து ஸஃப்ஃபா ஆலோசித்தார். இறுதியில், அவரை ஒழித்து விடுவதாக முடிவு செய்தார். ஏற்கனவே, குறிப்பிட்டதுபோல் இதைச் செய்து முடிக்க ஸெய்யத் பின் ஸாலேயையும் ஸபா நுஅமான் அஸ்தியையும் நியமித்தார்.

அபூமுஸ்லிம் துணிச்சல் மிகுந்தவர். அரசாற்றலை மிகுதியாக நேசித்தவர். ஸஃப்ஃபாவின் மீது சந்தேகம் உருவான நிலையில் குராசான்மீதான தனது பிடியையும் ஆற்றலையும் தக்க வைப்பதுடன் தேவைப்பட்டால் அப்பாசியரை ஒடுக்குவதற்காக ஹிஜாசிலும் இராக்கிலும் தனது செல்வாக்கை நிறுவவும் அவர் முயற்சி செய்தார். ஹிஜாஸ், இராக் உள்ளிட்ட இஸ்லாமிய உலகம் முழுவதிலும் தனது செல்வாக்கை உயர்த்துவதற்கான மறைமுக ஏற்பாடுகளில் ஈடுபட்டார். அப்பாசியரின் கொள்கையைப் பரப்புவதில் அதிகமானப் பங்களிப்பைச் செலுத்திய அவர், வாரிசுரிமை தனக்குப் பகையாக மாறுமென்ற உண்மையை மறந்துவிட்டார். அப்பாசிய இயக்கத்தின் நிறுவனர்களான முஹம்மத் பின் அலீ, இப்ராஹீம் பின் முஹம்மத் போன்றவர்கள் உருவாகவும் இதுவே காரணமாக இருந்தது. உமய்யா கிலாஃபத்தை அழித்தொழிக்கும் திறமை அவர்களுக்கிருந்தது. இதில், அபூமுஸ்லிமின் பங்களிப்பு அதிகமாக இருந்தாலும் அவர் அப்பாசியரால் பயிற்சியளிக்கப்பட்டவர்தான்.

ஹஜ் கடமையை நிறைவேற்ற கலீஃபா ஸஃப்ஃபாவிடம் அனுமதி கேட்டார் அபூமுஸ்லிம். இதற்கான அனுமதியுடன் 500 பேருக்குமேல் அழைத்துச் செல்லக்கூடாது என்று அவர் நிபந்தனை விதித்தார். “என்னுடைய உயிருக்கு ஆபத்திருக்கும் நிலையில் சிறு எண்ணிக்கையிலான ஆட்களுடன் பயணம் செய்வது சரியாக இருக்காது” என்று பதில் எழுதினார் அபூமுஸ்லிம். “எனில், 1,000 பேர்களை அழைத்துச் செல்லுங்கள். மிக அதிகமான எண்ணிக்கையுடன் பயணம் செய்வது சிறப்பாக அமையாது. மக்காவில் இருப்பிடம், உணவுப் பங்கீடுகள் போன்ற விஷயங்கள்

சிரமமாக இருக்கும்" என்றார் கலீஃபா. ஆனால், 8,000 பேர்களுடன் மர்விலிருந்து புறப்பட்ட அபூமுஸ்லிம், குராசான் எல்லையில் 7,000 பேர்களை நிறுத்திவிட்டு 1000 பேர்களுடன் அன்பார் தலைநகரை நோக்கிப் புறப்பட்டார்.

உயர்நிலையிலுள்ள படைத்தலைவர்களை அனுப்பி அபூ முஸ்லிமை வரவேற்று அழைத்து வந்த ஸஃப்ஃபா, அவர் அரசவைக்குள் நுழையும்போதும் அரசு மரியாதைகளுடன் வரவேற்று அமரச் செய்தார். "என் சகோதரர் அபூ ஜஅஃபர் மன்ஸூர் ஹஜ் கடமையை நிறைவேற்ற முன்வராமல் இருந்திருந்தால் ஹஜ் பயணக் குழுவின் அமீராக உங்களையே நியமித்திருப்பேன்" என்றார். இப்படியாக, ஹஜ் குழுவின் தலைவராகும் அவரது ஆர்வமும் சிறப்பு வாய்ந்த விருப்பமும் நிராகரிக்கப்பட்டன. அபூஜஅஃபரும் அபூமுஸ்லிமும் அன்பாரிலிருந்து ஒன்றாகவே ஹஜ்ஜுக்குப் புறப்பட்டனர். அபூமுஸ்லிம், குராசானிலிருந்து பெருமளவிலான செல்வங்களுடன் புறப்பட்டிருந்தார். தன்னுடன் அபூஜஅஃபர் வருவதை அவர் விரும்பவில்லை. தான் செய்ய நினைப்பதை தன்னிச்சையாக அவரால் செய்ய முடியாதிருந்தது. ஆயினும், பயணத்தின் ஒவ்வொரு நிலையிலும் நீர்ப்பங்கீட்டுக்காகக் கிணறுகள் தோண்டினார். பயணிகளுக்கான வசதிகளை ஏற்படுத்தும் செயல்களில் ஈடுபட்டார். உடைகளைப் பங்கீடு செய்தார். தங்கும் விடுதிகள் அமைத்தார். பல்வேறு அன்பளிப்புகள் வழங்கினார். இதன்மூலம், தனது கொடைத்தன்மையை வெளிப்படுத்தினார். மக்கள் அவர்மீது அன்பு காட்டினர். மக்காவிலும் இதுபோன்ற செயல்களில் மேலும் அதிகமாக ஈடுபட்டார். உலகின் அனைத்துப் பகுதிகளிலிருந்தும் வந்தவர்கள் அவரது சிறப்பை வியக்கும்விதமாக இவை அமைந்திருந்தன.

அபூஜஅஃபர், ஹஜ்ஜை முடித்துவிட்டு மக்காவிலிருந்து புறப்பட முடிவு செய்வதற்குள் அபூமுஸ்லிம் புறப்பட்டிருந்தார். அபூமுஸ்லிம் இரு நிலைகளைக் கடப்பதற்குள் ஸஃப்ஃபா இறந்த செய்தியும் அடுத்த கலீஃபாவாக, அபூ ஜஅஃபர் மன்ஸூர் தேர்வு செய்யப்பட்ட தகவலுமாக அன்பாரிலிருந்து தூதுவர் வந்தார். அவரைத் தன்னுடன் இரண்டு நாள்கள் தங்க வைத்த அபூமுஸ்லிம், பின்னர் அபூஜஅஃபரிடம் அனுப்பி வைத்தார். ஹஜ் முடிந்து குறிப்பிட்ட காலத்துக்கு முன்பே அபூமுஸ்லிம் புறப்பட்டு விட்டதில் ஏற்கனவே

அபூஜஅஃபருக்கு அதிருப்தியிருந்தது. இப்போது, தூதுவரைக் காலம் தாழ்த்தி அனுப்பி வைத்ததை அறிந்து மேலும் அதிருப்தி கொண்டார். அபூஜஅஃபர் கலீஃபாவாக வருவது குறித்து அபூமுஸ்லிம் வாழ்த்துக் கூறவுமில்லை. இதை எதிர்பார்த்திருந்தவர்போல் வாக்குறுதி அளித்துவிட்டு அபூ ஜஅஃபரை எதிர்பாராமல் புறப்பட்டுவிட்டார். அபூஜஅஃபர் பின்னால் சென்றார். அன்பாரை அடைவதுவரைக்கும் நிற்காமல் தனது பயணத்தைத் தொடர்ந்தார் அபூமுஸ்லிம். பின்னால், அபூஜஅஃபரும் வந்து சேர்ந்தார்.

அபுல் அப்பாஸ் அப்துல்லாஹ் ஸஃப்ஃபா, நான்கு ஆண்டுகளும் எட்டு மாதங்களும் கலீஃபாவாக இருந்தார். ஹிஜ்ரீ 136 துல்ஹிஜ்ஜா மாதம் 13ஆம் நாள் மரணமடைந்தார். உடலை அடக்கம் செய்வதற்கான பணிகளை அவரது தந்தையின் சகோதரரான ஈஸா நிறைவேற்றினார். உடல் அன்பாரில் அடக்கம் செய்யப்பட்டது. தனக்குப் பிறகு அபூஜஅஃபர் மன்ஸூரும் அவருக்குப் பிறகு ஈஸா பின் மூஸாவும் கலீஃபா ஆவார்கள் என்று இறுதி ஆவணத்தில் அவர் குறிப்பிட்டிருந்தார். ஆவணத்தை ஒரு துணியில் சுற்றி அதில் இறைத்தூதர் அவர்களின் குடும்ப முத்திரையைப் பதித்து ஈஸாவிடம் கொடுத்தார். அபூஜஅஃபர் அப்போது அங்கில்லை என்பதால், அவரது பிரதிநிதியாக ஈஸா பின் மூஸா மக்களிடமிருந்து வாக்குறுதி பெற்றார். இந்தத் தகவலை அபூஜஅஃபர் மன்ஸூருக்குத் தெரிவிக்க ஒரு தூதுவரை அனுப்பிவைத்தார்.

உமய்யாக்களின் கிலாஃபத்தை நிறுவ அமீர் முஆவியா (ரலி) கையாண்ட அதே வழியை அப்துல்லாஹ் ஸஃப்ஃபாவும் பின்பற்றினார். எதிரிகளான அலவியரின் ஆதரவாளர்களையும் மக்களின் எதிர்ப்பையும் அமீர் முஆவியா தனது கொடைத்தன்மையால் தடுத்து நிறுத்தி தமது கிலாஃபத்தை வலுப்படுத்தினார். அப்பாசிய கிலாஃபத்தின் நிறுவனர் ஸஃப்ஃபாவுக்கு எதிராக அலவியர் கிலாஃபத் உரிமை கோரினார்கள். அப்பாசியருடன் இணைந்து உமய்யாக்களை அழித்த அவர்கள் அப்பாசியரிடம் சென்றபோது மீண்டுமொருமுறை ஏமாற்றம் அடைந்தனர். அமீர் முஆவியா போல் அப்துல்லாஹ் ஸஃப்ஃபாவும் பெருமளவிலான தொகையை அலவியருக்குக் கொடுத்தார். ஸஃப்ஃபா கலீஃபாவாக பொறுப்பேற்றதும் அப்துல்லாஹ் பின் ஹஸன் முத்தன்னா பின் ஹஸன் பின் அலீயும் ஏனைய அலவியரும் கூஃபாவுக்கு வந்து

தங்களுக்கு உரிமைப்பட்ட கிலாஃபத்தைப் பறித்துக்கொண்டதாக குற்றம் சாற்றினர். ஹிஜ்ரீ 131 துல்ஹிஜ்ஜா மாதம் நடைபெற்ற ஒரு கூட்டத்தில் அப்பாஸியராலும் அலவியராலும் கலீஃபாவாகத் தேர்வு செய்யப்பட்ட முஹம்மதின் தந்தையான அப்துல்லாஹ் பின் ஹஸன் முத்தன்னா இவர்தான். இக்கூட்டத்தில் கலந்துகொண்ட அபூஜஅஃபர் மன்ஸூர் உட்பட அனைவருமே அவருக்கு வாக்குறுதி அளித்தனர். அப்போது, இப்னு முக்ரினிடமிருந்து கடன் வாங்கி பத்து இலட்சம் திர்ஹம்களை அப்துல்லாஹ் பின் ஹஸன் முத்தன்னாவுக்குக் கொடுத்தார் ஸஃப்ஃபா. இப்படியாக அலவியர்களுக்கும் அள்ளி வழங்கினார்.

அப்துல்லாஹ் பின் ஹஸன் முத்தன்னா சென்றதும் மர்வான் பின் முஹம்மதின் செய்தியுடன் போர்ப்பொருள்களாகப் பெருமதிப்புள்ள ஆபரணங்களும் அழகுப் பொருள்களும் கொண்டு தூதுவன் வந்தான். அனைத்தையும் உடனடியாக விற்றுவிடும்படி உத்தரவிட்டார் ஸஃப்ஃபா. ஒரு வணிகர் அவற்றை 80,000 தினார்களுக்கு வாங்கினார். அலவியருக்குப் பணம் தர ஸஃப்ஃபா மறுத்திருப்பார் எனில், நிச்சயமாக அவர்கள் எதிராக மாறியிருப்பார்கள். செல்வாக்குள்ள பிரதிநிதிகளும் அவர்களுடன் சேர்ந்து கிலாஃபத் அப்பாசியரிடம் சென்று விடாமலிருக்க முயற்சி செய்திருப்பார்கள். பணத்தைக் கொட்டி அலவியரைப் பேச விடாமல் செய்ததுதான் ஸஃப்ஃபாவின் மிகப்பெரிய சாதனையாக இருந்தது. அவரது இறப்பைத் தொடர்ந்து, உடனடியாகவே கிளர்ச்சியில் ஈடுபட அலவியர் தயாராயினர். ஆனால், அப்போது அப்பாசிய கிலாஃபத் ஆற்றல் மிகுந்ததாக மாறியிருந்தது.

அபூஜஅஃபர் மன்ஸூர் : அபூஜஅஃபர் மன்ஸூர் அப்துல்லாஹ் பின் முஹம்மத் பின் அலீ பின் அப்துல்லாஹ் பின் அப்பாஸ் பின் அப்துல் முத்தலிபின் தாயாரான ஸலமா, பர்பர் இனத்தைச் சேர்ந்த ஒரு அடிமைப்பெண். மன்ஸூர் ஹிஜ்ரீ 95இல் பிறந்தார். அவரது பாட்டனார் அப்போது உயிரோடிருந்தார். மன்ஸூர் ஹிஜ்ரீ 101இல் பிறந்ததாகவும் ஒரு குறிப்புள்ளது. பொறுமைக்கும் வீரத்துக்கும் ஆளுமைக்கும் நுட்பமான அறிவுக்கும் பெயர் பெற்று விளங்கிய அபூஜஅஃபர் மன்ஸூர் வேடிக்கை விநோதங்களை வெறுத்தார். மிகச்சிறந்த இலக்கியவாதியாகவும் இஸ்லாமியச் சட்ட அறிவியல் கல்வியாளராகவும் திகழ்ந்தார். தலைமை நடுவர்

பொறுப்பை ஏற்றுக்கொள்ள மறுத்த இமாம் அபூஹனிஃபாவைக் கைது செய்து சிறையில் வைத்தார். அவர், சிறையிலேயே இறந்து போனார். தனக்கெதிராக ஆயுதம் ஏந்துவதற்கு உதவியாக ஒரு சட்டக் கருத்தை முன்வைத்த அவரை விஷம் வைத்துக் கொன்றதாகவும் சிலர் சொல்கின்றனர். அபூஜஅஃபர் மன்ஸூர் நாவன்மை மிக்கவர். பேராசையும் கருமித்தனமும்கொண்டவர் என்றும் சொல்லப்படுகிறார். அவரது கிலாஃபத்தின்போது ஹிஜ்ரீ 138இல் அப்துர் ரஹ்மான் பின் முஆவியா பின் ஹிஷாம் பின் அப்துல் மலிக் உமய்யா ஸ்பெய்னின் ஆட்சியாளரானார். அபூ ஜஅஃபர் மன்ஸூர், பர்பர் இனப்பெண்ணுக்குப் பிறந்ததால்தான் இஸ்லாமிய ஆட்சி பர்பர் இனத்தின் ஒரு பகுதியாக மாறியது என்றும் சொல்லப்படுகிறது.

இப்னு அஸாகிர் சொல்கிறார்: "அறிவைத் தேடி இஸ்லாமிய ஆட்சிப் பகுதிகள் எங்கும் அலைந்து திரிந்த அபூஜஅஃபர் ஒரு இடத்துக்கு வந்தார். அங்கிருந்த காவலர்கள் அவரிடம் இரண்டு திர்ஹம் வரி செலுத்தும்படி சொல்லி, "இல்லையெனில் உமக்கு இங்கே தங்க இடம் கிடைக்காது" என்றனர். அபூஜஅஃபர் மன்ஸூர் சொன்னார்: "நான் ஹாஷிம் வம்சத்தைச் சேர்ந்தவன். மட்டுமல்ல, நான் இறைத்தூதர் அவர்களின் தந்தையின் சகோதரரின் புதல்வர்களில் ஒருவன்" என்றார். அப்போதும் அவர்கள் விடவில்லை. அபூ ஜஅஃபர் மன்ஸூர், "நான் குர்ஆனைக் கற்றறிந்தவன். ஆகவே, என்னை அனுமதிக்க வேண்டும்" என்றார். இதற்கும் அவர்கள் இணங்கவில்லை. மீண்டும் அவர், "சமயக் கடமைகள் மற்றும் இஸ்லாமியச் சட்டங்களைக் கற்றுத் தேர்ந்தவன் நான்" என்றார். காவலர்கள் அசைந்துகொடுக்காத நிலையில் இரண்டு திர்ஹம் செலுத்தினார். அன்றைய தினமே அவர் செல்வம் திரட்டவேண்டும் என்ற முடிவுக்கு வந்தார்.

அபூஜஅஃபர் தன் மகன் மஹ்தியிடம் சொன்னார்: "மக்கள் பணிந்துகொடுக்காத நிலையில் ஓர் அரசனால் ஆட்சி செய்ய இயலாது. அநீதிக்குமுன் மக்கள் பணிய மாட்டார்கள். அதிகாரமும் ஆற்றலும் இருந்தும் மன்னிப்பவனே மனிதர்களில் சிறந்தவன். அநீதியையும் அடக்குமுறையையும் கையாள்பவன் பெரும் மூடன். ஆழ்ந்து ஆய்வு செய்யாமல் உத்தரவுகளைப் பிறப்பிக்கக்கூடாது. ஆழ்ந்த அறிவு என்பது அழகையும் அழகின்மையையும்

பிரதிபலிக்கும் கண்ணாடி. அல்லாஹ்வின் கொடைகளுக்கும் அவனது அருளுக்கும் எப்போதும் நன்றியுடையவனாக இரு. இயன்றவரை பிறருக்கு மன்னிப்பு வழங்கு. துணிவூட்டிய பின் பணிவை எதிர்பார். வெற்றியில் அன்பாகவும் கர்வமற்றும் இரு."

அப்துல்லாஹ் பின் அலீயின் கிளர்ச்சி : ஸஃப்ஃபா, அபூஜஅஃபரின் தந்தையின் சகோதரரான அப்துல்லாஹ் பின் அலீயை குராசான், சிரியப் படைகளுடன் ஸைஃபாவுக்குக் அனுப்பியிருந்தார். ஹிஜ்ரீ 137 முஹர்ரம் மாதம் அபூஜஅஃபர் கலீஃபாவானார். ஸஃப்ஃபாவின் மரணத் தகவலை அப்துல்லாஹ் பின் அலீக்கு அறிவித்த ஈஸா பின் மூஸா, அபூஜஅஃபர் மன்ஸூரை அடுத்த கலீஃபாவாக நியமிக்கும் ஆவணம் குறித்தும் எழுதினார். அப்துல்லாஹ் பின் அலீ மக்களைத் திரட்டி அவர்களிடம் சொன்னார்: "ஹர்ரான் படையெடுப்பின்போது ஸஃப்ஃபாவின் படைக்குத் தலைமை ஏற்கும் துணிச்சல் யாருக்குமே இல்லை. அப்போது அவர், அங்கே படையெடுத்துச் செல்பவர்தான் தனக்குப் பிறகு கலீஃபாவாக ஆவார் என்றார். நான் துணிச்சலுடன் முன்வந்தேன். மர்வான் பின் முஹம்மதையும் பிற உமய்யா தலைவர்களையும் தோற்கடித்தவனும் நான்தான்."

அப்துல்லாஹ் பின் அலீ சொன்னதை ஏற்ற மக்கள் அவரிடம் வாக்குறுதியளித்தனர். பின்னர், தலூக்கிலிருந்து திரும்பி வந்து ஹர்ரானில் முக்கதில் பின் ஹக்கீமை முற்றுகையிட்டார். 40 நாள்கள் நீடித்த முற்றுகையின்போது சந்தேகத்தின்பேரில் குராசானிகள் பலரைக் கொன்றார். ஹுமைத் பின் கஹ்தபாவை ஹலபின் ஆளுநராக நியமித்து, தற்போது ஆளுநர் பொறுப்பில் இருக்கும் ஸஃபர் பின் ஆஸிமின் பெயருக்கு ஒரு கடிதமும் கொடுத்து விட்டுச்சென்றார். கடிதத்தில் ஹுமைத் உடனடியாகக் கொல்லப்பட வேண்டுமென்று எழுதப்பட்டிருந்தது. வழியில் வைத்துக் கடிதத்தைப் பிரித்து வாசித்த ஹுமைத், ஹலபுக்குச் செல்வதைத் தவிர்த்துவிட்டு இராக்குக்குத் திரும்பினார். அபூஜஅஃபர் அன்பாருக்கு வரும்போது அபூமுஸ்லிம் அங்கே இருந்தார்.

அபூஜஅஃபரை கலீஃபாவாக ஏற்று அபூமுஸ்லிம் வாக்குறுதியளித்தார். பெரும் மரியாதைகளுடன் அவருக்கு விருந்தளித்துப் பாராட்டினார் அபூஜஅஃபர். அப்போது, அப்துல்லாஹ் பின் அலீ கிளர்ச்சியில் ஈடுபட்டிருப்பதாகத் தகவல் வந்தது.

அபூஜஅஃபர், அபூமுஸ்லிமிடம் சொன்னார்: "அப்துல்லாஹ் பின் அலீ நமக்குப் பெரும் ஆபத்தாக இருப்பார் என்று தோன்றுகிறது."

இத்தகைய துணிச்சலான நடவடிக்கைகளை அபூமுஸ்லிம் விரும்பினார். அபூஜஅஃபரின் விருப்பத்தை நிறைவேற்ற அவர் முன்வந்தார். அப்துல்லாஹ் பின் அலீக்கு எதிராகப் போரிட அபூமுஸ்லிம் நியமிக்கப்பட்டார். அப்துல்லாஹ் பின் அலீயுடன் முரண்பட்டு இராக்குக்கு வந்து சேர்ந்த ஹுமைத், அபூமுஸ்லிமுடன் இணைந்தார். முக்கதில் பின் ஹக்கீம், ஹர்ரானை அப்துல்லாஹ் பின் அலீயிடம் ஒப்படைத்தார். முக்கதிலுக்கு மன்னிப்பு வழங்கிய அப்துல்லாஹ் பின் அலீ, ஒரு கடிதத்துடன் அவரை ரக்கா ஆளுநர் உஸ்மான் பின் அப்துல் அஃலாவிடம் அனுப்பி வைத்தார். உஸ்மான் அவரைக் கொன்றுவிட்டு அவரது மகன்கள் இருவரையும் கைது செய்தார்.

அபூமுஸ்லிம் சென்றதும் அஸர்பைஜானிலிருந்து முஹம்மத் பின் ஸூலை வரவழைத்த அபூஜஅஃபர், அப்துல்லாஹ் பின் அலீயை ஏமாற்றும் நோக்கத்துடன் அவரிடம் அனுப்பி வைத்தார். அப்துல்லாஹ் பின் அலீயிடம் வந்த முஹம்மத் பின் ஸூல், "தனது இறப்புக்குப் பிறகு, அரச வாரிசாக தனது தந்தையின் சகோதரரான அப்துல்லாஹ் நியமிக்கப்படுவார் என்று ஸஃப்ஃபா சொன்னதாக நான் அறிந்தேன்" என்றார். இதற்கு, அப்துல்லாஹ் பின் அலீ, "நீர் ஒரு பொய்யன். உமது வஞ்சகத்தை நான் அறிவேன்" என்று சொல்லி அவருடைய தலையைத் துண்டித்தார். பின்னர், ஹர்ரானிலிருந்து சென்று நஸீபானில் தங்கியிருந்து அகழிகள் தோண்டி பாதுகாப்பு அரண்களை அமைத்துக்கொண்டார்.

அபூமுஸ்லிம் புறப்படுவதற்கு முன், ஆர்மேனிய ஆளுநர் ஹஸன் பின் கஹ்தபாவுக்கு அபூஜஅஃபர் ஒரு கடிதம் அனுப்பினார். அதில், அபூமுஸ்லிமுடன் இணைந்துகொள்ளும்படி சொல்லியிருந்தார். அவர் மோசிலில் அபூமுஸ்லிமுடன் இணைந்தார். நஸீபானுக்கு வந்த அபூமுஸ்லிம், சிரிய திசையை நோக்கி முகாம் அமைத்தார். அப்துல்லாஹ் பின் அலீயுடன் தனக்குப் பகையில்லை என்றும் சிரிய ஆளுநராக நியமிக்கப்பட்ட தான் அங்கே செல்ல இருப்பதாகவும் அறிவித்தார் அபூமுஸ்லிம். சிரியர்களான அப்துல்லாஹ் பின் அலீயின் வீரர்கள் இதைக் கேட்டுச் செய்வதறியாமல் திகைத்தனர். அப்துல்லாஹ் பின் அலீயிடம் அவர்கள், "அபூமுஸ்லிமின்

கொடுங்கோல் ஆட்சியின்கீழ் எங்கள் குடும்பங்கள் வர நேரிடும். ஆகவே, அவர் சிரியாவுக்குச் செல்வதைத் தடுத்தாக வேண்டும்" என்றனர். அபூமுஸ்லிம் நமக்கு எதிராகப் போரிடவே வந்திருக்கிறார் என்றும் சிரியாவுக்குச் செல்லமாட்டார் என்றும் அப்துல்லாஹ் பின் அலீ எவ்வளவோ சொல்லிப் பார்த்தார். யாரும் அதை நம்பவில்லை.

இறுதியில், முகாமைவிட்டு அப்துல்லாஹ் பின் அலீ, சிரியாவுக்குப் புறப்பட்டதும் அபூமுஸ்லிம், அவரது முகாமுக்கு மாறினார். அது, வெற்றி வாய்ப்புள்ள ஓர் இடத்தில் அமைக்கப்பட்டிருந்தது. எனவே, அபூமுஸ்லிம் முகாம் அமைத்திருந்த இடத்தில் இப்போது, அப்துல்லாஹ் பின் அலீ முகாமிட வேண்டியதாயிற்று. இப்படி, வாய்ப்பான ஓர் இடத்தை அபூமுஸ்லிம் கைப்பற்றிக்கொண்டார்.

இரு படைகளுக்குமிடையே தொடங்கிய போர், பல மாத காலம் நீடித்தது. இறுதியில், ஹிஜ்ரீ 137 ஜுமாதல் ஆகிர் மாதம் 7ஆம் நாள் புதன்கிழமை அன்று அப்துல்லாஹ் பின் அலீ தோற்கடிக்கப்பட்டார். அபூமுஸ்லிம் வெற்றி பெற்றார். இந்தத் தகவலை அவர் உடனடியாக அபூஜஅஃபருக்கு அனுப்பினார். அப்துல்லாஹ் பின் அலீ, பஸ்ராவிலிருந்த அவரது சகோதரர் சுலைமான் பின் அலீயிடம் தஞ்சம் புகுந்துத் தலைமறைவாக வாழ்ந்து வந்தார்.

அபூமுஸ்லிமின் இறப்பு: அப்துல்லாஹ் பின் அலீயின் தோல்வியையும் அவரது முகாமைச் சூறையாடிப் பெருமளவிலான போர்ப் பொருள்களை அபூமுஸ்லிம் கையகப்படுத்தியதையும் அறிந்த அபூஜஅஃபர் மன்ஸூர், விலை மதிப்பு மிக்கப் பொருள்களைக் கணக்கெடுத்துப் பதிவு செய்யச் சொல்லி அபூகஸீபை அனுப்பி வைத்தார். அபூஜஅஃபர் தன்னை நம்பவில்லை என்று கருதிய அபூமுஸ்லிம், கணக்கெடுப்பிற்கு தன்னுடைய ஆட்களையும் அனுப்பி வைத்தார். அபூமுஸ்லிம் அதிருப்தியுடனிருக்கிறார் என்பதை அறிந்த அபூஜஅஃபர் இது தொடர்பாக, தான் குராசானுக்குச் செல்லவேண்டுமென்று முடிவு செய்தார். எனவே, அவர், சிரியா மற்றும் எகிப்து ஆளுகைக்குரிய சான்றிதழை அபூமுஸ்லிமிற்கு அனுப்பி வைத்தார். இதனால் மேலும் அதிருப்தியுற்ற அபூமுஸ்லிம், தன்னைக் குராசானிலிருந்து வெளியேற்றி, தனது ஆற்றலைக் குறைத்து ஆதரவற்ற நிலைக்குத் தள்ளுவதே அபூஜஅஃபர்

மன்ஸூரின் நோக்கமென்று கருதி ஜஸீராவிலிருந்து குராசானுக்குச் சென்றார்.

அபூமுஸ்லிமின் நடவடிக்கைகளை அறிந்த அபூஜஅஃபர் மன்ஸூர், மதாயினுக்குச் சென்று அபூமுஸ்லிமை அழைத்து வர ஆளனுப்பினார். அபூமுஸ்லிம், “நான் விலகியிருந்தபடியே உங்களுக்குப் பணிந்து நடந்துகொள்வேன். உங்கள் எதிரிகள் அனைவரையும் நான் அடக்கிவிட்டேன். இதன்மூலம் ஆபத்துகளை விட்டு விலகியிருக்கும் உங்களுக்கு இப்போது நான் தேவைப்படாதவனாகி விட்டேன். நீங்கள் என்னைத் தனியே விட்டால், தொடர்ந்து நான் உங்களுக்குப் பணிந்து எனது வாக்குறுதியைப் பாதுகாப்பேன். என்னைப் பின்தொடர்வீர்கள் எனில் வாக்குறுதியை செல்லாது என்று அறிவித்துவிட்டு உங்களை எதிர்ப்பேன்” என்று பதில் அனுப்பினார்.

அபூமுஸ்லிமின் கடிதத்துக்கான பதிலை அபூஜஅஃபர், மிக மென்மையாகவும் அன்புடனும் எழுதினார்: “உமது அரசப் பற்றிலும் பணிவிலும் எமக்கு சந்தேகமில்லை. நம்பிக்கைக்குரிய அனைத்துத் தகுதிகளும் உம்மிடம் உள்ளன. ஆனால், உமது மனதுக்குள் ஷைத்தான் சந்தேக விதையை ஊன்றியுள்ளான். எல்லா சந்தேகங்களையும் சார்புகளையும் விட்டு விலகி உம்மைத் தூய்மையாக்கிய பின் என்னிடம் வரவும்.” இந்தப் பதிலை விடுதலை செய்யப்பட்ட தனது அடிமை அபூஹுமைதிடம் கொடுத்து அனுப்பினார். தன்னிடம் அவரைத் வரத்தூண்டவும் பரிந்து பேசவும் ஹுமைதிடம் சொன்னார். கூடவே, அவர் ஏற்க மறுப்பார் எனில், அச்சுறுத்திப் பணிய வைக்கவும் சொன்னார். கடிதத்தைப் பெற்றுக்கொண்ட அபூமுஸ்லிம், மாலிக் பின் ஹைத்தமுடன் கலந்தாலோசனை செய்தார். அவர், “போக வேண்டாம். உங்களை அவர் கொன்றுவிடுவார்” என்றார். அபூமுஸ்லிமைத் தன்னிடம் வரச்செய்வதாக இருந்தால் குராசான் ஆளுநர் பதவியில் நியமிப்பதாக அபூதாவூத் காலித் பின் இப்ராஹீமுக்கு அபூஜஅஃபர் வாக்குறுதி அளித்திருந்தார். அபூதாவூதின் அறிவுரைக்கிணங்க அபூமுஸ்லிம் செல்வதாக முடிவு செய்தார். எனினும், முன்னெச்சரிக்கையாகவும் அங்குள்ள நிலைமைகளை அறிந்துகொள்ளவும் முதலில் அமைச்சர் அபூஇஷாக் காலித் பின் உஸ்மானை அனுப்பி வைத்தார். அபூஇஷாக்மீது அபூமுஸ்லிம் ஆழ்ந்த நம்பிக்கை வைத்திருந்தார்.

கலீஃபாவின் அரசவைக்கு வந்த அபூ இஷாக்கை ஹாஷிம் வம்சத்

தலைவர்களும் கனவான்களும் மிகுந்த அன்புடன் வரவேற்றனர். அவரைத் தனது அன்பாலும் சாதுரியமான வார்த்தைகளாலும் வசீகரித்த அபூ ஜஅஃபர், "அபூமுஸ்லிம் குராசானுக்குச் செல்வதைத் தடுத்து இங்கே வரச் செய்யுங்கள். இந்த உதவிக்குக் கைம்மாறாக உங்களைக் குராசான் ஆளுநராக நியமிப்பேன்" என்றார். அபூஇஷாக் இதற்கு இணங்கினார். அவர் அபூமுஸ்லிமிடம் வந்து அபூஜஅஃபரிடம் போகச் சொன்னார். அபூமுஸ்லிம், தனது படையை ஹல்வானில் மலிக் பின் ஹைத்தமின் தலைமையில் ஒப்படைத்துவிட்டு 3,000 வீரர்களுடன் மதாயினுக்குச் சென்றார். அவர் மதாயினை அடைந்ததும் அபூஜஅஃபரின் ஆள் ஒருவர், அபூமுஸ்லிமிடம் வந்து தன்னை கஸ்க்கரின் ஆளுநராக நியமிக்க கலீஃபாவிடம் பரிந்துரைக்கும்படி கேட்டுக்கொண்டார். மேலும், அமைச்சர் அபூஅய்யூப்மீது கலீஃபாவுக்கு மனத்தாங்கல் இருக்கிறது. அவருக்காகவும் நீங்கள் பெருமனதுடன் பரிந்துரைக்க வேண்டும் என்று கேட்டுக்கொண்டார்.

இத்துடன் அபூமுஸ்லிமின் சந்தேகங்கள் அனைத்தும் விலகின. சிறப்பான வரவேற்புகளுடன் அரசவைக்கு வந்த அவர் ஓய்விடத்துக்குத் திரும்பினார். மறுநாள், அவர் அரசவைக்குச் செல்லும்போது, திரை மறைவில் உஸ்மான் பின் நஹீக், ஷபீப் பின் ரவா, ஹர்ப் பின் கைஸ் உட்பட சிலரை மறைவாக நிறுத்தியிருந்தார் அபூஜஅஃபர். தான் சமிக்கைக் கொடுத்ததும் வெளியே வந்து அபூமுஸ்லிமைக் கொல்ல வேண்டும் என்று அவர்களுக்கு உத்தரவிட்டிருந்தார். அபூமுஸ்லிம் அரசவைக்கு வந்தார். பேச்சினூடே அப்துல்லாஹ் பின் அலீயிடமிருந்து அபூமுஸ்லிம் கைப்பற்றிய இரண்டு வாட்கள் குறித்து கேட்டார் கலீஃபா அபூஜஅஃபர் மன்ஸூர். அதிலொன்றுதான் அப்போது அபூமுஸ்லிமிடம் இருந்தது. அவர் அதை அபூஜஅஃபரிடம் ஒப்படைத்தார்.

அதையே சிறிது நேரம் பார்த்துக்கொண்டிருந்த அபூஜஅஃபர் மன்ஸூர், தனது தொடையின் கீழ் அதை வைத்தார். பின்னர், அவரது செயல்பாடுகள் குறித்த குற்றச்சாட்டுகளைப் பட்டியலிட்டார். தொடர்ந்து, சுலைமான் பின் கதீரின் மரணத்தைக் குறிப்பிட்டு, "இந்தப் பணியில் நீர் சேர்வதற்கு முன்பே, என்னுடனும் அரசப் பற்றுடனுமிருந்த அவரை எதற்காகக் கொலை செய்தீர்?" என்று கேட்டார். முதலில், பணிவுடனும் பாராட்டும் விதமாகவும்

மழுப்பலான சில பதில்களைச் சொன்னார் அபூ முஸ்லிம். ஆனால், அபூஜஅஃபரின் கோபம் படிப்படியாக அதிகரிப்பதைக் கண்ட அவர் தனது உயிருக்குப் பாதுகாப்பில்லை என்று உணர்ந்ததும் துணிச்சலுடன் பதில் சொன்னார்: "நீங்கள் எதைச் செய்ய நினைக்கிறீர்களோ அதைச் செய்யலாம். அல்லாஹ்வைத் தவிர நான் யாருக்கும் அஞ்சப்போவதில்லை." அபூ ஜஅஃபர் மன்ஸூர் தனது கைகளைத் தட்டினார். திரை மறைவிலிருந்து வெளிப்பட்டவர்கள் அபூமுஸ்லிமைக் கொன்றனர். இது ஹிஜ்ரீ 137 ஷஃபான் மாதம் 25ஆம் நாள் நடந்தது.

அபூமுஸ்லிம் இறந்ததும், அமைச்சர் வெளியே வந்து, "உங்களுடைய அமீர், தற்போது அமீருல் முஃமினீனுடன் இருப்பார். ஆகவே, நீங்கள் திரும்பிச் செல்லலாம்" என்று சொல்லி அபூ முஸ்லிமுடன் வந்தவர்களைத் திருப்பி அனுப்பினார். பின்னர், ஈஸா பின் மூஸா, கலீஃபாவின் அவைக்கு வந்து அபூமுஸ்லிமைக் குறித்துக் கேட்டார். அவர் இறந்துவிட்டார் என்று சொன்னதும், "இன்னாலில்லாஹி வ இன்னா இலைஹி ராஜிஊன்" என்றார். இது, அபூஜஅஃபர் மன்ஸூரின் மனதைத் தொட்டது. அவர் சொன்னார்: "அபூமுஸ்லிமைவிட உங்களுக்குப் பெரிய எதிரி யாருமில்லை." பிறகு, கலீஃபா அபூஜஅஃபர் மன்ஸூர், ஜஅஃபர் பின் ஹன்ஸலாவை வரவழைத்து அபூமுஸ்லிமைக் கொல்வது குறித்து அவரது கருத்தைக் கேட்டார். அவரைக் கொன்றாக வேண்டுமென்று ஜஅஃபர் பின் ஹன்ஸலா அறிவுறுத்தினார். "அல்லாஹ் உங்களுக்கு நற்கூலி வழங்குவானாக" என்று சொன்ன அபூஜஅஃபர், அபூமுஸ்லிமின் உடலைக் காட்டினார். அவர், "அமீருல் முஃமினீன் அவர்களே, தாங்கள் இன்று முதல் அதிகச் செயலாற்றல் பெற்ற கலீஃபாவாக ஆவீர்கள்" என்றார். அபூஜஅஃபர் மன்ஸூர் புன்னகையுடன் அமைதியாக இருந்தார்.

அபூமுஸ்லிம் தனது செல்வத்தை ஒப்படைத்திருந்த அபூநஸ்ர் மலிக் பின் ஹைத்தம், ஹல்வானிலிருந்து ஹமதானுக்குச் செல்லும் தன் திட்டத்தின்படி குராசானுக்குச் சென்றார். பின்னர் அவர், அபூஜஅஃபர் மன்ஸூரிடம் திரும்பி வந்தார். அபூஜஅஃபர் அவரை, "நீர் என்னிடம் வர வேண்டாம் என்று அபூ முஸ்லிமுக்கு அறிவுரைத்தவர்" எனக் கடிந்துகொண்டார். அபூ நஸ்ர் சொன்னார்: "அவருடன் இருந்தவரைக்கும் அவருக்கு நன்மை செய்தேன்.

இப்போது தங்களிடம் வந்திருப்பதால் தங்களுக்கு நன்மை செய்வேன்" என்றார். மன்ஸூர் அவரை மோசிலின் ஆளுநராக நியமித்தார்.

ஸின்பாதின் கிளர்ச்சி : அபூமுஸ்லிமின் சிக்கலிலிருந்து விடுபட்ட அபூஜஅஃபர் ஓரளவுக்கு ஆறுதல் பெற்றாலும் பின்னர், பல்வேறு சிக்கல்களை அவர் எதிர்கொள்ள வேண்டியதிருந்தது. அபூ முஸ்லிமின் ஆதரவாளர்களில் ஸின்பாத் என்று அறியப்பட்ட ஃபிரோஸ் எனும் ஸொராஸ்ட்ரியன் ஒருவன் இருந்தான். அவன் இஸ்லாத்தைத் தழுவி அபூமுஸ்லிமின் படையில் இணைந்தான். அபூமுஸ்லிமின் கொலையைத் தொடர்ந்து கிளர்ந்தெழுந்த ஸின்பாத், கொலைக்கான இழப்பீட்டைக் கோரினான். மலைவாசிகள் அவனுக்கு ஆதரவாக இருந்தனர். நிஷாப்பூரையும் ரேயையும் வெற்றிகொண்ட அவன் அபூமுஸ்லிமின் செல்வங்களைத் தனதாக்கிக்கொண்டான். மேலும், மக்களின் செல்வங்களைக் கொள்ளையடித்து அவர்களை அடிமைகளாக வைத்திருந்தான்.

பிறகு, சமய எதிர்ப்பாளனாக மாறிய ஸின்பாத், கஅபாவை இடிக்கப் போவதாக அறிவித்தான். இரானின் புதிய முஸ்லிம்களுக்கு இந்தச் சிறு தூண்டுதலே போதுமானதாக இருந்தது. இஸ்லாத்தைப் பற்றி எதுவும் தெரியாத அவர்கள், தங்களில் ஒருவர் ஒரு பெரும் சக்திக்கெதிராகக் கிளர்ச்சி செய்வதைக் கண்டு அவனுடன் சேர்ந்துகொண்டனர். இதையறிந்த அபூஜஅஃபர், ஸின்பாதை அடக்குவதற்காக ஜம்ஹூர் பின் முரார் அஜ்லியை அனுப்பினார். ஹமதானுக்கும் ரேய்க்குமிடையே ஒரு பகுதியில் அவர்கள் மோதினர். ஸின்பாத் தோல்வியடைந்தான். அவனது வீரர்கள் 7,000 பேர் உயிரிழந்தனர். தப்பித்தோடி தபரிஸ்தானில் தஞ்சம் புகுந்த ஸன்பாத், ஆளுநரின் பணியாள் ஒருவனால் கொல்லப்பட்டான்.

ஸின்பாதின் செல்வங்கள் அனைத்தையும் அனுப்பி வைக்கும்படி ஜம்ஹூருக்குக் கடிதம் எழுதினார் அபூஜஅஃபர். அவர் மறுத்துவிட்டார். அவரைப் பணிய வைப்பதற்கு ஒரு படையை அனுப்பினார் அபூஜஅஃபர். அவர் தபரிஸ்தானிலிருந்துத் தப்பித்து தைலாமுக்குச் சென்றார். தான் கைவசப்படுத்திய ஸின்பாதின் செல்வங்களில் பெரும் பகுதியையும் அபூமுஸ்லிமின் செல்வங்களையும் கலீஃபாவுக்கு அனுப்ப மறுத்த அவர், ரேய்க்குச்

சென்று கோட்டைக்குள் புகுந்து மன்ஸூருக்கு அளித்த வாக்குறுதி செல்லாது என்று அறிவித்தார். அபூ ஜஅஃபர், முஹம்மத் பின் அஷ்அத் தலைமையில் ஒரு படையை அனுப்பினார். ஜம்ஹூர், ரேயிலிருந்து இஸ்ஃபஹானுக்குச் சென்று அதைக் கைப்பற்றினார். ரேயைக் கைப்பற்றிய முஹம்மத் பின் அஷ்அத், இஸ்ஃபஹான்மீது படையெடுத்தார். அவரை எதிர்த்துப்போரிட்ட ஜம்ஹூர் தோல்வியுற்று அஸர்பைஜானுக்கு ஓடினார். ஜம்ஹூரின் நண்பர் ஒருவர், அவரைக் கொன்று, தலையை அபூ ஜஅஃபருக்கு அனுப்பி வைத்தார். இது, ஹிஜ்ரீ 138இல் நடந்தது.

ஹிஜ்ரீ 139இல், அபூஜஅஃபர் தன் தந்தையின் சகோதரரான சுலைமானை பஸ்ராவின் ஆளுநர் பொறுப்பிலிருந்து நீக்கி, மன்னிப்பு வழங்கப்பட்ட அப்துல்லாஹ் பின் அலீயையும் அழைத்துக் கொண்டு தன்னிடம் வரும்படி உத்தரவிட்டார். அவர், அப்துல்லாஹ் பின் அலீயை அரசவைக்கு அழைத்து வந்தார். அவரைச் சிறையிலடைத்த அபூஜஅஃபர் பிறகு கொன்று விட்டார்.

ராவிந்த் பிரிவு : ஷியா பிரிவுகளில் ஒன்றாகக் கருதப்பட்ட இந்தப் பிரிவு, ராவிந்தில் வாழ்ந்து வந்த இரான் மற்றும் குராசானிலுள்ள படிப்பறிவற்ற மக்களைக்கொண்டது. அபூ முஸ்லிம் உருவாக்கிய இப்பிரிவு சமயத் தொடர்புகளின்றி அரசியல் முடிவுகளின்படி இயங்கிவந்தது. மறுபிறவியிலும் மாய வாதங்களிலும் நம்பிக்கைகொண்ட இவர்கள், கலீஃபாவை இறைவனின் இன்னொரு வடிவமாகப் பார்த்தனர். இது, அவர்களைத் தனிமனித வழிபாட்டுக்கு இட்டுச் சென்றது. ஆதமின் ஆன்மா, உஸ்மான் பின் நஹீக்கினுள்ளும் வானவர் ஜிப்ரீலின் ஆன்மா, ஹைத்தம் பின் முஆவியாவினுள்ளும் புகுந்திருப்பதாக அவர்கள் நம்பினர். அவர்கள் தலைநகருக்கு வந்து தங்கள் நம்பிக்கைகளையும் செயல்பாட்டையும் வெளிப்படுத்தினர்.

அவர்களில் 200 பேர்களை அபூ ஜஅஃபர் கைது செய்தார். கைது செய்யப்படாத 500 அல்லது 600 பேர்கள் ஒன்று திரண்டுச் சிறைக்குச் சென்று தங்கள் தோழர்களை விடுவித்தனர். பின்னர், மன்ஸூரின் அரண்மனையை முற்றுகையிட்டனர். கலீஃபாவை அவர்கள் கடவுளாகக் கருதியபோதும் இது நடந்தது என்பது ஆச்சரியமான விஷயம்தான்.

யஸீத் பின் ஹுபைரா அப்பாசியரை எதிர்த்துப் போரிட்டபோது அவரது நண்பரான மாஅன் பின் ஸைதா, ஹாஷிம்களின் தலைநகருக்குள் ஒளிந்திருந்தார். இவரைக் கொலை செய்யும் நோக்கத்துடன் தேடிக்கொண்டிருந்தார் அபூ ஜஅஃபர்.

ராவிந்துகள் அபூஜஅஃபரின் அரண்மனையைச் சுற்றி வளைத்தபோது அவர் நடந்து வெளியே வந்தார். சிறு எண்ணிக்கையிலான தனது வீரர்களுடன் அவர்களை அடித்து விரட்ட ஆரம்பித்தார். கிளர்ச்சியாளர்களுக்கு ஈடுகொடுக்கும் அளவிலான படைகள் எதுவும் அப்போது தலைநகரில் இல்லை. அபூஜஅஃபருக்கு மிகவும் இக்கட்டான சூழல் அது. கிலாஃபத்தையும் உயிரையும் ராவிந்துகளிடம் இழக்க வேண்டிய நிலைமை. இதை, தனக்குச் சாதகமாகப் பயன்படுத்திக்கொண்ட மாஅன் பின் ஸைதா, மன்ஸூருக்கு ஆதரவாக கிளர்ச்சியாளர்கள்மீது பாய்ந்தார். கலீஃபாவைச் சுற்றிலும் வேறு வீரர்கள் இருந்தும் மாஅன் பின் ஸைதாவின் தாக்குதல்தான் தீவிரமாக அமைந்தது. இதை நேரடியாகப் பார்த்தார் மன்ஸூர். கிளர்ச்சியாளர்கள் தோல்வி அடைந்தனர். மக்களும் கலீஃபாவுக்கு ஆதரவாகக் கிளர்ந்தெழுந்தனர். கிளர்ச்சியாளர்கள் அழிக்கப்பட்டனர். போர் முடிந்த பிறகு, தனக்கு உதவியாக வந்தவரைக் குறித்து விசாரித்தார் கலீஃபா அபூஜஅஃபர் மன்ஸூர். தேடப்படும் பழைய குற்றவாளி மாஅன் பின் ஸைதாதான் அவர் என்று தெரிய வந்தது. அவரை மன்னித்து பதவியில் நியமித்தார் அபூஜஅஃபர்.

பல்கின் நிர்வாகியாகவும் குராசானின் புதிய ஆளுநராகவும் இருந்தார் அபூதாவூத் காலித் பின் இப்ராஹீம் தஹ்லி. ஹிஜ்ரீ 140இல் அவரது படை வீரர்கள் கிளர்ச்சியில் ஈடுபட்டனர். அவரது வீடு முற்றுகையிடப்பட்டது. இதைப் பார்வையிடுவதற்காகக் கூரையிலேறிய அபூதாவூத் காலித், கால் இடறி விழுந்து இறந்து விட்டார். அவரது படைத்தலைவர் கிளர்ச்சியை ஒடுக்கி, குராசானின் ஆட்சிப் பொறுப்பை ஏற்றுக்கொண்டு அபூஜஅஃபருக்கு அறிவித்தார். அவர் குராசான் ஆளுநராக அப்துல் ஜப்பார் பின் அப்துர் ரஹ்மானை அனுப்பி வைத்தார்.

அப்துல் ஜப்பாரின் கிளர்ச்சியும் இறப்பும் : குராசான் ஆட்சிப் பொறுப்பை ஏற்ற அப்துல் ஜப்பார், அபூதாவூதின் நிர்வாகிகளைப்

பணி நீக்கம் செய்து இழிவுக்குள்ளாக்கிக் கொலை செய்ய ஆரம்பித்தார். மிகச் சிறு காரணங்களுக்காக தலைவர்களைக் கொன்ற அவரது செயல், நாட்டுக்குள் கொந்தளிப்பான சூழலை உருவாக்கியது. அப்பாசிய ஆதரவாளர்கள் கொலை செய்யப்படுவதைக் கண்டும் அவரைப் பதவி நீக்கம் செய்யத் தயங்கினார் அபூஜஅஃபர். அப்படிச் செய்தால் அவர் தனக்கெதிராகத் திரும்புவார் என்ற பயமிருந்தது. இறுதியில், "ரோமானியர்களுக்கு எதிரான ஜிஹாதிற்காக படையின் பெரும் பகுதியை அனுப்பி வைக்கவும்" என்று அப்துல் ஜப்பாருக்குக் கடிதம் எழுதினார். படையின் பெரும்பகுதியை குராசானிலிருந்து அப்புறப்படுத்திய நிலையில் அவரைப் பதவி நீக்கம் செய்வது எளிதாக இருக்கும் என்பது அபூஜஅஃபரின் திட்டம்.

இதற்கு அப்துல் ஜப்பார் எழுதிய பதிலில், "துருக்கியர்கள் தாக்குதலைத் தொடங்க இருக்கும் இந்நிலையில் படைகளை இங்கிருந்து வேறு இடத்துக்குக் கொண்டு செல்வதன் மூலம், நாம் குராசானை இழந்துவிடுவோம் என்று அஞ்சுகிறேன்" என்றார். இதற்கு அபூ ஜஅஃபர் எழுதிய பதிலில், "குராசானை நானும் அதிகமாக நேசிக்கிறேன். துருக்கியர்கள் தாக்குதலைத் தொடங்கினால் குராசானின் பாதுகாப்புக்கு ஒரு பெரிய படையை அனுப்பி வைக்கிறேன். கவலை வேண்டாம்" என்று குறிப்பிட்டார். கடிதத்தைப் படித்த அப்துல் ஜப்பார் மீண்டும் எழுதினார்: "அத்தகைய ஒரு பெரும் செலவை குராசானின் நிதி நிலைமை தாக்குப் பிடிக்காது. ஆகவே, அருள்கூர்ந்து அப்படிச் செய்ய வேண்டாம்." இந்தப் பதில், அப்துல் ஜப்பார் கிளர்ச்சியில் ஈடுபடக்கூடும் என்பதை அபூ ஜஅஃபருக்குத் தெளிவுபடுத்தியது. அவர், தன்னுடைய மகன் மஹ்தியின் தலைமையில் ஒரு பெரும் படையை அனுப்பி வைத்தார். ரேயை அடைந்த மஹ்தி, முன்னேறிச் சென்று அப்துல் ஜப்பாரை எதிர்த்துப் போரிடும்படி காசிம் பின் குஸைமாவிடம் கேட்டுக்கொண்டார். பயங்கரமான போர் மூண்டது. அப்துல் ஜப்பார் தோல்வியடைந்தார்.

மஹ்ஷர் பின் முஸாஹிம் அவரை, காசிம் பின் குஸைமாவிடம் ஒப்படைத்தார். அவர், அப்துல் ஜப்பாருக்கு ஒரு கம்பளி அங்கியை அணிவித்து ஒட்டகத்தில் அவரைத் திரும்பி உட்கார வைத்து அவரது ஆள்களுடன் மன்ஸூரிடம் அனுப்பி வைத்தார். ஹிஜ்ரீ 142இல் அவர்களைச் சிறையிலடைத்த அபூ ஜஅஃபர், அப்துல்

ஜப்பாரின் கை கால்களைத் துண்டிக்கும்படி உத்தரவிட்டார். அப்துல் ஜப்பாரைத் தோற்கடித்த மஹ்தி, குராசானின் ஆட்சிப் பொறுப்பை ஏற்று ஹிஜ்ரீ 149 வரை அதன் ஆளுநராக இருந்தார்.

உயைனா பின் மூஸா : சிந்துப் பகுதி நிர்வாகியாக இருந்த மூஸா பின் கஅபுக்குப் பிறகு அவரது மகன் உயைனா பொறுப்பேற்றார். இவர், அபூஜஅஃபருக்கு எதிராகக் கிளர்ச்சியில் ஈடுபட்டார். இதையறிந்த அபூஜஅஃபர், தலைநகரிலிருந்து பஸ்ராவுக்குச் சென்று, சிந்துவுக்கும் இந்தியாவுக்குமான ஆளுநராக உமர் பின் ஹஃப்ஸ் பின் அபூஸஃப்வா அத்கீயை நியமித்து உயைனாவுக்கு எதிராக அனுப்பி வைத்தார். சிந்துவுக்கு வந்த உமர் பின் ஹஃப்ஸ், உயைனாமீது போர் தொடுத்து ஹிஜ்ரீ 142இல் சிந்துவைக் கைப்பற்றினார்.

அதே காலகட்டத்தில் தபரிஸ்தான் நிர்வாகியும் கிளர்ச்சியில் ஈடுபட்டார். காஸிம் பின் குஸைமாவும் ரூஹ் பின் ஹாத்திமும் அனுப்பி வைக்கப்பட்டனர். தபரிஸ்தான் வெற்றி கொள்ளப்பட்டது. இரானிலுள்ள புதிய முஸ்லிமான அதன் நிர்வாகி, பின்னர் தற்கொலை செய்துகொண்டார்.

அலவியர் கைது : உமய்யா கிலாஃபத்தின் இறுதிக் கட்டத்தில் மக்காவில் ஒரு கூட்டம் நடந்தது என்றும் அதில், புதிய கலீஃபாவை நியமிப்பது குறித்துக் கலந்தாய்வு நடந்தது என்றும் ஏற்கனவே பார்த்தோம். அதில், முஹம்மத் பின் அப்துல்லாஹ் பின் ஹஸன் முதன்னா பின் ஹஸன் பின் அலீக்கு வாக்குறுதி அளித்தவர்களில் அபூஜஅஃபரும் ஒருவர். இதில், அனைவரும் முஹம்மத் பின் அப்துல்லாஹ்வுக்கு ஒருமனதுடன் வாக்குறுதி அளித்தனர். தனது ஆட்சியின்போது அலவியருக்குப் பரிசுகளும் பணமும் கொடுத்து கிளர்ச்சியில் ஈடுபடாமல் கவனித்துக்கொண்டார் ஸஃப்ஃபா. பின்னர், கலீஃபாவாகப் பொறுப்பேற்ற அபூஜஅஃபர், ஸஃப்ஃபா செய்துவந்த பொருளுதவிகளை நிறுத்தினார். ஸஃப்ஃபாவின் சிந்தனை எந்நேரமும் முஹம்மத் பின் அப்துல்லாஹ் குறித்துதான். ஆகவே, முஹம்மத் பின் அப்துல்லாஹ்வின் தந்தையான அப்துல்லாஹ் பின் ஹஸனுக்கும் அவர் பெருந்தொகை ஒன்றை அளித்தார்.

அபூஜஅஃபர் மன்ஸூர் கலீஃபாவாகப் பொறுப்பேற்றதும் அப்துல்லாஹ் பின் ஹஸன், தனது மகன்களான முஹம்மதையும்

இப்ராஹீமையும் அபூஜஅஃபருக்குப் பயந்து தலைமறைவாக வைத்தார். அபூஜஅஃபரால் வாக்குறுதி அளிக்கப்பட்ட முஹம்மத் பின் அப்துல்லாஹ், முஹம்மத் மஹ்தி என்னும் பெயரிலும் அறியப்பட்டார். ஹிஜ்ரீ 136இல் அபூஜஅஃபர் ஹஜ்ஜுக்குச் சென்றபோது ஸஃப்ஃபாவின் இறப்புச் செய்தியை அறிந்தார். முதன் முதலில் அப்போதுதான் அவர் மஹ்தியைக் குறித்து விசாரித்தார். அப்போது மஹ்தி அங்கில்லை. மக்களுக்கும் அவரைக் குறித்தத் தகவல்கள் தெரியவில்லை. மஹ்தியும் அவரது சகோதரரும் தலைமறைவாக இருந்தனர். கலீஃபா அபூஜஅஃபர், அவர்களைத் தேடிக் கண்டுபிடிக்கும் முயற்சிகளில் ஈடுபட்டார்.

மஹ்தி குறித்த சிந்தனை கலீஃபாவை ஆட்டிப் படைக்கிறது என்பதை மக்கள் புரிந்துகொள்ளும் அளவுக்கு அவரது தேடுதல் வேட்டை தீவிரமடைந்தது. மகன்களைத் தன் முன் கொண்டு வரும்படி அப்துல்லாஹ் பின் ஹஸனுக்கு அவர் நெருக்கடி கொடுத்தார். அபூஜஅஃபரின் தந்தையின் சகோதரரான சுலைமான் பின் அலீயிடம் ஆலோசனை கேட்டார் அப்துல்லா பின் ஹஸன். அபூஜஅஃபருக்கு மன்னிக்கும் குணம் இருந்தால் தனது தந்தையின் சகோதரரை மன்னித்திருப்பார் என்றும் அவர்மீது அக்கிரமங்களை ஏவியிருக்கமாட்டார் என்றும் சொன்னார் சுலைமான். இத்துடன், மகன்களின் பாதுகாப்பில் அப்துல்லாஹ் ஹஸன் மிகுந்த எச்சரிக்கை அடைந்தார். ஹிஜாஸ் முழுவதும் ஒற்றர்களை நியமித்தார் அபூஜஅஃபர். மஹ்தியின் இருப்பிடத்தை அறிந்துகொள்ளும் நோக்கத்துடன் போலியான பெயரில் பல்வேறு கடிதங்களை அப்துல்லாஹ் ஹஸனுக்கு அனுப்பி வைத்தார். மஹ்தியும் இப்ராஹீமும் ஹிஜாசில் தொடர்ந்து தலைமறைவாகவே இருந்தனர். அபூ ஜஅஃபர் ஹஜ்ஜுக்குச் சென்றதுகூட அவர்களைத் தேடுவதற்காகவே! ஹிஜாசிலிருந்து பஸ்ராவுக்குச்சென்ற சகோதரர்கள் இருவரும் ரஹீப் மற்றும் முர்ராக் கோத்திரத்தாரின் பாதுகாப்பில் தங்கியிருந்தனர்.

இதையறிந்த அபூஜஅஃபரும் பஸ்ராவுக்குச் சென்றார். அவர்கள் பஸ்ராவிலிருந்து ஏடனுக்குச் சென்றுவிட்டனர். அபூஜஅஃபர் தலைநகரை நோக்கிப் புறப்பட்டார். ஏடனிலும் அமைதியாக வாழ இயலாத நிலையில் அவர்கள் சிந்துவை நோக்கிப் புறப்பட்டனர். சிறிது காலம் சிந்துவில் தங்கியிருந்த அவர்கள் மீண்டும்

கூஃபாவுக்குச் சென்று தலைமறைவாயினர். பிறகு, மதீனாவுக்குச் சென்றனர். ஹிஜ்ரீ 140இல் சகோதரர்கள் இருவரும் ஹஜ்ஜுக்காக மக்காவுக்குச் சென்றனர். அபூஜஅஃபரும் ஹஜ்ஜுக்குச் சென்றார். அபூஜஅஃபரைக் கொன்றுவிடலாம் எனும் இப்ராஹீம் யோசனையை முஹம்மத் மஹ்தி ஏற்கவில்லை. இம்முறையும் அபூஜஅஃபரால் அவர்களைக் கண்டுபிடிக்க முடியவில்லை.

அப்துல்லாஹ் பின் ஹஸனை வரவழைத்து மகன்களைத் தன்னிடம் ஒப்படைக்கும்படி வற்புறுத்தினார் அபூஜஅஃபர். தனக்குத் தெரியாதென்று சொன்ன அவரைக் கைது செய்தார். ஆனால், மதீனா ஆளுநர் ஸெய்யதின் பிணையில் விடுவிக்கப்பட்டார். பிணையளிக்க முன்வந்த ஸெய்யதின் மீதும் அபூஜஅஃபருக்குக் கோபம் வந்தது. தலைநகருக்கு வந்த அவர், மதீனாவின் ஆளுநராக முஹம்மத் பின் காலித் பின் அப்துல்லாஹ் கஸ்ரியை நியமித்த பின், ஸெய்யதையும் அவரது நண்பர்களையும் தலைநகருக்கு வரவழைத்துச் சிறையிலடைத்தார். மதீனாவின் ஆட்சிப்பொறுப்பை ஏற்றுக்கொண்ட முஹம்மத் பின் காலித், மஹ்தியைக் கண்டுபிடிக்கத் தன்னால் இயன்ற முயற்சிகள் அனைத்தையும் மேற்கொண்டார். கருவூல நிதிகளை இதற்காகவே செலவிட்டார். இதில் தோல்வியுற்ற முஹம்மத் பின் காலிதைப் பணத்தை வீண் விரயம் செய்ததாகப் பதவிநீக்கம் செய்தார் அபூ ஜஅஃபர். பின்னர், ரபாஹ் பின் உஸ்மான் பின் ஹய்யான் முஸானியை ஆளுநராக நியமித்தார்.

மதீனாவுக்கு வந்த ரபாஹ், அப்துல்லாஹ் பின் ஹஸனுக்குத் தொல்லைகள் கொடுத்து பெரும் கொந்தளிப்பை உருவாக்கினார். அலவியரைக் கைது செய்தார்.

மஹ்தியின் தந்தை அப்துல்லாஹ் பின் ஹஸன், தந்தையின் சகோதரர்கள் இப்ராஹீம் பின் ஹஸன், ஜஅஃபர் பின் ஹஸன், அலீ பின் ஹஸன், மஹ்தியின் ஒன்றுவிட்ட சகோதரர்கள் சுலைமான் பின் தாவூத் பின் ஹஸன், அப்துல்லாஹ் பின் தாவூத் பின் ஹஸன், முஹம்மத் பின் இப்ராஹீம் பின் ஹஸன், இஸ்மாயீல் பின் இப்ராஹீம் பின் ஹஸன், இஷாக் பின் இப்ராஹீம் பின் ஹஸன், அப்பாஸ் பின் ஹஸன் பின் ஹஸன், மூஸா பின் அப்துல்லாஹ் பின் ஹஸன் ஆகியோரும் கைது செய்யப்பட்டனர்.

இவர்களைக் கைது செய்ததை அறிந்த அபூ ஜஅஃபர், முஹம்மத்

பின் அப்துல்லாஹ் பின் அம்ர் பின் உஸ்மான் பின் அஃப்ஃபானையும் கைது செய்யும்படி கடிதம் எழுதினார். இவர், அப்துல்லாஹ் பின் ஹஸன் பின் ஹஸன் பின் அலீயின் தாயார் ஃபாத்திமா பின்த் ஹுஸைனின் வம்சாவளியைச் சேர்ந்தவர் என்பதுதான் இதற்குக் காரணம். கலீஃபா அபூஜஅஃபர் மன்ஸூரின் உத்தரவை நிறைவேற்றினார் ரபாஹ். இதே காலகட்டத்தில், மஹ்தியின் மகன் அலீயை எகிப்து ஆளுநர் கைது செய்து அபூஜஅஃபரிடம் அனுப்பி வைத்தார். அவரைச் சிறையில் அடைத்தார் அபூஜஅஃபர். தங்களுடைய கோட்பாடுகளையும் நம்பிக்கைகளையும் மக்களிடம் பரப்புரை செய்வதற்காக மஹ்தியால் எகிப்துக்கு அனுப்பி வைக்கப்பட்டவர் அவர்.

பாக்தாதும் அறிவு நூல்கள் தொகுப்பும்: அன்பாரைத் தலைநகராக்கிய ஸஃப்ஃபா, சிறிது காலத்துக்குப் பிறகு அதையடுத்து அரண்மனையும் அரசாங்கப் பணியாளர்களுக்கான குடியிருப்புகளையும் கட்டினார். இப்புதிய குடியேற்றப் பகுதிக்கு ஹஷ்மியா என்று பெயரிட்டார். குராசான் கொந்தளிப்பின்போது அபூ ஜஅஃபர், ஹஷ்மியாவிலிருந்தார். ஹிஜ்ரீ 140இல் தனியாக ஒரு தலைநகரத்தைக் கட்டியமைக்க விரும்பிய அவர் பாக்தாத் நகருக்கு அடித்தளமிட்டார். தொடர்ந்து ஒன்பது அல்லது பத்தாண்டுகள் நடந்த இதன் பணிகள் ஹிஜ்ரீ 149 இல் முடிவடைந்தன. பிறகு, அப்பாசியர் பாக்தாதைத் தங்கள் தலைநகராக்கினர். அக்காலகட்டத்தில், கல்வியாளர்கள் சமய சிந்தனைகளை நூல்களாக்கும் பணியைத் தொடங்கினர்.

இப்னு ஜரீஹ் மக்காவிலும், மாலிக் மதீனாவிலும், இப்னு அபூ அரூபா மற்றும் ஹம்மாத் பின் ஸுலமீஹ் பஸ்ராவிலும், மஅமர் யேமனிலும், ஸுஃப்யான் தவ்ரி கூஃபாவிலும் நபிமொழிகளைத் தொகுக்கும் பணியைத் தொடங்கினர். இப்னு இஷாக்கும் அபூஹனிஃபாவும் முறையே இறைத்தூதர் தொடர்பான போர்களையும் இஸ்லாமியச் சட்டங்களையும் நூல்களாக எழுதினர். இதற்கு முன் நபிமொழிகளும் இறைத்தூதர் தொடர்பான போர்த் தகவல்களும் வாய்மொழியாகவே வழங்கி வந்தன. இவற்றைப் பதிவு செய்யும் முயற்சிகள் எந்த இடையூறுமின்றி தொடர்ந்து நடந்து வந்தன. பாக்தாத் அரசவையும் ஸ்பெய்னின் கார்டோபா அரசவையும் இதற்குப் பெருமளவில் உதவியாக இருந்தன.

நபிமொழிகளைப் பதிவு செய்யவும், வாழ்மொழியாக வழங்கி வந்த பெருமளவிலான வரலாற்றுத் தகவல்களைப் பதிவு செய்வதற்கும் ஏற்றதொரு காலகட்டமாக அது அமைந்திருந்தது.

ஸாதாத் கொலை நிகழ்வு : ரபாஹால் கைது செய்யப்பட்ட முதியவர்கள் ஹிஜ்ரீ 144 இறுதிவரை மதீனாவில் சிறை வைக்கப்பட்டனர். முஹம்மத் மஹ்தியையும் அவரது சகோதரர் இப்ராஹீமையும் அபூஜஅஃபர் தொடர்ந்து தேடி வந்தார். சகோதரர்கள் இருவரும் ஹிஜாஸ் இனக்குழுவினரிடையே தலைமறைவாகவும் மறைவிடங்களை மாற்றிக்கொண்டுமிருந்தனர். ஹஸன் பின் அலீ (ரலி) அவர்களின் வம்சாவளியினர் அனைவரும் சிறையில் அல்லது தலைமறைவாக இருந்தனர்.

ஹிஜ்ரீ 144 துல்ஹிஜ்ஜா மாதம் அபூஜஅஃபர் ஹஜ்ஜுக்குச் சென்றார். சிறையிலிருந்த ஹஸன் (ரலி) அவர்களின் வம்சாவளியினரிடம் முஹம்மதையும் இப்ராஹீமையும் ஒப்படைக்கக் கேட்டு முஹம்மத் பின் இம்ரான் பின் இப்ராஹீம் பின் தல்ஹாவையும் மலிக் பின் அனசையும் அனுப்பி வைத்தார். அவர்களது தந்தையான அப்துல்லாஹ் பின் ஹஸன், மகன்களைப்பற்றித் தனக்கு எதுவும் தெரியாது என்பதைச் சொல்வதற்கு கலீஃபாவைச் சந்திக்க அனுமதி கேட்டார். “மகன்களை ஒப்படைக்காதவரை அவரைச் சந்திப்பதாக இல்லை” என்றார் அபூ ஜஅஃபர். ஹஜ்ஜை முடித்த அபூ ஜஅஃபர், இராக்குக்குத் திரும்பும் வழியில் கைதிகளை இராக்குக்கு அனுப்பி வைக்கும்படி ரபாஹிடம் உத்தரவிட்டார்.

கைதிகள் அனைவரையும் இரண்டிரண்டு பேராகச் சேர்த்து விலங்கிட்டு சங்கிலியால் கட்டி, சேணமில்லாத ஒட்டகங்களில் காவலர்கள் சூழ இராக்குக்கு அனுப்பி வைத்தார் ரபாஹ். வழியில், முஹம்மதும் இப்ராஹீமும் நாடோடிகள் வேடத்தில் வந்து அபூஜஅஃபருக்கு எதிராகக் கிளர்ச்சி செய்வதற்குத் தந்தையிடம் ஒப்புதல் கேட்டனர். அமைதியாகவும் அவசரப்படாமலும் இருக்கும்படி கடுமை காட்டிச் சொன்னார் அப்துல்லாஹ் பின் ஹஸன். கைதிகள் அபூஜஅஃபரின் முன் கொண்டு வரப்பட்டனர். கைதிகளில் ஒருவரான முஹம்மத் பின் அப்துல்லாஹ் பின் அம்ர் பின் உஸ்மானைத் தன்னிடம் அழைத்த அபூஜஅஃபர், அவரைத் திட்டியதுடன், 150 கசையடிகள் வழங்கினார். அவர் மீதான

அபூஜஅஃபரின் வன்மத்துக்கு சிரியர்களின் ஆதரவும், அவருக்கு அங்கிருந்த பெரும் மதிப்பும்தான் காரணம்.

கைதிகளை இராக்குக்கு மாற்றியதும் முஹம்மத் மஹ்தி, இராக் மற்றும் குராசான் மக்களிடையே தங்கள் கொள்கையைப் பரப்பவும் அப்பாசியர்களை எதிர்க்க அவர்களைத் தூண்டவும் தனது சகோதரர் இப்ராஹீமை அனுப்பி வைத்தார். மஹ்தி, ஹிஜாசில்தான் இருக்கிறார் என்பதில் அபூஜஅஃபர் உறுதியாக இருந்தார். அவரைக் கண்டுபிடிப்பதற்கு அபூஜஅஃபர் மேற்கொண்ட சூழ்ச்சிகளில் ஒன்று மஹ்தியின் ஆதரவாளர்கள் என்றும் அவரது இருப்பிடத்தை அறிந்தவர்கள் என்றும் சந்தேகித்த பல்வேறு பகுதி மக்களுக்குத் தொடர்ந்து கடிதங்கள் எழுதியது. அவற்றில், தன்னைக் குறித்த செய்திகளையும் மஹ்திக்கு இருக்கும் ஆதரவையும் கிளர்ச்சி செய்வதற்குரிய அவரது இயலாமைகளையும் குறிப்பிட்டு எழுதினார். இவர்கள் யாராவது ஒருவர் மூலம் முஹம்மத் மஹ்தியைக் கண்டுபிடித்து விடலாம் என்று கருதினார் அபூ ஜஅஃபர். இதில் அவர் தோல்வியையே எதிர்கொள்ள வேண்டியதாயிற்று. கடிதங்கள் பற்றிய தகவல்களை தனது நண்பர்கள்மூலம் மஹ்தி அறிந்து வந்தார்.

தனது ஆதரவாளர்களின் பலத்தை மஹ்தியால் சரியாக அளவிட இயலாமலிருந்தது. அவரது சகோதரரான இப்ராஹீம், பஸ்ரா, கர்மான், இஸ்ஃபஹான், குராசான், மோசில், சிரியா ஆகிய பகுதிகளினூடே பயணம் செய்து இயக்கங்களையும் ஆதரவாளர்களையும் கணக்கெடுத்து ஒரு பட்டியல் தயாரித்தார். அப்படியே, தலைநகருக்கு வந்து அபூஜஅஃபருடன் சேர்ந்து உணவருந்தினார். அபூஜஅஃபரால் அவரை அடையாளம் கண்டுகொள்ள இயலவில்லை. ஒருமுறை பாக்தாதின் கட்டுமானப் பணிகளைப் பார்வையிட வந்தபோது இப்ராஹீமும் அங்கிருந்தார். இந்தத் தகவலை ஒற்றர்கள் மூலம் அறிந்தும் அவரைக் கைதுசெய்ய இயலவில்லை. இப்ராஹீமைக் கண்டுபிடிக்க ஹிஜாசில் மிகப்பெரிய தேடுதல் வேட்டை நிகழ்த்திய ரபாஹாலும் அவரைப் பிடிக்க முடியவில்லை.

குராசானில் இரகசியச் செயல்பாடுகள் தீவிரமடைந்து வருகின்றன என்றும் முஹம்மத் மஹ்தியின் கிளர்ச்சியில் குராசானியர் ஆர்வமாக இருக்கிறார்கள் என்றும் ஹிஜ்ரீ 145இல் குராசான் நிர்வாகியான

அபூஅவ்ன், அபூஜஅஃபருக்குக் கடிதம் எழுதினார். சிறையிலிருந்த முஹம்மத் பின் அப்துல்லாஹ் பின் அம்ர் பின் உஸ்மானை அழைத்து வரச்செய்து அவரது தலையைத் துண்டித்து குராசானுக்கு அனுப்பி வைத்தார் அபூஜஅஃபர். துண்டிக்கப்பட்ட தலை, ஃபாத்திமா பின்த் முஹம்மத் (ரலி) அவர்களின் பேரன் என்பதை உறுதிப்படுத்த சில சாட்சிகளையும் கூடவே அனுப்பினார். இப்படியாக, கொல்லப்பட்டவர் முஹம்மத் மஹ்தி என்று குராசானியரை நம்ப வைக்கவும் சூழ்ச்சி செய்தார்.

பின்னர், மஹ்தியின் ஒன்றுவிட்ட சகோதரர் முஹம்மத் பின் இப்ராஹீமை உயிருடன் வைத்து ஒரு தூணைக் கட்டியெழுப்பினார். தொடர்ந்து, மஹ்தியின் தந்தை அப்துல்லாஹ் பின் ஹஸனும் மஹ்தியின் தந்தையின் சகோதரர் அலீ பின் ஹசனும் கொல்லப்பட்டனர். மஹ்தியின் தந்தையின் மற்றொரு சகோதரர் இப்ராஹீம் பின் ஹஸனும் மஹ்தியின் ஒன்றுவிட்ட சகோதரர் அப்பாஸ் பின் ஹஸனும் சித்திரவதை செய்து கொல்லப்பட்டனர்.

அபூ ஜஅஃபரின் ஈவிரக்கமற்ற குணம் பெரும் அச்சுறுத்துவதாக இருந்தது. அலவியரின் எதிரிகளான உமய்யாக்களும் வன்முறையாளர்கள்தாம். அப்பாசியருக்கு அலவியருடன் நெருக்கமான உறவிருந்தது. அலவியருடனான அப்பாசியரின் உறவை உமய்யாக்கள் விரும்பவில்லை. உமய்யாக்கள்மீது அலவியர் அவ்வப்போது ஆயுதப் பிரயோகம் செய்தனர். ஆனால், இதே எதிர்ப்பை அவர்கள் அப்பாசியர்மீது காட்டவில்லை. ஆயினும், வெறும் சந்தேகத்தை மட்டும் காரணமாக வைத்து எந்த அலவியரையும் உமய்யாக்கள் கொலை செய்யவில்லை. போர்க்களத்தில் தங்களை எதிர்த்துப் போரிட்ட அலவியர் மட்டுமே அவர்களால் கொல்லப்பட்டனர். அப்பாசியருடன் உறவாக இருப்பதை விடவும் உமய்யாக்களின் எதிரிகளாக இருப்பது அலவியர்களுக்குப் பாதுகாப்பாக இருந்தது எனலாம்.

ஹஸன் (ரலி) அவர்களின் வம்சாவளியிலுள்ள நிரபராதிகள் பலரை ஈவிரக்கமின்றிக் கொலை செய்தார் அபூஜஅஃபர். ஸாதாத்களின் கொலையுடன் ஒப்பிடும்போது யஸீத் பின் முஆவியா, ஹுஸைன் (ரலி) அவர்களைக் கொலைசெய்த நிகழ்வைச் சாதாரணமாகவே கருதவேண்டியதிருக்கிறது. உலக வாழ்க்கைமீது மனிதன் கொண்டிருக்கும் பேராசைக்கு இதை உதாரணமாகக்

குறிப்பிடலாம். அறிவாளி கொலையாளியாவதற்கான காரணம் பேராசைதான்.

முஹம்மத் மஹ்தியின் கிளர்ச்சி : அப்துல்லாஹ் பின் ஹஸன் உட்பட ஹஸன் (ரலி) அவர்களின் வம்சாவளியினரை அபூஜஅஃபர் கொலை செய்ததை அறிந்த 'நஃப்ஸி ஸாக்கியா' (தூய இதயம்) எனும் முஹம்மத் மஹ்தி, இனியும் காலம் தாழ்த்துவது சரியல்ல என்ற முடிவுக்கு வந்தார். அபூஜஅஃபருக்கு அளித்த வாக்குறுதியைச் செல்லாமலாக்கி விட்டு மக்கள் தனக்கு ஆதரவாக இருப்பார்கள் என்ற நம்பிக்கையும் அவருக்கு இருந்தது. கிளர்ச்சி குறித்து மதீனாவிலிருந்த தனது நண்பர்களுடன் அவர் ஆலோசனை மேற்கொண்டார். கிளர்ச்சி தொடங்க இருக்கும் அன்றைய தினம் ஒற்றர்கள் மூலம் இந்தத் தகவலை மதீனா ஆளுநர் ரபாஹ் அறிந்துகொண்டார். ஜஅஃபர் பின் முஹம்மத் பின் ஹுஸைனையும் ஹுஸைன் பின் அலீ பின் ஹுஸைனையும் சில குறைஷிகளையும் வரவழைத்த அவர், "முஹம்மத் மஹ்தி கிளர்ச்சியில் ஈடுபட்டால் உங்களுக்கு மரண தண்டனை வழங்கப்படும்" என்றார். உரையாடலின்போது, "அல்லாஹு அக்பர்" என்று ஓசை கேட்டது. முஹம்மத் மஹ்தி கிளர்ச்சி செய்யத் தொடங்கிவிட்டார் என்பதை அவர்கள் புரிந்துகொண்டனர். முதலில், தன்னுடனிருந்த 150 ஆதரவாளர்களுடன் சிறைக்கூடத்துக்குச் சென்ற மஹ்தி, முஹம்மத் பின் காலித் பின் அப்துல்லாஹ் கஸ்ரி, அவரது மருமகன் நஸீர் பின் யஸீத் பின் காலித் உட்பட கைதிகள் அனைவரையும் விடுவித்தார். பின்னர், ஆளுநர் இல்லத்துக்குச் சென்று ரபாஹ்வையும் அவரது சகோதரர் அப்பாஸையும் இப்னு முஸ்லிம் பின் உக்பாவையும் கைது செய்தார். தொடர்ந்து, பள்ளிவாசலுக்குச் சென்று உரை நிகழ்த்தினார். அதில், அபூஜஅஃபரின் தீய குணங்களையும் குற்றச்செயல்பாடுகளையும் அறிவித்து மக்கள் நீதிவழியில் நடத்தப்படுவார்கள் என்று உறுதியளித்து ஆதரவு கேட்டார்.

பிறகு, உஸ்மான் பின் முஹம்மத் பின் காலித் பின் ஸுஹைரைத் தலைமை நடுவராகவும் அப்துல் அஸீஸ் பின் முத்தலிப் பின் அப்துல்லாஹ் மக்ஸூமியைப் படை முகாமின் தலைவராகவும் உஸ்மான் பின் உபைதுல்லாஹ் பின் அப்துல்லாஹ் பின் உமர் பின் கத்தாபை ஊர்க்காவல் படைத்தலைவராகவும் நியமித்தார். பின்னர், முஹம்மத் பின் அப்துல் அஸீஸ் இனிமேலும் வீட்டுக்குள்

ஒளிந்திருக்க வேண்டியதில்லை என்ற செய்தியுடன் ஒரு பிரதிநிதியை அவரிடம் அனுப்பி வைத்தார். அவர், மஹ்திக்கு ஆதரவளிப்பதாக வாக்குறுதியளித்தார். இஸ்மாயீல் பின் அப்துல்லாஹ் பின் ஜஅஃபர், மஹ்திக்கு வாக்குறுதியளிக்கவில்லை. மேலும் சிலரும் வாக்குறுதி அளிக்காமல் நழுவினார்கள். மஹ்தியின் கிளர்ச்சியும் ரபாஹ் கைதான தகவலும் ஒன்பது நாள்களுக்குப் பிறகுதான் அபூ ஜஅஃபருக்குத் தெரிய வந்தது. பெரும் குழப்பத்திற்குள்ளான அவர் கூஃபாவுக்கு விரைந்தார். முஹம்மத் மஹ்திக்குப் பொதுமன்னிப்பு வழங்குவதாக ஒரு கடிதம் அனுப்பினார். அதில்,

"அளவற்ற அருளாளனும் நிகரற்ற அன்புடையோனுமாகிய அல்லாஹ்வின் பெயரால்.

'அல்லாஹ்வுடனும் அவனது தூதருடனும் போர்புரிந்து பூமியில் குழப்பம் விளைவிப்பவர்களுக்கான தண்டனை இதுவே: கொல்லப்படுதல், தூக்கிலிடப்படுதல், மாறுகால் மாறுகை வாங்கப்படுதல் அல்லது நாடு கடத்தப்படுதல். இது அவர்களுக்கு இவ்வுலகில் ஏற்படும் இழிவாகும். மறுமையில் அவர்களுக்கு மிகக்கடுமையான வேதனையுமுண்டு.' *(குர்ஆன் 5: 33)*

'நீங்கள் அவர்கள்மீது சக்தி பெறுவதற்குள் திருத்திக்கொள்கிறார்களே அவர்களைத் தவிர! நிச்சயமாக அல்லாஹ் மன்னிப்பவனாகவும் கருணையுடையவனாகவும் இருக்கிறான் என்பதை நீங்கள் அறிந்துகொள்ளுங்கள்.' *(குர்ஆன் 5:34)*

உங்களுக்கும் எனக்குமிடையே அல்லாஹ்வும் அவனது தூதரின் உடன்படிக்கையும் கடமைகளும் உள்ளன. உங்களுக்கும் குடும்பத்தினருக்கும் ஆதரவாளர்களுக்கும் நான் மன்னிப்பும், உயிர் உடைமைகளுக்குப் பாதுகாப்பும் வழங்குகிறேன். மேலும், உங்களால் சிந்தப்பட்ட குருதிக்கும் நீங்கள் அபகரித்த மக்கள் பணத்துக்கும்கூட உங்களுக்கு மன்னிப்பு வழங்கப்படுகிறது. மேலும், 1,00,000 திர்ஹம்கள் உங்களுக்கு வழங்குகிறேன். இன்னும் உங்களது தேவைகள் அனைத்தின் மீதும் கவனம் செலுத்தப்படும். உங்கள் விருப்பங்கள் நிறைவேற்றி வைக்கப்படும். நீங்கள் விரும்பும் நகரில் வாழ்வதற்கு அனுமதிக்கப்படுவீர்கள். பாதுகாப்பும் மன்னிப்பும் வழங்கப்பட்ட யார்மீதும் ஒருபோதும் குற்றம் சுமத்தவோ தண்டிக்கப்படவோ மாட்டாது. இதில் திருப்தி அடைவீர்கள் எனில்,

உங்கள் பிரதிநிதியை அனுப்பி என்னுடன் உடன்படிக்கை செய்து அனைத்து வகையிலும் நம்பிக்கையுடன் வாழலாம்." கடிதத்தைக் கைப்பற்றிய முஹம்மத் மஹ்தி பதிலெழுதினார்:

'தா ஸீ மீம்.

'(நபியே!) இவை தெளிவான வேத வசனங்களாகும்.

'நம்பிக்கைகொள்ளும் மக்களுக்காக நாம், மூஸாவின், ஃபிர்அவ்னின் வரலாற்றிலிருந்து உண்மையைக்கொண்டு உமக்கு ஓதிக் காண்பிக்கிறோம்.'

'நிச்சயமாக, ஃபிர்அவ்ன் இப்பூமியில் (மிகவும்) பெருமைகொண்டு, அதிலுள்ளவர்களைப் பல பிரிவுகளாக்கி, அவர்களில் ஒரு பிரிவினரைப் பலவீனப்படுத்தினான். அவர்களது ஆண் மக்களை அறுத்(துக் கொலை செய்)தான். மேலும், அவர்களின் பெண் மக்களை (உயிருடன் வாழ) விட்டு வைத்தான். நிச்சயமாக அவன் குழப்பம் செய்பவர்களில் ஒருவனாக இருந்தான்.'

'(எகிப்திய) பூமியில் அவனால் பலவீனப்படுத்தப்பட்டவர்களுக்கு நாம் உபகாரம் செய்யவும் அவர்களைத் தலைவர்களாக்கியும் (கொடுமை செய்தோரான பலசாலிகளின் உடைமைகளுக்கு) அவர்களை நாட்டின் வாரிசுகளாக்கவும் நாடினோம்.'

'மேலும், அப்பூமியில் அவர்களை நிலைப்படுத்தி, ஃபிர்அவ்னும் ஹாமானும். அவ்விருவரின் படையினரும் இவர்களிடம் எ(வ்விஷயத்)தை அஞ்சிக்கொண்டிருந்தார்களோ அதனை அவர்களுக்குக் காண்பிக்கவும் (நாடினோம்).' (குர்ஆன் 28: 1-6)

"நீங்கள் எனக்கு வழங்கியதுபோன்ற பாதுகாப்பை உங்களுக்கு நானும் வழங்குகிறேன். உண்மை என்னவெனில் அரசு எங்களுடைய சிறப்புரிமையாகும். அது குறித்த உங்கள் கோரிக்கையே எங்களால் உருவானதுதான். அரசைக் கைப்பற்ற விரும்பிய எமது குழுக்களில் ஒன்றான நீங்கள் வெற்றி பெற்றீர்கள். எங்கள் தந்தை அலீ பின் அபூதாலிப் அவர்கள்தான் எங்களுடைய இமாம். அரசின் வாரிசுரிமையாளரும் அவரே. அவரது வம்சாவளியினர் இருக்கும்போது உங்களுக்கு ஏது வாரிசுரிமை? கண்ணியம்மிக்க, தூய குருதியினராகிய நாங்கள் அரசுரிமைக்காகப் பின்னால் ஓடவில்லை என்பதையும் நீங்கள் அறிவீர்கள். குற்றவாளிகள்

மற்றும் சோரம் போனவர்களின் வாரிசுகள் நாங்கள் அல்லவே! உறவின் முறையிலும் முன்னுரிமையிலும் நீங்கள் ஹாஷிம்களுக்கு நிகரானவர்கள் இல்லை. அறியாமைக் காலத்தில் ஃபாத்திமா பின்த் அம்ரின் வம்சாவளியில் வந்த நாங்கள் இஸ்லாத்தின் காலத்தில் ஃபாத்திமா பின்த் முஹம்மதின் வழிவந்தவர்கள். அல்லாஹ் உங்களை விட உயர்வாகவும் சிறப்பாகவும் எங்களைப் படைத்திருக்கிறான். நபிமார்களில் எங்கள் பாட்டனார் இறைத்தூதர் முஹம்மத் அவர்களே மிகவும் சிறப்பானவர். முன்னோர்களில் இஸ்லாத்தைத் தழுவிய முதலாமவர் அலீ பின் அபூதாலிப் அவர்கள். நபிகளாரின் மனைவியரில் தொழுகையை முதன்முதலில் நிறைவேற்றியவர் கதீஜா நாயகியார். உலகிலுள்ள இளவயதுப் பெண்களில் இறைத்தூதரின் மகள் ஃபாத்திமாவே மேன்மையானவர். பேரன்களில் ஹஸனும் ஹுஸைனும் சுவர்க்கத்துக்குச் செல்பவர்களின் தலைவர்கள். அலீ பின் அபூதாலிபுடன் ஹாஷிம்கள் இரட்டையுறவு கொண்டிருப்பதுபோல் ஹஸன் பின் அலீ பின் அபூதாலிப், அப்துல் முத்தலிபுடன் இரட்டையுறவு கொண்டவர். குருதித் தூய்மையில் நான் மிக உயர்வான ஹாஷிம் கிளையைச் சேர்ந்தவன். என் தந்தை, ஹாஷிம் கிளையினரில் நன்கறியப்பட்டவர். அரபிகள் அல்லாதவர்களின் குருதிக் கலப்போ அடிமைப்பெண்ணின் அடையாளமோ என்னிடமில்லை. உங்களுக்கும் எனக்குமிடையே அல்லாஹ்வை முன்நிறுத்திக் கூறுகிறேன். நீங்கள் எனக்குப் பணிவீர்கள் எனில், நீங்கள் செய்த எல்லாத் தீவினைகளையும் குற்றங்களையும் மன்னித்து உங்களது உயிருக்கும் உடைமைக்கும் பாதுகாப்பளிப்பேன். அல்லாஹ்வால் ஏற்படுத்தப்பட்ட தீர்ப்புக்கோ அல்லது முஸ்லிமின் உரிமைகளுக்கோ உடன்படிக்கைக்கோ பொறுப்பு நானல்ல. இது தொடர்பாக நான் எதுவும் செய்வதற்கில்லை என்பதை நீங்களும் அறிவீர்கள். கிலாஃபத்தின் தலைமைக்கும் வாக்குறுதியைக் காப்பாற்றுவதிலும் உங்களைவிடவும் நான் தகுதியுள்ளவன். இதற்கு முன்பும் சிலருக்கு நீங்கள் பாதுகாப்பும் மன்னிப்பும் வழங்கினீர்கள். இப்போது நீங்கள் வழங்குவதாகச் சொல்வது இப்னு ஹுபைராவுக்கும் அப்துல்லாஹ் பின் அலீக்கும் அபூமுஸ்லிமுக்கும் வழங்கப்பட்ட பாதுகாப்பும் மன்னிப்புமா என்பதைத் தெரிந்துகொள்ள விரும்புகிறேன்.”

முஹம்மத் மஹ்தியின் பதிலை வாசித்து மிகுந்த கோபமும் மன

உளைச்சலும்கொண்ட அபூஜஅஃபர் மன்ஸூர் பதில் எழுதினார்:

“உமது பதில் கிடைத்தது. உமது பெருமைகள் பெண்தன்மைகொண்டவை. இவை, கல்வியறிவு இல்லாதவர்களைக் கவரக்கூடும். அல்லாஹ், தாய் - தந்தையுடன் பிறந்த ஆண் பாதுகாவலருக்குச் சமமாகப் பெண்பாதுகாவலர்களைக் குறிப்பிடவில்லை. இறைமறையில், தந்தையின் பிரதிநிதியாக தாய் தந்தையுடன் பிறந்த ஆண் பாதுகாவலர்களை நியமித்துள்ளான். இதில், தாய்க்கு முன்னுரிமை அளித்துள்ளான். பெண்கள் சார்ந்த உறவு முறையை அல்லாஹ் முன்னிறுத்தியிருப்பான் எனில், இறைத்தூதரின் தாயார் ஆமினா அவர்கள்தான் சுவர்க்கத்தின் தலைவியாக இருப்பார். தான், உயர்ந்தவர்களாக்க விரும்பியவர்களையே அல்லாஹ் அங்கே இருக்கச் செய்தான். நீர் குறிப்பிட்டிருக்கும் ஃபாத்திமா பின்த் அம்ருவை எடுத்துக்கொண்டால் அவரது பிள்ளைகள் இஸ்லாத்தைத் தழுவவில்லை என்றுதான் சொல்ல முடியும். ஆண்களையும் உறவின் அடிப்படையில் அல்லாஹ் தேர்வு செய்திருப்பான் எனில், அனைவரிலும் சிறந்தவராக அப்துல்லாஹ் பின் முத்தலிபைத் தேர்வு செய்திருப்பான். ஆனால், தான் விரும்பியவரையே மார்க்கத்திற்காகத் தேர்வு செய்த அல்லாஹ் இறைமறையில் கூறுகிறான்:

‘(நபியே!) நிச்சயமாக நீர் விரும்பியோரை நேர்வழியில் செலுத்திவிட இயலாது. ஆனால், தான் நாடியோரையே அல்லாஹ் நேர்வழியில் செலுத்துகிறான். மேலும், நேர்வழி பெறுகிறவர்களை அவனே நன்கறிவான்.’ *(குர்ஆன் 28:56)*

அல்லாஹ் தனது தூதரை அனுப்பியபோது அவரது தந்தையுடன் பிறந்தவர்கள் நான்குபேர் உயிருடனிருந்தனர். அல்லாஹ் தனது அறிவிப்பில் குறிப்பிடுகிறான்:

‘இன்னும், உம்முடைய நெருங்கிய உறவினர்களை அச்சமூட்டி எச்சரிப்பீராக!’ *(குர்ஆன் 26: 214)*

இறைத்தூதர், அல்லாஹ்வின் தண்டனைகளை எடுத்துச் சொல்லி உண்மை மார்க்கத்தின்பால் அவர்களுக்கு அழைப்பு விடுத்தார்கள். இருவர் மட்டும் அதை ஏற்றுக்கொண்டனர். இதில் ஒருவர் எனது தந்தை. ஏனைய இருவரும் ஏற்க மறுத்தனர். இதில் ஒருவர் உமது தந்தை அபூதாலிப். ஆகவே, அவர்களின் அதிகாரச் சங்கிலியை அல்லாஹ் துண்டுபடுத்தினான். இறைத்தூதர் அவர்களும்

நம்பிக்கையாளர் - மறுப்பாளர் என்னும் இரு பிரிவினரிடையிலான உறவையும் உரிமைகளையும் ஏற்கவில்லை. ஹஸன் அவர்களுக்கு அப்துல் முத்தலிபுடன் இரட்டையுறவு இருப்பதாகவும் இறைத்தூதர் அவர்களுடன் உமக்கும் அதுபோன்ற உறவு இருப்பதாகவும் குறிப்பிட்டுள்ளீர். இதற்கான எனது பதில்: ஹைருல் அவ்வலீன் வல் அக்ஹ்ரீன் (முதலிலும் முடிவிலும் மிகச் சிறந்தவர் இறைத்தூதர் அவர்கள்) என்பதுதான். அவருக்கு, ஹாஷிம்களுடனும் அப்துல் முத்தலிபுடனும் தந்தைவழி உறவுகள் இருந்தன. ஹாஷிம்களில் நீர் மிகச்சிறந்தவர் என்றும் உமது பெற்றோர், பெரும் மரியாதைக்கு உரியவர்கள் என்றும் அரபிகள் அல்லாத குருதிக் கலப்போ அடிமைப்பெண்ணின் அடையாளமோ உமது முன்னோர்கள் மரபில் இல்லை என்றும் நீர் கருதுகிறீர். ஹாஷிம் இனக்குழுவினர் அனைவரை விடவும் கண்ணியம் மிகுந்தவராக உம்மை நீர் கருதிக்கொண்டிருப்பதையும் அறிந்துகொண்டேன். உமது இவ்வகையான கூற்றுகளை எப்படி வெறுக்காமல் இருக்க முடியும் என்று சற்றேனும் நீர் சிந்தித்தீரா? மறுமையில் இதுகுறித்து அல்லாஹ்வுக்கு நீர் என்ன பதில் சொல்லப் போகிறீர்? உமது கருத்துக்கள் அனைத்து எல்லைகளை கடந்து விட்டன. இப்ராஹீம் நபியை விடவும் உம்மை உயர்ந்தவர் என்று நினைத்திருக்கிறீர்.

உமது தந்தை மரபில் யாரும் சிறந்தவர்களாக இல்லை. அவர்களில் பெருந்தகையாளர்களும் யாருமில்லை. அடிமைப்பெண்ணின் பிள்ளைகளைத் தவிர! இறைத்தூதரின் இறப்புக்குப் பிறகு, அலீ பின் ஹுஸைனைவிட (இமாம் ஸெய்னுல் ஆப்தீன்) உங்களில் யாருமே சிறந்தவர்களாகவோ வீரம் மிக்கவர்களாகவோ இல்லை. அடிமைப் பெண்ணின் பிள்ளைகளைவிட அவர் மேலானவர். அவர்களும், உம் பாட்டனாரான ஹஸன் பின் ஹுஸைனைவிட சிறந்தவர்களாவர். அவருக்குப் பிறகு உங்களிடையே முஹம்மத் பின் அலீயைப்போல் யாருமில்லை. அவரது பாட்டி, ஓர் அடிமைப்பெண். அவர் உம் தந்தையைவிடச் சிறந்தவர். அவரது மகன் ஜஅஃபர் உம்மைவிடச் சிறந்தவர். இறைத்தூதரின் வாரிசுகள் எனும் உமது கூற்று தவறானது. குர்ஆனில் அல்லாஹ் குறிப்பிடுகிறான்:

‘உங்களுடைய ஆண்களில் யாருக்கும் முஹம்மத் தந்தையாக இருக்கவில்லை. ஆனால், அல்லாஹ்வின் தூதராகவும் நபிமார்களில் இறுதி (முத்திரை) யாகவும் இருக்கிறார். அன்றியும் அல்லாஹ்

ஒவ்வொரு பொருள் குறித்தும் நன்கறிபவனாக இருக்கிறான்.' *(குர்ஆன் 33: 40)*

ஆம், நீர் இறைத்தூதர் அவர்களின் மகளின் புதல்வர்தான். இவ்வுறவு நெருக்கமானது என்பதில் சந்தேகமில்லை. ஆனால், ஆட்சியின் வாரிசுரிமைக்கு இது தகுதியாகாது. சட்டப்படி இது, தலைமைத்துவத்துக்கு உரியதுமல்ல. இந்நிலையில், நீர் வாரிசாக இயலாது. ஆனால், உமது தந்தை அதைப் பெரிதும் விரும்பினார். இதற்காக, நோயுற்ற நிலையில் இருந்த ஃபாத்திமாவை அவர், பகல் வெளிச்சத்தில் வெளியே வரச் செய்தார். ஆனால், மக்கள் அபூபக்ரையும் உமரையும் தவிர, மற்றொருவரை கலீஃபாவாக அடையாளம் கண்டுகொள்ளவில்லை.

தாய்வழிப் பாட்டனுக்கும் தாயின் சகோதர சகோதரிகளுக்கும் வாரிசுரிமை கிடையாது என்பதில் முஸ்லிம்களிடையே கருத்து வேறுபாடுகளில்லை. மேலும், இஸ்லாத்தைத் தழுவிய முதலாமவர் அலீ பின் அபூதாலிப் என்பதில் நீர் பெருமை கொள்கிறீர். இதற்கான பதில்: தனது இறப்பின்போது இறைத்தூதர் அவர்களால் தொழுகை நடத்தப் பணித்தவர் அலீ அல்ல. இதன் பிறகு, ஒருவர் பின் ஒருவராக மற்றவர்கள்தான் தலைவராகவும் கலீஃபாவாகவும் மக்களால் தேர்வு செய்யப்பட்டனர். கலீஃபாவைத் தேர்வு செய்யும் ஆறுபேர் குழுவில் ஒருவராக அலீ இருந்தும் மக்கள் அவரைத் தேர்வு செய்யவில்லை. இதற்கு அலீ பொருத்தமானவர் அல்ல என்றே மக்களும் கருதினார்கள். அதற்கான உரிமை அவருக்கு இருப்பதாகவும் அவர்கள் கருதவில்லை. அப்துர் ரஹ்மானும் அலீயைவிட உஸ்மானையே விரும்பினார். மேலும், அவர் குற்றம் சாட்டப்பட்டவர்.

தல்ஹாவும் ஸுபைரும் அவரை எதிர்த்துப் போரிட்டனர். ஸஅத் அவருக்கு வாக்குறுதி அளிக்க மறுத்தார். பின்னர், உமது தந்தை அலீ, முஆவியாவுக்கு வாக்குறுதி அளித்தார். மீண்டும், அவர் கலீஃபாவாகும் எண்ணத்துடன் போர் தொடுத்தார். நண்பர்கள் அவரைவிட்டுப் பிரிந்தனர். அலீயை ஆட்சியாளராக ஏற்பது குறித்த மனத்தடை ஆதரவாளர்களிடையே உருவானது. இது குறித்த ஒரு முடிவுக்கு வருவதற்காக ஏற்படுத்தப்பட்ட இருவர் குழு, அலீக்கு எதிரான முடிவுக்கே வந்து சேர்ந்தது. பின்பு, ஹஸன் கலீஃபாவாக ஆனார். கிலாஃபத்தை அவர் முஆவியாவிடம் விற்றுவிட்டுத்

தன்னுடைய ஆதரவாளர்களை முஆவியாவின் முன் நிறுத்தினார். தகுதியற்றவரிடம் தலைமைப் பொறுப்பு ஒப்படைக்கப்பட்டது.

கிலாஃபத்தில் உமக்கு உரிமையிருக்கிறது என்பதை ஏற்பதாக இருந்தால்கூட, நீங்கள் ஏற்கனவே அதை விற்று அதற்கான விலையையும் கைப்பற்றிவிட்டீர்கள். பின்னர், உமது தந்தையின் சகோதரரான ஹுஸைன், இப்னு ஸியாதுக்கு எதிராகக் கிளர்ச்சி செய்தார். மக்கள் அவருக்கு ஆதரவாக ஹுஸைனைக் கொன்று, தலையை இப்னு ஸியாதுக்கு அனுப்பி வைத்தனர். பிறகு, நீங்கள் உமய்யாக்களுக்கு எதிராகக் கிளர்ச்சி செய்தீர்கள். அவர்கள் உங்களைக் கொன்று உங்களில் ஒருவரை ஈச்சைமரக் கிளையில் தொங்கவிட்டுப் பிறகு, எரித்தனர். இதேபோல், குராசானில் யஹ்யா பின் ஸைதையும் அவர்கள் கொன்றனர். உங்களின் ஆண்கள் கொல்லப்பட்டனர். பெண்களும் பிள்ளைகளும் சிறைப்பிடித்து முகத்திரையின்றி ஒட்டகங்களில் ஏற்றி அடிமைகளைப்போல் சிரியாவுக்கு விற்பனைக்காக அனுப்பப்பட்டனர். நாங்கள் கிளர்ச்சி செய்து உங்கள் குருதிக்கான இழப்பீட்டைக் கோரும் வரையிலும் இது தொடர்ந்தது.

பிறகு, நாங்கள் கொலைகளுக்குப் பழிவாங்கினோம். அவர்களது நிலபுலன்களும் உடைமைகளும் உங்களுக்குக் கிடைக்கச் செய்தோம். உங்களின் வயதில் மூத்தவர்களைக் கௌரவப்படுத்தினோம். இதற்காகவா எங்களை நீர் குற்றவாளிகள் என்கிறீர்? நீர் ஏமாந்து விட்டீர். ஏனெனில், ஹம்ஸா, அப்பாஸ், ஜஅஃபர் ஆகியோரைவிடவும் உமது தந்தைக்கு முன்னுரிமை இருப்பதாக மக்கள் கூறுவது வழக்கம்தான். ஆனால், அதற்கான காரணம் நீர் நினைப்பதுபோல் அல்ல. உமது தந்தைக்கு உள்நாட்டுப் போரிலும் கொலைகளிலும் தொடர்பிருந்தது. தொழுகையின்போது இறைமறுப்பாளர்களைச் சாபமிடுவதுபோல், உமய்யாக்கள் அவரைச் சாபமிட்டனர். நாங்கள், சாபமிடப்படுபவர்களின் நற்பண்புகளை மக்களிடம் எடுத்துச் சொன்னதுடன் உமய்யாக்கள்மீது கடும் நடவடிக்கைகளை மேற்கொண்டு அவர்களைத் தண்டித்தோம்.

அறியாமைக் காலத்திலிருந்து பயணிகளுக்கு நீர் வினியோகம் செய்வதில் எங்களது திறன் சிறந்து விளங்கியது. இவ்வுரிமை அப்பாசியருக்கு மட்டுமே இருந்தது. இதை முன்வைத்து உமது தந்தைக்கும் எங்களுக்குமிடையே மோதல் உருவானது.

உமர் பின் கத்தாப் அவர்கள் எங்களுக்கு ஆதரவாகத் தீர்ப்பு வழங்கினார். இஸ்லாம் தோன்றிய பிறகும் இச்சிறப்புக்கு நாங்களே உரித்தானவர்களாக இருந்தோம். மதீனாவில் பஞ்சம் ஏற்பட்டபோது எங்கள் தந்தையினூடே உமர் பின் கத்தாப் அவர்கள் மழைக்காக அல்லாஹ்விடம் வேண்டினார். மழை பொழிந்தது. உங்கள் தந்தை அன்று உயிருடனிருந்தும் மழைக்கான வேண்டுதல் அவர் மூலம் கேட்கப்படவில்லை.

இறைத்தூதர் அவர்களின் இறப்பின்போது அப்துல் முத்தலிப் கிளையினரில் அப்பாசைத் தவிர யாருமில்லை என்பது உமக்குத் தெரியுமா? ஆகவே, தந்தையின் சகோதரருக்கு வாரிசுரிமை மாற்றப்பட்டது. அதன் பின், ஹாஷிம்களில் பலர் கிலாஃபத்தை விரும்பினார்கள். ஆனால், அப்பாசின் வம்சாவளியினரைத் தவிர வேறு யாரும் வெற்றி பெறவில்லை. அதிகாரம் ஏற்கனவே அவரிடம் இருந்தது. அப்துல் முத்தலிபிடமிருந்து பெற்ற நபிகளாரின் வாரிசுரிமையும் கிலாஃபத்தும் அவரது வம்சாவளியினருக்கு வந்தன. சுருக்கமாகச் சொன்னால், இவ்வுலகுக்கும் மறுமைக்குமிடையே, அறியாமைக்கும் இஸ்லாத்துக்குமிடைப்பட்ட காலங்களில், அப்பாஸ் அவர்களுக்கு உரிமையில்லாத எந்த மேன்மைகளும் கிடையாது.

இஸ்லாம் பரவியபோது அபூதாலிபுக்கும் அவரது வம்சாவளியினருக்கும் பிணையாக அப்பாஸ் அவர்களே இருந்தார்கள். பஞ்ச காலத்தின்போதும் அப்பாஸ்தான் அவர்களைக் கவனித்துக்கொண்டார். பத்ர் போரில் அப்பாஸ் தனித்து விடப்படாதிருந்தால் அபூதாலிபும் அகீலும் பசியால் மடிந்திருப்பார்கள். உத்பா, ஷைபா ஆகியோரின் உணவுக் கலன்களை நக்கிக்கொண்டிருப்பார்கள். அவர்களுக்கு அப்பாஸ் உணவளித்தார். உங்கள் கௌரவத்தைக் காப்பாற்றி அடிமைத்தளையிலிருந்து பாதுகாத்து, தொடர்ந்து உணவும் உடையும் அளித்து வந்தார்.

பின்னர், பத்ர் போரில் பிணைப்பணம் கொடுத்து அகீலை விடுவித்தார். உண்மைகள் இவ்வாறிருக்க, எங்களிடம் தற்பெருமை பேசுகிறீர். இறைநம்பிக்கையில்லாத காலத்திலும் நாங்கள் உங்கள் குடும்பத்தைக் கவனித்துக்கொண்டோம். உங்களுக்கான பிணைப் பணம் கொடுத்தோம். உங்கள் முன்னோர்களின் கௌரவத்தைக் காப்பாற்றினோம். இறைத்தூதரின் வாரிசுகளான பின் உங்களுக்காகப்

பழி வாங்கினோம். நீங்கள் அடையத் தவறியதை நாங்கள் அடைந்தோம். உம் மீது அமைதி ஏற்படுவதாக.”

இனப்பெருமைகள் குறித்த வன்மத்தைத் தொடங்கி வைத்தவர் முஹம்மத் மஹ்திதான் என்பதிலும் அபூஜஅஃபர் எழுதியவை இதற்கானப் பதில்கள்தான் என்பதிலும் சந்தேகமில்லை. ஆனால், இதன் எல்லையைக் கடந்தவர் அபூ ஜஅஃபர்தான். அப்பாஸ் (ரலி) குறித்து முஹம்மத் மஹ்தி மாறுபட்ட எதையும் குறிப்பிடவில்லை. இருந்தும், தேவையற்ற சொற்களைப் பயன்படுத்தினார் அபூ ஜஅஃபர். மக்களிடையே தனக்கு ஆதரவு திரட்டும் நோக்கத்துடன் நோயுற்ற நிலையில், பகல்பொழுதில் ஃபாத்திமா (ரலி) அவர்களை அலீ (ரலி) வெளியில் அழைத்து வந்தார் என்றும், உஸ்மானின் அரசியல் கொலையில் அலீக்கும் தொடர்புள்ளது என்பது போன்றும் அவர் குறிப்பிட்டிருந்தார். ஹஸன் (ரலி) அவர்களைப் பற்றிக் குறிப்பிடும்போதும் பண்பற்ற வார்த்தைகளைப் பயன்படுத்தினார்.

ஹஸன் பின் அலீ (ரலி), போரில் ஈடுபட்ட இரு முஸ்லிம் பிரிவுகளிடையே நல்லிணக்கம் ஏற்படுத்தினாரே தவிர, கிலாஃபத்தை அவர் விற்கவில்லை. அப்பாஸ் (ரலி), அபூதாலிபுக்கு உதவியாக இருந்தார் என்பதிலும் அகீலைத் தன்னுடன் வைத்துப் பாதுகாத்தார் என்பதிலும் சந்தேகமில்லை. ஆனால், அது குறித்த பெருமிதத்தைப் பண்பாடற்ற முறையில் சொல்வது கண்ணியமான செயல் அல்ல. இதன் மூலம் அபூஜஅஃபர் தனது கயமையை வெளிப்படுத்தினார்.

மதீனாவின் நிர்வாக விஷயங்களை ஒழுங்கு செய்த முஹம்மத் மஹ்தி, முஹம்மத் பின் ஹஸன் பின் முஆவியா பின் அப்துல்லாஹ் பின் ஜஅஃபரை மக்காவுக்கும், காஸிம் பின் இஷாக்கை யேமனுக்கும், மூஸா பின் அப்துல்லாஹ்வை சிரியாவுக்கும் அமீர்களாக நியமித்தார். முஹம்மத் பின் ஹஸனும் காஸிம் பின் இஷாக்கும் மதீனாவிலிருந்து ஒன்றாகவே புறப்பட்டனர். மக்காவிலிருந்த அப்பாசிய நிர்வாகி போரிட்டுத் தோற்றதால் முஹம்மத் பின் ஹஸன் அதைக் கையகப்படுத்தினார்.

கடிதத்தை அனுப்பிய அபூஜஅஃபர் தொடர்ந்து, முஹம்மத் மஹ்தியை எதிர்த்துப் போரிட ஈஸா பின் மூஸாவை அனுப்பி

வைத்தார். ஈஸாவுடன் முஹம்மத் பின் ஸஃப்ஃபா, கதீர் பின் ஹஸீன் அப்தி, ஹுமைத் பின் கஹ்தபா ஆகியோரும் சென்றனர். மஹ்தி நல்லபடியாக நடந்துகொள்வார் எனில், அவருக்கு மன்னிப்பும் பாதுகாப்பும் அளிக்க வேண்டும் என்று ஈஸா பின் மூஸாவுக்கும் படைத்தலைவர்களுக்கும் உத்தரவிட்டார். அவர் தலைமறைவானால் அவருக்கு நெருக்கமானவர்களைக் கைது செய்யவும், ஆதரவாக இருந்த அபூதாலிப் கிளையினரின் பெயர்களைப் பதிவு செய்து அவர்களைத் தன்னிடம் அனுப்பி வைக்க வேண்டும் என்றும், இதற்கு உடன்பட மறுப்பவர்களின் சொத்துக்களையும் உடைமைகளையும் பறிமுதல் செய்ய வேண்டும் என்றும் உத்திரவிடப்பட்டது.

ஃபீத் எனுமிடத்தையடைந்த ஈஸா பின் மூஸா, மதீனாவிலிருந்து சிலரைக் கடிதம் மூலம் வரவழைத்தார். அப்துல்லாஹ் பின் முஹம்மத் பின் உமர் பின் அலீ பின் அபூதாலிப், அவரது சகோதரர் உமர், அபூஅகீல் முஹம்மத் பின் அப்துல்லாஹ் பின் அகீல் ஆகியோர் ஈஸாவிடம் சென்றனர். ஈஸாவின் வருகையை அறிந்த மஹ்தி, மதீனாவை விட்டு வெளியே சென்று போரிடுவதா, அல்லது மதீனாவுக்குள்ளிருந்து தற்காப்புப் போரிடுவதா என்று ஆலோசனை மேற்கொண்டார். அவர்களிடையே கருத்து முரண்பாடு ஏற்பட்டபோது நபிகளாரைப் பின்பற்றி, அகழிகளைப் புனரமைக்கும்படி உத்தரவிட்டார். ஈஸா பின் மூஸா அப்போது அவாதில் முகாம் அமைத்துத் தங்கியிருந்தார்.

மதீனாவாசிகள் மதீனாவுக்கு வெளியே சென்று போரிடுவதை முஹம்மத் மஹ்தி விரும்பவில்லை. யாரும் வெளியே செல்வதையும் அவர் அனுமதிக்கவில்லை. ஆனால், ஈஸா மதீனாவுக்கருகில் வந்ததும் இந்தத் தடையை விலக்கிக்கொண்டார். இது, மாபெரும் தவறாக முடிந்தது. பெருமளவிலான மக்கள் குடும்பங்களுடன் பாதுகாப்புத்தேடி மலைகளுக்குச் சென்றனர். ஈஸாவை எதிர்த்துப் போரிட மிகச் சிறு அளவிலான மக்கள் மட்டுமே மஹ்தியுடனிருந்தனர். தான் தவறு செய்துவிட்டதை உணர்ந்துகொண்டார். மக்களை மீண்டும் ஒன்றுதிரட்ட ஆள்களை அனுப்பி வைத்தார். இது தோல்வியில் முடிந்தது. ஈஸா, அவாதிலிருந்து புறப்பட்டு மதீனாவின் நான்கு மைல் தொலைவில் முகாமிட்டார். மஹ்தி மக்காவுக்குத் தப்பியோடி விடாமலிருக்க

படையின் ஒரு பகுதியை மக்காவுக்குச் செல்லும் வழியில் நிறுத்தி வைத்தார். பின்னர், மஹ்திக்குத் தகவல் அனுப்பினார்: "கலீஃபா அபூஜஅஃபர் மன்ஸூர் உங்களுக்கு மன்னிப்பும் பாதுகாப்பும் அளித்துள்ளார். இறைமறையின், இறைத்தூதரின் வழியில் இதற்கொரு தீர்வுகாண அழைப்பு விடுக்கிறார். கிளர்ச்சியின் விளைவுகளை முன்வைத்து உங்களை எச்சரிக்கிறார்."

உயிர்ப்பயத்துடன் முதுகைத் திருப்பிக்கொள்பவன் நானல்ல என்று முஹம்மத் மஹ்தி பதில் அனுப்பினார். ஹிஜ்ரீ 145 ரமளான் மாதம் 12ஆம் நாள், ஈஸா பின் மூஸா ஜுர்ஃபில் வந்து தங்கினார். 14ஆம் நாள், உயரமான ஓர் இடத்தில் நின்று உரத்த குரலில் அறிவித்தார்: "மதீனா மக்களே! முஹம்மத் மஹ்திக்கும் எனக்குமிடையே தலையிடாமல் நீங்கள் நடுநிலை வகிப்பீர்கள் எனில், உங்களுக்கு நான் பாதுகாப்பளிப்பேன்."

இதைக்கேட்ட மதீனா மக்கள் அவரை வசை பேசத் தொடங்கினர். ஈஸா திரும்பிச் சென்றார். மறுநாள், போரிடும் நோக்கத்துடன் வந்து, மதீனாவைச் சுற்றிலும் படைத்தலைவர்களை நிறுத்தி வைத்தார். அவர்களை எதிர்கொள்ள மஹ்தியும் தயாரானார். அவரது கொடியை உஸ்மான் பின் முஹம்மத் பின் காலித் பின் ஸுபைர் ஏந்தியிருந்தார். அவர், "அஹத்! அஹத்!" என்று சொல்லிக்கொண்டிருந்தார். எதிரிகளுக்கு அறைகூவல் விடுக்க மஹ்தியின் தரப்பிலிருந்து முதன்முதலில் முன்வந்தவர் அபூ குல்மாஷ். இதையேற்று ஈஸாவின் தரப்பில் களமிறங்கிய புகழ்பெற்ற படைத்தலைவர்கள் பலர் உயிரிழந்தனர். பிறகு, முழு அளவிலான போர் தொடங்கியது.

இரு அணிகளின் படைத்தலைவர்களும் ஆச்சரியப்படும் வகையில் வீரத்தை வெளிப்படுத்தினர். ஈஸாவின் உத்தரவின்படி, ஹுமைத் பின் கஹ்தபா தனது படைகளுடன் அகழியைக் கடக்க முயன்றார். மஹ்தியின் வீரர்கள் அவர்கள்மீது அம்பெய்துத் தடுத்தனர். ஹுமைத் தனது படைகளை முன்னேறச்செய்து சுவரைத் தரைமட்டமாக்கி அகழியைக் கடந்து சென்று மஹ்தியின் வீரர்களுடன் நேரடிச் சண்டையில் ஈடுபட்டார். இது, பல பகுதிகளில் அகழியை நிரப்பி குறுக்கே பாதை அமைத்துக்கொள்ள ஈஸாவுக்கு உதவியாக இருந்தது. குதிரைப் படை அகழியைக் கடந்து மஹ்தியின் படைமீது பாய்ந்தது. பயங்கரமான போரின் முடிவில் மஹ்தியின் வீரர்கள் சிதறுண்டனர். போருக்கான அனைத்து ஏற்பாடுகளுடனிருந்த

ஈஸாவின் படைகள் முன்னேறின. காலையில் தொடங்கிய போர், பிற்பகல் தொழுகைவரைக்கும் நீடித்தது.

தன்னுடைய வீரர்கள் விரும்பினால் தற்காத்துக்கொள்வதற்கான ஒப்புதலை முஹம்மத் மஹ்தி வெளிப்படையாகவே அறிவித்தார். அவரது ஆதரவாளர்களோ மஹ்தி தன்னைக் காப்பாற்றிக் கொண்டு பஸ்ராவுக்கோ மக்காவுக்கோ சென்று வீரர்களையும் போர்க் கருவிகளையும் திரட்டிய பிறகு போரிடலாம் என்று மீண்டும் மீண்டும் கோரிக்கை விடுத்தனர். ஆனால், மஹ்தி, "உங்களை நீங்கள் காப்பாற்றிக்கொண்டு விரும்பும் இடத்துக்குச் செல்ல உரிமையுண்டு. எதிரிக்குப் பயந்து நான் ஓடுவதாக இல்லை" என்றார்.

போரின் இறுதிக்கட்டத்தில் மஹ்தியுடன் 300 வீரர்கள் மட்டுமே எஞ்சியிருந்தனர். இதில், ஈஸா பின் குதைர் என்பவர் தன்னிடம் வாக்குறுதி அளித்தவர்களின் பதிவேட்டை எரித்துவிட்டுச் சிறைக்குச் சென்று ரபாஹ் பின் உஸ்மானையும் அவரது சகோதரரையும் கொன்றார். முஹம்மத் பின் கஸ்ரி தனது அறை வாசலைப் பூட்டி உயிர் தப்பித்தார். மீண்டும் முஹம்மத் மஹ்தியுடன் இணைந்து ஈஸா பின் குதைர் போரிடத் தொடங்கினார். அவரது குதிரைப் படையினர் தங்களது குதிரைகளின் கால்களை வெட்டினர்; வாளுறைகளை நொறுக்கினர். இறப்பை எதிர்கொள்வதாக உறுதிபூண்டு எதிரிகளைத் தாக்கினர். இந்தத் தாக்குதல் பெரும் பயத்தை உருவாக்கியது. ஈஸாவின் படைகள் தோல்வியடைந்து பின்வாங்கியோடின. அவரது வீரர்கள் சிலர், ஒரு குன்றிலேறி மறுபக்கமிருந்த மதீனாவுக்குச் சென்றனர். அவர்கள் ஒரு அப்பாசிய பெண்ணின் கறுப்பு அங்கியை எடுத்துப் பள்ளிவாசல் மினாராவில் கொடிபோல் அசைத்துக்காட்டினர். இதைக் கண்ட முஹம்மத் மஹ்தியின் வீரர்கள், ஈஸாவின் படைகள் மதீனாவைக் கைப்பற்றி விட்டன என்று நினைத்துப் பின்புறமாக நகர்ந்தனர்.

பின்வாங்கி ஓடிக்கொண்டிருந்த ஈஸாவின் வீரர்கள் இவ்வாய்ப்பைப் பயன்படுத்தி ஒன்று திரண்டு மீண்டும் தாக்கத் தொடங்கினர். கஃப்ஃபார் கோத்திரக்குழு ஒன்று நகருக்குள் நுழைந்து முஹம்மத் மஹ்தியை எதிர்த்துப் போரிடத் தொடங்கியது. கஃப்ஃபார் கோத்திரம் எதிரிகளுக்கு இடமளிக்கும் என்று மஹ்தி எதிர்பார்க்கவில்லை. தன்னைத் தேற்றிக்கொண்ட மஹ்தி, முன்னால் சென்று, ஹுமைத் பின் கஹ்தபாவை நேரடிச்சண்டைக்கு அழைத்தார். ஹுமைர் இதை

ஏற்கவில்லை. மஹ்தியின் வீரர்கள் மீண்டும் எதிரிகள்மீது தாக்குதல் மேற்கொண்டனர். பெரும்வீரத்துடன் போரிட்டுக்கொண்டிருந்த ஈஸா பின் மூஸா முன்சென்று, “உம்மை நான் மன்னித்துப் பாதுகாப்பு வழங்குகிறேன். போரிலிருந்து விலகிக்கொள்ளும்” என்று உரத்தக்குரலில் சொன்னார். இதற்கு, ஈஸா பின் குதைர் செவிமடுக்கவில்லை. களைத்துப்போய் காயமுற்று இறந்து விழும்வரைக்கும் அவர் தொடர்ந்து போரிட்டார்.

அவரது உடலருகில் நின்று முஹம்மத் மஹ்தி போரிட்டார். ஈஸா பின் மூஸாவின் வீரர்கள் அவரைச் சுற்றிலும் நின்று எதிர்கொண்டனர். எனினும், மஹ்தியின் தாக்குதலில் அவர்கள் பின் நகர்ந்தனர். அவரது நிகரற்ற வீரமும் போர்த்திறனும் ஈஸாவின் படையினரைப் பயமுறுத்தியது. இறுதியில், பின்புறமிருந்து மஹ்தியை ஒருவன் ஈட்டியால் குத்தினான். அவர் நிலை குலைந்தபோது முன்னேறி வந்த ஹுமைதின் ஈட்டி அவரது நெஞ்சில் பாய்ந்தது. முன்பின்னாக இரண்டு ஈட்டிகளை உடலில் ஏற்ற மஹ்தி இறந்து வீழ்ந்தார். தனது குதிரையிலிருந்து இறங்கிய ஹுமைத் அவரது தலையைத் துண்டித்து ஈஸாவிடம் கொண்டு வந்தார். மஹ்தியின் இறப்பைத் தொடர்ந்து மதீனா, ஈஸா பின் மூஸாவின்கீழ் வந்தது.

முஹம்மத் பின் அபில்கராம் பின் அப்துல்லாஹ் பின் அலீ பின் அபூதாலிப் பின் ஜஅஃபர், காசிம் பின் ஹஸன் பின் ஸைத் பின் ஹஸன் பின் அலீ பின் அபூதாலிப் ஆகியோரிடம் மஹ்தியின் தலையையும் வெற்றிச் செய்தியையும் அவர் அபூஜஅஃபருக்கு அனுப்பி வைத்தார். இது, ஹிஜ்ரீ 145 ரமளான் மாதம் 15ஆம் நாள் திங்கட்கிழமை, அஸர் தொழுகைக்கும் மஃக்ரிப் தொழுகைக்கும் இடைப்பட்ட நேரத்தில் நடந்தது. மதீனாவுக்கும் தனியத்துல்வதாவுக்கும் இடையில் ஒரு கம்பத்தில் முஹம்மத் மஹ்தியின் தலையில்லாத உடலை ஈஸா பின் மூஸா தொங்கவிட்டார். பிறகு, அவரது உடல் பகீஉல் அடக்கம் செய்யப்பட்டது.

போரில், மஹ்தியின் சகோதரரான மூஸா பின் அப்துல்லாஹ் பின் ஹம்ஸா பின் அப்துல்லாஹ் பின் முஹம்மத் பின் அலீ பின் ஹுஸைனும், அலீ பின் ஸைத் பின் அலீ பின் ஹுஸைன் பின் அலீயும், ஸைத் பின் ஹஸன் பின் ஸைத் பின் ஹஸனும் முஹம்மத் மஹ்திக்கு ஆதரவாகப் போரிட்டனர். இதில் ஆச்சரியமான விஷயம் அலீ, ஸைத் ஆகியோரின் தந்தையர் அபூஜஅஃபருக்கு ஆதரவாக

இருந்தனர் என்பது. இதுபோல், ஹாஷிம்கள் மற்றும் அலவியர் பலரின் தந்தையரும் புதல்வர்களும் எதிரெதிராக நின்றனர். கர்பலா நிகழ்வுகள் தந்த பயவுணர்வு உமய்யாக்களுக்கு எதிரான துணிச்சலை இழந்து அவர்களைப் போற்றி வாழ்ந்த அலீ பின் ஹுஸைன் (ஸெய்னுல் ஆப்தீன்) போல் இவர்கள் அப்பாசியரின் கொலைகளையும் அழிவுச் செயல்களையும் கண்டு பயந்திருக்கலாம். இதுபோல், அப்பாசியருடன் முரண்படுவது அழிவை நோக்கி அழைத்துச்செல்லும் என்று அலவியரில் முக்கியமானவர்கள் கருதினர். மஹ்தியின் தோல்விக்கு உறவினர் ஆதரவுகூட இல்லை என்பதும் அதனால் அவர் அடைந்த மனச் சோர்வும்தான் காரணங்கள். மதீனாவாசிகள் தந்த வாக்குறுதியின்பேரில் அவர், ரபாஹ் பின் உஸ்மானைச் சிறைப்படுத்திவிட்டுத் தனது கிலாஃபத்தை அறிவித்தார். இதற்கான வாக்குறுதிக்காக வயது முதிர்ந்த இஸ்மாயீல் பின் அப்துல்லாஹ் பின் ஜஅஃபருக்கு ஆளனுப்பினார். ஆனால் அவரோ, "நீர் கொல்லப்படுவீர். இப்படியான நிலையில் நான் எப்படி உமக்கு வாக்குறுதியளிப்பது?" என்று பதிலெழுதினார்.

இதையறிந்த பலர் ஏற்கனவே அளித்த வாக்குறுதியைச் செல்லாதாக்கினார்கள். ஹமதா பின்த் முஆவியா, இஸ்மாயீல் பின் அப்துல்லாஹ்விடம் வந்து, "உங்கள் கூற்று, முஹம்மத் மஹ்தியின் ஆதரவாளர்களை மனச்சோர்வடைய வைத்து விட்டது. என்னுடைய சகோதரர்களும் மஹ்திக்கு ஆதரவாக இருக்கிறார்கள். மஹ்தியுடன் சேர்த்து அவர்களும் கொல்லப்படுவார்கள் என்று அஞ்சுகிறேன்" என்றார். சுருக்கமாகச் சொன்னால், மஹ்தியின் உறவினர் மற்றும் குடும்பத்தினரின் பயவுணர்வு, மஹ்தியின் வெற்றிக்கு இடையூறாக அமைந்தது. உறவினர் ஆதரவு கிடைத்திருக்குமெனில் கிலாஃபத் மிக எளிதாக ஹஸன் (ரலி) அவர்களின் வம்சாவளியினரிடம் வந்திருக்கும். அவர் மதீனாவிலிருந்து தப்பித்துச் சென்று சூழ்நிலைகள் தனக்குச் சாதகமாக அமையும்வரை பொறுத்திருந்துக் கிளர்ச்சி செய்திருப்பாரெனில் நிச்சயமாக வெற்றி பெற்றிருப்பார். அப்பாசியப் படைகளின் ஆற்றல் பிரிவுபடாமல் இருந்த நிலையில் மஹ்தியையும் இப்ராஹீமையும் அடுத்தடுத்து எதிர்த்துப் போரிட நேர்ந்தது அபூஜஅஃபருக்கும் அப்பாசியருக்கும் கிடைத்த நல்லதொரு வாய்ப்பு.

இப்ராஹீம் பின் அப்துல்லாஹ்வின் கிளர்ச்சி : பாக்தாதிலுள்ள

கட்டிடத்தைப் பார்வையிட வந்தார் அபூஜஅஃபர். அங்கே, மாறு வேடத்திலிருந்த முஹம்மத் மஹ்தியின் சகோதரரான இப்ராஹீம் பின் அப்துல்லாஹ், கூஃபாவுக்குத் தப்பியோடினார். அவரைப் பிடிப்பதற்காக ஒற்றர்கள் நியமிக்கப்பட்டனர். கூஃபாவில், ஸுஃப்யான் பின் ஹிப்பன் கம்மியின் வீட்டில் தங்கியிருந்தார் இப்ராஹீம். அவர் பஸ்ராவில் இருப்பதாகக் கருதிய அபூ ஜஅஃபர், அங்கிருந்த ஒவ்வொரு வீட்டையும் கண்காணிப்பதற்காக ஒற்றர்களை நியமித்தார். ஸுஃப்யான், இப்ராஹீமின் மிக நெருங்கிய நண்பர் என்பது அனைவருக்கும் தெரியும். கண்காணிப்பு தீவிரமாக இருப்பதை அறிந்து பயந்துபோன ஸுஃப்யான், இப்ராஹீமை அங்கிருந்து பாதுகாப்பாக அனுப்பி வைக்கத் திட்டமிட்டார். அவர் அபூஜஅஃபரிடம் சென்று, “நானும் என் அடிமைகளும் சிறு படையினரும் செலவில்லாத ஒரு பயணம் மேற்கொள்ள விரும்புகிறோம். எழுத்துமூலம் இதற்கான தங்களது ஒப்புதலை வேண்டுகிறேன். இப்பயணத்தின்போது இப்ராஹீமைக் கைது செய்ய முடியும்” என்றார். அபூ ஜஅஃபரும் இதற்கு ஒப்புதலளித்தார். இப்ராஹீமுக்கு அடிமையின் உடைகளை அணிவித்துத் தன்னுடைய அடிமைகளுடனும் சிறு படையுடனும் அவரையும் அழைத்துக்கொண்டு கூஃபாவிலிருந்து புறப்பட்டார் ஸுஃப்யான்.

பஸ்ராவுக்கு வந்த ஸுஃப்யான், ஒவ்வொரு வீட்டிலும் தேடும்படி வீரர்களுக்கு உத்தரவிட்டார். அவர்கள் அகன்றதும், இப்ராஹீமை அஹ்வாசுக்கு அனுப்பினார். இதையறிந்த பஸ்ரா அமீர் ஸுஃப்யான் பின் முஆவியா, இப்ராஹீமையும் ஸுஃப்யான் பின் ஹிப்பனையும் தேடத் தொடங்கினார். அப்போது, அஹ்வாஸ் அமீராக இருந்தவர் முஹம்மத் பின் ஹஸீன். அஹ்வாசை அடைந்த இப்ராஹீம், ஹஸன் பின் ஹபீபுடன் தங்கியிருந்தார். இதை, அஹ்வாஸ் அமீரின் ஒற்றர்கள் உளவறிந்து அமீரிடம் தெரிவித்தனர். அவர் தேடத்தொடங்கினார். ஹபீபின் வீட்டில் இப்ராஹீம் நீண்ட நாள்கள் தங்கியிருந்தார். தனது கொள்கையின் அடிப்படையில் அவர் தொடர்ந்து பலருக்கும் இடமளித்தார். ஹிஜ்ரீ 145இல், இப்ராஹீமை பஸ்ராவுக்கு அழைத்த யஹ்யா பின் ஸெய்யத் பின் ஹிப்பன் நப்தி, மஹ்திக்கு வாக்குறுதியளிக்கும்படி மக்களுக்கு வேண்டுகோள் விடுத்தார். பெருமளவிலான கல்வியாளர்களும் செல்வாக்குப் படைத்தவர்களும்

வாக்குறுதியளித்தனர். 4,000 பேர்கள் வாக்குறுதியளித்ததாக பஸ்ரா பதிவேட்டில் பதிவானது. இதே காலஅளவில் மதீனாவில் கிளர்ச்சி செய்த முஹம்மத் மஹ்தி, பஸ்ராவில் கிளர்ச்சி செய்யும்படி இப்ராஹீமுக்கு எழுதினார். பஸ்ராவில் ஏதாவது பிரச்சினைகள் ஏற்படுமெனில், ஸுஃப்யான் பின் முஆவியாவுக்கு உதவியாக சில முன்னெச்சரிக்கைப் படைத்தலைவர்களை அனுப்பி வைத்தார் அபூஜஅஃபர் மன்ஸூர். மஹ்தியின் உத்தரவின்படி இப்ராஹீம் கிளர்ச்சி செய்திருந்தால் அபூஜஅஃபருக்கு உதவி கிடைக்காமல் போயிருக்கும். சகோதரர்கள் இருவரும் வலுப்பெற்றிருப்பார்கள். ஆனால், இப்ராஹீம் அப்போது நோய்வாய்ப்பட்டிருந்தார். ஆகவே, அவரால் குறிப்பிட்ட நாளில் கிளர்ச்சியை மேற்கொள்ள இயலாமலாயிற்று. மஹ்தியை எதிர்க்க அபூஜஅஃபர் மன்ஸூர் படையை அனுப்பிய நிலையில், இப்ராஹீம் ஹிஜ்ரீ 145 ரமளான் முதல்நாள் பஸ்ராவில் கிளர்ச்சி செய்தார்.

அபூஜஅஃபர் மன்ஸூரின் உத்தரவின்பேரில் பஸ்ராவுக்கு வெளியே 600 வீரர்களுடன் ஸுலைமான் பின் அலீயின் மகன்களான ஜஅஃபரும் முஹம்மதும் மன்ஸூரின் ஒன்றுவிட்ட சகோதரரும் காத்திருந்தனர். இப்ராஹீமின் கிளர்ச்சியை அறிந்ததும் அவர்கள் தாக்கத் தொடங்கினர். 600 பேர்களை எதிர்கொள்வதற்கு அனுப்பி வைக்கப்பட்ட இப்ராஹீமின் 50 வீரர்கள் அவர்களைத் தோற்கடித்து ஓட வைத்தனர். பஸ்ராவைக் கைப்பற்றிய இப்ராஹீம், மக்களிடம் வாக்குறுதி பெற்றார். பொதுமன்னிப்பும் விடுதலையும் அறிவித்தார். பின்னர், கருவூல நிதியிலிருந்து இரண்டு இலட்சம் திர்ஹம்களை எடுத்து, ஆளுக்கு 50 திர்ஹம்கள் வீதம் வீரர்களுக்கு வினியோகித்தார். தொடர்ந்து, 100 வீரர்களுடன் முகீராவை அஹ்வாசுக்கு அனுப்பினார். இச்சிறு படையை எதிர்கொள்ள 4,000 வீரர்களுடன் வந்த அஹ்வாஸ் நிர்வாகி ஹம்மத் பின் ஹஸீன் தோற்கடிக்கப்பட்டார். அஹ்வாஸ் முகீராவின்கீழ் வந்தது.

பாரசீகத்துக்கு அம்ர் பின் ஷத்தாதை அனுப்பி வைத்தார் இப்ராஹீம். அங்கே ஆளுநராக இருந்த இஸ்மாயீல் பின் அலீ பின் அப்துல்லாஹ் பின் அப்பாஸ் பின் அப்துல் முத்தலிபும் அவரது சகோதரர் அப்துஸ் ஸமதும் அம்ருவை எதிர்கொண்டு தோல்வியுற்றனர். பாரசீகம் அம்ருவின்கீழ் வந்தது. வாஸிதை நோக்கி அணிவகுத்துச் சென்ற ஹாரூன் பின் ஷம்ஸ் அஜ்லி,

ஆளுநர் ஹாரூன் பின் ஹுமைத் அயோதியைத் தோற்கடித்து வாஸிதைக் கைப்பற்றினார். சுருக்கமாகச் சொன்னால், மஹ்திக்கும் ஈஸா பின் மூஸாவுக்குமிடையிலான போரில், மஹ்தி உயிர் துறந்த அதே நாளில், பஸ்ராவும் பாரசீகமும் வாஸிதும் இராக்கின் பெரும்பகுதியும் அபூ ஜஅஃபர் மன்ஸூரின் கட்டுப்பாட்டிலிருந்து விலகின. சிரியாவிலும் இதுபோன்ற சூழல்தான் நிலவியது. கூஃபாவினரும் சூழ்நிலைகளைக் கவனித்துக்கொண்டிருந்தனர். அரசைத் தக்க வைக்கும் வாய்ப்பை அபூ ஜஅஃபர் மன்ஸூர் இழந்திருந்தார்.

ரமளான் மாதம் 1 இல் பஸ்ராவில் கிளர்ச்சியைத் தொடங்கிய இப்ராஹீம், மாத இறுதிவரைக்கும் தொடர்வெற்றிகளைப் பெற்று வந்தார். அப்போது, முஹம்மத் மஹ்தியின் இறப்புச் செய்தி வந்தது. பெருநாள் தொழுகையின்போது இந்தச் செய்தியை மக்களுக்கு அறிவித்தார் இப்ராஹீம். அபூஜஅஃபர் மன்ஸூரின் நிர்வாகியை எதிர்த்துப் போரிட்டுக்கொண்டிருந்த வீரர்கள் இதையறிந்து மிகுந்த வருத்தமடைந்தனர். மன்ஸூரின் படைத்தலைவர்களுக்கும் ஆட்சியாளர்களுக்கும் இது துணிச்சலை அளித்தது. பஸ்ரா மக்கள், மஹ்திக்குப் பதிலாக இப்ராஹீமைக் கலீஃபாவாக்க முடிவு செய்தனர். இதில், முன்பை விடவும் அதிக முனைப்புடன் செயலாற்றினர். பஸ்ராவைத் தலைநகராகவும் படை மையமாகவும் ஆக்க வேண்டுமென்று அவர்கள் விரும்பினர்.

பஸ்ராவில் இப்ராஹீமின் ஆதரவாளர்களுடனிருந்த கூஃபாவினர் இதில் முரண்பட்டனர். இப்ராஹீம் தன்னை எதிர்பார்த்திருக்கும் கூஃபா மக்களிடம் தனது படையை அழைத்துச் செல்ல வேண்டும் என்று அவர்கள் கருத்துத் தெரிவித்தனர். அவர்களது கருத்தை ஏற்றுக்கொண்ட இப்ராஹீம், தன் மகனை உதவிக்கு நியமித்து விட்டு, கூஃபாவுக்குச் செல்வதாக முடிவு செய்தார். இதையறிந்து பெரிதும் குழப்பமடைந்த மன்ஸூர், உடனே கூஃபாவுக்கு வரச்சொல்லி ஈஸா பின் மூஸாவுக்கு ஆளனுப்பினார். அவர், உடனடியாகப் பாரசீகத்தின்மீது படையெடுக்குமாறு குராசான் ஆளுநருக்குக் கடிதம் எழுதினார். சிக்கல்களிலிருந்து விலகிய நிர்வாகிகள் அனைவரும் அங்கே வரவழைக்கப்பட்டிருந்தனர். எல்லாப் பகுதிகளிலிருந்தும் சுமார் ஒரு லட்சம் வீரர்கள் கூஃபாவில் ஒன்றுதிரண்டனர்.

இப்ராஹீமின் தாக்குதலை அறிந்த அபூஜஅஃபர் மன்ஸூர், 50

நாள்கள்வரை உடைகூட மாற்றாமல் பெரும்பாலும் தொழுகை விரிப்பிலேயே இருந்தார். ஒரு லட்சம் வீரர்கள்கொண்ட படையுடன் கூஃபாவிலிருந்து 30 அல்லது 40 மைல் தொலைவிலுள்ள ஓர் இடத்தில் முகாம் அமைத்துத் தங்கினார் இப்ராஹீம். ஈஸா பின் மூஸாவும் தனது படையுடன் கூஃபாவுக்கு வந்தார். மன்ஸூரால் அனுப்பி வைக்கப்பட்ட ஈஸாவின் முன்னணிப் படைத்தலைவராக ஹுமைத் பின் கஹ்தபா நியமிக்கப்பட்டார். தங்களுடைய முகாமைச் சுற்றிலும் அகழி தோண்டவும் தாங்கள் தாக்குதல் தொடுக்க வந்தவர்கள் என்பதால் அகழி தேவையில்லை என்றும் இப்ராஹீமின் தரப்பில் இரு வேறு கருத்துக்கள் முன் வைக்கப்பட்டன. படையின் ஒரு பிரிவு தோற்றால் உதவிக்கு வர வாய்ப்பாக, படைகளைப் பிரிவுகளாக அனுப்பும்படி இப்ராஹீமிடம் வீரர்கள் தெரிவித்தனர். இதை ஏற்றுக்கொள்ளாத இப்ராஹீம், போர் மரபுப்படி தாங்களே அணிவகுத்து நின்று போரிடும்படி உத்தரவிட்டார்.

போரில் தோல்வியடைந்து ஓட்டம் பிடித்த ஹுமைத் பின் கஹ்தபாவைக் கேலி செய்வதன் மூலம் தடுத்து நிறுத்த முயன்றார் ஈஸா. அவர் நிற்கவில்லை. பிறகு, ஈஸாவே களம் புகுந்தார். ஆயினும், பெரும்பகுதி வீரர்கள் தாக்குப் பிடிக்க இயலாமல் ஓட ஆரம்பித்தனர். ஈஸா, களத்தில் உறுதியாக நின்றிருந்தார். தோல்வியைத் தவிர்க்க இயலாத கட்டத்தில் ஈஸாவுக்கு ஆதரவாக, சுலைமான் பின் அலீயின் மகன்களான ஜஅஃபரும் முஹம்மதும் படைகளுடன் இப்ராஹீமின் பின்னால் வந்தனர். புதிய படையின் வருகையைக் கவனித்த இப்ராஹீமின் வீரர்கள் தடுமாற்றம் அடைந்து, தங்கள் கவனத்தை அவர்கள்மீது திருப்பினர். சுதாரித்துக்கொண்ட ஈஸா, தாக்குதலைத் தீவிரப்படுத்தினார். ஓடிக்கொண்டிருந்த அவர்களது வீரர்கள் மீண்டும் ஒன்று திரண்டனர். தனது வீரர்களை மீண்டும் ஒழுங்கமைத்துக்கொண்ட ஹுமைத் பின் கஹ்தபாவும் அவர்களுடன் இணைந்துகொண்டார். வீறுகொண்டெழுந்த படைகளிடையே இப்ராஹீமின் படைகள் சிக்கிக்கொண்டன. நின்று போரிடும் பரப்பளவு ஈஸாவின் படைகள் ஆக்கிரமித்த நிலை, இப்ராஹீமின் வீரர்கள் இயங்குவதற்குத் தடையாக இருந்தது.

இறுதியில் இப்ராஹீமின் அணி சிதறி ஓட ஆரம்பித்தது. 400 வீரர்கள் மட்டுமே களத்தில் நின்றிருந்தனர். ஈஸாவும் ஹுமைதும் முஹம்மதும் ஜஅஃபரும் அவர்களைச் சுற்றிவளைத்துக்கொண்டனர்.

இப்ராஹீமின் கழுத்தில் ஓர் அம்பு தைத்தது. அவரைக் குதிரையிலிருந்து கீழே இறக்கிய அவரது வீரர்கள் அவரைச் சுற்றி நின்று தொடர்ந்து போரிட்டனர்.

முழு ஆற்றலுடன் தாக்குதலை மேற்கொள்ளும்படி தனது குதிரைப் படைக்கு உத்தரவிட்டார் ஹுமைத். இப்ராஹீமின் படையைத் தோற்கடித்து அவரது தலையைத் துண்டித்து ஈஸாவிடம் கொடுத்தார் ஹுமைத். அவர் அதை அபூஜஅஃபர் மன்ஸூருக்கு அனுப்பி வைத்தார். ஹிஜ்ரீ 145 துல் கஃதா மாதம் 25 ஆம் நாள் இது நடந்தது. இத்துடன், பஸ்ராவிலிருந்த ஹஸன் பின் இப்ராஹீமும் யஅக்கூப் பின் தாவூதும் சிறைப் பிடிக்கப்பட்டனர்.

சிறு நிகழ்வுகள்: முஹம்மத் மஹ்தியும் இப்ராஹீமும் கொலையுண்டதைத் தொடர்ந்து பிரச்சினைகளிலிருந்து விடுபட்ட அபூ ஜஅஃபர் மன்ஸூர், பஸ்ரா ஆளுநராக ஸலீம் பின் குதைபா பஹ்லியையும் மோசில் ஆளுநராக தனது மகன் ஜஅஃபரையும் நியமித்தார். அவருடன் ஹாரித் பின் அப்துல்லாஹ்வைப் படைத்தலைவராக அனுப்பி வைத்தார்.

முஹம்மத் மஹ்திக்கு வாக்குறுதி அளிக்கும்படி மக்களைத் தூண்டிய இமாம் மாலிக்குக்குக் கசையடி வழங்கப்பட்டது. இப்ராஹீமுக்கு ஆதரவாக மார்க்கத் தீர்ப்பு வழங்கிய இமாம் அபூஹனிஃபா கைது செய்யப்பட்டு மன்ஸூரின் முன் கொண்டு வரப்பட்டார். அவரை, கட்டுமான வேலைகள் நடந்துகொண்டிருந்த பாக்தாதில் சிறைவைத்த மன்ஸூர், அவரைத் தலைமை நடுவர் பணியில் நியமிக்க விரும்பியதாகவும் சொல்லப்படுகிறது. அவர் அதை ஏற்க மறுக்கவே, கட்டிடப் பணிக்கான செங்கற்களைக் கணக்கெடுக்கும் பணியில் நியமிக்கப்பட்டார். காவலில் இருந்த நிலையில், ஹிஜ்ரீ 150இல் அவர் மரணமடைந்தார். சிறப்புவாய்ந்த சில மார்க்க அறிஞர்களைத் தவிர, முஹம்மத் மஹ்திக்கும் இப்ராஹீமுக்கும் வாக்குறுதி அளிக்கும்படி தீர்ப்பு வழங்கிய இப்ன் அஜ்லான், அப்துல் ஹுமைத் பின் ஜஅஃபர்போன்ற வேறு சில மார்க்க அறிஞர்கள் கொல்லப்பட்டனர்.

ஹிஜ்ரீ 146இல், கிளர்ச்சியில் ஈடுபட்ட கஸார் துருக்கியர், முஸ்லிம்களைப் படுகொலை செய்தபடியே பாபுல் அப்வாபிலிருந்து ஆர்மேனியாவை நோக்கி அணிவகுத்துச் சென்றனர். அதே ஆண்டில்,

முஸ்லிம்கள் ஸைப்ரஸ்மீது கடற்படைத் தாக்குதல் மேற்கொண்டனர். சிஸ்தானில் கவாரிஜ்கள் கிளர்ச்சி செய்தனர். யேமன் ஆளுநர் பொறுப்பிலிருந்த மாஅன் பின் ஸைதாவை ஸிஸ்தானுக்கு மாற்றினார் அபூ ஜஅஃபர் மன்ஸூர். அவர் ஸிஸ்தானில் நிலவிய போருக்கும் முறைகேடுகளுக்கும் முடிவு கட்டினார். கவாரிஜ்கள் அவரை நயவஞ்சகமாகக் கொலை செய்தனர். மாஅன், ஹிஜ்ரீ 151 வரையில் ஸிஸ்தானில் இருந்தார்.

அப்துல்லாஹ் உஷ்தர் பின் முஹம்மத் மஹ்தி : முஹம்மத் மஹ்தியின் கிளர்ச்சியின்போது சிந்துவின் ஆளுநராக இருந்தவர் அபூ ஜஅஃபர் மன்ஸூரின் ஆதரவாளரான உமர் பின் ஹஃப்ஸ் பின் உஸ்மான் பின் கபீஸா பின் அபூ ஸுஃப்ரா. கிளர்ச்சிக்குப் பிறகு, முஹம்மத் மஹ்தி தன் மகன் உஷ்தர் எனும் அப்துல்லாஹ்வை பஸ்ராவிலிருந்த தனது தந்தையின் சகோதரர் இப்ராஹீமிடம் அனுப்பி வைத்தார். உஷ்தர் அங்கிருந்து ஒரு பெண் ஒட்டகத்தில் சிந்துவுக்குப் புறப்பட்டார். சிந்து ஆளுநர் அவரிடமிருந்து ஆதரவையும் இயன்ற உதவிகளையும் எதிர்பார்த்தார்.

சிந்துவையடைந்த உஷ்தர் தங்களுடன் சேர்ந்து செயல்படும்படி ஆளுநர் உமர் பின் ஹஃப்சிடம் வேண்டுகோள் விடுத்தார். அதை ஏற்றுக்கொண்ட அவர் முஹம்மத் மஹ்தியின் கிலாஃபத்தை ஏற்று அப்பாசியரின் அடையாளங்களைத் துறந்தார். முஹம்மத் மஹ்தியின் பெயரை ஜுமுஆ பேருரையில் சேர்த்துக்கொண்டார். அதே காலகட்டத்தில் மஹ்தியின் இறப்புச்செய்தி ஆளுநருக்குக் கிடைத்தது. அவர் இதை உஷ்தாருக்கு அறிவித்துத் தனது வருத்தங்களைப் பகிர்ந்துகொண்டார். "நான் உயிருக்கு ஆபத்தான நிலையில் இருக்கிறேன். இனி, நான் எங்கே போவேன்? என்ன செய்வேன்?" என்றார் உஷ்தர்.

உமர் பின் அப்துல் அஸீஸ் ஆட்சியின்போது இஸ்லாத்தைத் தழுவிய மன்னர்கள் பலர் அப்போது சிந்துவில் வாழ்ந்திருந்தனர். உமரின்கீழ் தங்கள் பகுதிகளை ஆட்சி செய்து வந்த அவர்கள், இஸ்லாத்தின் ஆதரவாளர்களைப் போற்றுவதிலும் தங்கள் ஆட்சியுரிமைகளில் பற்றுதலும் கொண்டிருந்தனர். அதில், குறிப்பிட்ட ஒரு மன்னரின் நாட்டுக்குச் செல்லும்படி உஷ்தரிடம் சொன்ன உமர் பின் ஹஃப்ஸ், "இறைத்தூதரைப் பெரிதும் நேசிக்கும்

அவர், மேற்கொண்ட பணிகளைத் திறன்பட செய்து முடிப்பவர். நிச்சயமாக அவர் உங்களை அன்பாகவும் மதிப்புடனும் நடத்துவார்" என்றார்.

அப்துல்லாஹ் உஷ்தர் இதை ஏற்றுக்கொண்டார். உஷ்தரை முன்வைத்து அவரிடமிருந்து ஓர் உடன்படிக்கையைப் பெற்றுக்கொண்ட உமர், அவரை அனுப்பி வைத்தார். சிந்து அரசர், தனது மகளை உஷ்தருக்குத் திருமணம் செய்து வைத்தார். ஹிஜ்ரீ 151 வரைக்கும் உஷ்தர் அங்கேயே வாழ்ந்தார். அப்போது, அண்மைப் பகுதிகளிலிருந்து வந்திருந்த சுமார் 400 அரபிகள் உஷ்தரின் அரண்மனையில் ஒன்று கூடினர். உஷ்தர், சிந்து மன்னருடன் வாழ்கிறார் என்றும் அரபிகளின் ஒரு சிறு குழுவினரும் அவருடன் இருக்கிறார்கள் என்றும் அபூ ஜஅஃபர் மன்ஸூருக்குத் தகவல் வந்தது. சிந்துவிலிருந்து உமர் பின் ஹஃப்ஸைத் திருப்பியழைத்த மன்ஸூர், அவரை எகிப்து ஆளுநராக நியமித்து, ஹிஷாம் பின் அம்ர் தக்லிபியை சிந்து ஆளுநராக நியமித்தார். அவர் புறப்படும்போது உஷ்தரை எப்படியாவது கைது செய்தாக வேண்டும் என்று உத்தரவிட்டார். சிந்து அரசர் இதற்கு உடன்பட மறுத்தால் அவரைத் தாக்க வேண்டும் என்றும் உத்தரவிட்டார்.

ஹிஷாம் பின் அம்ர், உஷ்தரைக் கைது செய்ய தன்னாலியன்ற முயற்சிகள் அனைத்தையும் மேற்கொண்டார். சிந்து மன்னர் அவருக்குப் பாதுகாப்பாக இருந்தார். அவர்களிடையே போர் தொடங்கியது. உஷ்தர் தங்கியிருந்த பகுதியை ஹிஷாம் பின் அம்ரின் சகோதரர் ஸஃபீஹ் தாக்கினார். ஒரு நாள், பத்து குதிரை வீரர்களுடன் சிந்து நதிக்கரையில் உலவிக்கொண்டிருந்த உஷ்தரின் முன் ஸஃபீஹின் படைவீரர்கள் எதிர்ப்பட்டனர்.

அப்போது நடந்த சண்டையில், உஷ்தரும் அவரது வீரர்களும் கொல்லப்பட்டனர். இதை, அபூஜஅஃபர் மன்ஸூருக்கு அறிவித்தார் ஹிஷாம் பின் அம்ர். நாட்டையும் கைப்பற்ற வேண்டுமென்று ஹிஷாமுக்கு எழுதினார் மன்ஸூர். போர் தொடர்ந்து நடைபெற்றது. நாடு ஹிஷாமின்கீழ் வந்தது. உஷ்தரின் மனைவி, மகனுடன் பிடிபட்டு மன்ஸூரிடம் அனுப்பி வைக்கப்பட்டாள். அவர்களை உஷ்தரின் குடும்பப் பாதுகாப்பில் வாழ்வதற்காக மதீனாவுக்கு அனுப்பி வைத்தார் மன்ஸூர்.

மஹ்தி பின் மன்ஸூர் : தனது இறப்பின்போது அப்துல்லாஹ் ஸஃப்ஃபா, வாரிசாக அபூஜஅஃபர் மன்ஸூரையும் அவருக்குப் பிறகு, ஈஸா பின் மூஸாவையும் அறிவித்திருந்தார். இந்த இறுதி ஆவணத்தின்படி மன்ஸூருக்குப் பிறகு, ஈஸா பின் மூஸா கலீஃபாவாக வேண்டும். முஹம்மத் மஹ்தி, இப்ராஹீம் ஆகியோரின் பிரச்சினைகளிலிருந்து விடுபட்ட பிறகு மன்ஸூருக்கு, ஈஸா பின் மூஸாவின் உதவி தேவைப்படவில்லை. தன் மகன் மஹ்தியை வாரிசாக நியமிக்க விரும்பிய அவர் இதை ஈஸாவிடம் சொன்னார். அவர் இதை ஏற்க மறுக்கவே, தனக்கு ஆதரவான காலித் பின் பர்மக்கையும் அரபியர் அல்லாத வேறு சில தலைவர்களையும் ஆலோசனைக் கூட்டத்தில் கலந்துகொள்ளச் செய்தார். ஸஃப்ஃபாவின் காலம் முதல் கூஃபா ஆளுநராகப் பொறுப்பு வகித்து வந்த ஈஸா பின் மூஸாவைப் பதவி நீக்கம் செய்துவிட்டு முஹம்மத் பின் சுலைமானை நியமித்தார். இந்தப் பதவி நீக்கம், ஈஸாவை அரசியல் அழிவை நோக்கி இட்டுச் சென்றது. மன்ஸூருடன் முரண்பட்டது தவறு என்பதை அவர் உணர்ந்துகொண்டார்.

அபூ ஜஅஃபர் மன்ஸூரின் சூழ்ச்சியும் ஏமாற்றும் நயவஞ்சகமும் ஈஸாவின் அரசியல் அழிவுக்குக் காரணமாக இருந்தன. தன் மகன் மஹ்தியை வாரிசாக நியமித்து மக்களிடமிருந்து அவர் வாக்குறுதி பெற்றார். தன் மகனுக்குப் பிறகு, ஈஸா பின் மூஸாவை வாரிசாக நியமித்து அவரை ஆறுதல் படுத்தவும் முயற்சி செய்தார். கலீஃபாவின் முன்னிலையில் ஈஸா தனது ஆளுநர் பதவியைத் துறந்ததாகவும், ஆகவே, தன் மகனை அவர் வாரிசாக நியமித்ததாகவும் ஒரு கதையைப் புனைந்து மக்களிடையே பிரச்சாரம் செய்தார் காலித் பின் பர்மக். இதற்காகப் பெருமளவிலான பணம் வாரியிறைக்கப்பட்டது. மக்களுக்கு அன்பளிப்புகள் வழங்கி மகிழ்ச்சியூட்டினார். மன்ஸூரின் அரசை வலுப்படுத்துவதிலும் பாதுகாப்பதிலும் ஈஸா பின் மூஸாவின் பங்களிப்பு மிக அதிகமாக இருந்தது.

முஹம்மத் மஹ்தியையும் இப்ராஹீமையும் கொன்றதன்மூலம் பெரிய சிக்கலிலிருந்து அவரைக் காப்பாற்றினார். அவரது சேவைகளுக்கு மன்ஸூர் அளித்த பரிசு அவரை ஆளுநர் பதவியிலிருந்து நீக்கியதும் வாரிசுரிமையை மறுத்ததும்தான். தான் ஆளுநராக இருந்த கூஃபாவிலுள்ள ரஹ்பாவில் குடியேறி

அமைதியான ஒரு வாழ்க்கையை மேற்கொண்டார் ஈஸா பின் மூஸா.

இப்படியான சூழ்நிலைகளின் பின்னணியில் ரோமானியர்கள்மீது ஜிஹாத் மேற்கொள்ள முஸ்லிம்களால் இயலாமல் போயிற்று. ஸ்பெய்னைத் தவிர பிற இஸ்லாமிய நாடுகளில் அபூஜஅஃபர் மன்ஸூருக்கு இருந்த தடைகள் அனைத்தும் படிப்படியாக அகற்றப்பட்டு ஹிஜ்ரீ 148இல் அவரது அரசு உறுதியாக நிறுவப்பட்டது. ஹிஜ்ரீ 149இல் பாக்தாதின் கட்டுமான பணிகள் நிறைவு பெற்றன. இதே ஆண்டில் அப்பாஸ் பின் முஹம்மதும் ஹஸன் பின் கஹ்தபாவும் முஹம்மத் பின் அஷ்அதும் ரோமானியர்கள்மீது படையெடுத்துப் பல்வேறு வெற்றிகளைக் குவித்தனர்.

உஸ்தாத் ஸீசின் கிளர்ச்சி : ஹிஜ்ரீ 150இல் குராசானில் உஸ்தாத் ஸீஸ் என்பவன் தன்னை ஒரு நபி என்று சொல்லிக் கொண்டான். அவனது நபித்துவ கோரிக்கையை ஆயிரக்கணக்கான மக்கள் ஏற்றுக்கொண்டனர். ஹேரத், பட்காய்ஸ், ஸிஸ்த்தான் பகுதி மக்கள் அவனது கொடியின்கீழ் ஒன்றுதிரண்டனர். குராசானின் பெரும்பகுதியும் அவனிடம் வீழ்ந்தது. அபூஜஅஃபர் மன்ஸூர் இதில் தீவிரமாகக் கவனம் செலுத்தினார். தனது ஆற்றல் முழுவதையும் திரட்டித் தாக்குதலில் ஈடுபட்ட மர்த்ரூத் அரசனான ஜஸ்ம் தோற்கடிக்கப்பட்டுக் கொல்லப்பட்டான். போர்ச் சூழ்ச்சியைக் கையாண்ட காஸிம் பின் குஸைமா, உஸ்தாத் ஸீஸின் படைகளைச் சுற்றிவளைத்து இரு புறமிருந்தும் தாக்கினார். இதில், உஸ்தாத் ஸீஸின் 70,000 வீரர்கள் கொல்லப்பட்டனர். எஞ்சியிருந்த 14,000 வீரர்களுடன் ஒரு மலைப்பகுதியில் நீண்ட நாள் முற்றுகைக்குள்ளான ஸீஸ், தனது வீரர்களுடன் காஸிமிடம் கீழ்ப்படிந்தான். இத்தகவல் மன்ஸூருக்கு அறிவிக்கப்பட்டது.

ரொஸாஃபாவைக் கட்டியெழுப்புதல் : உஸ்தாத் ஸீஸின் கிளர்ச்சியின்போது குராசானை மஹ்தி ஆட்சி செய்துவந்தார். மர்வில் வாழ்ந்த இவருடன் காசிம் பின் குஸைமாவும் தங்கியிருந்தார். அபூ ஜஅஃபர் மன்ஸூரின் உத்தரவின்படி இவர் தாக்குதலை மேற்கொண்டிருந்தார். அப்போது, அரசாற்றலுக்கு அடிப்படையாக இருந்த அரேபியர் எல்லைப்பகுதி வெற்றிகளுக்கும் காரணமாக இருந்தனர். அரேபியர் அல்லாத குராசானியர் யாரும் போர்த்திறனில்

அரபிகளுக்கு நிகராகத் தங்களைக் கருதவில்லை. இருந்தும், அரபிகள் பயத்துடனேயே இருந்து வந்தனர். அவர்கள் தங்களுக்கு எதிராக ஒன்று சேர்ந்தால் எப்போது வேண்டுமானாலும் அரசைக் கவிழ்க்க இயலும். இதை உணர்ந்துகொண்ட இமாம் இப்ராஹீம், அரேபியர் அல்லாதோரை வலுப்படுத்தித் தங்களுக்கு ஆதரவாகப் பயன்படுத்தும் ஒரு திட்டத்தை மேற்கொண்டார். அவருக்குப் பின்வந்தவர்களும் இதையே கடைப்பிடித்தனர்.

தொடர்ந்து, அபூஸலமியைக் கொன்றுவிட்டு காலித் பின் பர்மக்கை அமைச்சராக நியமித்தார் அப்துல்லாஹ் ஸஃப்ஃபா. இஸ்லாத்தைத் தழுவிய இவர், நவ்பஹாரைச் சேர்ந்த ஒரு ஸொராஸ்ட்ரியர். சிறிது காலத்துக்குப் பிறகு ஒரு நாட்டின் ஆளுநராக நியமிக்கப்பட்டார். அபூஅய்யூப் இவரைப் பதவி நீக்கம் செய்தார். மீண்டும் இவரையே அமைச்சராக நியமித்தார் அபூஜஅஃபர் மன்ஸூர். ஸொராஸ்ட்ரியர் தொடர்ந்து படைத்தலைவர்களாகவும் ஆளுநர்களாகவும் நியமிக்கப்பட்டனர். அவர்களது செல்வாக்கு உயர்ந்துகொண்டிருந்தது. ஆயினும், அரபிகளின் போர்த்திறன் மேல்நிலையில்தான் இருந்தது. இந்தியாவில், ஆற்றலும் செல்வாக்கும்கொண்ட பத்தன்களிடமிருந்து தன்னைப் பாதுகாக்கும் நோக்கத்துடன் மாமன்னர் அக்பர் கையாண்ட இரட்டை நிலைக் கொள்கைபோன்ற் ஓர் அணுகுமுறை இது. இந்துக்களை வலுப்படுத்துவதன் மூலம் பத்தன்களின் வலுவைக் குறைப்பதற்காக அவர் மான்சிங்கைப் படைத்தலைவராக் நியமித்ததுடன் பத்தன்களை வலுவிழக்கச் செய்யும் முயற்சிகளைத் தொடர்ந்து மேற்கொண்டு வந்தார்.

அக்னி ஆராதனையாளரான ஸொராஸ்ட்ரர் மற்றும் இரானியரின் ஆற்றலை வலுப்படுத்தி அரபிகளை வலுவிழக்கச் செய்த அப்பாசியர், அலவியர் யாரும் அரபு இனக்குழுக்கள் உதவியுடன் கிளர்ச்சியில் ஈடுபட முடியாமல் செய்திருந்தனர். மஹ்தி, குராசானிலிருந்து திரும்பி, மன்ஸூரிடம் வந்தபோது இழப்பீடு பெறும் நோக்கத்துடன் அரேபிய வீரர்கள் தங்களது விடுதலையுணர்வையும் மனஉறுதியையும் வெளிப்படுத்தினர். ஸொராஸ்ட்ரர்போல் அரசருக்கோ கலீஃபாவுக்கோ தேவையில்லாமல் மரியாதை செலுத்தும் வழக்கம் அரபிகளிடமில்லை. அப்பாசியரின் பயத்துக்குக் காரணமும் இதுவே! இவ்விடுதலையுணர்வுதான் புதிய

இயக்கங்கள் கிலாஃபத்துக்கு உரிமை கோரும்போது அவர்களுடன் இணைந்துகொள்வதற்கான காரணமும்.

கஸாம் பின் அப்பாஸ் பின் உபைதுல்லாஹ் பின் அப்பாஸ், படையின் நிலையை ஆழ்ந்து கவனித்து முதார், ராபியா எனும் இரண்டு அரேபிய இனக்குழுவினரிடையே மிகத்திறமையாக பகையையும் வன்மத்தையும் உருவாக்கினார். மன்ஸூரிடம் அவர் சொன்னார்: “முதார், ராபியா இனக்குழுவினரிடையே பகைமை ஏற்பட்ட இந்நிலையில் படையை இரண்டாகப் பிரிப்பது நல்லது. குராசானியரின் ஆதரவு பெற்ற முதார் இனக்குழுவை மஹ்தியின் கீழும், யேமனியரின் ஆதரவு பெற்ற ராபியா இனக்குழுவை உங்களிடமும் வைத்துக்கொள்ளுங்கள். இரு படைத் தலைமையகங்களும் வெவ்வேறு பகுதிகளில் இருப்பதால் ஒன்றுக்கொன்று பயத்துடனும் அரசியல் கிளர்ச்சிகள் உருவாகாமலும் இருக்கும். இந்த ஆலோசனையை அபூஜஅஃபர் மன்ஸூர் ஏற்றுக்கொண்டார்.

ஹிஜ்ரீ 151இல் தன் மகன் மஹ்திக்கென பாக்தாதின் வடக்கில் ரொஸாஃபாவைக் கட்டினார். படைகளுக்கென தனியாக ஒரு படை முகாமும் அங்கே கட்டுவிக்கப்பட்டது. அதே ஆண்டில், ரோமானிய ஆட்சிப்பகுதியிலிருந்து திரும்பி வரும்வழியில் முஹம்மத் அஷ்அத் மரணமடைந்தார்.

ஹிஜ்ரீ 151இல் தன் மக்கள் அனைவரும் மூங்கில் மற்றும் இலைகளாலான உயரமான தொப்பிகளை அணிய வேண்டுமென்று உத்தரவிட்டார் அபூ ஜஅஃபர் மன்ஸூர். பொதுவாக, இதுபோன்ற தொப்பிகளை ஆப்பிரிக்கர்கள் பயன்படுத்தி வந்தனர்.

ஹிஜ்ரீ 154இல் ஸஃபர் பின் ஆஸிம், ரோமானியர்கள்மீது படையெடுத்தார். முஸ்லிம்களின் தொடர் படையெடுப்புகளால் சோர்வுற்று இணக்கமாகச் செல்ல விரும்பிய ரோமானியப் பேரரசன் ஹிஜ்ரீ 155இல் ஜிஸ்யா செலுத்துவதாக ஒப்புக்கொண்டான்.

அபூஜஅஃபர் மன்ஸூரின் இறப்பு : ஹிஜ்ரீ 158இல் ஸுஃப்யான் தவ்ரியையும் அப்பாத் பின் கதீரையும் கைது செய்து தன்னிடம் அனுப்பும்படி மக்கா ஆளுநருக்குக் கடிதம் எழுதினார் மன்ஸூர். அவர்களைக் கொலை செய்யக் கூடுமென்று மக்கள் பயந்தனர். ஹஜ் காலம் நெருங்கிக்கொண்டிருந்தது. மன்ஸூர்

ஹஜ்ஜுக்குச் செல்வதாக முடிவு செய்தார். மக்காவாசிகளின் கவலைக்கு இது மேலும் காரணமாக அமைந்தது. கைதாகிக் கொலைசெய்யப்படுபவர்களின் எண்ணிக்கையை அல்லாஹ் மட்டுமே அறிவான். மக்களின் பிரார்த்தனையை அல்லாஹ் ஏற்றுக்கொண்டான். கலீஃபா அபூஜஅஃபர் மன்ஸூர் மக்காவை அடைவதற்குள் இறந்துவிட்டார்.

ஹிஜ்ரீ 158 துல்கஃதா மாதம் ஹஜ் கடமையை நிறைவேற்றும் எண்ணத்துடன் பாக்தாதுக்குப் புறப்பட்ட மன்ஸூர் தன் மகன் மஹ்தியைப் பிரதிநிதியாக நியமித்து இறுதி விருப்ப ஆவணம் எழுதினார்:

"எனது நாட்குறிப்புகளைப் பாதுகாத்து உனக்கு ஏற்படும் சிக்கல்களுக்கு அதிலிருந்து தீர்வுகாண். பாக்தாத் நகரத்தைப் பாதுகாத்துக்கொள். தலைநகரை மாற்ற வேண்டாம். பத்தாண்டு காலம் வரி வசூலிக்காமல் இருந்தால்கூட படை வீரர்களுக்கு ஊதியமளிக்கவும் பிற நிர்வாகச் செலவுகளை மேற்கொள்ளவும் போதிய செல்வத்தைத் திரட்டிவைத்துள்ளேன். உறவினர்மீது அன்பு காட்டி அவர்களைக் கௌரவித்து உயர்ந்த பதவிகளில் அமர்த்து. குராசானியரை மிக நன்றாக நடத்த வேண்டும் என்பதை வலியுறுத்திச் சொல்கிறேன். ஏனெனில், அவர்கள் நம்முடைய ஆதரவாளர்கள்; உற்ற துணையினர். நம் அரசையும் குடும்பத்தையும் நிறுவுவதற்காக உயிரையும் பொருளையும் அர்ப்பணித்தவர்கள். அவர்களுடனான நேசத்தை ஒருபோதும் கைவிட வேண்டாம். அவர்களது குற்றங்களை மன்னித்துவிடு. அவர்களது அருஞ் செயல்களைப் பரிசுகளும் அன்பளிப்புகளும் வழங்கிப் பாராட்டு.

எப்போதும் விழிப்புடன் இரு. ஸுலைம் கிளையைச் சார்ந்த யாருடைய உதவியையும் நாடாதே. உன்னுடைய செயல்களில் பெண்கள் மூக்கை நுழைக்க அனுமதிக்காதே. இறைத்தூதரின் சமூகத்தைப் பாதுகாத்துக்கொள். தேவையின்றியும் நேர்மையற்ற முறையிலும் இரத்தம் சிந்த அனுமதிக்காதே. அல்லாஹ்வின் வழியில் அவனது அறிவுரைகளைப் பின்பற்றி நடந்துகொள். இறைமறுப்பாளர்கள்மீது கருணை காட்ட வேண்டாம். இஸ்லாத்தினுள் உருவாக்கப்படும் திருத்தங்களையும் தீங்குகளையும் துடைத்தழித்துவிடு. நீதியுடன் நடந்துகொள். நடுநிலை வழுவாதே. பெருமளவு செல்வத்தை உனக்கு விட்டுச் செல்கிறேன். ஆகவே,

போர்ப் பொருள்களை வீரர்களுக்கே பங்கிட்டுவிடு. உனது ஆட்சிப் பகுதிகளைப் பாதுகாத்துக்கொள். வழிப்பாதைகள் பாதுகாப்பாகவும் அமைதியாகவும் இருக்கும்படி பார்த்துக்கொள். மக்களின் உடைமைகளுக்குப் பாதுகாப்பாக இரு. சமூகத்தை விட்டுப் பிரியாதே. இயன்ற அளவில், பெரும் எண்ணிக்கையில் குதிரைப் படையும் காலாட்படையுமாக முன்னெச்சரிக்கையுடனும் விழிப்புடனும் இரு. செய்ய வேண்டிய பணிகளை நாளைக்கு என்று தள்ளி வைக்காதே. இன்னல்களும் இடர்பாடுகளும் ஏற்படும்போது மனம் தளராதே. சோம்பலை அனுமதிக்காதே. அரசவைக்கு மக்கள் வருவதை எளிதாக்கு. வாயிற்காவலர்கள்மீது கவனம் செலுத்து. மக்களுடன் அவர்கள் இணக்கமாக இருக்கும்படி பார்த்துக்கொள்."

பாக்தாதிலிருந்து கூஃபாவுக்கு வந்த மன்ஸூர், ஹஜ்ஜுக்கும் உம்ராவுக்குமான இஹ்ராம் உடையுடன் நகருக்குள் நுழைந்தார். பலி மிருகங்களை முன்னால் அனுப்பி வைத்தார். கூஃபாவிலிருந்து இரண்டு அல்லது மூன்று நிலைகளைக் கடப்பதற்குள் அவர் நோய்வாய்ப்பட்டார். அப்போது, பாதுகாப்பு அதிகாரியும் விடுதலை செய்யப்பட்ட அடிமையுமான ரபீயி உடனிருந்தார். மக்காவிலிருந்து மூன்று மைல் தொலைவில் பத்தன் எனுமிடத்தில் ஹிஜ்ரீ 158 துல்ஹிஜ்ஜா மாதம் 6ஆம் நாள் அபூஜஅஃபர் மன்ஸூர் மரணமடைந்தார். அப்போது, அவரது அருகில் தலைமை சேவகர்களையும் ரபீயியையும் தவிர யாருமில்லை. அவரது மரணச் செய்தியை அன்று அவர்கள் வெளிப்படுத்தவில்லை. அவருடன் வந்திருந்த ஈஸா பின் அலீ, ஈஸா பின் மூஸா பின் முஹம்மத், அப்பாஸ் பின் முஹம்மத் பின் சுலைமான், இப்ராஹீம் பின் யஹ்யா, காஸிம் பின் மன்ஸூர், ஹஸன் பின் ஸைத் அலவி, மூஸா பின் மஹ்தி பின் மன்ஸூர், அலீ பின் ஈஸா பின் மாஹான் ஆகியோர் மறுநாள் அவைக்கு வருமாறு அழைக்கப்பட்டனர். கலீஃபாவின் மரணச் செய்தியை ரபீயி அறிவித்தார். பிறகு, மன்ஸூர் எழுதிய ஓர் ஆவணத்தை வாசித்தார்:

"அளவற்ற அருளாளனும் நிகரற்ற அன்புடையோனுமாகிய அல்லாஹ்வின் திருப்பெயரால், ஹாஷிம் கிளையில் எஞ்சியிருப்போர்களுக்கும் குராசானியருக்கும் பிற முஸ்லிம்களுக்கும் அபூ ஜஅஃபர் மன்ஸூர் பின் அப்துல்லாஹ் எழுதுவதாவது: எனது,

இம்மையின் இறுதியும் மறுமையின் தொடக்கமுமான ஒரு நாளில் இந்த இறுதி ஆவணத்தை எழுதுகிறேன். நீங்கள் அமைதியுடன் வாழ வாழ்த்துகிறேன். உங்களை ஆபத்துகள் அணுகாமலும் நீங்கள் பிரிந்துபடாமலும் உள்நாட்டுப் போருக்கு ஆட்படாமலும் வாழ அல்லாஹ்விடம் வேண்டுகிறேன். என் மகன் மஹ்திக்குப் பணிந்தும் அதன்படி, நம்பிக்கை முறிவு மற்றும் உளவு சொல்வதைத் தவிர்க்கவும் நீங்கள் ஒப்புக்கொண்டிருக்கிறீர்கள்.''

மடலை வாசித்த ரபீயி, மஹ்தியின் மகன் மூஸாவை தந்தையின் சார்பில் வாக்குறுதி பெற வரும்படி சைகை செய்தார். முதலாவதாக, ஹஸன் பின் ஸைதின் கைகளைப் பிடித்து, எழுந்து வந்து வாக்குறுதி அளிக்கும்படி கேட்டுக்கொண்டார். ஹஸனைத் தொடர்ந்து, ஒவ்வொருவராக வாக்குறுதி அளித்தனர். ஈஸா பின் மூஸா வாக்குறுதி அளிக்க மறுத்தார். அலீ பின் ஈஸா பின் மாஹான், "வாக்குறுதி அளிக்கவில்லை எனில், உங்கள் தலையை வெட்டியெறிவேன்'' என்றார். மிரட்டலுக்குப் பயந்து ஈஸா பின் மூஸாவும் வாக்குறுதி அளித்தார். தொடர்ந்து, படைத் தலைவர்களும் மக்களும் வாக்குறுதி அளித்தனர்.

பிறகு, அப்பாஸ் பின் முஹம்மதும் முஹம்மத் பின் சுலைமானும் மக்காவுக்கு வந்து கஅபாவின் அருகில் நின்று மஹ்திக்காக மக்களிடம் வாக்குறுதி பெற்றனர். ஈஸா பின் மூஸா, ஜனாஸா தொழுகை நடத்தினார். ஹஜூன் - மைமூன் கிணறுகளிடையிலிருந்த முஅல்லா கப்றுஸ்தானில் மன்ஸூரின் உடல் அடக்கம் செய்யப்பட்டது. தொடர்ந்து, மன்ஸூரின் இறப்புச் செய்தியையும் அவரது விரலணியையும் இறைத்தூதரின் படுக்கை விரிப்பையும் கைத்தடியையும் மஹ்திக்கு அனுப்பி வைத்தார் ரபீயி. இச்செய்தி, ஹிஜ்ரீ 158 துல்ஹிஜ்ஜா மாதம் 15ஆம் நாள், பாக்தாதிலிருந்த மஹ்தியைச் சென்றடைந்தது. நகர மக்கள் மஹ்தியிடம் வந்து வாக்குறுதி அளித்தனர்.

இருபத்திரண்டு ஆண்டுகளுக்கு ஒரு வாரம் குறைவாக ஆட்சி செய்த, கலீஃபா அபூஜஅஃபர் மன்ஸூருக்கு ஏழு மகன்களும் ஒரு மகளுமிருந்தனர். மகன்கள்: முஹம்மத் மஹ்தி, ஜஅஃபர் அக்பர், ஜஅஃபர் அஸ்கர், சுலைமான், ஈஸா, யஅக்கூப், சலீம். மகள் அலீயா, இஷாக் பின் சுலைமான் பின் அலீக்குத் திருமணம் செய்து வைக்கப்பட்டார்.

ஒருமுறை, கலீஃபா அபூஜஅஃபர் மன்ஸூரிடம் ஒருவர், "தங்களுக்கு நிறைவேறாத விருப்பம் ஏதேனும் உள்ளதா?" என்று கேட்டார். "என்னுடைய நிறைவேறாத ஒரே விருப்பம், நான் நடைபாதையில் அமர்ந்திருக்க என்னைச் சுற்றிலும் நபிமொழி ஆய்வாளர்கள் அமர்ந்திருப்பது" என்றார். மறுநாள், ஆவணங்களும் சட்டநூல்களும் எழுதுபொருள்களுமாக வந்த அமைச்சர்களுடன் மேற்கண்ட வினாவை எழுப்பியவரும் வந்திருந்தார். அவர், "இதோ, தங்களுடைய ஒரே விருப்பமும் நிறைவேறிவிட்டது" என்றார். அபூ ஜஅஃபர் மன்ஸூர் சொன்னார்: "நான் விரும்பியவர்கள் இவர்களல்ல! கந்தல் ஆடையும் வெறும் கால்களும் நீண்ட தலை முடியும் கொண்ட நபிமொழி அறிவிப்பாளர்கள்."

முஅத்தாவைத் தொகுக்கும்படி இமாம் மாலிக்கிடம் சொன்ன அபூஜஅஃபர் மன்ஸூர், "அபூஅப்துல்லாஹ்வே! ஷரீஆவை மிக நன்றாக அறிந்தவர்களாக நாமிருவர் மட்டுமே இருக்கிறோம். நானோ, கிலாஃபத் பூசல்களிலும் அதன் அதிகார மேலாண்மையிலும் சிக்குண்டுக் கிடக்கிறேன். நீங்கள் சுதந்திரமாக இருக்கிறீர்கள். மக்கள் நன்மைக்காக ஒரு நூல் எழுதுங்கள். இப்னு அப்பாசின் கருத்துகளாலும் இப்னு உமரின் வன்முறை அறிவுரைகளாலும் நூலை நிறைக்காமல், மக்களுக்காக, செம்மையாக, முன்னுதாரணமாக அமைவதுபோல் எழுதுங்கள்" என்றார். "அல்லாஹ்வின் மீதாணையாக" என்றார் இமாம் மாலிக். "அபூஜஅஃபர் மன்ஸூர் நூல் எழுதச் சொன்னது மட்டுமல்ல, அது எப்படி அமைய வேண்டும் என்றும் கற்பித்தார்" என்றார் இமாம் மாலிக்.

"மன்னிப்பு என்றால் என்னவென்றே தெரியாததுபோல் நீங்கள் தீர்ப்பு வழங்குகிறீர்கள்" என்று அப்துஸ் ஸமத் முஹம்மத் சொன்னார். அதற்கு அபூஜஅஃபர் மன்ஸூர் அளித்த பதில்: "மர்வான் வம்சாவளியின் குருதி இன்னமும் உலரவில்லை. அபூதாலிப் வம்சாவளியின் வாட்கள் இன்னமும் உறைக்குள் நுழையவில்லை. கலீஃபாக்களின் அச்சுறுத்தல் இல்லாத காலகட்டம் இது. ஆயினும், தண்டிக்கப்படுவதை அவர்கள் விரும்புகிறார்கள்."

தனது ஊதியத்தையும் சொத்துரிமையையும் சிறிது அதிகரிக்கும்படி கேட்டு செய்யத் பின் அப்துல்லாஹ் ஹரீத்தி, அபூஜஅஃபர் மன்ஸூருக்கு சொல்நயம் மிக்க ஒரு கடிதமெழுதினார். அதற்கு மன்ஸூர் அளித்த பதிலில், "சொல்நயமும் மொழிவளமும் ஒரு

மனிதனின் தற்செருக்குக்குக் காரணமாக அமைகின்றன. இந்த ஆபத்து உமக்கும் நேர்ந்துள்ளது. இந்தச் சொல்நயத்தை நீர் கைவிடுவதே உமக்கு நன்மை பயக்கும்.”

ஆப்பிரிக்கரான அப்துர் ரஹ்மான் பின் ஸெய்யத், மாணவப் பருவம் முதல் அபூஜஅஃபர் மன்ஸூரின் நண்பராக இருந்தவர். அவர் ஒருமுறை கலீஃபா நண்பரைக் காண வந்தார். மன்ஸூர் அவரிடம், “உமய்யாக்களின் கிலாஃபத்துடன் ஒப்பிடும்போது எனது கிலாஃபத் குறித்து உமது கருத்தென்ன?” என்று கேட்டார். “உமது ஆட்சியில் நிகழும் கொடுமைகள் உமய்யாக்கள் ஆட்சியில் கிடையாது” என்றார் அப்துர் ரஹ்மான். “என்ன செய்வது? எனக்கு உதவுபவர்கள் இல்லை” என்றார் மன்ஸூர். அப்துர் ரஹ்மான் சொன்னார்: “உமர் பின் அப்துல் அஸீஸ், ‘அரசனுக்கு இறையச்சம் இருந்தால், குடிமக்களுக்கும் இறையச்சமிருக்கும். அவன் தீயவனாக இருந்தால், தீங்குதான் சேரும்’ என்று கூறியிருக்கிறார்.” அதற்கு முன் ஒற்றுமையாக இருந்த அப்பாசியரும் அலவியரும் அபூஜஅஃபர் மன்ஸூரின் கிலாஃபத்தின்போதுதான் ஒருவருக்கொருவர் எதிர்த்துப் போரிட்டனர்.

ஈக்களின் தொல்லை அதிகரித்த நிலையில் ஒருநாள், முக்கதில் பின் சுலைமானிடம் மன்ஸூர் கேட்டார்: “அல்லாஹ் எதற்காக இந்த ஈக்களைப் படைத்திருக்கிறான்?” “அடக்குமுறை ஆட்சியாளர்களை இழிவுபடுத்துவதற்காக” என்றார் முக்கதில்.

கலீஃபா அபூ ஜஅஃபர் மன்ஸூரின் ஆட்சிக்காலத்தில் சூரியானியும் பிற மொழி நூல்களும் அரபியில் மொழிபெயர்க்கப்பட்டன. கைரேகை, வானியல் அறிஞர்களைத் தனது அருகில் வாழ்ந்து வரச் செய்தார் கலீஃபா.

அப்பாசிய வம்சாவளியின் இரண்டாவது கலீஃபாவான மன்ஸூர் அப்பாசின் இயல்பும் பண்புகளும் குறிப்பிடத்தக்க சில செயல்களும், மர்வான் வம்சாவளியின் இரண்டாவது கலீஃபாவான அப்துல் மலிக் உமய்யாவை ஒத்திருந்தன. இருவரும், ஏறத்தாழ ஒரே கால அளவில் ஆட்சி செய்தவர்கள். சிக்கனமும் கருமித்தனமும் கொண்டவர்கள் என்ற பெயர் இருவருக்கும் இருந்தது. அப்துல் மலிக், உமய்யா கிலாஃபத்தை அழிவிலிருந்து பாதுகாத்தார். அபூஜஅஃபர் மன்ஸூர், முஹம்மத் மஹ்தி, இப்ராஹீம் ஆகியோரிடமிருந்து

அப்பாசிய கிலாஃபத்தைப் பாதுகாத்தார். இருவருமே, ஆலிம் (கல்வியாளர்), ஃபக்கீஹ் (இஸ்லாமியச் சட்டவல்லுநர்) ஆகிய துறைகளில் செயல்பட்டவர்கள். அவர்களிடையிலான சில வேறுபாடுகளில், அப்துல் மலிக், முஹத்தித் (நபிகளாரின் பொன்மொழிகளை அறிவித்தவர்) என்பதையும் மன்ஸூர், மன்னிப்பும் பாதுகாப்பும் வழங்கப்பட்டவர்களைக் கொன்றவர் என்பதையும் குறிப்பிடலாம்.

மஹ்தி பின் அபூஜஅஃபர் மன்ஸூர் : முஹம்மத் அல் மஹ்தி பின் மன்ஸூரின் புகழ்பெற்ற சிறப்புப் பெயர் அபூஅப்துல்லாஹ். ஹிஜ்ரீ 126இல் இடாஜ் எனுமிடத்தில் பிறந்த இவரது தாயாரின் பெயர், உம்மு மூஸா அர்வா பின்த் மன்ஸூர் ஹிம்யரி. மஹ்தி, கொடைத்தன்மைக்கும் மக்களின் விருப்பத்துக்கும் நம்பிக்கைக்கும் உரித்தானவர். மிகுந்த புகழ்பெற்றவர்; அழகிய தோற்றமுடையவர்.

தந்தையின் விருப்பப்படி பல்வேறு அறிஞர்களிடம் கல்வி கற்றார் மஹ்தி. அவரது பதினைந்தாவது வயதில் அப்துல் ஜப்பார் பின் அப்துர் ரஹ்மான் உருவாக்கிய ஓர் அரசியல் புரளியைத் தீர்த்து வைப்பதற்கு அனுப்பி வைத்தார் அபூ ஜஅஃபர் மன்ஸூர். ஹிஜ்ரீ 141இல் குராசானுக்கு அனுப்பி வைக்கப்பட்ட மஹ்தி ஹிஜ்ரீ 144இல் திரும்பி வந்தார். அவரைத் தனது மருமகளான ஸஃப்ஃபாவின் மகளுக்குத் திருமணம் செய்து வைத்த மன்ஸூர் தனது வாரிசாக அறிவித்தார். பின்பு, குராசானின் தென்மேற்குப் பகுதிகளின் ஆளுநராக நியமித்து ரேய்க்கு அனுப்பினார். ஹிஜ்ரீ 153இல் ஹஜ் பயணக்குழுவின் தலைவராக நியமித்தார். ஹிஜ்ரீ 158இல் மன்ஸூரின் இறப்பைத் தொடர்ந்து பாக்தாதில் கிலாஃபத் பொறுப்பை ஏற்ற மஹ்தி, வாக்குறுதி அளித்த மக்களிடையே உரையாற்றினார்:

“அமீருல் முஃமினீன் என்று மக்களால் அழைக்கப்படுபவன் மக்களின் கோரிக்கையை செயல்படுத்துபவன் மட்டும்தான். ஒரு சேவகன். அமீருல் முஃமினீனைப் பாதுகாப்பவன் அல்லாஹ் ஒருவனே! கிலாஃபத்தை நடத்திச் செல்வதற்கு அல்லாஹ்வின் உதவியை மட்டுமே நான் நாடுகிறேன். பணிவை நீங்கள் நாவுகளால் வெளிப்படுத்துவதுபோல், மனதாலும் என்னுடன் ஒத்துழையுங்கள்.

இது, உலக வாழ்விலும் மறுமையிலும் உங்களுக்கு நன்மைகளை ஏற்படுத்தும். நீதியுடன் நடந்துகொள்பவர்களை எதிர்க்க வேண்டாம். உங்கள் பாதையிலுள்ள தடைகளை நான் அகற்றுவேன். உங்களுக்கு சேவை செய்வதிலும் உங்களிடையிலுள்ள குற்றவாளிகளையும் தீமையாளர்களையும் தண்டிப்பதிலும் எனது வாழ்க்கையை அர்ப்பணிப்பேன்."

கலீஃபாவாகப் பொறுப்பேற்ற மஹ்தி, தனது முதல் பணியாக கிளர்ச்சியாளர்களையும் தீங்கிழைத்தவர்களையும் கொலையாளிகளையும் தவிர, கைதிகள் அனைவரையும் விடுதலை செய்தார். விடுதலை பெற்றவர்களில் யஅக்கூப் பின் தாவூதும், விடுதலை பெறாதவர்களில் ஹஸன் பின் இப்ராஹீம் பின் அப்துல்லாஹ் பின் ஹஸன் பின் ஹஸனும் முக்கியமானவர்கள். ஏற்கனவே குறிப்பிட்டபடி இப்ராஹீமின் இறப்பைத் தொடர்ந்து இவ்விருவரும் பஸ்ராவில் கைது செய்யப்பட்டனர். ஸுலைம் வம்சத்தின் விடுதலைபெற்ற அடிமைகளில் ஒருவர் யஅக்கூபின் தந்தை தாவூத். இவர், குராசானில் நஸ்ர் பின் ஸய்யரின் தலைமை எழுத்தராக இருந்தார். இவருக்கு யஅக்கூப், அலீ என்று இரு மகன்கள். இவர்கள் இருவரும் செயலாற்றலும் அறிவுக் கூர்மையும் மிகுந்த கல்வியாளர்களாக இருந்தனர்.

அப்பாசியர் ஆட்சிக்கு வந்ததும் ஸுலைம் வம்சத்தார் இழிவுபடுத்தப்பட்டனர். ஸுலைமைச் சேர்ந்த யஅக்கூபும் அலீயும் கல்வித் தகுதிக்கேற்பக் கூர்மையான அறிவுள்ளவர்களாக இருந்தும் புறக்கணிக்கப்பட்டனர். அப்பாசிய வம்சாவளிக்கு எதிராக முஹம்மத் மஹ்தியும் இப்ராஹீமும் மக்களிடம் ஆதரவு தேடத் தொடங்கினர். யஅக்கூபும் அவர்களுடன் சேர்ந்துகொண்டார். ஹஸன் பின் இப்ராஹீமுடன் சேர்த்து சிறையிலடைக்கப்படும் வரையிலும் அவர்களுக்கு ஆதரவாக இருந்தார். சிறையிலிருந்து விடுதலை செய்யப்பட்ட யஅக்கூப், ஹஸன் பின் இப்ராஹீம் சிறையிலிருந்து தப்பிக்க முயல்வதை கலீஃபா மஹ்திக்கு அறிவித்தார். ஹஸனை மற்றொரு சிறைக்கு மாற்றும்படி உத்தரவிட்டார் மஹ்தி. இருந்தும், ஹஸன் தப்பித்துவிட்டார். யஅக்கூபை வரழைத்த மஹ்தி, ஹஸனைப் பற்றிக் கலந்துரையாடினார். "ஹஸனுக்குப் பாதுகாப்பும் மன்னிப்பும் வழங்குவதாக இருந்தால், அவரை உங்கள் முன் கொண்டுவர முடியும்" என்றார் யஅக்கூப். மஹ்தி உறுதியளித்தார்.

மஹ்தியின்முன் அழைத்து வரப்பட்ட ஹஸன், எப்போது வேண்டுமானாலும் தன்னைச் சந்திக்கலாம் என்ற உறுதிமொழியை கலீஃபாவிடமிருந்து பெற்றுக்கொண்டார். கிடைத்த வாய்ப்பைப் பயன்படுத்திய மஹ்தி, ஹசனைத் தனது நண்பராக ஏற்று ஒரு லட்சம் திர்ஹம்கள் அன்பளிப்பாக வழங்கினார்.

தான் கலீஃபாவாகப் பொறுப்பேற்ற அன்று அமைச்சராக நியமிக்கப்பட்ட அபூஅப்துல்லாஹ்வை சில நாள்களில் பதவி நீக்கம் செய்துவிட்டு யஅக்கூபை நியமித்தார் மஹ்தி. தனது எதிரிகளான யஅக்கூபையும் ஹஸனையும் அவர்களது நற்கூறுகளின் அடிப்படையில் பெருமைப்படுத்தியதன் மூலம் தனது நீதியுணர்வை வெளிப்படுத்தினார் மஹ்தி. யஹ்யா பின் ஸைதுடன் சேர்ந்து அப்பாசிய வம்சாவளியின் வீழ்ச்சியில் கவனம் செலுத்திய முஹம்மத் மஹ்தி மற்றும் இப்ராஹீமின் குழுவினர்கள்தான் கிலாஃபத்துக்கு மிகப்பெரிய அச்சுறுத்தலாக இருந்து வந்தனர். இந்த இரு குழுக்களுடனும் தொடர்புள்ள யஅக்கூபை அமைச்சராக்கியதன் மூலம் ஆபத்தைத் தவிர்த்துக்கொண்ட மஹ்தி, அவர்களை அரசின் உயர் பதவிகளில் நியமித்து தனது ஆதரவாளர்களாக மாற்றிக்கொண்டார்.

ஹக்கீம் முகன்னாவின் கிளர்ச்சி : மஹ்தி, கிலாஃபத் பொறுப்பை ஏற்ற முதல் ஆண்டான ஹிஜ்ரீ 159இல் மர்வைச் சேர்ந்த ஹக்கீம் முகன்னா என்பவன் தங்கத்தில் ஒரு பொன் முகமூடி செய்து அணிந்துகொண்டான். தன்னை இவன், அல்லாஹ் என்று சொல்லிக்கொள்ள ஆரம்பித்தான். அல்லாஹ் ஆதத்தைப் படைத்து அவரது உடலுக்குள் புகுந்தான். பின்னர், நூஹின் உடலுக்குள்ளும், அபூ முஸ்லிமின் உடலுக்குள்ளும் பிறகு, ஹாஷிமின் உடலுக்குள்ளும் புகுந்ததாக அவன் நம்பினான். கூடுவிட்டுக் கூடு பாய்வதில் நம்பிக்கைகொண்ட அவன், “எனக்குள் அல்லாஹ்வின் ஆவி குடியிருக்கிறது” என்றான். மன்ஸூரின் காலத்தில் ஹஷ்மியாவில் இஸ்லாத்தினுள் பிறழ்வை ஏற்படுத்திய ராவிந்தின் நம்பிக்கையை ஒத்திருந்தது முகன்னாவின் நம்பிக்கை. இவர்கள் அனைவருமே அபூமுஸ்லிமின் குழுவைச் சேர்ந்தவர்கள். அறிவுக்குட்படாத கொள்கைகள் சார்ந்தப் பிரிவுகள் இவை.

அபூமுஸ்லிம் யாரைச் சந்தித்தாலும் தனது நவீனக் கொள்கைகளைச்

சூழ்நிலைக்கும் ஆளுக்கும் ஏற்ப உருவகப்படுத்தி முன்வைப்பார். அவரது இலட்சியம் அரசியல் அதிகாரத்தை நோக்கி இருந்ததே தவிர, சமயம் சார்ந்ததாக இல்லை. இதற்கேற்ப, கொள்கையையும் திரித்துக் கொண்டார். தனது திரிபுவாதத்திற்கு இறைமறையையும் துணைக்கு அழைத்தார். அரசியல் காரணங்களுக்காக வெவ்வேறு வடிவங்களில் இறைத்தூதர் அவர்களின் குடும்பத்தைப் பயன்படுத்தியதன் விளைவுகள்தான் மாறுபட்ட இப்பிரிவுகள் அனைத்தும். இறைத்தூதர் அவர்களின் குடும்பத்தைச் சேர்ந்த யஹ்யா பின் ஸைத் கொல்லப்படவில்லை என்றும் தலைமறைவாக இருக்கிறார் என்றும் எதிரிகளைப் பூண்டோடு அழிக்க மீண்டும் வருவார் என்றும் ஹக்கீம் முகன்னாவும் நம்பினான். குராசானியர் அவனது ஆதரவாளர்களாக ஆனதுடன் அவனையே வழிபடவும் தொடங்கினர். அவன் பஸாம், ஸன்ஜார் கோட்டைகளில் (தற்போதைய உஸ்பெக்கிஸ்தான்) வசித்து வந்தான். புக்ஹாரா, ஸஃப்ஹாத், துருக்கிஸ்தான் ஆகிய பகுதிகளிலுள்ள மக்கள் அவனுக்கு ஆதரவாக இருந்து முஸ்லிம்களைக் கொல்லத் தொடங்கினர். அவற்றின் ஆட்சியாளர்களான அபூ அந் நுஅமான், ஜுனைத், லைத் பின் நஸ்ர் பின் ஸய்யர் போன்றோர் அவர்களுக்கு எதிராகப் போரிட்டனர். இதில், லைத் பின் நஸ்ரின் சகோதரர் முஹம்மத் பின் நஸ்ரும் நெருங்கிய உறவினரான ஹஸன் பின் தமீமும் கொல்லப்பட்டனர்.

இதையறிந்த மஹ்தி, அவர்களுக்கு உதவியாக ஜிப்ரைல் பின் யஹ்யாவை அனுப்பினார். ஜிப்ரைலின் சகோதரர் யஸீதை புக்ஹாராவிலும் ஸஃப்ஹாதிலுமுள்ள கிளர்ச்சியாளர்களை ஒடுக்குவதற்காக அனுப்பினார். நான்கு மாதகாலம் நடந்த போரின் முடிவில், புக்ஹாரா கோட்டைகள் முஸ்லிம்களின் கீழ் வந்தன. 700 கிளர்ச்சியாளர்கள் கொல்லப்பட்டனர். எஞ்சியவர்கள் முகன்னாவிடம் ஓடினர். சிறிது இடைவெளிக்குப் பிறகு முகன்னாவைத் தாக்குவதற்காக அபூஅவ்னை அனுப்பி வைத்தார். முகன்னாவை அவரால் தோற்கடிக்க முடியவில்லை. பின்னர், முஅஆஸ் பின் முஸ்லிமை அனுப்பி வைத்தார். முஅஆஸ் பின் முஸ்லிமின் முன்னணிப் படைத்தலைவராக இருந்தவர் ஸயீத் ஹுரைதி. பின்னர், கலீஃபாவின் உத்தரவின்படி உக்பா பின் முஸ்லிமும் அவருடன் இணைந்துகொண்டார்.

முகன்னாமீது கடுமையான ஒரு தாக்குதலை மேற்கொண்டன

மஹ்தியின் படைகள். தோல்வியடைந்த முகன்னா, பஸாம் கோட்டைக்குள் ஓடி ஒளிந்தான். கோட்டை, சுற்றி வளைக்கப்பட்டது. போரின்போது முஅஆசுக்கும் ஸயீதுக்குமிடையே சில முரண்பாடுகள் உருவாயின. முற்றுகைக்குள்ளான முகன்னாவின் 20,000 வீரர்கள் ஸயீத் ஹுரைதிடம் தங்களது உயிருக்குப் பாதுகாப்புக் கோரினர். யஸீத் இதை ஏற்றார். முகன்னாவுடன் 2,000 வீரர்களை மட்டும் விட்டுவிட்டு அவர்கள் கோட்டையை விட்டு வெளியேறினர். தோல்வி உறுதியடைந்த நிலையில் நெருப்பை மூட்டி தனது குடும்ப உறுப்பினர்களை அதில் தள்ளி விட்டு தானும் குதித்துத் தற்கொலை செய்துகொண்டான் முகன்னா. முஸ்லிம்கள் கோட்டைக்குள் நுழைந்தனர். நெருப்பிலிருந்து வெளியே எடுத்த முகன்னாவின் தலையைத் துண்டித்து மஹ்திக்கு அனுப்பி வைத்தனர்.

ஆளுநர்களின் பதவி நீக்கமும் நியமனமும் : ஹிஜ்ரீ 155இல் மஹ்தி, கூஃபா ஆளுநர் பொறுப்பிலிருந்து தனது தந்தையின் சகோதரரான இஸ்மாயீலை நீக்கிவிட்டு, இஷாக் பின் ஸபா கின்தி அஷ்அதை நியமித்தார். பஸ்ரா தலைமைப் பொறுப்பிலிருந்தும் நிர்வாகப் பொறுப்பிலிருந்தும் ஸயீத், தஅலாஜ், உபைதுல்லாஹ் பின் ஹஸன் ஆகியோரை நீக்கிவிட்டு, அப்துல் மலிக் பின் துபியான் நுமைரியை நியமித்தார். அதே ஆண்டில், யமாமாவின் ஆளுநர் பொறுப்பிலிருந்து கஸம் பின் அப்பாசை நீக்கிவிட்டு ஃபதல் பின் ஸாலேயையும், எகிப்தில் மன்ஸூரின் விடுதலையான அடிமை மதாரை நீக்கிவிட்டு அபூஹம்ஸா முஹம்மத் பின் ஸுலைமானையும், மதீனாவில் அப்துஸ் ஸமத் பின் அலீயை நீக்கிவிட்டு முஹம்மத் பின் அப்துல்லாஹ் கஸிரியையும் நியமித்தார். தொடர்ந்து, முஹம்மத் பின் அப்துல்லாஹ்வை நீக்கிவிட்டு, ஸஃபர் பின் அஸீம் ஹிலாலியை நியமித்தார். ஹிஜ்ரீ 159இல் சிந்து ஆளுநராக மஅபத் பின் கலீலை நியமித்தார். அதே ஆண்டு, காஹிஸ்தான் ஆளுநராக இருந்த ஹுமைத் பின் கஹ்தபா மரணமடையவே அபூஅவ்ன் அப்துல் மலிக் பின் யஸீத் பொறுப்புக்கு வந்தார். அதே ஆண்டின் இறுதியில், சிந்து ஆளுநராக இருந்த மஅபத் பின் கலீல் இறக்கவே ரூஹ் பின் ஹாத்திம் பொறுப்பேற்றார்.

ஹிஜ்ரீ 160இல் ஒரு குற்றத்தின்மீதான தீர்ப்பாக அபூஅவ்ன் அப்துல் மலிக் பதவி நீக்கம் செய்யப்பட்டு முஅஆஸ் பின் முஸ்லிம் நியமிக்கப்பட்டார். ஸிஸ்தானில் ஹம்ஸா பின் யஹ்யாவும்

சமர்கண்டில் ஜிப்ரைல் பின் யஹ்யாவும் நியமிக்கப்பட்டனர்.

மஹ்தியின் ஆட்சிக்காலத்தில் குராசானைச் சுற்றிலும் வேலியமைத்த ஜிப்ரைல், ஒரு கோட்டையும் கட்டினார். அதே ஆண்டு, சிந்து ஆளுநராக புஸ்தம் பின் அம்ர் பொறுப்பேற்றார். ஹிஜ்ரீ 161இல் நஸ்ர் பின் முஹம்மத் பின் அஷ்அத், சிந்து ஆளுநராக நியமிக்கப்பட்டார். அதே ஆண்டு, அப்துஸ் ஸமத் பின் அலீ, ஜஸீராவுக்கும் ஈஸா பின் லுக்மான் எகிப்துக்கும் அனுப்பி வைக்கப்பட்டனர். சிந்து ஆளுநர் பொறுப்பிலிருந்து நீக்கப்பட்ட புஸ்தம், அஸர்பைஜானுக்கு அனுப்பப்பட்டார். தன் மகன் ஹாரூனின் ஆசிரியராக யஹ்யா பின் காலித் பர்மக்கை நியமித்தார். எகிப்து ஆளுநராக இருந்த முஹம்மத் பின் சுலைமானின் இடத்துக்கு சுலைமான் பின் ரஜா நியமிக்கப்பட்டார்.

பார்பத் படையெடுப்பு : கலீஃபா மஹ்தியின் ஆட்சியின்போதுதான் இந்தியாவுக்குக் கப்பற்படை அனுப்பப்பட்டது. அப்துல் மலிக் பின் ஷஹப் மஸ்மை தனது படையுடன் பாரசீக வளைகுடாவில் கப்பலேறி, இந்தியக் கரைவழியாகச் சென்றார். பார்பதில் கரையிறங்கி ஒரு போர் நடத்தினார். இதில், பார்பத்கள் பலரும் முஸ்லிம்களில் 20 பேரும் உயிரிழந்தனர். பிறகு, முஸ்லிம் வீரர்களிடையே பரவிய ஒரு தொற்று நோயில் 1,000 பேர் உயிரிழந்தனர். தொடர்ந்து, தங்கள் நாவாய்களைப் பாரசீகத்தை நோக்கித் திருப்பினார்கள். பாரசீகக் கரையருகில் உருவான கடுமையான சூறாவளியில் நாவாய்கள் உடைந்து சிதறின. வீரர்கள் பலர் கடலில் மூழ்கினர்.

இளவரசன் ஹாதி பின் மஹ்தி: கூஃபாவை அடுத்துள்ள ரஹ்பாவில் வாழ்ந்து வந்த ஈஸா பின் மூஸா, ஜுமுஆ மற்றும் பெருநாள் தொழுகைகளை நிறைவேற்ற கூஃபாவுக்கு வருவார். எதிலும் ஈடுபடாமல் சிற்றூரிலேயே தனது பொழுதை அவர் கழித்து வந்தார். அப்துல்லாஹ் ஸஃப்ஃபாவின் இறுதி விருப்பத்தின்படி தனக்குப் பிறகு ஈஸாவை வாரிசாக அறிவித்திருக்க வேண்டிய அபூ ஜஅஃபர் மன்ஸூர், தனது மகன் மஹ்தியைத் தேர்வு செய்திருந்தார். மஹ்திக்குப் பிறகு இந்த உரிமை சட்டப்படி ஈஸாவைச் சேர வேண்டும். ஆனால், மஹ்தி ஆட்சியின் முதலாம் ஆண்டில் அவரது ஆலோசகர்களும் ஆதரவாளர்களும் மஹ்தியின் மகன் ஹாதியை வாரிசாக முன்மொழியும்படி அறிவுறுத்தினர். மஹ்தி, பாக்தாதுக்கு

வரும்படி ஈஸாவுக்கு அழைப்பு விடுத்தார். ஈஸா மறுத்து விட்டார். ஈஸாவுக்குத் தொந்தரவுகள் ஏற்படுத்தும்படி கூஃபா ஆளுநருக்கு மஹ்தி இட்ட உத்தரவை அவரால் நிறைவேற்ற இயலாதபடி தனியொரு வாழ்க்கையை மேற்கொண்டிருந்தார் ஈஸா.

மஹ்தி, ஈஸாவுக்குக் கடுமையான உத்தரவு பிறப்பித்தார். அவர் இதற்குப் பதிலளிக்கவில்லை. ஈஸாவை அழைத்து வருவதற்கு, தனது தந்தையின் சகோதரரான அப்பாசை அனுப்பி வைத்தார். இதற்கும் ஈஸா இணங்கவில்லை. இறுதியில், இரண்டு படைத்தலைவர்களை அனுப்பி வைத்தார். வற்புறுத்தலின்பேரில் பாக்தாதுக்கு வந்த ஈஸா, முஹம்மத் பின் சுலைமானுடன் தங்கியிருந்தார். அவ்வப்போது மஹ்தியின் அரசவைக்கு வந்து அமைதியாக உட்கார்ந்துவிட்டுத் திரும்பி விடுவார். அவரைச் சித்திரவதை செய்யத் தொடங்கினர். கிலாஃபத் உரிமையைக் கைவிடும்படி முஹம்மத் பின் சுலைமான் அவரைத் தூண்டினார். வாரிசு நியமனத்தின்போது, தான் ஒப்புக்கொண்ட உடன்படிக்கை குறித்து ஈஸா தெளிவான பதில் சொல்லவில்லை.

சட்ட வல்லுநர்கள் அழைக்கப்பட்டனர். உடன்படிக்கையை மீறியதற்கான இழப்பீட்டை அளித்து வாரிசுரிமையிலிருந்து ஈஸா விலகிக்கொள்ளலாம் என்று அவர்கள் தீர்ப்பளித்தனர். 10,000 திர்ஹம்களும் ஸாபிலும் கஸ்கரிலுமுள்ள தனது விளைநிலங்களையும் இழப்பீடாகக் கொடுத்துவிட்டு ஹிஜ்ரீ 160 முஹர்ரம் மாதம் 20ஆம் நாள் தனது வாரிசுரிமையை விலக்கிக்கொண்ட ஈஸா, சட்டப்படி நியமனம் செய்யப்பட்ட ஹாதிக்கு வாக்குறுதியளித்தார். மறுநாள், மக்களை ஒன்று திரட்டிய மஹ்தி, அரசுப்பணியாளர்களிடம் வாக்குறுதி பெற்றார். தொடர்ந்து, பள்ளிவாசலுக்குச் சென்று ஈஸா கிலாஃபத் உரிமையைக் கைவிட்டதையும் ஹாதி நியமனம் செய்யப்பட்டதையும் முன்வைத்து உரை நிகழ்த்தினார். தான் ஓய்வு பெற்றதை ஈஸா ஏற்றுக்கொண்டார். மக்கள், ஹாதிக்கு வாக்குறுதியளித்தனர்.

மஹ்தியின் ஹஜ் பயணம் : ஹிஜ்ரீ 160. ஹஜ்ஜுக்குச் செல்வதற்கான ஏற்பாடுகளில் ஈடுபட்டார் மஹ்தி. பாக்தாதில் தனது பிரதிநிதியாக மகன் ஹாதியை நியமித்தார். தனது நெருங்கிய உறவினரான யஸீத் பின் மன்ஸூரை ஹாதிக்கு உதவியாக நியமித்தார். இரண்டாவது

மகன் ஹாரூனுக்கு உதவியாக வேறு சில உறவினர்களை ஏற்பாடு செய்தார். பிறகு, தனது அமைச்சர் யஅக்கூப் பின் தாவூதுடன் மக்காவை அடைந்தார். கஅபாவின் பழைய திரைகளை அகற்றிவிட்டு, விலையுயர்ந்த புதிய திரைகளைப் போர்த்தினார். 1,50,000 ஏழைகளுக்குப் புத்தாடைகள் வழங்கினார். மதீனாவிலுள்ள இறையில்லத்தை விரிவுபடுத்தினார். அனைத்தையும் முடித்து விட்டுத் திரும்பும்போது 500 அன்சார் குடும்பங்களை இராக்குக்கு அழைத்துவந்தார். அவர்களுக்குத் தங்குமிடமும் விளைநிலங்களும் வழங்கி ஊதியமும் முடிவு செய்து தனது மெய்க்காவலர்களாக நியமித்துக்கொண்டார்.

மக்காவுக்குச் செல்லும் வழித்தடங்களில் கிணறும் நீர்த்தொட்டியும் அமைந்த பயணியர் விடுதிகள் கட்டினார். இந்தப் பணிகளுக்கான பொறுப்பை யக்தீன் பின் மூஸாவிடம் ஒப்படைத்தார். பஸ்ரா இறையில்லத்தை விரிவுபடுத்தவும் உரைமேடையைப் புனரமைக்கவும் உத்தரவிட்டார்.

ஸ்பெய்னில் நிகழ்ந்த சில போர்கள் : மஹ்தி ஆட்சியின்கீழ் வடஆப்பிரிக்க ஆளுநராக இருந்தவர் அப்துர் ரஹ்மான் பின் ஹபீப் ஃபஹ்ரி. இவர், பர்பர்களின் ஒரு குழுவுடன் ஸ்பெய்னில் மத்திய தரைக்கடல் பகுதியின் தென் கிழக்கிலுள்ள முர்சியாவில் கரையிறங்கினார். முர்சியா ஆளுநரான சுலைமான் பின் யக்தானிடம் இவர் அப்பாசிய கிலாஃபத்துக்குக் கீழ்ப்படிய அழைப்பு விடுத்தார். இதை ஏற்க மறுத்த சுலைமானின் ஆட்சிப் பகுதியைத் தாக்கினார் பஹ்ரி. ஆனால், வெற்றி பெற இயலவில்லை. அப்போது, ஸ்பெய்னின் உமய்யா ஆளுநரான அமீர் அப்துர் ரஹ்மான் தனது படைகளுடன் வந்தார். ஃபஹ்ரி தப்பித்துவிடாமலிருப்பதற்காக முதலில் அவரது கப்பல்களை எரித்தார். பிறகு, அவரை நோக்கித் தனது படைகளைத் திருப்பினார். திகைத்துப்போன ஃபஹ்ரி மலையிலேறி அபயம் புகுந்தார். ஃபஹ்ரியின் தலையைக் கொண்டு வருபவருக்கு 1,000 தினார் அன்பளிப்பு வழங்குவதாக அறிவித்தார் அமீர். ஃபஹ்ரியுடனிருந்த பர்பர் ஒருவன் இதையறிந்து பஹ்ரியின் தலையைத் துண்டித்து அமீரிடம் கொடுத்து அன்பளிப்பைப் பெற்றுக்கொண்டான்.

அப்பாசியரின் படையெடுப்பால் அமீர் அப்துர் ரஹ்மான்

நிலைகுலைந்துபோனார். சிரியாவைத் தாக்கி கரையோரமாக ஸ்பெய்னுக்குள் அவர்கள் ஊடுருவுவதைத் தடுத்து நிறுத்துவதாக முடிவு செய்தார் அமீர். ஆனால், அதே காலகட்டத்தில், ஹஸன் பின் யஹ்யா பின் ஸயீத் பின் ஸஅத் பின் உஸ்மான் அன்சாரி ஸ்பெய்னில் கிளர்ச்சியில் ஈடுபட்டார். அமீர், ஹஸன் பின் யஹ்யாமீது கவனம் செலுத்த வேண்டியதாயிற்று. சிரியாவைத் தாக்கும் அவரது திட்டம் தள்ளிப் போனது. கலீஃபா அபூஜஅஃபர் மன்ஸூரின் காலம் முதல் ஸ்பெய்னை உமய்யாக்கள் ஆட்சிசெய்து வந்தனர். இஸ்லாமிய அரசின் இரண்டாவது தலைமையகமாக ஸ்பெய்ன் இருந்து வந்தது. ஸ்பெய்ன் குறித்த தகவல்களை இன்னொரு பகுதியில் விரிவாகப் பார்ப்போம்.

ரோமானியப் படையெடுப்பும் ஹாரூனின் தாக்குதலும்:
ஹிஜ்ரீ 163 ரஜப் மாதம் 1ஆம் நாள். குராசானிலிருந்தும் பிற மாகாணங்களிலிருந்தும் வீரர்களை ஒன்றுதிரட்டிய மஹ்தி, ரோமானியர்களுக்கு எதிராக ஜிஹாத் அறிவிக்கும் நோக்கத்துடன் பாக்தாதிலிருந்து புறப்பட்டார். இதன் முதல் நாள், மஹ்தியின் தந்தையின் சகோதரரான ஈஸா பின் அலீ மரணமடைந்தார். ஹாதியைத் தனது பிரதிநிதியாக நியமித்துவிட்டுத் தன்னுடன் ஹாரூனை அழைத்துச் சென்றார். மோசிலுக்கும் ஜஸீராவுக்குமிடையே கடந்து சென்ற மஹ்தி, மாகாண ஆளுநராக இருந்த அப்துஸ் ஸமத் பின் அலீயைப் பணிநீக்கம் செய்து சிறையில் அடைத்தார். பின்னர், அஸர்பைஜான், ஆர்மேனியா மற்றும் மேற்கு ஆட்சிப் பகுதிகளின் ஆளுநராக, தன் மகன் ஹாரூனை நியமித்தார். நிதிப்பொறுப்புக்கு ஹஸன் பின் தாபிதும் வெளிநாட்டுப் பொறுப்புக்கு யஹ்யா பின் காலித் பர்முக்கும் நியமிக்கப்பட்டனர். ஜஸீரா ஆளுநராக அப்துல்லாஹ் பின் ஸாலே நியமிக்கப்பட்டார். ஹிஜ்ரீ 162இல் இஸ்லாமிய ஆட்சிப் பகுதிகள்மீது தாக்குதல் தொடுத்து சில இஸ்லாமிய நகரங்களை ரோமானியர்கள் அழித்ததுதான் மஹ்தியின் இப்படையெடுப்புக்குக் காரணம். கலீஃபா மஹ்தியே இதை முன்நின்று நடத்தினார்.

பயணத்தின்போது மஸ்லமா பின் அப்துல் மலிக்கின் கோட்டையின் முன் மஹ்தி வந்தபோது, அவரது தந்தையின் சகோதரரான அப்பாஸ் பின் அலீ அவரிடம், “ஒரு முறை இவ்வழியாகச் சென்ற உமது பாட்டனார் முஹம்மத் பின் அலீயை விருந்துக்கு அழைத்த

மஸ்லமா, 1,000 தினார் அன்பளிப்பாக வழங்கினார்" என்றார். உடனே, மஹ்தி, மஸ்லமாவின் பிள்ளைகளையும் அடிமைகளையும் அவரது உறவினர்களையும் வரவழைத்து 20,000 தினார் அன்பளிப்பாக வழங்கியதுடன் அவர்களுக்கு ஊதியம் வழங்கவும் ஏற்பாடு செய்தார். தொடர்ந்து தனது பயணத்தை மேற்கொண்ட மஹ்தி, ஹலபில் தங்கியிருந்து, படைத்தலைவர்களுடன் ஹாரூனை முன்னால் அனுப்பி வைத்தார். ஹாரூனுடன் ஈஸா பின் மூஸா, அப்துல் மலிக் பின் ஸாலே, ஹஸன் பின் கஹ்தபா, ரபீயி பின் யூனுஸ், யஹ்யா பின் காலித் பர்முக் ஆகியோரும் சென்றனர். படைத்தலைமையும் உணவுப்பங்கீட்டுப் பொறுப்பும் ஹாரூனிடம் ஒப்படைக்கப்பட்டன.

ஹாரூன் முன்னேறிச் சென்று ரோமானியர்களின் கோட்டைகளை முற்றுகையிட்டார். பல கோட்டைகள் வீழ்ந்தன. அப்போது, ஹலபின் அண்மைப் பகுதிகளில் அரசியல் நோக்கங்களுக்காக இஸ்லாத்திலிருந்து விலகி முரண்பட்ட கருத்துக்களைப் பிரச்சாரம் செய்துகொண்டிருந்த சமய மறுப்பாளர்களைத் தேடிக் கண்டுபிடித்துக் கொலைசெய்தார் மஹ்தி. ஹாரூன் வெற்றியுடன் திரும்பினார். மஹ்தி, ஹஸனையும் அழைத்துக்கொண்டு ஜெருஸலேமை நோக்கிப் பயணம் மேற்கொண்டார். அல்அக்ஸா இறையில்லத்தில் தொழுகையை நிறைவேற்றிய பின், அவர்கள் பாக்தாதுக்குத் திரும்பினர்.

ஹாரூனின் இரண்டாவது படையெடுப்பு : ஹிஜ்ரீ 164இல் அப்துல் கபீர் பின் அப்துர் ரஹ்மான், ரோமானியர்மீது தாக்குதல் நடத்தப் புறப்பட்டார். மைக்கேல், தாரா அர்மானி போன்ற சமயத் தலைவர்கள் உட்பட 90,000 வீரர்கள் அவரை எதிர்கொள்ளத் தயாராயினர். அப்துல் கபீர் திரும்பி வந்துவிட்டார். ஹிஜ்ரீ 163இல் முஸ்லிம்களின் படையெடுப்பு ரோமானியரிடையே உருவாக்கியிருந்த பயத்தை இந்நிகழ்வு இல்லாமல் செய்தது. மஹ்தி, அப்துல் கபீரைச் சிறையிலடைத்தார். ஹிஜ்ரீ 165இல் ரோமானியருக்கு எதிராகத் தன் மகன் ஹாரூனை அனுப்பி வைத்தார். அவரது தலைமைப் பாதுகாவலரும் அணுக்கத் தோழருமான ரபீயியையும் அவருடன் அனுப்பி வைத்தார். ஒரு லட்சம் படை வீரர்களுடன் சென்று ரோமானியர்களைத் தாக்கினார் ஹாரூன். கான்ஸ்டான்டிநோபிளை அடைவதுவரைக்கும் ரோமானியரைத் தோற்கடித்து அவர்களது

நகரங்களைப் பாழ்படுத்தியபடி அவர் முன்னேறினார்.

அப்போது, பேரரசன் எல்விக்கின் விதவையான குஸ்த்தா என்பவள் தனது சிறு வயது மகனின் பிரதிநிதியாக கான்ஸ்டான்டிநோபிளை ஆட்சி செய்து வந்தாள். ரோமானியர் அமைதி முயற்சிக்கு உடன்பட்டு ஆண்டுக்கு 7,000 தினார் என்ற விகிதத்தில் மூன்றாண்டுகளுக்கான ஜிஸ்யாவை வழங்கினர். கான்ஸ்டான்டிநோபிள் சந்தையில் முஸ்லிம்கள் வணிகம் செய்யும் உரிமையும் வழங்கப்பட்டது. உடன்படிக்கைக்கு வருவதற்கு முன், முஸ்லிம்களால் 56,000 ரோமானியர்கள் கொலையுண்டனர். 600 பேர்கள் கைதாயினர். அப்போது, மேற்கு ஆட்சிப் பகுதிகள் அனைத்தும் ஹாரூனின் தலைமையின் கீழிருந்தன.

ஹிஜ்ரீ 166 இல் கலீஃபா மஹ்தி, தனது மகன் ஹாதிக்குப் பிறகு, ஹாரூனை வாரிசாக அறிவித்து மக்களிடம் வாக்குறுதி பெற்றார். ஹாரூனுக்கு ரஷீத் (வழிகாட்டி) எனும் சிறப்புப் பெயரையும் வழங்கினார். அதே ஆண்டு, கோவேறு கழுதைகள், ஒட்டகங்கள் மூலம் ஆட்சிப் பகுதிகளைத் தொடர்புகொள்ள அஞ்சல் சேவையைத் தொடங்கி வைத்தார். அபூயூஸுஃபை பஸ்ராவின் தலைமை நடுவராக நியமித்தார். ஹிஜ்ரீ 167இல் கூஃபாவில், ஈஸா பின் மூஸா மரணமடைந்தார். அதே ஆண்டு அரசியல் நோக்கங்களுடன் இஸ்லாத்தை விட்டு விலகி, பல் வேறு முரண்பட்டக் கருத்துக்களைப் பரப்புரை செய்து வந்த, சமய மறுப்பாளர்கள் வெவ்வேறு பகுதிகளில் கிளர்ந்தெழுந்தனர். முதலில், அவர்களை மறுத்து வாதம் செய்து அமைதிப்படுத்தி வந்த மஹ்தி, பின்னர் அழித்தொழிக்கத் தயாரானார். எங்கே அவர்கள் தலை தூக்கினாலும் விரைந்து சென்று கொலை செய்ய ஆரம்பித்தார். யமாமாவுக்கும் பஹ்ரைனுக்குமிடையே அவர்களது வளர்ச்சி அதிகமாக இருந்தது. இறைமறுப்பாளர்களாக மாறியதுடன் சமூக அக்கறை அல்லது சமய நேர்மையின்றி கொள்ளைகளிலும் கொலைகளிலும் ஈடுபட்டனர். தங்களது நோக்கத்தை நிறைவேற்றுவதற்காகப் பயண வழிகளைத் தடை செய்தனர். இத்தகைய குற்றச்செயல்களில் ஈடுபடுபவர்களைத் தேடிப் பிடித்து வெளிப்படையாகவே கொன்றொழித்தார் கலீஃபா. அதே ஆண்டு, கஅபாவின் அண்மைப் பகுதியில் அமைந்திருந்தக் கட்டிடங்களை வாங்கி கஅபாவைச் சுற்றிலும் பரப்பளவை அதிகப்படுத்தினார்.

ஹாதியின் ஜுர்ஜானியா படையெடுப்பு : ஹிஜ்ரீ 167. தபரிஸ்தானில் உருவான கிளர்ச்சியை அடக்குவதற்காகத் தனது மகன் ஹாதியை அனுப்பி வைத்தார் மஹ்தி. முஹம்மத் பின் ஜமீல் படையின் கொடியைத் தாங்கியிருந்தார். தபரிஸ்தானிலும் ஜுர்ஜானிலும் கிளர்ச்சியாளர்களை அடக்கி அமைதியை நிலைநாட்டினார் ஹாதி. ஹிஜ்ரீ 168இல் முஸ்லிம்களுடன் மேற்கொண்ட உடன்படிக்கை காலாவதியாக நான்கு மாதங்கள் இருந்த நிலையில் ரோமானியர்கள் மீறினர். இதையறிந்த ஜஸீரா மற்றும் கன்ஸரீன் ஆளுநர் அலீ பின் சுலைமான் ஒரு பெரும்படையுடன் யஸீத் பின் பத்ர் பின் பதாலை கான்ஸ்டான்டிநோபிளுக்கு அனுப்பி வைத்தார். அவர் பெருமளவிலான போர் இலாபங்களுடன் திரும்பினார்.

மஹ்தியின் இறப்பு: அரசியல் நிர்வாகத்தில் மூத்த மகன் ஹாதியைவிடவும் இரண்டாவது மகன் ஹாரூன் திறமையானவர் என்பதைப் புரிந்துகொண்ட மஹ்தி, ஹிஜ்ரீ 168இல் ஹாதியை நீக்கிவிட்டு ஹாரூனை வாரிசாக நியமித்து மக்களிடம் வாக்குறுதி பெறுவதாக முடிவு செய்தார். ஹாதி அப்போது ஜுர்ஜானில் இருந்தார். அவரைப் பாக்தாதுக்கு அழைத்து வர, தூதுவனை அனுப்பி வைத்தார். தூதுவனுடன் ஹாதி கடுமையாக நடந்துகொண்டார். அவனைத் தாக்கி, அவையிலிருந்து வெளியேற்றினார். தந்தையின் உத்தரவின்படி பாக்தாதுக்குச் செல்ல மறுத்தார். இதையறிந்த மஹ்தி, ஜுர்ஜானுக்குப் புறப்பட்டார். அவர் பஸ்பஸானை அடைந்த நிலையில் ஹிஜ்ரீ 169 முஹர்ரம் மாதம் 22ஆம் நாள் (கி.பி. 785 ஆகஸ்ட்) மரணமடைந்தார். தந்தையுடன் ஹாரூன் ரஷீதும் சென்றிருந்தார். அவரே இறப்புத் தொழுகையை நடத்தினார். ஜுர்ஜானிலிருந்து தன்னுடைய சகோதரனுக்குத் தந்தையின் இறப்புச் செய்தியை அனுப்பினார்.

ஹாதி, படைவீரர்களிடம் கிலாஃபத்துக்கான வாக்குறுதி பெற்றார். மஹ்தியின் இறப்பும் ஹாதியின் கிலாஃபத் ஏற்பும் குறித்த சுற்றறிக்கை எல்லா நிர்வாகிகளுக்கும் அனுப்பி வைக்கப்பட்டது. 20 நாள்களுக்குப் பிறகு, ஜுர்ஜானிலிருந்து பாக்தாதுக்கு வந்த ஹாதி, கிலாஃபத் பொறுப்பை ஏற்றார். மெய்க்காவலர்கள் தலைவரான ரபீயியை அமைச்சராக நியமித்தார். ரபீயி சில நாள்களில் இறந்துபோனார்.

அப்பாசியக் கலீஃபாக்களில் கண்ணியம் மிகுந்த ஒருவர் மஹ்தி. இறையச்சமும் கொடைத்தன்மையும் வீரமும் உள்ளவர். முன்கோபியாக இருந்தாலும் மென்மையான மனம் படைத்தவர். தந்தையின் கிலாஃபத்தின்போது, அலவியர் படுகொலை செய்யப்படுவதைக் கண்டு மனம் வருந்தியவர். நற்செயல்கள் மற்றும் மக்கள் சேவையின் மூலம் அரசாற்றலை வலிமைப்படுத்த விரும்பியவர். ஒடுக்குமுறையும் வன்முறையும் கோபமும் அரசாற்றலுக்கு அவசியமற்றவை என நம்பியவர். அரசவை உறுப்பினர்களுடனும் நண்பர்களுடனும் சேர்ந்து செயலாற்றியவர். அபூ ஜஅஃபர் மன்ஸூரின் ஆட்சியின்போது கலீஃபாவுக்கும் மக்களுக்கும் இடையே இருந்த இடைவெளிகளைக் குறைத்தவர். பரஸ்பரம் குற்றம் குறைகளை எடுத்துச் சொல்கிற வாய்ப்பை உருவாக்கியவர்.

மஹ்தியின் ஆட்சியில், எந்த ஹாஷிம்களுக்கும் மரணதண்டனை விதிக்கப்படவில்லை. அவர்களில் தண்டனைக்குரிய குற்றம் செய்தவர்களைச் சிறையிலடைத்தார். ஆனால், இறை மறுப்பாளர்களை அவர் விட்டு வைக்கவில்லை. யஅக்கூப் பின் ஃபத்ல் என்னும் ஹாஷிமி ஒருவர் இறைமறுப்பாளராக மாறியதுடன் அதை ஒப்புக்கொள்ளவும் செய்தார். மஹ்தி, அவரைச் சிறையிலடைத்தார். தனது வாரிசான ஹாதியிடம் "நீர் கலீஃபாவாகப் பொறுப்பேற்ற பிறகு இவருக்கு மரண தண்டனை வழங்கலாம்; எனது வாக்குறுதியை மீறி நான் செயல்பட விரும்ப வில்லை" என்றார். ஹாதி, கலீஃபாவான பிறகு இவருக்கு மரண தண்டனை வழங்கப்பட்டது.

மஹ்தி, இறைத்தூதர் அவர்களின் பொன்மொழிகள் மீதும் வழிமுறைகள் மீதும் மிகுந்த அக்கறை செலுத்தினார். கலீஃபாக்களுக்கு என இறையில்லங்களில் உருவாக்கியிருந்த நபிவழிக்கு மாறான விசேட அமைப்புகளை இடித்துத் தள்ளினார். நபிகளாரின் உரைமேடையைவிட உயரமாக இருந்த மேடைகளைத் தாழ்வாகக் கட்டச் செய்தார். தனது பெரும்பாலான பொழுதையும் அவர் தொழுகையிலேயே கழித்தார். மிகுந்த பொறுமையும் பேச்சுத் திறனும் கொண்டவர்.

அவரது அரசவைக்குள் யாரும் சுதந்திரமாக நுழைய முடிந்தது. நிர்வாக விஷயங்களில் மிகுந்த சுறுசுறுப்பும் திறனும் கொண்டவர்.

நோய்வாய்ப்பட்ட தன் அடிமைகளையும் பணியாட்களையும் பார்க்கச் செல்வதை வழக்கமாகக்கொண்டார். சில வேளைகளில் கலீஃபாவுக்கு எதிராக மக்கள் வழக்குத் தாக்கல் செய்தனர். நடுவரின் உத்தரவுப்படி கலீஃபா நேரில் ஆஜராவார். கலீஃபாவுக்கு எதிராக நடுவர் அளிக்கும் தீர்ப்புக்குக் கட்டுப்படுவார்.

ஷரீக் என்னும் புகழ்பெற்ற கல்வியாளர் ஒருவர் கலீஃபா மஹ்தியைக் காண வந்தார். மஹ்தி அவரிடம், "நான் குறிப்பிடும் மூன்று விஷயங்களில் ஏதேனும் ஒன்றை நீங்கள் ஏற்க வேண்டிய கட்டாயத்தில் இருக்கிறீர்கள். ஒன்றில் நீங்கள் நடுவர் பணியை ஏற்க வேண்டும்; அல்லது என் மகன்களுக்குக் கல்விக் கற்பிக்க வேண்டும்; அல்லது என்னுடன் உணவருந்த வேண்டும்" என்றார். காதி ஷரீக் சற்று சிந்தித்துவிட்டு, "உணவருந்துவதே எளிதான பணி" என்றார். உணவு வகைகள் பரிமாறப்பட்டன. உணவருந்திய பின், அரண்மனைச் சமையல்காரர், "நீங்கள் இப்போது பொறியில் அகப்பட்டுவிட்டீர்கள்" என்றார். அதுதான் நடந்தது. கலீஃபாவின் கூற்றுக்கிணங்க அவர் நடுவர் பணியையும் கலீஃபாவின் மகன்களுக்கு ஆசிரியராகவும் பொறுப்பேற்றார்.

மஹ்தி பஸ்ராவுக்குச் செல்லும் ஒவ்வொரு முறையும் மத்திய பள்ளிவாசலில் தொழுகை நடத்துவார். ஒரு முறை, அவரது தலைமையில் தொழுகை நிறைவேறியது. அப்போது அரேபிய நாடோடி ஒருவன் தாமதமாக வந்து சேர்ந்தான். அவனால் கூட்டுத் தொழுகையில் இடம்பெற இயலவில்லை. மஹ்தியிடம் அவன், "உங்கள் பின்னால் நின்று தொழுவதற்கு விரும்பினேன். இயலாமலாகிவிட்டது" என்றான். அடுத்த வேளை தொழுகையின்போது அந்த நாடோடி வந்து சேருவதை எதிர்பார்த்து நின்றிருந்தார் கலீஃபா. இதைக்கண்ட மக்கள் அதிசயத்தில் ஆழ்ந்தனர்.

பேருரையின்போது கீழ்வரும் வசனங்களை முதன்முதலாக ஓதியவர் மஹ்திதான்:

"நபியின்மீது அல்லாஹ் அருள் புரிகிறான். வானவர்களும் அவருக்காக அருளைத் தேடுகின்றனர். இறைநம்பிக்கையாளர்களே! நீங்களும் அவர்மீது ஸலவாத்தும் ஸலாமும் கூறுங்கள்." (குர்ஆன் 33:56)

இதன்பிறகு, தொழுகைப் பேருரைகளின் ஒரு பகுதியாக இந்த வசனங்கள் ஓதப்படுவதை அரசறிவிப்பாக வெளியிடப்பட்டது.

ஹாதி பின் மஹ்தி : ஹாதி பின் மஹ்தி பின் அபூ ஜஅஃபர் மன்ஸூர், ஹிஜ்ரீ 137இல் ரேயில் பிறந்தார். இவரது தாயார் பெயர் கைஸ்ரான். மஹ்தியின் மனைவியான இவர் பர்பர் இனத்தைச் சேர்ந்த ஓர் அடிமைப் பெண். ஹாதியும் ஹாரூனும் பிறந்த பிறகு, கைஸ்ரானை விடுதலை செய்து ஹிஜ்ரீ 159இல் திருமணம் செய்துகொண்டார் மஹ்தி. கிலாஃபத் பொறுப்பை ஏற்றுக்கொண்ட ஹாதி, தன் தந்தைக்கு எதிராக இருந்த சமய எதிர்ப்பாளர்களைத் தண்டித்தார். அவர்களை ஒடுக்குவதில் ஹாதி தயக்கம் காட்டவில்லை.

ஹாதி, கலீஃபாவாகப் பொறுப்பேற்கும்போது மாகாண ஆளுநர்களாக மதீனாவில் உமர் பின் அப்துல் அஸீஸ் பின் உபைதுல்லாஹ் பின் அப்துல்லாஹ் பின் உமர் பின் கத்தாப்; யேமனில் இப்ராஹீம் பின் முஸ்லிம் பின் குதைபா; மக்கா மற்றும் தாயிஃபில் அப்துல்லாஹ் பின் கத்தம்; யமாமா மற்றும் பஹ்ரைனில் ஸுவைத் கைத் குராசானி; ஓமானில் ஹஸன் பின் ஸுலைம் ஹவாரி; குஃபாவில் மூஸா பின் ஈஸா; பஸ்ராவில் இப்னு சுலைமான்; ஜுர்ஜானில் கலீஃபா ஹாதியின் விடுதலையளிக்கப்பட்ட அடிமை ஹஜ்ஜாஜ்; குமாசில் ஸெய்யத் பின் ஹஸ்ஸான்; தபரிஸ்தானில் ஸாலே பின் ஷெய்க் பின் உமைரா அஸதி; மோசிலில் ஹாஷிம் பின் ஸயீத் பின் காலித் ஆகியோர் பொறுப்பிலிருந்தனர்.

ஹாஷிமின் முரட்டுத்தனமான நடவடிக்கைகளின் காரணமாக அவரைப் பதவி நீக்கம் செய்த ஹாதி, அப்துல் மலிக் பின் ஸாலே பின் அலீ ஹஷ்மியை மோசில் ஆளுநராக நியமித்தார்.

ஹுஸைன் பின் அலீயின் கிளர்ச்சி : ஹுஸைன் பின் அலீ பின் ஹஸன் முத்தல்லத் பின் ஹஸன் முதன்னா பின் அலீ பின் அபூதாலிபும், ஹஸன் பின் முஹம்மத் பின் அப்துல்லாஹ் பின் ஹஸனும், அவரது தந்தையின் சகோதரரான யஹ்யாவும் அபூதாலிபின் பிற வம்சாவளியினரும் அப்பாசிய அரசுக்கு எதிராகக் கிளர்ச்சி செய்வதில் ஒன்றிணைந்தனர். இதற்கு, ஹிஜ்ரீ 159, ஹஜ் காலத்தை அவர்கள் தேர்வு செய்தனர். ஆனால், ஹஜ் காலம் வருவதற்குள் மதீனா ஆளுநர் உமர் பின் அப்துல் அஸீஸ் பின்

உபைதுல்லாஹ்வுக்கும் அவர்களுக்குமிடையே மோதல் உருவானது. ஆளுநர் இல்லம் சுற்றி வளைக்கப்பட்டது. தொடர்ந்து, ஹஸன் பின் அலீ பின் ஹஸன் முத்தல்லதுக்கு வாக்குறுதியளிக்கும் நிகழ்ச்சி தொடங்கியது. மதீனா மக்களும் அதில் இணைந்துகொண்டனர்.

அப்போது, 200 பேர்களுடன் காலித் யஸீத் வந்தார். இன்னொரு புறம், முற்றுகைக்குள்ளான உமர் பின் அப்துல் அஸீஸ் தனது ஆட்களுடன் வெளியேறி ஹஸன் பின் அலீக்கு வாக்குறுதி நடக்கும் பள்ளிவாசலுக்கு வந்தார். அப்போது ஏற்பட்ட மோதலில் அப்துல்லாஹ் பின் ஹஸனின் மகன்களால் காலித் யஸீதும் இதிரீசும் கொல்லப்பட்டனர். இத்துடன் மோதல் நின்றது. ஹுஸைன் பின் அலீயின் குழுவினர் பொதுக்கருவூலத்தை உடைத்துப் பணத்தைச் சூறையாடினர். மறுநாள், அப்பாசிய ஆதரவாளர்கள் ஒன்றுதிரண்டு மீண்டும் போரிட்டனர். போர், பலநாள்கள் நீடித்தது. இறுதியில், எதிரிகள் அனைவரையும் மதீனாவை விட்டு வெளியேற்றிய ஹுஸைன் பின் அலீ, அதன் முழுக்கட்டுப்பாட்டையும் கையில் எடுத்துக்கொண்டார். 21 நாள்கள் மதீனாவில் தங்கியிருந்த அவர் பிறகு, மக்காவுக்கு வந்து தன்னிடம் வரும் அடிமைகள் அனைவரும் விடுதலை செய்யப்படுவார்கள் என்று அறிவித்தார். அடிமைகளின் ஒரு குழு அவரைச் சுற்றிலும் திரண்டது.

அதே ஆண்டு, அப்பாசிய வம்சாவளியைச் சேர்ந்த சுலைமான் பின் மன்ஸூர் பின் சுலைமான் பின் அலீ, மூஸா, ஈஸா பின் மூஸாவின் மகன் இஸ்மாயீல் ஆகியோர் ஹஜ் கடமைக்காக வந்திருந்தனர். அவர்கள் திரும்பிய பிறகுதான், ஹுஸைன் பின் அலீயின் கிளர்ச்சி குறித்து ஹாதி அறிந்தார். உடனடியாக அவர், ஹுஸைன் பின் அலீயை எதிர்த்துப் போரிடும்படி முஹம்மத் பின் சுலைமானுக்கு எழுதினார். தன்னுடன் ஒரு சிறு படையை அழைத்து வந்திருந்த முஹம்மத் பின் சுலைமான் அதை துவாவில் அணிவகுத்து நிறுத்திவிட்டு மக்காவுக்கு வந்து ஹஜ் செய்தார். பல்வேறு மாகாணங்களிலிருந்தும் ஆட்சிப்பகுதிகளிலிருந்தும் வந்திருந்த அப்பாசியத் தலைவர்கள், முஹம்மத் சுலைமானுடன் இணைந்து, துல்ஹிஜ்ஜா மாதம் 8 ஆம் நாள் ஃபக்ஹ் எனுமிடத்தில் போரிட்டனர். இதில், பலர் கொல்லப்பட்டனர். ஹுஸைன் பின் அலீயின் படை தோல்வியடைந்து பின்வாங்கி ஓடியது. சிறிது நேரத்தில் ஒருவன் ஹுஸைன் பின் அலீயின் தலையுடன் வந்தான்.

அவரது உதவியாளர்களில் ஏறத்தாழ நூறு பேர்களின் தலைகள் திரட்டப்பட்டன. இதில், முஹம்மத் மஹ்தியின் சகோதரரான சுலைமானும் உட்படுவார்.

தோல்வியடைந்த அனைவரும் பயணிகளுடன் ஒன்று கலந்து விட்டனர். முஹம்மத் பின் சுலைமான் அனைவருக்கும் பாதுகாப்பும் பொதுமன்னிப்பும் வழங்குவதாக அறிவித்தார். பிறகு, ஹஸன் பின் முஹம்மத் பின் அப்துல்லாஹ் கைது செய்யப்பட்டார். அவரை, மூஸா பின் ஈஸா கொலை செய்தார். தனது வாக்குறுதியை மீறி நடந்த இந்தக் கொலை, முஹம்மத் பின் சுலைமானைக் கோபமூட்டியது. அவர் இதை ஹாதிக்கு அறிவித்தார். அவர் மூஸா பின் ஈஸாவின் சொத்துக்களைப் பறிமுதல் செய்தார். தோல்வியடைந்து தப்பித்த முஹம்மத் மஹ்தியின் சகோதரரான இதிரீஸ் பின் அப்துல்லாஹ் பின் ஹஸன் பின் ஹஸன் பின் அலீ பின் அபூதாலிப் எகிப்துக்குச் சென்றார். அங்கே, அஞ்சல் துறை அதிகாரியும் அபூதாலிப் வம்சாவளியின் ஆதரவாளராகவுமிருந்த ஸாலே பின் மன்ஸூரின் விடுதலையளிக்கப்பட்ட அடிமை வஸீஹ், விரைந்தோடுகிற ஒரு குதிரையை அவருக்குக் கொடுத்து மேற்கத்திய ஆட்சிப்பகுதிகளை நோக்கி அனுப்பி வைத்தார்.

தாஞ்சியருக்கு வெளியே தலீலாவை அடைந்த இதிரீஸ், பர்பர்களிடையே தங்கள் கொள்கைகளைப் பரப்புரை செய்தார். சில நாள்களுக்குப் பிறகு, இதிரீஸ் தப்பியோடுவதற்கு வஸீஹ் இடங்கொடுத்ததாக அறிந்த கலீஃபா ஹாதி, வஸீஹையும் அவரது ஆதரவாளர்களையும் கைது செய்து கொன்றார். இதிரீஸ் பின் அப்துல்லாஹ்வின் இரண்டாவது சகோதரர் யஹ்யா, ஃபக்ஹிலிருந்து தப்பித்து தெலாமுக்குச் சென்றார்.

ஹாதியின் இறப்பு : கலீஃபாவாகப் பொறுப்பேற்ற ஹாதி, வாரிசுரிமையிலிருந்து தன்னுடைய சகோதரர் ஹாரூனை நீக்கிவிட்டு தனது மகன் ஜஅஃபரை நியமிக்க முயன்றார். ஹாரூன் ரஷீதின் ஆசிரியரும் தலைமையமைச்சரும் போர்களின் பொறுப்பாளராகவுமிருந்த யஹ்யா பின் காலித் பின் பர்முக், ஹாதியின் முயற்சி தவறென்பதை உணர்த்த முயற்சி செய்தார். இதில் அவர் வெற்றியும் பெற்றார். எனினும், ஹாதியின் நண்பர்கள் ஜஅஃபரை நியமிக்கத் தொடர்ந்து வலியுறுத்தி வந்தனர். யஹ்யா

சொன்னார்: "உங்கள் மகனுக்கு இன்னமும் அதற்குரிய வயது வரவில்லை. சிறுவயது கலீஃபாவுக்கு அதிகாரிகள் பணிய மறுப்பார்கள். பிரச்சினைகள் உருவாகும். உங்கள் தந்தையின் விருப்பப்படி, ஹாரூன் கலீஃபாவாக வேண்டும். ஹாரூனுக்குப் பிறகு ஜஅஃபரை வாரிசாக நியமித்தால் பிரச்சினைகள் ஏற்பட வாய்ப்பில்லை. நீங்கள் வாழ்ந்திருக்கும்போது ஜஅஃபர், கலீஃபாவாகும் வயதை அடைந்து தனது திறமையை நிரூபித்தால் ஜஅஃபருக்காக நான் ஹாரூனிடம் பரிந்துரைப்பேன்."

இதில், ஹாதி திருப்தியடைந்தார். ஆனால், ஹாரூனுக்கு எதிரான அதிகாரிகள், ஹாரூனுக்குத் தொல்லைகள் ஏற்படும் அளவுக்கு ஹாதியைத் தூண்டிவிட்டனர்.

இதையறிந்த யஹ்யா, வேட்டையாடச் செல்வதுபோல் எங்காவது சென்று விடுங்கள் என்று ஹாரூனுக்கு அறிவுறுத்தினார். வேட்டைக்குச் செல்வதற்கு ஹாதியிடம் ஒப்புதல் பெற்ற ஹாரூன், முக்கதிலின் அரண்மனைக்குச் சென்றார். ஹாதி அவரைத் திரும்ப அழைத்தபோது உடல்நிலை சரியில்லாத நிலையில் தற்போது வருவதற்கில்லை என்றார். அதே காலகட்டத்தில், நிர்வாக விஷயங்களில் தன்னுடைய தாயார் கைஸ்ரானின் தலையீடுகளை ஹாதி முற்றிலுமாகத் தடுத்தார். மஹ்தியின் ஆட்சியின்போது கைஸ்ரான் அனுபவித்த உரிமைகளையும் நிறுத்தினார். தாய்க்கும் மகனுக்கும் இடையிலான உறவு மோசமான கட்டத்தை அடைந்தது. பரஸ்பரம் அவர்கள் எதிரிகளாயினர். தன் மகனை வாரிசாக நியமிப்பதற்காகத் தம்பியைக் கொல்ல நினைக்கிறார் ஹாதி என்பதைப் புரிந்துகொண்டாள் தாய்.

யஹ்யாவும் கைஸ்ரானும் ஹாரூனுக்கு ஆதரவாக இருந்தனர். ஹாரூன் தன்னிடம் வர மறுத்ததும் ஹாதி மோசிலுக்குப் புறப்பட்டார். திரும்பி வரும்போது தன்னுடன் ஹாரூனையும் அழைத்து வந்தார். வழியில் நோய்வாய்ப்பட்ட ஹாதி, மூன்று நாள்களுக்குப் பிறகு, ஹிஜ்ரீ 170 ரபீயுல் அவ்வல் மாதம் 14 ஆம் நாள் ஞாயிற்றுக்கிழமை இரவு (கி.பி. 786) இஸாபாதில் மரணமடைந்தார். ஓர் ஆண்டும் மூன்று மாதங்களும் அவர் ஆட்சி செய்தார். ஹாதி நோய் வாய்ப்பட்டு இறந்தார் எனினும், தனது அடிமைப்பெண் மூலம் கைஸ்ரான் அவருக்கு விஷம் கொடுத்துக் கொன்றார் என்றுகூட மக்கள் நம்பினர். இதில், கைஸ்ரானுக்கு

ஆதரவாக இருந்தவர் யஹ்யா பின் காலித்.

ஜுர்ஜானுக்கும் பாக்தாதுக்கும் இடையே அஞ்சல் சேவையை அறிமுகப்படுத்தியவர் ஹாதி. முன்கோபியும் பரந்த மனோபாவமும் கொண்டவர். அடக்குமுறையாளர். பருமனான உடல் அமைப்பும் வலுவுமுள்ளவர். ஹாதியின் வாழ்க்கையும் கிலாஃபத்தும் குறுகிய காலம்தான். ஆகவே, அவரது பழக்கவழக்கங்களும் இயல்புகளும் முழுமையாகப் பதிவாகவில்லை.

அபூஜஅஃபர் ஹாரூன் ரஷீத் பின் மஹ்தி : அபூஜஅஃபர் ஹாரூன் ரஷீத் பின் மஹ்தி பின் அபூஜஅஃபர் மன்ஸூர் பின் முஹம்மத் பின் அலீ பின் அப்துல்லாஹ் பின் அப்பாஸ், ஹிஜ்ரீ 148இல் ரேயில், கைஸ்ரானுக்குப் பிறந்தார். இது, யஹ்யா பின் காலிதின் மகன் ஃபதல் பின் யஹ்யா பிறப்பதற்கு ஒரு வாரத்துக்கு முன் ஹாரூன் ரஷீத் பிறந்தார். ஹாரூனின் தாய் ஃபதலுக்கும், ஃபதலின் தாய் ஹாரூனுக்கும் பாலூட்டினார்கள். இதன்படி அவர்கள் பால்குடி சகோதரர்கள். கலீஃபா ஹாதி மரணமடைந்த ஹிஜ்ரீ 170 ரபீயுல் அவ்வல் 14 ஆம் நாள் ஞாயிற்றுக்கிழமை இரவு ஹாரூன் ரஷீத் கிலாஃபத் பொறுப்பை ஏற்றார். அன்றிரவு அவரது மகன் மாமூனும் பிறந்தார். ஒரு கலீஃபாவின் மரணமும் அடுத்த கலீஃபா அரியணை ஏறியதும் வாரிசு பிறந்ததும் ஒரே இரவுக்குள் நடந்தன என்பது குறிப்பிடத்தக்க ஒரு வரலாற்று நிகழ்வு. ஹாரூன் ரஷீதின் மகனின் சிறப்புப் பெயரான அபூமூஸா, பின்னர் அபூஜஅஃபர் என மாறியது. அபூஜஅஃபர் உயரமும் அழகுமுள்ள ஒருவர்.

கலீஃபாவாக ஆட்சிப் பொறுப்பேற்ற ஹாரூன் ரஷீத், யஹ்யா பின் காலித் பர்முக்கைத் தலைமை அமைச்சராக நியமித்தார். கூடவே, கலீஃபாவின் கணையாழியையும் அவருக்குக் கொடுத்தார். இதன் மூலம், படையெடுப்பு போன்ற நிகழ்வுகளில் அவர் முக்கியமான இடத்துக்கு வந்தார். ஹாதியின் ஆட்சியில் நிர்வாக நடவடிக்கைகளிலிருந்து தனிமைப்படுத்தப்பட்ட கைஸ்ரான், மீண்டும் செல்வாக்குப் பெற்றார். அரசியல் நிர்வாகங்களை யஹ்யாவும் கைஸ்ரானும் மேற்கொண்டனர். ஹாரூன் ரஷீத் இதில் அக்கறை செலுத்தவில்லை என்பதை விடவும், யஹ்யாவையும் கைஸ்ரானையும் அவர் பெருமைப்படுத்த விரும்பினார். தனது நம்பிக்கைக்குரிய ஆதரவாளர்களாக அவர்களைக் கருதினார்.

அவர்களது முடிவுகளை ஏற்றுக்கொண்டார். தலைமை அமைச்சர் பொறுப்புக்கு மிகப்பொருத்தமான ஒருவரைத் தேர்வு செய்த ஹாரூனின் இம்முடிவு, இருபத்து மூன்றே வயதான இளைஞன் என்னும் நிலையில் அறிவுபூர்வமான செயல்.

ஹாரூன் ரஷீத் ஆட்சிப்பொறுப்பேற்ற பிறகு பணி நீக்கங்கள், புதிய நியமனங்கள், இடமாறுதல்கள் என, நிர்வாகத்தைச் சீர்ப்படுத்தும் அனைத்து முயற்சிகளையும் மேற்கொண்டார். மதீனா ஆளுநராக இருந்த உமர் பின் அப்துல் அஸீஸ் பின் உபைதுல்லாஹ்வை மாற்றி, இஷாக் பின் சுலைமானை நியமித்தார். ரூஹ் பின் ஹாத்திமை வடஆப்பிரிக்க ஆளுநராக நியமித்தார். ஜஸீரா மற்றும் கன்ஸரீன் எல்லைப் பகுதிகளைப் பிரித்து, அவாஸிம் எனும் புதிய ஒரு மாகாணத்தை உருவாக்கினார். கிலாஃபத்தின் முதல் ஆண்டு ஹஜ்ஜுக்குச் சென்றார். புனித நகரங்களில் தனது கொடைத்தன்மையை வெளிப்படுத்தினார்.

ஹிஜ்ரீ 171இல் தக்லப் கிளையினரிடம் ஸகாத் வரி வசூலிக்க ரூஹ் பின் ஸாலேயை நியமித்தார். ரூஹுக்கும் தக்லப் கிளையினருக்குமிடையே முரண்பாடு உருவானது. அவர்களுக்கெதிராக ரூஹ் படை திரட்டினார். ஆனால், தக்லப் கிளையினர் திடீரென்று நடத்திய ஒரு இரவுத் தாக்குதலில் ரூஹ் மரணமடைந்தார்.

இதிரீஸ் பின் அப்துல்லாஹ் குறித்தும் ஹாதியின் ஆட்சியில் ஃபக்ஹ் போர்க்களத்திலிருந்து ஓடிய இவர் மேற்கத்திய ஆட்சிப் பகுதிகளுக்குச் சென்றது குறித்தும் ஏற்கனவே பார்த்தோம். பர்பர்களிடையே தனது தலைமைத்துவத்தை முன்வைத்துப் பரப்புரை செய்து வந்த இவர், ஹிஜ்ரீ 172இல் திலாலா நகரில் கிளர்ச்சி செய்து மக்களிடமிருந்து வெளிப்படையாகவே வாக்குறுதி பெற்று மொராக்கோவில் தனது அரசை நிறுவினார். அலவியரால் நிறுவிக்கொள்ள இயன்ற முதல் அரசு இதுதான். இஸ்லாமிய உலகில் அன்டலூஸியா எனப்படும் ஸ்பெய்ன், அப்பாசிய ஆட்சிப் பகுதிக்கு வெளியிலுள்ள மற்றொரு நாடு. இப்போது மொராக்கோவும் அவர்களது பிடியிலிருந்து நழுவிச் சென்றது. இதையறிந்த ஹாரூன், இதிரீசைக் கொலை செய்வதற்கு ஹாரூன் ரஷீத், ஷுமக்ஹ் என்ற பெயரில் அறியப்பட்ட தனது அடிமை சுலைமான் பின் ஜரீரை அனுப்பி வைத்தார். மொராக்கோவுக்குச் சென்ற ஸுமக்ஹ், ஹாரூன் ரஷீதைக் குறை சொல்லி, இதிரீசுடன் இணக்கமானார். அவரது

கிலாஃபத்தை ஏற்று வாக்குறுதியளித்து அவரைக் கொல்வதற்கான வாய்ப்பை எதிர்பார்த்திருந்தார். ஹிஜ்ரீ 177 இல் இதிரீசுக்கு விஷம் கொடுத்துக் கொன்றுவிட்டு நாடு திரும்பினார். ஆனால், இதிரீசின் அரசு தொடர்ந்து இயங்கியது. அவரது இறப்புக்குப் பின், அவரது அடிமைப்பெண்ணுக்கு ஓர் ஆண் குழந்தை பிறந்தது. பர்பர்கள் அதற்கு இதிரீஸ் என்று பெயரிட்டுத் தலைவராக்கினர். சிறிது காலத்துக்குப் பிறகு, துனீசில் அப்பாசியர் ஆட்சி அகற்றப்பட்டு, தனியான ஓர் அரசு நிறுவப்பட்டது. அப்பாசிய கிலாஃபத் அங்கே பொம்மை அரசாகவே இயங்கி வந்தது. இப்படியாக, அப்பாசிய கிலாஃபத்தின் ஒரு பெரும் பகுதி அவர்களது கட்டுப்பாட்டிலிருந்து விலகிச் சென்றது.

பஸ்ரா ஆளுநரான முஹம்மத் பின் சுலைமான் ஹிஜ்ரீ 172 இல் இறந்தார். இவர், முஸ்லிம்களின் பெருமளவு செல்வங்களை முறைகேடாகக் கைவசப்படுத்தியிருந்தார். இவரது சகோதரரான ஜஅஃபர் பின் சுலைமான் இவற்றுக்கு வாரிசுரிமை கோரினார். சொத்துக்கள் அனைத்தையும் பறிமுதல் செய்து பொதுக்கருவூலத்தில் சேர்த்தார் ஹாரூன் ரஷீத். சிந்துவுக்கும் மக்ரானுக்கும் இஷாக் பின் சுலைமானை ஆளுநராக நியமித்த ஹாரூன் ரஷீத், இமாம் அபூ யூஸுஃபின் காலத்திலேயே அவரது மகன் யூஸுஃபையும் நடுவர் பணியில் நியமித்தார்.

இளவரசர் அமீன் : ஹிஜ்ரீ 170 இல் ஹாரூன் ரஷீத் அரியணையேறிய அன்றிரவு, அவரது ஸொராஸ்ட்ரிய அடிமைப் பெண் மர்ஜான் மூலம் ஒரு மகன் பிறந்ததை ஏற்கனவே பார்த்தோம். அதே ஆண்டு அவரது மனைவி ஸுபைதா காத்தூன் பின்த் ஜஅஃபர் பின் மன்ஸூர் பின் முஹம்மத் பின் அலீ பின் அப்பாஸ் மூலம் இரண்டாவது மகன் முஹம்மத் அமீன் பிறந்தான். அமீனின் ஆசிரியராக ஃபதல் பின் காலித் பின் பர்முக்கும், மூத்த மகன் மாமூனின் ஆசிரியராக ஜஅஃபர் பின் யஹ்யா பின் காலித் பின் பர்முக்கும் நியமிக்கப்பட்டனர்.

ஹாரூன் ரஷீதின் வாரிசாக அமீனை நியமிக்க வேண்டுமென்று ஃபதலும், மாமூனை நியமிக்க வேண்டுமென்று ஜஅஃபரும் விரும்பினார்கள். ஹாரூனின் அன்புக்குரிய மனைவியான ஹாஷிம் வம்சாவளியைச் சேர்ந்த ஸுபைதா காத்தூனும் தன் மகனையே

வாரிசாக்க விரும்பினார். இதன்படி, ஐந்து வயதான அமீனை ஹிஜ்ரீ 175இல் தன்னுடைய வாரிசாக நியமித்து மக்களிடம் வாக்குறுதி பெற்றார் ஹாரூன் ரஷீத்.

அதே ஆண்டு, குராசான் ஆளுநரான அப்பாஸ் பின் ஜஅஃபர் பின் முஹம்மத் பின் அஷ்அதைப் பதவிநீக்கம் செய்துவிட்டு காலித் பின் அத்தா கின்தியை நியமித்தார்.

யஹ்யா பின் அப்துல்லாஹ்வின் கிளர்ச்சி : அப்துல்லாஹ் பின் ஹஸனின் மகன்களும் முஹம்மத் மஹ்தியின் (நஃப்ஸுஸ் ஸாக்கியா) சகோதரர்களுமான இதிரீசும் யஹ்யாவும் ஃபக்ஹ் போர்க்களத்திலிருந்து ஓடினார்கள் என்பதையும் மேற்கத்திய ஆட்சிப் பகுதியை நோக்கி ஓடிய இதிரீஸ் மொராக்கோவைக் கையகப்படுத்தினார் என்பதையும் ஏற்கனவே பார்த்தோம். தெலாமில், அப்பாசியக் கிலாஃபத்துக்கெதிராக யஹ்யா பின் அப்துல்லாஹ் கிளர்ச்சி செய்தார். அனைத்துப் பகுதி மக்களும் அவருக்கு ஆதரவாக வாக்குறுதி அளித்தனர். இதன்மூலம் வெற்றிகொள்ள இயலாத ஆற்றலாக மாறினார் யஹ்யா. இதையறிந்த ஹாரூன், அவரை ஒடுக்குவதற்காக 50,000 வீரர்கள்கொண்ட ஒரு படையை ஃபதல் பின் யஹ்யாவின் தலைமையில் அனுப்பி வைத்தார். ஜுர்ஜான், மபரிஸ்தான், ரேய் ஆகிய பகுதிகளின் ஆளுநராகவும் அவரை நியமித்தார்.

தலைநகர் பாக்தாதிலிருந்து புறப்பட்டுத் தல்க்கானை அடைந்த ஃபதல், யஹ்யாவுக்கு ஒரு கடிதம் அனுப்பினார். அதில், கலீஃபாவுக்குக் கீழ்ப்படியவும், கைம்மாறாக விளைநிலங்களும் வெகுமதிகளும் கிடைக்க, தான் உதவுவதாகவும் வாக்குறுதியளித்தார். கல்வியாளர்களையும் நடுவர்களையும் ஹாஷிம் தலைவர்களையும் சாட்சியாகக்கொண்டு இதை எழுத்து மூலம் உறுதி செய்துகொள்வதாக இருந்தால் உடன்படுவதாகப் பதிலெழுதினார் யஹ்யா பின் அப்துல்லாஹ்.

இதை ஹாரூன் ரஷீதுக்கு அறிவித்தார் ஃபதல். மகிழ்ச்சியடைந்த ஹாரூன், தனது கையால் உடன்படிக்கை எழுதி யஹ்யாவின் கோரிக்கையின்படி கையெழுத்துகள் பெற்று, பரிசுப் பொருள்களுடன் ஃபதல் மூலம் யஹ்யாவுக்கு அனுப்பி வைத்தார்.

யஹ்யா பின் அப்துல்லாஹ்வைத் தனது கோட்டையில் தங்க

வைத்து, தகுந்த முறையில் உபசரித்தார் தெலாம் ஆளுநர். யஹ்யா பின் அப்துல்லாஹ்வை அமைதி உடன்படிக்கையில் கையெழுத்திட செய்தால் ஒரு இலட்சம் திர்ஹம் அன்பளிப்பு வழங்குவதாக அவருக்கு வாக்குறுதி அளிக்கப்பட்டது. பின்னர், ஃபதலும் யஹ்யாவும் பாக்தாதுக்கு வந்து சேர்ந்தனர்.

ஃபதலை கோலாகலமாக வரவேற்ற ஹாரூன் ரஷீத், விளைநிலங்களும் பரிசும் பதவி உயர்வும் வழங்கினார். யஹ்யா பின் அப்துல்லாஹ்வின் பொறுப்பை ஃபதல் ஏற்றுக்கொண்டார். ஃபதலின் கண்காணிப்பில் பாக்தாதில் வாழ்ந்து வந்தார் யஹ்யா பின் அப்துல்லாஹ்.

ஹிஜ்ரீ 176இல் எகிப்து ஆளுநரான மூஸா பின் ஈஸா, அலவியரின் பரப்புரையால் கவரப்பட்டு கிலாஃபத்துக்கு எதிராகக் கிளர்ச்சி செய்யவிருப்பதாக அறிந்தார் ஹாரூன் ரஷீத். இதைக் கண்காணிக்க, ஜஅஃபர் பின் யஹ்யா நியமிக்கப்பட்டார். அவர், அபூஹஃப்ஸ் என்னும் உமர் பின் மெஹ்ரானை எகிப்து ஆளுநராக்கும்படி பரிந்துரைத்தார். எகிப்தில் மேற்கொள்ளவேண்டிய பணிகளைச் செய்து முடிக்கவும், நிலுவையிலிருக்கும் வரிகள் அனைத்தையும் வசூலித்துக் கருவூலத்தில் சேர்க்கவும், பின்னர் பணியிலிருந்து விலகிக்கொள்ளவும் அனுமதிக்க வேண்டுமென்றும் ஒவ்வொரு முறையும் இதற்கான ஒப்புதல்களைக் கோருவதிலிருந்து தனக்கு விடுதலையளிக்க வேண்டுமென்றும் அவர் நிபந்தனை விதித்தார். இவற்றை ஏற்றுக்கொண்ட ஹாரூன் ரஷீத், ஆளுநருக்கான நியமனச் சான்றை ஒப்படைத்தார். எகிப்துக்குச் சென்ற அபூஹஃப்ஸ், மூஸா பின் ஈஸாவிடமிருந்து பொறுப்புகளை ஏற்று, ஒப்புக்கொண்ட பணிகளைச் செய்து முடித்துவிட்டு, பாக்தாதுக்குத் திரும்பினார். பின்னர், எகிப்து ஆளுநராக இஷாக் பின் சுலைமான் நியமிக்கப்பட்டார்.

சிரியாவில் உள்நாட்டுக் குழப்பம் : ஹிஜ்ரீ 176இல் சிரியாவில் முதார் கிளையினருக்கும் யேமன் இனக்குழுவினருக்கும் இடையிலான சண்டை ஆபத்தான கட்டத்தை அடைந்தது. டமாஸ்கஸ் ஆளுநரான அப்துஸ் ஸமத் பின் அலீயால் இதைக் கட்டுப்படுத்த முடியவில்லை. அவரைப் பதவி நீக்கம் செய்த ஹாரூன் ரஷீத், இப்ராஹீம் பின் ஸாலேயை நியமித்தார்.யேமன் இனக்குழுவினருக்கு ஸாலே ஆதரவாக இருந்ததால் குழப்பநிலை

தொடர்ந்து நீடித்தது. டமாஸ்கசைக் கைப்பற்றிய முதார் இனக்குழு, ஆளுநரைப் பதவியிலிருந்து நீக்கினர். முடிவில், ஜஅஃபர் பின் யஹ்யா பர்முக்கை அனுப்பி வைத்தார் ஹாரூன் ரஷீத். அவர் கிளர்ச்சிகளைக் கட்டுப்பாட்டுக்குள் கொண்டுவந்த பிறகு பாக்தாதுக்குத் திரும்பினார்.

அத்தாஃப் பின் ஸுஃப்யானின் எழுச்சி : ஹிஜ்ரீ 177இல் அத்தாஃப் பின் ஸுஃப்யான் ஒரு கிளர்ச்சியின் மூலம் மோசிலையும் அதன் அண்மைப் பகுதிகளையும் கைப்பற்றினார். மோசில் ஆளுநரைக் கைது செய்துவிட்டு, வரி வசூலிக்கத் தொடங்கினார். மக்களை இதற்கு இணங்க வைப்பதற்கு 4,000 வீரர்களை அவர் களமிறக்கினார். இதையறிந்த ஹாரூன் ரஷீத், பாக்தாதிலிருந்து ஒரு படையுடன் புறப்பட்டார். அத்தாஃப் ஆர்மேனியாவுக்குத் தப்பியோடினார். மோசிலின் நகரச் சுவர்களை இடித்துத் தரைமட்டமாக்கிய ஹாரூன் ரஷீத், எகிப்து மற்றும் குராசான் பகுதிகளிலும் கிளர்ச்சி உருவான தகவலறிந்து உடனே பாக்தாதுக்குத் திரும்பினார். அத்தாஃப் ஆர்மேனியாவிலிருந்து ரக்காஹ்வுக்குச் சென்று தனிமை வாழ்க்கையை மேற்கொண்டார். அதே ஆண்டு, அப்துர் ரஸாக் பின் ஹுமைத் தல்பி, ரோமானியர்கள்மீது படையெடுத்து வெற்றிகொண்டார்.

எகிப்தில் கிளர்ச்சி : ஹிஜ்ரீ 177 இறுதியில் எகிப்தில் சில இனக்குழுவினர் கிளர்ச்சி செய்யத் தயாராயினர். ஆளுநர் இஷாக் பின் சுலைமான் அதை ஒடுக்க முயற்சி செய்தார். ஹிஜ்ரீ 178 இல் கிளர்ச்சியாளர்களுடனான போரில் அவர் தோல்வியுற்றார். அப்போது, பாலஸ்தீன் ஆளுநரான இருந்த ஹர்ஸிமா பின் அயூனுக்கு ஒரு கடிதம் எழுதினார் ஹாரூன் ரஷீத். அதில், படைகளுடன் எகிப்துக்குச் சென்று நிலைமையைச் சீர்ப்படுத்தும்படிக் கேட்டுக்கொண்டார். எகிப்துக்குச் சென்ற ஹர்ஸிமா, கிளர்ச்சியாளர்களை ஒடுக்கி அமைதியை நிலை நாட்டினார். தொடர்ந்து, எகிப்தின் ஆளுநராக அவரையே நியமித்தார். ஒரு மாதத்துக்குப் பிறகு ஹர்ஸிமாவை நீக்கிவிட்டு அப்துல் மலிக் ஸாலேயை நியமித்தார்.

கவாரிஜ்களின் தொல்லை : எகிப்து, சிரியா, மோசில் கிளர்ச்சிகளின்போது கைஸ் பின் தல்பாஹ்வின் விடுதலையான அடிமை ஹஸீன் கவாரிஜ், குராசானில் கிளர்ச்சியில் ஈடுபட்டார்.

குராசான் ஆளுநர் காலித் பின் அத்தா கின்தி, சிஸ்தான் நிர்வாகியாக தாவூத் பின் யஸீதை நியமித்திருந்தார். அவர், ஹஸீனை ஒடுக்குவதற்கு உஸ்மான் பின் அம்மாராவை அனுப்பினார். அவர் ஹஸீனிடம் தோல்வியுற்று ஓடினார். தொடர்ந்து, பட்கைசையும் புஸாஞ்சியையும் ஹேரத்தையும் சூறையாடினார் ஹஸீன்.

காலித் கின்தி, 12,000 வீரர்கள்கொண்ட ஒரு படையை அனுப்பி வைத்தார். தன்னுடைய 600 வீரர்களுடன் அதை எதிர்கொண்டு தோற்கடித்த ஹஸீன் தொடர்ந்து குழப்பத்தை உருவாக்கி வந்தார். தொடர்ந்து நடந்த போர்களிலும் குராசான் படைகளே தோல்வியடைந்தன. இறுதியில், ஹிஜ்ரீ 178 தொடக்கத்தில் ஹஸீன் கவாரிஜ் கொல்லப்பட்டதுடன் குராசானில் அமைதி திரும்பியது. அதே ஆண்டு ஸஃபர் பின் அஸீம் ரோமானியப் பேரரசுமீது படையெடுத்தார்.

ஹிஜ்ரீ 179 இல், உம்ராவையும் அதே இஹ்ராமில் ஹஜ்ஜையும் நிறைவேற்றினார் கலீஃபா ஹாரூன் ரஷீத். மக்காவிலிருந்து அரஃபாவுக்கு அவர் நடந்தே சென்றார். அதே ஆண்டில், மாலிக் பின் அனஸ், ரபீயுல் ஆகிர் மாதம் 7 ஆம் நாள், தனது 84 ஆவது வயதில் இறந்தார். தொடர்ந்து இமாம் அபூ ஹனிஃபாவின் மகன் ஹம்மாத், துல்கஃதா மாதம் இறந்தார்.

ஹிஜ்ரீ 180இல் சில நிகழ்வுகள்: துருக்கியர்மீதும் மங்கோலியர்மீதும் ஜிஹாத் அறிவித்து மவரோன்னஹ்ருக்குப் படைகள் அனுப்பப்பட்டன. குராசான் ஆளுநராக அலீ பின் ஈஸா பின் மாஹான் நியமிக்கப்பட்டார். இதை, ஹாரூன் ரஷீதின் தலைமை அமைச்சர் யஹ்யா பின் காலித் பர்முக் ஏற்க மறுத்தார். அவர், அலீ பின் ஈஸாவின் முரட்டுத்தனமான இயல்பை ஹாரூனின் கவனத்துக்குக் கொண்டு வந்தார். இருந்தும், அலீ பின் ஈஸா குராசானுக்கு அனுப்பி வைக்கப்பட்டார். தன்னுடைய தாய் மண்ணான குராசான் மக்கள்மீது யாரும் அடக்குமுறை ஆட்சி செய்வதை யஹ்யா பின் காலித் விரும்பவில்லை. ஆனால், குராசானில் தொடர்ந்து உருவாகிக்கொண்டிருந்த கிளர்ச்சிகளை அடக்க இத்தகையை ஒருவர் தேவையென்று கருதினார் ஹாரூன். ஒரு பெரிய நில அதிர்வில் அலெக்ஸான்ட்ரியாவின் மினாராக்கள் நிலம் பதித்தன. ஸ்பெய்ன் ஆளுநரான ஹிஷாம் பின் அப்துர்

ரஹ்மான் இறந்து, அவரது மகன் ஹகம் பொறுப்புக்கு வந்தார். தலைசிறந்த கல்வியாளரும் பாரசீகத்தின் பைஸியா குடிமகனுமான ஸிப்வைஹ் என்று அறியப்பட்ட அபூ பிஷ்ர் அம்ர் பின் உஸ்மான் இறந்தார்.

ஹிஜ்ரீ 181இல் கலீஃபா ஹாரூன் ரோமானியப் பேரரசின்மீது படையெடுத்துச் சென்று ஸஃப்ஸாஃப் கோட்டையை வென்றார். அங்காரா வரையிலான ஆட்சிப் பகுதிகளை அப்துல் மலிக் பின் ஸாலே கைப்பற்றினார். முஸ்லிம்களும் ரோமானியர்களும் பரஸ்பரம் போர்க் கைதிகளைப் பகிர்ந்துகொண்டனர். அப்பாசியர் ரோமானியருடன் மேற்கொண்ட முதல் உடன்படிக்கை இதுதான். தார்த்தூஸிலிருந்து 12 மைல் தொலைவிலுள்ள லாமாஸ் எனுமிடத்தில், இரு அரசுகளின் கல்வியாளர்களும் அதிகாரிகளும் 30,000 வீரர்களும் எல்லைப் பகுதி மக்களுடன் ஒன்றுகூடினர். தார்த்தூஸ் ஆளுநரும் வந்தார். ஹாரூன் ரஷீதின் மகன், முத்தமின் என அறியப்பட்ட காஸிமின் கீழ் ஒரு பெருங்கூட்டம் திரண்டது. 3,700 முஸ்லிம் கைதிகளுடன் ரோமானியர் வந்தனர். முத்தமின் கிறிஸ்தவக் கைதிகளை ஒப்படைத்தார்.

அதே ஆண்டு, வடஆப்பிரிக்க ஆளுநராக இருந்த ஹர்ஸமா பின் அயூன் பதவி நீக்கம் செய்யப்பட்டு, முஹம்மத் பின் முக்கதில் நியமிக்கப்பட்டார். பாக்தாதுக்கு வந்த ஹர்ஸமா, ஹாரூனின் குதிரைப்படை அதிகாரியாக நியமிக்கப்பட்டார்.

வாரிசுரிமையின்படி மாமூன் : ஸுபைதா காத்தூனுக்குப் பிறந்த, தன் மகன் அமீனை ஹிஜ்ரீ 175 இல் வாரிசாக நியமித்தார் ஹாரூன் ரஷீத். அமீன், மாமூன் இருவருக்குமே அப்போது ஐந்து வயதுதான். எந்த முஸ்லிம் அரசரும் இதற்கு முன் இவ்வளவு சிறுவயதுப் பையனைச் சட்டப்படி வாரிசாக நியமித்ததில்லை. இப்போது, பன்னிரண்டு வயதான தன் மகன் மாமூனை அமீனுக்குப் பிறகு வாரிசாக அறிவித்தார். மக்களிடம் இதற்கான வாக்குறுதியும் பெற்றார்.

மாமூனின் இயற்பெயர் அப்துல்லாஹ். அமீனின் இயற்பெயர் முஹம்மத். ஹிஜ்ரீ 175இல் வாரிசாக நியமித்தபோது சூட்டிய சிறப்புப் பெயர்தான் அமீன். அடுத்த வாரிசாக நியமித்தபோது அப்துல்லாஹ்வுக்குச் சூட்டிய சிறப்புப் பெயர் மாமூன். ஹாரூன்

அவரைக் குராசானுக்கும் ஹம்தான் வரையிலுமான ஆட்சிப் பகுதிகளுக்கும் ஆளுநராக நியமித்தார். பின்னர், ஈஸா பின் அலீயை வரவழைத்துக் குராசான் ஆளுநருக்கான சான்றிதழைக் கொடுத்து மாமூனின் சார்பாக அவரை குராசானுக்குத் திருப்பியனுப்பினார். ஹிஜ்ரீ 182 ரஜப் மாதம் 27ஆம் நாள், அபூஹனிஃபாவின் மாணவர் என்ற சிறப்புக்குரியவரும் பாக்தாதின் தலைமை நடுவருமான யஅக்கூப் எனும் இமாம் அபூயூஸுஃப் மரணமடைந்தார்.

அபூ கஸீப் வஹப், ஹம்ஸா கவாரிஜின் கிளர்ச்சிகள் : மாமூன் ரஷீதின் வாரிசுரிமை நிகழ்ச்சிக்காக அலீ பின் ஈஸா பாக்தாதுக்கு வந்தார். அப்போது, அபூகஸீப் வஹப் பின் அப்துல்லாஹ் பின் நிஸாயி கிளர்ச்சி செய்து குராசானில் கொலை, கொள்ளைகளில் ஈடுபட்டார். திரும்பி வந்த அலீ பின் ஈஸா, அவரைப் பின் தொடர்ந்தார். பயந்துபோன அபூகஸீப் வஹப், மன்னிப்பும் பாதுகாப்பும் வழங்கும்படி கோரிக்கை வைத்தார். இவை ஏற்கப்பட்டதுடன் அபூகஸீப் அமைதியாக வாழ்ந்து வந்தார். தொடர்ந்து, பட்கைசில் ஹம்ஸா பின் அத்ரா கவாரிஜ், கிளர்ச்சியின் மூலம் ஒவ்வொரு நகரமாக வெற்றிகொள்ளும் செய்தி வெளியானது. அப்போது ஹேரத் ஆளுநராக இருந்தவர் அம்ர்வியா பின் யஸீத் அஸ்தி. 6,000 வீரர்களுடன் சென்று ஹம்ஸாவின்மீது தாக்குதல் தொடுத்த அம்ர்வியா தோல்வியடைந்தார். அம்ர்வியா உட்பட அவரது குதிரைப் படை வீரர்களில் பலர் கொல்லப்பட்டனர். பின்னர், அலீ பின் ஈஸா தன் மகன் ஹஸன் தலைமையில் 10,000 வீரர்களை ஹம்ஸாவுக்கு எதிராக அனுப்பி வைத்தார். ஆனால், ஹஸன் போரிடாமல் திரும்பினார். தொடர்ந்து, தனது இன்னொரு மகனான ஈஸாவை அனுப்பினார். ஹம்ஸா அவரையும் தோற்கடித்தார். ஈஸாவின் தலைமையில் மீண்டும் ஒரு புதிய படையை நியமித்து அனுப்பி வைத்தார் அலீ பின் ஈஸா.

நிஷாப்பூரில் வைத்து போர் நடந்தது. இதில் தோல்வியடைந்த ஹம்ஸா காஹிஸ்தானுக்கு ஓடினார். போரில் அவரது வீரர்கள் பத்தாயிரம்பேர் கொல்லப்பட்டனர். நாற்பதுபேர் மட்டுமே எஞ்சியிருந்தனர். அவர்களும் அவருடன் ஓடிவிட்டனர். ஈஸா பின் அலீ, தனது வீரர்களை அடாக், ஜோவீன் மற்றும் ஹம்ஸாவுக்கு ஆதரவாக இருந்த நகரங்களுக்கும் சிற்றூர்களுக்கும் அனுப்பி வைத்து, கவாரிஜ்களைத் தேடிப்பிடித்து 30,000 பேர்களைக்

கொன்றொழித்தார். பின்னர், போர்ப்பொருள்களை ஒன்று திரட்ட ஸரன்ரிஜில் அப்துல்லாஹ் பின் அப்பாஸ் நஸ்ஃபீயை நியமித்துவிட்டு, காபூலையும் ஸப்லிஸ்தானையும் நோக்கி அணிவகுத்துச் சென்றார். மன்னிப்பும் பாதுகாப்பும் பெற்று நிஸா நகரில் அமைதியாக வாழ்ந்துகொண்டிருந்த அபூகஸீப் வஹப் பின் அப்துல்லாஹ், களம் காலியாகக் கிடப்பதைக் கண்டு உடன்படிக்கையை மீறுவதாக முடிவு செய்தார். தன்னைச் சுற்றிலும் கிளர்ச்சியாளர்களை ஒன்றுதிரட்டிய அவர் அபியூரோ, நிஸா, தூஸ், நிஷாப்பூர் ஆகிய பகுதிகளைக் கைப்பற்றினார். இன்னொரு பக்கம் நகரங்கள், சிற்றூர்கள்மீது இரவுத்தாக்குதல்கள் நடத்தி பயணிகளிடம் கொள்ளையடிக்க ஆரம்பித்தார் ஹம்ஸா. சுருக்கமாகச் சொன்னால், அலீ பின் ஈஸாவையும் அவரது வீரர்களையும் நான்காண்டு காலம் ஹம்ஸாவும் வஹபும் சிறிதுகூட ஓய்வெடுக்க விடவில்லை. வஹப் சில வேளைகளில் மர்வை முற்றுகையிட்டார். இறுதியாக, ஹிஜ்ரீ 186இல் வஹபின் மரணத்துடன் குராசானில் அமைதி திரும்பியது. இதன் பிறகு, அலீ பின் ஈஸா அங்குள்ள மக்களிடம் கடுமையாகவும் வன்முறையாகவும் நடந்துகொள்ள ஆரம்பித்தார்.

ஹிஜ்ரீ 182இல் அப்துர் ரஹ்மான் பின் அப்துல் மலிக் பின் ஸாலே, வேனிற்காலப் படையுடன் ரோமானியர்மீது படையெடுத்துச் சென்றார். கான்ஸ்டான்டைனின் இறப்புக்குப் பிறகு, அவனது தாய் ரெபீ என்பவள் அத்ஷா எனும் சிறப்புப் பெயருடன் ரோமானிய அரசியாகப் பொறுப்பேற்றாள். கான்ஸ்டான்டிநோபிளின் அரசவையில் ஹாரூன் ரஷீதின் பெயர் பயத்தை உருவாக்கியிருந்தது. ரோமானிய அரசி, ஹாரூனுடன் அமைதி உடன்படிக்கை செய்துகொள்ளும் முயற்சிகளில் ஈடுபட்டாள். கடிதங்கள் வாயிலாக முஸ்லிம் தலைவர்களின் நம்பிக்கையைப் பெறவும் அவள் முயற்சி செய்தாள். அக்காலகட்டத்தில் ஃபிரான்ஸ் அரசன் சார்ல்மேகன், இத்தாலியையும் மேற்கு ரோமையும் வென்று கான்ஸ்டான்டிநோபிள் அரசான கிழக்கு ரோம் மீது தனது கவனத்தைத் திருப்பினான். கிழக்கு ரோமின் அரசி ரெபீ, முன்னெச்சரிக்கையாக ஹாரூன் ரஷீதுடன் இணக்கமாகி ஜிஸ்யா வழங்குவதன் மூலம் சார்ல்மேகனின் படையெடுப்பிலிருந்து தன்னைப் பாதுகாத்துக்கொண்டாள்.

ஆர்மேனியாவில் கிளர்ச்சி : ஹிஜ்ரீ 183இல் காக்கன் மன்னனின் மகளான கஸார், ஃபதல் பின் யஹ்யாவிடம் அனுப்பி

வைக்கப்பட்டாள். அவளது ஆள்கள் திரும்பி வந்து மன்னனிடம் முஸ்லிம்கள் அவளை வஞ்சகமான முறையில் கொன்றுவிட்டதாகச் சொன்னார்கள். காக்கன் ஒரு பெரும் படையைத் திரட்டி, பாபூலில் கிளர்ச்சி செய்து இஸ்லாமிய ஆட்சிப் பகுதிகள்மீது படையெடுத்தான். ஆர்மேனிய ஆளுநர் ஸயீத் பின் முஸ்லிமால் அவனை எதிர்கொள்ள இயலவில்லை. ஒரு லட்சம் முஸ்லிம்களைக் கொன்று ஆயிரக்கணக்கானோரைப் பெண்கள், பிள்ளைகளுடனும் சிறைப் பிடித்துச் சித்திரவதை செய்தான். மிகவும் கொடூரமான இந்நிகழ்வு, இஸ்லாமிய வரலாற்றின் சோக நிகழ்வுகளில் ஒன்றாகக் கருதப்படுகிறது.

அஸர்பைஜான் ஆளுநரான யஸீத் பின் மிஸ்யாதை ஆர்மேனிய ஆளுநராக நியமித்தார் ஹாரூன் ரஷீத். ஆர்மேனியாவும் அவரது ஆட்சிப் பகுதியுடன் இணைக்கப்பட்டது. ஆர்மேனியர்களுக்கு உதவியாக நஸிபீனில், குஸைமா பின் காஸிமை நியமித்தார். யஸீத் பின் மிஸ்யாதின் படையும் குஸைமா பின் காஸிமின் படையும் ஆர்மேனியாவுக்குள் நுழைந்ததும் கஸார்கள் ஓடினர். இஸ்லாமியப் படைகள் மீண்டும் அதைக் கைப்பற்றின.

இமாம் மூஸா காஸிம் பின் இமாம் ஜஅஃபர் ஸாதிக்கைத் திருப்திப்படுத்திய ஹாரூன் ரஷீத் பாதுகாப்பு நடவடிக்கையாக அவரைப் பாக்தாதில் தங்க வைத்திருந்தார். இமாம் மூஸாவைத் தலைவராகக்கொண்டு அலவியர் கிளர்ச்சியில் ஈடுபடக்கூடும் என்ற பயம்தான் இதற்கான காரணம். ஹிஜ்ரீ 183 ரஜப் மாதம் 25ஆம் நாள் வெள்ளிக்கிழமை அன்று இமாம் மூஸா காஸிம் மரணமடைந்தார். அவரது உடல் பாக்தாதில் அடக்கம் செய்யப்பட்டது. ஷியாக்களின் ஏழாவது இமாமாகக் கருதப்படும் இமாம் மூஸா மற்றும் முஹம்மத் தக்கீசின் உடல்களை அடக்கம் செய்த இடங்கள் பாக்தாதில் காஸிமியா வளைவின் கீழுள்ளன.

இப்ராஹீம் பின் அக்லபும் அப்பாசிய நகரமும் : ஹர்ஸிமா பின் அயூனின் பதவி விலகலுக்குப் பின், முஹம்மத் பின் முக்கதில் பின் ஹகமை, ஹாரூன் ரஷீத் ஆளுநராக நியமித்தது குறித்து ஏற்கனவே சொல்லப்பட்டது. முஹம்மத் பின் முக்கதில், ஹாரூனின் பால்குடி சகோதரர் ஆவார். ஆப்பிரிக்காவிலிருந்து ஹர்ஸிமா பின் அயூன் வந்த பிறகு அங்கு உருவானக் கிளர்ச்சியை முஹம்மத் பின் முக்கதில்

அடக்கினார். திறமையாகவும் மதிநுட்பத்துடனும் செயலாற்றி மக்களை அரசுக்குப் பணிய வைத்து அமைதியை உருவாக்கினார். ஆனால், அந்த அமைதியும் பணிவும் கட்டுப்பாட்டுக்குக் கீழ்ப்படிந்து மட்டுமே இருந்தன. எப்போது வேண்டுமானாலும் கிளர்ச்சி வெடிக்கக்கூடும் என்ற நிலைமை. முக்கதில்மீது மக்களுக்கு அதிருப்தி இருந்தது. கிளர்ச்சித் தலைவர்களுடன் சேர்ந்து இரகசிய சூழ்ச்சிகளில் ஈடுபட்டும் அதேவேளையில், இது தொடர்பாக முக்கதிலுக்கு ஆலோசனைகள் வழங்கவும் செய்து வந்த ஸாப் நாட்டின் ஆளுநர் இப்ராஹீம் பின் அக்லப்தான், கிளர்ச்சி உருவாவதற்கு மிக முக்கியக் காரணமாகவும் விளங்கினார்.

வடஆப்பிரிக்காவில் தொடர்ந்து நடந்து வந்த கிளர்ச்சிகளின் காரணமாக நிர்வாகம் மற்றும் பாதுகாப்புக்கென ஆண்டுதோறும் ஒரு லட்சம் தினார் எகிப்தின் பொதுக்கருவூல நிதியிலிருந்து செலவிட வேண்டியதிருந்தது. நிதி நிலைமை சீர்ப்படுத்த வேண்டிய நிலையில் இருக்கும்போது அதிகப்படியான இந்தச் செலவையும் தவிர்க்க இயலவில்லை. முஹம்மத் பின் முக்கதில் அமைதியை ஏற்படுத்திய பிறகும், பொதுக்கருவூலத்தின் செலவு தொடர்ந்துகொண்டிருந்தது. இந்நிலையில் இப்ராஹீம் பின் அக்லப், ஹாரூன் ரஷீதிடம் தன்னை வடஆப்பிரிக்க ஆளுநராக நியமித்தால் இந்தச் செலவினத்தை இல்லாமல் செய்ய முடியும் என்றும் மேலும், ஆண்டுதோறும் நான்கு லட்சம் தினார் வரிவசூலித்து அனுப்ப முடியும் என்றும் சொன்னார். ஹாரூன் தன்னுடைய ஆலோசகர்களுடன் கலந்துரையாடினார். இப்ராஹீமை ஆப்பிரிக்க ஆளுநராக நியமிப்பதில் எந்தச் சிக்கல்களும் ஏற்படப்போவதில்லை என்றார் ஹர்ஸிமா பின் அயூன். ஹிஜ்ரீ 184 முஹர்ரம் மாதம், ஆளுநருக்கான சான்றிதழை இப்ராஹீமுக்கு அனுப்பிவைத்தார் ஹாரூன் ரஷீத்.

வடஆப்பிரிக்காவுக்கு வந்த இப்ராஹீம், தனக்கு ஏற்கனவே அறிமுகமான கிளர்ச்சியாளர்கள் அனைவரையும் கைது செய்து பாக்தாதுக்கு அனுப்பிவைத்தார். இத்துடன் அனைத்துப் பிரச்சினைகளும் முடிவுக்கு வந்தன. பின்னர், கிர்வானுக்கு அருகில் ஒரு நகரை நிறுவி, அப்பாசியா எனப் பெயரிட்டு அதை தலைநகராக்கினார். அவரது வம்சாவளியினர் இங்கிருந்தே ஆட்சி செய்தனர்.

அதே ஆண்டு, யேமனிலும் மக்காவிலும் ஹம்மாத் பர்பரையும், சிந்துவில் தாவூத் பின் யஸீத் பின் ஹாத்திமையும், காஹிஸ்தானில் யஹ்யா ஹுரைஷியையும், தபரிஸ்தானில் மஹரயாவையும் ஆளுநர்களாக நியமித்தார் ஹாரூன் ரஷீத். ஹிஜ்ரீ 185 இல் தபரிஸ்தான் மக்கள் மஹரயாவைத் தாக்கிக்கொன்றனர். அவரது இடத்துக்கு அப்துல்லாஹ் பின் யஸீத் ஹுரைஷி அனுப்பப்பட்டார். அதே ஆண்டு, அஸர்பைஜான் மற்றும் ஆர்மேனியா ஆளுநரான யஸீத் பின் மிஸ்யாத் ஷிபானி காலமானார். தொடர்ந்து, அவரது மகன் அஸத் பின் யஸீத் நியமிக்கப்பட்டார்.

ஏற்கனவே குறிப்பிட்டபடி, ஹிஜ்ரீ 186இல் நிகழ்ந்த வஹப் பின் நிஸாவின் இறப்புக்குப் பின், குராசான் கிளர்ச்சிகள் அனைத்தையும் அடக்கி அமைதியை நிலைநாட்ட வேண்டிய பொறுப்பை அலீ பின் ஈஸா ஏற்றுக்கொண்டார். நீண்ட காலம் அவரால் அமைதியாக இருக்க முடியவில்லை. குராசானில் ஒரு புதிய சிக்கல் உருவானது. அலீக்கு எதிராக தொடர்ந்து, அவர்கள் கலீஃபாவுக்கு முறையீட்டுக் கடிதங்கள் அனுப்பிக்கொண்டிருந்தனர். அலீ பின் ஈஸா குராசான் ஆளுநராக இருப்பதை யஹ்யா பின் காலித் விரும்பவில்லை. குராசானில் அதிகாரமும் செல்வாக்கும் பெற்றிருந்த யஹ்யாவின் மகன்களான மூஸாவும் முஹம்மதும், வஹப் பின் அப்துல்லாஹ்வையும் ஹம்ஸா கவாரிஜியையும் கிளர்ச்சி செய்யத் தூண்டினர். அவர்களது இரகசிய செயல்பாடுகளின் விளைவாக, குராசான் நீண்டகாலமாக அமைதியை இழந்து தவித்தது. இக்காலகட்டத்தில் ஆளுநர் பொறுப்பிலிருந்து அலீ பின் ஈஸாவை நீக்குவதை நோக்கி ஹாரூன் ரஷீதின் கவனத்தைத் திருப்ப முயன்றனர் யஹ்யாவும் ஜஅஃபரும். ஹாரூன் இதற்கு செவிசாய்க்கவில்லை. எனவே, அவர்கள் காகிதக் குதிரைகளைக் கட்டவிழ்த்தனர். அலீ பின் ஈஸாவுக்கு எதிரான கடிதங்களின் பின்னணியில் பர்முக் குடும்பம் இயங்கி வந்தது. கடிதங்களின் எண்ணிக்கை அதிகரித்த நிலையில் மக்களைத் தண்டிப்பதிலும் சித்திரவதை செய்வதிலும் அலீ பின் ஈஸா எல்லைகளை மீறியதுடன் கிலாஃபத்தைக் கவிழ்ப்பதிலும் ஈடுபாடு காட்டினார்.

தவிர்க்க இயலாத நிலையில் கலீஃபா ஹாரூன் ரஷீத் பாத்தாதிலிருந்து புறப்பட்டு வந்து ரேயில் தங்கியிருந்தார். கலீஃபாவின் வருகையை அறிந்த அலீ பின் ஈஸா, பரிசுப்பொருள்களுடன் மர்விலிருந்து

புறப்பட்டுச் சென்று, தனது அரசப்பற்றையும் அதன் நம்பகத் தன்மையையும் வெளிப்படுத்தினார். திருப்தியடைந்த கலீஃபா, குராசான் ஆளுநராக அவரைத் தொடர அனுமதித்ததுடன் ரேய், தபரிஸ்தான், நஹாவந்த், கூமாஸ், ஹம்தான் ஆகிய பகுதிகளையும் அவரது ஆட்சியின்கீழ் இணைத்தார்.

இளவரசர் முத்தமின் : ஹிஜ்ரீ 186இல் கலீஃபா ஹாரூன் ரஷீத், தன் மூன்றாவது மகன் காசிமை மூன்றாவது வாரிசாக நியமித்தார். மக்களிடமிருந்து இதற்கான வாக்குறுதி பெறும் நிகழ்ச்சியில் அவருக்கு முத்தமின் என்று சிறப்புப் பெயர் சூட்டினார். கிலாஃபத்துக்கான திறமையை முத்தமின் நிரூபித்தால் மாமூன் அவரை வாரிசாக நியமிக்கலாம். இல்லையெனில், வேறு ஒருவரை வாரிசாக நியமிக்க மாமூனுக்கு உரிமையுண்டு என்ற ஒரு நிபந்தனையும் அதில் சேர்க்கப்பட்டது. இராக், சிரியா, அரபு நாடுகளின் பொறுப்பை அவர், முதலாம் இளவரசர் அமீனிடம் ஒப்படைத்தார். கிழக்கு நாடுகளின் பொறுப்பை மாமூனும் ஸாகூர், ஜஸீரா, அவாஸிம் மாகாணங்களின் பொறுப்பை முத்தமினும் ஏற்றுக்கொண்டனர்.

முதல் இரண்டு இளவரசர்களான அமீனிடமும் மாமூனிடமும் ஓர் உறுதிமொழி வாங்கப்பட்டது. அதில், "மாமூனுக்கான கடமைகளை நிறைவேற்றுவேன்" என்று அமீனும், "அமீனுக்கான கடமைகளை நிறைவேற்றுவேன்" என்று மாமூனும் எழுதி, முக்கியஸ்தர்கள், படைத்தலைவர்கள், அரசதிகாரிகள் மற்றும், மக்கா மதீனாவின் சிறப்பு வாய்ந்தவர்களும் கையெழுத்திட்டு கஅபாவில் தொங்கவிடப்பட்டது. தங்களுடைய ஆட்சிப் பகுதிகளுடன் அவர்கள் திருப்தியடைய வேண்டுமென்றும் மற்ற சகோதரர்களின் ஆட்சிப்பகுதிகளை அபகரிப்பதில்லை என்றும் சத்தியம் செய்து வாங்கப்பட்டது. இந்த உடன்படிக்கைகள், கிலாஃபத் உரிமையுடன் மட்டுமே தொடர்புள்ளவையாக இருந்தன.

இதன்படி, அமீன் கலீஃபாவாக இருப்பார். முஸ்லிம்களும் மாமூனும் அவருக்குக் கீழ்ப்படிய வேண்டும். ஹாரூனால் தேர்வு செய்யப்பட்ட ஆளுநர்களைப் பதவி நீக்கம் செய்யும் உரிமை கலீஃபா அமீனுக்குக் கிடையாது. அமீனுக்குப் பிறகு மாமூன் கலீஃபாவாக ஆவார். ஏனைய அனைத்தும் வழக்கம்போல் தொடரும்.

இப்படியாக, தனது ஆட்சிப் பகுதிகளை மகன்களுக்குப் பகிர்ந்தளித்து எதிர்காலத்தில் ஏற்பட இருக்கும் பூசல்களை ஹாரூன் ரஷீத் தவிர்க்க விரும்பினார். ஆனால், இது ஓர் அறிவுபூர்வமான ஏற்பாடாக அமையவில்லை. ஒரு தந்தை என்னும் நிலையில் அவரது நல்லெண்ணம் தோல்வியில் முடிவடையும் என்பது விதியாக இருந்தது.

ஹாரூன் ரஷீதின் குறிப்பிடத்தக்க ஹஜ் : கலீஃபா ஹாரூன் ரஷீத், ஹஜ் கடமைகளை நிறைவேற்றுவதில் பெரும் ஆர்வமுள்ளவராக இருந்தார். தவிர்க்கவே முடியாத சூழ்நிலைகளைத் தவிர எந்த ஹஜ்ஜையும் அவர் தவற விடவில்லை. ஆண்டுதோறும் ஹஜ்ஜுக்குச் செல்வதும் இரண்டாண்டுக்கு ஒருமுறை ஜிஹாத் செய்வதும் அவரது வழக்கம். ஹாரூன் ரஷீத் அளவுக்கு எந்தக் கலீஃபாவும் ஹஜ் பயணங்கள் மேற்கொண்டதில்லை. ஹிஜ்ரீ 186இல் அவர் நிறைவேற்றிய ஹஜ் சிறப்பாகக் குறிப்பிடத்தக்கது. ஏனெனில், ஏற்கனவே சொல்லப்பட்ட உறுதிமொழி இம்முறை நிகழ்ந்த ஹஜ்ஜின்போது கஅபாவில் தொங்கவிடப்பட்டிருந்தது. இதற்குப் பிறகுதான் பர்முக் குடும்பத்தின் ஆற்றலை ஹாரூன் ரஷீத் இல்லாமல் செய்தார்.

ஹஜ் கடமையை நிறைவேற்றுவதற்காக அன்பாரிலிருந்து மக்காவுக்குப் புறப்பட்டார் ஹாரூன் ரஷீத். அவருடன் அவரது மகன்கள் மூவரும் தலைமை அமைச்சர் ஜஅஃபர் பின் யஹ்யா பர்முக்கும் சென்றனர். ஹஜ் கடமையை நிறைவேற்றிய அவர், மதீனாவுக்குப் புறப்பட்டார். இரண்டு பகுதிகளிலுமுள்ள மக்களுக்கு பரிசுப்பொருள்களும் அன்பளிப்புகளும் வழங்கினார். தனது சார்பிலும் மகன்கள் சார்பிலும் 1,50,00,000 தினார் மதிப்புள்ள பொற்காசுகளை வழங்கினார். மதீனாவிலிருந்து திரும்பிய அவர், அன்பாரில் முகாம் அமைத்துத் தங்கினார். ஹிஜ்ரீ 187 முஹர்ரம் மாத இறுதியில் இதே இடத்தில் ஜஅஃபர் பின் யஹ்யா பர்முக்கைக் கொலை செய்தார்.

பர்முக் குடும்பமும் வீழ்ச்சியும் : தனது கிலாஃபத் காலமான ஹிஜ்ரீ 187 ஆம் ஆண்டு தொடக்கத்தில், தலைமை அமைச்சரைக் கொலை செய்து, அவரது சகோதரர் ஃபதலையும் தந்தை யஹ்யாவையும் கைது செய்தார் ஹாரூன் ரஷீத். அரசர்கள் மற்றும் கலீஃபாக்களின்

இஸ்லாமிய வரலாறு நான்காம் பாகம்

வரலாற்றில் இது அபூர்வமான நிகழ்வு இல்லை. அரச வாழ்வின் சாதனைகளே இரத்தத்தால் எழுதப்பட்டவைதான். ஆகவே, பர்முக் குடும்பத்தின் வீழ்ச்சியிலும் ஜஅஃபரின் கொலையிலும் ஆச்சரியம் எதுவுமில்லை. வரலாற்றில் கறைபடிந்த இந்தப் பகுதியை அரசியலாக்கிய மிகை ஆர்வலர்களும் புனைவு ஆசிரியர்களும் தங்கள் கற்பனைக்கேற்ப இதை விவரித்திருக்கிறார்கள். இந்தக் கற்பனைகளை உண்மை என்று நம்பிய ஆய்வாளர்களும்கூட இதை மேற்கோள் காட்டுவதுண்டு. ஆகவே, இது குறித்த உண்மையை விளக்கியாக வேண்டும். இதன் ஒரு பகுதியாக, ஹிஜ்ரீ 187இல் நடந்த சில நிகழ்வுகள் குறித்த உண்மைகளைக் குறிப்பிட வேண்டும். இவற்றில் சில, தவறான பிரச்சாரங்களின் அடிப்படையில் அமைந்த புனைவாகவும் இருக்கலாம்.

பர்முக் குடும்பம் : அக்னி ஆராதனையை விடவும் நட்சத்திர ஆராதனைக்கு முக்கியத்துவம் அளித்தது இரானிய பழங்கால சமய மரபான, மஹ் ஆபாத். இம்மரபில் தொடர்ந்து பல்வேறு சீர்திருத்தவாதிகள் உருவாயினர். இறுதியாக வந்தவர் ஸொராஸ்ட்ரர். அவர் நடைமுறைக்குக் கொண்டுவந்த சமய நெறி எதுவென்பதை அல்லாஹ்தான் அறிவான். ஆயினும் இவர் நட்சத்திர வழிபாட்டை விடவும் அக்னி வழிபாட்டை முன்னிறுத்தியதாகத் தெரிகிறது. அவர் வாழும் காலத்திலேயே அவரது மதம், அரச மதமாக மாறி இரானின் பல பகுதிகளிலும் பரவியது. இஸ்ஃபாந்தியரின் மற்போர், அதை ஆஃப்கானிஸ்தானுக்கும் பஞ்சாபுக்கும் கொண்டு சென்றது.

அரசுடைமையைத் துறந்து ஸொராஸ்ட்ரரைத் தீவிரமாகப் பின்பற்றிய லஹ்ரஸப் அரசன் உயிரிழந்த இடம் பல்க். கிறிஸ்தவர்களுக்கு ஜெருஸலேமும் பவுத்தர்களுக்கு இந்தியாவில் கயாவும் ஆன்மிகத் தலைமையிடமாக இருப்பதுபோல் ஸொராஸ்ட்ர மதத்தின் தலைமையிடம் பல்க். கிரேக்கத்தின் அலெக்ஸாண்டர் அஸ்தகார், சமர்கண்ட், கங்க்ரா, கராச்சி, காபூல் போன்ற பகுதிகளைத் தாக்கி, கொள்ளையடித்து அழித்தான். இவை, ஸொராஸ்ட்ரிய, கியானி குடும்பத்தின் அரசுரிமையாக இருந்த, அக்னி வழிபாடு நடைமுறையிலிருந்த பகுதிகள். கிரேக்கர்களின் நுழைவு, கியானி அரசுக்கு முடிவை ஏற்படுத்தியதுடன் அக்னி வழிபாட்டையும் அப்புறப்படுத்தியது.

சில நூற்றாண்டுகளுக்குப் பிறகு, கிரேக்க அடிமைத்தளையை விட்டு விலகுமளவுக்கு இரானியர் பலம் பெற்றனர். இரானின் பல்வேறு அரசுகளை ஒன்றுபடுத்திய முதலாம் ஸஸ்ஸான், அழிந்துபட்ட ஸொராஸ்ட்ரிய அக்னிக்குண்டங்களில் புதிய தீப்பொறியை மூட்டினார். ஸொராஸ்ட்ரர் காலத்தில் சீனர்களால் பல்க் தனிமைப்படுத்தப்பட்டிருந்தது. ஆனால், மிக விரைவிலேயே அது மீண்டெழுந்து, புனித நகரமாகவும் வழிபடும் திசையாகவும் மாறியது. அலெக்ஸாண்டரின் பாய்ச்சல், பல்க்கின் சந்தைகளைப் பலமிழக்கச் செய்திருந்தும் ஸொராஸ்ட்ரரின் உறுதிமிக்க நம்பிக்கையின் மையமாக அது அமைந்தது. ஸஸ்ஸானிய ஆட்சியின்போது தனது இளமையை அது மீட்டெடுத்தது.

காதிஸியா, நஹாவந்த் போர்களில் ஸஸ்ஸானியர் தங்கள் இறுதி மூச்சை விட்டபோது பல்க்கின் அக்னிக் குண்டங்கள் புத்துயிர் பெற்றன. ஏனெனில், தோற்கடிக்கப்பட்ட இரானியப் பேரரசனும் தப்பியோடிய பிற தலைவர்களும் ஒன்றுகூடுமிடமாக பல்க் இருந்தது. நவ்பஹார் என்று அறியப்பட்ட அக்னிக்குண்டமான யெஸ்தானை வழிபட அவர்கள் பல்க்கை நோக்கித் திரும்பினர். இதில், ஒரு அக்னிக்குண்டத்தின் ஆன்மிகத் தலைவர் முக் (ஆரபா) என்றழைக்கப்பட்டார். இவர், பல்வேறு பிரிவு மக்களின் தலைவரும் அவரது மாகாணத்திலுள்ள அக்னிக்குண்டங்களின் மேற்பார்வையாளரும் ஒரு மையக்குண்டத்தின் தலைவரும் ஆவார். இவர், பர்முக் என்ற பெயரில் அறியப்பட்டார்.

நவ்பஹார் அக்னிக்குண்டத்தின் ஆன்மிகத் தலைவரான முக், அக்னி வழிபாட்டின் மாபெரும் ஆதரவாளரான இரானியப் பேரரசனின் அழிவையும் ஆதரவற்ற நிலையையும் கண்டு மனம் வருந்தினார். தான் தலைவராக இருக்கும் மதம் இழிவுக்குள்ளாகி அழிக்கப்பட இருப்பதையும் தங்களுக்கு ஆதரவாக இருக்கும் அரச குடும்பத்தின் சிறப்பு இழப்புக்குள்ளாகி இருப்பதையும் கண்டு மனம் கலங்கினார். நவ்பஹார் குண்டம், நான்கு மத்திய குண்டங்களில் ஒன்று. லஹ்ரஸப் கொலையுண்டதும் ஸொராஸ்ட்ரர் தங்கியிருந்ததும் ஸொராஸ்ட்ரிய மையமுமாக இருந்த பல்க் அக்னிக்குண்டம் மிகப்பெரிய செல்வாக்கும் மதிப்பும் பெற்றிருந்தது. அக்னி வழிபாட்டு மக்களிடமும் இரானியர்களிடமும் பர்முக் பெருமதிப்பு பெற்றிருந்தார்.

ஹிஜ்ரீ 31இல் சமவெளிகளைக் கடந்து பெரும் பாய்ச்சலாகப் புறப்பட்ட முஸ்லிம் வெற்றியாளர்கள், பல்க்கையும் அதன் அக்னிக்குண்டங்களையும் அடைய மர்வுக்கு வந்தபோது, ஆயிரமாயிரம் ஆண்டுகளாகக் கனன்றுகொண்டிருந்தாகச் சொல்லப்பட்ட நெருப்புக் குண்டங்கள் அணையத் தொடங்கின. பிறகு, அதன் ஆராதனையாளர்கள் வாழ்வதற்கு அக்னிக்குண்டங்கள் தேவைப்படவில்லை. பர்முக்கும் தனது மதிப்பை இழந்தார். ஆடம்பர செலவுகளுக்கான பணமும் அவரிடமில்லை. ஆனால், பர்முக் எனும் தங்களுடைய சிறப்புப் பெயரை மட்டும் அவர்கள் பாதுகாத்து வந்தனர்.

அரேபியர், நவ்பஹாரை அழித்ததை முன்வைத்து அக்னி ஆராதனையாளர்களைப் பலவந்தமாக இஸ்லாத்துக்கு மாற்றினர் என்று முடிவுக்கு வருவது தவறு. பலவந்தமாக மாற்றுவதாக இருந்தால் முதலில் அவர்கள் பர்முக்கை மாற்றியிருப்பார்கள். இதன் மூலம் மற்றவர்கள் மாறவேண்டிய சூழ்நிலை உருவாகியிருக்கும். மாறாக, அவர்கள் தாங்களாகவே இஸ்லாத்தைத் தழுவினர். இத்தகைய மாற்றம்தான் ஆச்சரியமான முறையில் முஸ்லிம்களுக்கு வெற்றியைக் கொடுத்தது. முஸ்லிம்களின் பல்க் வருகை இஸ்லாத்தின் வருகையாக அமைந்தது. இது, நவ்பஹாரின் அக்னிக் குண்டங்களின் அழிவுக்கும் பர்முக் குடும்பத்தினரின் அழிவுக்கும் இட்டுச் சென்றது.

பர்முக், சமயத் தலைவராக இருந்த காரணத்தால் இஸ்லாத்தை ஏற்கவில்லை. அதன் வருகை, எல்லா வகையிலும் அவரது இருப்பை சீர்குலைத்திருந்தது. முஸ்லிம்களை அவர் கோபக் கண்களுடன் பார்த்தார். இரானிய சமூகம் மற்றும் அவர்களது நம்பிக்கைகளுடன் எவ்வகைத் தொடர்புமின்றி சீன எல்லைகளிலிருந்த மங்கோலிய, துருக்கிய இனக்குழுவினர் பல்க்கைத் தாக்கப் பயந்திருந்தனர். இப்போது அவர்கள் திடீர்த் தாக்குதலில் இறங்கினர். முஸ்லிம்களுக்கு ஜிஸ்யா கொடுப்பதாக முன்பு வாக்குறுதியளித்த மங்கோலியரின்கீழ் பல்க் வந்தது. அவர்கள் ஆற்றல் பெற்றதுடன் முஸ்லிம்களுக்குப் பல்வேறு இன்னல்களை விளைவிக்கத் தொடங்கினர்.

பல்க்கிலிருந்த அக்னி வழிபாட்டின் அடையாளங்கள் அனைத்தையும் அகற்றிய மங்கோலியர், பர்முக் குடும்பத்தின் பெருமைகளைக் குலைத்து, சமூகத்தின் கீழ்நிலைக்கு அவர்களைக்

கொண்டு வந்தனர். அரேபியர் அங்கே நெடுங்காலம் இருக்கவோ, எல்லையோரப் பகுதிகள்மீது அதிகம் கவனம் செலுத்தவோ இல்லை. இந்நிலையில் பல்க், மங்கோலியரின் தாக்குதலுக்குள்ளானது. நவ்பஹாரின் அக்னிக்குண்டங்களின், ஸொராஸ்ட்ர அரசுடைமையின் கீழ் சிறப்புடன் வாழ்ந்து வந்த பர்முக் மரணமடைந்தார். ஸொராஸ்ட்ர ஆதரவாளரான அவரது மகனும் பர்முக் என்றே அழைக்கப்பட்டான். இந்த இரண்டாம் பர்முக், நவ்பஹாரின் பொற்காலத்தைப் பார்த்தவன் அல்ல.

ஹிஜ்ரீ 86இல் குராசான் ஆளுநரான குதைபா பின் முஸ்லிம், பல்க்கின்மீது படையெடுத்தார். இதில், சில பெண்கள் அடிமைகளாக்கப்பட்டனர். குதைபா பின் முஸ்லிமின் சகோதரர் அப்துல்லாஹ் பின் முஸ்லிமின் பங்கில் கிடைத்த அவர்களில், இரண்டாம் பர்முக்கின் மனைவியும் இருந்தாள். சிறிது காலத்துக்குப் பிறகு பல்க்குடன் உடன்படிக்கை ஏற்பட்ட நிலையில் கைது செய்யப்பட்ட பெண்கள் விடுவிக்கப்பட்டனர். அப்துல்லாஹ் பின் முஸ்லிமின் அடிமையாக இருந்த பர்முக்கின் மனைவி பிரிந்து செல்லும்போது கர்ப்பமாக இருந்தாள். பர்முக்கிடம் வந்து சேர்ந்த அவள் பிரசவித்தாள். இந்தக் குழந்தைதான் ஜஅஃபர் பர்முக்கின் பாட்டனாரான காலித்.

இந்த வரலாற்றுத் தகவல் வெறும் கற்பனையாகவும் இருக்கலாம். ஆனால், ஹிஜ்ரீ 86 அல்லது 87 இல் காலித், இரண்டாம் பர்முக்கின் இல்லத்தில் பிறந்தார் என்பது உண்மை. இமாம் இப்ராஹீம் அப்பாசி, தனது கொள்கையைப் பிரச்சாரம் செய்வதற்காக அபூமுஸ்லிம் குராசானியை அனுப்பி வைத்தார். காலித் பின் பர்முக்கின் நாற்பதாவது வயதில் அபூமுஸ்லிம் அவரைத் தனது குழுவில் சேர்த்துக்கொண்டார். காலித் பர்முக்மீது அபூமுஸ்லிம் மிகுந்த கவனம் செலுத்தினார். அவரைப் பயிற்றுவிப்பதிலும் உயர்நிலைக்குக்கொண்டு வருவதிலும் அக்கறை காட்டினார். குராசானிலிருந்து ஒருவனை அனுப்பி வைத்து, அமைச்சராக இருந்த அபூ ஸல்மாவைக் கொலைசெய்த அபூமுஸ்லிம், காலித் பர்முக்கை அமைச்சராக நியமிக்கும்படி ஸஃப்ஃபாவுக்குக் கடிதமெழுதினார்.

ஸஃப்ஃபாவின் இறப்புக்குப் பிறகு, பொறுப்புக்கு வந்த அபூஜஅஃபர் மன்ஸூர் அப்பாசியின் அரசவையிலும் காலித் பர்முக் அமைச்சராகத் தொடர்ந்தார். தனது கிலாஃபத்தின் முதலாண்டில்

அபூமுஸ்லிமை மன்ஸூர் அப்பாசி கொலை செய்தார். இதன் காரணமாக, காலித், தனது வெறுப்பையோ கவலையையோ வெளிப்படுத்தவில்லை. ஆனால், முன்னெச்சரிக்கையுடன் ஒரு கிளர்ச்சியை அடக்குவதற்கென்ற பெயரில் காலிதை வெளியே அனுப்பி வைத்துவிட்டு, அபூஅய்யூபை அமைச்சராக நியமித்தார் மன்ஸூர். இதை முன்வைத்தும் காலித் பர்முக், வெறுப்பையோ பணிவின்மையையோ வெளிப்படுத்தவில்லை. இப்படியான ஒருவரின் உதவியைப் பயன்படுத்திக்கொள்ள கலீஃபா மன்ஸூரும் தவறவில்லை. காலிதின் செயல்களும் பண்புகளும் மன்ஸூருக்குத் திருப்தியளித்தன. அபூமுஸ்லிமைப்போன்ற சூழ்ச்சியும் துணிச்சலுமுள்ள ஒருவரின் உண்மை மாணவனாக இருந்து அனுபவம் பெற்றவர் காலித். அரசியல் நுட்பங்களில் மிகவும் திறமை வாய்ந்தவர். மனதிலும் அவர் இரான்மீதான அர்ப்பணிப்பு உணர்வையும் நேசத்தையும் வளர்த்திருந்தார். அபூமுஸ்லிமின் முடிவை நேரடியாகக்கண்டு, மனதுக்குள் கண்ணீர் வடித்ததுடன் அபூ முஸ்லிமைவிடவும் நுட்பமாகச் செயல்பட்டார் காலித் பர்முக். முன்னெச்சரிக்கையும் நுட்பமான கவனமும்கொண்ட கலீஃபா மன்ஸூரிடமிருந்து தனது உணர்வுகளை மறைத்துக் கொள்வதிலும் அவர் வெற்றி பெற்றார்.

மோசில் ஆளுநராகவும் மன்ஸூரின் மகனுக்கு ஆசிரியராகவும் இருந்த காலித் பர்முக், வாழ்க்கையின் இறுதிவரைக்கும் தனது இருப்பைத் தக்கவைத்துக் கொண்டார். கலீஃபா மஹ்தி்க்கு ஆசிரியராக இருந்தது அவருக்கும் குடும்பத்துக்கும் பெரும் நன்மைகளை விளைவித்தது. மஹ்தி கலீஃபாவாகப் பொறுப்பேற்கும்போதும் மன்ஸூரின் மரணத்தின்போதும் காலித் பர்முக் உயிருடனிருந்தார். இது அவரது கௌரவத்துக்கும் பெருமைக்கும் மேலும் சிறப்பூட்டியது. ஹிஜ்ரீ 163இல் மஹ்தியின் ஆட்சியின்போது தனது 77 ஆவது வயதில் காலித் பர்முக் மரணமடைந்தார்.

கிலாஃபத்களின் தோற்றத்தையும் அழிவையும் பார்த்தபடியே காலித் பர்முக்கின் வாழ்க்கையின் பிற்பகுதி கழிந்தது. இந்நிகழ்வுகளின் முன்னணித் தலைவர்களில் அவரும் ஒருவர். இறப்பின்போது அவரது மகன் யஹ்யாவுக்கு 50 அல்லது 54 வயது. தனக்கு அறிவு தெரிந்த நாளிலிருந்து அரசியல் சூதாட்டங்களையும் பிரச்சினைகளையும் கவனித்தபடியே அவர் வளர்ந்தார். தந்தையிடமிருந்து அவரது

சிந்தனைகள், ஆர்வங்கள், எச்சரிக்கை, அரசியல் அறிவு, முன்னோர்களின் எழுச்சியும் வீழ்ச்சியும், குடும்பச் சிறப்புகள், வரலாறுகள், இரானியப் பேரரசு என அனைத்து வகையான அறிவுகளையும் அக்கறையுடனும் ஆர்வத்துடனும் செவிமடுத்தார். தன்னை சமூகத் தலைவராகவும் தகவமைத்துக்கொண்டார். மிகச்சிறு தவறுகூட இஸ்லாமியக் கிலாஃபத்தில் தனக்கிருக்கும் மதிப்பையும் அரசியல் செல்வாக்கையும் அழித்து விடுவதுடன் தனது அழிவுக்கும் காரணமாக அமைந்து விடும் என்பதை அவர் உணர்ந்திருந்தார். அவரும் அவரது தந்தையும் கிலாஃபத் மற்றும் அவர்களின் குடும்ப விவகாரங்களையும் அறிந்திருந்தனர். கலீஃபாவின் அவையில் இடைவிடாத அவரது பங்கேற்பு, அதிகாரத்தின்மீதான ஆர்வத்தை நோக்கிச் செல்லவிடாமல் அவரைப் பாதுகாத்து வந்தது.

ஹிஜ்ரீ 161இல் ஹாரூன் ரஷீதின் ஆசிரியராக யஹ்யாவை நியமிக்கும்படி காலித் பர்முக், மஹ்தியிடம் கேட்டுக்கொண்டதுதான் அவரது ஆழமான சூழ்ச்சித்திறன். காலித் பர்முக்கின் மாணவரான மஹ்தியின் மகன், ஆசிரியரின் மகனிடம் பயிற்சி பெறுவதை இயல்பான விஷயமாகவே ஹாரூன் ரஷீத் கருதினார். முன்பு, ரேயில் ஹாரூன் ரஷீத் பிறந்தபோது மஹ்தியுடன் காலித் பர்முக்கும் அங்கிருந்தார்.

காலித் பர்முக் தனது பேரன் ஃபதலையும் ஹாரூன் ரஷீதையும் பால்குடி சகோதரர்களாக்க உதவினார். யஹ்யாவின் தாயிடம் ஹாரூன் ரஷீதும், ஹாரூன் ரஷீதின் தாயிடம் ஃபதலும் பால் அருந்தினர். காலித் பர்முக்கின் இந்தக் காய் நகர்த்தல்களை அணுகி ஆராய்ந்தால், தனது ஆசான் அபூமுஸ்லிமின் இறப்புக்குப் பழி வாங்கவும், அரசாற்றலை மீண்டும் இரானியர்கள் கைப்பற்றவும் இதற்குத் தனது குடும்பத்தை அறிவுக்கூர்மையுடன் தயாராக்கவும் முயற்சிகளை மேற்கொண்டார் என்பதைப் புரிந்துகொள்ள இயலும்.

தனது ஆசிரியராக இருந்த யஹ்யா பின் காலிதை ‘மதிப்புக்குரிய தந்தை’ என்றுதான் ஹாரூன் ரஷீத் குறிப்பிடுவார். கலீஃபாவாகப் பொறுப்பேற்ற பிறகும் அவர் இதை மாற்றிக் கொள்ளவில்லை. அவரது முன்னிலையில் அதிகமாகப் பேசவும்கூட தயங்கினார். கலீஃபா ஹாதியின் கிலாஃபத், பர்முக் குடும்பத்தின் எதிர்பார்ப்புகளின்படி அமையவில்லை. குறிப்பிட்ட அளவு மட்டுமே ஹாதியிடம் யஹ்யாவுக்கு செல்வாக்கு இருந்தது. ஹாதிக்கும் அவரது தாயார்

கைஸ்ரானுக்குமிடையே பகையைத் தூண்டும் முயற்சியை மேற்கொண்டார் யஹ்யா. ஹாரூனின் உயிரைக் காப்பாற்றும் எண்ணத்துடனிருந்த கைஸ்ரான், யஹ்யாவுடன் சேர்ந்துகொண்டார். ஹாதியின் ஆட்சி ஓர் ஆண்டுக்கும் சற்று அதிகமாக மட்டுமே நீடித்தது.

ஹாரூனைக் கலீஃபாவாக நியமிக்கும் யஹ்யாவின் திட்டத்துக்கு அவரது குடும்ப நலனும் காரணமாக இருந்தது. கலீஃபாவாகப் பொறுப்பேற்ற ஹாரூன், யஹ்யாவைத் தலைமை அமைச்சராகவும் போர்ப்பயணங்களின் பொறுப்பிலும் நியமித்தார். ஹாரூனின் தாய் கைஸ்ரானுக்குத் தன்மீது அதிருப்தி ஏற்பட்டு விடாமலும் யஹ்யா கவனித்துக்கொண்டார். தனது ஒவ்வொரு செயலையும் கைஸ்ரானுடன் கலந்தாலோசனை செய்தார். சிறிது காலத்தில் கைஸ்ரான் இறந்துவிட்டாள். தன்மீது ஹாரூனுக்கு அன்பும் மதிப்பும் அதிகரிப்பதைக் கவனத்தில் கொண்ட யஹ்யா, ஈடுபாட்டுடனும் நம்பிக்கையுடனும் திறமையுடனும் கிலாஃபத் விஷயங்களிலும் படையெடுப்பு விஷயங்களிலும் செயல்பட்டு வந்தார். தனது சிந்தனைகளையும் செயல்பாடுகளையும் ஹாரூனின் மன உணர்வுகளைக் கருத்தில்கொண்டு செயல்படுத்தி வந்தார். கலீஃபாவின் விருப்பங்களையும் நோக்கங்களையும் நிறைவேற்றுவது ஒன்றே தனது கடைமை என்பதுபோல் காட்டிக்கொண்டார். அரசியல் நோக்கம் வெளிப்பட்டு விடாதபடி தன்னுடைய உறவினர்களையும் சகோதரர்களையும் மருமகன்களையும் ஒத்தக் கருத்துள்ள இரானியர்களையும் மாகாணங்களின் மிக முக்கியப் பொறுப்புகளில் நியமித்தார். தனது மகன்களான ஃபதலையும் ஜஅஃபரையும் ஹாரூன் ரஷீதின் பால்குடி சகோதரர்களாக்குவதில் வெற்றி பெற்றார். ஹாரூனை அவர்கள் சகோதர உறவின் பெயரிலேயே அழைத்தனர். அவர்கள்மீது பெரும் அன்பு பாராட்டிய ஹாரூன், தனது மகன்களை ஃபதல் மற்றும் ஜஅஃபரின் பொறுப்பில் பாதுகாத்து வந்தார். வயது முதிர்ந்த நிலையில் ஹிஜ்ரீ 174இல் தனது மகன் ஃபதலை போர்த்துறை அமைச்சகத்தின் உதவியாளராக நியமித்தார் யஹ்யா.

யஹ்யா பின் அப்துல்லாஹ், ஹிஜ்ரீ 176இல் தைலாமில் கிளர்ச்சி செய்தபோது ஃபதல் பின் யஹ்யா அதை முடிவுக்குக் கொண்டுவந்து அவருக்கு விளைநிலங்கள் கிடைக்கச் செய்தார். யஹ்யா பின் அப்துல்லாஹ்வை ஜஅஃபர் பின் யஹ்யாவின் பொறுப்பில்

ஒப்படைத்தார் ஹாரூன். ஹிஜ்ரீ 178இல் குராசான், தபரிஸ்தான், ரேய், ஹமதான் ஆகிய பகுதிகளுக்கு ஃபதலை ஆளுநராகவும் தன் மகன் அமீனின் ஆசிரியராகவும் நியமித்தார். யஹ்யா, குராசான் ஆளுநராக இருக்கும்போது, 5,00,000 வீரர்களடங்கிய பலம் பொருந்திய, போர் முஸ்தீபுகளுடனான ஒரு படையை ஏற்பாடு செய்தார். ஓர் ஆண்டுக்குப் பிறகு அவரைத் திருப்பியழைத்த ஹாரூன், தலைமை அமைச்சராக நியமித்தார். முக்கிய அனைத்து நிகழ்வுகளையும் யஹ்யாவுடன் கலந்தாலோசனை செய்தார். எல்லாப் படையெடுப்புகளிலும் அவரது பங்களிப்பு இருந்தது.

யஹ்யா பின் காலிதின் இரண்டாவது மகன் ஜஅஃபர், ஹாரூன் ரஷீதின் மிக நெருங்கிய நண்பராக இருந்தார். எப்போதும் கலீஃபாவுடன் இருந்து வந்த அவர், இனிய குணங்களும் நல்லொழுக்கமும் கொண்டவர். அரண்மனைகளின் காவல் பணித்துறைத் தலைவராக இருந்த ஜஅஃபர், ஹிஜ்ரீ 176இல் கூடுதல் பொறுப்பாக எகிப்து ஆளுநராகவும் நியமிக்கப்பட்டார். எகிப்தில் தனது பிரதிநிதியாக இம்ரான் பின் மெஹ்ரானை நியமித்துவிட்டு, அவர் ஹாரூனுடன் இருந்து விட்டார். டமாஸ்கசிலும் சிரியாவிலும் கிளர்ச்சிகள் வெடித்தபோது அங்கே சென்று அவற்றை அடக்கியவர் ஜஅஃபர்தான். பின்னர் அவரைக் குராசான் ஆளுநராக நியமித்தார் ஹாரூன். தொடர்ந்து ஒரே மாதத்திற்குள் பாக்தாத் ஆளுநராகவும் நகரக் குற்றவியல் நடுவராகவும் நியமித்தார். இந்தப் பொறுப்பில் ஹர்ஸிமா பின் அயூனை நியமித்துவிட்டு, ஹாரூனின் நண்பராகவே தொடர்ந்தார் ஜஅஃபர். அவர்களது தந்தையான யஹ்யா பின் காலிதை வரவழைத்த ஹாரூன், "அமைச்சர் பொறுப்பை ஜஅஃபரிடம் ஒப்படைத்து விட்டு, தயவு செய்து அதை ஃபதலுக்குச் அறிவித்து விடுங்கள். இதை ஃபதலிடம் சொல்ல எனக்குத் தயக்கமாக இருக்கிறது" என்றார். யஹ்யா, ஹாரூனின் விருப்பத்தை ஃபதலுக்கு அறிவித்தார். ஜஅஃபர் தலைமை அமைச்சரானார். இவை, பர்முக் குடும்பத்தின் பிடிக்குள் ஹாரூன் இருந்ததைத் தெளிவுபடுத்துகின்றன.

ஜஅஃபர் பின் யஹ்யா தலைமை அமைச்சராக இருக்கும்போது, அரசின் அனைத்துத் துறைகளிலும் அவரது ஆதிக்கமே மேலோங்கி நின்றது. அரசாங்கத்தைத் தனது உடைமையாகவும் தன்னை ஆட்சியாளராகவும் கருதினார். பாக்தாத் காவல்துறையும்

அரண்மனைகளும் அவரது கட்டுப்பாட்டின் கீழ் வந்தன. அரசுத்துறை நிர்வாகிகளையும் மாகாண ஆளுநர்களையும் படைத்தலைவர்களையும் அவரே நியமித்துக்கொண்டார். பொதுக்கருவூலத்தின் கட்டுப்பாடும் ஜஅஃபரிடம்தான் இருந்து வந்தது. தனக்குத் தேவைப்படும் பணத்தை ஜஅஃபரிடம் கேட்டுப் பெற்றார் கலீஃபா ஹாரூன் ரஷீத்.

யஹ்யா பின் காலிதுக்கு வேறு மகன்களும் இருந்தனர். அவர்கள் படை அதிகாரிகளாக இருந்தனர். தங்களது அறிவு நுட்பமும் அதிகாரச் செல்வாக்கும் காரணமாக அவரது குடும்பம் ஏராளமான நன்மைகளை அனுபவித்தது. அரசுப்பணத்தை அவர்கள் தாராளமாகச் செலவு செய்தனர். பரிசுகள், அன்பளிப்புகள் என அள்ளி இறைத்தனர். இதன் காரணமாக, ஜஅஃபர், அரபுப் பண்பாட்டில் கொடைத்தன்மைக்கு உவமையாகக் குறிப்பிடும் ஹாத்திமுக்கு நிகராகப் புகழப்பட்டார்.

மிகப்பெருமளவில் பணம் பெற்று வந்த பர்முக் குடும்பம், தங்கள் புகழையும் மதிப்பையும் பாதுகாப்பதற்காக அதை அளவின்றி செலவிட்டனர். தங்களுக்கு எதிரான சக்திகள் எதுவுமில்லை என்ற நிலையை உருவாக்கினர். குராசானிலும் இராக்கிலும் மட்டுமல்ல, சிரியாவிலும் எகிப்திலும் அரேபியாவிலும் யேமனிலும் தொலைதூர நாடுகளிலும்கூட அவர்களுக்குச் செல்வாக்கு இருந்தது. மக்கள் அவர்களைப் போற்றிப் புகழ்ந்தனர். அவர்களது புகழ், கவிதைகளாக வெளிப்பட்டன. பர்முக் வம்சாவளியின் பெருமையும் புகழும் அரசாற்றலும் உச்ச நிலையை அடைந்தன. கிலாஃபத் பொறுப்பு ஒன்றைத் தவிர மீதமுள்ள அனைத்து அதிகாரங்களும் பர்முக் குடும்பத்தின் கைகளில் இருந்தன. இருந்தும், ஹாரூன் ரஷீதின் விருப்பத்துக்கு மாறாக எதையும் அவர்களால் செய்ய இயலவில்லை. ஹாரூனுக்கும் அவரது ஆதரவாளர்களுக்கும் இவர்களது அதிகாரம் குறித்த சிறு கேள்வி எழுவதற்கான வாய்ப்பைக்கூட அவர்கள் உருவாக்கவில்லை. அதிகாரத்தை அவர்கள் கையாள்வதன் பின்னணியில் ஒரு தீவிர அமைப்போ கிளர்ச்சியோ மறைந்திருந்தால் ஹாரூன் ரஷீதோ அவரை விடவும் மிகப்பெரிய சக்தியோ கூட வெல்ல முடியாத அளவுக்கு அவர்கள் ஆற்றல் பெற்றிருந்தனர்.

ஹிஜ்ரீ 187 தொடக்கத்தில் திடீரென்று பர்முக் வம்சாவளியினர்மீது குற்றத் தீர்ப்புகளை அளித்தார் ஹாரூன் ரஷீத். பர்முக் குடும்பம்

கிலாஃபத்துக்கு எதிரான சூழ்ச்சிகளை மேற்கொண்டதுதான் இதற்குக் காரணமா, இது குறித்து ஹாரூனுக்கு எதுவும் தெரிய வந்ததா என்பதெல்லாம் திட்டவட்டமாகத் தெரியவில்லை. ஹாரூனுக்கோ அப்பாசியக் கிலாஃபத்துக்கோ எதிராக, பர்முக் குடும்பம் தீய எண்ணங்களைக்கொண்டிருந்தால், அப்படி நிரூபணம் ஆகியிருந்தால் ஹாரூனின் நடவடிக்கை நியாயம்தான். ஆனால், தங்களை ஹாரூன் அரசுக்கு முழுமையாகவே அர்ப்பணித்து வாழ்ந்த நிலையில் இந்த அநீதி இழைக்கப்பட்டிருக்கும் எனில், ஹாரூன் மிகப்பெரிய கொடுங்கோல் ஆட்சியாளராவார். மேலோட்டமான ஆய்வில் ஈடுபடுபவர்களுக்குப் பர்முக் குடும்பத்தின் அழித்தொழிப்பு விடைகாண இயலாத ஒன்றாக இருக்கலாம். சிக்கலான இந்த விஷயத்தை அவர்கள் வெறும் சொற்களால் சமாளித்து விட்டனர். இந்தச் சொற்களுக்கு உண்மைக்கு நிகரான ஒரு தோற்றத்தையும் அளித்துள்ளனர்.

ஜஅஃபர் பர்முக்கின் மரணத்துக்குச் சொல்லப்பட்ட ஒரு காரணம்: ஹாரூன் ரஷீதுக்கு அப்பாஸா பின்த் மஹ்தி எனும் ஒரு சகோதரி இருந்தாள். அவர்மீது ஹாரூன் மிகுந்த பாசம் கொண்டிருந்தார். ஜஅஃபருடனும் அப்பாஸாவுடனும் தனித்தனியாக ஹாரூன் மதுவருந்துவது வழக்கம். இம்மூவரும் ஒன்றாக அமர்ந்து மதுவருந்த வேண்டுமென்பது ஹாரூனின் விருப்பம். அப்பாஸா முகத்திரை இல்லாமல் ஜஅஃபருடன் அமர்வதற்காக ஜஅஃபருக்கு அவரை மணமுடித்து வைத்தார் ஹாரூன். கூடவே, ஜஅஃபரும் அப்பாஸாவும் பாலியல் உறவில் ஈடுபடக்கூடாதென்று மிகக்கடுமையான நிபந்தனையும் விதித்தார். ஆனால், அவர்கள் அதன்படி நடந்துகொள்ளவில்லை. இதையறிந்த ஹாரூன், ஜஅஃபர் பர்முக்கைக் கொன்று அவரது குடும்பத்தையும் அழித்தார்.

பிற்கால புனைவு ஆய்வாளர்கள் இந்தக் கட்டுக்கதைக்கு மெருகேற்றிப் பரப்புரை செய்தனர். புனைவுகள்மீதான அவர்களது நம்பிக்கை, குர்ஆன்மீதும் ஹதீஸ்மீதும் வைத்த நம்பிக்கையைவிட ஆழமாக இருந்தது. இதற்கெதிரான எந்தக் கருத்துக்களையும் செவிமடுப்பதில் அவர்களுக்கு விருப்பமில்லை. ஜஅஃபர் மரணமடைந்த 100 ஆண்டுகளுக்குப் பிறகுதான் இந்தப் புனைவுகள் உருவாயின. தபரியும் தனது நூலில் இதைப் பதிவு செய்துள்ளார். இந்தக் கற்பனைக்குள்ளிருக்கும் சுவையும் தனித்துவமும் புதுமை

விரும்பிகளைக் கவர்ந்தன. ஆகவே, இந்தக் கட்டுக்கதையை இந்த இடத்தில் குறிப்பிட்டாக வேண்டிய அவசியம் உருவாகிறது.

தபரியும் ஏனைய வரலாற்றாசிரியர்களும் இதற்கு வேறு காரணங்கள் சொல்லியிருக்கிறார்கள். இவர்களில் மிகச் சிலர், சொல்லப்பட்ட வரலாற்றின் முரண்பாடுகளினூடே பயணித்து, ஆய்வு நுட்பத்தை அறிவார்ந்த முறையில் பயன்படுத்தி உண்மையைக் கண்டடைய முயன்றுள்ளனர்.

அப்பாசியரில், ஹாரூன் ரஷீத் 5 ஆவது கலீஃபா. குடும்பப் பெருமையிலும் கௌரவத்திலும் அரபிகள் அனைவரைவிடவும் தங்களை மேலானவர்கள் என்று கருதியவர்கள் அப்பாசியர். அவர்களது முன்னோர்களின் மேன்மையை அரபுலகமும் நன்றிந்திருந்தது. இந்தக் குடும்பச் சிறப்புதான், உமய்யாக்களுக்கெதிராக அவர்கள் மேலெழவும் வெற்றி பெறவும் உதவியாக இருந்தது. இஸ்லாமிய உலகம் முழுமைக்கும் அவர்கள் ஆட்சியாளர்களாகவும் கலீஃபாக்களாகவும் ஆற்றல் பெற்ற நிலையில், அவர்களது குலப்பெருமை மேலும் பொலிவு பெற்றது. அரபு இனச்சார்பும் மேலாண்மையும் அவர்களுக்குள் ஆழமாக வேரூன்றிக் கிடந்தன. இந்நிலையில், ஸொராஸ்ட்ர அடிமையின் மகனும் யாரென்று குறிப்பாகத் தெரியாத ஒரு பாட்டனின் வழிவந்த ஒருவனுக்குக் கலீஃபா ஹாரூன் ரஷீத் தன்னுடைய சகோதரியை எப்படி மணம் முடித்துக் கொடுத்திருக்க முடியும்? ஜஅஃபரைத் தன்னுடைய சகோதரராகவும் அவரது தந்தையை, 'மதிப்புக்குரிய தந்தை'யாகவும் ஹாரூன் ஏற்றிருந்தார் என்பது உண்மைதான். இதை ஒரு காரணமாகக்கொண்டு சகோதரியை மணம் முடித்து வைப்பதற்கு அவரது குடும்பப் பெருமையும் இனப்பெருமையும் அனுமதிக்காது. இன்றைய காலம்போல் திருமண உறவில் அவர் முற்போக்கு எண்ணம் கொண்டிருந்தால், பெரும் எண்ணிக்கையிலான தனித்துவமான அவரது உறவினர்கள் இதை மிகப் பெரிய அவமானமாகக் கருதி அதற்கு எதிராக மாறியிருப்பார்கள். இத்தகைய இகழ்வுக்குரிய ஒரு திருமண உறவுக்கு அப்பாஸா உடன்பட்டிருக்கவும் மாட்டார்.

ஆண்டுக்கொரு முறை, இரண்டு ஆண்டுகளுக்கு ஒரு முறையென்று ஹஜ்ஜுக்கும் ஜிஹாதுக்கும் சென்ற, மார்க்க ஈடுபாடுள்ள, இஸ்லாமிய உலகின் தலைவரும் கலீஃபாவுமான ஹாரூன் ரஷீத், மதுவருந்தும் செயலில் ஈடுபட்டார் என்பது

ஏற்றுக்கொள்ள இயலாதது. உமய்யா கலீஃபா ஒருவர் போதை தரும் பேரீச்சம் பழச்சாறை அருந்தியது உலகைக் கலக்கிய ஒரு நிகழ்வு. வரலாற்றாசிரியர்களால் இன்றுகூட இது குறிப்பிடப்படுகிறது. ஹாரூன் ரஷீத், சந்தர்ப்பம் வாய்க்கும்போதெல்லாம் சமய அறிஞர்களின் அவைகளுக்குச் செல்பவர்; இறைநேசர்களைக் காணச் செல்பவர்; கிழிந்த தரைவிரிப்புகள் மீதமர்ந்து அவர்களது சமயப் பேருரைகளைச் செவி மடுத்து விக்கித்து அழுபவர்; வயது முதிர்ந்த ஃபுதைல் பின் அயாத், இப்னு ஸம்மாக், ஸுஃப்யான் தவ்ரி போன்றவர்களை நண்பர்களாகக் கொண்டவர்; நேரம் தவறாத ஐந்து நேரத் தொழுகையுடன் நூற்றுக்கணக்கான உபரித் தொழுகைகளை நிறைவேற்றுபவர்; குறிப்பாக, அதிகாலைத் தொழுகையை மக்களுடன் சேர்ந்து தொழுபவர். இப்படிப்பட்ட ஒருவர், போதையூட்டப்பட்ட பழச்சாறை அருந்தினார் என்பது முறையற்ற கூற்றாகும். இரவு நேரங்களில் மதுவருந்துபவனால் நிச்சயம் அதிகாலைத் தொழுகையை நிறைவேற்ற இயலாது. சுயநினைவற்ற நிலையில் இறையச்சமும் பணிவும் இருக்க முடியாது.

பேரீச்சம்பழமும் நீரும் கலந்த நபீத் என்னும் போதை தரும் ஒருவகை பழச்சாறு ஏற்புடையது என்று இராக்கின் சமய அறிஞர்கள் தீர்ப்பு வழங்கியிருந்தனர். செல்வந்தர்கள் சிலருக்கு இதை அருந்தும் பழக்கமிருந்தது. ஆனால், திராட்சை ரசத்தின் போதையுடன் இதை ஒப்பிட இயலாது. தவறான வரலாற்றுத் தகவல்களில் குறிப்பிட்டபடி ஹாரூன் ரஷீத் திராட்சை மதுவைப் பயன்படுத்தியதாகவோ விருந்துகளில் பரிமாறியதாகவோ உறுதி செய்யப்படவில்லை.

அரேபியரின் பொதுவாழ்விலும் சரி, போர் வாழ்விலும் சரி, ஹாரூன் ரஷீதின் ஆட்சி வரையிலும் திராட்சை மது பயன்படுத்தப்படவில்லை. ஹாரூன் ரஷீது உட்பட அரபிகள் கடைப்பிடித்த மேன்மை, அதைத் தீமையாகவே பாவித்து வந்தது. அறியாமைக் காலத்திலும்கூட அரபின மேன்மக்கள் அதைப் பயன்படுத்தவில்லை. பெருமைக்குரிய ஒன்றாக அதைக் கருதவுமில்லை. ஆகவேதான், இறைத்தூதர் அவர்களும் அபூபக்ர் (ரலி) அவர்களும் அரேபியர்களில் கண்ணியம் மிக்க பலரும் இஸ்லாத்துக்கு முன்புகூட அதைப் பயன்படுத்தவில்லை. அரேபிய இனக்குழுக்களில் தங்களை உயர்ந்தவர்களாகக் கருதும் அப்பாசிய

வம்சாவளியில் வந்த ஹாரூன் ரஷீத், இஸ்லாமியக் கட்டளைகளை மீறி இதைச் செய்திருப்பார் என்பதை ஏற்பதற்கில்லை.

நவீன காலத்தில்கூட சமய நம்பிக்கையற்ற, மதுவுக்கு அடிமையான ஒருவர், தன் சொந்த சகோதரியுடன் அமர்ந்து மதுவருந்த மாட்டார். அதிலும், நண்பர்களுடன் சேர்ந்து மதுவருந்தும்போது தங்களுடைய சகோதரியை சேர்த்துக்கொள்ள மாட்டார்கள். இந்நிலையில், நபித்தோழர்களின் வழிவந்தவர்களுக்குத் தனது அரசவையில் இடமளித்திருக்கும் ஹாரூன் ரஷீத் அப்பாசி, வெட்கப்பட வேண்டிய இந்த இழிசெயலில் நிச்சயம் ஈடுபட்டிருக்க முடியாது.

பாலியல் நெறி பிறழ்வு, திருட்டு, மதுப்பழக்கம் போன்ற தீமைகளுக்கு அடிமையானவர்கள், பொதுவாகவே தங்கள் உறவினர்கள் அதில் ஈடுபடுவதை விரும்புவதில்லை. ஹாரூன் ரஷீத் போதைக்கு அடிமையாகி இருந்தால் தன் சகோதரியை அதில் ஈடுபட அனுமதித்திருக்க மாட்டார். அப்படியே இருந்தாலும், அதில் பங்கேற்பதில் தனது பிரியத்துக்குரிய மனைவி ஸுபைதாவையே தேர்வு செய்திருப்பார். தீமையான எந்தக் குணங்களும் ஸுபைதாவிடம் இருந்ததாக எந்த வரலாற்றுக் குறிப்புகளும் இல்லை. தூய்மையாக வாழ்ந்தவர் அந்தப் பெண்மணி. மனைவியின் அரண்மனையில் இடையறாது குர்ஆன் பாராயணம் நடக்கும்போது கணவர், திராட்சை மதுவில் மூழ்கியிருந்தார் எனச் சொல்வது அபத்தமான கூற்று.

ஹாரூன் ரஷீதின் அவையில் ஜிப்ரைல் என்னும் ஒரு யூத மருத்துவர் இருந்ததாக நம்பத் தகுந்த வரலாற்றுக் குறிப்புகள் உள்ளன. அவர் ஒருமுறை, கலீஃபாவுடன் உணவருந்தும்போது கலீஃபாவின் உடல்நலத்துக்கு ஊறு விளைவிக்கிற சில பதார்த்தங்களுடன் ஒரு வகை மீன் இருப்பதைப் பார்த்து, அதை உண்ண வேண்டாமென்றார். பரிமாறுபவனிடம் அதை அப்புறப்படுத்தவும் சொன்னார். பின்பு, இதே வகை மீனை ஜிப்ரைல் தனது வீட்டில் உண்பதை கலீஃபாவின் சேவகர்களில் ஒருவன் பார்த்துக் கலீஃபாவிடம் வந்து சொன்னான். இதை மருத்துவரும் அறிந்துகொள்ள நேர்ந்தது. இதற்கான காரணத்தைக் கலீஃபாவிடம் விளக்க முன் வந்த அந்த யூதர், மூன்று பாத்திரங்களில் மூன்று மீன் துண்டுகளை வைத்தார். அதிலொன்றில், கலீஃபா சாப்பிட்டு எஞ்சியிருந்த புலாலையும் பிற உணவுகளையும் வைத்து நன்றாகக் கலக்கினார். அதில்

சிறிதளவு எடுத்து இரண்டாவது பாத்திரத்தில் வைத்துக் குளிர்ந்த நீரை ஊற்றினார். மூன்றாவது பாத்திரத்திலும் அதுபோல் வைத்து திராட்சை ரசத்தை ஊற்றினார். பின்னர், மூன்று பாத்திரங்களையும் கலீஃபாவின் முன் வைத்து, "முதல் இரண்டு பாத்திரங்களிலும் நீர் கலந்த உணவும் மூன்றாவது பாத்திரத்தில் திராட்சை ரசம் கலந்த உணவும் உள்ளன" என்றார். முதல் இரண்டு பாத்திரங்களில் இருந்த உணவிலிருந்து வெளிப்பட்ட வீச்சம், திராட்சை ரசம் கலந்த பாத்திரத்தில் இல்லை. மருத்துவர் விளக்கினார்: "நான் திராட்சை ரசம் அருந்துவதுண்டு. ஆகவே, அந்த மீன் எனக்குத் தீங்கு விளைவிக்காது. உங்களுக்கு அந்தப் பழக்கம் இல்லை என்பதால் நீங்கள் அந்த மீனை உண்ண வேண்டாம் என்றேன்" என்று விளக்கினார். இந்நிகழ்ச்சி, ஹாரூன் ரஷீதுக்கு திராட்சை மதுவருந்தும் பழக்கமில்லை என்பதற்கான ஒரு சான்று.

உண்மையில், அப்பாஸாவை முதலில், முஹம்மத் பின் ஸுலைமான் திருமணம் செய்திருந்தார். கணவர் இறந்த பின் அவரை, ஹாரூன் ரஷீதின் நெருங்கிய உறவினரும் அப்பாசிய வம்சாவளியில் வந்தவருமான இப்ராஹீம் பின் ஸாலே பின் அலீ திருமணம் செய்தார். இத்தகைய கண்ணியமான, இறையச்சமுள்ள ஒரு பெண்மணிமீது பழிசுமத்தும் கதை, புனைந்தவனின் கீழ்மையைப் புலப்படுத்துகிறது. இதை உண்மையென உறுதிப்படுத்த முயல்பவனும் இத்தகைய ஒருவனாகவே இருக்க முடியும். பொய்யை நம்பகத்தன்மையுடன் சித்திரிக்கும் முயற்சிதான் இஸ்லாமிய நெறிகளை மீறாமல் ஜஅஃபரும் அப்பாஸாவும் பரஸ்பரம் பார்ப்பதற்கு ஹாரூன் ரஷீத் எளிமையான ஒரு வழியைக் கண்டுபிடித்ததாகப் புனைந்த கதை. ஆனால், மதுவருந்தும் விஷயத்தில் இஸ்லாமிய நெறியை மீறாமலிருக்க ஹாரூன் ரஷீத் மற்றொரு எளிய வழியைக் கண்டுபிடித்ததாகக் கற்பனை செய்ய அவர்களால் இயலவில்லை.

பர்முக்குகளைப் பூண்டோடு அழித்ததன் பின்னணி : அரசுரிமையும் அதிகார மோகமும் சகோதரர்களிடையிலும் தந்தை - மகன்களிடையிலும்கூட பகைமையை உருவாக்கும் திறன் பெற்றவை. இதற்கான சான்றுகள் வரலாறு முழுவதிலும் நிறைந்துள்ளன. தங்களது ஆற்றலுக்குத் தடையாக இருப்பதாகக் கருதிய யாரையுமே அப்பாசியர் விட்டு வைத்ததில்லை. அபூ

முஸ்லிம் அரசைக் கைப்பற்ற விரும்புவதாக அறிந்த உடனேயே கலீஃபா மன்ஸூர் அவரைக் கொன்று விட்டார். ஆட்சியாளருடன் நெருக்கமாக இருக்கும் அதிகாரிகளும் நண்பர்களும் இதன் மூலம் சில நன்மைகளை அடைந்தனர். தங்களுக்கு வேண்டாதவர்களைப் பழி வாங்க வேண்டும் என்று விரும்பினால், அவரைக் கிளர்ச்சியாளராகச் சித்திரிக்க முயன்றனர். மன்ஸூரின் மெய்க்காவல் படையின் அதிகாரியாக இருந்தவர் உஸ்மான் பின் அஃப்ஃபானிடம் பணியாற்றிய கைஸானின் வழிவந்த ரபீயி பின் யூனுஸ். தனது ஆலோசகரான இவர்மீது மிகுந்த நம்பிக்கை வைத்திருந்தார் கலீஃபா மன்ஸூர். அவரது ஆட்சியில் ரபீயி பின் யூனுஸ், மிகுந்த செல்வாக்கும் ஆற்றலும் பெற்றிருந்தார். அபூ முஸ்லிமைக் கொன்று விடும்படி மன்ஸூரிடம் வலியுறுத்தியவர் இவர்தான். காலித் பர்முக்கை நீக்கிவிட்டு அபூஅய்யூபைத் தலைமை அமைமைச்சராக நியமித்தார் மன்ஸூர். ஹிஜ்ரீ 153இல் அவருக்குப் பதிலாக ரபீயியை நியமித்தார். மன்ஸூரின் இறப்பைத் தொடர்ந்து, மஹ்தியின் கிலாஃபத் உரிமையை நிறைவேற்றியவரும் இவர்தான். மஹ்தியின் ஆட்சியிலும் இவர் தலைமை அமைச்சராகவே தொடர்ந்தார். ரபீயி, கலீஃபாவின் அறிவிப்பாளர் பொறுப்பிலும் இருந்ததால் அபூஅப்துல்லாஹ் முஆவியா பின் யாஸரையும் தனது அமைச்சராக்கிய மஹ்தி, அரசின் பெரும்பாலான துறைகளை அவரிடம் ஒப்படைத்தார். சிறிது காலத்துக்குப் பிறகு, அபூ அப்துல்லாஹ்வின் மீது பழி சுமத்தி அவரைப் பணிநீக்கம் செய்து சிறையில் அடைத்தார் ரபீயி. பின்னர், யஅக்கூப் பின் தாவூதை அமைச்சராக நியமித்தார் மஹ்தி. சிறிது காலத்துக்குப் பிறகு அவரும் பழி சுமத்தப்பட்டுப் பணிநீக்கம் செய்யப்பட்டார். அதன் பிறகு, நிஷாப்பூரிலுள்ள கிறிஸ்தவக் குடும்பத்தைச் சேர்ந்த ஃபாயிஸ் பின் அபீ ஸாலே தேர்வு செய்யப்பட்டார். சுருக்கமாகச் சொன்னால் ரபீயி, யாரையுமே தொடர்ந்து அமைச்சராக இருக்க அனுமதிக்கவில்லை. தலைமை அமைச்சராக அவரே தொடரவும் செய்தார்.

மஹ்திக்குப் பிறகு, ஹாதியின் கிலாஃபத்தின்போது ரபீயியின் அதிகாரம் அதன் உச்சத்தை எட்டியது. கலீஃபா, அனைத்து அதிகாரங்களையும் ரபீயிடமே ஒப்படைத்திருந்தார். இக்கால கட்டத்தில்தான் அரசியல் செயல்பாடுகளிலிருந்து கைஸ்ரான் விலக்கி வைக்கப்பட்டார். ஹாதியும் ரபீயியும் ஏறத்தாழ ஒரே

காலகட்டத்தில் இறந்தனர். ரபீயியின் மகன் ஃபதல், தனக்கு உயர் பதவி கிடைக்குமென்று எதிர்பார்த்தார். கிலாஃபத் பொறுப்பை ஏற்ற ஹாரூன், நிர்வாகப் பொறுப்புகள் அனைத்தையும் யஹ்யா பின் காலிதிடம் ஒப்படைத்தார். முன்னர் குறிப்பிட்டபடி, யஹ்யா பின் காலித், அபூமுஸ்லிமின் குழுவைச் சேர்ந்தவர். அபூமுஸ்லிமின் இறப்புக்குக் காரணமாகச் செயல்பட்ட ரபீயி பின் யூனுஸை யஹ்யா பின் காலித் வெறுத்தார். அவரது தந்தையான காலித் பின் பர்முக்மீது சந்தேகம் உருவானது. இதன் விளைவாக அவரை அமைச்சர் பதவியிலிருந்து நீக்கிவிட்டு, அவரது நண்பரான அபூஅய்யூப் நியமிக்கப்பட்டார். ஹஜீப் எனும் கலீஃபாவின் அறிவிப்பாளர் பொறுப்பையும் வகித்த யஹ்யா பின் காலித், ஃபதல் பின் ரபீயியைப் பதவியில் நியமிக்க இடமளிக்கவில்லை. ஃபதல் பின் ரபீயியை அவர் ஆதரவற்ற நிலைக்குத் தள்ளினார்.

பர்முக் குடும்பத்துக்கும் ஃபதல் பின் ரபீயிக்குமிடையிலான முந்தைய பகைமை இதன் மூலம் வெளிப்பட்டது. பர்முக்கின் அரசாற்றல் வளர்ச்சியுடன் ஃபதல் பின் ரபீயியின் பகைமையும் வெறுப்பும் வளர்ந்து வந்தன. ஆயினும் கலீஃபா ஹாரூன், பர்முக்குகளை முழுவதும் நம்பியிருந்த காரணத்தால் ஃபதலால் அவர்களை எதுவும் செய்ய முடியவில்லை. இச்சூழ்நிலையில், ஃபதலின் முன் ஒரே ஒரு வழிதான் இருந்தது. அது, அரசின்மீதான பர்முக்கின் வஞ்சகம், உளவு, கிளர்ச்சி எண்ணங்கள் குறித்த வேர்களைக் கண்டுபிடித்து அவற்றின்மீது கலீஃபாவின் பார்வையைப் பதியச் செய்து தனது தேவையை நிறைவேற்றிக்கொள்வது.

அனுபவமும் திறமையும் எச்சரிக்கையும் மிகுந்த பர்முக்மீது குற்றம் சுமத்துகிற எந்த வாய்ப்பும் ஃபதலுக்குக் கிடைக்கவில்லை. ஆயினும், அவரது நடவடிக்கைகள் அனைத்தையும் ஃபதல் மிக நுட்பமாகக் கவனித்து வந்தார். பர்முக்குகளின் பெரும் செல்வமும் கொடைத்தன்மையும் ஏராளம் ஆதரவாளர்களை உருவாக்கி இருந்தது. இந்நிலையில், தனது நம்பிக்கைக்குரிய ஒருவரைத் தேர்வு செய்ய ஃபதலால் இயலாமல் போனது. முன்னோர்களின் தொடர்பை முன்னிட்டு ஃபதலை ஒரு பதவியில் நியமிக்க ஹாரூன் விரும்பினாலும், ஹாதியின் ஆட்சியில் தனது அரசியல் செல்வாக்கைக் குறைக்க ஃபதலும் அவரது தந்தை ரபீயியும் செய்த முயற்சியை மனதில்கொண்ட ஹாரூனின் தாய் கைஸ்ரான்

இதை விரும்பவில்லை. ஃபதலுக்கு ஆதரவான எண்ணத்தைக் கைவிடும்படி மகன் ஹாரூனை அவர் வற்புறுத்தினார். இதில், யஹ்யாவின் ஆதரவும் அவருக்கு இருந்தது. ஹிஜ்ரீ 174இல் கைஸ்ரான் இறந்த பின், நிதியமைச்சகத்தின் தலைமை எழுத்தராக ஃபதலை நியமித்தார் ஹாரூன். இதன் பின், ஃபதல் ஓரளவிலான செல்வாக்கைப் பெற்றார்.

தெலானிலிருந்து ஃபதலுடன் வந்த யஹ்யா பின் அப்துல்லாஹ்வை அமைதி உடன்படிக்கையை மீறி சிறை வைக்க விரும்பினார் ஹாரூன் ரஷீத். இதற்காக அவர், மார்க்க அறிஞர்களின் தீர்ப்பை நாடினார். இதையறிந்த பர்முக்குகள், யஹ்யா பின் அப்துல்லாஹ்வுக்காக கலீஃபாவிடம் பரிந்துரை செய்தனர். அபூமுஸ்லிம் குராசானியின் கொள்கையைப் பரப்புரை செய்து, நபிகளாரின் குடும்பத்தைப் பிளவுபடுத்த துணை நின்ற யஹ்யா பின் அப்துல்லாஹ்வை, ஜஅஃபர் பின் யஹ்யாவின் பொறுப்பில் ஒப்படைத்தார் ஹாரூன் ரஷீத். ஜஅஃபர், அவரை மதிப்புடனும் எந்தக் குறையும் இல்லாமலும் பாதுகாத்து வந்தார்.

ஹாரூன் ரஷீத், ஹிஜ்ரீ 180இல் அலீ பின் ஈஸாவை குராசான் ஆளுநராக நியமித்தபோது, ஏற்கனவே சொன்னபடி, யஹ்யா பின் காலித் அதை எதிர்த்தார். யஹ்யா பின் காலிதின் எண்ணங்களுக்கும் விருப்பங்களுக்கும் மாறாக ஹாரூன் ரஷீத் மேற்கொண்ட முதல் நடவடிக்கையும் அதுதான். யஹ்யாவின், அவரது மகன்களின், உறவினர்களின் செல்வாக்கு எல்லா நாடுகளிலும் ஆதிக்கம் செலுத்திக்கொண்டிருந்த நிலையில், அலீ பின் ஈஸாவுக்கு அமைதியோ ஓய்வோ கிடைக்காமல் போனது. யஹ்யாவின் மகன் மூஸா, தனது ஆற்றல்கள் அனைத்தையும் ஒன்று திரட்டி தொடர்ந்து கிளர்ச்சிகளைத் தூண்டியும் சட்டத்தை மீறியும் செயல்படத் தொடங்கினார். குராசான் குழப்பங்களின் பின்னணியில் இயங்குபவர் யார் எனும் தகவல் அலீ பின் ஈஸாவுக்கு எதிர்பாராமல் தெரிய வந்தது. சூழ்நிலை குறித்து சுருக்கமாகவும் மூஸா பின் யஹ்யாவின்மீதான குற்றச்சாட்டையும் குறிப்பிட்டு ஹாரூனுக்குக் கடிதமெழுதினார் அலீ பின் ஈஸா. இதுவும், யஹ்யாவின் முரண்பட்ட குற்றச்சாட்டும் ஹாரூன் ரஷீதின் மனத்தில் சந்தேகத்தை உருவாக்கின. கிளர்ச்சிக்கான முன்னேற்பாடுகள் குறித்து அலீ பின் ஈஸாவிடமிருந்து தொடர்ந்து தகவல்கள் வந்துகொண்டிருந்தன.

ஹாரூன் ரஷீத் அமீரையோ படைத்தலைவர்களையோ அனுப்பி வைக்காமல், தன்னுடைய தலைமையிலான ஒரு படையுடன் குராசானை நோக்கி அணிவகுத்துச் சென்றார்.

ஹாரூன் ரஷீத், ஹிஜ்ரீ 186இல் ரேயில் முகாம் அமைத்துத் தங்கினார். பர்முக்குகள்மீது அவருக்கு மிகச்சிறு அளவிலான சந்தேகம்தான் இருந்தது. குராசானில் அலீ பின் ஈஸாவின் இருப்பை பர்முக்குகள் விரும்பவில்லை என்பது ஹாரூனுக்குத் தெரியாது. மூஸாவும் யஹ்யாவின் பிற மகன்களும் உறவினர்களும் குராசானில் பிரச்சினைகளை உருவாக்குவதாக அலீ பின் ஈஸா தெரிவித்த பிறகுதான் ஹாரூன் ரஷீதின் பார்வை குராசான்மீது திரும்பியது. பர்முக்குகள் இதை அறிந்துவிடாமலும் அவர் கவனித்துக்கொண்டார். அலீக்கு எதிரான குற்றச்சாட்டுகளை அவர்களும் ஹாரூனுக்கு அனுப்பி வந்தனர். தங்கள்மீதான ஹாரூனின் சந்தேகப்பார்வை குறித்து அறிந்திருந்தால் இதை அனுப்பியிருக்க மாட்டார்கள்.

ரேயிக்கு வந்த ஹாரூன் ரஷீதை அரசு மரியாதைகளுடன் சந்தித்த அலீ பின் ஈஸா, குராசானின் நிலைமை குறித்து விளக்கினார். குராசானும் அதன் மாகாணங்களும் பர்முக்குகளின் பிடியில் இருப்பதையும் அபூ முஸ்லிமின் இறப்புக்குப் பழிவாங்க அவர்கள் முனைப்புடன் செயல்படுவதையும் சொன்னார். நிலைகுலைய வைக்கும் இந்தச் செய்தியை அறிந்துகொண்ட ஹாரூனின் மனநிலையை எளிதாகப் புரிந்துகொள்ள இயலும். பர்முக்குகள்மீது தான் வைத்திருந்த அளவு கடந்த நம்பிக்கையை நினைத்தும் அவர்களது நடவடிக்கைளின் பின்விளைவுகள் குறித்தும் அவர் மனம் வருந்தினார். அலீ பின் ஈஸாவுக்குத் தைரியமூட்டி, அவரை அனுப்பி வைத்து விட்டுத் தனது மனவுணர்வுகளை அடக்கிக்கொண்டார்.

அலீ பின் ஈஸா சென்றபிறகு, ஃபதல் பின் ரபீயி, பர்முக்குக்கு எதிராக வலுவான ஓர் ஆதாரத்தைக் கைப்பற்றினார். ஜஅஃபர் பர்முக், யஹ்யா பின் அப்துல்லாஹ்வை வீட்டுக் காவலிலிருந்து விடுவித்து விட்டதாகவும், கிளர்ச்சிக்கான முன்னேற்பாடுகளுடன் அவர் தலை மறைவாகி விட்டதாகவும் ஒரு திடுக்கிடும் தகவலை அவர் ஹாரூன் ரஷீதுக்குத் தெரிவித்தார். ஜஅஃபரிடம் இது குறித்து ஏதும் அறியாததுபோல் விசாரித்தார் ஹாரூன் ரஷீத். அவர் வீட்டுக் காவலில்தான் இருக்கிறார் என்றார் ஜஅஃபர். சத்தியம் செய்ய முடியுமா என்று ஹாரூன் ரஷீத் கேட்டதும் நிலைகுலைந்து

போனார் ஜஅஃபர். தனது பொய் அம்பலமாகி விட்டது என்பதைப் புரிந்துகொண்டாலும் தன்னைத் திடப்படுத்திக்கொண்டு, "நீண்ட காலமாக எனது பாதுகாப்பின் கீழ் வாழ்ந்து வரும் யஹ்யா பின் அப்துல்லாஹ் ஆபத்தானவரில்லை என்பதை என்னால் உறுதியாகச் சொல்ல முடியும். இப்படியான ஒருவரை விடுதலை செய்வதை நான் தவறாகக் கருதவில்லை" என்றார்.

இந்தச் சூழ்நிலையில் எடுக்கப்படும் நடவடிக்கைகள், தனக்குச் சிக்கலை ஏற்படுத்தும் என்பதை ஹாரூன் ரஷீத் உணர்ந்திருந்தார். இதில், தனது அதிருப்தியை வெளிப்படுத்திய பிறகு, பர்முக்குகளை அவரால் கட்டுப்படுத்த இயலாமல் போய்விடும். பொருளாதார நிலையிலும் அரசியல் கட்டமைப்புகளிலும் அவர்கள் வலுப்படுத்தி வைத்திருக்கும் ஆற்றல்கள் அனைத்தையும் பயன்படுத்துவார்கள். பர்முக்குகளுடனான பிரச்சினையை ஹாரூன் ரஷீதால் சுலபமாகக் கடந்துவிட முடியாது. சிறுபொழுதுகூட ஹாரூனால் அமைதியாக இருக்க முடியாத சூழல் பிறகு உருவாகி விடும். கல்வியாளர்களும் போர்வீரர்களுமான யஹ்யா பின் காலிதின் மகன்களும் பேரன்களும் இருபத்தைந்து பேர் ஹாரூனின் அரண்மனையில் பல்வேறு பொறுப்புகளில் உள்ளனர். ஆட்சிப் பகுதிகளின் ஆளுநர்கள், நிர்வாகிகள் மட்டுமல்ல, உணவுப் பங்கீடுகள்கூட பர்முக்குகளின் ஆதிக்கத்தின்கீழ்தான் உள்ளன. படைத்தலைவர்களும் பர்முக்குகளின் நியமனம்தான். இவர்கள் அனைவருமே பர்முக்குகளுக்குக் கீழ்ப்படிபவர்கள். ஆட்சிப் பொறுப்பின் செயல் அலுவலர்களும் உயரதிகாரிகளும் பர்முக்குகளால் நியமிக்கப்பட்டவர்கள். மார்க்க அறிஞர்கள், நெறிமுறை வல்லுநர்கள், ஆன்மிகத் தலைவர்கள் என அனைவருமே அவர்களது கட்டுப்பாட்டின் கீழ் செயல்படுபவர்கள். பர்முக்குகள் அந்த அளவுக்கு அவர்களுக்கு பொருளுதவி செய்திருக்கிறார்கள். கவிஞர்களும்கூட பர்முக் ஆதரவாளர்களாகவே இருந்தனர்.

தங்களுடைய கொடைத்தன்மையின் விளைவாக மக்களிடமும் அவர்களுக்குச் செல்வாக்கிருந்தது. மேற்கிலிருந்து கிழக்குவரை பர்முக்குகளின் ஆதிக்கம் மேலோங்கி நின்றது. பல ஹாரூன் ரஷீதுகள் ஒன்று சேர்ந்தாலும் வெற்றிகொள்ள இயலாத முன்னேற்பாடுகளை அவர்கள் செய்திருந்தனர். எனினும், ஹாரூன் ரஷீத் தன்னைத் திடப்படுத்திக்கொண்டார். யஹ்யா பின் அப்துல்லாஹ்வை விடுதலை

செய்ததை ஜஅஃபர் ஒப்புக்கொண்டதும், அதில், தனக்கு எந்த அக்கறையும் இல்லை என்பதுபோல், "கேள்விப்பட்டதை வைத்து விசாரித்தேன். நீர் அவரை விடுதலை செய்தது சரிதான். அவரை விடுதலை செய்ய நானே உம்மிடம் சொல்ல நினைத்திருந்தேன்" என்றார் ஹாரூன் ரஷீத்.

யஹ்யா பின் அப்துல்லாஹ்வை ஜஅஃபர் விடுதலை செய்த நிகழ்வு ஹாரூன் ரஷீதுக்கு மிகப் பெரிய பின்னடைவாக இருந்தது. அலவியரின் கிளர்ச்சி, ஆட்சிக்காலம் முழுவதும் அப்பாசியரின் அமைதியைக் கெடுத்தது. யஹ்யாவின் விடுதலையை முக்கியத்துவமற்ற ஒரு நிகழ்வாகக் கருதுவதற்கு யஹ்யா பொது மனிதர் அல்ல. எனினும், இந்தச் சூழ்நிலையில் உண்மையை அறிந்துகொண்டதுடன் தனது உணர்வுகளையும் ஹாரூன் ரஷீத் மறைத்துக்கொண்டார். அதே காலகட்டத்தில் இன்னொரு நிகழ்ச்சியும் நடந்தது. ஒரு விருந்துக்கு அரசு அதிகாரிகளும் இரான் தலைவர்களும் வருகை தந்தனர். அதில் ஒருவர், "அபூமுஸ்லிம் எவ்வளவு நுட்பமான அறிவுடன் ஒரு வம்சாவளியினரிடமிருந்து இன்னொரு வம்சாவளியினருக்கு ஆட்சியை மாற்றியிருக்கிறார்" என்றார். இதற்கு ஜஅஃபர், "அது ஒன்றும் பெரிய விஷயம் அல்ல. 6,00,000 மக்களைக் கொன்ற பிறகுதான் அவரால் அதைச் செய்ய முடிந்தது. அதை அவர் அமைதியான முறையில் செய்திருந்தால் பெருமைக்குரிய விஷயம்" என்றார். விருந்தில் கலந்துகொண்ட ஒருவர், இதை ஹாரூன் ரஷீதிடம் சொன்னார். தன்னால் அதை நிகழ்த்திக் காட்ட இயலும் என்பதுதான் ஜஅஃபர் கூறியதன் உட்பொருள் என்பதையும் ஹாரூன் புரிந்துகொண்டார்.

அதன் பிறகு, பர்முக்குகளின் கைவசமிருந்த பாதுகாப்புத் தொடர்பான அதிகாரிகளை அகற்றும் நோக்கத்துடன் ஆட்சிப் பகுதிகள் மற்றும் அரசுப்பணித்துறையின் பொறுப்புகளைத் தன் மகன்களிடம் ஒப்படைக்கும் ஆவணங்களைத் தயாரிக்கத் தொடங்கினார். தனக்கெதிராக ஒரு பெரும் சூழ்ச்சி நடைபெறும் நிலையை நன்குணர்ந்துகொண்டு ஒரு கலீஃபா மேற்கொள்கிற எதிர்பாராத செயல் இது. பர்முக்குகளைச் சிக்க வைக்கும் பொறிகள்தான் இரகசியக் குறிப்புகள். இதில் அவர் தொடர்ந்து ஈடுபட முடியவில்லை. பர்முக்குகளை நீண்ட காலம் காவல் பணியிலிலிருந்து அகற்றி வைக்கவும் முடியவில்லை. எனவே,

ஹிஜ்ரீ 186இல் ரேயிக்குத் திரும்பி வந்து முத்தமினைத் தனது வாரிசாக நியமித்து வாக்குறுதி பெற்றார். ஆவணங்கள் தயார் செய்யப்பட்டு உடன்படிக்கை எழுதப்பட்டு, அமீனும் மாமூனும் கையெழுத்திட்டனர். பின்னர் ஹாரூன் ரஷீத், ஹஜ்ஜுக்குச் சென்றார். ஏழைகளுக்கு உதவிகள் செய்தார். மதீனாவிலும் இதுபோன்ற பல உதவிகளைச் செய்துவிட்டு, அன்பாருக்குச் சென்றார். திடீரென, முஹர்ரம் இரவில் ஜஅஃபரைக் கொன்று அவரது தந்தையையும் சகோதரரையும் கைது செய்தார். தனக்கெதிராக யாரும் அசைவதற்கான வாய்ப்பைக்கூட அவர் அளிக்கவில்லை.

அன்பாரை அடைந்த ஹாரூன் ரஷீத் ஒரு நாளிரவு, ஹஜீப் மஸ்ரூரை வரவழைத்து, "ஸர்ஹங்கீஸ்களில் நம்பிக்கைக்குரிய ஒருவருடன் ஜஅஃபரின் முகாமுக்குச் சென்று அவரை வாசலருகே வரவழைத்து அவரது தலையைத் துண்டித்து விடுங்கள்" என்றார். இதைக் கேட்டதும் மஸ்ரூர் பயந்து நடுங்கினார். ஹாரூன் ரஷீத் அவரிடம் அமைதியாகச் சொன்னார்: "என்னுடைய இந்த உத்தரவு காலதாமதமின்றி நிறைவேற்றப்பட வேண்டும்." உடனடியாகப் புறப்பட்டு ஜஅஃபரின் முகாமுக்குச் சென்ற மஸ்ரூர் அவருடைய தலையுடன் திரும்பி வந்தார். அன்றிரவே, ஜஅஃபரின் தந்தையையும் சகோதரர்களையும் கைது செய்து அவர்களுடைய சொத்துக்களைப் பறிமுதல் செய்யவேண்டுமென்று உத்தரவிட்டார். பின்னர், பர்முக் வம்சாவளியிலுள்ள அனைவரையும் கைது செய்து சிறையிலடைத்தார். அரசின் பொறுப்புமிக்க பணித்துறைகளிலிருந்த அவர்களது அனைத்து நியமனங்களையும் இரத்து செய்து, பணியாளர்கள் அனைவரும் நீக்கப்பட்டனர். இப்படியாக, ஒரே இரவுக்குள் பர்முக்குகளால் உருவான ஆபத்திலிருந்து ஹாரூன் ரஷீத் தன்னைப் பாதுகாத்துக்கொண்டார். யாரும் எந்த எதிர்ப்பும் காட்டுவதற்கான கால அவகாசம் கொடுக்காமல் இதில் பெரும் வெற்றி பெற்றார் ஹாரூன் ரஷீத்.

யஹ்யா பின் காலிதின் சகோதரரான முஹம்மத் பின் காலித் பர்முக்கின் அரசப் பற்றின்மீது ஹாரூன் பெரும் நம்பிக்கை வைத்திருந்தார். ஹாரூனிடம் அவர் சில இரகசியத் தகவல்களைச் சொல்லியிருக்கலாம் என்ற ஒரு தகவலும் இருக்கிறது. அவர் கைது செய்யப்படவில்லை. இன்னொரு புறம், இந்தச் சூழ்ச்சியில் பர்முக்குகளுக்கு ஆதரவாக ஹாரூன் ரஷீத் குடும்பத்தின்

மதிப்புக்குரிய உறுப்பினரும் ஹாரூனின் பாட்டனாருமான, அப்துல் மலிக் பின் ஸாலே பின் அலீ பின் அப்துல்லாஹ் பின் அப்பாசும் இருந்தார். ஏனெனில், அவர் கலீஃபாவாக நியமிக்கப்படுவதாக வாக்குறுதியளிக்கப்பட்டவர். பர்முக்குகளைக் கைது செய்த ஹாரூன் ரஷீத், அப்துல் மலிக் பின் ஸாலேயையும் கைது செய்தார். அப்துல் மலிக் பின் ஸாலேயின் மகன் அப்துர் ரஹ்மான் தந்தைக்கெதிராகச் சாட்சி நின்றார். தொடர்ந்து சிறையிலேயே இருந்து வந்த அப்துல் மலிக், மாமூனின் ஆட்சிக்காலத்தில் விடுதலையானார். இந்தச் சூழ்ச்சிக்கு உடந்தையாக இருந்த இப்ராஹீம் பின் உஸ்மான் பின் நஹீயும் கொல்லப்பட்டார். சிறையிலிருந்த யஹ்யா பர்முக், ஹிஜ்ரீ 190இல் மரணமடைந்தார். ஹிஜ்ரீ 193இல் ஃபதல் பர்முக்கும் சிறையில் மரணமடைந்தார்.

பர்முக்குகளிடமிருந்து மிகப்பெரும் செல்வங்களைத் தானமாகப் பெற்ற கவிஞர்கள் உட்பட, பொதுமக்கள் அனைவரும் பர்முக்குகளின் கொலைக்கான காரணங்கள் அறியாமல் நிலை குலைந்து போயினர். ஹாரூன் ரஷீதை அவர்கள் கொடுங்கோல் ஆட்சியாளர் என்று வசை பேசினர். கவிஞர்கள், பர்முக்குகள்மீது பாமாலை சூடினர். அவர்களது கொடைத்தன்மையையும் மேன்மைகளையும் புகழ்ந்து புனைக்கதைகள் எழுதப்பட்டன. தங்கள் கௌரவத்துக்கு இழுக்கை ஏற்படுத்தும் பர்முக்குகளின் சூழ்ச்சிகளைப் பகிரங்கப்படுத்த விரும்பாத ஹாரூன் ரஷீத், அதைப் பற்றிப் பேசுவதற்குத் தடை விதித்தார். அவரது ஆட்சியின்போது பர்முக்குகளின் கொலைக்கான காரணத்தைப் பொதுமக்கள் அறிந்துகொள்ளவில்லை. மக்களுக்கு இது தெரிய வந்தால் ஹாரூன் ரஷீதும் அப்பாசிய அரசும் தங்களது பிடியை இழந்திருக்கும். புதிய சூழ்ச்சிகளுக்கான வாசல் திறந்திருக்கும். அதைப் பற்றி வெளிப்படையாகச் சொல்லாமல் அமைதி காத்தது ஹாரூனின் தொலைநோக்கு எண்ணம்தான். இந்த மர்மம் பாதுகாக்கப்பட்டதன் விளைவாக மக்களை அச்சவுணர்வுடன் வைத்திருக்கவும் அவரால் முடிந்தது. அப்பாசிய ஆட்சியை மேலும் திடமாகத் தக்க வைப்பதற்கும் இது உதவியாக அமைந்தது.

பர்முக்குகளின் வீழ்ச்சி குறித்து வெளிப்படையாகப் பேசுவதற்கான உரிமையை மக்களுக்கு வழங்கியிருந்தால் அனைத்துப் பகுதிகளிலும் பரந்து கிடக்கும் பர்முக்குகளின் ஆதரவாளர்களும் இது குறித்து தங்கள் வெறுப்புகளை வெளிப்படுத்தி இருப்பார்கள். இதன் மூலம்,

அப்பாசியருக்கு எதிரான எதிர்ப்பு அலை வீசத் தொடங்கியிருக்கும். இந்நிகழ்வில் ஹாரூனின் அணுகுமுறையைத் தவிர வேறெதுவும் பலனளித்திருக்காது. பர்முக்குகள் தாங்கள் நபிகளார் குடும்பத்தின்மீது நேசம் வைத்திருப்பவர்கள் என்றும் அபூதாலிப் வம்சாவளியின் ஆதரவாளர்கள் என்றும் சொல்லிக்கொண்டனர். அலவியர், தங்களுக்கு ஏற்பட்ட அழிவைத் தனித்துவமான இழப்பாகப் புரிந்து கொண்டனர். இன்றும்கூட, அலீ (ரலி) பிரிவினரும் ஹுஸைன் (ரலி) பிரிவினரும் தங்கள் இறப்புகளையும் அழிவுகளையும் முன் வைத்துத் துயரங்களை வெளிப்படுத்துகின்றனர்.

ஸொராஸ்ட்ர வம்சாவளியினரான பர்முக்குகள் இஸ்லாத்துக்கும் முஸ்லிம்களுக்கும் தனிப்பட்ட அல்லது குறிப்பிடத்தக்க அளவில் எதுவும் செய்யவில்லை. ஆனால், அவர்களது அறிவுத்தேடலும் சமய அறிஞர்கள்மீதான பற்றுதலும் அளவு கடந்து புகழப்பட்டன. அவர்களது அழிவுக்கான காரணங்கள் சந்தேகத்துக்கு இடமில்லாத அளவுக்கு வெளிப்படையானவை. ஹாரூன் ரஷீத் எனும் கலீஃபா, தனது அரசை சூழ்ச்சிகளிலிருந்து காப்பாற்றிக்கொள்வதற்காக அதன் சூத்திரதாரிகளைக் கொன்றார். இதற்கு ஆதரவாக இருந்த தனது பாட்டனாரையும் கைது செய்தார். தெள்ளத் தெளிவான ஒரு வரலாற்று நிகழ்வுகளுடன் கற்பனைகளையும் சொந்தக் கருத்துக்களையும் கலக்க வேண்டிய தேவைகள் அரசியல் சார்ந்தவை.

ஹாரூன் ரஷீதின் ஆட்சியில் பிற நிகழ்வுகள் : ஹாரூனின் ஆட்சிக்காலத்தின் மிக முக்கிய நிகழ்வுகள் உட்பட பலவற்றைப் பதிவு செய்த நிலையில் இப்போது நாம் ஹிஜ்ரீ 187ஐ அடைந்துள்ளோம். பர்முக் குடும்பத்தின் முடிவுகளுக்குப் பிறகு, தன் மகன் முத்தமினை அவாஸிம் மாகாணத்துக்கு அனுப்பி வைத்தார் ஹாரூன். ரோம் மீது படையெடுத்த முத்தமின், ஸனான் கோட்டையை முற்றுகையிடுவதற்காக, அப்பாஸ் பின் ஜஅஃபர் பின் அஷ்ஹதை அனுப்பி வைத்தார். ரோமானியர் எந்த எதிர்ப்புமின்றி 320 முஸ்லிம் கைதிகளைத் திருப்பியளித்ததுடன் உடன்படிக்கை செய்துகொள்ள முன்வந்தனர். அதே கால கட்டத்தில், ரோமானியர் தங்கள் அரசியை நீக்கிவிட்டு நக்ஃபூர் எனும் படைத்தலைவனை அரசனாக்கினார்கள். இத்தாலியைக் கைப்பற்றிய ஃபிரான்ஸ் அரசன் சார்ல்மேகன் மீதான பயத்தின் காரணமாக ரோமானியர் ஹாரூன் ரஷீதுடன் அமைதி உடன்படிக்கை செய்துகொண்டதை ஏற்கனவே பார்த்தோம். தனது

ஆட்சியைத் தொடங்கிய நக்ஃபூர் மேற்கொண்ட முதல் பணி, ஃபிரான்ஸ் அரசனுடன் உடன்படிக்கை செய்துகொண்டதுதான். இத்துடன் தனது ஆட்சியின் எல்லையை வரையறை செய்துகொண்ட நக்ஃபூர், ஹாரூன் ரஷீதுக்கு ஒரு கடிதம் எழுதினான். அதில், "தனது இயல்பான பலவீனமும் பெரும் அழுத்தமும் காரணமாக அரசி உங்களுடன் உடன்படிக்கை மேற்கொண்டு ஜிஸ்யா வழங்கி வந்தார். இதற்குக் காரணம் அவரது அறிவீனம்தான். இப்போது, எங்களிடமிருந்து பெற்றுக்கொண்ட பணம் முழுவதையும் நீங்கள் திருப்பித்தர வேண்டும். குறிப்பிட்ட தொகையை அபராதமாகச் செலுத்தவும் உத்தரவாதம் அளிக்க வேண்டும். மறுத்தால் எங்களுடைய வாட்கள் உங்களைத் தண்டிக்கும்."

கடிதத்தை வாசித்த ஹாரூன் ரஷீதின் கோபம், பதில் சொல்ல இயலாமல் அதிகாரிகளும் அமைச்சர்களும் அரசவையைவிட்டு எழுந்து செல்ல வைத்தது. கடிதத்தின் பின்புறம், ஹாரூன் எழுதினார்: "அளவற்ற அருளாளனும் நிகரற்ற அன்புடையோனுமாகிய அல்லாஹ்வின் பெயரால், அமீருல் முஃமினீன் ஹாரூன் ரஷீத் ரோமானிய நாய்க்கு எழுதுவதாவது. இறைநம்பிக்கையற்றவனே! உனது கடிதத்தைப் படித்தேன். அதற்கான பதிலை உன்னால் வாசிக்க இயலாது. பார்க்க மட்டுமே முடியும். அவ்வளவுதான்."

கடிதத்தை அவர் நக்ஃபூருக்குத் திருப்பியனுப்பிய அன்றைய தினமே தனது படைகளுடன் பாக்தாதிலிருந்து ரோமானிய ஆட்சிப் பகுதியை நோக்கி புறப்பட்டார். தலைநகரான ஹெர்க்குலா முற்றுகைக்குள்ளானது. நக்ஃபூர் எதுவும் செய்ய இயலாத நிலையில் மன்னிப்புக் கேட்டான். ஜிஸ்யா செலுத்துவதாக வாக்குறுதியளித்தான். தோல்வியும் இழிவுக்கும் ஆட்பட்ட அவனிடமிருந்து முன்பைவிட அதிகமாக ஜிஸ்யா வழங்குவதான வாக்குறுதியுடன் ஹாரூன் ரஷீத் திரும்பினார். அவர் ரிக்கா நகரை அடைவதற்குள் உடன்படிக்கையை மீறிய நக்ஃபூர், கிளர்ச்சியில் ஈடுபடுவதற்கான முன்னேற்பாடுகளைச் செய்தான். மழைக்காலம் என்பதால் முஸ்லிம்கள் தாக்குதலில் ஈடுபடமாட்டார்கள் என்று அவன் உறுதியாக நம்பினான். தகவலை அறிந்த ஹாரூன் ரஷீத் ரிக்காவிலிருந்து திரும்பி ரோமானிய ஆட்சிப் பகுதிக்குள் நுழைந்து அதை வெற்றிகொண்டு பல்வேறு கோட்டைகளை அழித்தார். நக்ஃபூரை எதிரெதிராகச் சந்திக்கும் வரைக்கும் ரோமானியப்

பகுதிகளைக் கைப்பற்றியவாறே முன்னேறிக்கொண்டிருந்தார். நக்ஃபூர், மீண்டும் மன்னிப்புக்கேட்டு மன்றாடினான். ஜிஸ்யாவின் முழுத்தொகையையும் அவனிடமிருந்து கைப்பற்றிய ஹாரூன் பெரும்பாலான பகுதிகளைத் தனது கட்டுப்பாட்டின்கீழ் வைத்துக் கொண்டார்.

அதே ஆண்டு ஹிஜ்ரீ 187 இல் பல்க்கின் இளவரசரான இப்ராஹீம் பின் ஆதம் இறந்தார். இவர், உலகியல் நாட்டங்களையும் செல்வங்களையும் விட்டுத் துறவியாக மாறியவர்.

ஹிஜ்ரீ 188இல் ரோமானிய அரசன் நக்ஃபூரிடம் மீண்டும் கிளர்ச்சிக்கான அறிகுறிகள் தென்பட்டன. ஸஃப்ஸாஃபைச் சேர்ந்த இப்ராஹீம் பின் ஜிப்ரைல் ரோம் மீது படையெடுத்தார். இம்முறை ரோமானியப் பேரரசனே எதிர்த்துப் போரிட முன்வந்தான். ஆனால், தன்னுடைய 40,000 வீரர்கள் இறந்த நிலையில், மேலும் எதிர்த்து நிற்க இயலாமல் தோற்கடிக்கப்பட்டு தப்பியோடினான். இஸ்லாமியப் படை வெற்றியுடன் திரும்பியது.

ஹிஜ்ரீ 189இல் ஹாரூன் ரஷீத் ரேய்க்குச் சென்றார். மேற்கு குராசான் மாகாணங்களில் பணி நீக்கங்களும் புதிய நியமனங்களும் மேற்கொண்டு அரசு நிர்வாகத்தில் மாற்றங்களைச் செய்தார். மன்னிப்பும் பாதுகாப்பும் அளிப்பதாக ஓர் அறிக்கையை அனுப்பி, மர்ஸபான் திலாலை ஆறுதல்படுத்தித் தைரியமூட்டினார். எல்லைப்பகுதிகளிலுள்ள முதியோர்களும் ஆட்சியாளர்களும் வந்து, தங்களுடைய கீழ்ப்படிதலை உறுதிப்படுத்திக்கொண்டனர். தபரிஸ்தான், ரேய், குமாஸ், ஹமதான் ஆகிய பகுதிகளின் ஆளுநராக அப்துல் மலிக் பின் மாலிக் நியமிக்கப்பட்டார். அதே ஆண்டில், ரோமானியருக்கும் முஸ்லிம்களுக்குமிடையே மேலுமொரு கைதிகள் பரிமாற்றம் நிகழ்ந்தது. அதே ஆண்டு, அபூஹனீஃபாவின் மாணவரான இமாம் முஹம்மத் பின் ஹஸன் ஷிபானி, ரேயின் அருகிலுள்ள அல்ஸம்புவைஹ் எனுமிடத்தில் மரணமடைந்தார். அதே நாளில், கிஸை நஹ்வியும் இறந்தார். இருவருமே ஹாரூன் ரஷீதின் நட்பு வட்டத்தில் உள்ளவர்கள். மரண நிகழ்வுகளில் ஹாரூனும் கலந்துகொண்டார். அடக்க இடத்திலிருந்து திரும்பி வரும்போது, “ ஃபிகாஹ், நஹ்வி இருவரையும் இன்று நாம் அடக்கம் செய்துவிட்டோம்” என்றார் ஹாரூன் ரஷீத்.

ஹிஜ்ரீ 190 இல் ஹாரூன் ரஷீத், தன் மகன் மாமூனை ரிக்காவில் தனது பிரதிநிதியாக நியமித்தார். அரசுப் பொறுப்புகள் அனைத்தையும் அவரிடம் ஒப்படைத்துவிட்டு, நக்ஃபூரின் உடன்படிக்கை மீறலைத் தொடர்ந்து, 1,35,000 வீரர்களுடன் ரோம் மீது படையெடுத்தார். கோட்டையை முற்றுகையிட்ட முப்பது நாள்களில் அதைக் கைப்பற்றி, எதிர்த்த ரோமானிய வீரர்களைக் கொன்றார். பின்னர், பிற கோட்டைகளைக் கைப்பற்றுவதற்காக, ஈஸா பின் மூஸாவை அனுப்பி வைத்தார். ஈஸாவின் படை, ரோமானியப் பேரரசு முழுவதையும் ஆட்டம் காண வைத்தது. அதே காலகட்டத்தில் ஷர்ஜீல் பின் மாஅன் பின் ஸைதா, ஸக்கலியா, தல்பஷா உட்பட பல்வேறு கோட்டைகளைக் கைப்பற்றினார். யஸீத் பின் முக்லித், கௌனியா கோட்டையையும் அப்துல்லாஹ் பின் மாலிக், முக்ஹல்லத் கோட்டையையும் கைப்பற்றினார்கள். கடற்படைத் தலைவரான ஹுமைத் பின் மயூஃப், சிரிய, எகிப்து போர்க் கப்பல்களைத் திருத்தி வடிவமைத்து ஸைப்ரஸ்மீது படையெடுத்தார். அவர்களைத் தோற்கடித்து முழுத்தீவையும் கையகப்படுத்தினார். 17,000 வீரர்கள் போர்க்கைதிகளாகப் பிடிபட்டனர். இதன் பின், தவ்வனாஹ்வை முற்றுகையிட்டார் ஹாரூன். சுருக்கமாகச் சொன்னால், ரோமானியப் பேரரசினுள் அடிக்கடி நிகழும் போர்கள் முஸ்லிம்களால் ஒரு முடிவுக்கு வந்தது.

ஆதரவற்ற தனது நிலையை உணர்ந்துகொண்டான் நக்ஃபூர். ஜிஸ்யா வழங்குவதாக ஏற்றான். தான், தன்னுடைய மகன் மற்றும் மதகுருக்கள் சார்பில் 50,000 அஷ்ர்ஃபிக்கான ஒரு தொகையை ஹாரூனுக்கு அனுப்பி வைத்தான். ஹெர்க்குலா கைதிகளில் ஒருவரான தன் மகனுக்கு மணவுறுதி செய்யப்பட்ட பெண்ணை விடுதலை செய்யும்படி வேண்டுகோளும் விடுத்தான். இதை ஏற்றுக் கொண்ட கலீஃபா ஹாரூன் ரஷீத் அவளை விடுதலை செய்தார்.

நக்ஃபூரின் மன்றாடுதல்களின் கீழ்ப்படிதல்களின்மீது இரக்கம்கொண்ட ஹாரூன், பொது வரிகள் மற்றும் ஜிஸ்யாவாக 3,00,000 அஷ்ர்ஃபி உத்தரவாதத்தின்கீழ் அவனது நாட்டைத் திருப்பிக் கொடுத்தார். அவர் அங்கிருந்து திரும்பியதுதான் தாமதம், ரோமானியர் மீண்டும் கிளர்ச்சியில் ஈடுபட்டனர்.

அதே ஆண்டு, ஹிஜ்ரீ 190இல் காலித் பின் யஸீத் பின் ஹாத்திம், மோசில் ஆளுநராக நியமிக்கப்பட்டார். டார்ட்டூஸ்

கோட்டை அமைக்கும் பொறுப்பு, ஹர்ஸிமா பின் அயூனிடம் ஒப்படைக்கப்பட்டது. கட்டுமானப் பணியில் குராசானின் 3,000 வீரர்களும் மஸீஸா மற்றும் அன்டாக்யாவின் 1,000 வீரர்களும் ஈடுபட்டனர். பணி, ஹிஜ்ரீ 192 இல் பூர்த்தியடைந்தது. அதே ஆண்டு அஸர்பைஜானில் கர்மியா என்பவன் கிளர்ச்சி செய்தான். அவனை அடக்குவதற்காக அப்துல்லாஹ் பின் மாலிக்கின் தலைமையில் 10,000 வீரர்கள் அனுப்பி வைக்கப்பட்டனர். கிளர்ச்சிக்காரர்களைத் தோற்கடித்து, பிடிபட்டவர்களைக் கொன்று கிளர்ச்சிக்கு முற்றுப்புள்ளி வைத்தார் அப்துல்லாஹ் பின் மாலிக். அதே ஆண்டு, ஹிஜ்ரீ 190 முஹர்ரம் மாதம் மூன்றாம் நாள், ரிக்கா சிறையிலிருந்த யஹ்யா பர்முக் இறந்தார். அப்போது அவருக்கு 71 வயது. அவரது மகன் ஃபதல் பின் யஹ்யா இறுதிக் கடன்களை நிறைவேற்றினார். ஹிஜ்ரீ 191 இல் மோசில் ஆளுநராக முஹம்மத் பின் ஃபதல் பின் சுலைமானும் மக்கா ஆளுநராக ஃபதல் பின் அப்பாசும் நியமிக்கப்பட்டனர்.

குராசானில் கிளர்ச்சி : குராசான் ஆளுநராக அலீ பின் ஈஸாவை நியமித்தபோது, பர்முக்குகள் வஹப் பின் அப்துல்லாஹ்வையும் ஹம்ஸா பின் அத்ராக்கையும் கிளர்ச்சி செய்யத் தூண்டினர் என்பதை ஏற்கனவே பார்த்தோம். வஹப் கொல்லப்பட்டார். ஹம்ஸா தப்பித்துச் சென்று அப்பகுதியிலேயே கொள்ளைகளில் ஈடுபட்டிருந்தார். குராசான் அமீரான அலீ பின் ஈஸா, சமர்கண்ட் மற்றும் மவரோன்னஹ்ர் நிர்வாகியாக யஹ்யா பின் அஷ்ஹதை நியமித்தார். மவரோன்னஹ்ர் போர்ப் படையில் புகழ்பெற்ற ஒரு தலைவராக ரஃபீ பின் லைத் பின் நஸ்ர் பின் ஸய்யர் இருந்தார். பர்முக் குடும்பத்துடன் அவருக்குத் தொடர்பிருந்தது. அவர் கலீஃபா ஹாரூனையும் அலீ பின் ஈஸாவையும் வெறுத்தார். யஹ்யா பின் அஷ்ஹத் ஒரு பெண்ணை மணந்தார். இவளுடன் ரஃபீ பின் லைதுக்குத் தொடர்பு ஏற்பட்டது. யஹ்யாவிடமிருந்து அவள் மணவிலக்கு பெற விரும்பினாள். அவர் இதை ஏற்க மறுத்தார். ரஃபீ அவளிடம், "நீர் இறைநம்பிக்கை அற்றவராக மாறிவிட்டீர் என்று இரண்டு சாட்சிகளை முன்வைத்து நான் நிரூபிப்பேன். அத்துடன் நம்முடைய திருமண உறவு முடிவுக்கு வந்து விடுமென்று அவரிடம் சொல்" என்றார்.

இதன்படி, மணவிலக்குப் பெற்ற அவள் ரஃபீயை

மணந்துகொண்டாள். மணவுறவை முறித்துக் கொள்வதற்குச் சட்டத்தைச் சூழ்ச்சியான முறையில் பயன்படுத்திய முதல் சம்பவம் இதுவாகவே இருக்கும். யஹ்யா பின் அஷ்ஹத், இது குறித்த முழு விளக்கத்தையும் ஹாரூன் ரஷீதுக்கு அனுப்பி வைத்தார். ரஃபீயிடமிருந்து அவளைப் பிரிக்கவும், ரஃபீயை கழுதையில் ஏற்றிக் காட்சிப்படுத்தவும் இது தொடர்பான இஸ்லாமிய நெறிகளைக் கடைப்பிடிக்கவும் சொல்லி, குராசான் ஆளுநர் அலீ பின் ஈஸாவுக்கு உத்தரவிட்டார் ஹாரூன் ரஷீத். அவளிடமிருந்துப் பிரிக்கப்பட்ட ரஃபீ சமர்கண்டில் சிறைவைக்கப்பட்டார். அங்கிருந்துத் தப்பித்த ரஃபீ, பல்க் ஆளுநரான அலீ பின் ஈஸாவிடம் சென்றார். அலீ பின் ஈஸா அவருக்கு மரண தண்டனை விதிக்க முற்பட்டார். ஆனால், அவரது மகன் ரஃபீக்காகப் பரிந்துரை செய்தார். எனவே, அவரை சமர்கண்டில் யஹ்யா பின் அஷ்ஹதிடம் அனுப்பி வைக்கும்படி அலீ பின் ஈஸா உத்தரவிட்டார். சமர்கண்டுக்கு அனுப்பி வைக்கப்பட்ட ரஃபீ, அதன் நிர்வாகியைக் கொன்று சமர்கண்டைக் கைப்பற்றினார்.

இதையறிந்த அலீ பின் ஈஸா, தன் மகன் ஈஸா பின் அலீயை சமர்கண்டுக்கு அனுப்பினார். அப்போது நடந்த போரில் ஈஸா பின் அலீ கொல்லப்பட்டார். பின்னர், அலீ பின் ஈஸா தனது படையுடன் பல்க்கிலிருந்து புறப்பட்டு ரஃபீ, மர்வைக் கைப்பற்றுவதற்குள் அங்கே வந்தார். இது ஹிஜ்ரீ 191 இல் நிகழ்ந்தது. ரஃபீயின் குற்றச் செயல்களைக் கேள்விப்பட்ட ஹாரூன் ரஷீத், குராசான் ஆளுநர் பொறுப்பிலிருந்து அலீ பின் ஈஸாவை நீக்கிவிட்டு, ஹர்ஸிமா பின் அயூனை நியமித்தார். குராசான் படைத்தலைவர்கள் மற்றும் பர்முக் குழுவினரின் ஆதரவு ரஃபீக்கு இருந்ததுதான் அவரது தற்கால வெற்றிக்குக் காரணம். சமர்கண்டை அடைந்த ஹர்ஸிமா பின் அயூன், ரஃபீயை முற்றுகையிட்டார்.

ஹாரூன் ரஷீதின் இறப்பு : ரோமானியரை வெற்றிகொண்டு நக்ஃபூரைப் பரிதாபமான நிலைக்குத் தள்ளி அவனிடமிருந்து வரிகளைப் பெற்றுக்கொண்ட ஹாரூன் ரஷீத், ரிக்காவுக்குத் திரும்பினார். இங்கே ரஃபீ பின் லைத்தின் குற்றச்செயல்கலையும் சில குராசான் தலைவர்களின் அரசுப் பணிவின்மையையும் அறிந்து, குராசா்னுக்குச் செல்வதாக முடிவு செய்தார். படை வீரர்களுக்கான உணவுகளை ஏற்பாடு செய்துவிட்டு ஹிஜ்ரீ 192 ஷஃஅபான் மாதம்

ரிக்காவிலிருந்து பாக்தாதை நோக்கிப் புறப்பட்டார். ரிக்காவில் தனது பிரதிநிதியாக மகன் முத்தமினையும் அவருக்கு உதவியாக, குஸைமா பின் காஸிமையும் நியமித்தார். தொடர்ந்து பாக்தாதில் தனது பிரதிநிதியாக மகன் அமீனை நியமித்தார். அவருடனிருக்கும்படி இன்னொரு மகன் மாமூனுக்கு உத்தரவிட்டார். மாமூனின் எழுத்தரான ஃபதல் பின் ஸஹல் அவரிடம், "பாக்தாதில் நீங்கள் அமீனுடனிருப்பது உங்களுக்குத் தகுதியான பொறுப்பில்லை. நீங்கள் கலீஃபாவுடன் செல்வதற்கு முயற்சி செய்யுங்கள்" என்றார். தானும் உடன்வர ஒப்புதலளிக்குமாறு மாமூன் தந்தையிடம் கோரிக்கை விடுத்தார். அவரும் அதை ஏற்றுக்கொண்டார். அவர் பாக்தாதிலிருந்து புறப்படவிருக்கும்போது சிறையிலிருந்த ஃபதல் பின் யஹ்யா பர்முக் ஹிஜ்ரீ 193 முஹர்ரம் மாதம் மரணமடைந்தார். ரோமானியரை வெற்றிகொள்வதில் மிகுந்த ஆர்வம் கொண்ட ஹாரூன் ரஷீத் அப்போது நோய்வாய்ப்பட்டிருந்தார். அந்நிலையிலேயே அவர் ரிக்காவுக்கும் வந்தார். பாக்தாதுக்கு வந்து சேரும்போதும் நோயிலிருந்து விடுபடவில்லை. அப்படியே குராசானுக்குச் சென்றார். பாக்தாதிலிருந்து ஹிஜ்ரீ 193 ஸஃபர் மாதம் ஜுர்ஜானை அடைந்தார். அங்கே அவரது உடல் நிலை மேலும் மோசமடைந்தது. ஜுர்ஜானில், படைத்தலைவர்களின் முன்னிலையில் ஓர் அறிவிப்பை வெளியிட்டார் ஹாரூன் ரஷீத்.

"இப்போது என்னுடனிருக்கும் படைகளும் போர்க்கருவிகளும் குராசானையும் மாமூனையும் சார்ந்து இயங்கும். இவற்றின் தலைவரும் உடைமையாளரும் மாமூன்தான். படைத்தலைவர்கள் அனைவரும் அவருக்குக் கீழ்ப்படிபவர்களாக இருப்பார்கள்."

மாமூனின் நிலையை உறுதி செய்துகொண்ட ஹாரூன் ரஷீத், அப்துல்லாஹ் பின் மாலிக் யஹ்யா பின் மஅஅஸ், அஸத் பின் குஸைமா, அப்பாஸ் பின் ஜஅஃபர் பின் முஹம்மத் பின் அஷ்அத், நயீம் பின் ஹாஷிம்போன்ற தலைவர்கள் குழுவுடன் மாமூனை மர்வுக்கு அனுப்பினார். பின்னர், அவர் தூசுக்குச் சென்றார். அவருடன், ஃபதல் பின் ரபீயி, இஸ்மாயீல் பின் ஸபீஹ், மன்ஸூர் ஹஜீப் ஹுஸைன், ஜிப்ரைல் பின் பக்திஷு ஆகியோரும் சென்றனர். தூஸில் அவரது நிலைமை மேலும் மோசமடைந்து படுக்கையிலானார்.

ஹர்ஸிமா பின் அயூனுக்கும் ரஃபீ பின் லைத்துக்கும்

இடையிலான போர் குறித்து ஏற்கனவே சொல்லப்பட்டது. புக்ஹாரா வெற்றிகொள்ளப்பட்டு ரஃபீயின் சகோதரரான பஷீர் பின் லைத் கைது செய்யப்பட்டார். ஹர்ஸிமா அவரை ஹாரூனிடம் அனுப்பி வைத்தார். நோய்ப்படுக்கையில் இருந்த ஹாரூன் ரஷீதின் முன், பஷீர் நிறுத்தப்பட்டார். ஹாரூன் அவருக்கு மரண தண்டனை விதித்தார். பஷீர் கொல்லப்பட்டார். மரண தண்டனை வழங்கிய ஹாரூன் ரஷீத் சுய நினைவை இழந்தார். மீண்டும் நினைவு திரும்பிய அவர், தங்கியிருந்த வீட்டின் மூலையில் ஒரு குழி தோண்டும்படி உத்தரவிட்டார். குழிக்குள் சிலர் இறங்கி குர்ஆனை முழுமையாக ஓதினர். தனது படுக்கையைக் குழியின் அருகில் மாற்றச் சொன்னார். அதில் கிடந்தபடி குழியையே பார்த்துக் கொண்டிருந்தார். அதே நிலையில் ஹிஜ்ரீ 193 ஜுமாதல் ஆகிரா மாதம் 3 ஆம் நாளிரவு (கி.பி. 808 மார்ச் 24) கலீஃபா ஹாரூன் ரஷீத் மரணமடைந்தார். அவரது மகன் ஸாலே, இறுதிக் கடன்களை மேற்கொண்டார். 23 ஆண்டுகளும் இரண்டரை மாதங்களும் ஆட்சி செய்த ஹாரூன் ரஷீதின் உடல் தூசில் அடக்கம் செய்யப்பட்டது.

ஹாரூன் ரஷீதின் மனைவி, ஸுபைதா பின்த் ஜஅஃபர் பின் மன்ஸூர். இவரது சிறப்புப் பெயர், உம்மு ஜஅஃபர். இவருக்குப் பிறந்தவர்தான் முஹம்மத் அமீன். அலீ, அப்துல்லாஹ், மாமூன், காசிம் முத்தமின், முஹம்மத் முஅத்தஸிம், ஸாலே, முஹம்மத் அபூ மூஸா, முஹம்மத் அபூ யஅக்கூப், அபுல் அப்பாஸ், அபூ சுலைமான், அபூ அலீ, அபூ அஹ்மத் ஆகியோர், மனைவிகளான அடிமைப் பெண்களுக்குப் பிறந்தவர்கள். ஹாரூன் ரஷீதின் மகன்களில் அமீன், மாமூன், முஅத்தஸிம், முஹாஸின் ஆகிய நால்வரும் நன்கு புகழ் பெற்றவர்கள். இதில், முஹாஸின் கல்வியறிவற்றவர். ஆகவே, இவரைத் தனது அரசு வாரிசாக ஹாரூன் கருதவில்லை. இருந்தும் அவர் கலீஃபாவாக ஆனார். அவரது வம்சாவளியினர் பலரும் அப்பாசிய கலீஃபாக்களாக இருந்தனர். ஹாரூன் ரஷீதின் வம்சாவளி முஹாஸினூடே தொடர்ந்தது. ஹாரூனுக்குப் பல ஆண்மக்களும் பல பெண் மக்களும் இருந்தனர். இவர்கள் அனைவருமே அடிமைப் பெண்களுக்குப் பிறந்தவர்கள்.

அப்பாசிய வம்சாவளியில் மிகவும் உயர்நிலையில் ஆட்சி செய்தவராகக் கருதப்படுபவர் ஹாரூன் ரஷீத், இவரது ஆட்சியில்தான் அப்பாசிய கிலாஃபத் பெரும் புகழ் பெற்று விளங்கியது. அபூ

தாலிபின் வம்சாவளியினர் மற்றும் பிற சூழ்ச்சியாளர்களின் முயற்சிகளில் துணிவின்மை மேலோங்கி நின்றது. ஹாரூன் ரஷீத் அறிவுத்தேடுதலும் இஸ்லாமியப் பற்றும் நிறைந்தவர். அவநம்பிக்கையாளர்களின் தீவினைகளை அவர் வேருடன் அகற்றினார். கிறிஸ்தவ, ரோமானிய பேரரசுகள் அவருக்குத் திறைசெலுத்தின. தன்னுடைய மரணத்தின்போது, 90,00,00,000 தினார் பொதுக்கருவூலத்தில் சேமித்திருந்தார். ஸ்பெய்னும் மொராக்கோவும் தவிர, அனைத்து இஸ்லாமிய உலகுக்கும் ஹாரூனே ஆட்சியாளராக விளங்கினார்.

அவரது ஆட்சிக்காலத்தில்தான் இஸ்லாமிய அறிவியல் தொகுப்புப் பணிகள் தீவிரமாக நடைபெற்றன. பாக்தாத் அரசவையில் யூத கிறிஸ்தவ கல்வியாளர்கள் ஆதரவு வழங்கப்பட்டு கௌரவிக்கப்பட்டனர். கிறிஸ்தவர்கள், படைத்தலைவர்களாகவும் கலீஃபாவின் நண்பர்களாகவும் இருந்தனர். அவரது ஆட்சியில் இந்தியக் கல்வியாளர்கள் நேரடியாக அல்லது சிந்து ஆளுநர் வழியாக பாக்தாதுக்கு வந்தனர். இப்படி வருகை தந்த அறிஞர்கள் அனைவரும் கௌரவிக்கப்பட்டனர். எபிரேய மொழி நூல்கள் மொழிமாற்றம் செய்யப்பட்டன. அறிவியல் மற்றும் கலைசார்ந்த நூல்கள் வெளிவந்தன.

அவரது ஆட்சியில் மக்களின் வாழ்க்கை சீராக அமைந்திருந்தது. தங்களுடைய உடைமைகளையும் வளத்தையும் மக்களால் அனுபவிக்க முடிந்தது. இக்காலகட்டத்தில் பாக்தாதில் கவிதை இசை போன்ற கலைகள் செழித்து வளர்ந்தன. கலீஃபா ஹாரூன் ரஷீத் குறித்த, உலகப் புகழ்பெற்ற புனைவுகளும் 1001 இரவு அரேபியக் கதைகள் போன்ற விந்தைக் கதைகளும் எழுதப்பட்டன. இதன்மூலம், ஹாரூன் ரஷீத் குறித்த தவறான புரிதல்களும் போதுமான அளவுக்குப் பிரச்சாரமாயின.

ஹாரூன் ரஷீத் வீரமும் போர்த்திறனும்கொண்டவர். பல மாதங்களையும் ஆண்டுகளையும் குதிரையில் அமர்ந்தபடியே செலவிட்டவர். துறவிகளுடன் துறவியாகவும் கல்வியாளர்களுடன் கல்வியாளராகவும் காட்சியளிப்பவர். நபிமொழி அறிஞர்களுடன் இருக்கும்போது அவர்களில் ஒருவராகத் திகழ்வார். அவநம்பிக்கையாளர்களின் எதிரியாக இருந்த அவர், பிற சமயத்தைச் சேர்ந்தவர்களுடன் அன்பாகவும் கருணையுடனும் நடந்துகொண்டார்.

ஹஜ், ஜிஹாத், ஸகாத் போன்ற மூன்று விஷயங்களை அவர் கட்டாயமாக்கிக்கொண்டார். மென்மையான உணர்வும் மனமும் கொண்டவர். நெகிழ்ச்சியான மனவுணர்வுகளுடன் நிகழும் மார்க்கச் சொற்பொழிவுகளின் போது நரக வாழ்வின் கடுமையை எண்ணி வாய் விட்டு அழுவார்.

ஒருநாள், இப்னு ஸம்மாக்குடன் அமர்ந்திருக்கும்போது ஹாரூனுக்குத் தாகம் மேலிட்டது. தண்ணீர் கொண்டு வரப்பட்டது. அவர் அதைக் குடிக்க முற்படும்போது, “சற்றுப் பொறுங்கள் அமீருல் முஃமினீன்” என்றார் இப்னு ஸம்மாக். “ஏன்?” என்று கேட்டார் ஹாரூன் ரஷீத். “நீங்கள் பெரும் தாகத்துடன் இருக்கும் நிலையில் ஒரு கோப்பை நீருக்காக எவ்வளவு செலவழிப்பீர்கள்?” என்று கேட்டார் இப்னு ஸம்மாக். “எனது அரசின் சரி பகுதியைக் கொடுத்தாவது” என்றார் ஹாரூன் ரஷீத். “சரி, இப்போது தாங்கள் அருந்தலாம்” என்றார். அவர் குடித்து முடித்ததும், “அமீருல் முஃமினீன், அருந்திய நீர் தங்கள் வயிற்றிலிருந்து வெளிவராத நிலையில், அதை வெளியேற்றுவதற்கு எவ்வளவு செலவழிப்பீர்கள்?” என்று கேட்டார். “தேவைப்பட்டால் எனது அரசின் சரி பகுதியை” என்றார் ஹாரூன் ரஷீத். இப்னு ஸம்மாக் சொன்னார்: “அமீருல் முஃமினீன், தங்களுடைய முழு அரசும் ஒரு கோப்பை நீருக்கும் ஒரு கோப்பைச் சிறுநீருக்கும்தான் சமம். ஆகவே, தங்களுடைய அரசு குறித்துத் தாங்கள் பெருமைப்படுவதற்கில்லை.” இதைக்கேட்ட ஹாரூன் ரஷீத் கண்ணீர் வடிய அழுதுகொண்டிருந்தார்.

ஒருமுறை, நேர்மையும் இறையச்சமுமுள்ள ஒருவரிடம் சிறந்த நண்பர் யாராக இருக்க முடியும் என்ற விஷயத்தில் தனக்கு அறிவுரை வழங்கும்படி கேட்டுக்கொண்டார் ஹாரூன் ரஷீத். அவர், “இறையச்சம் குறித்துத் தங்களை எச்சரிக்காமல், உலகியல் இலாபங்களை நோக்கி அழைத்துச் செல்லும் நண்பரைவிட அது குறித்து உங்களை எச்சரிப்பவரே சிறந்த நண்பர்” என்றார். மேலும் விளக்கம் கேட்டார் ஹாரூன். அவர் சொன்னார்: “இறுதித் தீர்ப்பு நாளில் உங்கள் மக்களைப் பற்றி உங்களிடம் கேட்கப்படும். ஆகவே நீங்கள் அல்லாஹ்வுக்குப் பயந்து நடந்து கொள்ளுங்கள் என்று உங்களிடம் சொல்பவர், ‘நீங்கள் இறைத்தூதரின் குடும்பத்தைச் சேர்ந்தவர். ஆகவே, உங்கள் பாவங்கள் அனைத்தும் மன்னிக்கப்படும்’ என்று சொல்பவரைவிட சிறந்தவர்.” இதைக்கேட்ட ஹாரூன்

ரஷீத், அருகில் அமர்ந்திருப்பவர்கள் பரிதாபப்படும் அளவுக்கு அழுதார்.

காதி ஃபுதைல் சொல்கிறார்: "மாணவப் பருவத்தில் சமய அறிவு தேடிப் பயணம் செய்த அரசர்கள் இரண்டே பேர்தான். அதிலொருவர் ஹாரூன் ரஷீத். தன்னுடைய மகன்கள் அமீனுடனும் மாமூனுடனும் இமாம் மாலிக்கின் முஅத்தாவைக் கேட்பதற்காகவும் எகிப்திய மன்னர்களிடமிருந்த கையெழுத்துப் பிரதிகளை வாசித்துக் கேட்பதற்காகவும் பயணம் செய்தார். இன்னொருவர், ஸுல்தான் ஸலாஹுத்தீன் அய்யூபி. இவர், இமாம் மாலிக்கின் முஅத்தாவைக் கேட்பதற்காக அலெக்ஸான்ட்ரியாவுக்குப் பயணம் செய்தார்."

ஹாரூன் ரஷீத் குதிரையேற்றத்திலும் வில்வித்தையிலும் ஈடுபாடு மிக்கவர். தனது 45ஆவது வயதில் அவர் மரணமடைந்தார். அவருக்கு மருத்துவம் பார்த்த ஜிப்ரைல் பின் பக்திஷ் தவறிழைத்தார் என்றும் இவர் அமீனின் ஆதரவாளர் என்றும் சொல்லப்பட்டது. ஹாரூனின் அரசு அறிவிப்பாளரான (நஜீப்) மஸ்ரூர், மாமூனின் ஆதரவாளர் என்றும் கருதப்படுகிறது. பயணத்தின்போது சீர்குலைந்த ஹாரூனின் உடல்நிலை மேலும் மோசமாகவே, அவரது மகன் அமீன், தந்தையின் நெருங்கிய தோழர்களுக்குக் கடிதங்கள் எழுதி அவற்றை பக்ர் பின் அல் முத்தமிர் மூலம் அனுப்பி வைத்தார். அந்தக் கடிதங்கள், தனது கிலாஃபத்துக்கு வாக்குறுதியளிக்க வேண்டுமெனும் பொருள்படவும் ஹாரூன் ரஷீத் இறந்துவிட்டதாக பொருள்படவும் அமைந்திருந்தன. ஃபதல் பின் ரபீயியுடன் கலந்தாய்வு செய்த பின், அனைத்துப் படைகளுடனும் போர்க்கருவிகளுடனும் பொதுக்கருவூலத்துடனும் உடனடியாகத் தன்னிடம் வரும்படி தனது சகோதரர் ஸாலேவுக்குக் கடிதம் அனுப்பினார். வெவ்வேறு உள்ளடக்கங்களுடன் இதுபோன்ற கடிதங்கள் ஹாரூன் ரஷீதின் தோழர்களுக்கும் ஃபதல் பின் ரபீயிக்கும் அனுப்பி வைக்கப்பட்டன. அனைத்துத் துறைத்தலைவர்களும் தொடர்ந்து பணியாற்ற அனுமதிக்கப்படுவார்கள் என்றும் இந்தக் கடிதங்கள் உறுதி செய்தன. இந்நிகழ்ச்சியையும் பக்ர் பின் அல்முத்தமிரின் வருகையையும் ஹாரூன் எதிர்பாராமல் அறிந்துகொண்டார். பக்ரை வரவழைத்த ஹாரூன் அவரது வருகைக்குக் காரணம் கேட்டார். அவரால் திருப்தியான பதிலளிக்க இயலவில்லை. ஆகவே, அவர் கைது செய்யப்பட்டார்.

இந்நிகழ்ச்சிக்குப் பிறகு ஹாரூன் ரஷீத் காலமானார். ஃபதல் பின் ரபீயி, பக்ரை சிறையிலிருந்து விடுவித்தார். அவர் அமீனின் கடிதங்களை உரியவர்களிடம் ஒப்படைத்தார். அவற்றை வாசித்த தலைவர்கள் கலந்தாலோசனையில் ஈடுபட்டனர். தங்கள் தாய்மண்ணான பாக்தாதுக்குச் செல்லும் ஆர்வத்துடனிருந்த அனைவரையும், ஃபதல் பின் ரபீயி அழைத்துச் சென்றார். இத்துடன், மாமூனின் நிலையை உறுதி செய்வதற்காக ஹாரூன் பிறப்பித்த உத்தரவுகள் அனைத்தும் காற்றில் பறந்தன.

அமீன் ரஷீத் பின் ஹாரூன் ரஷீத் : முஹம்மத் அமீன் பின் ஹாரூன் பின் மஹ்தி பின் மன்ஸூர் அப்பாசி, ஸுபைதா காத்தூனுக்குப் பிறந்தவர். அமீனும் மாமூனும் சமவயதினர். தனக்குப் பிறகு கலீஃபாவாக அமீனையும், குராசான் மற்றும் கிழக்கு நாடுகளின் நிரந்தர ஆளுநராக மாமூனையும் ஏற்பாடு செய்திருந்தார் ஹாரூன். குராசான் ஆளுநர் பொறுப்பிலிருந்து மாமூனை நீக்க வேண்டாமென்று அமீனிடமும், அமீனுக்குக் கீழ்ப்படியும்படி மாமூனிடமும் வலியுறுத்தியிருந்தார். ஹாரூன் ரஷீதின் இறப்பின்போது மாமூன் மர்விலும் அமீன் பாக்தாதிலும் இருந்தனர். ஸாலே, ஹாரூனுடன் இருந்தார். அவரது இறப்புக்குப் பிறகு, ஹிஜ்ரீ 193 ஜுமாதல் ஆகிரா 4ஆம் நாள், ஹாரூனின் படைத்தலைவர்களும் வீரர்களும் தூசில், அமீனின் கிலாஃபத்தை ஏற்று ஸாலேயிடம் வாக்குறுதியளித்தனர்.

அஞ்சல்துறை அதிகாரியான ஹம்வைத், பாக்தாதிலுள்ள தன் உதவியாளரிடம் கலீஃபாவின் மரணத்தையும் அமீனுக்காக வாக்குறுதி பெற்றதையும் அறிவித்தார். அவர், இதை அமீனுக்குத் தெரிவித்தார். தகவல்களை ஸாலே பின் ஹாரூனும் தனது சகோதரருக்குத் தெரிவித்து வாழ்த்துச் சொன்னார். கூடவே, கலீஃபாவின் கணையாழியையும் செங்கோலையும் படுக்கை விரிப்பையும் அனுப்பி வைத்தார். அப்போது ஹாரூன் ரஷீதின் மனைவியும் அமீனின் தாயாருமான ஸுபைதா காத்தூன் ரிக்காவில் இருந்தார். கலீஃபாவின் பொதுக்கருவூலம் அவரது உடைமையின் கீழிருந்தது. தகவல் கிடைத்ததும் அமீன் தலைமைத் தொழுகை இல்லத்துக்குச் சென்று மக்கள்முன் உரையாற்றினார். அமீனின் தாயார் அரசப் பொதுக்கருவூலத்துடன் ரிக்காவிலிருந்து பாக்தாதுக்குச் சென்றார்.

அவரை வரவேற்பதற்காக அமீன் அன்பாருக்குச் சென்றார். மிகுந்த வரவேற்புடன் அவரைப் பாக்தாதுக்கு அழைத்து வந்தார். மர்விலிருந்த மாமூன், தந்தையின் இறப்புச் செய்தியை அறிந்து அமீர்களையும் படைத்தலைவர்களையும் ஒன்றுதிரட்டி, தான் அடுத்து செய்ய வேண்டியது குறித்து ஆலோசனை கேட்டார். அதில், குறிப்பிடத் தக்கவர்களாக அப்துல்லாஹ் பின் மாலிக், யஹ்யா பின் மாஸ், ஷபீப் பின் ஹுமைத் பின் கஹ்தபா, அல்லாமா ஹஜீப் அப்பாஸ் பின் ஸுஹைர், அய்யூப் பின் அபீ ஸமீர், அப்துர் ரஹ்மான் பின் அப்துல் மலிக் பின் ஸாலே, ஃபதல் பின் ஸஹல் ஆகியோர் இருந்தனர். மாமூனும் இந்தத் தலைவர்களும் ஹாரூன் ரஷீத் பாக்தாதிலிருந்து ஜுர்ஜானுக்குச் சென்ற பயணத்தின்போது உடன் சென்றவர்கள்.

பயணத்தின்போது படைத்தலைவர்களையும் இனக்குழுத் தலைவர்களையும் மாமூனின் ஆதரவாளர்களாக்க முயற்சி செய்தார் ஃபதல் பின் ஸஹல். பலர் இதற்கு உடன்படவும் செய்தனர். ஆனால், அமீனின் ஆதரவாளரான ஃபதல் பின் ரபீயி, தூசில் மேற்கொண்ட தொடர் முயற்சிகளின் விளைவாக அங்கிருந்த அனைவரும் அமீனுக்கு வாக்குறுதியளித்தனர். படைகளும் போர்க் கருவிகளும் குராசானையும் மாமூனையும் சார்ந்து இயங்கும். இவற்றின் தலைவரும் உடைமையாளரும் மாமூன்தான். படைத்தலைவர்கள் அனைவரும் அவருக்குக் கீழ்ப்படிபவர்களாக இருப்பார்கள் என்ற ஹாரூனின் இறுதி விருப்பத்தின்படி அவரைக் காணவேண்டும் என்பதைக்கூட மறந்து அனைவரும் பாக்தாதுக்குச் சென்றனர். மாமூனுடனிருந்த தலைவர்கள் அனைவரும் கிழக்கு நாடுகளின் தலைமைப் பொறுப்பில் மாமூனுக்கு ஆதரவாக இருந்தனர்.

ஃபதல் பின் ரபீயி இன்னமும் பயணத்தில்தான் இருப்பார். ஆகவே, படைகளின் உதவியுடன் அவரைத் திருப்பி அழைத்து வரமுடியும் என்று சிலர் கருத்துத் தெரிவித்தனர். இதை ஏற்க மறுத்த ஃபதல் பின் ஸஹல், “இம்முறையில் அவர்களைத் திரும்ப அழைத்து வந்தால் முரண்பாடாகச் செயல்படுவார்கள். இது நமக்குத் தீங்கு விளைவிப்பதாக அமைந்துவிடும். கீழ்ப்படிவதாகவும் உதவியாக இருப்பதாகவும் உறுதியளித்திருக்கும் நிலையில் அவர்களைத் தூதுவர்கள் மூலம் தொடர்புகொண்டு ஹாரூன் ரஷீதின் இறுதி விருப்பத்துக்கு அவர்கள் கொடுத்த

வாக்குறுதிகளை நடைமுறைப்படுத்த வைக்கவேண்டும். இதுதான் சரியான அணுகுமுறையாக இருக்கும்” என்றார். இதன்படி, இரண்டு தூதுவர்கள் அனுப்பி வைக்கப்பட்டனர். ஃபதலையும் மற்றவர்களையும் சந்தித்தபோது அவர்கள் தங்கள் எதிரிகளாக மாறியிருப்பதை உணர்ந்தனர். மாமூனை சிலர் வெளிப்படையாகவே தூற்றினர். தூதுவர்கள் உயிருடன் திரும்பியதே ஆச்சரியம். திரும்பி வந்த அவர்கள் அங்குள்ள நிலைமைகளை விவரித்தனர்.

மாமூனை கிழக்கு நாடுகளின் கலீஃபாவாக நியமிப்பதை ஃபதல் பின் ஸஹல் சவாலாக எடுத்துக்கொண்டார். மாமூனின் ஆதரவாளர்களில் மாமூன் கலீஃபா ஆவதை விரும்பாதவர்களும் இருந்தனர். ஆயினும், கிழக்கு நாடுகளின் ஆட்சியாளராக ஏற்றுக்கொண்டனர். ஆனால், ஃபதல் பின் ஸஹலும் அவரது நண்பர்களும் மாமூன் கலீஃபா ஆவதையே விரும்பினர். ஸொராஸ்ட்ரராக இருந்த ஃபதலின் தந்தை ஸஹல், ஹாரூனின் காலத்தில்தான் இஸ்லாத்தைத் தழுவினார். ஃபதலைத் தன் மகன் மாமூனுக்கு எழுத்தராக நியமித்தவரும் ஹாரூன்தான். இந்த நன்றிக்காகவே மாமூனை அவர் கலீஃபாவாக்க விரும்பினார். அமீனின் தாய் ஸுபைதா காத்தூன், ஹாஷிம் வம்சத்தைச் சேர்ந்தவர். இந்த இனப்பற்றுதான் அமீனுக்கு அரபிகளின் ஆதரவு கிடைப்பதற்கானக் காரணம். மாமூனின் தாய் இரானியர். ஆகவே, இரானியரும் குராசானியரும் மாமூனுக்கு ஆதரவாக இருந்தனர். அமீன், அரபிகளுடன் பாக்தாதில் இருந்தார். மாமூன், இரானிய ஆதரவாளர்களுடன் மர்வில் இருந்தார்.

ஸுபைதா காத்தூன் மாமூனை வெறுத்தார். அப்பாசியருக்கு ஆதரவான அரபுத்தலைவர்கள், அலவியரை வெறுத்தனர். அலவியரின் ஆதரவாளர்கள் குராசானில் அதிக அளவில் இருந்தனர். அலவியருக்கு ஆதரவான ஜஅஃபர் பர்முக், மாமூனின் ஆசிரியர். ஆகவே, குராசான் போன்ற கிழக்கு நாடுகளில் மாமூனுக்குச் செல்வாக்கு அதிகம்.

பர்முக் குடும்பத்தை வெறுத்த ஃபதல் பின் ரபீயிக்கு மாமூனுடன் நல்லுறவில்லை. சுருக்கமாகச் சொன்னால், சுயநலம் சார்ந்தும் பகைமையுடனும் இயங்கிய இரு குழுக்களின் தலைவர்களால் சூழப்பட்டிருந்த மாமூனுக்கும் அமீனுக்கும் தெளிவான பார்வைகள் இல்லை. ஹாரூனின் இறப்பைத் தொடர்ந்து சகோதரர்களின்

கீழிருந்த இரு குழுக்களும் உடனடியாக அதிகாரப் போட்டியில் இறங்கின.

குராசான் தலைவர்கள், பொதுமக்களின் ஆதரவைப் பெறுவதற்காக வரிகளில் கால் பகுதியைக் குறைத்தனர். கூடவே, பல்வேறு வாக்குறுதிகளும் வழங்கினர். இரானியர் மிகுந்த திருப்தியுடன், "மாமூன் ரஷீத் எங்கள் சகோதரியின் மகன். நிச்சயமாக அவரால் நாங்கள் சிறப்படைவோம்" என்று மகிழ்ச்சியடைந்தனர்.

இன்னொரு புறம், சமயக் கல்வியாளர்களையும் சட்ட வல்லுநர்களையும் மர்வுக்கு வரவழைத்த மாமூன், "உங்கள் போதனைகளால் மக்களைச் சீர்ப்படுத்தி, நிலைமையைக் கட்டுப்பாட்டுக்குள் வைக்க உதவுங்கள்" என்று கேட்டுக்கொண்டார். இதில் மாமூன் மேற்கொண்ட அறிவார்ந்த அணுகுமுறை என்னவென்றால், தனது மதிப்பையும் அரசுப் பற்றையும் பறைசாற்றும் முயற்சியாக அமீன் ரஷீதுக்குக் கடிதம் எழுதியது.

கலீஃபா அமீன் பொறுமையுடனும் தொலைநோக்குடனும் சிந்திந்திருந்தால், மாமூன் ஏதாவது நேர்மையற்ற, அவசியமற்ற ஒன்றில் சிக்கும்போது மக்கள்முன் அவரைக் குற்றவாளியாகக் காட்டியிருப்பார். ஃபதல் பின் ரபீயியும் அமீனின் ஏனைய ஆலோசகர்களும்கூட தங்கள் திறமையை மக்களிடம் நிரூபிக்கவில்லை. அமீனிடமும் இதற்கான அறிகுறிகள் தென்படவில்லை. அவரது செயல்பாடுகள் கிலாஃபத்தை நல்ல முறையில் வழிநடத்துவார் எனும் நம்பிக்கையை மக்களிடம் ஏற்படுத்தவில்லை. ஆட்சிப்பொறுப்பேற்றதும் அவர் செய்த முதல் தவறு, ஜஸீரா ஆளுநராக இருந்த, தனது சகோதரர் காஸிமைப் பதவியிறக்கம் செய்தது. கன்ஸரீன், அவாஸிம் ஆகிய மாகாணங்களை மட்டுமே அவரது பொறுப்பில் விட்டார். ஜஸீராவின் ஆளுநராக குஸைமா பின் காஸிமை நியமித்தார். அதே ஆண்டு, ஃபதல் பின் ரபீயியின் அறிவுரையின்படி, தன் மகன் மூஸாவைச் சட்டப்படியான வாரிசு என்று மாமூனின் இடத்தில் நியமிக்க விரும்பினார். நேர்மையான ஒரு விஷயத்தை முன்வைத்துத் தனது எதிர்ப்பை காட்டுவதற்கான வாய்ப்பு மாமூனுக்குக் கிடைத்தது.

ஹாரூன் ரஷீத், படைகளும் போர்க்கருவிகளும் உணவுப்பொருள்களும் மாமூனின் கட்டுப்பாட்டின்கீழ்

இருக்குமென்றும் அவரே அதற்கு முழுப்பொறுப்பு என்றும் அறிவித்திருந்தார். ஆனால், ஹாரூனின் இறப்பின்போது ஃபதல் பின் ரபீயி, மாமூனைக் கண்டுகொள்ளாமல், அவருடனிருந்த முழுப்படையையும் போர்க்கருவிகளையும் உணவுப்பொருள்களையும் பாக்தாதுக்குக் கொண்டு வந்தார். அமீனின் வாரிசாக மாமூன் வந்தால், தன்னைக் கடுமையாக நடத்துவார் என்பதை ஃபதல் பின் ரபீயி நன்கறிவார். எனவே, தன்னுடைய பாதுகாப்புக்காக, மாமூனை வாரிசுரிமையிலிருந்து நீக்க முயற்சி செய்தார். குராசான் ஆளுநரான அலீ பின் ஈஸாவுக்கும் இதே உணர்விருந்தது. அவர், ஃபதலின் முன்மொழிவை ஏற்று வழிமொழிந்தார். இதையறிந்த குஸைமா பின் காஸிம், கலீஃபாவைத் தடுத்தார். மாமூனும் இதை அறிந்து கொண்டார். ஆனால், அவர் அமைதியுடன் நடக்கப்போவதை எதிர்பார்த்திருந்தார்.

மாமூனுக்கு ஆதரவாக ரஃபீயும் ஹர்ஸிமாவும் : சமர்கண்டில், ரஃபீயை ஹர்ஸிமா பின் அயூன் முற்றுகையிட்டிருந்தார்; தூசில், ஹாரூன் இறந்தபோது ரஃபீ முற்றுகை நிலையிலும் பாதுகாப்பாக இருந்தார்; கைது செய்யப்பட்டு ஹாரூனிடம் கொண்டுவரப்பட்ட ரஃபீயின் சகோதரர் பஷீருக்கு ஹாரூன் மரணதண்டனை வழங்கினார் எனும் தகவல்கள் ஏற்கனவே சொல்லப்பட்டன. ஹாரூனின் இறப்புக்குப் பிறகு ஹர்ஸிமா, சமர்கண்டைக் கைப்பற்றினார். அப்போது அவருடன் தாஹிர் பின் ஹுசைனும் இருந்தார். சமர்கண்டிலிருந்து தப்பித்தோடிய ரஃபீ, துருக்கியர்களிடம் தஞ்சம் புகுந்தார். பின்னர், ஒரு துருக்கியப் படையுடன் வந்து ஹர்ஸிமாவை எதிர்த்துப் போரிட்டு மீண்டும் தோல்வியடைந்தார். பிறகு, துருக்கியருடன் முரண்பாடு ஏற்பட்டபோது, ரஃபீ மிகவும் வலுவற்றவராக மாறியிருந்தார். அவர் மாமூனிடம் ஒரு தூதுவரை அனுப்பி மன்னிப்பும் பாதுகாப்பும் கோரினார். மாமூன் அதை ஏற்றுக்கொண்டார். பிறகு, அவர் மாமூனின் கீழ்ப் பணியாற்ற மர்வுக்கு வந்தார். அவருக்குச் சிறப்பான முறையில் வரவேற்பளித்தார் மாமூன். ஹர்ஸிமா, மாமூனைச் சந்தித்தார். மாமூன் அவரைத் தனது குதிரைப்படையின் உயர் பொறுப்பில் நியமித்தார். இதே காலகட்டத்தில், அப்பாஸ் பின் அப்துல்லாஹ் பின் மாலிக்கை ரேயின் ஆளுநர் பொறுப்பிலிருந்து பணி நீக்கம் செய்தார் மாமூன்.

வெளிப்படையான எதிரிகளாக அமீனும் மாமூனும் : மாமூன், குதிரைப்படை அதிகாரியாக ஹர்ஸிமாவை நியமித்தது; ரஃபீயை சிறப்பாக வரவேற்று நண்பராக்கியது; ரேய் ஆளுநரான அப்பாஸ் பின் அப்துல்லாஹ்வைப் பணிநீக்கம் செய்தது ஆகிய தகவல்கள் அமீனுக்குக் கிடைத்தன. அவர், ஜுமுஆ பேருரை ஏட்டில் மாமூனின் பெயரை நீக்கிவிட்டுத் தன்னுடைய மகன் பெயரைச் சட்டப்படி வாரிசாகச் சேர்த்தார். பின்னர், அப்பாஸ் பின் மூஸா பின் ஈஸா பின் ஜஅஃபரையும் முஹம்மத் பின் ஈஸா பின் நஹீக்கையும் அழைத்து, "மாமூனை நான் பணிநீக்கம் செய்து சட்டப்படி வாரிசாக என் மகன் மூஸா பின் அமீனை நியமித்ததற்கு நீங்கள் ஒப்புதல் அளிக்கிறீர்கள். இந்தத் தகவலை மாமூனுக்கு அறிவித்து விடுங்கள்" என்று சொல்லி அனுப்பினார். மாமூன் இதைப் புறக்கணித்தார். ஃபதல் பின் ஸஹல், தனக்குச் சாதகமாக இதைப் பயன்படுத்திக்கொண்டார். அப்பாஸ் பின் மூஸாவைத் தனது இடத்துக்கு இரகசியமாக அழைத்துச் சென்று, பாக்தாதில் தங்களுடைய ஒற்றராகச் செயல்படவும் முக்கியமானத் தகவல்களைத் தெரிவிக்கவும் கேட்டுக்கொண்டார். குராசானில் சில அரசுப் பகுதிகளை விட்டு விலகவும் மாமூனிடம் சொன்னார் அமீன். இதையும் மாமூன் ஏற்கவில்லை. பாக்தாதின் ஜுமுஆ பேருரை ஏட்டிலிருந்து தனது பெயரை அகற்றியதை அறிந்த மாமூன், குராசான் பேருரை ஏட்டிலிருந்து அமீனின் பெயரை அகற்றினார். கஅபாவில் ஹாரூன் தொங்க விட்டிருந்த ஆவணத்தைக் கிழித்தெறிந்தார் அமீன். இது ஹிஜ்ரீ 194 இன் தொடக்கத்தில் நடந்தது. இதன்மூலம், அமீனை வெளிப்படையாக எதிர்ப்பதற்கானக் காரணம் மாமூனுக்குக் கிடைத்தது. அமீனின் தூதுவர்கள் குராசானில் நுழைந்து, பிரச்சினைகளையோ கிளர்ச்சிகளையோ தூண்ட இயலாத அளவுக்கு அதன் பாதுகாப்பை வலுப்படுத்தினார் மாமூன்.

மாகாணங்களில் பதற்றம்: கஅபாவிலிருந்த ஆவணத்தைக் கிழித்தெறிந்தது; பேருரையிலிருந்து பெயர்களை அகற்றியது போன்ற நிகழ்வுகள் மூலம், சகோதரர்களுக்குள் பகைமை உருவாகியிருப்பதை மக்கள் அறிந்துகொண்டனர். இதை முன்வைத்து, பொது எதிரிகள் தங்களுக்கான வாய்ப்புகளை உருவாக்கிக் கொண்டனர். இஸ்லாமிய ஆட்சிக்குத் திறை செலுத்தி அதற்குக் கீழ்ப்படிந்திருந்த காகான், திபெத், துருக்கிப் பகுதிகளும் காபூல் ஆட்சிப் பகுதிகளும் கிளர்ச்சி செய்யத் தொடங்கின. இந்தத் தகவல்களால் மாமூன் சிறிது

குழப்படைந்தாலும், ஃபதல் பின் ஸஹலின் அறிவுரைப்படி, சில அரசுகளின் வரிகளைக் குறைத்தும், சில கோரிக்கைகளுக்கு ஒப்புதலளித்தும், கடிதங்கள் மூலம் அரசர்களைத் தொடர்புகொண்டு உறவை வலுப்படுத்திக்கொண்டார்.

மாமூனுக்கு ஏற்பட்ட சிக்கல்கள் மிக விரைவில் முடிவுக்கு வந்தன. அவரது ஆட்சிப் பகுதிக்குள் குழப்பங்களுக்கான இடமில்லை. ஏனெனில், பெரும்பாலான குராசானியர் முழு மனதுடன் அவருக்கு ஆதரவளித்தனர். அரபிகள் ஆதரவாக இருக்கும் அமீன் வெற்றி பெறுவதை அவர்கள் விரும்பவில்லை. அமீனின் கீழிருந்த மாகாணங்களில் முரண்பட்ட சக்திகளால் அமைதியின்மையும் குழப்பங்களும் உருவாயின. அரசுக்கு இவை பேராபத்தை விளைவிக்கும் என்பது தெளிவாகத் தெரிந்தது. உமய்யாக்களில், அலீ பின் அப்துல்லாஹ் பின் காலித் பின் யஸீத் பின் முஆவியா மட்டும் உயிருடனிருந்தார். இவர், ஸிஃபீன் என்று அறியப்பட்டார். நன்கு கல்வி கற்றவரும் அறிவுக்கூர்மை மிகுந்தவருமான இவர், "நான் ஸிஃபீன் தலைவர்களான முஆவியா, அலீயின் மகன்" என்று தன்னைக் குறிப்பிடுவது வழக்கம். இவரது தாயார் நஃபீஸா பின்த் உபைதுல்லாஹ் பின் அப்பாஸ் பின் அலீ பின் அபூ தாலிப்.

அமீனுக்கும் மாமூனுக்குமிடையே போர்ச்சூழல்கள் உருவானதை அறிந்த ஸிஃபீன், சிரியாவில் கிளர்ச்சி செய்தார். உமய்யாக்களுடன் தொடர்புள்ள சிரிய இனக்குழுவினர் அவருடன் சேர்ந்து கொண்டனர். அவரை அடக்குவதற்காக சிரியாவுக்குச் சென்ற அமீனின் படை தோல்வியுற்றது. பல ஆண்டுகளாக சிரியாவில் ஒரு நிலையான தன்மை உருவாகவில்லை. இறுதியில், ஹிஜ்ரீ 198 இல் மற்றொரு சிரிய இனக்குழுவால் தோற்கடிக்கப்பட்ட ஸிஃபீனியர் அங்கிருந்து தப்பியோடினர். சிரியர்கள் டமாஸ்கசைக் கைப்பற்றினர்.

கஅபாவிலிருந்த ஆவணத்தை அமீன் கிழித்தெறிந்த பிரச்சினையை முன்வைத்து தாவூத் பின் ஈஸா, அமீனுக்குக் கீழ்ப்படிய மறுத்தார். "அமீன், மாமூனுக்கு வஞ்சனை செய்துள்ளார். ஏற்கனவே நாம் ஹாரூன் ரஷீதுக்கு அளித்த வாக்குறுதி தொடர்கிறது. குழந்தையான மூஸாவின் வாரிசுரிமைக்கு ஒருபோதும் நாம் வாக்குறுதியளிக்கக் கூடாது" என்று மதீனா மற்றும் ஹிஜாஸ் மக்களுக்கு எடுத்துச்

சொல்லி அவர்களைத் திருப்திப்படுத்தினார். அவரது முயற்சிகள் பலனளித்தன. ஹிஜாஸ் மக்கள் மாமூனைக் கலீஃபாவாக ஏற்றனர். ஜுமுஆ பேருரையிலிருந்து அமீனின் பெயர் நீக்கம் செய்யப்பட்டது. பின்னர், மக்காவிலிருந்து பஸ்ரா, பாரசீகம், கெர்மான் ஆகிய பகுதிகளினூடே மர்வுக்குச் சென்ற தாவூத் பின் மூஸா, ஹிஜாஸின் நிலையை மாமூனுக்கு அறிவித்தார். மாமூன் மிகுந்த மகிழ்ச்சியுடன் அவரை மக்கா ஆளுநராக நியமித்தார். இது ஹிஜ்ரீ 196 நிகழ்வு. இவை அனைத்தும் அமீனைப் பெரிதும் காயப்படுத்தின. மாமூனுக்கு எந்த இடர்பாடும் ஏற்படவில்லை. அமீன் ஆட்சித் திறனற்றவர் என்ற உண்மையை மேலும் சுட்டிக் காட்டுவதாகவே இவை அமைந்தன.

ரோமானியர் : ஹாரூன் ரஷீத் இறப்பதற்குச் சில நாள்களுக்கு முன், பர்ஜான் போரில் ரோமானியப் பேரரசன் நக்ஃபூர் கொலையுண்டான். தொடர்ந்து, அவனது மகன் வாரிசாகப் பொறுப்பேற்றான். அவனும் இரண்டு மாதங்களில் இறந்துபோகவே, அவனது சகோதரியின் மருமகன், மைக்கேல் பின் ஜர்ஜீஸ் அரியணையேறினான். அடுத்த ஆண்டு, ஹிஜ்ரீ 194இல் ரோமானியர், மைக்கேலுக்கு எதிராகக் கிளர்ச்சி செய்தனர். அவன் தலைநகரிலிருந்து சென்று ஒரு துறவியர் குழுவில் சேர்ந்தான். பிறகு, அவர்கள் அனைத்துப் படைத்தலைவனை அரசனாகத் தேர்வு செய்தனர். ஹாரூனின் அரசு உட்பிரச்சினைகளில் சிக்கிக்கிடந்த அதேவேளையில், ரோமானியப் பேரரசும் அதே நிலையில் இருந்தது.

அமீனுக்கும் மாமூனுக்குமிடையிலான போட்டி : ஹிஜ்ரீ 194 இறுதியில் சட்டப்படியான வாரிசுரிமையிலிருந்து மாமூனை நீக்கிய அமீன், தன் மகனை நியமித்தார். இத்துடன், அடுத்த வாரிசுரிமையாளரான மாமூனுடன் பிறந்த முத்தமினை பொறுப்பிலிருந்தும் நீக்கிவிட்டு, தனது இன்னொரு மகனான அப்துல்லாஹ்வை வாரிசுரிமைக்கு நியமித்தார். இப்போது மூஸா, அப்துல்லாஹ்வின் பெயர்கள் ஜும்ஆ பேருரையில் இடம் பெற்றன. சகோதரர்கள் இருவரையும் அதிகாரப் போட்டியிலிருந்து விலக்கி வைக்கவும் யாருமில்லை.

ஃபதல் பின் ஸஹலுக்கு, துர்ரியஸதைன் என்று சிறப்புப் பெயர் சூட்டிய மாமூன், அவரைத் தலைமை அமைச்சராக நியமித்தார்.

தாஹிர் பின் ஹுஸைன் பின் முஸ்அப் பின் ஸரைக் பின் அஸத் கஸாஅயீயை அனைத்துப் படைத்தலைவராக்கினார். ரேய்க்குச் சென்ற ஃபதல் பின் ஸஹல், அதன் எல்லைப் பகுதியில் திறன்வாய்ந்த படைவீரர்களை நியமித்தார். அப்பகுதி மக்களை ஒன்றுதிரட்டி ஒரு போர்ப்படையை உருவாக்கினார். அதன் பொறுப்பை படைத்தலைவரிடம் ஒப்படைத்தார். ரேயின் படைத்தலைவராக அபுல் அப்பாஸ் கஸாஅயீயை நியமித்தார் தாஹிர் பின் ஹுஸைன். அபுல் அப்பாஸ் தனது படையை அனைத்துப் போர்க்கருவிகளும் கொண்டதாக மாற்றினார்.

இன்னொரு புறம், ஒரு காலாட்படையை இஸ்மத் பின் ஹம்மாத் பின் ஸாலிமின் தலைமையில் ஹமதானுக்கு அனுப்பி வைத்தார் அமீன். அங்கே தங்கியிருந்து முன்னணிப்படையை ஸதாவுக்கு அனுப்ப உத்தரவிட்டார். பின்னர், அலீ பின் ஈஸா பின் மாஹனின் தலைமையில் ஒரு பெரும் படையை மாமூனை எதிர்க்க குராசானுக்கு அனுப்பி வைத்தார். குராசானில் முன்பு ஆளுநராக இருந்த அலீ பின் ஈஸாமீது மக்களுக்கு அதிருப்தியிருந்தது. அவரையே இப்போது படைத் தலைவராக அனுப்பி வைத்தது அமீனும் அமைச்சர் ஃபதல் பின் ரபீயியும் செய்த மிகப் பெரிய தவறாக அமைந்தது. இதை அறிந்த குராசான் மக்கள் கடுமையாக எதிர்கொள்ள முன்வந்தனர்.

நஹாவந்த், ஹமதான், கும், இஸ்ஃபஹான் ஆகிய பகுதிகளை வரியற்ற நிலங்களாக அலீ பின் ஈஸாவுக்குக் கொடுத்த அமீன், தேவைக்கு அதிகமானப் பணத்தையும் போர்த்தளவாடங்களையும் 50,000 குதிரை வீரர்களையும் கொடுத்தனுப்பினார். அலீக்குத் தேவையான புதிய படைகள் உட்பட எந்த உதவியாக இருந்தாலும் அதைச் செய்துகொடுக்கும்படி நிர்வாகிகளுக்கும் அதிகாரிகளுக்கும் உத்தரவிட்டார். அலீ பின் ஈஸா, விடைபெறுவதற்காக அமீனின் தாயாரான ஸுபைதா காத்தூனிடம் வந்தார். மாமூன் பிடிபட்டால் அவரை இழிவுபடுத்த வேண்டாம் என்று உத்தரவிட்டார் அவர். ஹிஜ்ரீ 195 ஷஃஅபான் மாதம், பாக்தாதிலிருந்து புறப்பட்டார் அலீ பின் ஈஸா. கலீஃபா அமீன், அரசதிகாரிகளுடன் சிறிது தொலைவுவரை சென்று அவரை வழியனுப்பி வைத்தார். பாக்தாத் மக்கள் அன்றுவரை கண்டிராத அந்தப் பெரும்படை நம்பிக்கையூட்டுவதாக அமைந்திருந்தது. ரேயை நெருங்கிய அலீ

பின் ஈஸாவிடம் தோழர்கள், வலுப்படுத்தப்பட்ட ஒரு முன்னணிப் படையை நியமிக்கும்படி அறிவுறுத்தினார்கள். “தாஹிரை எதிர்த்துப் போரிட வலுப்படுத்தப்பட்ட முன்னணிப் படையொன்றும் தேவையில்லை” என்றார் அலி.

அலீ அருகில் வந்துகொண்டிருப்பதை அறிந்த தாஹிரும் ரேயைவிட்டுப் புறப்பட்டார். ரேயிலிருந்து ஐந்து மைல் தொலைவில் மோதல் நிகழ்ந்தது. அலீ பின் ஈஸாவிடம் ஐம்பதாயிரத்துக்கும் அதிகமான வீரர்கள் இருந்தனர். தாஹிரிடம் நான்காயிரம் வீரர்கள் மட்டுமே இருந்தனர். இரு படையினருக்குமிடையிலான போர் முனைப்பில் பெருமளவு வித்தியாசம் இருந்தது. அணிகளை வரிசைப்படுத்தும்போது அலீ பின் ஈஸா, “அவர்களைச் சுற்றி வளைத்துப் பிடியுங்கள். கொல்ல வேண்டியதில்லை” என்றார். எதிரிகளின் பெரும் படையைக் கண்ட தாஹிர் பின் ஹுஸைனின் வீரர்கள் சிலர், வெற்றி பெறும் பக்கத்தில் இருந்தால் ஏதாவது நன்மை கிடைக்கும்; உயிருக்கும் பாதுகாப்பு என்ற நோக்கத்தில் எதிரிகள் பக்கம் சாய்ந்தனர். ஆனால், அலீ பின் ஈஸா அவர்களைச் சிதறடித்து அப்புறப்படுத்தினார். தாஹிரின் வீரர்கள் மறுபகுதிக்கு ஓடாமல் நின்று போரிடுவதற்கு இது உதவியாக அமைந்தது. தாஹிரின் வலப்புற, இடப்புற அணிகளை அலீ பின் ஈஸாவின் வலப்புற, இடப்புற அணிகள் தோற்கடித்தன. படையின் நடுப்பகுதியில் நின்றிருந்த தாஹிர், அலீ பின் ஈஸா படையின் நடுப்பகுதியை இலக்காக வைத்து பயங்கரமான ஒரு தாக்குதலை மேற்கொண்டார். இது அவர்களைப் பின்வாங்க வைத்தது. இதைப் பார்த்ததும் தாஹிரின் தோல்வியடைந்து பின்வாங்கிய இரு அணிகளும் திரும்பி வந்து சேர்ந்து கொண்டன. போர் தொடர்ந்தது. திடீரென்று பாய்ந்து வந்த ஓர் அம்பு, அலீ பின் ஈஸாவின் கழுத்தைத் துளைத்துச் சென்றது. அலீ மரணமடைந்தார்.

அவரது படைகள் பின்வாங்கின. தாஹிரின் வீரர்கள் அலீ பின் ஈஸாவின் தலையைத் துண்டித்தனர். புறமுதுகுக்காட்டி ஓடிய பாக்தாத் படைகளை இரண்டு மைல் தொலைவுவரைக்கும் துரத்திச் சென்ற வீரர்கள் கையில் கிடைத்தவர்களைக் கொன்றனர். சிலரைக் கைது செய்தனர். இரவு குறுக்கிட்டு மேலும் நடக்க இருந்த கொலைகளைத் தடுத்தது. ரேய்க்குத் திரும்பிய தாஹிர் பின் ஹுஸைன், மாமூனுக்கு வெற்றிச் செய்தியை அனுப்பி வைத்தார்.

“அமீருல் முஃமினீன் அவர்களுக்கு, அலீ பின் ஈஸாவின் தலை எனது முன்பும் அவரது கணையாழி எனது விரலிலும் அவரது படைகள் எனது உத்தரவின்கீழும் இருக்கும் நிலையில் இந்தக் கடிதத்தை எழுதுகிறேன்”

கடிதம், மர்விலிருந்த ஃபதல் பின் ஸஹலை அடைய மூன்று நாள்களாயின. அவர் அதை மாமூனிடம் கொடுத்து வாழ்த்துக் கூறினார். அரசதிகாரிகள் அவரை அமீருல் முஃமினீனாக ஏற்று மரியாதை செலுத்தினர். இரண்டு நாள்களுக்குப் பிறகு வந்து சேர்ந்த அலீ பின் ஈஸாவின் தலை மக்களுக்குக் காட்டப்பட்டது.

அலீ பின் ஈஸாவின் மரணத் தகவலை அறிந்ததும் அப்துர் ரஹ்மான் பின் ஜபலா அன்பாரின் தலைமையில் 20,000 வீரர்கள்கொண்ட ஒரு படையை அனுப்பி வைத்தார் அமீன். மிக வேகமாகச் சென்று ஹமதான் மற்றும் குராசானைக் கைப்பற்றி ஆட்சி அமைக்கும்படி உத்தரவிட்டு, அதற்கான நியமன சான்றையும் வழங்கினார். ஹமதானை அடைந்த அப்துர் ரஹ்மான், கோட்டையை முற்றுகையிட்டார். இதையறிந்த தாஹிர், தனது படைகளுடன் ஹமதானுக்கு விரைந்தார். தாஹிரை எதிர்கொள்வதற்காக ஹமதானிலிருந்து வெளியேறினார் அப்துர் ரஹ்மான். முதல் தாக்குதலிலேயே அப்துர் ரஹ்மானின் படைகள் தோல்வியடைந்து ஓடின. மீண்டும் ஹமதானுக்குத் திரும்பிய அப்துர் ரஹ்மான் போருக்கான முன்னேற்பாடுகளை மேற்கொண்டார். போர் ஆரம்பித்தது. இம்முறையும் அப்துர் ரஹ்மானின் படைகள் தோல்வியுற்றன. அவர் ஹமதானுக்குச் சென்று சரணடைந்தார். தாஹிர் முன்னேறிச் சென்று நகரை முற்றுகையிட்டார். முற்றுகை நீடித்தது. இக்காலகட்டத்தில் கஸ்வினின் நிர்வாகிகளை விரட்டி விட்டு தாஹிர் அதைக் கைப்பற்றினார்.

நீடித்த முற்றுகையால் மக்களுக்குப் பெரும் இன்னல்கள் உருவாயின. இரவோடு இரவாக மக்களே முன்வந்து தாக்குதலில் ஈடுபடக்கூடுமென்ற பயமும் அப்துர் ரஹ்மானுக்கு உருவானது. அவர், தாஹிரிடம் மன்னிப்பும் பாதுகாப்பும் வேண்டினார். இதை ஏற்றுக்கொண்ட தாஹிர், ஹமதானைத் தனது கட்டுப்பாட்டின்கீழ்க் கொண்டு வந்தார். மன்னிப்பும் பாதுகாப்பும் பெற்ற அப்துர் ரஹ்மான் ஹமதானில் சுதந்திரமாக இருந்தார். ஒரு நாள், கிடைத்த வாய்ப்பைப் பயன்படுத்திய அப்துர் ரஹ்மான் தனது ஆள்களை

ஒன்றுதிரட்டி தாஹிர்மீது திடீர்த்தாக்குதல் மேற்கொண்டார். இதில், அப்துர் ரஹ்மானைத் தோற்கடித்துக் கொன்றார் தாஹிர். உயிர் பிழைத்தோடிய அவரது வீரர்கள், பாக்தாதிலிருந்து வந்துகொண்டிருந்த ஹுரைஷியின் மகன்கள் அப்துல்லாஹ்வையும் அஹ்மதையும் சந்தித்தனர். தாஹிரை எதிர்ப்பதற்குப் பயந்துபோன அவர்கள் பாக்தாதுக்கே திரும்பினர். தாஹிர் ஒவ்வொரு நகராக வெற்றிகொண்டு ஹல்வானை அடைந்தார். அங்கே அரண்களை அமைத்து அகழிகள் தோண்டினார். தொடர் வெற்றிகளுக்குப் பிறகு, தனது கிலாஃபத்துக்கான வாக்குறுதி பெறும் நிகழ்ச்சிகள் ஒவ்வொரு நகரிலும் நடைபெற வேண்டும் என்றும், ஜுமுஆ பேருரையில் தனது பெயரைக் குறிப்பிட வேண்டும் என்றும் அறிவித்தார் மாமூன். இக்காலகட்டத்தில்தான் தனது தலைமை அமைச்சராக ஃபதல் பின் ஸஹ்லை நியமித்தார்.

ஃபதல் பின் ஸஹ்லின்கீழ், அலீ பின் ஹிஷாம் பாதுகாப்பு அமைச்சராகவும், நயீம் பின் காஸிம் நிதியமைச்சராகவும் எழுத்து தொகுப்புத்துறை அதிகாரியாகவும் நியமிக்கப்பட்டனர். ஃபதல் பின் ஸஹ்லின் சகோதரர், ஹஸன் பின் ஸஹ்ல் வருமான வரித்துறையின் உயர் அதிகாரியாக நியமிக்கப்பட்டார்.

கலீஃபா அமீன் அரசில் குழப்பங்கள்: அப்துர் ரஹ்மான் பின் ஜபலாவின் மரணச் செய்தியை அறிந்த பாக்தாத் நகரில் கொந்தளிப்பு உருவானது. அஸத் பின் யசீத், அமீனிடம் சென்று, "எனது படை வீரர்களுக்குப் போர்க்கருவிகளும் ஓர் ஆண்டு ஊதியத்தை முன்பணமாகவும் நாங்கள் கைப்பற்றும் பகுதிகளை எங்கள் கட்டுப்பாட்டின்கீழ் வைத்திருக்க அனுமதியும் வழங்குங்கள். பலவீனமானவர்களை நீக்கிவிட்டு, போர்த்திறன் வாய்ந்த, துணிச்சலான வீரர்களைத் தேர்ந்தெடுத்துத் தாருங்கள். உங்களுக்கு வெற்றியைத் தேடித் தருகிறேன்" என்றார். நிபந்தனைகளைக் கேட்டுக் கோபமடைந்த அமீன், அவரைச் சிறையிலடைத்தார். பின்னர், அப்துல்லாஹ் பின் ஹுமைத் பின் கஹ்தபாவை வரவழைத்து, தாஹிரை எதிர்த்துப் போரிடும்படி உத்தரவிட்டார். சில நிபந்தனைகளை முன்வைத்த அவரும் தண்டிக்கப்பட்டார். பின்னர், அஸதின் நெருங்கிய உறவினரான அஹ்மத் பின் மிஸ்யாதை வரழைத்த அமீன், அஸதைச் சிறையிலடைத்ததற்கு மன்னிப்புக் கேட்டதுடன், தாஹிர்மீது போர்த் தொடுக்கும்படி

கேட்டுக்கொண்டார். அஹ்மதின் வேண்டுகோள்படி அஸத் விடுவிக்கப்பட்டார். பின்னர், அஹ்மத் பின் மிஸ்யாதின் தலைமையில் 20,000 வீரர்கள் பாக்தாதிலிருந்து புறப்பட்டனர். அப்துல்லாஹ் பின் ஹுமைத், இதே எண்ணிக்கையிலான வீரர்களுடன் தானும் போருக்குச் செல்ல விரும்புவதாகச் சொன்னார். இரு படைகளும் ஹல்வானிலிருந்து புறப்பட்டு அருகிலுள்ள கஃபிக் கீன் எனுமிடத்தில் முகாம் அமைத்துத் தங்கின.

அமீனின் படைகள் முகாமிட்டிருப்பதை அறிந்த தாஹிரும் படைகளுடன் புறப்பட்டார். தனது ஒற்றர்களை அவர் மாறுவேடங்களில் பாக்தாத் படையினரிடையே ஊடுருவச் செய்தார். பாக்தாதின் கருவூலம் காலியாகி விட்டது என்றும் வீரர்களுக்கு ஊதியம் கிடைக்காது என்றும் அவர்கள் பொய்யான தகவல்களைப் படையினரிடையே பரப்பினர். வீரர்கள் இயன்ற அளவில் கொள்ளையடிக்க ஆரம்பித்தனர். படைகளுக்குள் குழப்பமும் ஒழுங்கின்மையும் உருவாயின. சிலர் இந்தச் செய்திகளை மறுத்தபோது ஏனைய வீரர்கள் மறுத்துப் பேசினர். நிலைமை மோசமான கட்டத்தை அடைந்தது. படையினரிடையே எழுந்த முரண்பாடுகளும் பூசல்களும் முற்றின. அவர்கள் பாக்தாதுக்குத் திரும்பினர். தாஹிர் முன்னேறிச் சென்று ஹல்வானைக் கைப்பற்றினார். அப்போது, ஒரு பெரும் படையுடனும் மாமூனின் கடிதத்துடனும் ஹர்ஸிமா பின் அயூன் வந்தார். அதில், "கைப்பற்றிய ஆட்சிப் பகுதிகள் அனைத்தையும் ஹர்ஸிமாவிடம் ஒப்படைத்து விட்டு தாஹிர், அஹ்வாஸை நோக்கி அணிவகுத்துச் செல்ல வேண்டும்" என்று எழுதப்பட்டிருந்தது. தாஹிர், அஹ்வாஸை நோக்கிப் புறப்பட்டார்.

கலீஃபா அமீனின் பணிநீக்கங்களும் நியமனங்களும்: பர்முக் குடும்பத்துடன் உறவு வைத்திருந்த காரணத்தால், அப்துல் மலிக் பின் ஸாலேவை ஹாரூன் ரஷீத் சிறைவைத்த தகவலை ஏற்கனவே பார்த்தோம். கிலாஃபத் பொறுப்பை ஏற்றுக்கொண்ட அமீன், அப்துல் மலிக்கை விடுதலை செய்தார். பாக்தாத் படைகள் தொடர்ந்து தோல்வியடைந்து வருவதை முன்வைத்து, அவர் அமீனின் அரசவைக்குச் சென்று, "குராசானியருடன் போரிட சிரியர்களை அனுப்ப வேண்டும். அவர்கள் மிகுந்த வீரத்துடன் போரிடுபவர்கள். அவர்களின் அரசுப் பற்றுக்கும் நம்பிக்கைக்கும் நான் உத்தரவாதம்

அளிக்கிறேன்” என்றார். கலீஃப்பா அமீன், சிரியா மற்றும் ஜஸீராவுக்கான ஆளுநர் சான்றுடன் அவரை அனுப்பி வைத்தார். ரிக்காவையடைந்த அப்துல் மலிக், சிரிய உயர்குடியினருடன் தொடர்புகளை ஏற்படுத்தி, சிரியர்களைக்கொண்ட ஒரு பெரும் படையை உருவாக்கினார். குராசானியர்கள் அடங்கிய ஒரு படையுடன் ஹுஸைன் பின் அலீ பின் ஈஸாவும் அங்கே இருந்தார். இக்காலகட்டத்தில் அப்துல்லாஹ் நோய்வாய்ப்பட்டு இறந்தார்.

சிரியர்களுக்கும் குராசானியர்களுக்குமிடையில் ஏற்பட்ட உட்பூசல் வெடித்தது. சிரியர்கள் தங்கள் வீடுகளை நோக்கிப் புறப்பட்டனர். ஹுஸைன் பின் அலீ, குராசானியப் படையுடன் பாக்தாதுக்குச் சென்றார். மக்களும் உயர்குடியினரும் அவரை வரவேற்றனர். இரவில், அவரைத் தனது அரசவைக்கு வருமாறு அழைத்தார் அமீன். ஹுஸைன் செல்ல மறுத்தார். கலீஃபா பொறுப்பிலிருந்து அமீனை நீக்கி விடும்படி தனது ஆள்களிடம் சொன்ன ஹுஸைன், மறுநாள் காலையில் நகரின் பாலத்துக்கு வந்தார். அங்கே அமீனின் படையுடன் நடந்த கைகலப்பில் அமீனின் படை தோற்கடிக்கப்பட்டது. ஹுஸைன், கலீஃபாவின் அரண்மனையைத் தாக்கி, அமீனையும் அவரது தாயார் ஸுபைதா காத்தூனையும் கைது செய்தார். மன்ஸூரின் அரண்மனையில் அவர்களைச் சிறைவைத்துவிட்டு மக்களிடம் மாமூனின் கிலாஃபத்துக்கு வாக்குறுதி பெற்றார்.

மறுநாள், மக்களுக்குக் கிடைக்கவேண்டியவை முறைப்படி வழங்கப்படவில்லை. இது விவாதங்களை உருவாக்கியது. மக்களது கவலை, கலீஃபாவை நீக்கியதையும் சிறை வைத்ததையும் நோக்கித் திரும்பியது. அவர்கள் கோபத்துடன் ஒன்றுதிரண்டனர். ஹுஸைன் பின் அலீயின் வீரர்களுக்கும் மக்களுக்குமிடையே கைகலப்பு உருவானது. ஹுஸைன், மக்களை கடுமையாக எதிர்கொண்டும் தோல்வியுற்றார். மக்கள் அவரைக் கைது செய்தனர். மன்ஸூரின் அரண்மனைக்குச் சென்ற அவர்கள் அமீனையும் ஸுபைதா காத்தூனையும் விடுவித்தனர். அமீனைக் கலீஃபா பொறுப்பில் அமர வைத்து மீண்டும் வாக்குறுதியளித்தனர். ஹுஸைன் சங்கிலியால் பிணைக்கப்பட்டு அமீனின் முன் கொண்டுவந்து நிறுத்தப்பட்டார். அமீன் அவரைக் கடிந்துவிட்டு, பின்னர் மன்னிப்பு வழங்கினார். “தாஹிரைத் தோற்கடிப்பதன் மூலம் நீர் செய்த தவறுக்குப் பிராயச்சித்தம் தேடி, மதிப்பையும் பெருமையையும்

மீட்டெடுத்துக்கொள்ளும்" என்றார். பின்னர், கௌரவ ஆடைகள் அணிவிக்கப்பட்டு மிகுந்த அரசு மரியாதையுடன் அனுப்பி வைக்கப்பட்டார்.

பாக்தாத் குடிமக்கள் அவருக்கு வாழ்த்துக் கூறியபடியே பாலம்வரைக்கும் அவருடன் சென்றனர். பாலத்தைக் கடந்த ஹுஸைன், நான் இன்னும் கிளர்ச்சியாளனாகவே இருக்கிறேன் என்று அறிவித்து விட்டு ஓடினார். அவரைப் பிடித்து வரச்சொல்லி குதிரை வீரர்களை அனுப்பி வைத்தார் அமீன். பாக்தாதிலிருந்து மூன்று மைல் தொலைவில் ஹுஸைன் பிடிபட்டார். அப்போது நடந்த சிறு சண்டையில் அவர் கொல்லப்பட்டார். அவரது தலையைத் துண்டித்து அமீனிடம் கொண்டு வந்தனர். இது ஹிஜ்ரீ 196 ரஜப் 15 இல் நடந்தது. இதே நாளில், அமீனின் தலைமை அமைச்சரான ஃபதல் பின் ரபீயி யாருக்கும் தெரியாமல் தலைமறைவானார். யாராலும் அவரைக் கண்டுபிடிக்க முடியவில்லை. ஃபதல் பின் ரபீயியின் வஞ்சனையும் தலைமறைவும் கலீஃபா அமீனை மிகவும் மிகவும் குழப்பத்திலாழ்த்தியது.

தாஹிரின் வெற்றிகள் : பாக்தாத் பிரச்சினைகளுக்குள் ஆழ்ந்திருக்கும்போது தாஹிர் பின் ஹுஸைன், மாமூனின் உத்தரவின்படி, ஹல்வானில் தான் வெற்றிகொண்ட நிலப்பகுதிகளை ஹர்ஸிமா பின் அயூனிடம் ஒப்படைத்து விட்டு அஹ்வாஸை நோக்கிச் சென்றார். புறப்படுவதற்கு முன், பாக்தாதிலிருந்து ஏதாவது படைகள் வந்தால் அவற்றை வழிமறிக்கும்படிச் சொல்லி ஹுஸைன் பின் உமர் ருஸ்தமியை அனுப்பி வைத்தார்.

அப்துல்லாஹ் பின் ஹுமைத் பின் கஹ்தபாவும் அஹ்மத் பின் மிஸ்யாதும் மீண்டும் வந்ததைத் தொடர்ந்து கலீஃபா அமீன், அஹ்வாஸைப் பாதுகாக்கும்படி உத்தரவிட்டு பாக்தாதிலிருந்து முஹம்மத் பின் யஸீத் பின் ஹாத்திமை அனுப்பி வைத்தார். முஹம்மத் பின் யஸீத் படையுடன் வருவதை அறிந்த தாஹிர், தனது படையின் சில பிரிவுகளை உமர் ருஸ்தமிக்கு உதவியாக, மிக வீரைவில் அவ்ருடன் இணைந்துகொள்ளும்படி அனுப்பி வைத்தார். முக்கரமை அடைந்த முஹம்மத் பின் யஸீத், தாஹிரின் உதவிப்படை வருவதை அறிந்தார். அஹ்வாஸைக் கைப்பற்றுவதற்கு முன், உதவிப் படையுடன் மோதுவதற்கு அவர் விரும்பவில்லை.

அஹ்வாசை அடைந்த அவர் தாஹிரை எதிர்கொண்டார். கடுமையான ஒரு போரின் முடிவில் முஹம்மத் பின் யஸீத் கொல்லப்பட்டார்.

அஹ்வாசைக் கைப்பற்றிய தாஹிர், யமாமா, பஹ்ரைன், ஓமான் ஆகிய பகுதிகளுக்கு நிர்வாகிகளை அனுப்பி வைத்தார். பிறகு, வாஸிதுக்குச் சென்றார். அதன் ஆட்சியாளர் அங்கிருந்து இடம் பெயரவே, அதை மிக எளிதாகக் கைப்பற்றினார். தொடர்ந்து, தனது படைகளைக் கூஃபாவுக்கு அனுப்பி வைத்தார். அதன் ஆளுநரான அப்பாஸ் பின் ஹாதி, அமீன் நீக்கப்பட்டதாகவும் மாமூனின் கிலாஃபத்துக்கு வாக்குறுதியளிப்பதாகவும் எழுதப்பட்ட ஓர் ஆவணத்தைத் தாஹிருக்கு அனுப்பினார். பஸ்ராவின் ஆளுநரான மன்ஸூர் பின் மஹ்தியும் இதையே பின்பற்றினார்.

கூஃபாவும் பஸ்ராவும் இராக்கின் மிகமுக்கிய போர்மையங்களாக இருந்தன. இவற்றின் ஆளுநர்கள் கலீஃபாவின் உறவினர்கள். இவர்கள், அமீனை நீக்கிவிட்டு மாமூனைக் கலீஃபாவாக ஏற்றுக்கொண்டது மற்றவர்களும் பின்பற்றுவதற்கான முன்மாதிரியாக அமைந்தது. ஏற்கனவே குறிப்பிட்டபடி, ஹிஜாஸ் ஆளுநரும் கலீஃபாவின் குடும்பத்தைச் சேர்ந்தவருமான தாவூத் பின் ஈஸா, மாமூனுக்கு வாக்குறுதியளித்தார். மோசில் ஆளுநரான முத்தலிப் பின் அப்துல்லாஹ் பின் மலிக்கும் அமீன் நீக்கப்பட்டதையும் மாமூனைக் கலீஃபாவாக ஏற்றும் வாக்குறுதியளித்தார். அவர்கள் அனைவரும் முன்போல் அவரவர் பொறுப்புகளில் தொடர அனுமதிக்கப்பட்டனர். ஜர்ஜரயாவில் தங்கியிருந்த தாஹிர், ஹாரித் பின் ஹிஷாமையும் தாவூத் பின் மூஸாவையும் கூஃபாவில், கஸ்ர் பின் ஹுபைராவை எதிர்கொள்ள அனுப்பி வைத்தார். ஏற்கனவே குறிப்பிட்டபடி, பாக்தாதில் ஹுஸைன் பின் அலீ பின் ஈஸா, அமீனைப் பொறுப்பிலிருந்து நீக்கி, மக்களால் மீண்டும் அவர் அரியணையில் அமர்த்திய காலகட்டமான ஹிஜ்ரீ 196 ரஜப் மாதத்தில்தான் இந்நிகழ்ச்சியும் நடந்தது.

மீண்டும் ஆட்சிப் பொறுப்பில் அமர்ந்த அமீன், முஹம்மத் பின் ஸுலைமானையும் முஹம்மத் பின் ஹம்மத் பர்பரியையும், கஸ்ர் பின் ஹுபைராவுக்கும் ஃபதல் பின் மூஸாவுக்கும் ஆதரவாக அனுப்பி வைத்தார். ஹாரிதும் தாவூதும் அவர்கள் இருவரையும் எதிர்கொண்டனர். கடுமையான ஒரு போரின் முடிவில் அவர்கள் பாக்தாதை நோக்கி ஓட்டம் பிடித்தனர். பின்னர் தாஹிர், முஹம்மத்

பின் அலஅவை, ஃபதல் பின் மூஸாவை எதிர்கொள்ள நியமித்தார். வழியில் பரஸ்பரம் அவர்கள் சந்தித்தபோது, முஹம்மத், ஃபதலிடம், "நீர் நேர்மையற்று என்னை எதிர்த்துப் போரிட முன் வந்துள்ளீர். நான் மாமூனுக்குக் கீழ்ப்படிபவனாக வந்துள்ளேன்" என்றார். ஃபதல், முஹம்மதின் படைமீது ஓர் இரவுத் தாக்குதலை மேற்கொண்டார். இதை எதிர்பார்த்துத் தயார் நிலையிலிருந்த முஹம்மத், ஆவேசத்துடன் எதிர்த்துப் போரிட்டார். ஃபதல், தோல்வியடைந்து பாக்தாதுக்கு ஓடினார்.

பின்னர், மதாயினை நோக்கித் தனது பார்வையைத் திருப்பினார் தாஹிர். அங்கே கலீஃபா அமீனின் மிகப்பெரிய படை நிலைகொண்டிருந்தது. பாக்தாதிலிருந்து உதவிப்படைகளும் பிறவும் தடையின்றி வந்துகொண்டிருந்தன. தாஹிர் அங்கே வந்ததும் அமீனின் முழுப்படையும் பாக்தாதை நோக்கி ஓடியது. அவர், மதாயினில் ஸர்ஸர் ஆற்றங்கரையில் முகாம் அமைத்து ஒரு பாலம் கட்டினார். கஸ்ர் பின் ஹுபைராவுக்கும் கூஃபாவுக்கும் தனது படைகளை அனுப்பிய கலீஃபா அமீன், ஹர்ஸிமா பின் அயூனை எதிர்த்துப் போரிட அலீ பின் முஹம்மத் பின் ஈஸா பின் நஹீக்கையும் அனுப்பியிருந்தார். நஹர்வானில் போர் நடந்தது. அலீ பின் முஹம்மதின் படையைத் தோற்கடித்த ஹர்ஸிமா புறமுதுகுக்காட்டி ஓடவைத்தார். அலீ பின் முஹம்மதைக் கைது செய்து மர்விலிருந்த மாமூனிடம் அனுப்பி வைத்தார். ஹல்வானுக்கு வருவதற்குப் பதிலாக அவர் நஹர்வானுக்கு வந்து முகாம் அமைத்தார்.

கலீஃபா அமீன் பின் ஹாரூன் ரஷீதின் இறப்பு : கலீஃபா அமீன் அனுப்பி வைத்த படைகள் அனைத்தும் மாமூனின் படைத்தலைவர்களாலும் அவரது ஆற்றல் வாய்ந்த போர்ப்படைத் தளபதிகளான தாஹிர் பின் ஹுஸைன், ஹர்ஸிமா பின் அயூன் ஆகியவராலும் தோற்கடிக்கப்பட்டன. இருவேறு திசைகளிலிருந்து பாக்தாதை நோக்கி அவர்கள் அணி வகுத்துச் சென்றனர். மோசில், வாஸித், கூஃபா, பஸ்ரா, ஹிஜாஸ், யமாமா ஆகிய மாகாணங்கள் அமீனின் கட்டுப்பாட்டிலிருந்து விடுபட்ட பிறகு, அவரது கிலாஃபத், பாக்தாத் மற்றும் அதன் அண்மைப்பகுதிகள் எனச் சுருங்கியது. தனது படைகளின் தோல்விகளைத் தொடர்ந்து ஹிஜ்ரீ 196 முதல், மிக மோசமானதும் ஆபத்தானதுமான காலம் அமீனுக்குத் தொடங்கியது. தாஹிரின் படைவீரர்களுக்கு இரகசியச் செய்திகளை அனுப்பி,

பணம் தருவதாகச் சொல்லி அவர்களைத் தன்பக்கம் இழுக்கும் முயற்சிகளை மேற்கொண்டார். ஸர்ஸர் ஆற்றங்கரையில் முகாம் அமைத்திருந்த 5,000 வீரர்களை இப்படிச் சேர்த்துக்கொண்டார். சில படைத்தலைவர்களும் அமீனுடன் சேர்ந்தனர். தகுதியின் அடிப்படையில் அவர்களுக்குப் பெருமளவிலான பரிசுகள் வழங்கிக் கௌரவித்தார் அமீன். இப்படியாக ஒரு பெரும் படையை அவரால் உருவாக்க முடிந்தது. இந்தப் படைகளைத் தாஹிருடன் போரிடுவதற்கு அனுப்பி வைத்தார்.

காலை முதல் மாலைவரை ஆவேசமாகப் போர் நடந்தது. இறுதியில், அமீனின் வீரர்கள் நிலை குலைந்து பாக்தாதை நோக்கி ஓடினர். தோல்வியடைந்த வீரர்களை முற்றிலுமாகத் தவிர்த்து ஒரு புதிய படையை உருவாக்கி அதை ஸர்ஸருக்கு அனுப்பி வைத்தார் அமீன். இம்முறையும் வெற்றி கிடைக்கவில்லை. தாஹிரும் ஹர்ஸிமாவும் ஸர்ஸரிலிருந்தும் நஹர்வானிலிருந்தும் பாக்தாதை நோக்கிப் புறப்பட்டனர். தாஹிர், அன்பாரில் முகாமிட்டார். ஹர்ஸிமா ஆற்றங்கரையில் முகாமிட்டார். ஷமாஸியாவில் அப்துல்லாஹ் பின் வத்தாவும் கல்வாஸீ அரண்மனையில் முஸையப் பின் ஸுஹைரும் முகாமிட்டனர். இப்படியாக, மாமூனின் படைத்தலைவர்கள் பாக்தாதைச் சுற்றிவளைத்துக்கொண்டனர். மக்கள் பெரும் இன்னல்களுக்கு உள்ளாயினர். அதே வேளையில் தனது ஆபரணங்களையும் அணிகலன்களையும் விலையுயர்ந்த பொருள்களையும் விற்று, வீரர்களுக்கு ஊதியம் வழங்கினார் அமீன். பாதுகாத்து வைத்திருந்த அனைத்தையும் இதற்காகச் செலவிட்டார். முற்றுகை ஏறத்தாழ ஓர் ஆண்டு மூன்று மாத காலம் நீடித்தது. பாக்தாத் மக்களும் படைத்தலைவர்களும் பெரும் அவதிகளுக்கு உள்ளாயினர். இருந்தும், அவற்றைத் தாங்கிக்கொண்டு எதிர்த்து நின்றது பாராட்டுக்குரியது. ஆனால், அவர்களது வீரமும் பொறுமையும் இடர்பாடுகளும் பலனற்றதாக அமைந்துவிட்டன.

பாதுகாப்பையும் மன்னிப்பையும் பெற்றிருந்த ஸயீத் பின் காதிம், தாஹிருடன் இணைந்தார். அகழி தோண்டும் பணியும் காவலரண்களை முழுமைப்படுத்தும் பணியும் அவரிடம் ஒப்படைக்கப்பட்டன. பாக்தாதுக்கு வெளியே டைக்ரிஸ் நதியின் அருகிலுள்ள கஸ்ர் ஸாலேயிலும் கஸ்ர் ஸுலைமானிலும் அமீன் சில படைத்தலைவர்களை மட்டுமே நியமித்திருந்தார். முற்றுகைப்

படையினரின் நீர்த்தேக்கங்கள், அகழிகள், காவலரண்கள் ஆகியவற்றைத் தகர்க்கும் நோக்குடன் கவண்களில் கற்களையும் நெருப்புத் துண்டுகளையும் எறிந்தனர். முற்றுகையாளர்கள் வேகமாக முன்னேறி அகழிகள் தோண்டி மேலும் அதிகமான காவலரண்களை அமைத்தனர். முற்றுகை வட்டத்தைக் குறுக்கி, நகரின் எல்லைச் சுவரை அடைந்தனர். காவலரண் கட்டிடங்களைத் தகர்த்தும் மேலே ஏறியும் நகர வாயிலினூடே உள்ளே நுழைந்தனர். ஒவ்வொரு அடியாகப் போரிட்டு மதீனத்துல் மன்ஸூர் எனப்படும் அரசக் குடும்ப வட்டத்தை அடைந்து அமீனைச் சுற்றி வளைத்தனர். சிறைகளிலிருந்த குற்றவாளிகள் விடுவிக்கப்பட்டனர். அக்கிரம வாசனையுள்ளவர்கள் கட்டுக்கடங்காமல் நகர வீதிகளினூடே ஓடினர். செல்வாக்கும் வீரமுமுள்ள படைத்தலைவர்கள் அமீனை விட்டு தாஹிருடன் இணைந்துகொண்டனர்.

முக்கியஸ்தர்கள் நகரை விட்டு வெளியேறினர். பல பகுதிகள் வெறுமையாகக் காட்சியளித்தன. முஹம்மத் பின் ஈஸாவும், யஹ்யா பின் அலீ பின் ஈஸா பின் ஹமானும், முஹம்மத் பின் அபூ அப்பாஸ் தாயியும் ஒவ்வொருவராக வந்து தாஹிருடன் இணைந்துகொண்டனர். அவர்களது பாதுகாப்பின் கீழிருந்த பகுதிகள் தாஹிரிடம் வந்தன. அமீன் மிகுந்த பாதுகாப்புகளினிடையே நின்றிருந்தார். இறுதியில், படை நடவடிக்கைகள் அனைத்தையும் முஹம்மத் பின் ஈஸா பின் நஹீக்கிடம் ஒப்படைத்தார். புதிதாக உருவாக்கப்பட்ட பாக்தாத் படை, அப்துல்லாஹ் பின் வத்தாவின் படைமுகாமைத் தாக்கி, ஷமாஸியாவைக் கைப்பற்றியது. வத்தாவுக்குத் துணையாக வந்த ஹர்ஸிமாவும் தோற்கடிக்கப்பட்டுக் கைது செய்யப்பட்டார். ஆனால், அவரது வீரர்கள் மிகத் தந்திரமாகச் செயல்பட்டு அவரை விடுவித்தனர். இப்பின்னடைவுகள் குறித்து அறிந்த தாஹிர், அங்கே விரைந்தார். மிகக்கடுமையான ஒரு தாக்குதலை மேற்கொண்டு அமீனின் படையைப் பின்வாங்கச் செய்தார். அப்துல்லாஹ் பின் வத்தாவை முன்னணியில் நிறுத்தி, தனது படைகளைப் படிப்படியாக நகரெங்கும் பரவச்செய்தார். அரசக் குடும்பத்தினரின் பகுதியிலேயே அமீனை முற்றுகையிட்டார். அமீன் மிகுந்த பொறுமையுடன் முற்றுகையைத் தாங்கி நின்றார். அவரது அதிகாரிகளில் ஹாத்திம் பின் ஸக்ர், ஹஸன் ஹுரைஷி, முஹம்மத் பின் இப்ராஹீம் பின் அக்லப் அஃப்ரிக்கி ஆகியோர்

மட்டுமே அவருடனிருந்தனர்.

முஹம்மத் பின் இப்ராஹீம் பின் அக்லப், அமீனிடம் சொன்னார்: "மிக மோசமான இந்தச் சூழ்நிலையிலும், 7,000 குதிரைப்படை வீரர்கள் உங்கள் உத்தரவை ஏற்றுச் செயல்பட தயாராக இருக்கிறார்கள். அரசு அதிகாரிகளையும் முக்கியமானவர்களையும் தேர்வு செய்து, அதில் ஒருவரைத் தலைவராக நியமியுங்கள். எதிரிகளின் கண்களில்படாமல் அனைவருடனும் வெளியேறிச் சென்று ஜஸீராவிலும் சிரியாவிலும் புதிய அரசை உருவாக்குங்கள். சிறிது காலத்துக்குப் பின், மக்கள் உங்களுக்கு ஆதரவாக மாறும் சூழ்நிலை உருவாகும். உங்களது குறிக்கோளை அடைய ஒரு நல்ல வழி பிறக்கும்."

இதன்படி அமீன் நடந்திருந்தால் மோசமான நிலை அவருக்கு ஏற்பட்டிருக்காது. அமீரின் நோக்கம் தாஹிருக்குத் தெரிய வந்தது. அவர், அமீனின் முடிவுக்கு இணங்குவது உங்களுக்கு நன்மையாக இருக்காது என்று சுலைமான் பின் மன்ஸூருக்கும் முஹம்மத் பின் ஈஸா பின் நஹீக்குக்கும் கடிதம் எழுதினார். தாஹிருக்குப் பயந்த அவர்கள் இருவரும் அமீனிடம் சென்று, "அமீருல் முஃமினீன், தாங்கள் இப்ன் அக்லபிடமும் இப்னு ஸக்ரிடமும் தஞ்சம் அடைவது சரியல்ல. அவர்கள் நம்பிக்கைக்குரியவர்களும் அல்ல. நீங்கள் ஹர்ஸிமா பின் அயூனிடம் மன்னிப்பும் பாதுகாப்பும் பெறுவது சிறந்தது" என்றனர்.

கலீஃபா அமீன், ஹர்ஸிமா பின் அயூனிடம் மன்னிப்பும் பாதுகாப்பும் பெறுவதாக முடிவு செய்ததை அறிந்த ஹாத்திம் பின் ஸக்ர், "அமீருல் முஃமினீன், நீங்கள் மன்னிப்பும் பாதுகாப்பும் பெற விரும்பினால் தாஹிரிடம் கேட்கலாம். ஹர்ஸிமாவின் காவலின்கீழ் செல்ல வேண்டாம்" என்றார். ஆனால், "இதற்காக நான் தாஹிரை நாடமாட்டேன்" என்றார் அமீன். தகவல் ஹர்ஸிமாவுக்குச் சென்றது. அவர் மகிழ்ச்சியுடன் இதை ஏற்றுக்கொண்டார். இதையறிந்த தாஹிர், ஹர்ஸிமாவுக்குக் கிடைத்த வெற்றியாக இது அமைந்து விடும் என்பதால் அதைத் தடுத்து நிறுத்துவதாக முடிவு செய்தார். அமீன் தப்பித்துச் சென்றுவிடாமல், அரண்மனைக் காவலைப் பலப்படுத்தினார். இரவு நேரத்தில், அரண்மனையிலிருந்து வெளியேறி அதன் கீழ்ப்பகுதியில் நிற்கும் படகிலேறி தன்னுடைய பாதுகாப்பின்கீழ் வந்துவிடும்படி

ஏற்கனவே அமீனிடம் சொல்லியிருந்தார் தாஹிர். தாஹிரின் முயற்சிகளை அறிந்த ஹர்ஸிமா, இதில் சில ஆபத்தான அறிகுறிகள் தென்படுகின்றன. ஆகவே, தாஹிரின் அறிவுரைப்படி தாங்கள் இரவு நேரத்தில் வெளியேற வேண்டாமென்று அமீனுக்குத் தெரிவித்தார். அமீன் அனுப்பிய பதிலில், "எனது ஆதரவாளர்கள் அனைவரும் என்னை விட்டுப் போய்விட்டார்கள். சிறு கணம்கூட என்னால் இங்கே இருக்க முடியாது. தாஹிரிடம் அகப்பட்டால் அவர் என்னைக் கொன்று விடுவார்" என்று எழுதினார்.

ஹிஜ்ரீ 198 முஹர்ரம் மாதம் 25 ஆம் நாளிரவு. அமீன் தன் இரு பிள்ளைகளையும் ஆரத்தழுவி முத்தமிட்டு அவர்களிடமிருந்து பிரிந்து ஆற்றங்கரைக்கு வந்து அழுதபடியே படகிலேறி அமர்ந்தார். படகிலிருந்த ஹர்ஸிமா அவரை அன்புடன் வரவேற்று அவரது கைகளில் முத்தமிட்டார். படகை நகர்த்தும்படி படகோட்டியிடம் சொன்னார். திடீரென்று, தாஹிரின் படகுகள் அவரைச் சுற்றிவளைத்துத் தாக்கின. தாஹிரின் கையிலிருந்த ஆயுதம், அமீனின் படகைத் துளைத்தது. அவரது வீரர்கள் நாலாபக்கமிருந்தும் அம்புகளைப் பொழிந்தனர். படகு மூழ்கியது. படகோட்டி, ஹர்ஸிமாவின் தலைமுடியைப் பற்றிப் பிடித்து அவரைக் காப்பாற்றினான். அமீன் நீந்தத் தொடங்கினார். தாஹிரின் ஆள்கள் அவரைப் பிடித்துக் கொண்டனர். நீருக்கு மேலே வந்த அஹ்மத் பின் ஸாலிம் கரையை நோக்கி நீந்தினார். தாஹிரின் ஆள்கள் அவரையும் கைது செய்தனர்.

அஹ்மத் பின் ஸாலிம் கூறுகிறார்: நான் கைது செய்யப்பட்டுத் தாஹிரிடம் கொண்டு வரப்பட்டேன். அவர் என்னைச் சிறையிலடைத்தார். சிறிது நேரத்தில் சிறைக் கதவைத் திறந்து அமீனை உள்ளே தள்ளிக் கதவை மூடினார்கள். அவர் தனது இடுப்பில் ஆடையுடனும் தலைப்பாகையுடனும் தோளில் ஒரு பழைய துணியுடனும் இருந்தார். நான், இன்னாலில்லாஹி வ இன்னா இலைஹி ராஜிஊன் என்று சொல்லி அழுதேன். அவர் என்னை அடையாளம் கண்டு, தழுவிக்கொள்ளச் சொன்னார். மனம் தளர்ந்துபோன நான் அவரைத் தழுவினேன். சிறிது நேரத்துக்குப் பிறகு, இயல்பு நிலைக்குத் திரும்பிய அவர் மாமூனைப் பற்றிக் கேட்டார். அவர் உயிருடன் பாதுகாப்பாக இருக்கிறார் என்றேன். அப்போது அவர், 'மாமூனின் ஆலோசகர் அவர் இறந்துவிட்டதாகச்

சொன்னாரே?' என்று சொல்லிவிட்டு, 'அவர்மீது எனக்கு அக்கறையில்லை என்று அவர் நினைத்திருக்கலாம்' என்றார். நான் அவரிடம், உங்களைக் காட்டிக்கொடுத்த உங்கள் அமைச்சர்கள் மீது அல்லாஹ்வின் சாபம் இறங்கட்டும் என்றேன். அவர் ஆழ்ந்த ஒரு பெருமூச்சை உதிர்த்துவிட்டு, 'ஏன் சகோதரா, இந்த மக்கள் மன்னிப்புக்கும் பாதுகாப்புக்கும் மதிப்பளிக்கமாட்டார்களா?' என்று கேட்டார். அதற்கு நான், இன்ஷா அல்லாஹ் என்றேன். நாங்கள் பேசிக்கொண்டிருக்கும்போது, முஹம்மத் பின் ஹுமைத் வந்து சிறிது தொலைவில் நின்று உற்றுப் பார்த்தார். அமீனை அடையாளம் கண்டுகொண்டு அவர் திரும்பிச் சென்றார். நள்ளிரவில், உருவிய வாட்களுடன் அரேபியர் அல்லாத சிலர் சிறைக்குள் நுழைந்தனர். அவர்களைச் சரியாகப் பார்ப்பதற்காக அமீன் மெல்லப் பின்பக்கமாக நகர்ந்தார். அவர்களில் ஒருவன் வேகமாக முன்னால் வந்து அவரைப் பிடித்து கீழே தள்ளி வாளால் அவரது தலையைத் துண்டித்து எடுத்துக்கொண்டு நடந்தான். காலையில் அவரது உடலை எடுத்துச் சென்றனர்.

தாஹிர், அமீனின் தலையைக் காட்சிப் பொருளாக்கினார். மக்கள் அதைப் பார்த்த பிறகு, கலீஃபாவின் கணையாழி, செங்கோல், போர்வை ஆகியவற்றுடன் தலையையும் தனது ஒன்றுவிட்ட சகோதரர் முஹம்மத் பின் ஹஸன் பின் ஸுரைக் பின் முஸ்அபிடம் கொடுத்து மாமூனுக்கு அனுப்பி வைத்தார். இதைப் பற்றி, நகர மக்களுக்கு ஓர் அறிவிப்பும் செய்தார். மையத் தொழுகை இல்லத்தில் நடந்த ஜுமுஆ பேருரையில் மாமூனின் பெயரைக் குறிப்பிட்டதுடன் அமீனைக் குறை கூறினார். அமீனின் மகன்கள் மூஸாவையும் அப்துல்லாஹ்வையும் மாமூனிடமும் அமீனின் தாயார் ஸுபைதா காத்தூனை ஸப் நதிக்கருகிலுள்ள ஒரு இடத்துக்கும் அனுப்பி வைத்தார். தாஹிரின் படை வீரர்கள் தங்களின் தினப்படியைக் கேட்டனர். அது கிடைக்காத நிலையில் அவர்கள் கிளர்ச்சியில் ஈடுபட்டனர். தனது உயிரைக் காப்பாற்றிக்கொள்ள படைத்தலைவர்கள்கொண்ட ஒரு குழுவை அமைத்த தாஹிர், பாக்தாதுக்குச் சென்றார். அங்கே படை வீரர்களையும் நகர மக்களையும் தனக்குக் கீழ்ப்படிய செய்தார்.

கிலாஃபத் ஒரு பார்வை : கலீஃபா அமீனின் வயது 27 அல்லது 28. நான்கு ஆண்டுகளும் ஏழு மாதங்களும் கலீஃபாவாக இருந்த

அவரது ஆட்சிக் காலம், கிளர்ச்சிகளாலும் படுகொலைகளாலும் நிரம்பியது. அரசியல் காரணங்களுக்காக மட்டுமே ஆயிரக்கணக்கான முஸ்லிம்கள் படுகொலை செய்யப்பட்டனர். அவருடைய ஆட்சிக் காலத்தில், இஸ்லாமிய உலகம் பிரச்சினைகளாலும் குழப்பங்களாலும் சூழப்பட்டிருந்தது.

சொற்திறனிலும் இலக்கியத்திலும் அமீன் புலமை மிக்கவராக இருந்தார். மிகத்திறமையாகக் கவிதைகள் இயற்றுபவர். அறிஞர்களைப் போற்றினார். கேளிக்கை விநோதங்களில் மிகுந்த நாட்டமுள்ளவர். நிர்வாகம், போர்த்திறன் போன்றவற்றில் அவரது திறமை வெளிப்படவில்லை. கலீஃபாவாக பொறுப்பேற்றதும் மன்ஸூர் அரண்மனையின் அருகில் விளையாட்டு மைதானம் ஒன்றை அமைக்கும்படி உத்தரவிட்டார். அலங்காரத் திட்டங்களின் சிறப்புக் கவனம் செலுத்தினார். பாடுவதிலும் இசைக்கருவிகள் மீட்பதிலும் அழகை ஆராதிப்பதிலும் மிகுந்த ஆர்வமுள்ளவர். சுயநலம்கொண்ட அவரது அமைச்சர்களே இதற்குக் காரணமாகவும் இருந்தனர். அவர் ஒரு கலீஃபா என்பதையோ பெண்களுடன் கேளிக்கைகளில் மூழ்குவது தவறு என்றோ அவர்களில் யாரேனும் சுட்டிக்காட்டவோ அறிவுறுத்தவோ இல்லை. சுருக்கமாகச் சொன்னால், இளமைத் துடிப்புகளே அவரை வழிநடத்திச் சென்றன. போர் ஆற்றல், வெற்றி, ஆட்சித் திறன் போன்ற விஷயங்களில் அவர் துளியும் அக்கறை இல்லாதவராக வாழ்ந்தார்.

அமீனின் தலைமை அமைச்சரான ஃபதல் பின் ரபீயி, அப்பாசிய வம்சாவளியின் அமைச்சராகத் தன்னை இனம் காட்டிக்கொள்ளவில்லை. ஹாரூனின் இறுதி விருப்பத்தின்படி, தூசில் மாமூனிடம் இருக்கவேண்டிய படையையும் ஆயுதங்களையும் பாக்தாதுக்குக் கொண்டு வரவும் ஃபதல்தான் காரணம். மாமூனுக்குப் பிரச்சினைகளை உருவாக்கி சகோதரர்களிடையே பகைமையைத் தூண்டியவரும் இவர்தான். மாமூன் இதைப் பொருட்படுத்தாமல் விட்டிருந்தால் வீண் கேளிக்கைகளில் ஆர்வமுள்ள அமீனும் அவருக்கு எதிராகத் திரும்பியிருக்க மாட்டார். ஃபதல் பின் ரபீயியின் ஆலோசனைப்படி அமீன் செய்த மாபெரும் கெடுதிகள் நல்லிணக்கங்கள் அனைத்துக்கும் தடைகளாக அமைந்தன. வாரிசுரிமையாளர் பட்டியலில் மாமூன் பெயரை நீக்கிவிட்டு குழந்தையாக இருக்கும் தனது மகனை வாரிசாக நியமித்தது;

ஹாரூன், தன் மகன்களுக்கெனத் திட்டமிட்டு உருவாக்கிய ஆவணங்களை அழித்தது; தன் மகனை வாரிசாக நிறுவிக்கொள்ள, ஹாரூனின் இறுதி விருப்பத்தின்படியும் பங்கீட்டின்படியும் மாமூனுக்கு அளித்த ஆட்சிப் பகுதிகளைக் கைப்பற்ற நினைத்தது; கஅபாவில் தொங்கவிட்டிருந்த ஆவணத்தைக் கிழித்தெறிந்தது. இவை அனைத்தும் ஃபதல் பின் ரபீயியின் ஆலோசனையின்படி நடந்தவைதான். புனித கஅபாவையும், தன் தந்தையையும் அமீன் இழிவுபடுத்தியதன் காரணமாக, அப்பாசிய வம்சாவளியினரில் செல்வாக்குமிக்க உறுப்பினர்கள் அனைவருமே பாதிப்புக்குள்ளாயினர்; வெறுப்படைந்தனர்.

மேலும் ஆழமாகச் சிந்தித்தால், இஸ்லாத்துக்கு ஏற்பட்ட இத்தீமைகள் அனைத்துக்கும் ஹாரூன் ரஷீதுதான் காரணமாக இருக்க முடியும். அவர் இழைத்த, கண்டிக்கப்பட வேண்டிய மாபெரும் தவறு, தனக்குப் பிந்தைய வாரிசு நியமனத்தில் நேர்மையாக நடந்துகொள்ளவில்லை என்பது. கலீஃபாவாக மாமூன்தான் தகுதி பெற்றவர் என்பதை நன்கு அறிந்திருந்தும் அமீனைத் தேர்வு செய்தார். அமீன், பிறப்பு சார்ந்து கலப்பற்ற ஒரு ஹாஷிமி எனும் குலப்பெருமையை மட்டுமே அவர் கணக்கில்கொண்டார். மாமூனின் தாய், இரானியர். எனவே, அரேபிய கூறுகளைப் பலவீனப்படுத்தி, இரானிய கூறுகளையும் ஆற்றலையும் மாமூன் முன்னிலைப்படுத்தக்கூடும் என்றொரு நியாயமும் ஹாரூன் தரப்பில் இருந்திருக்கலாம்.

தனது கிலாஃபத்தின் இறுதிக் கட்டத்தில் இரானியர்களின் அரசாற்றலை முறியடிப்பதற்கு, தான் மேற்கொண்ட முயற்சிகளைத் தொடர்ந்து முன்நடத்திச் சென்று வெற்றி பெறுவார் என்பதாலும் அமீனை அவர் தேர்வு செய்திருக்கலாம். ஆனால், அவர் இதற்குப் பொருத்தமானவர் இல்லை என்பதைத் தனது வாழ்க்கையின் இறுதியில்தான் ஹாருன் புரிந்துகொள்கிறார். ஆட்சியாளர் என்னும் நிலையில் மாமூனின் திறமையும் அமீனின் திறமையும் அவரது கணிப்புக்குள்ளாகிறது. இதில், ஹாரூன் ரஷீதைக் குறை சொல்வதற்குமில்லை. அப்பாசிய வம்சாவளியினர் ஆரம்பக் காலம் முதல் பின்பற்றி வந்த அம்சங்கள்தான் ஹாரூனின் தேர்வுக்கும் அதன் பின்விளைவுக்குமான காரணங்கள்.

முதலில், அரபிகளை எதிர்ப்பதற்கு அப்பாசியர், குராசானியரைப்

பயன்படுத்தினர். அரபிகளின் அரசாற்றலையும் செல்வாக்கையும் துடைத்தெறிவதிலும், புதிதாக இஸ்லாத்தைத் தழுவிய குராசானியரைத் தலைவர்களாக்குவதிலும் தங்கள் ஆற்றல்கள் அனைத்தையும் அவர்கள் செலவிட்டனர். அரபு மொழி பேசும் யாரையும் உயிருடன் விடவேண்டாமென்று அப்பாசிய தலைவர்கள் அபூ முஸ்லிமுக்கு உத்தரவிட்டதும் அவர், குராசானிலும் இரானிலும் 6,00,000 அரபிகளைக் கொன்றதும் ஏற்கனவே சொல்லப்பட்டன. அலவியரும் அப்பாசியரும் உமய்யாக்களுக்கு எதிராக மேற்கொண்ட முயற்சிகளும் அரபிகளின் செல்வாக்கையும் ஆற்றலையும் குலைத்தன. இதனால், குராசானியர், பாரசீகர், இராக்கியர்களின் ஆற்றல்கள் வலுப்பெற்றன. உமய்யாக்களுக்கு எதிரான ஒவ்வொரு சூழ்ச்சியும், இராக்கியர் மற்றும் குராசானியரின் ஆதரவுடன் மேற்கொள்ளப்பட்டவைதான். உமய்யாக்கள் அழிக்கப்பட்ட பிறகு, அலவியர் வெறுமொரு பார்வையாளர்களாக நிற்க, கிலாஃபத்தையும் அதிகாரத்தையும் அப்பாசியர் கைப்பற்றினர். தங்களுக்கு எதிரான அலவியர்களின் சூழ்ச்சியிலும் இராக்கியர் மற்றும் குராசானியரின் உதவி அப்பாசியருக்குக் கிடைத்தது.

உமய்யாக்களுக்கு எதிராக அரபிகளைக் கொல்லும்படி அப்பாசியரால் தூண்டப்பட்டவர்களே அவர்களுக்கு மிகப் பெரிய அச்சுறுத்தலாகவும் மாறினர். குராசானியரின் அரசாற்றல், மன்ஸூர் அப்பாசியின் ஆட்சிக்காலம்வரை தொடர்ந்தது. மஹ்தியின் ஆட்சியின்போது சில ஆண்டுகள் குராசானியரின் எழுச்சி தடைபட்டது. அரபிகள் சிறப்படைந்தனர். ஹாதி மற்றும் ஹாரூனின் ஆட்சிக்காலங்களில் குராசானியரின் அரசாற்றல் அதிகரித்தது. அரபிகளைப் பலவீனப்படுத்தியதன் மூலம், கிலாஃபத் பலவீனமடைந்தது என்பதை ஹாரூன், தனது ஆட்சியின் இறுதிக்கட்டத்தில் உணர்ந்துகொண்டார். இந்நிலையில் ஒரு மாற்றத்தைக் கொண்டுவர அவர் மேற்கொண்ட முயற்சி அவரது இறப்பின்மூலம் தடைபட்டது.

அமீனின் ஆட்சிக்காலத்தில், அரபு ஆற்றலாக அமீனும் குராசான் ஆற்றலாக மாமூனும் அடையாளம் காணப்பட்டனர். இரு இனங்களுக்குமிடையிலான மோதல் சகோதரர்களினூடே வெளிப்பட்டன. அமீனின் தகுதியின்மை அரபிகளின் தோல்வியாகவும், மாமூனின் தகுதி இஸ்லாமிய உலகின் தலைவர்களாக இரானியர்

மாறவும் காரணமாயின. அரசாற்றலைத் தங்கள் கட்டுப்பாட்டின்கீழ்க் கொண்டுவந்து, மாமூனுக்குப் பிறகு அலவியரிடம் ஒப்படைக்கும் நோக்கத்துடன் குராசானியர், மாமூனை உயிராகப் போற்றி வந்தனர். காலப்போக்கில், அவர்களால் இதில் வெற்றி பெற இயலவில்லை. கிலாஃபத், அப்பாசியரிடமே தங்கி விட்டது. பிறகு, கிலாஃபத் ஆட்சிப் பகுதிகளைச் சுருக்கி, தனித்தனி அரசுகளாக நிறுவும் துணிச்சலை குராசானியரும் இஸ்லாத்தைத் தழுவிய துருக்கியரும் அடைந்தனர். இதன் விவரங்களை இனி வரும் அத்தியாயங்களில் காணலாம். இஸ்லாமிய கிலாஃபத்தின் இத்தகைய தீமைகளுக்கும் குழப்பங்களுக்கும் பின்னடைவுகளுக்குமான ஆணி வேர், இஸ்லாத்துக்கு எதிரான வாரிசுரிமை எனும் சாபம்தான். முஸ்லிம்களுக்கு மாபெரும் தீங்காக இன்றும் நிலைபெற்றிருப்பது இந்த வாரிசுரிமை நியமன முறைகேடுகள்தாம். அமீன் ஆட்சியின் பின்விளைவுகளுக்கும் வாரிசுரிமைச் சாபம்தான் காரணம்.

அலீ (ரலி), இமாம் ஹஸன் (ரலி), ஹாரூன் ரஷீத் ஆகிய மூன்று கலீஃபாக்களுமே தாய் - தந்தை வழியில் ஹாஷிம் குலத்தைச் சார்ந்தவர்கள் என்பதும் கிலாஃபத்துக்கும் இவர்களுக்கும் பொருத்தமில்லை என்பதுவும் வெளிப்படையான ஆனால், தற்செயல் நிகழ்வுகள். அலீ (ரலி), தனது ஆட்சிக்காலம் முழுவதையும் முஸ்லிம்களுக்கிடையிலான உள்நாட்டுப் பிளவுகளிலும் போர்களிலும் செலவிட்டு உயிர்த் துறந்தார். கிலாஃபத்தைத் துறந்த இமாம் ஹஸன் (ரலி) விஷம் வைத்துக் கொல்லப்பட்டார். அமீன், உள்நாட்டுப்போர்களால் அலைக்கழிக்கப்பட்டு, பின்னர் கொலை செய்யப்பட்டார்.

அப்பாசிய கிலாஃபத்
(இரண்டாம் கட்டம்)

மாமூன் ரஷீத் பின் ஹாரூன் ரஷீத் : மாமூன் ரஷீத் பின் ஹாரூன் ரஷீதின் இயற்பெயர் அப்துல்லாஹ். மாமூன் எனும் சிறப்புப் பெயர் அவரது தந்தையாரால் சூட்டப்பட்டது. அவரது மகன் மூலம் கிடைத்த சிறப்புப் பெயர் அபுல் அப்பாஸ். மாமூன், ஹிஜ்ரீ 170 ரபீயுல் அவ்வல் மாதம் நடுப்பகுதியில் பிறந்தார். மாமூன் பிறந்த அதே இரவில் அவரது தந்தையின் சகோதரரான ஹாதி இறந்தார். மாமூன் ரஷீதின் தாயார் பெயர் மரஜில். ஸொராஸ்ட்ர அடிமைப் பெண்ணான இவர், மாமூன் பிறந்த 40 நாள்களில் காலமானார். ஹேரத்தில், பதிகைஸ் எனுமிடத்தில் பிறந்த மரஜிலை, குராசான் ஆளுநர் அலீ பின் ஈஸா ஹாரூன் ரஷீதுக்கு அன்பளிப்பாக வழங்கினார். தாயின் மடியில் வளரும் வாய்ப்பு மாமூனுக்குக் கிடைக்கவில்லை. எனினும், அவரது வளர்ப்பிலும் கல்வியிலும் ஹாரூன் ரஷீத் சிறப்புக் கவனம் செலுத்தினார். ஐந்தாவது வயதில், கஸை நஹ்வீ மற்றும் யஸீதி எனும் ஆசிரியர்களிடம் அவரைக் கல்வி கற்க வைத்தார். மாமூனுக்கு அவர்கள் குர்ஆனையும் அரபு இலக்கியத்தையும் கற்பித்தனர்.

இயல்பாகவே அமைந்த மாமூனின் மதிநுட்பம் காரணமாக, பன்னிரண்டு வயதில் அவர் ஆழமானப் புரிந்துணர்வும் நுட்பமான அறிவும் பெற்றார். பின்னர், ஜஅஃபர் பர்முக்கின் மாணவராக ஆனார். இந்த ஆசிரியர்களைத் தவிர, சமயக் கல்வியாளர்களும் ஹாரூனின் அரசவை அறிஞர்களும் அவ்வப்போது அவருக்கு அறிவு போதிக்கும்படி கோரப்பட்டனர். மாமூன், குர்ஆன் முழுவதையும் மனனம் செய்த ஒரு கல்வியாளர். திறன் மிக்கவர். சிறந்த நாவன்மை படைத்தவர். நிபுணத்துவம் வாய்ந்த பலரின் வழிகாட்டுதலின்கீழ், இஸ்லாமியச் சட்டம் மற்றும் நபிமொழிக் கலைகளைச் சிறப்பாகக் கற்றுத் தேர்ந்தார். பெரும் ஆர்வத்துடனும் தொலைநோக்குடனும் தன் இரு மகன்களுக்கும் கல்வி புகட்டினார் ஹாரூன். எனினும், கல்வியின் தாக்கம் மாமூனிடம் ஏற்படுத்திய அளவுக்கு அமீனிடம் ஏற்படுத்தவில்லை. ஹிஜ்ரீ 182இல் ஹாரூன், அமீனுக்குப் பிறகு அரசு வாரிசாக மாமூனை நியமித்தார்.

ஹாரூன் இறந்த பிறகு, ஹிஜ்ரீ 193 ஜுமாதல் ஆகிரா மாதம் முதல், குராசான் உட்பட கிழக்கு நாடுகளுக்கு மாமூன் ரஷீத் ஆளுநராக இருந்தார். அமீன் கொலையுண்ட ஹிஜ்ரீ 198 முஹர்ரம் மாதம் அவரது கிலாஃபத் தொடக்கம் பெற்றது. முஹர்ரம் 25 ஆம் நாளிரவு அமீன் கொல்லப்பட்டார். 26 ஆம் நாள் வெள்ளிக்கிழமை அன்று மாமூனின் கிலாஃபத்துக்கு வாக்குறுதி பெறப்பட்டது.

அமீனின் கொலை நிகழ்வு; பாக்தாதைக் கைப்பற்றியது; பாக்தாத் மக்கள் மாமூனை கலீஃபாவாக ஏற்றுக்கொண்டது ஆகிய தகவல்கள் மாமூனுக்கு அறிவிக்கப்பட்டன. ஜபல் ஃபராஸ், அஹ்வாஸ், பஸ்ரா, கூஃபா, ஹிஜாஸ், யேமன் ஆகிய பகுதிகளுக்கான ஆளுநர் பொறுப்பைத் தன்னுடைய அமைச்சர் ஃபதல் பின் ஸஹலின் சகோதரர் ஹஸன் பின் ஸஹலிடம் ஒப்படைத்த மாமூன், அவரைப் பாக்தாதுக்கு அனுப்பி வைத்தார். இந்த ஆட்சிப் பகுதிகளை வென்றவர்கள் ஹர்ஸிமா பின் அயூனும் தாஹிர் பின் ஹுசைனும். அவர்களது வீரம்தான் பாக்தாத் மக்கள் மாமூனைக் கலீஃபாவாக ஏற்றுக்கொள்வதற்கும் காரணம். மோசிலுக்கும் சிரியாவுக்கும் தாஹிரை ஆளுநராக நியமித்ததுடன் நஸ்ர் பின் ஷீதை எதிர்த்துப் போரிடவும் அனுப்பிவைத்தார் மாமூன். அமீனுக்கு வாக்குறுதியளித்திருந்த நஸ்ர், மாமூனுக்கு எதிராக ஒரு பெரும் படையைத் திரட்டியவர். இராக் ஆட்சிப் பகுதியைக் கைப்பற்றும் முயற்சியில் ஈடுபட்டவர்.

ஆளுநராகவும் கலீஃபாவுக்கு அடுத்த பதவியிலும் நியமிக்கப்பட்ட ஹஸன் பின் ஸஹல், மாமூன் மீது ஆதிக்கம் செலுத்துவார் என்றும் அரசில் இரானியர் கை ஓங்கியிருக்கும் என்றும் மக்கள் உறுதிப்படுத்தினர். இதன் பின்விளைவுகளை எண்ணி அரேபியத் தலைவர்கள் குழப்பமடைந்தனர். ஃபதல் பின் ஸஹலின் சொற்படி மாமூன் மர்விலேயே இருப்பார். பாக்தாதுக்கு வர மாட்டார் என்றும் அவர்கள் முடிவு செய்தனர்.

ரிக்காவில் தங்கியிருந்து நஸ்ர் பின் ஷீதை எதிர்த்துப் போரிட்ட தாஹிர், முழுமையாக அதில் ஈடுபடாமல் தொடர்ந்து, சிறு கைகலப்புகளை மட்டும் நடத்தி வந்தார். அப்போது, குராசானில் தனது தந்தை ஹுஸைன் பின் ஸுரைக் பின் முஸ்அபின் இறப்பையும் கலீஃபா அதில் கலந்துகொண்டதையும் அறிந்தார். ஹர்ஸிமா பின் அயூனை குராசானுக்குச் செல்லும்படி உத்தரவிட்டார் ஹஸன் பின் ஸஹல். அரபிகள்மீது மற்றவர்கள் ஆதிக்கம் செலுத்த வாய்ப்பளித்ததை முன்வைத்து நஸ்ர் பின் ஷீத் கிளர்ச்சி செய்தார். தாஹிரும் இதை விரும்பவில்லை. எனவேதான் நஸ்ரைத் தோற்கடிப்பதில் அவர் ஆர்வம் காட்டவில்லை. அப்பாசிய வம்சாவளியினருக்கு ஆதரவாக இருந்த, ஹர்ஸிமா பின் அயூன், அரபி அல்லாதாரின் எழுச்சியை புதிய பார்வையுடன் அணுகினார்.

இப்னு தபதப, அபூஸரயாவின் கிளர்ச்சிகள் : ஷைபான் இனக்குழுவைச் சேரந்தவர் அபூஸரயா பின் மன்ஸூர். இவர், அமீனின் கிலாஃபத்தின்போது ஜஸீரா ஆளுநரின் படையில் இருந்தார். தமீம் கிளையைச் சேர்ந்த ஒருவரைக் கொலை செய்த குற்றத்தில் இவரைக் கைது செய்யும்படி ஜஸீரா ஆளுநர் உத்தரவிட்டார். தப்பித்துச்சென்ற அபூஸரயா தனது 30 வீரர்களுடன் கொள்ளைகளில் ஈடுபட்டார். சிறிது காலத்துக்குப் பிறகு தனது குழுவினருடன் ஆர்மேனியாவிலிருந்த யஸீத் பின் மிஸ்யதிடம் சென்றார். யஸீத், அவரை அனைத்துப் படைத்தலைவராக நியமித்தார். யஸீதின் இறப்புக்குப் பிறகு அபூ ஸரயா, அவரது மகன் அஸத் பின் யஸீதுடன் இருந்துவந்தார். ஆளுநர் பொறுப்பிலிருந்து அஸத் நீக்கப்பட்டதும், அஹ்மத் பின் மிஸ்யதிடம் சென்றார். கலீஃபா அமீன், ஹர்ஸிமாவை எதிர்த்துப் போரிட அஹ்மத் பின் மிஸ்யதை நியமித்தபோது அவர் முன்னணிப் படைத்தலைவராக அபூ ஸரயாவை நியமித்தார். பிறகு, ஹர்ஸிமாவின் சூழ்ச்சிக்கு

இணங்கி அவரது ஆதரவாக மாறினார் அபூஸரயா.

அபூஸரயாவின் அழைப்பிற்கிணங்கி 2,000 ஷைபான் இனக்குழுவினர் ஹர்ஸிமாவின் படையில் சேர்ந்தனர். அவரது பரிந்துரையின்பேரில் வீரர்களுக்குக் கணிசமான அளவு தினப்படிகள் உறுதி செய்யப்பட்டன. அமீன் கொலையுண்ட பிறகு, இதை வழங்க மறுத்தார் ஹர்ஸிமா. கோபம் கொண்ட அபூஸரயா, ஹஜ்ஜுக்குச் செல்வதாக ஹர்ஸிமாவிடம் அனுமதி கேட்டார். அனுமதியுடன் பயணச் செலவுக்காக 20,000 திர்ஹம் பணமும் வழங்கினார் ஹர்ஸிமா. இதை, ஷைபான் வீரர்களுக்குப் பகிர்ந்தளித்தார் அபூஸரயா. பின்னர், ஹர்ஸிமாவிடம் ஹஜ்ஜுக்குச் செல்வதாக விடைபெற்றார். வழியில் ஓர் இடத்தில் தங்கியிருந்தபடி, தன்னுடைய வீரர்களை சந்தேகம் ஏற்படாத முறையில் ஒவ்வொருவராகத் தன்னிடம் வரச்செய்தார். 200 வீரர்கள் வந்தனர். அவர்களை அணிவகுத்து, அய்னுத்தம்ர்மீது படையெடுத்துச் சென்று அதன் ஆளுநரைக் கைது செய்து நகரைக் கொள்ளையடித்தார். போர்ப்பொருள்களை வீரர்களுக்குப் பகிர்ந்தளித்தார். பின்னர், தொடர்ந்து பல்வேறிடங்களில் கொள்ளைகளில் ஈடுபட்டார். அரசுக் கருவூலங்களையும் கொள்ளையடித்தார்.

தன்னை அடக்குவதற்காக ஹர்ஸிமா அனுப்பி வைத்த படையை அபூஸரயா தோற்கடித்தார். அபூஸரயாவுடன் பலர் இணைந்துகொண்டனர். அவரது ஆற்றல் பெருகியது. பின்னர், அவர் வக்கூக்கா ஆட்சியாளரைத் தோற்கடித்து, கருவூலத்தைக் கொள்ளையடித்தார். தொடர்ந்து அன்பாருக்குச் சென்று ஆளுநர் இப்ராஹீம் ஷர்வியைக் கொன்று நகரைச் சூறையாடினார். பிறகு, ரிக்காவுக்குச் சென்றார். அங்கே, இப்னு தபதப என்னும் முஹம்மத் பின் இப்ராஹீம் பின் இஸ்மாயீல் பின் இப்ராஹீம் பின் ஹஸன் பின் முதன்னா பின் அலீயைச் சந்தித்தார். அவர் தனது கிலாஃபத்தைப் பிரகடனம் செய்து அபூஸரயாவுடன் ரிக்காவிலிருந்து புறப்பட்டார். இப்னு தபதபவின் தந்தை, இப்ராஹீம் தபதப என்ற பெயரில் அறியப்பட்டவர்.

இக்காலகட்டத்தில்தான் பாக்தாத், யேமன், ஹிஜாஸ் பகுதிகளுக்கு ஆளுநராக நியமிக்கப்பட்ட ஹஸன் பின் ஸஹ்ல் பாக்தாதுக்கு வருகை தந்தார். அரபிகள், அரபி அல்லாதவரின் அரசாற்றலை வெறுப்புடனும் கவலையுடனும், மாமூனின் கிலாஃபத்

இடர்கள் மிகுந்ததாக இருக்குமென்ற எண்ணத்துடனும் இதில், அலவியர்கள் நன்மை பெற மிகுந்த ஈடுபாட்டுடன் இயங்குவதைக் கவனித்துக்கொண்டுமிருந்தனர்.

அப்பாசியருக்கு, தான் எதிரியல்ல என்றும் தற்போதைய ஆட்சியில் அரபி அல்லாதவர்களுக்கு அதிகமான சலுகைகள் வழங்கப்படுவதை மட்டுமே தான் எதிர்ப்பதாகவும் அறிவித்தார் நஸ்ர் பின் ஷீத். இது, படையிலிருந்த அரபுத்தலைவர்களிடம் தாக்கத்தை ஏற்படுத்தியது. நஸ்ருக்கு எதிரான அவர்களது அணுகுமுறைகளில் மாற்றம் ஏற்பட்டது.

அதே வேளையில், ஹர்சிமாவின்மீது அதிருப்தியுற்ற ஹஸன் பின் ஸஹல், அவரை குராசானுக்கு அனுப்பினார். தன்னுடன் இப்னு தபதப இருப்பதை ஒரு வாய்ப்பாக எடுத்துக்கொண்ட அபூ ஸரயா, அவரது கிலாஃபத்துக்கு வாக்குறுதியளித்தார். நதி வழியாக அபூஸரயாவைக் கூஃபாவுக்கு அனுப்பிவிட்டு, தரை வழியாகத் தானும் புறப்பட்டார் இப்னு தபதப. அபூஸரயாவும் இப்னு தபதபவும் தங்கள் திட்டப்படி ஹிஜ்ரீ 199 ஜுமாதல் ஆகிரா மாதம் 15 ஆம் நாள் இருவேறு திசைகளிலாக கூஃபாவுக்குள் நுழைந்தனர். கருவூலமும் ஆளுநர் இல்லமுமான அப்பாஸ் பின் மூஸா பின் ஈஸாவின் அரண்மனையைச் சூறையாடியதுடன் நகரைத் தங்கள் கட்டுப்பாட்டுக்குள் கொண்டு வந்தனர். மக்கள் இப்னு தபதபவை கலீஃபாவாக ஏற்று வாக்குறுதியளித்தனர்.

அபூஸரயாவும் இப்னு தபதபவும் கூஃபாவைக் கைப்பற்றிய தகவலை அறிந்த ஹஸன் பின் ஸஹல், ஸுஹைர் பின் முஸையிபை 10,000 வீரர்களுடன் கூஃபாவுக்கு அனுப்பினார். இப்னு தபதபவின் படையினர் கூஃபாவுக்கு வெளியே வந்து ஸுஹைருடன் மோதி அவரைத் தோற்கடித்தனர். ஸுஹைரின் படைமுகாமைச் சூறையாடிய அபூ ஸரயா, பலரைக் கொன்று குவித்தார். இரக்கமற்ற முறைகளில் அவர் நடந்துகொள்வதை இப்னு தபதப தடுத்தார். இதில் பழகிப்போயிருந்த அபூஸரயாவால் அவரது தலையீட்டை ஏற்றுக்கொள்ள முடியவில்லை. இப்னு தபதபவுக்கு அவர் விஷமூட்டினார். மறுநாள் இப்னு தபதப இறந்துகிடந்தார். அவரது வெற்றியும் அரசாட்சியும் முடிவுக்கு வந்தன.

இப்னு தபதபவின் பிரதிநிதியாக, முஹம்மத் பின் ஜஅஃபர் பின்

முஹம்மத் பின் ஸைத் பின் அலீ பின் ஹுஸைன் பின் அலீ பின் அபூதாலிப் எனும் ஒரு சிறு பையனைக் கலீஃபாவாக நியமித்த அபூஸரயா, தனது அரசியல் நடவடிக்கைகளை மேற்கொண்டார்.

அபூஸரயாவின் ஆட்சியும் முடிவும் : அபூஸரயாவிடம் தோல்வியுற்ற ஸுஹைர் பின் முஸைய்யிப், கஸ்ர் ஹுபைராவில் தங்கியிருந்தார். ஹஸன் பின் ஸஹல், 4,000 வீரர்களை அப்துல் பின் முஹம்மத் பின் காலித் மர்வரூஸின் தலைமையில் ஸுஹைருக்கு உதவியாக அனுப்பி வைத்தார். ஸுஹைரும் அப்துலும் சேர்ந்து கூஃபாவைத் தாக்கினர். ஆனால், ஹிஜ்ரீ 199 ரஜப் மாதம் 15 ஆம் நாள் அவர்கள் தோல்வியுற்றுக் கொலையுண்டனர். இவ்வெற்றியைத் தொடர்ந்து அபூஸரயா, கூஃபாவில் தனது பெயரில் நாணயங்களை வெளியிட்டார். அலவியர்களைப் பல்வேறு மாகாணங்களில் ஆளுநர்களாக நியமித்தார். அப்பாஸ் பின் முஹம்மத் பின் ஈஸா பின் முஹம்மதை அஹ்வாஸுக்கும், அஃப்தாஸ் என்றறியப்பட்ட ஹுஸைன் பின் ஹஸன் பின் அலீ பின் ஹுஸைன் பின் அலீ பின் அபூதாலிபை மக்காவுக்கும், இப்ராஹீம் பின் மூஸா பின் ஜஅஃபர் ஸாதிக்கை யேமனுக்கும், ஸைத் பின் மூஸா பின் ஜஅஃபர் ஸாதிக்கை பஸ்ராவுக்கும் அனுப்பி வைத்தார். அப்பாஸ், அஹ்வாஸ் ஆளுநரைத் தோற்கடித்து அதைக் கைப்பற்றினார். அபூஸரயாவின் ஆளுநர்கள் அனைவரும் வெற்றி பெற்றனர். அஹ்வாஸிலிருந்து ஒரு படையுடன் சென்று பாக்தாதின் கிழக்குத் திசையிலிருந்து தாக்குதல் தொடுக்கும்படி அப்பாஸ் பின் முஹம்மதுக்கு அபூஸரயா எழுதினார். அப்போது, அவர் கஸ்ர் ஹுபைராவில் இருந்தார். மதாயின் மற்றும் வாஸிதின் பாதுகாப்பை முன்னிட்டு ஹஸன் பின் ஸஹல், பாக்தாதிலிருந்து அலீ பின் ஸயீதை மதாயினுக்கு அனுப்பினார். உடனே, அபூஸரயா, கஸ்ர் ஹுபைராவிலிருந்து ஒரு படையை அனுப்பினார். அலீ பின் ஸயீத் அங்கு வருவதற்குள் ஹிஜ்ரீ 199 ரமளான் மாதம் கஸ்ர் ஹுபைரா படை மதாயினைக் கைப்பற்றியது. அபூஸரயா அங்கிருந்துச் சென்று ஸர்ஸர் நதிக்கரையில் முகாமிட்டார். மதாயினை அடைந்த அலீ பின் ஸயீத் ஹிஜ்ரீ 199 ஷவ்வால் மாதம் அபூஸரயாவின் படையை முற்றுகையிட்டார். தனது படை சுற்றிவளைக்கப்பட்ட தகவலை அறிந்த அபூ ஸரயா, ஸர்ஸர் நதிக்கரையிலிருந்து கஸ்ர் ஹுபைராவை நோக்கி அணிவகுத்துச் சென்றார்.

ஹிஜ்ரீ 199 ரஜப் மாதம், ஹஸன் பின் ஸஹலின் படைகளை அபூ ஸரயா தோற்கடித்துப் படைத் தலைவர்கள் சிலரைக் கொன்றார். சிலர் கைது செய்யப்பட்டனர். தாஹிர் அப்போது ரிக்காவிலிருந்தார். நஸ்ர் பின் ஷீதின் பிரச்சினையால் அங்கிருந்து அவரால் நகரமுடியவில்லை. ஹர்ஸிமா, குராசானுக்குச் சென்றிருந்தார். ஹஸன் பின் ஸஹலுக்குக் குழப்பமான சூழ்நிலை. இந்த இரு படைத்தலைவர்களையும் தவிர, அபூஸரயாவுக்கு எதிராக அனுப்ப வேறு யாருமில்லை. அபூஸரயா, பாக்தாதைக் கைப்பற்றுவதற்கான முன்னேற்பாடுகளில் ஈடுபட்டிருந்தார். ஏற்கனவே, பஸ்ரா, கூஃபா, வாஸித், மதாயின் ஆகிய பகுதிகளைக் கைப்பற்றியிருந்தார். ஹஸன் பின் ஸஹலுக்கும் ஹர்ஸிமாவுக்குமிடையே அப்போது, மனத்தாங்கல் இருந்தது. ஹர்ஸிமாவிடம் உதவி கேட்பதை ஹஸன் விரும்பவில்லை. ஆயினும், சிக்கலான சூழ்நிலையைக் கருதி, அபூஸரயாவை எதிர்கொள்ளும்படி தூதுவர் மூலம் ஹர்ஸிமாவிடம் கேட்டுக்கொண்டார்.

ஹஸன் பின் ஸஹலின் சிக்கல்கள் எளிதில் முடிவுக்கு வருவதை ஹர்ஸிமா விரும்பவில்லை. ஆயினும், அவர் நேரடியாகக் கேட்கும் உதவியை மறுப்பது முறையல்ல என்பதால் உடனே பாக்தாதுக்குத் திரும்பினார். மதாயின் முற்றுகையை அறிந்தார் அபூஸரயா. ஏற்கனவே, கஸ்ர் ஹுபைராவை நோக்கிச் செல்வதற்கு ஸர்ஸர் நதிக்கரையிலிருந்து புறப்பட்ட வேளையில்தான் அவர் நகருக்குள் புகுந்தார். ஹர்ஸிமா உடனடியாக பாக்தாதிலிருந்துப் புறப்பட்டு அபூஸரயாவைப் பின்தொடர்ந்தார். வழியில், எதிர்ப்பட்ட அபூஸரயாவின் ஆதரவாளர்கள் குழுவொன்றை சுற்றிவளைத்துக் கொன்றார். தொடர்ந்து வேகமாகச் சென்று அபூஸரயாவை எட்டினார். அப்போது நடந்த மோதலில் அபூஸரயாவின் வீரர்கள் பலர் மாண்டனர். அங்கிருந்துத் தப்பித்த அபூஸரயா, கூஃபாவுச் சென்றார். அங்கே, அப்பாசியர் மற்றும் அவரது ஆதரவாளர்களின் வீடுகளைச் சூறையாடியும் தகர்த்தும் அவர்களது உடைமைகளையும் விலையுயர்ந்த பொருள்களையும் கொள்ளையடித்தார். அவரைப் பின்தொடர்ந்து சென்ற ஹர்ஸிமா கூஃபாவை முற்றுகையிட்டார். இரண்டு மாதங்கள் நீடித்த முற்றுகையின்போது தன்னைப் பாதுகாத்துக்கொள்வதில் மிகுந்த எச்சரிக்கையுடன் செயல்பட்டார் அபூஸரயா. முற்றுகையின் பிடி இறுகியதும் தன்னுடன் முஹம்மத்

பின் ஜஅஃபரையும் 800 குதிரை வீரர்களையும் அழைத்துக்கொண்டு கூஃபாவிலிருந்து வெளியேறினார். ஹிஜ்ரீ 200 முஹர்ரம் மாதம் 15 ஆம் நாள் கூஃபாவுக்குள் நுழைந்த ஹர்ஸிமா, நிர்வாகப் பொறுப்பில் ஒருவரை நியமித்துவிட்டு பாக்தாதுக்குத் திரும்பினார்.

கூஃபாவிலிருந்து காதிஸியாவுக்கும் அங்கிருந்து தூஸுக்கும் சென்றார் அபூஸரயா. வழியில், அஹ்வாஸிலிருந்து வணிகப் பொருள்களுடன் சென்றுகொண்டிருந்த ஒரு பயணக் குழுவைக் கொள்ளையடித்துப் பொருள்களை வீரர்களிடையே பங்கிட்டார்.

அதே காலகட்டத்தில், அபூஸரயாவின் அஹ்வாஸ் ஆளுநரை வெளியேற்றிவிட்டு, ஹஸன் பின் அலீ அதைக் கைப்பற்றினார். அபூஸரயாவின் தற்போதைய நகர்வு குறித்து அறிந்த அவர், ஒரு படையுடன் சென்று தாக்கினார். அபூஸரயா, தோல்வியடைந்து ஜலூலாவிலிருந்த ரஸைனிடம் சென்றார். அவரைப் பின்தொடர்ந்த ஹஸன், முஹம்மத் பின் ஜஅஃபரையும் அபூஸரயாவையும் சுற்றிவளைத்துப் பிடித்து, ஹஸன் பின் ஸஹலிடம் அனுப்பி வைத்தார். அவர், அபூஸரயாவைக் கொன்று அவரது உடலை பாக்தாத் பாலத்தில் தொங்கவிட்டார். அபூஸரயாவின் தலையையும் முஹம்மத் பின் ஜஅஃபரின் தலையையும் மாமூனிடம் அனுப்பி வைத்தார். அலீ பின் ஸயீத், மதாயினைக் கைப்பற்றி அபூஸரயாவின் ஆதரவாளர்களைக் கொன்றார். பின்னர், ஹஸன் பின் ஸஹலின் உத்தரவின்படி வாஸிதைக் கைப்பற்றினார். அங்கிருந்து பஸ்ராவுக்குச் சென்று, அதைக் கைப்பற்றி, ஸைத் பின் மூஸா பின் ஜஅஃபர் சாதிக்கை அரியணையிலிருந்து நீக்கினார். ஸைத் பின் மூஸா, அப்பாசியர் மற்றும் அவர்களது ஆதரவாளர்களின் வீடுகளைத் தீக்கிரையாக்கினார். அலீ பின் ஸைத், ஸைத் பின் மூஸாவைக் கைது செய்து சிறையிலடைத்தார். ஹிஜ்ரீ 200 முஹர்ரம் மாதம், இராக்கில் அபூஸரயாவின் கொடுமைகள் முடிவுக்கு வந்தன. ஆனால், அவரால் ஹிஜாஸிலும் யேமனிலும் உருவான குழப்பங்களும் அமைதியின்மையும் முடிவுக்கு வரவில்லை.

ஹிஜாஸிலும் யேமனிலும் அமைதியின்மை : அபூஸரயா, அபூதாலிபின் குடும்ப உறுப்பினர்கள் பலரை ஆளுநர்களாகவும் அரசுத் தலைவர்களாகவும் நியமித்தார் என்பதை ஏற்கனவே பார்த்தோம். அப்பாசிய கிலாஃபத்துக்கு எதிராக அலவியர்

சூழ்ச்சிகளில் ஈடுபட்டிருந்தனர். இந்நிலையில், தனது அரசை அலவியர் அரசாக மாற்றும் அபூஸரயாவின் நோக்கத்தினுள் அவரது மதிநுட்பம் வெளிப்பட்டது. அபூஸரயா இறந்த பின்பும், மாகாணங்களில் அதிகாரத்திலிருந்த பெரும்பாலான அலவியர்கள், தங்களது கிலாஃபத்தை நிறுவப் போராடிக்கொண்டிருந்தனர். அமீனின் இறப்பைத் தொடர்ந்து, தங்களை நிறுவிக்கொள்ளும் ஒரு வாய்ப்பு அவர்களுக்குக் கிடைத்தது. ஏனெனில், மாமூனைத் தங்கள் கட்டுப்பாட்டின்கீழ் வைத்திருந்த ஸஹலின் மகன்களான ஃபதலும் ஹசனும் இரானிய இனத்தவர். அப்பாசியரைவிடவும் அபூதாலிபின் குடும்பம் உயர்வானது என்று கருதுகிறவர்கள். ஆகவே, அவர்கள் அலவியர்களுக்கு ஆதரவாக இருந்தனர்.

மாமூனுக்குக் கல்வி பயிற்றுவித்தவர் ஜஅஃபர் பர்முக். எனவே, நபிகளாரின் குடும்ப உறுப்பினர்கள்மீது அவருக்கு அன்பும் மதிப்பும் இருந்தன. அமீனின் இறப்புக்குப் பிறகு, அரசுப் பொறுப்பை அலவியர்களிடம் திருப்பும் ஒரு வாய்ப்பு தலைமை அமைச்சருக்குக் கிடைத்தது. ஆனால், ஹர்ஸிமாவின் போர்த்திறன், அபூஸரயாவின் வீழ்ச்சிக்குக் காரணமாக அமைந்தது. இராக்கிலிருந்து அலவியர் அரசைத் துடைத்தெறிந்து ஹிஜாஸிலும் யேமனிலும் அவர்களுக்குத் தோல்வியை ஏற்படுத்தியது. ஹுஸைன் அஃப்தாஸை மக்காவின் ஆளுநராக அபூஸரயா நியமித்தபோது, ஹாரூன் ரஷீதின் பணியாளரான மஸ்ரூர், 100 பேர்களுடன் மக்காவிலிருந்தார். அப்போது மக்காவில், மாமூன் நியமித்திருந்த தாவூத் பின் ஈஸா பின் மூஸா அப்பாசி ஆளுநராக இருந்தார். ஹுஸைன் அஃப்தாஸ் மக்காவுக்கு வரும் செய்தியை அறிந்த மஸ்ரூரும் தாவூதும் அடுத்தக்கட்ட நடவடிக்கைகள் குறித்து முடிவு செய்வதற்காக, அப்பாசியர் மற்றும் அவர்களது ஆதரவாளர்களைக் கூட்டினர். மஸ்ரூரும் வேறு சிலரும் எதிர்த்துப் போரிட வேண்டும் என்றனர். ஆனால், ஆளுநர் தாவூத், "ஹரம் ஷரீஃபில் இரத்தம் சிந்துவதை நான் விரும்பவில்லை. ஹுஸைன் அஃப்தாஸ் ஒரு பக்கமாக மக்காவுக்குள் நுழைந்தால், நான் இன்னொரு பக்கமாக வெளியேறிவிடுவேன்" என்றார்.

ஹுஸைன் அஃப்தாஸின் வருகையின்போது மஸ்ரூர் எதிர்ப்புத் தெரிவிக்கவில்லை. தாவூத் இராக்குக்குச் சென்றுவிட்டார். மக்காவுக்கு வெளியில் நின்றிருந்த ஹுஸைன் அஃப்தாஸ்,

அப்பாசிய ஆளுநர் வெளியேறியதை அறிந்து, பத்து பேர்களுடன் மக்காவுக்குள் நுழைந்தார். கஅபாவை வலம் வந்து அங்கே ஓர் இரவு தங்கியிருந்தார். பின்னர், தன்னுடன் வந்து சேர்ந்து கொள்ளும்படி தனது ஆள்களுக்குச் சொல்லியனுப்பினார். தொடர்ந்து, மக்காவைக் கைப்பற்றினார்.

யேமனை அடைந்த இப்ராஹீம் பின் மூஸா பின் ஜஅஃபர் ஸாதிக், மாமூனின் ஆளுநரான இஷாக் பின் மூஸா பின் ஈஸாவை வெளியேற்றிவிட்டு அதைக் கைப்பற்றினார். கஅபாவின் போர்வையை அகற்றிய ஹுஸைன் அஃப்தாஸ், அபூ ஸரயா அனுப்பி வைத்த புதிய போர்வையைப் போர்த்தினார். அப்பாஸ் வம்சாவளியினரின் வீடுகளைக் கொள்ளையடித்தார். அவர்களது விலையுயர்ந்த பொருள்களை அபகரித்தார். பொதுமக்களின் உடைமைகளையும் பறிக்கத் தொடங்கினார். கஅபாவின் தூண்களில் பொதியப்பட்டிருந்த தங்கத்தை அகற்றினார். கருவூலத்தைக் கொள்ளையடித்துத் தன்னுடைய ஆள்களுக்குப் பகிர்ந்தளித்தார்.

யேமனில், இப்ராஹீம் பின் மூஸா கொலை கொள்ளைகளில் ஈடுபட்டார். ஏராளம் பொது மக்களைக் கொன்றார். இதன் காரணமாக அவர், கஸ்ஸப் (கசாப்பு) என்ற பெயரில் அறியப்பட்டார். வரலாற்றிலும் இந்தப் பெயரே நிலைத்துவிட்டது. தீ வைத்தல் போன்ற அக்கிரமச் செயல்களில் ஈடுபட்ட ஸைத் பின் மூஸா, நெருப்பு ஸைத் என்று அழைக்கப்படுவதுபோல். இப்ராஹீம் பின் மூஸா மற்றும் ஹுஸைன் அஃப்தாஸ் சார்பில் ஆட்சி செய்த அலவியர் தலைவர்களும் கொலை, கொள்ளைபோன்ற அக்கிரமங்களில் ஈடுபட்டனர். அபூஸரயா மூலம், குறுகிய ஒரு கால அளவினுள் அதிகாரத்தைப் பெற்றிருந்த அலவியர்கள் பெரும் குழப்பங்களை உருவாக்கினர். அவர்களது கொடூரமும் இரக்கமற்ற செயல்களுமே அவர்களது அழிவுக்குக் காரணமாயின. அபூஸரயாவின் இறப்புச் செய்தி மக்காவை அடைந்தது. மக்கள் தங்களுக்குள் பேசிக்கொள்ள ஆரம்பித்தனர்.

முஹம்மத் பின் ஜஅஃபர் ஸாதிக் பின் முஹம்மத் பின் பக்ர் பின் அலீ பின் ஹுஸைன் பின் அலீ பின் அபூதாலிபை அழைத்த ஹுஸைன் அஃப்தாஸ், "இதுதான் மிகப்பொருத்தமான நேரம். மக்கள் மனங்கள் உங்கள் பக்கம் சாய்ந்துள்ளன. அபூ ஸரயா கொல்லப்பட்டுவிட்டார். நீங்கள் கிலாஃபத் வாக்குறுதி

பெற்றுக்கொள்ள வேண்டும். எனது வாக்குறுதியை நான் வழங்குகிறேன். யாருமே உங்களை எதிர்க்கப் போவதில்லை" என்றார்.

முஹம்மத் பின் ஜஅஃபர் வாக்குறுதி ஏற்கத் தயாரானார். அமீருல் முஃமினீன் என்று அழைக்கப்படவும் செய்தார். இதன் பிறகு, ஹுஸைன் அஃப்தாஸ் மற்றும் முஹம்மத் பின் ஜஅஃபரின் மகன் அலீயின் குற்றவாசனைகள் வெளிப்பட்டன. பெண்கள் வன்புணர்வுக்கு உள்ளாயினர். மக்காவிலுள்ள பெண்கள் தங்களைத் தற்காத்துக்கொள்ளவே போராடும் அளவுக்கு அரசு அதிகாரிகளின் செயல்கள் மோசமாக அமைந்தன. ஆண், பெண் வேறுபாடில்லாமல் மக்கள் அனைவரும் இழிவுபடுத்தப்பட்டனர். அரசு அதிகாரிகளுடன் குற்றவாளிகளைக்கொண்ட குழுக்களும் இணைந்துகொண்டன.

ஒரு நாள், சந்தையினூடே சென்றுகொண்டிருந்த மக்கா தலைமை நடுவரின் மகன் இஷாக் பின் முஹம்மதை, அமீருல் முஃமினீனின் மகன் அலீ கைது செய்து தனது வீட்டில் சிறை வைத்தார். மக்கள் ஒன்று திரண்டனர். முஹம்மத் பின் ஜஅஃபர் ஸாதிக்கை நீக்க வேண்டும் என்றும், நடுவரின் மகனை விடுதலை செய்ய வேண்டுமென்றும் அவர்கள் தீர்மானம் நிறைவேற்றினர். தொடர்ந்து, அவர்கள் முஹம்மத் பின் ஜஅஃபரின் வீட்டை முற்றுகையிட்டனர். நடுவரின் மகனை விடுதலை செய்தால் அலீக்குப் பாதுகாப்பும் மன்னிப்பும் வழங்குவதாக அறிவித்தனர். முஹம்மத் பின் ஜஅஃபர், நடுவரின் மகனை அழைத்து வந்து மக்களிடம் ஒப்படைத்தார்.

இப்ராஹீம் கஸ்ஸப் என்னும் இப்ராஹீம் பின் மூஸா காஸிம், யேமன் ஆளுநரான இஷாக் பின் மூஸா பின் ஈஸாவைப் பொறுப்பிலிருந்து நீக்கினார் என்பதை ஏற்கனவே பார்த்தோம். இஷாக், யேமனில் தனது வாய்ப்பை எதிர்பார்த்துக் காத்திருந்தார். அலவியர் அரசுக்கெதிரான மக்களின் எதிர்ப்பையும் வெறுப்பையும் உணர்ந்த அவர், ஒரு படையை எளிதாக உருவாக்கினார். இப்ராஹீம் கஸ்ஸப் மக்காவிலிருந்து வந்தார். யேமனிலிருந்து சென்று மக்கள்மீது படையெடுப்பதாக முடிவு செய்தார் இஷாக். அண்மைப்பகுதிகளிலுள்ள நாடோடிகளை ஒன்று திரட்டிய அலவியர் இஷாக்கை எதிர்கொள்வதற்கான முன்னேற்பாடுகளைச் செய்தனர். போருக்கான ஏற்பாடுகள் அனைத்தையும் செய்த இஷாக், தனது எண்ணத்தை மாற்றிக்கொண்டு இராக்கை நோக்கிப் புறப்பட்டார்.

இராக் பிரச்சினைகளிலிருந்து விடுபட்டிருந்த ஹஸன் பின் ஸஹல், ஹிஜாஸிலும் யேமனிலுமுள்ள கிளர்ச்சியாளர்களை அடக்குவதில் ஹர்ஸிமாவின் கவனத்தைத் திருப்பினார். ஹர்ஸிமா, ஒரு படையை ரஜா பின் ஜமீல் மற்றும் ஜலூத் தலைமையில் மக்காவுக்கு அனுப்பி வைத்தார். படை, மக்காவை நோக்கிச் செல்லும்போது அங்கிருந்து திரும்பிக்கொண்டிருந்த இஷாக்கைச் சந்தித்தது. இரு படைகளும் ஒன்று சேர்ந்து மக்காவுக்குச் சென்றன. அங்கே அவர்களை எதிர் கொள்வதற்கான எல்லா முன்னேற்பாடுகளுடனும் அலவியர் தயாராக இருந்தனர். பயங்கரமான ஒரு போரின் முடிவில் அலவியர் தோற்கடிக்கப்பட்டனர். அப்பாசியப் படைகள் மக்காவுக்குள் நுழைந்தன.

முஹம்மத் பின் ஜஅஃபரின் வேண்டுகோள்படி அவருக்கு மன்னிப்பும் பாதுகாப்பும் வழங்கப்பட்டன. அங்கிருந்து ஜுஹ்ஃபாவுக்கும் பிறகு, ஜுஹைனாவுக்கும் சென்ற முஹம்மத் ஜஅஃபர் படை திரட்டத் தொடங்கினார். ஒரு பெரும் படையை உருவாக்கி, மதீனாமீது போர்த் தொடுத்தார். மதீனா ஆளுநரான ஹாரூன் பின் முஸையிப் பலமுறை அவருடன் மோதினார். இறுதியில், முஹம்மத் பின் ஜஅஃபர் தோல்வியடைந்து ஜுஹைனாவுக்குத் திரும்பினார். போரில் அவர் தனது ஒரு கையையும் இழந்தார். அவரது படையில் பலர் கொல்லப்பட்டனர். அடுத்த ஆண்டு ஹஜ் காலத்தில், மக்காவின் ஆட்சியாளர்களான ரஜா பின் ஜமீல் மற்றும் ஜலூதிடம் அவர் மன்னிப்பும் பாதுகாப்பும் பெற்று மக்காவுக்கு வந்தார். மக்களிடம் அவர் ஓர் உரை நிகழ்த்தினார். அதில், “மாமூன் ரஷீத் இறந்துவிட்டார் என்ற தகவலை நம்பி மக்களிடம் நான் வாக்குறுதி பெற்றேன். அவர் உயிரோடிருக்கும் தகவல் பிறகுதான் கிடைத்தது. ஆகவே, எனக்களித்த வாக்குறுதி செல்லாது என அறிவித்துக்கொள்கிறேன்” என்றார். ஹஜ் கடமையை நிறைவேற்றிய அவர், ஹிஜ்ரீ 201 இல் ஹஸன் பின் ஸஹலிடம் சென்றார். அவரைக் கலீஃபா மாமூனிடம் அனுப்பி வைத்தார் ஹஸன். மாமூன் அவரை மரியாதையுடன் நடத்தினார். பின்னர் அவர், இராக்கிலிருந்து மர்வுக்குப் புறப்பட்டார். வழியில் ஜுர்ஜானில் மரணமடைந்தார்.

ஹர்ஸிமா பின் அயூனின் இறப்பு : ஹாரூன் ரஷீதின் இறப்புக்குப் பிறகு, அமீனை எதிர்த்துப் போரிட அவரது சகோதரர்

மாமூனுக்கு அனைத்து உதவிகளும் செய்தார் ஃபதல் பின் ஸஹல். மாமூன் அவரைத் தலைமை அமைச்சராகவும் அனைத்துப் படைத்தலைவராகவும் அரசியல் ஆவணத்துறை அதிகாரியாகவும் நியமித்தார். ஜஅஃபர் பர்முக்கிடம் கல்வி பயின்ற மாமூனுக்கு இரானியர்களின் ஆதரவும் இருந்தது. அவர்களது வரிகள் நான்கிலொரு பங்காகக் குறைக்கப்பட்டன. எல்லா வகையிலும் சுதந்திரமாகச் செயல்படும் உரிமை ஃபதலுக்கு வழங்கப்பட்டது. கிலாஃபத்தை அவரால் நெறிப்படுத்தவும் இயன்றது. மர்வைத் தலைநகராகக்கொள்ளும்படி மாமூனிடம் அவர் வலியுறுத்தினார்.

மர்வில் தங்களுடைய அரசாற்றலை நிறுவ அரபிகளால் இயலாதிருந்தது. மாமூன் பாக்தாதுக்குச் சென்றிருந்தால் ஃபதல் பின் ஸஹலால் இந்த அளவுக்கு உரிமைகளை அனுபவித்திருக்க இயலாது. அரபிகளும் இதற்கு இடமளித்திருக்க மாட்டார்கள். அரபிகளைப் பலவீனப்படுத்தும் நோக்கத்துடன் இராக்கிலும் ஹிஜாஸிலும் ஹஸன் பின் ஃபதல் ஆளுநராக நியமிக்கப்பட்டார். மாமூனின் கிலாஃபத்தை நிறுவிய போர்களில் வீரச்செயல்கள் புரிந்த வெற்றிகொள்ளப்பட முடியாத, ஆற்றல்மிக்க படைத்தலைவர்களாக ஹர்ஸிமாவும் தாஹிரும் விளங்கினர். இதில், ஹர்ஸிமாவை விடவும் புகழ்பெற்று விளங்கியவர் தாஹிர். ஹர்ஸிமாவின் வயதும் தொடர் பணிகளும் அவரது நிலையை உயர்த்தின. எனினும், கலீஃபாவின் அவையில் இருவருக்கும் சமமான இடமிருந்தது.

அமீனின் கொலை நிகழ்வு மாமூனுக்கு வேதனையை உருவாக்கியது என்பதையும் தனது முன்னேற்றத்துக்கு இது தடையாக அமைந்தது என்பதையும் தாஹிர் உணர்ந்துகொண்டார். அவர் வெற்றிகொண்ட பகுதிகளின் ஆட்சியுரிமையோ ஆளுநர் பொறுப்போ அவருக்கு வழங்கப்படவில்லை. மாமூனின் உத்தரவின்படி ஸஹல் பின் ஃபதல், தனது சகோதரர் ஹஸனை மேற்கத்திய பகுதிகளின் ஆட்சியாளராக நியமிக்கக்கூடும். அரபியர் அல்லாதவர்களின் ஆற்றலைக் குலைக்கும் விதமாக, தலைநகரை மர்விலிருந்து பாக்தாதுக்கு மாற்றுகிற முயற்சிகளில் ஈடுபடுவதற்கான ஆற்றலையும் தாஹிர் இழந்திருந்தார். கலீஃபாவின் கவனத்தை அரபிகளின் பக்கம் திருப்ப ஹர்ஸிமாவால் முடிந்தது. ஃபதல் பின் ஸஹலுக்குத் தெரியாமல் எதுவும் கலீஃபாவைச் சென்றடையாது என்பதையும் அவரது அனுமதியின்றி யாரும் கலீஃபாவைச்

சந்திக்க இயலாது என்பதையும் ஹர்ஸிமா அறிந்திருந்தார். மாமூன் ரஷீதின் நிலை, தன்னுடைய ஆட்சியில் தானே கைதியாக இருப்பதுபோன்றது. இஸ்லாமிய வரலாற்றில் அமைச்சர் ஒருவர் கலீஃபாவுக்குத் தெரியாமலேயே அவரை வீட்டுக் காவலில் வைத்திருந்த முதல் சம்பவம் இதுதான்.

அபூஸரயாவின் இறப்பையும் படைகள் மக்காவுக்குப் புறப்பட்டதைத் தொடர்ந்து உருவான இராக் மற்றும் ஹிஜாஸ் கிளர்ச்சிகளையும் நாட்டின் பொதுவான நிலைமைகளையும் குறித்து கலீஃபாவுக்கு எதுவும் தெரியாது என்பதை ஹர்ஸிமா அறிந்தார். கலீஃபாவிடம் நேரடியாகச் சென்று இவற்றைச் சொல்லும் நோக்கத்துடன் அவர், குராசானுக்குப் புறப்பட்டார். தன்னுடைய அனுமதியின்றி, ஹர்ஸிமா வந்துகொண்டிருக்கும் தகவல் ஃபதல் பின் ஸஹலுக்குத் தெரிய வந்தது. உடனே, கலீஃபாவின் பெயரில் ஓர் உத்தரவு வெளியானது. அதில், "ஹர்ஸிமாவின் பணிகள் சிரியாவுக்கும் ஹிஜாசுக்கும் தேவைப்படுகின்றன. ஆகவே உடனடியாக அவர் அங்கே செல்ல வேண்டும். தற்போது, குராசானுக்கு அவர் வரவேண்டியதில்லை" என்று அந்த உத்தரவில் கூறப்பட்டிருந்தது.

மாமூனின் உண்மை நிலையை அறிந்திருந்த ஹர்ஸிமா, தன்னுடைய சேவைகள் மற்றும் சிறப்புரிமைகளை முன்வைத்து, அரச உத்தரவை மீறி மர்வுக்குச் சென்றார். நகருக்குள் நுழைந்ததும் முரசறையும்படி உத்தரவிட்டார். இதன்மூலம், படைத்தலைவர் ஒருவர் நகருக்கு வந்திருக்கிறார் என்பதை கலீஃபாவுக்கு அறிவிப்பதும் அவருக்கு முன், ஃபதல் பின் ஸஹல் வருவதைத் தடுப்பதும் ஹர்ஸிமாவின் நோக்கங்கள்.

கலீஃபாவின் உத்தரவைமீறி ஹர்ஸிமா மர்வுக்கு வருகிறார் என்பதை அறிந்த ஃபதல், மாமூனிடம் புகார் செய்தார். "ஹர்ஸிமா உங்களுக்கு எதிராகக் கிளர்ச்சி செய்ய, அபூஸரயாவைத் தூண்டி விட்டார் என்றும், அபூஸரயாவை அடக்குவதற்காக அனுப்பிய ஹர்ஸிமாவே அவரைத் தப்பிக்க வைத்தார் என்றும், அபூஸரயாவைக் கொன்றவர் ஹஸன் பின் அலிதான் என்றும் நம்பத் தகுந்தத் தகவல்கள் எனக்குக் கிடைத்துள்ளன. அல்லாஹ்தான் உண்மையை அறிவான். ஆனால், ஹர்ஸிமாவின் துணிச்சலும் செருக்கும் வரம்புகளை மீறிவிட்டன. நீங்கள் சிரியாவுக்குச் செல்ல

உத்தரவிட்டதை மீறி அவர் மர்வுக்கு வந்துகொண்டிருக்கிறார். தன்னை அவர் கலீஃபாவாகவே நினைத்து விட்டார்போலும்."

நகருக்குள் முரசொலி கேட்டது. "ஹர்ஸிமா, கலீஃபாவின் உத்தரவைமீறி வந்துவிட்டார்" என்றார் ஃபதல். மாமூன் கோபம் அடைந்தார். ஹர்ஸிமா அரசவைக்குள் நுழைந்ததும், "நீர் எனது உத்தரவை மீறியதற்கு என்ன காரணம்?" என்று கேட்டார் மாமூன். அவர் சொல்ல விரும்பிய காரணத்தைக் கேட்க மறுத்த மாமூன், ஹர்ஸிமாவைக் கைது செய்யும்படி உத்தரவிட்டார். அவரது கடந்த கால சேவைகளும் அதன் நற்பலன்களும் அவருக்குக் கிடைத்து விடாமலும், மாமூனின் கோபம் தணிந்து விடாமலும், இது சார்ந்த நடவடிக்கைகள் எதுவும் தன் கையை மீறிச் சென்று விடாமலும் கவனித்துக்கொண்டார் ஃபதல். பின்னர் அவர், ஹர்ஸிமாவைக் கொன்றுவிட்டு, உடல் நலிவுற்ற நிலையில் இயற்கை மரணம் அடைந்துவிட்டதாக கலீஃபாவுக்கு அறிவித்தார். அவரது மரணத்தில் மாமூனுக்கு வருத்தமுமில்லை. ஹர்ஸிமா மாற்றம் செய்ய விரும்பிய மாமூனின் அரசவை முன்போலவே தொடர்ந்தது. ஹர்ஸிமாவுக்கு நிகழ்ந்தது துயரம் நிரம்பிய ஒரு மரணம். இத்துடன் கலீஃபாவிடம் உண்மையை எடுத்துச் சொல்லும் துணிவுள்ளவர்கள் யாருமில்லை.

பாக்தாதில் கொந்தளிப்பு : ஹர்ஸிமாவின் கொலை நிகழும்போது ஹஸன் பின் ஸஹல், நஹர்வானில் இருந்தார். மரணச் செய்தியை அறிந்த பாக்தாதில் பெரும் கொந்தளிப்பு உருவானது. ஸொராஸ்ட்ரரான ஃபதல் பின் ஸஹல், அரபிகளை இழிவுபடுத்துவதையும் கலீஃபாவைத் தனது கைப்பிடிக்குள் வைத்திருப்பதையும் மக்கள் உணர்ந்துகொண்டனர். ஹஸன் பின் ஸஹலை இராக்கிலிருந்து வெளியேற்றப் போவதாக முஹம்மத் பின் அபூகாலித் பாக்தாத் மக்களுக்கு அறிவித்தார். மக்களும் அதற்கு ஆதரவாக இருந்தனர். படை வீரர்களைத் தனக்கு ஆதரவாக மாற்றிய முஹம்மத் பின் அபூகாலித், ஹஸன் பின் ஸஹல் நியமித்த ஆளுநர் அலீ பின் ஹிஷாமை வெளியேற்றினார். தனது படைகளை நஹர்வானிலிருந்து பாக்தாதுக்கு அனுப்பினார் ஹஸன் பின் ஸஹல். அவர்களைத் தோற்கடித்து விரட்டினார் முஹம்மத் பின் அபூகாலித். ஹஸன் பின் ஸஹல் வாஸிதுக்குச் சென்றார். தனது படையுடன் முஹம்மத் பின் அபூகாலிதும் அவரைப் பின் தொடர்ந்தார்.

முஹம்மத் பின் அபூகாலிதின் வருகையை அறிந்த ஹஸன் பின் ஸஹல், வாஸிதைவிட்டு வெளியேறினார். வாஸிதுக்குள் நுழைந்த முஹம்மத், அதைக் கைப்பற்றிவிட்டு மீண்டும் ஹஸன் பின் ஸஹலைப் பின்தொடர்ந்தார். ஜர்ஜரயாவில் முகாமிட்டு போருக்கான அனைத்து ஏற்பாடுகளுடன் ஹஸன் பின் ஸஹலின் படையைத் தாக்கினார். பல போர்கள் நடந்தன. இதில், படுகாயமுற்ற முஹம்மதை அவரது மகன் பாக்தாதுக்குக்கொண்டு வந்தார். பின்னர் அவர் இறந்துவிட்டார். பாக்தாத் மக்கள், மன்ஸூர் பின் மஹ்தி பின் மன்ஸூர் அப்பாசியைக் கலீஃபாவாக்க விரும்பினர். அவர் மறுத்துவிட்டார். மிகுந்த வற்புறுத்தலின்பேரில் தொடர்ந்து, மாமூனே கலீஃபாவாக இருக்கவும், ஜுமுஆ பேருரையில் அவரது பெயரையே குறிப்பிடவும் கலீஃபாவின் பிரதிநிதியாக, ஹஸன் பின் ஸஹலுக்கு மாற்றாக தானிருப்பதாகவும் ஒப்புக் கொண்டார். ஹிஜ்ரீ 201 ரபீயுல் அவ்வல் மாதம், மன்ஸூர் பின் மஹ்தி பாக்தாதின் ஆட்சிப் பொறுப்பை ஏற்றார். ஈஸா பின் முஹம்மத் பின் அபூ காலித், படைத்தலைவராக நியமிக்கப்பட்டார்.

தன்னைத் திடப்படுத்திக்கொண்ட ஹஸன் பின் ஸஹல், மன்ஸூர் பின் மஹ்திக்கு எதிராகப் படைகளை அனுப்பினார். தொடர்ச்சியாக, பல போர்கள் நடந்தன. இராக்கில் கொந்தளிப்பு உருவானது. இது எதுவுமே மர்விலிருந்த மாமூன் ரஷீதுக்குத் தெரியாது. அவரது தகவல் தொடர்புகள் அனைத்தும் ஃபதல் பின் ஸஹலின் கைவசமிருந்தன. மன்ஸூர் பின் மஹ்திக்கும் ஹஸன் பின் ஸஹலுக்குமிடையே நடந்த போர்கள், குற்றவாசனைகொண்டவர்களுக்கு வாய்ப்பாக அமைந்தன. பெருமளவிலான கொள்ளை, கொலை, பாலியல் வன்புணர்வுகள் நிகழ்ந்தன. குற்றச் செயல்களில் யாரும் சளைத்தவர்களாக இல்லை. சீரழிவுச் சூழல் அதன் உச்சத்தை அடைந்தது. வெறுப்பும் அதிருப்தியுமடைந்த பாக்தாதின் கண்ணியம் மிக்கவர்கள், சொற்பொழிவுகள் மூலம் குற்றவாளிகளைத் திருத்துவதற்காக முயற்சிகளில் ஈடுபட்டனர். இதற்கென காலித் பின் மத்ரியூஷையும் ஸஹல் பின் ஸலமாவையும் நியமித்தனர். அவர்களது முயற்சிகள் கணிசமான அளவுக்குப் பலனளித்தன. ஸஹல் பின் ஸலமாவின் தலைமையில் கிளர்ச்சி உருவாகுமென்று மன்ஸூரும் படைத்தலைவர் ஈஸாவும் எதிர்பார்த்தனர். இறுதியில், அவர்களுக்கும் ஹஸன் பின் ஸஹலுக்கும் இடையே இணக்கம்

உருவானது. மன்னிப்பும், பாக்தாத் ஆட்சிப் பொறுப்பில் தொடர தங்களை அனுமதிக்கவும் வேண்டுமென்றும் இதற்கு, கலீஃபா மாமூன் கையெழுத்திட்டு உறுதியளிக்க வேண்டுமென்ற நிபந்தனையின்பேரில் இணக்கம் உருவானது.

ஹஸன் பின் ஸஹல் பாக்தாதுக்கு வந்தார். அவர்கள் இருவரையும் பாக்தாதின் ஆட்சியாளர்களாக நியமித்துவிட்டு நஹர்வானுக்குத் திரும்பினார். இது ஹிஜ்ரீ 201 ரமளான் மாதம் நடந்தது. இந்நிகழ்வுகளின்போது மர்வில், ஹிஜ்ரீ 201 ரமளான் மாதம், அலீ ரதா பின் மூஸா காஸிம் பின் ஜஅஃபர் ஸாதிக்கைத் தனது வாரிசாக அறிவித்தார் மாமூன் ரஷீத். பாக்தாதில் நடந்த நிகழ்ச்சிகள் எதையும் அவர் அறியவே இல்லை.

இமாம் அலீ ரதா பின் பின் மூஸா காஸிமின் நியமனம்:
அரசை, தன்னிச்சைப்படி நடத்தி வந்த ஃபதல் பின் ஸஹல் அதன் நிகழ்வுகள் குறித்து மாமூன் எதுவும் அறிந்திராதபடி கவனித்துக்கொண்டார். கிட்டத்தட்ட தான் வீட்டுக்காவலில் வைக்கப்பட்டுள்ளோம் என்பதைக்கூட அவர் உணரவில்லை. ஹிஜ்ரீ 200இல் அப்பாசிய உறுப்பினர்கள் பலரை மர்வுக்கு வரவழைத்த மாமூன், மாதக்கணக்கில் அவர்களை விருந்தினர்களாக வைத்திருந்தார். அவர்களில் யாருக்கும் வாரிசாகத் தேர்வு செய்யும் சிறப்புகளில்லை.

இறுதியில், ஃபதல் பின் ஸஹலும் நபிகளார் குடும்பத்தின்மீது பற்றுள்ளவர்களும் மாமூனின் கவனத்தை அலீ ரதா பின் மூஸா காஸிமின் பக்கம் திருப்பினர். உண்மையாகவே, ஹாஷிம் கிளையில் திறமையிலும் கல்வித் தகுதியிலும் அவர்தான் உயர்நிலையில் இருந்தார். தன் மகளை அலீ ரதாவுக்குத் திருமணம் செய்து வைத்தார் மாமூன். மாமூனுக்குப் பிறகு சட்டப்படி வாரிசாக வேண்டும் என்று ஹாரூன் ரஷீத் குறிப்பிட்டவரும் தனது சகோதரருமான முத்தமினை நீக்கிவிட்டு அலீ ரதாவை ஹிஜ்ரீ 201 ரமளான் மாதம் வாரிசாக நியமித்தார். வாரிசுரிமையிலிருந்து முத்தமினை நீக்குகிற அதிகாரத்தையும் ஹாரூன் அவருக்கு வழங்கியிருந்தார். இதை, அவர் தவறாகப் பயன்படுத்தினாலும் இதன் காரணமாக அவரை குறைசொல்ல இயலாமலாயிற்று. தொடர்ந்து, அப்பாசியரின் அடையாளமான கறுப்பு ஆடைகள் அணிவதைக் கைவிட்டு,

அலவியர்களின் பச்சை நிற ஆடைகளை அணியத் தொடங்கினார். அவரது ஆட்சிப் பகுதிகளிலும் இது பின்பற்றப்பட்டது.

தனது ஆட்சிப் பகுதிகளிலுள்ள ஆளுநர்களும் அரசு ஊழியர்களும் படை வீரர்களும் கறுப்பு ஆடைகளுக்குப் பதிலாக பச்சை நிற ஆடைகளை அணிய வேண்டுமென்று உத்தரவிட்டார் மாமூன். மக்களிடமிருந்து அலீ ரதாவுக்கு வாக்குறுதி பெறவும் உத்தரவிட்டார். ஃபதல் பின் ஸஹலினூடே பிறப்பித்த இவ்வுத்தரவை சிலர் ஏற்றுக்கொண்டனர். சிலர் மறுத்தனர். பாக்தாதிலிருந்த ஈஸா பின் முஹம்மத் அபூகாலிதுக்கும் மன்ஸூர் பின் மஹ்திக்கும் இதை அனுப்பி வைத்தார் ஹஸன் பின் ஸஹல். அது அங்கே கொந்தளிப்பை உருவாக்கியது. அப்பாசியரும் அவர்களது ஆதரவாளர்களும் இதை ஏற்பதாகவே இல்லை. அப்பாசியரிடமிருந்த கிலாஃபத்தைப் பறித்து ஃபதல் பின் ஸஹல், அலவியரிடம் கொடுத்துவிட்டதாக மக்களும் நம்பினர். இதற்கான ஏற்பாடுகளில் ஈடுபட்ட முதலாமவர் அபூ முஸ்லிம் என்பதையும், பர்முக் குடும்பம் செய்த மற்றொரு முயற்சி குறித்தும் அப்பாசியர் அறிந்திருந்தனர். அரபிகளுக்கும் அரபி அல்லாதவர்களுக்கும் இடையிலான வேறுபாடுகள் வெளிப்படையாக இருந்த நிலையில், ஃபதல் பின் ஸஹல், அரபிகளின் எதிரி என்பதை அவர்கள் தெளிவாகவே உணர்ந்திருந்தனர். அலீ ரதாவின் நியமனம் அரபிகள் அல்லாதவர்களின் வெற்றியாக அமையுமென்றும் தங்களின் தோல்வியாக அமையுமென்றும் அரபிகள் புரிந்துகொண்டனர்.

இத்தகவல், அரபிகளின் ஆதிக்கம் மேலோங்கியிருந்த அப்பாசியரின் தலைநகரான பாக்தாதில், பெரும் அமைதியின்மையை உருவாக்கியது. அவர்கள் கலந்தாலோசனையில் ஈடுபட்டனர். அண்மையில் நடந்த கிளர்ச்சியும் அமைதியின்மையும் காரணமாக அவர்கள் பெரும் துன்பங்களை அனுபவித்திருந்தனர். ஆகவே, தங்கள் செயல்பாடுகளை முடிவு செய்வதற்கு முன், அலீ ரதாவின் நியமனம் குறித்து ஏனைய இஸ்லாமிய ஆட்சிப் பகுதிகளின் எதிர்வினையை அறிந்துகொள்வது நல்லது என்ற முடிவுக்கு வந்தனர். தகவல், ஹிஜ்ரீ 201 ரமளான் மாதம் பாக்தாதை அடைந்தது. மூன்று மாதங்களாக அவர்கள் எந்த நடவடிக்கையிலும் ஈடுபடவில்லை. அதேவேளையில், கிலாஃபத்தை அப்பாசியரிடமிருந்து அலவியர்களுக்குக் கைமாற்றம் செய்வதைத் தடுத்து நிறுத்துவதற்கான வேலைகளும் நடந்துகொண்டிருந்தன.

இப்ராஹீம் பின் மஹ்தியின் கிலாஃபத் : ஹிஜ்ரீ 201 துல்ஹிஜ்ஜா மாதம் 25 ஆம் நாள், அப்பாசியரும் அவர்களது ஆதரவாளர்களும் இப்ராஹீம் பின் மஹ்தியைக் கலீஃபாவாகத் தேர்வுசெய்து இரகசிய வாக்குறுதியளித்தனர். ஹிஜ்ரீ 202 முஹர்ரம் மாதம் 1ஆம் நாள் இப்ராஹீம் பின் மஹ்தி, கலீஃபாவாக நியமிக்கப்பட்டதுடன் மாமூன் பதவி நீக்கம் செய்யப்பட்டார்.

தனது ஆட்சியைத் தொடங்கிய இப்ராஹீம், வீரர்களுக்கு ஆறு மாத ஊதியத்தை அன்பளிப்பாக வழங்குவதாக உறுதியளித்தார். தொடர்ந்து, கூஃபா, ஸவாத், மதாயின் பகுதிகளை நோக்கி அணிவகுத்துச் சென்று அவற்றைக் கைப்பற்றி, தனது படையைப் பலப்படுத்தினார். அப்பாஸ் பின் மூஸாவை பாக்தாத் ஆளுநராகவும் இஷாக் பின் மூஸாவைக் கிழக்குப் பகுதிகளின் ஆளுநராகவும் நியமித்தார்.

கஸ்ர் ஹுபைராவில் ஹஸன் பின் ஸஹலுக்கு ஆதரவாக இருந்தார் ஹுமைத் பின் அப்துல் ஹுமைத். கஸ்ர் ஹுபைராவைக் கைப்பற்றுவதற்கு ஈஸா பின் முஹம்மத் பின் அபூகாலிதை அனுப்பி வைத்தார் இப்ராஹீம். அவர், ஹுமைதின் படைமுகாமைச் சூறையாடி அதைக் கைப்பற்றினார். ஹஸன் பின் ஸஹல், அலீ ரதாவின் சகோதரரான அப்பாஸ் பின் மூஸா காஸிமை ஆளுநராக்கி அதற்கான சான்றுடன் கூஃபாவுக்கு அனுப்பினார். கூஃபாவை அடைந்த அவர், ஓர் அறிவிப்பை வெளியிட்டார். "மாமூன் ரஷீதுக்குப் பிறகு, கிலாஃபத்துக்குரியவர் எனது சகோதரர் அலீ ரதா ஆவார். நபிகளார் குடும்பத்தின்மீது பற்றுள்ள யாரும் இப்ராஹீம் பின் மஹ்தியைக் கலீஃபாவாக ஏற்றுக்கொள்ளவோ மாமூன் ரஷீதின் கிலாஃபத்துக்கு எதிரான செயல்பாடுகளுக்கு ஆதரவளிக்கவோ கூடாது."

அப்பாஸ் பின் மூஸா காஸிமின் நியமனத்தைக் கூஃபாவினர் ஏற்றுக்கொண்டனர். ஷியாக்கள் மட்டும் இதற்குத் தொடர்பில்லாமல், அலீ ரதாவுக்கு ஆதரவாகவும் ஆனால், மாமூனுடன் எந்தத் தொடர்பில்லாமலும் இருந்தனர். அப்பாஸ்மீது தாக்குதல் தொடுக்க, இப்ராஹீம் பின் மஹ்தி தனது படைத்தலைவர்களான ஸயீதையும் அபுல் பஸ்தையும் நியமித்தார். அப்பாஸ், தனது மைத்துனரான அலீ பின் முஹம்மத் பின் ஜஅஃபரை அனுப்பினார். படைகள் மோதின. அலீ தோல்வியடைந்தார். ஹிராவில் முகாமிட்டு கூஃபாவை

நோக்கிச்செல்லும்படி தனது படையினருக்கு உத்தரவிட்டார் ஸயீத். பல போர்களில் முடிவில், கூஃபாவினரும் அப்பாசும் பாதுகாப்புக் கோரினர். அப்பாஸ், தனது வீட்டிலிருந்து வெளியேற, வெற்றிபெற்ற படை கூஃபாவுக்குள் நுழைய ஆரம்பித்தது. அப்போது அப்பாசின் வீரர்கள் புதிய எழுச்சியுடனும் வேகத்துடனும் மீண்டும் போருக்கு முன்வந்தனர். ஸயீதின் படை இம்முறையும் அவர்களைத் தோற்கடித்துக் கூஃபாவைக் கைப்பற்றி அப்பாசைச் சிறையிலடைத்தது.

ஹிராவிலிருந்து கூஃபாவுக்கு வந்த ஸயீத், பாதுகாப்பு உடன்படிக்கையை மீறியதற்காகச் சிலரைக் கொன்றார். கூஃபாவில் ஓர் ஆளுநரை நியமித்துவிட்டு பாக்தாதுக்குச் சென்றார். ஹஸன் பின் ஸஹல், ஹுமைத் அப்துல் ஹுமைதைக் கூஃபாவுக்கு அனுப்பி வைத்தார். கூஃபா ஆளுநர் தப்பியோடினார். இப்ராஹீம் பின் மஹ்தி, ஹஸன் பின் ஸஹலை எதிர்த்து, ஈஸா பின் முஹம்மத் பின் அபூகாலிதை வாஸிதுக்கு அனுப்பினார். ஹஸன் பின் ஸஹல், ஈஸா பின் முஹம்மதைத் தோற்கடித்து பாக்தாதுக்கு விரட்டினார். இந்நிகழ்வுகளுடன், ஹிஜ்ரீ 202 கடந்து ஹிஜ்ரீ 203 தொடங்கியது.

இப்ராஹீம், தனது கிலாஃபத்தை வலுப்படுத்துவதற்கான அனைத்து முயற்சிகளையும் செய்தார். ஹிஜ்ரீ 203 தொடக்கத்தில் பாக்தாதில் ஓர் எழுச்சி உருவானது. அது அவரது கிலாஃபத்தை ஆபத்தான நிலைக்கு இட்டுச் சென்றது. கூஃபாவைத் தனது கட்டுப்பாட்டின்கீழ் கொண்டு வந்த ஹுமைத் பின் அப்துல் ஹுமைத், இப்ராஹீமை எதிர்த்துப் போரிடுவதாக முடிவு செய்தார். இப்ராஹீமின் படைத்தலைவராக இருந்தவர் ஈஸா பின் முஹம்மத் அபூகாலித்.

ஹுமைத், ஈஸா பின் முஹம்மத் அபூகாலிதுடன் மறைமுகத் தொடர்பு வைத்திருந்தார். இதன் காரணமாக ஈஸா போரைத் தவிர்த்து வந்தார். இதையறிந்த ஈஸாவின் சகோதரர் ஹாரூன் பின் முஹம்மத், இப்ராஹீமுக்கு அறிவித்தார். ஈஸாவை அரசவைக்கு வரவழைத்த இப்ராஹீம், அவரைச் சிறையிலடைத்தார். இதையறிந்த படைவீரர்கள் கொந்தளித்தனர்.

ஈஸாவின் பிரதிநிதியான அப்பாஸ், படையினருடன் சேர்ந்து இப்ராஹீமின் ஆட்சியைக் கவிழ்க்க முனைந்தார். பாக்தாத் மக்களில்

பலரும் இதற்கு உடந்தையாயினர். இப்ராஹீமின் அதிகாரிகளும் பிரதிநிதிகளும் சிறையிலடைக்கப்பட்டனர்.

பின்னர் அப்பாஸ், "உடனே பாக்தாதுக்கு வரவும். பாக்தாதை உம்மிடம் ஒப்படைக்கிறேன்" என்று ஹுமைதுக்கு எழுதினார். படைகளுடன் பாக்தாதுக்கு வந்த ஹுமைத், நகரின் ஒரு பகுதியைத் தனது கட்டுப்பாட்டின்கீழ்க்கொண்டு வந்தார். இன்னொரு பகுதி இப்ராஹீமின் கீழிருந்தது. சில சண்டைகள் நிகழ்ந்தன. இப்ராஹீம் மனம் தளர்ந்தார். நகர் முழுவதும் ஹஸன் பின் ஸஹலின் படைத்தலைவர்களான ஹுமைத் பின் அப்துல் ஹுமைத், அலீ பின் ஹிஷாம் ஆகியோரின் கட்டுப்பாட்டின்கீழ் வந்தது. இப்படியாக, ஹிஜ்ரீ 203 துல் ஹிஜ்ஜா மாதம் 17 ஆம் நாள், இப்ராஹீம் பின் மஹ்தியின் கிலாஃபத் முடிவுக்கு வந்தது.

ஃபதல் பின் ஸஹலின் இறப்பு : தான் விரும்பும் தகவலை மட்டுமே மாமூனுக்கு அறிவித்து வந்த ஃபதல் பின் ஸஹல், பாக்தாதில் இப்ராஹீம் பின் மஹ்தி கலீஃபாவான செய்தியை மறைத்துவிட்டார். இராக்கின் அரசியல் நடவடிக்கைகளை மாமூனுக்கு அறிவிக்க வேறு யாரும் துணியவில்லை. ரிக்காவின் ஆட்சியாளராக தாஹிர் பின் ஹுசைனை நியமித்திருந்தார் ஃபதல். புகழ்பெற்ற படைத் தலைவரான தாஹிர், இராக்கில் அமைதியை நிலைநாட்டும் திறமையும் பெற்றவர். ஆனால், அவரை ஹர்ஸிமாவைப் போன்ற ஒரு படைத்தலைவராக மட்டுமே ஃபதல் கணித்திருந்தார். அவரை ஒரு பகுதியின் ஆளுநராக நியமித்ததன் மூலம் முடக்கி வைத்தார்.

இராக்கில் கட்டுப்படுத்த இயலாதபடி பிரச்சினைகள் அதிகரித்து வந்தன. மக்கள் ஹஸன் பின் ஸஹலை மேலும் வெறுக்கத் தொடங்கினர். சிலர் துணிச்சலுடன் மர்வுக்குச் சென்று கிலாஃபத் வாரிசான அலீ ரதாவைச் சந்தித்து, தற்போதைய உண்மை நிலையை மாமூனுக்குத் தெரிவிக்க உங்களைத் தவிர வேறு யாருமில்லை என்று முறையிட்டனர்.

ஃபதல் பின் ஸஹலை தனது ஆதரவாளராகக் கருதிய நிலையிலும் அலீ ரதா இதைச் செய்ய முன்வந்தார். ஹர்ஸிமாவின் கொலை, தாஹிர் செல்வாக்கை இழந்தது, இராக் கிளர்ச்சி, இப்ராஹீமின் கிலாஃபத் போன்ற நிகழ்வுகளை மையப்படுத்தி,

ஃபதல் பின் ஸஹல் மற்றும் ஹஸன் பின் ஸஹலின் முறையற்ற நடவடிக்கைகளை மாமூனிடம் அவர் விவரித்தார். "மக்கள் பொறுமை இழந்திருக்கும் இந்நிலை கிலாஃபத்துக்கு ஆபத்தானது" என்றார். கூடவே, "என்னை வாரிசாக நியமித்ததை முன்வைத்து, அப்பாசிய வம்சாவளியினரும் ஆதரவாளர்களும் உங்கள்மீது அதிருப்தியுடன் இருக்கிறார்கள்" என்றார்.

இவை அனைத்தையும் அறிந்துகொண்ட மாமூன், "உம்மைத் தவிர இந்த விவரங்கள் யாருக்கெல்லாம் தெரியும்?" என்று கேட்டார். "படைத்தலைவர்களுக்கும் தோழர்களுக்கும் தெரியும். ஆனால், அவர்கள் ஃபதல்மீதான பயத்தில் உங்களிடம் சொல்லவில்லை" என்றார் அலீ ரதா. அவர்களைத் தனியாக அழைத்து விசாரித்தார் மாமூன். அவர்கள் பேச மறுத்தனர். ஃபதலிடமிருந்து பாதுகாப்பு வழங்குவதாக உறுதியளித்ததும் அலீ ரதா சொன்ன அனைத்தையும் அவர்களும் உறுதிப்படுத்தினர். இதைக்கேட்ட மாமூன் மர்விலிருந்து இராக்குக்குச் செல்வதாக முடிவு செய்தார். உண்மை வெளிப்பட்டுவிட்டதை அறிந்த ஃபதல் பின் ஸஹல், படைத்தலைவர்களைத் துன்புறுத்தத் தொடங்கினார். சிலரைச் சிறையிலடைத்தார். சிலரை அவமானப்படுத்தினார். மற்றும் சிலருக்குக் கசையடி கிடைத்தது. ஆனால், காலம் கடந்து போயிருந்தது. ஃபதலின் சந்தேகத்துக்கு இடமளிக்காமல் அறிவார்ந்த ஒரு நடவடிக்கையை மேற்கொண்டார் மாமூன். ஃபதலின் உறவினரான கஸ்ஸான் பின் அப்பாதை குராசான் ஆளுநராக நியமித்துவிட்டு, குராசானிலிருந்து இராக்குக்கும் அங்கிருந்து ஸர்க்காசுக்கும் சென்றார். அங்கே, ஃபதல் பின் ஸஹலைக் குளியலறையில் வைத்து நான்கு பேர்கள் தாக்கிக் கொலை செய்தனர். கொலையாளிகள் தப்பித்துவிட்டனர். அவர்களைப் பிடித்துத் தருபவர்களுக்கு 10,000 தினார்கள் பரிசாக வழங்கப்படுமென்று அறிவித்தார் மாமூன். பின்னர், அவர்கள் கைது செய்யப்பட்டு மரண தண்டனைக்குள்ளாயினர். அவர்களது தலைகள் ஹஸன் பின் ஸஹலுக்கு அனுப்பி வைக்கப்பட்டன.

ஹஸன் பின் ஸஹலுக்கு மாமூன் ஆறுதல் கடிதம் எழுதினார். ஃபதலின் பொறுப்பில் ஹசனை நியமித்தார். ஃபதலின் தாயாரிடம் சென்று ஆறுதல் கூறினார். "ஃபதலைப்போல் நானும் உங்கள் மகன்தான்" என்றார். சில நாள்களுக்குப் பிறகு, ஹஸன் பின்

ஸஹலின் மகளைத் திருமணம் செய்துகொண்டார். இதன் மூலம் ஹஸனின் மதிப்பு மேலும் உயர்ந்தது. ஜஅஃபர் பர்முக்கின் கொலை நிகழ்வுபோலவே, ஃபதல் பின் ஸஹலின் கொலையும் நிகழ்ந்தது. ஃபதலைக் கொலை செய்தவர் மாமூன்தான் என்றும் கொலை செய்த நால்வரும் மாமூனின் உத்தரவின்படி செயல்பட்டார்கள் என்றும் சொல்லப்படுகிறது. ஃபதலின் நடத்தைதான் கொலைக்குக் காரணமாக அமைந்தது.

இதில், தனது தந்தை ஹாரூன் ரஷீதின் வழியையே மாமூனும் பின்பற்றினார். இரண்டுக்குமான வேறுபாடு: ஜஅஃபர் பர்முக்கைக் கொலை செய்த ஹாரூன், அவர்களது குடும்பங்களை அழித்து அதற்கானப் பழியையும் ஏற்றுக்கொண்டார். ஃபதல்மீது எந்தக் குற்றமும் சுமத்தாமல் அவரைக் கொலைசெய்த மாமூன், அவரது அம்மாவுக்கோ சகோதரருக்கோ சந்தேகம் ஏற்படாமல் கவனித்துக்கொண்டதுடன் அவரது குடும்பத்தாருக்குப் பல்வேறு நன்மைகளைச் செய்தார். இந்தக் கொலை, ஹிஜ்ரீ 202 ஷஃபான் மாதம் 2ஆம் நாள் ஸர்க்காசில் நடந்தது.

இமாம் அலீ ரதாவின் இறப்பு : கலீஃபா மாமூன் ரஷீத் தன் மகள் உம்மு ஹபீபை அலீ ரதாவுக்கு மணம் முடித்துக் கொடுத்திருந்தார். இராக் பயணத்தின்போது, தனது இரண்டாவது மகளை அலீ ரதாவின் மகன் முஹம்மத் பின் அலீ ரதாவுக்கு மணம் முடித்து வைத்தார். அவள் தகுந்த வயதை அடையும்வரை கணவன் வீட்டுக்குச் செல்லவில்லை. ஹிஜ்ரீ 202 ரஜப் மாதம் மர்விலிருந்துப் புறப்பட்ட மாமூன், ஹிஜ்ரீ 204 ஸஃபர் மாதம் 15 ஆம் நாள் பாக்தாதை அடைந்தார். வழியில் பல இடங்களில் தங்கியதால், பாக்தாதை அடைய ஓர் ஆண்டும் ஆறு மாத காலமுமானது. இது, நாட்டின் நிலையை முழுதுமாக அவர் அறிந்துகொள்ள உதவியது. பாக்தாதுக்கு வந்த அவரை மக்கள் உற்சாகத்துடன் வரவேற்றனர். பயணத்தின்போது அவர், அலீ ரதாவின் சகோதரர் இப்ராஹீம் பின் மூஸா காஸிமை ஹஜ் பயணத் தலைவராகவும், யேமனின் ஆளுநராகவும் நியமித்தார். தூஸில் தன் தந்தையாரை அடக்கம் செய்த இடத்துக்கு வந்து அவருக்காகப் பிரார்த்தனை செய்தார்.

ஒரு மாதத்துக்கும் அதிகமாக அவர் தூஸில் தங்கியிருந்தார். அப்போது, வாரிசான இமாம் அலீ ரதா, திராட்சைப் பழங்கள்

சாப்பிட்டுக்கொண்டிருக்கும்போது திடீரென்று இறந்துவிட்டார். அவரது மரணத்தில் மாமூன் பெரிதும் நிலைகுலைந்தார். திறந்த தலையுடன் அவரது இறுதி ஊர்வலத்தில் கலந்துகொண்டார். "அபுல் ஹசனே! உம்மை இழந்த நிலையில் நான் இனி என்ன செய்வேன்?" என்று அழுதார். அலீ ரதா அடக்கம் செய்யப்பட்ட இடத்தில் மூன்று நாள்களாக இருந்து உப்பு சேர்த்த வெறும் அப்பம் மட்டுமே உண்டார். தனது தந்தையார் ஹாரூன் ரஷீதை அடக்கம் செய்யப்பட்ட இடத்தை அகழ்ந்து, அலீ ரதாவின் பேறுகள் தந்தையாருக்கும் நன்மை பயக்க வேண்டுமென்ற நோக்கத்துடன் உடலை அதில் வைத்தார்.

தனது சொந்த விருப்பத்தின்பேரில்தான் மாமூன் அவரை வாரிசாகத் தேர்வு செய்திருந்தார். இதில் யாருடைய வற்புறுத்தலும் இல்லை. ஆகவே, அவர் சாப்பிட்ட பழத்தில் விஷம் கலந்து மாமூன்தான் அவரைக் கொன்றார் என்பதாக உருவான சந்தேகம் அடிப்படையற்றது. தனது மகள்களை அலீக்கும் அவரது மகனுக்கும் மணம் முடித்துக்கொடுத்திருந்தார். அவரது சகோதரரை யேமன் ஆளுநராகவும் ஹஜ் பயணக்குழுத் தலைவராகவும் நியமித்தார். இறந்துபோன அவரது உடலைத் தந்தையின் மண்ணறைக்குள் வைத்தார். தான் வெறுக்கும் ஒருவருக்கு ஆழமான அன்பை வெளிப்படுத்துகிற இதுபோன்ற நன்மைகளைச் செய்திருக்க வேண்டிய தேவையில்லை. அலீ ரதாவின் இறப்பின்மீதான அவரது ஆழ்ந்த வருத்தமும் இதை உறுதி செய்கிறது.

தனது கிலாஃபத்தின்போது அலவியரை மிகுந்த மதிப்புடன் நடத்தினார் மாமூன் ரஷீத். அவர்களை உயர்ந்த பொறுப்புகளில் நியமித்தார். அலவியரை அவர் வெறுக்கவில்லை என்பதற்கான சான்றுகள் இவை. அவர்களது மனவுணர்வுகளைப் புரிந்துகொண்டிருந்தார். அலீ ரதாவுக்கு விஷம் கொடுத்துக் கொன்றிருக்க வேண்டிய எந்தத் தேவையும் அவருக்கு ஏற்படவில்லை. அப்பாசிய வம்சாவளியைச் சேர்ந்தவர்கள் அல்லது அவர்களது ஆதரவாளர்கள் இச்செயலில் ஈடுபட்டிருக்க வாய்ப்புகள் உள்ளன. அலீ ரதாவை வாரிசாக நியமித்ததில் அப்பாசியருக்கு அதிருப்தியிருந்தது. ஹிஜ்ரீ 203 ஸஃபர் மாதம், மதீனாவில் பிறந்த இமாம் அலீ ரதா, தனது 55 ஆவது வயதில் மரணமடைந்தார்.

தாஹிர் பின் ஹுசைனின் மீள்வருகை : தாஹிர் பின் ஹுஸைன் பின் முஸ்அப் பின் ஸுரைக் பின் ஹமாம் குறித்து ஏற்கனவே பார்த்தோம். அவரது கொள்ளுப் பாட்டனாரான ஸுரைக், புகழ்பெற்ற தல்ஹா பின் உபைதுல்லாஹ் (ரலி) அவர்களின் அடிமை. ஸுரைக்கின் மகன் முஸ்அப், அப்பாசியக் கிளையைச் சேர்ந்த நகீப் சுலைமான் பின் கஸீரின் எழுத்தராகப் பணியாற்றினார். பின்னர், ஹேரத்தின் அமீராக ஆனார்.

முஸ்அபின் பேரனான தாஹிர் பின் ஹுஸைன், ஹிஜ்ரீ 159 இல் மர்வில் பிறந்தவர். ஃபதல் பின் ஸஹல் அவரை ரிக்காவின் ஆளுநராக நியமித்து, நஸ்ர் பின் ஷீதுக்கு எதிராகப் போரிட அனுப்பி வைத்தார். நஸ்ர் பின் ஷீத், ஹலபையும் அதன் கிழக்குப் பகுதிகளையும் கைப்பற்றி, தனது ஆளுகையின்கீழ் வைத்திருந்தார்.

அமீனின் இறப்புக்கும் பாக்தாத் வெற்றிக்கும் பிறகு, தனக்குரிய சிறப்புகள் கிடைக்கவில்லை என்பதாலும் ஃபதல் பின் ஸஹல் போதுமான படை உதவிகளைச் செய்யாததாலும் ஆர்வமிழந்த நிலையில் நஸ்ர் பின் ஷீதை எதிர்த்துப் போரிட்டார் தாஹிர். அரபியரை விடவும் அரபி அல்லாதவர்களைத் தான் விரும்புவதால், மாமூனுக்குப் பணிய மறுப்பதாக அறிவித்தார் நஸ்ர். இதில், தாஹிருக்கும் உடன்பாடிருந்தது. நாட்டின் உண்மை நிலவரங்களை அறிந்தபடி பாக்தாதுக்குச் சென்றுகொண்டிருந்த மாமூன், தன்னை நஹர்வானில் வந்து சந்திக்கும்படி தாஹிருக்கு எழுதினார்.

தூஸிலிருந்து ஜுர்ஜானுக்கு வந்த மாமூன் ஒரு மாதத்துக்கும் அதிகமாக அங்கே தங்கியிருந்தார். இப்படியே, பல இடங்களில் தங்கியிருந்து நஹர்வானை அடைந்தார். ரிக்காவில் தன் பிரதிநிதியாக இஷாக் பின் இப்ராஹீமை நியமித்துவிட்டு வந்திருந்த தாஹிர், மாமூனைச் சந்தித்தார். அவர் பாக்தாதில் நுழைவதற்கு முன், இப்ராஹீம் பின் மஹ்தியின் கிலாஃபத் முடிவுக்கு வந்திருந்தது. இப்ராஹீம் தலைமறைவானார்.

ஹிஜ்ரீ 204 ஸஃபர் மாதம் 15 ஆம் நாள் பாக்தாதை அடைந்த மாமூன் அரசவையைக் கூட்டினார். தாஹிரின் வெற்றிகளையும் தியாகங்களையும் கவனத்தில்கொண்டு அவரது வேண்டுகோளைக் கூறும்படி கேட்டுக்கொண்டார். அவர், பச்சை நிற ஆடைகளைக்

கைவிட்டு, கறுப்பு நிற ஆடைகளை அணிந்து அப்பாசிய மரபைக் கடைப்பிடிக்கும்படி கேட்டுக்கொண்டார். மாமூனும் ஏற்றுக்கொண்டார். இது பாக்தாத் முழுவதும் பரவலான வரவேற்பைப் பெற்றது. அப்பாசிய வம்சாவளியினரின் ஆதங்கங்கள் தீர்த்து வைக்கப்பட்டன. இது ஹிஜ்ரீ 204 ஸஃபர் 23 ஆம் நாள் நடந்தது.

ஆளுநர்கள் நியமனமும் முக்கிய நிகழ்வுகளும் : ஹிஜ்ரீ 204 ஸஃபர் மாதம் பாக்தாதுக்கு வந்த மாமூன் ரஷீத், நிர்வாகத்தைச் சீரமைப்பதில் கவனம் செலுத்தினார். தாஹிர் பின் ஹுஸைனை ஊர்க்காவல் படை அதிகாரியாகவும் குற்றவியல் நடுவராகவும் நியமித்தார். ஜஸீரா மற்றும் ஸவாத் ஆளுநர் பதவியுடன் ஒப்பிடும்போது இவை முக்கியமான பதவிகள். கூஃபா மற்றும் பஸ்ரா ஆளுநர்களாக அவரது சகோதரர்கள் அபூஈஸாவையும் ஸாலேயையும் நியமித்தார். அப்துல்லாஹ் பின் ஹுஸைன் பின் அப்பாஸ் பின் அலீ பின் அபூ தாலிப், ஹிஜாசுக்கும் ஸெய்யத் பின் அனஸ் அஸ்தி, மோசிலுக்கும் அப்துல்லாஹ் பின் தாஹிர் பின் ஹுஸைன், ரிக்காவுக்கும் யஹ்யா பின் மஅஸ், ஜஸீராவுக்கும் ஈஸா பின் முஹம்மத் பின் அபூ காலித், ஆர்மேனியா மற்றும் அஸர்பைஜானுக்கும் ஆளுநர்களாக நியமிக்கப்பட்டனர்.

அதே ஆண்டு, எகிப்து ஆளுநரான ஸிர்ரி பின் முஹம்மத் பின் ஹகம் மரணமடைந்தார். அவரது இறப்புக்குப் பின், அவரது மகன் அப்துல்லாஹ் பின் ஸிர்ரி பொறுப்புக்கு வந்தார். அதே ஆண்டு, சிந்து ஆளுநரான தாவூத் பின் யஸீத் காலமானார். அவரது பொறுப்பில், ஆண்டு வரியாக, 10,000 திர்ஹம் மாமூனுக்குச் செலுத்த வேண்டுமென்ற நிபந்தனையின்பேரில் பிஷ்ர் பின் தாவூத் நியமிக்கப்பட்டார். அதே ஆண்டு, மனநிலை பாதிக்கப்பட்ட ஹஸன் பின் ஸஹல் சிகிச்சைக்குள்ளானார். அஹ்மத் பின் அபூ காலிதை தலைமை அமைச்சராக நியமித்தார் மாமூன்.

பாரசீக வளைகுடாவின் அருகில் ஸீத் எனும் ஓர் இனக்குழுவினர் வாழ்ந்து வந்தனர். பதினைந்தாயிரம் முதல் இருபதாயிரம் வரை மக்கள் தொகைகொண்ட அவர்கள் வழிப்பறிகளில் ஈடுபட்டு வந்தனர். இது பஸ்ராவுக்குச் செல்லும் பயணிகளுக்கு ஆபத்தாக இருந்தது. அவர்களை அடக்கி வைக்கும்படி ஜஸீரா ஆளுநர் யஹ்யா

பின் மஅஅசுக்கு உத்தரவிட்டார் மாமூன். ஆனால், முற்றிலுமாக அவர்களை அடக்க இயலவில்லை.

குராசான் ஆளுநர் தாஹிர் : ஸீத் இனக்குழுவினருக்கு எதிராக ஈஸா பின் யஸீத் ஜலூதியின் தலைமையில் ஒரு படையை நியமித்தார் மாமூன் ரஷீத். அதே ஆண்டில், ஒரு வழக்கமான கூட்டத்துக்கு தாஹிரும் வந்திருந்தார். தாஹிரைக் கண்ட மாமூனுக்கு, தனது சகோதரர் அமீனின் நினைவு வந்தது. அவரது கண்கள் கலங்கின. அமீனைக் கைது செய்து இழிவுபடுத்திக் கொன்ற தாஹிரின் செயல்பாடுகளும் அவரது நினைவுக்கு வந்தன. இதற்கானக் காரணத்தைக் கேட்டார் தாஹிர். மாமூன் சொன்னார்: "வெளியில் சொன்னாலும் சொல்லாமல் இருந்தாலும் வேதனைப்படுத்துகிற சில நினைவுகள் உள்ளன. உலக வாழ்வில் வேதனைகளிலிருந்தும் கவலைகளிலிருந்தும் விடுபட்டவர்கள் யார் இருக்கிறார்கள்? அவர்களில் நானும் ஒருவன்" என்றார்.

தாஹிர் இதற்குப் பதில் சொல்லவில்லை. ஆனால், மாமூனின் அரசவை உறுப்பினரான ஹுசைனிடம், மாமூன் இப்படிச் சொல்வதற்கான காரணமென்ன என்று அறிந்துவரச் சொன்னார். தன் எழுத்தரான முஹம்மத் பின் ஹாரூன் மூலமாக 1,00,000 திர்ஹம் அவருக்கு அன்பளிப்பாக வழங்கினார். இதற்கான சந்தர்ப்பம் வாய்த்ததும், மாமூன் அன்று கண்கலங்கிய காரணத்தைக் கேட்டார் ஹுசைன். யாரிடமும் சொல்லக்கூடாது என்ற தாக்கீதுடன் அதை வெளிப்படுத்தினார் மாமூன். இன்று இவ்வளவு மரியாதையாக என்னிடம் நடந்துகொள்ளும் தாஹிர், என்னுடைய சகோதரர் அமீனை அன்று இழிவுபடுத்திக் கொலை செய்தவர் என்பதை நினைத்துப் பார்த்ததும் என் கண்கள் கலங்கின என்றார். ஹுசைன் இதைத் தாஹிரிடம் சொன்னதும் அவர் மிகவும் குழப்பத்தில் ஆழ்ந்தார். நிச்சயமாக ஒருநாள் மாமூனால் தனக்குத் தீங்கு நிகழும் என்று உறுதியாக நம்பினார். இதை மனதில்கொண்டு, தலைமை அமைச்சரான அஹ்மத் பின் அபூகாலிதிடம், "நான் பாக்தாதிலிருந்து தொலைவில் சென்று வாழ விரும்புகிறேன். ஒரு மாகாணத்தின் ஆளுநராக என்னை அனுப்பி வையுங்கள். நீங்கள் செய்யும் இந்த உதவியை நான் ஒருபோதும் மறக்கமாட்டேன்" என்றார்.

குராசானிலிருந்து பாக்தாதுக்குப் புறப்பட்ட மாமூன், குராசான்

ஆளுநராக கஸ்ஸான் பின் அப்பாதை நியமித்தார். அஹ்மத் பின் அபூகாலித், மாமூனிடம் சென்று, "கஸ்ஸான் பின் அப்பாதையும் குராசானையும் பற்றிய ஆதங்கம் எனது தூக்கத்தைக் கெடுத்து விட்டது. துருக்கியர் (மங்கோலியர்) கிளர்ச்சியில் ஈடுபடுவார்கள் என்று எல்லைப் பகுதியிலிருந்து தகவல் வருகிறது. இது நடந்தால், கஸ்ஸான் பின் அப்பாதால் குராசானைக் காப்பாற்ற இயலாமல் போய்விடும். இப்போதைய நிலையில் அதிக திறமையும் அனுபவமுமுள்ள ஒருவர் குராசானுக்குத் தேவை" என்றார். அதற்கு மாமூன், "ஆமாம். கவனம் செலுத்த வேண்டிய விஷயம்தான். கஸ்ஸானுக்குப் பதிலாக யாரை நியமிக்கலாம்? என்று கேட்டார். அஹ்மத் பின் அபூகாலித் சொன்னார்: "தாஹிர் பின் ஹுஸைன் இதற்குப் பொருத்தமானவர்." "தாஹிர் கிளர்ச்சியில் ஈடுபடுகிற ஆபத்தும் இருக்கிறதே?" என்று கேட்டார் மாமூன். "அப்படி எதுவும் நடக்காது என்பதற்கு நான் உறுதியளிக்கிறேன்" என்றார் அஹ்மத் பின் அபூகாலித்.

தாஹிர் அழைத்துவரப்பட்டார். பாக்தாதிலிருந்து கிழக்கே சிந்து, பல்க், புக்ஹாரா வரையுள்ள குராசானுக்குட்பட்ட பகுதிகள் அனைத்துக்கும் அவரை ஆளுநராக நியமித்து குராசான் தலைநகரான மர்வுக்கு அனுப்பிவைத்தார் மாமூன். அவரது மகன் அப்துல்லாஹ்வை பாக்தாதின் குற்றவியல் நடுவராகவும் ஊர்க்காவல் படை அதிகாரியாகவும் நியமித்தார். தாஹிர் புறப்படும்போது, 10,00,000 திர்ஹம்களையும் ஓர் அடிமையையும் அன்பளிப்பாக வழங்கிய மாமூன் சொன்னார்: "உமது உயர்ந்த சேவைக்கான அன்பளிப்பு இது." மாமூன் தன் அடிமையிடம், "தாஹிரிடம் கிளர்ச்சிக்கான அறிகுறிகள் ஏதேனும் தென்பட்டால் விஷம் கொடுத்துக் கொன்று விடவேண்டும்" என்று கூறியிருந்தார். ஹிஜ்ரீ 205 துல்கஃதா மாதம் இறுதியில் பாக்தாதிலிருந்து குராசானை நோக்கிப் புறப்பட்டார் தாஹிர்.

அப்துல்லாஹ் பின் தாஹிரின் ஆட்சி : ஹிஜ்ரீ 206 இல் ஜஸீரா ஆளுநரான யஹ்யா பின் முஅஸ்யும், எகிப்து ஆளுநரான ஸிர்ரி பின் முஹம்மத் ஹகமும் இறந்துவிட்டார்கள் என்றும், இறப்பதற்கு முன் அவர்களது மகன்களான அஹ்மதையும் உபைதுல்லாஹ்வையும் ஜஸீராவுக்கும் எகிப்துக்கும் ஆளுநர்களாக நியமித்தார்கள் என்றும் தகவல் வந்தது. நஸ்ர் பின் ஷீத், ஜஸீராவை நோக்கி முன்னேறினார்.

எகிப்தில் உபைதுல்லாஹ் கிளர்ச்சி செய்ய ஆரம்பித்தார். ஊர்க்காவல் படையில் உபைதுல்லாஹ்வின் பொறுப்பில், இஷாக் பின் இப்ராஹீம் பின் ஹுஸைன் பின் முஸ்அபை நியமித்தார் மாமூன். பின்னர், முதலில் நஸ்ர் பின் ஷீத்தை எதிர்த்துப் போரிடவும் அதன் பிறகு, படையை எகிப்துக்கு அனுப்பவும் உத்தரவிட்டு ஜஸீரா ஆளுநராக அப்துல்லாஹ் பின் தாஹிரை அனுப்பி வைத்தார்.

அப்துல்லாஹ் பின் தாஹிர் படைகளுடன் உடனடியாகப் புறப்பட்டார். ரிக்காவுக்கும் எகிப்துக்குமிடையில் நின்று, தனது படையினரைக் குழுக்களாகப் பிரித்து நஸ்ர் பின் ஷீத்தை முற்றுகையிட அனுப்பி வைத்தார். குராசானிலிருந்த தாஹிர் பின் ஹுஸைன், ஜஸீராவின் ஆளுநராகவும் மேற்கத்திய பகுதிகளுக்குப் பொறுப்பாளராகவும் கலீஃபாவால் நியமிக்கப்பட்ட அப்துல்லாஹ்வுக்கு ஒரு கடிதம் எழுதினார். நிர்வாகம், கோட்பாடு, ஒழுக்க விழுமியங்கள், அரசியல் போன்ற நோக்கங்களை உள்ளடக்கியிருந்த இக்கடிதம், வரலாற்றுபூர்வமான, மிகச் சிறந்த ஒழுக்கவியல் மற்றும் நிர்வாக ஆவணமாகக் கருதப்படுகிறது. மாமூன் இந்தக் கடிதத்தைப் பிரதிகள் எடுத்து ஒவ்வொரு ஆளுநருக்கும் அனுப்பி வைத்தார். இமாம் இப்னு கல்தூமின் 'வரலாற்று அறிமுகம்' எனும் நூலிலும், இப்னு அதீரின் 'ஒரு முழுமையான வரலாறு' எனும் நூலிலும் இது பதிவு செய்யப்பட்டுள்ளது. இதை, ஒழுக்கவியல் பாடத்தில் சேர்க்கவேண்டும் என்றும் கருதப்பட்டது.

அதே ஆண்டு, மாமூனுக்குப் பயந்து தலைமறைவாகி, இப்ராஹீம் பின் மஹ்தியுடன் சேர்ந்து, அவர் தலைமறைவானதும் மீண்டும் ஒளிந்துகொண்ட ஃபதல் பின் ரபீயி, மாமூனிடம் மன்னிப்புக் கேட்டார். மாமூன் அவரை மன்னித்தார். அப்துல்லாஹ் பின் தாஹிருக்கும் நஸ்ர் பின் ஷீத்துக்குமிடையே தொடர்ந்து, பல போர்கள் நடந்தன. இதன் காரணமாக எகிப்துக்குப் படை அனுப்ப இயலாமல் போனது. யேமனில் கிளர்ச்சியில் ஈடுபட்ட அப்துர் ரஹ்மான் பின் அஹ்மத் தோற்கடிக்கப்பட்டார். தினார் பின் அப்துல்லாஹ்வை யேமனுக்கு அனுப்பி வைத்தார் மாமூன். தனக்குப் பாதுகாப்பும் மன்னிப்பும் வழங்கும்படி தினாரிடம் கேட்டுக்கொண்டார் அப்துர் ரஹ்மான். தினார் அதை ஏற்றுக்கொண்டார். யேமனிலிருந்து பாக்தாதுக்குச் சென்றார் அப்துர்

ரஹ்மான். யேமன், தினாரின் கட்டுப்பாட்டின்கீழ் வந்தது.

குராசான் ஆளுநர் தாஹிர் பின் ஹுஸைனின் இறப்பு: குராசானுக்கு வந்த தாஹிர் பின் ஹுஸைன் தனது அரசையும் அதிகாரத்தையும் நிலை நிறுத்துவதில் வெற்றிபெற்றார். பிரச்சினைகள் அனைத்தும் முடிவுக்கு வந்தன. ஏற்கனவே குறிப்பிட்டதுபோல் மாமூனுக்கும் தாஹிருக்குமிடையிலான உறவு சுமுகமாக இல்லை. மாமூனை விட்டு வெளியே வந்து, தன்னைப் பாதுகாத்துக்கொள்ளவும் பரந்த ஓர் ஆட்சிப் பகுதியைக் கைப்பற்றும் வாய்ப்பும் அவருக்கிருந்தது. ஃபதல் பின் ஸஹல் மற்றும் பர்முக்குகளின் முடிவுகளைப் பார்த்தவர் அவர். அபூமுஸ்லிம் குராசானியைப் பற்றியும் அறிந்திருந்தார். தன்னைப் பற்றிய மாமூனின் கணிப்பையும் ஹுஸைன் மூலம் அறிந்திருந்தார். ஹிஜ்ரீ 207 ஜுமாதல் ஆகிரா மாதம், வெள்ளிக்கிழமை அன்று மத்திய தொழுகை இல்லத்தில் உரை நிகழ்த்திய தாஹிர், கலீஃபா மாமூன் ரஷீதின் பெயரைக் குறிப்பிடவில்லை. அவருக்காகப் பிரார்த்தனை செய்யவுமில்லை. வெறுமனே சமூக மேம்பாட்டுக்குப் பிரார்த்தனை செய்துவிட்டு உரைமேடையிலிருந்து இறங்கினார்.

அப்போது, கலீஃபாவின் பிரதிநிதியான குல்தூம் பின் தாபிதும் அங்கிருந்தார். செய்தியை உடனடியாக அவர் பாக்தாதிலிருந்த மாமூனுக்கு அறிவித்தார். தலைமை அமைச்சரை வரவழைத்த மாமூன், படைகளுடன் உடனடியாக குராசானுக்குப் புறப்படும்படி உத்தரவிட்டார். "தாஹிருக்குப் பிணை நிற்கும் நீங்கள் குராசானை அவரிடமிருந்து கைப்பற்றி, அவரைக் கைது செய்து கொண்டு வரவேண்டும்" என்றார். அஹ்மத் பின் அபூகாலித் புறப்படுவதற்கான முன்னேற்பாடுகளைச் செய்தார். மறுநாள், வெள்ளிக்கிழமை திடீரென்று நோய்வாய்ப்பட்ட தாஹிர், மறுநாளே இறந்துவிட்டதாகத் தகவல் வந்தது. தாஹிர், மாமூனுக்கு எதிராக மாறியிருப்பதை அறிந்த, ஆளுநர் பதவியுடன் அவருக்கு அன்பளிப்பாக வழங்கப்பட்ட அடிமை, அவருக்கு விஷம் கொடுத்துக் கொன்றார் என்றும் தெரியவந்தது.

இதையறிந்த மாமூன் ரஷீத், "எனக்கு முன் அவருக்கு இறப்பை வழங்கிய அல்லாஹ்வுக்கே எல்லாப் புகழும்" என்றார். பின்னர், அவர் தாஹிரின் மகன் தல்ஹாவை குராசான்

ஆளுநராக நியமித்து, எந்தக் குழப்பங்களுக்கும் அத்துமீறலுக்கும் இடமில்லாதபடி ஏற்பாடுகளைச் செய்து வரும்படி, அஹ்மத் பின் அபூ காலிதை அனுப்பி வைத்தார். எதிரிகளை அழித்து விடுவதுடன் மட்டும் நிறுத்திக்கொண்டு, அவர்களது குடும்பத்தினருக்கோ உறவினர்களுக்கோ எந்த ஊறும் விளைவிக்காமலும் அவர்களுக்கு முன்பைவிட அதிகமாக நன்மைகளைச் செய்வதும் மாமூனின் சிறப்பம்சமாக இருந்தது. இதன்மூலம், அவர்களது ஆதரவையும் பெற்றுக்கொண்டார்.

அஹ்மத் பின் அபூகாலித், குராசானுக்கும் மவரோன்னஹ்ருக்கும் சென்று, கிளர்ச்சியாளர்களை அடக்கினார். தாஹிரின் சகோதரரான ஹுஸைன் பின் ஹுஸைன் பின் முஸ்அப், கர்மானில் கிளர்ச்சி செய்வதாக அறிந்து அவரைக் கைது செய்து மாமூனின் முன்கொண்டு வந்து நிறுத்தினார். மாமூன் அவருக்கு மன்னிப்பு வழங்கினார். குராசானிலிருந்து பாக்தாதுக்குத் திரும்பிய அஹ்மத் பின் அபூ காலிதுக்கு 30,00,000 திர்ஹம் பணமும் 1,00,000 திர்ஹம் மதிப்புள்ள பொருள்களும் அன்பளிப்பாக வழங்கினார் தல்ஹா. அஹ்மதின் எழுத்தருக்கு 5,00,000 திர்ஹம்கள் வழங்கினார். அதே ஆண்டு, ஈஸா பின் யஸீத் ஜலூதியைப் பொறுப்பிலிருந்து நீக்கிய மாமூன், ஸீத் படையின் தலைவராக தாவூத் பின் மன்ஸூரை நியமித்து பஸ்ரா, தஜ்லா, யமாமா, பஹ்ரைன் ஆகிய பகுதிகளை அவரின்கீழ்க் கொண்டு வந்தார். அவர், தபரிஸ்தானின் ஆட்சியாளராக முஹம்மத் பின் ஹஃபீசை நியமித்தார். அதே ஆண்டு, ஷைபான் இனக்குழுவினர் மாமூனுக்கு எதிராகக் கிளர்ச்சியில் ஈடுபட்டனர். அவர்களை அடக்க, ஸெய்யத் பின் அனஸ் அனுப்பி வைக்கப்பட்டார். ஷைபான் இனக்குழுவினருடனான மோதல் வஸ்கரா எனுமிடத்தில் நடந்தது. இதில், அவர்கள் தோற்கடிக்கப்பட்டனர்.

மாமூனிடம் நஸ்ர் பின் ஷீத்தைக் கீழ்ப்படிய வைக்க, அப்துல்லாஹ் தாஹிர் தொடர்ந்து முயற்சி செய்து வந்தார். இதற்காக, முஹம்மத் பின் ஜஅஃபர் அம்ரி, அரசுத் தூதுவராக அனுப்பி வைக்கப்பட்டார். நஸ்ர் பின் ஷீத், “மாமூனிடம் செல்ல என்னை வற்புறுத்தக் கூடாது என்ற நிபந்தனையின் பேரில் நான் இணக்கமாகச் செல்லத் தயாராக இருக்கிறேன்” என்றார். முஹம்மத் பின் ஜஅஃபர் அம்ரி, மாமூனிடம் நஸ்ரின் நிபந்தனையை அறிவித்தார். அவர் தன்முன் வந்தாக வேண்டும் என்பதில் எந்த நிபந்தனைக்கும் இடமில்லை

என்று அறிவித்தார் மாமூன். அரபிகளான தன் தோழர்களிடம் நஸ்ர், "ஸீத் இனக்குழுவின் கயவர்களை அடக்கத் தவறிய மாமூனுக்கு நாங்கள் எப்படி உதவ முடியும்?" என்று கேட்டார். முன்பைவிடக் கடுமையான ஒரு போரை மாமூனுக்கு எதிராக நடத்தவும் அவர்களைத் தூண்டினார்.

ஆப்பிரிக்காவில் கிளர்ச்சி : ஹாரூன் ரஷீத் ஆட்சியின்போது, எகிப்துக்கும் மொராக்கோவுக்கும் இடையிலுள்ள மத்திய துனீசையும் கைர்வானையும் உள்ளடக்கிய வடஆப்பிரிக்க மாகாணம், ஆண்டுக்கு 40,000 தினார் திறையின்பேரில், ஹிஜ்ரீ 184 இல் இப்ராஹீம் பின் அக்லபுக்குக் கொடுக்கப்பட்டது. அவர், ஆப்பிரிக்காவை மிகவும் திறன்பட ஆட்சி செய்தார். மாமூனின் ஆட்சியின்போது வட ஆப்பிரிக்க ஆட்சியாளராக இருந்தவர் இப்ராஹீமின் மகனான ஸெய்யதத்துல்லாஹ் பின் இப்ராஹீம் பின் அக்லப். ஹிஜ்ரீ 208 இல் மன்ஸூர் பின் நஸீரின் தலைமையில் துனீசில் கிளர்ச்சி நடந்தது. துனீசின் பெரும் பகுதிகளைக் கைப்பற்றிய அவர், தலைநகர் கைர்வானில் ஸெய்யதத்துல்லாஹ்வை முற்றுகையிட்டார். இதில், மன்ஸூர் பின் நஸீர் தோற்கடிக்கப்பட்டார். மன்ஸூர், மீண்டும் படை திரட்டிப் போருக்கு முன்வந்தார். இந்த இழுபறி, ஹிஜ்ரீ 208 முதல் 211 வரை தொடர்ந்து நடந்து வந்தது. முடிவில், தனது ஆதரவாளன் ஒருவனால் மன்ஸூர் பின் நஸீர் கொல்லப்பட்டார். ஸெய்யதத்துல்லாஹ் எந்தப் பிரச்சினைகளுமின்றி ஆப்பிரிக்காவை ஆண்டு வந்தார்.

நஸ்ர் பின் ஷீத்தின் கிளர்ச்சிகளுக்கு முடிவு : நஸ்ரின் நிலை குறித்து ஏற்கனவே சொல்லப்பட்டது. அவர், அமீன் பின் ஹாரூனுடன் நட்புறவு கொண்டிருந்தார். அமீனின் கொலைகள் குறித்தும், கிலாஃபத்தில் அரபியரின் செல்வாக்குக் குறைந்து, அரபி அல்லாதாரின் செல்வாக்கு அதிகரித்திருப்பதையும் கண்டு அவர் கிளர்ச்சியில் ஈடுபடத் தயாரானார். அலவியரிடம் அவருக்கு ஆதரவில்லை. அரபி அல்லாதவர் மீதிருந்த அவரது வெறுப்பு மாமூனை எதிர்த்துப் போரிடத் தூண்டியது. ஏற்கனவே, நஸ்ரை எதிர்த்து தாஹிர் பின் ஹுஸைன் பலவீனமான ஒரு போரை நடத்தினார். இதை எதிர்கொண்ட நஸ்ர், தன்னை மேலும் அதிகம் பாதுகாப்பாக வைத்திருந்தார். இது, அவரது வீரத்தையும் புகழையும் அதிகரிக்க வைத்ததுடன் சமூகப் படிநிலையிலும்

அவரை உயர்த்தியது. ஜஸீராவின் பெரும்பாலான ஆட்சிப் பகுதிகளைக் கைப்பற்றிய நஸ்ர், ஹலபின் வடக்கிலுள்ள கைஸூமில் வாழ்ந்து வந்தார். ஹிஜ்ரீ 209 இல் அப்துல்லாஹ் பின் தாஹிர், அனைத்துப் பகுதிகளிலிருந்தும் அவரைச் சுற்றிவளைத்து முற்றுகையிட்டார். முற்றுகையின் தீவிரமும் உதவியின்மையும் காரணமாக, நிபந்தனையின்றி அப்துல்லாஹ் பின் தாஹிரிடம் கீழ்ப்படிந்தார் நஸ்ர். அவரை பாக்தாதிலிருந்த மாமூனிடம் அனுப்பி வைத்தார் அப்துல்லாஹ் பின் தாஹிர். மாமூன் அவரை, மன்ஸூர் நகரில் கண்காணிப்பில் வைத்திருந்தார்.

இப்னு அயேஷாவின் கொலையும் இப்ராஹீமின் கைதும் :
இப்னு அயேஷா எனும் இப்ராஹீம் பின் முஹம்மத், அப்துல் வஹப், இப்ராஹீம் இமாம், முஹம்மத், அலீ, அப்துல்லாஹ், அப்பாஸ், அப்துல் முத்தலிப் வம்சாவளியில் வந்தவர். இவர், இப்ராஹீம் பின் மஹ்திக்கு கிலாஃபத் வாக்குறுதியளித்தார். இப்ராஹீம் பின் மஹ்தி தலைமறைவானதைத் தொடர்ந்து இப்னு அயேஷாவும் தலைமறைவானார். இவருடன் இப்ராஹீம் பின் அக்லபும், மலிக் பின் ஷஹீனும் இருந்தனர். அப்துல்லாஹ் பின் தாஹிரால் கைது செய்யப்பட்ட, நஸ்ர் பின் ஷீத், பாக்தாதுக்குள் நுழையும் அன்று, இப்னு அயேஷாவும் இப்ராஹீம் பின் அக்லபும் மலிக் பின் ஷஹீனும் கிளர்ச்சி செய்து பெரும் குழப்பங்களை ஏற்படுத்தப் போவதாக ஒற்றர்கள் மூலம் மாமூனுக்குத் தகவல் வந்தது. பாக்தாதில் தலைமறைவாக இருந்து தங்கள் சூழ்ச்சிகளுக்கு மக்கள் ஆதரவை அவர்கள் திரட்டி வருவதாகவும் தகவல் வந்தது.

எப்படியாவது அவர்களைக் கைது செய்தாக வேண்டுமென்று பாக்தாதின் ஊர்க்காவல் படைக்கு உத்தரவிடப்பட்டது. ஊர்க்காவல் படை, அவர்களைக் கைது செய்தது. இப்ராஹீம் பின் மஹ்தியைத் தவிர மூன்று தலைவர்களும் கைதாகிச் சிறையில் அடைக்கப்பட்டனர். அவர்கள் சிறையை உடைத்துத் தப்பிக்க முயற்சி செய்ததை அறிந்த மாமூன், சிறைக்கூடத்துக்குச் சென்று அவர்களைக் கொன்றுவிடும்படி உத்தரவிட்டார். மாமூனால் கொலை செய்யப்பட்ட முதல் அப்பாசி இப்னு அயேஷாதான். இது ஹிஜ்ரீ 210 ஸஃபர் மாதம் நடந்தது. சிறிது காலத்துக்குப் பிறகு, பெண் வேடத்தில் பயணம் செய்துகொண்டிருந்த இப்ராஹீம் பின் மஹ்தி

கைது செய்யப்பட்டு அதே வேடத்துடன் அரசவைக்கு அழைத்து வரப்பட்டார். அவையோர்களிடம் மாமூன் ஆலோசனை கேட்டார். அவர்கள், இப்ராஹீமைக் கொன்று விடும்படி சொன்னார்கள். தலைமை அமைச்சர் அஹ்மத் பின் அபூகாலித், "பெருமனதுடன் அவரை மன்னித்துவிடுங்கள்" என்றார். மன்னிப்பு வழங்கப்பட்டது. பிறகு, மாமூனைப் புகழ்ந்து கவிதை இயற்றினார் இப்ராஹீம் பின் மஹ்தி. மாமூன் அவரை மதிப்புடனும் அன்பாகவும் நடத்தினார். இது ஹிஜ்ரீ 210 ரபீயுல் அவ்வல் மாதம் நடந்தது.

எகிப்திலும் அலெக்ஸான்ட்ரியாவிலும் கிளர்ச்சி : எகிப்து ஆளுநராக இருந்த ஸிர்ரி பின் முஹம்மத் பின் ஹகம், தன்னுடைய இறப்பின்போது மகன் உபைதுல்லாஹ்வை வாரிசாக நியமித்தார் என்பதை ஏற்கனவே பார்த்தோம். ஆட்சிப் பொறுப்பை ஏற்றதுமே அவர் கிளர்ச்சி செய்ய ஆரம்பித்து விட்டார். நஸ்ர் பின் ஷீத்மீது முழுக்கவனத்தையும் செலுத்திய அப்துல்லாஹ் பின் தாஹிரால் எகிப்தின்மீதும் கவனம் செலுத்த இயலவில்லை. பிற பகுதிகளிலுள்ள பிரச்சினைகளை எதிர்கொண்ட நிலையில் மாமூனாலும் எகிப்தின்மீது கவனம் செலுத்த இயலாமல்போனது. ஆகவே, எகிப்தின் ஒரு பெரும்பகுதி, தலைமை அரசின் கட்டுப்பாட்டிலிருந்து விலகியது. அன்டலூஸியா (ஸ்பெய்ன்) தலைநகரான கார்டோபாவில் வாழ்ந்த இமாம் மாலிக் பின் அனஸின் ஆதரவாளர்கள், உமய்யா கலீஃபாவான ஹகம் பின் ஹிஷாமுக்கு எதிராக சூழ்ச்சியில் ஈடுபட்டதாகச் சொல்லப்படுகிறது. இதை கடைசி நேரத்தில் அறிய வந்த கலீஃபா, சூழ்ச்சியின் மையக்களமாக இருந்த கார்டோபா நகரின் மேற்குப் பகுதியைத் தகர்த்தெறிந்தார்.

இமாம் மாலிக்கின் ஆதரவாளர்கள் கைது செய்யப்பட்டு ஸ்பெய்னிலிருந்து வெளியேற்றப்பட்டனர். இதில் ஒரு பிரிவினர் மொராக்கோவுக்கும் மற்றவர்கள் எகிப்துக்கும் சென்று, அங்கிருந்து படகுகள் மூலம் அலெக்ஸான்ட்ரியாவுக்குள் நுழைந்தனர். சிறிது காலத்துக்குப் பிறகு, புதிதாக வந்த மாலிக்குகள், உபைதுல்லாஹ்வை எதிர்த்துக் கிளர்ச்சியில் ஈடுபட்டனர். ஆட்சியாளரை வெளியேற்றிவிட்டு, அலெக்ஸான்ட்ரியாவையும் அதன் அண்மைப் பகுதிகளையும் கைப்பற்றி, அபூ ஹஃப்ஸ் உமர் பலூதியை அமீராக நியமித்தனர். அப்போது, அப்துல்லாஹ் பின் தாஹிர், நஸ்ர் பின் ஷீத்தை எதிர்த்துப் போரிட்டுக்கொண்டிருந்தார்.

மாலிக்குகளிடமிருந்து ஆட்சிப் பகுதியை மீட்க உபைதுல்லாஹ் பின் ஸிர்ரியால் இயலவில்லை. நஸ்ரின் பிரச்சினையிலிருந்து விடுபட்ட அப்துல்லாஹ் பின் தாஹிர், எகிப்துமீது கவனம் செலுத்தி, உபைதுல்லாஹ் பின் ஸிர்ரியைச் சுற்றிவளைத்தார். முற்றுகை இறுகிய நிலையில், உபைதுல்லாஹ், பாதுகாப்பும் மன்னிப்பும் கேட்டு அப்துல்லாஹ்விடம் கீழ்ப்படிந்தார். பிறகு, அலெக்ஸான்ட்ரியாவுக்குச் சென்றார் அப்துல்லாஹ். அபூ ஹஃப்ஸ் உமர் பலூதி, பாதுகாப்பும் மன்னிப்பும் கேட்டுக் கீழ்ப்படிந்தார். அபூஹஃப்சும் குழுவினரும் அலெக்ஸான்ட்ரியாவையும் எகிப்தையும் விட்டு ரோமானியர்களின் எல்லைப்பகுதிக் கடல் (மத்தியத் தரைக்கடல்) தீவுக்குச் சென்று விட வேண்டும் எனும் நிபந்தனையின்பேரில் அப்துல்லாஹ் பின் தாஹிர் ஏற்றுக் கொண்டார்.

அபூ ஹஃப்சும் குழுவினரும் கப்பல்களில் கிரீக்குக்குச் சென்று அதைக் கைப்பற்றி, தங்கள் அரசை நிறுவிக்கொண்டனர். இது ஹிஜ்ரீ 210இல் நடந்தது. தொடர்ந்து 160 ஆண்டுகளாக அபூஹஃப்சின் வம்சாவளியினர் கிரீக்கை ஆண்டுவந்தனர். இறுதியில், கான்ஸ்டான்டைனின் மகன் ஆர்மீடியஸ், அபூஹஃப்ஸ் வம்சத்தின் கடைசி ஆட்சியாளரான அப்துல் அஸீசிடமிருந்து தீவைக் கைப்பற்றி கிரீக்குடன் இணைத்தார்.

ஸுரைக், பாபக் குர்மி : அரபினத்தைச் சேர்ந்த ஸுரைக்கின் இயற்பெயர் அலீ பின் ஸத்கா. இவரை, ஹிஜ்ரீ 209இல் கலீஃபா மாமூன், ஆர்மேனிய, அஸர்பைஜான் பகுதிகளுக்கு ஆளுநராக நியமித்தார். பிறகு, இவர் 40,000 பேர்களைத் திரட்டித் தனது விடுதலையை அறிவித்து மாமூனுக்கு எதிராகக் கிளர்ச்சி செய்தார்.

மாமூன், இப்ராஹீம் பின் லைத் பின் ஃபதலை அஸர்பைஜானுக்கு அனுப்பி வைத்தார். ஜவேதான் எனும் ஒரு ஸொராஸ்ட்ரியன் நிறுவிய ஒரு புதிய சமயம், ஹாரூன் ரஷீதின் காலம் முதல், அஸர்பைஜான் எல்லை அருகிலுள்ள வடபாரசீகத்தில் பரவிக்கொண்டிருந்தது. கொலைக்கும் இரத்த வேட்கைக்கும் பாலியல் பிறழ்வுக்கும் அது நியாயம் கற்பித்தது. அம்மதம், மஸ்த்கி மதத்தை ஒத்திருந்தது. ஜவேதான் இறந்த பிறகு, அவனது மாணவனான பாபக் குர்மி, குருவின் மனைவியைச் சொந்தமாக்கி,

அதனைப் பின்பற்றுபவர்களுக்குத் தலைவனாக ஆனான். அவனது ஆட்சியின்போது, அரசாற்றலிலும் எண்ணிக்கையிலும் அவர்கள் பெருமளவு வளர்ச்சி அடைந்திருந்தனர். அவர்களது கொலைகளும் கொள்ளைகளும் அப்பிராந்தியத்தின் அமைதிக்குப் பெரும் அச்சுறுத்தலாக அமைந்தன.

ஹிஜ்ரீ 201இல் அவர்கள் மத்திய அரசுக்கு அறைகூவல் விடுக்க ஆரம்பித்தனர். அவர்களை ஒடுக்க முயன்ற ஆளுநர் தோல்வியடைந்தார். இது, பாபக்கின் ஆற்றலையும் செல்வாக்கையும் மேலும் அதிகமாக்க உதவியது. ஹிஜ்ரீ 209 இல் அஸர்பைஜான் ஆளுநரைக் கைது செய்து சிறையிலடைத்தான் பாபக். இதைத் தொடர்ந்து, ஸுரைக்கை ஆளுநராக நியமித்தார் மாமூன்.

ஹிஜ்ரீ 211இல் நடந்த ஸுரைக்கின் கிளர்ச்சியைத் தொடர்ந்து அங்கே இரண்டு எதிரிகள் உருவாயினர். ஸுரைக்கை எதிர்த்துப் போரிட மோசில் ஆளுநரான ஸெய்யத் பின் அனஸை அனுப்பி வைத்தார் மாமூன். போரில், ஸெய்யத் பின் அனஸ் கொல்லப்பட்டார். அவரது படையினர் புறமுதுகிட்டு ஓடினர். இதையறிந்து நிலைகுலைந்த மாமூன் அதே ஆண்டின் இறுதியில், மோசில் ஆளுநராக முஹம்மத் பின் ஹுமைத் தூசியை நியமித்து, ஸுரைக்கையும் பாபக்கையும் அடக்கும்படி உத்தரவிட்டார். முஹம்மத் பின் ஹுமைத், படையுடன் பாக்தாதிலிருந்து புறப்படுவதற்கு முன்பே, ஸுரைக் மோசிலைக் கைப்பற்றியிருந்தார். மோசிலின் அருகில் போர் நடந்தது. போரில் ஸுரைக் தோல்வியடைந்து ஓடினார். முஹம்மத் பின் ஹுமைத், மோசிலுக்குள் நுழைந்தார்.

பின்னர், முஹம்மத் பின் ஹுமைத் தனது படையில் அரபிகளையும் சேர்த்துக்கொண்டு படையையும் ஆயுதங்களையும் முறைப்படுத்தி ஸுரைக்கைப் பின் தொடர்ந்தார். ஸப் நதிக்கரையில் மீண்டும் போர் நடந்தது. ஸுரைக் கைது செய்யப்பட்டுச் சிறையில் அடைக்கப்பட்டார். ஸுரைக் நியமித்த அதிகாரிகளையும் ஊழியர்களையும் பணிநீக்கம் செய்து முழு அஸர்பைஜானையும் தனது கட்டுப்பாட்டின்கீழ்க் கொண்டுவந்தார் முஹம்மத் பின் ஹுமைத். பிறகு, தனது கவனத்தை பாபக் குர்மிமீது திருப்பினார். பல போர்கள் நடந்தன. குர்மியும் அவனது படையினரும் மலைப் பகுதியை நோக்கி ஓடினர். முஹம்மத் பின் ஹுமைத் அவர்களைப் பின்தொடர்ந்தார். குர்மி திருப்பித் தாக்கியதில்

முஹம்மத் ஹுமைத் தோல்வியடைந்தார். குர்மியின் படைவீரர்கள் மறைவிடங்களிலிருந்து வெளிப்பட்டனர். ஏராளமான வீரர்கள் கொலையுண்டனர். முஹம்மத் பின் ஹுமைதும் கொல்லப்பட்டார். ஹிஜ்ரீ 212 இல் நடந்த இந்தப் போரின் வெற்றி, பாபக் குர்மிக்கு மேலும் துணிச்சலை அளித்தது.

அதே ஆண்டு, தபரிஸ்தான் ஆளுநர் மூஸா பின் ஹஃப்ஸ் இறந்தார். மூஸாவின் மகனை ஆளுநராக நியமித்தார் மாமூன். பின்னர், சிந்து ஆளுநராக ஹஜீப் பின் ஸாலேயை நியமித்தார். முந்தைய ஆளுநரான பிஷ்ர் பின் தாவூத், பொறுப்பை அவரிடம் ஒப்படைக்க மறுத்தார். போர் நடந்தது. தோல்வியடைந்த பிஷ்ர், கர்மானை நோக்கி ஓடினார்.

அதே ஆண்டு, எகிப்திலிருந்த அப்துல்லாஹ் பின் தாஹிரை வரவழைத்த மாமூன், பாபக் குர்மியின் பிரச்சினைக்கு முடிவு கட்டும்படி உத்தரவிட்டார். பாபக் குர்மியை நோக்கிப் புறப்பட்ட அவர், தினூர் எனுமிடத்தில் அணிவகுப்பை ஒழுங்கமைத்துக் கொண்டிருந்தார். அப்போது, குராசான் ஆளுநர் தல்ஹா பின் தாஹிரின் இறப்பைத் தொடர்ந்து, கவாரிஜ்கள் நிஷாப்பூரில் கிளர்ச்சி செய்வதாகத் தகவல் வந்தது. தல்ஹாவின் சகோதரர் அப்துல்லாஹ் பின் தாஹிரை ஆளுநராக நியமித்து, கவாரிஜ்களின் கிளர்ச்சியை ஒடுக்கும்படி உத்தரவிட்டு மாமூனின் கடிதம் வந்தது. அவர், தினூரிலிருந்து நிஷாப்பூருக்குத் திரும்பினார். பாபக் குர்மி பாதுகாப்பாக இருந்தான். அவனை எதிர்த்துப் போரிட வேறு யாரும் நியமிக்கப்படவில்லை. மாமூன் இறந்த பிறகுதான் பாபக்கின் கிளர்ச்சிகள் முடிவுக்கு வந்தன. குராசானுக்கு வந்த அப்துல்லாஹ் பின் தாஹிர் கவாரிஜ்களின் கிளர்ச்சியை அடக்கினார்.

சிறு நிகழ்வுகள் : அதே ஆண்டு, ஹிஜ்ரீ 212 இல் மதிநுட்பமும் கண்ணியமும் நற்குணங்களும் நிரம்பியவரான, மாமூன் ரஷீதின் தலைமை அமைச்சர் அஹ்மத் பின் அபூ காலித் இயற்கை எய்தினார். அவரது இடத்தில் அஹ்மத் பின் யூஸுஃபை நியமித்தார் மாமூன். பனீ அமீரின் சிரியாவைச் சேர்ந்த அடிமையான அஹ்மத் பின் அபூ காலித், நல்ல கதாசிரியரும் திறமையான நிர்வாகியுமாவார்.

அஹ்மத் பின் யூஸுஃப், அரசுத்துறை ஒன்றில் எழுத்தராக பணியாற்றியவர். அவரது நற்பண்புகளை அறிந்திருந்த மாமூன்,

அவரைத் தலைமை அமைச்சராக நியமித்தார்.

ஹிஜ்ரீ 212 இல் அஹ்மத் பின் முஹம்மத் உமரீ என்னும் அஹ்மர் அல் அய்ன், யேமனில் கிளர்ச்சி செய்தார். கலீஃபா மாமூன், அபுர் ராஸி எனும் பெயரில் அறியப்பட்ட முஹம்மத் பின் அப்துல் ஹமீதை யேமனில் நியமித்தார். ஹிஜ்ரீ 213 இல் மாமூன், தனது மகன் அப்பாஸை ஜஸீரா, தகூர், அவாஸிம் ஆகிய பகுதிகளிலும் தனது சகோதரர் அபூ இஷாக் முத்தஸிமை சிரியா, எகிப்து ஆகிய பகுதிகளிலும் பிரதிநிதிகளாக நியமித்தார். அபூ இஷாக், தனது சார்பில் இப்ன் உமைராவை எகிப்து ஆளுநராக நியமித்தார். ஹிஜ்ரீ 214 இல் கைஸ், யேமன் பகுதிகளைச் சார்ந்த சில இனக்குழுக்கள் இப்ன் உமைராவுக்கு எதிராகக் கிளர்ச்சியில் ஈடுபட்டனர். அபூ இஷாக் முத்தஸிம், தானே எகிப்துக்குச் சென்று கிளர்ச்சியாளர்களை அடக்கி நிர்வாகத்தை ஒழுங்கமைத்தார். அங்கே அமைதி திரும்பியது.

ஹிஜ்ரீ 213 இல் மாமூன், சிந்து ஆளுநராக கஸ்ஸான் பின் அப்பாஸை நியமித்தார். அதே ஆண்டு, யேமன் ஆளுநரான அபுர் ராஸி கிளர்ச்சியாளர்களால் கொல்லப்பட்டார். பிறகு, ஸெய்யத் பின் அபூ ஸுஃப்யானின் வம்சாவளியைச் சார்ந்த முஹம்மத் பின் இப்ராஹீம் ஸியாதை, வற்புறுத்தலின் காரணமாக யேமன் ஆளுநராக நியமித்தார். அவர் ஸுபைத் நகரைக் கட்டியெழுப்பி அதனைத் தலைநகராகக்கொண்டு ஆட்சி செய்து வந்தார். கலீஃபாவுக்குப் பரிசுகளும் அன்பளிப்புகளும் வழங்கி வந்த அவர், ஜுமுஆ பேருரைகளில் கலீஃபாவின் பெயரைக் குறிப்பிட்டார். ஹிஜ்ரீ 245 வரை சுதந்திரமாக அவர் ஆட்சி செய்துவந்தார். தொடர்ந்து, அவரது வம்சாவளியினரும் அடிமைகளும் ஹிஜ்ரீ 533 வரையிலும் யேமனை ஆண்டு வந்தனர்.

ஹிஜ்ரீ 214 இல் ஜபல், கும், இஸ்ஃபஹான், அஸர்பைஜான் ஆகிய பகுதிகளின் ஆளுநராக அலீ பின் ஹிஷாமை நியமித்தார் மாமூன். அதே ஆண்டு, அபூ பிலால் ஸபீ ஷாரி கிளர்ச்சி செய்தார். அவரை அடக்குவதற்குத் தன் மகன் அப்பாஸை அனுப்பி வைத்தார் மாமூன். இதில், அபூபிலால் கொல்லப்பட்டார். அவரது கிளர்ச்சி முடிவுக்கு வந்தது.

ஹிஜ்ரீ 215 இல் பேரரசர் மைக்கேல் மரணமடைந்து, அவரது

மகன் நூஃபில் அரியணையில் அமர்ந்தான். ரோமானியரின் வன்மம் அவனிடமும் வெளிப்பட்டது. ஸவாத், ஹல்வான், யூஃப்ரட்டீஸ் ஆகிய பகுதிகளுக்கு இஷாக் பின் இப்ராஹீம் பின் முஸ்அபை ஆளுநராக்கிய மாமூன், பாக்தாதில் பிரதிநிதியை நியமித்துவிட்டு ரோமானியர்மீது படையெடுத்தார். மோசில், அன்டாக்யா, மஸீஸா, தார்த்தூஸ் ஆகிய பகுதிகளினூடே ரோமானிய ஆட்சிப் பகுதிக்குள் நுழைந்து, காராக் கோட்டையைக் கைப்பற்றி அதன் காவலரண்களை இடித்துத் தள்ளினார். பின்னர், ஸுந்துஸ் கோட்டையைக் கைப்பற்ற, அஷ்நாஸ் தலைமையிலும் ஸனான் கோட்டைக்கு அஜீஃப் மற்றும் ஜஅஃபர் தலைமையிலும் படைப்பிரிவுகளை அனுப்பி வைத்தார். இரு கோட்டைகளும் கைப்பற்றப்பட்டன. மால்ட்டியா நகரை அப்பாஸ் பின் மாமூன், கைப்பற்றினார். எகிப்தில் வாழ்ந்து வந்த முத்தஸிம் திரும்பி வந்து மாமூனைச் சந்தித்தார்.

ரோமானியர் கீழ்ப்படிந்து மன்னிப்புக் கேட்டனர். கலீஃபா மாமூன் அங்கிருந்து டமாஸ்கசுக்குப் புறப்பட்டார். உடனே, தமது படைகளை ஒன்றுதிரட்டிய ரோமானியர், தார்த்தூஸ் மற்றும் மஸீஸாவைத் தாக்கினர். ரோமானியர் முஸ்லிம்களுடன் இணக்கமாகி விட்டதை அறிந்து, தங்கள் பாதுகாவலை அகற்றியிருந்த மக்கள் படுகொலை செய்யப்பட்டனர். இதையறிந்த மாமூன், ரோமானிய ஆட்சிப் பகுதிகளைப் பயத்தில் உறைய வைத்தபடியே தனது பயணத்திலிருந்து பின்வாங்கினார். இஸ்லாமியப் படைகள் ஒவ்வொரு கோட்டையையும் நகரங்களையும் கைப்பற்றத் தொடங்கின. மாமூன் தொடர்ந்து முன்னேறிக்கொண்டிருக்க முத்தஸிம், முப்பது கோட்டைகளைக் கைப்பற்றினார். யஹ்யா பின் அக்ஸமின் தலைமையிலான இன்னொரு படைப்பிரிவும் ரோமானியப் படைகளை வெற்றிகொண்டு நகரங்களைக் கைப்பற்றின. இறுதியில், ரோமானியப் பேரரசன் தனது அத்துமீறலை மன்னிக்கும்படி மன்றாடினான். போரை நிறுத்தும்படி கலீஃபா மாமூன் தனது படைகளுக்கு உத்தரவிட்டார்.

மீண்டும் புறப்பட்டு டமாஸ்கசை அடைந்த மாமூனின் கவனம் எகிப்தை நோக்கித் திரும்பியது. கிளர்ச்சியாளர்களைக் கடுமையாகத் தண்டித்து நிர்வாகச் செயல்பாடுகளை ஒழுங்கமைத்தார். பின்னர், எகிப்திலிருந்து சிரியாவுக்குச் சென்றுவிட்டுப் பிறகு நாடு திரும்பினார். இந்தப் படையெடுப்பு ஓர் ஆண்டு காலம்

நடைபெற்றது. ஹிஜ்ரீ 217இல் ரோமானியர் மீண்டும் கிளர்ச்சி நடவடிக்கைகளில் ஈடுபட்டனர். மாமூன் தாக்கினார். பல்வேறு போர்களின் முடிவில், ரோமானியப் பேரரசன் நூஃபில் இணக்கம் தெரிவித்து மன்னிப்புக் கோரினான். அவனுக்கு மன்னிப்பளித்த மாமூன் அங்கிருந்து திரும்பினார். ஹிஜ்ரீ 218 இல் மீண்டுமொரு முறை தங்களை மன்னிக்க வேண்டிய சூழ்நிலையை ரோமானியர் உருவாக்கினர். திரும்பி வரும்போது, இதன் நினைவுக்காக, தவானா நகரைக் கட்டியெழுப்பும்படி தன் மகன் அப்பாசுக்கு உத்தரவிட்டார். எட்டு மைல் சுற்றளவிலான காவலரண்களுடன் ஒரு மைல் நீள் சதுர அளவிலான ஒரு கோட்டைக் கட்டப்பட்டது. பல்வேறு நகர மக்கள் அதில் குடியேற்றப்பட்டனர்.

மாமூன் ரஷீதின் இறப்பு : ரோமானிய ஆட்சிப் பகுதியிலிருந்து திரும்பி வந்துகொண்டிருந்த மாமூன், ரிக்காவையடுத்த பஸ்னதூன் நதியருகில் நின்றார். ஹிஜ்ரீ 218 ஜுமாதல் ஆகிரா மாதம் 13 ஆம் நாள், காய்ச்சலில் பாதிக்கப்பட்ட அவர், ஹிஜ்ரீ 218 ரஜப் மாதம் 18 ஆம் நாள் வியாழக்கிழமை அன்று மரணமடைந்தார்.

தனது இறப்புக்கு முன், கண்ணியவான்கள், அதிகாரிகள், சமயக் கல்வியாளர்கள், சட்ட வல்லுநர்கள் ஆகியோரை அழைத்து, தனது இறுதி விருப்பத்தையும் உடலை அடக்கம் செய்வது குறித்தும் ஆலோசனைகள் சொன்னார். தனது இறப்பை முன்வைத்து சத்தமாக அழ வேண்டாம் என்றார். தனது சகோதரர் அபூ இஷாக் முத்தஸிமை வாரிசாக நியமித்து அவருக்கு அறிவுரைகள் வழங்கினார். நிர்வாகக் கோட்பாடுகள்மீது கவனம் செலுத்தும்படி வலியுறுத்தினார். பிறகு குர்ஆன் ஓதிக்கொண்டிருந்தார். தனது இறுதிக்கட்டத்தில் அவர் கூறியதாகச் சொல்லப்படுகிறது: “நிலையான அரசனே, சீர்கேடடைந்து வரும் அரசின்மீது இரக்கம் காட்டுவாயாக.” மாமூன் ரஷீதின் இறுதி மூச்சு நின்றது. அவரது சகோதரர் அபூ இஷாக் முத்தஸிமும் மகன் அப்பாசும் அவரது உடலை ரிக்காவிலிருந்து தார்த்தூசுக்குக் கொண்டுவந்து நல்லடக்கம் செய்தனர். அப்போது மாமூனின் வயது 48. அவரது ஆட்சி 20 ஆண்டுகளும் 6 மாதங்களும் நீடித்தது.

போர்களிலும் கிளர்ச்சிகளை அடக்குவதிலுமே அவரது முழு ஆட்சிக் காலமும் கழிந்தது. ஸீத் மற்றும் பாபக் குர்மி மீதான

அவரது படையெடுப்புகள் முழுமையடையவில்லை. இவை, அவரது ஆட்சிக்காலத்தில் தீர்க்கப்பட முடியாத சிக்கல்களாக எஞ்சியிருந்தன. ரோமானியருக்கு எதிரான அவரது வெற்றியில் மரணம் பின்னடைவை ஏற்படுத்தியது. வாழ்க்கையின் இறுதிக் கட்டத்தில் தன்னை திறமைவாய்ந்த ஒரு படைத்தலைவராக அவர் நிரூபித்தார். தொடர்ந்து, பல ஆண்டுகளாக ரோமானியருக்கு எதிராகப் போரிடும் நிலையிலேயே அவரது உயிர் பிரிந்தது.

மாகாணங்கள் மற்றும் தனியரசுகளின் சுதந்திரம் : உமய்யா கலீஃபாக்களின் ஆட்சியில் டமாஸ்கஸ், இஸ்லாமிய உலகின் மையமாகவும் தலைநகராகவும் விளங்கியது. உமய்யாக்களின் கிலாஃபத் அப்பாசியர்களிடம் வந்தது. முதல் அப்பாசிய கலீஃபாவான அப்துல்லாஹ் ஸஃப்ஃபா, ஹிஜ்ரீ 132இல் அனைத்து இஸ்லாமிய உலகுக்கும் ஆட்சியாளராக ஆனார். ஹிஜ்ரீ 138இல் அன்டலூசியா (ஸ்பெய்ன்) அப்பாசியரின் கட்டுப்பாட்டிலிருந்து விலகி, உமய்யாக்களின்கீழ் வந்தது. ஹிஜ்ரீ 172 இல் மொராக்கோவில் உருவான இன்னொரு சுயாட்சிப் பகுதி, இதிரீசியர் சுல்தானியம் (அரசு) என்று அறியப்பட்டது. அது, அப்பாசியரின் கீழிருந்து விடுபட்டது. ஹிஜ்ரீ 184இல் அப்பாசியரின் கீழ் பெயரளவில் மட்டுமே இருந்து வந்த வடஆப்பிரிக்க பகுதிகளான துனீசும் அல்ஜீரியாவும் இப்ராஹீம் பின் அக்லபாலின் சுயாட்சிப் பகுதிகளாக நீண்ட காலம் இயங்கின. ஹிஜ்ரீ 205இல் குராசான் ஆளுநராக தாஹிர் பின் ஹுசைனை நியமித்தார் மாமூன். தொடர்ந்து, தாஹிர் குடும்பத்தினர் குராசானை ஆண்டுவந்தனர். தாஹிரின் கட்டுப்பாட்டிலிருந்த குராசானும் பெயரளவில் மட்டுமே அப்பாசியரின் கீழிருந்தது. சிறு அளவிலான ஒரு தொகை மட்டும் கலீஃபாவுக்குச் செலுத்தப்பட்டது. ஜுமுஆ பேருரைகளில் அப்பாசிய கலீஃபாவின் பெயரைக் குறிப்பிட்டாலும் அதன் நடவடிக்கைகள் அனைத்தும் தன்னிச்சையாகவே நடந்து வந்தன.

ஹிஜ்ரீ 213இல் யேமன் ஆளுநராக முஹம்மத் பின் இப்ராஹீம் ஸெய்யத் நியமிக்கப்பட்டார். இதுவும் நெடுங்காலமாக அவரது குடும்பத்தினரிடமே இருந்து வந்தது. குராசானையும் வட ஆப்பிரிக்காவையும்போல் யேமனும் தனியரசாக மாறியது. சுருக்கமாகச் சொன்னால், ஹிஜ்ரீ 138 முதல் 213 வரையிலான 75 ஆண்டுகளில் ஐந்து தனியரசுகள் உருவாகின. உமய்யாக்கள்

அன்டலூஸியாவிலும், இதிரீஸியர் மொரோக்கோவிலும், அக்லபியர் வடஆப்பிரிக்காவிலும், தாஹிர்கள் குராசானிலும், ஸெய்யதுகள் யேமனிலும் தனியரசுகளை நிறுவினர்.

கல்வி வளர்ச்சி : மாமூன் ரஷீதின் ஆட்சிக் காலம் முழுவதும் வஞ்சனைகளும் கிளர்ச்சிகளும் நிரம்பியதாக இருந்தது. தனது ஆட்சிப் பகுதிகள் அனைத்திலும் கிளர்ச்சியாளர்களை அடக்கி நிர்வாக ஒழுங்கு முறையை ஏற்படுத்துவதில் அவர் முனைப்புக் காட்டினார். இந்நிலையில், ஓர் ஆட்சியாளன், புதிய வளர்ச்சித் திட்டங்களையும் கல்வி அபிவிருத்தியையும் கலை மேம்பாட்டையும் மேற்கொள்வதில் கவனம் செலுத்த இயலாதுதான். இருந்தும், அவரது காலத்தில் அறிவியலும் கலைகளும் வளர்ந்தோங்கின. கல்வித்துறையிலும் குறிப்பிடத்தக்க பல மேம்பாடுகளைச் செய்தார். முன் எப்போதும் இல்லாத அளவில் பெரும் ஆதரவளித்தார். வரலாற்றில் அவரது புகழ் நீடிப்பதற்கும் இதுவே காரணம். பாக்தாதில் மொழிபெயர்ப்புக்காகவும் நூல்களைத் திரட்டவுமான நிறுவனங்களை ஏற்படுத்தியிருந்தார் ஹாரூன் ரஷீத். அவை, அறிவில்லம் என்று குறிப்பிடப்பட்டன. பல்வேறு வெளிநாட்டவர்களும் சமயத்தினரும் மொழியினரும் அங்கே வருகை தந்தனர்.

அரிஸ்டாட்டிலின் எழுத்துக்களை மொழிபெயர்ப்பதில் மாமூன் மிகவும் அக்கறை செலுத்தினார். தங்களிடமுள்ள அரிஸ்டாட்டிலின் படைப்புகள் அனைத்தையும் அனுப்பி உதவும்படி ரோமானியப் பேரரசனுக்கு எழுதினார். அவன் தனது கிறிஸ்தவக் கல்வியாளர்களுடன் ஆலோசனை மேற்கொண்டான். அவர்கள், "நமது நாட்டின் தத்துவ நூற்கள் அனைத்தும் பாதுகாப்பாக வைக்கப்பட்டுள்ளன. அவற்றைக் கற்கவோ கற்பிக்கவோ யாருக்கும் அனுமதியில்லை. இறை சிந்தனைகள்மீதான மதிப்பை மக்கள் மனங்களிலிருந்து மாய்த்து விடுகிற இந்நூல்களைத் தாங்கள் இஸ்லாமியக் கலீஃபாவுக்கு அனுப்பி வைக்கலாம். பௌதிகம், அவர்களது ஆன்மிகத்தின் மீது தாக்கத்தை ஏற்படுத்தும்" என்றனர்.

ரோமானியப் பேரரசன், இந்நூல்கள் அனைத்தையும் ஐந்து ஒட்டகங்களில் ஏற்றி மாமூனுக்கு அனுப்பிவைத்தான். மொழிபெயர்ப்புப் பணிகளை இஷாக் பின் கின்தியிடம்

ஒப்படைத்தார் மாமூன். பிறகு, தன்னிடம் பணியாற்றி வந்த கிறிஸ்தவ அறிஞர்களைக் கலைகள், அறிவியல் தொடர்பான நூல்களைத் தேடிக்கொண்டு வரும்படி ரோமுக்கும் கிரேக்கத்துக்கும் அனுப்பி வைத்தார்.

ரோமுக்குச் சென்ற கொஸ்த்தா பின் லூக்கா எனும் கிறிஸ்தவ அறிஞர் அங்கிருந்து பல்வேறு நூல்களைக் கொண்டுவந்தார். மாமூன் அவரை மொழிபெயர்ப்பு நிறுவனத்தில் நியமித்தார். இதுபோல், ஸொராஸ்ட்ர கல்வியாளர்களுக்கு உயர்ந்த ஊதியங்கள் அளித்து அவர்களது கலை மற்றும் அறிவியல், நாகரிகங்கள் குறித்த நூல்களை மொழிபெயர்க்கச் சொன்னார். கல்வியின் மீதான மாமூனின் அக்கறையை அறிந்த இந்திய அரசர்கள் அவரை மகிழ்ச்சிப்படுத்தும் நோக்கத்துடன் புகழ்பெற்ற சம்ஸ்கிருத அறிஞர்களை அனுப்பி வைத்தனர். அவரது நிறுவனத்தில் நூற்றுக்கணக்கான மொழிபெயர்ப்பாளர்கள் பணியாற்றினர். இதில், மிகவும் புகழ்பெற்றவர்கள் யஅக்கூப் கின்தி, ஹுனைன் பின் இஷாக், கொஸ்த்தா பின் லூக்கா பல்பக்கி, அபூ ஜஅஃபர் யஹ்யா பின் ஆதி, ஜிப்ரைல் பின் பக்திஷ் ஆகியோர். மொழிபெயர்ப்பாளர்களுக்கான ஊதியங்களுடன், மொழிபெயர்த்த நூல்களின் எடைக்குச் சமமாக தங்கமோ வெள்ளியோ கிடைத்து வந்தது. பாலஸ்தீன், எகிப்து, அலெக்ஸான்ட்ரியா, சிஸிலி, ரோம், இரான், இந்தியா ஆகிய நாடுகளிலிருந்து கொண்டுவரப்பட்ட நூல்கள் அரபியில் மொழிபெயர்க்கப்பட்டன. பெரும்பாலான மொழிபெயர்ப்பாளர்கள் அறிவியல், கலை, இலக்கிய நூல்களைத் தாங்களே எழுதினர். சிறந்த மொழிபெயர்ப்பாளர்கள் சிலர், திருத்தங்கள் மேற்கொள்ளும் பணிகளிலும் நியமிக்கப்பட்டனர்.

மாமூனின் ஆட்சியின்போது அவர் ஏற்பாடு செய்திருந்த ஒரு போட்டியில்தான் புகழ்பெற்ற பேரறிஞரான முஹம்மத் பின் மூஸா குவாரிஸ்மி, எழுத்துக் கணித நூலை (அல்ஜிப்ரா) எழுதினார். அவர் உருவாக்கிய கணிதக் கோட்பாடுகள் இன்றுவரையிலும் பயன்பாட்டில் இருந்து வருகின்றன.

உலகம் உருண்டையானது என்று கிரேக்க நூல்களில் எழுதியிருப்பதைக்கண்ட மாமூன், பூகோளவியல், வானியல் அறிஞர்களை வரவழைத்து வானியல் குறித்தும் பூமியின் சுற்றளவு குறித்தும் பல்வேறு ஆய்வுகளை மேற்கொண்டார்.

காலித் பின் அப்துல் மலிக் மர்வரோசி மற்றும் யஹ்யா பின் மன்ஸூரின் ஆதரவுடன் ஷம்ஸியாவில் ஒரு வானிலை மையம் அமைத்தார். கோள்கள் குறித்து ஆய்வு செய்வதற்கு வானியல் அறிஞர்களைக்கொண்ட ஒரு குழுவையும் நியமித்தார். தனது கிலாஃபத் பகுதிகளிலுள்ள கல்வியாளர்களையும் அறிஞர்களையும் வரவழைத்தார். கல்விக்கான ஆய்வு மேடைகள் நிறுவி, தானும் அதில் பங்கு பெற்றார். இலக்கிய அறிஞர்கள், கவிஞர்கள், சொற்பொழிவாளர்கள், மருத்துவர்கள் என உலகம் முழுவதும் அக்காலகட்டத்தில் புகழ்பெற்றிருந்த அனைத்துத் துறை அறிஞர்களையும் பாக்தாதுக்கு வரவழைத்தார். அக்காலகட்டத்தில் அரபுமொழித் தொகுப்புகள், இலக்கணம், இலக்கியம் போன்றவற்றில் மேன்மைபெற்ற அறிஞராக இருந்தவர் அஸ்மை. வயது முதிர்ச்சியின் காரணமாக, கூஃபாவிலிருந்து வர இயலாத இவருக்கான ஊதியம் அங்கே அனுப்பி வைக்கப்பட்டது. சிக்கலான, மிக முக்கியமான விஷயங்கள் அவரது தெளிவுக்காக கூஃபாவுக்கு அனுப்பி வைக்கப்பட்டன.

ஃபர்ரா நஹ்வி என்பவர் இலக்கணம் குறித்த ஒரு நூலைத் தொகுத்தளித்தார். இதே தலைப்பில் பல்வேறு நூல்கள் இயற்றப்பட்டன. அரண்மனையில் அவருக்காக ஒரு தனியிடம் ஒதுக்கிக் கொடுக்கப்பட்டது. அறிஞர்கள் பலர் அவரிடம் பயின்று வந்தனர். மாமூனின் ஆட்சியில்தான் எழுத்தணிக் கலை குறித்த நூல்கள் எழுதப்பட்டன. அதன் கோட்பாடுகளும் விதிமுறைகளும் பிரித்து ஒழுங்குபடுத்தப்பட்டன. கல்வியின் மீதிருந்த மாமூனின் பெரும் ஆர்வம் பாக்தாதை மையமாகக்கொண்டு முஸ்லிம்களின் அறிவியல் மற்றும் கலைவடிவங்கள், கிரேக்கம், இரான், எகிப்து, இந்தியா போன்ற நாடுகளில் தாக்கம் செலுத்தியது.

குர்ஆனும் நபிமொழியும் போதுமானதாக இருந்தும் அவர்கள் பழைமை வாய்ந்த மெய்ஞானம் மற்றும் உடலியல் சார்ந்த அறிவியல்கள்மீது தங்கள் கவனத்தைச் செலுத்தினர். ஏதோ புதிதாகச் சொல்லப்பட்ட விஷயங்கள்போல் அவற்றை ஒழுங்குபடுத்தினர். இதில், அவர்கள் முழுக்கவே விடுதலை உணர்வுடன் செயல்பட்டனர். இது சார்ந்த அறிவியல் கோட்பாடுகள் இறையியல் மற்றும் குர்ஆனுடன் அவ்வப்போது முரண்பட்டன. அவற்றைத் தவறென சுட்டிக்காட்டும் வாய்ப்பும் முஸ்லிம்களுக்கு இருந்தது. இஸ்லாம்

அடைந்திருந்த கல்வியின் மேன்மை, உமய்யாக்களின் ஆட்சிப் பரப்பளவின் மேன்மைகளையும் விஞ்சி நின்றது. அப்பாசியர் அடைந்த இவ்வெற்றிகளின் காரணமாக அவர்களது கிலாஃபத்தின் படிநிலை உமய்யாக்களின் கிலாஃபத்தை விடவும் சிறந்து விளங்கியது. வெற்றியின் பரப்பை அளவுகோலாகக் கொண்டால், அப்பாசிய கிலாஃபத், உமய்யா கிலாஃபத்துக்கு நிகரானதல்ல. உமய்யாக்களிடமிருந்து பெற்ற ஆட்சிப்பகுதிகள் அனைத்தையும் அப்பாசியரால் தக்கவைக்கவும் இயலவில்லை.

ஒரு மறுப்பு : பப்பா ராவல் எனும் இந்திய அரசன்மீது மாமூன் ரஷீத் 22 முறை படையெடுத்துத் தோற்றதாக சில வரலாற்று நூல்களில் பதிவு செய்யப்பட்டுள்ளது. இதை வாசிப்பவர்கள், ஒரு நிலவுடைமையாளரைத் தோற்கடிக்க, தனது கிலாஃபத்தின் நீண்டகாலத்தை மாமூன் வீணடித்ததாகப் பொருள் கொள்ளக் கூடும். மாமூன் ரஷீத் அப்பாசி, கலீஃபா ஆவதற்கு முன்பின் காலகட்டங்கள் குறித்து ஏற்கனவே பார்த்தோம். குராசான் ஆட்சியாளரான பிறகு, அவர் மர்வில் வாழ்ந்து வந்தார். அப்போது, ஹாரூன் ரஷீத் தூஸ் பகுதியில் வைத்து மரணமடைந்தார். இதன் பிறகு, ஆறு ஆண்டு காலம் மாமூன் தூஸிலேயே இருந்தார். அவரது படைகள் கந்தஹாரிலும் காபூலிலும் உருவானக் கிளர்ச்சியை அடக்கின. இப்பகுதியில் ஹிஜ்ரீ 200இல் இஸ்லாம் ஏற்றுக்கொள்ளப்பட்டது.

இக்காலகட்டத்தில் இஸ்லாத்தை ஏற்ற திபெத் அரசன், தன்னிடமிருந்த தங்கம் மற்றும் வெள்ளிச் சிலைகளை மர்விலிருந்த கலீஃபா மாமூன் ரஷீதுக்கு அனுப்பி வைத்தான். சிந்து அப்போது, மாமூன் ரஷீதின் கிலாஃபத் பகுதியாக இருந்தது. கலீஃபாவால் நியமிக்கப்பட்ட ஆளுநர்கள் அங்கே ஆட்சி செய்துவந்தனர். ஆனால், மாமூன் அங்கே ஒருபோதும் சென்றதில்லை. பின்னர் மர்விலிருந்து பாக்தாதுக்குச் சென்றார். இது பற்றிய தகவல்கள் வரலாற்று ஆவணங்களில் பதிவாகியுள்ளன.

ஆனால், அவர் சிந்துவுக்குச் சென்றதாகவோ இந்தியாமீது போர் தொடுத்ததாகவோ எந்த வரலாற்றுக் குறிப்புகளுமில்லை. பாக்தாதுக்கு வந்த அவர் நீண்ட காலம் அங்கேயே வாழ்ந்தார். தனது வாழ்வின் இறுதிக்கட்டத்தில் ரோமானியர்மீது படையெடுப்பதற்காகவே பாக்தாதிலிருந்து வெளியே சென்றார். அப்போதுதான் சிரியாவுக்கும்

எகிப்துக்கும் சென்றார். ரோமானியர்மீது போர்த்தொடுத்துவிட்டு, திரும்பி வரும்போது இறந்தார்.

பப்பா ராவல்மீது மாமூன் போர்த் தொடுத்ததாகக் கூறப்படும் காலகட்டத்திலும் முரண்பாடுகள் உள்ளன. சிந்து ஆளுநர் யாராவது ஏதாவது நிலவுடைமையாளனை அடக்கி வைக்கும் நோக்கத்துடன் தனது படைப்பிரிவை அனுப்பியிருக்கலாம். அதுகூட வரலாற்றில் பதிவாகும் அளவுக்கு முக்கியத்துவம் வாய்ந்ததாக இல்லை. சிந்து ஆளுநர் ஒரு படையை அனுப்பி வைத்தார். பப்பாவால் அது தோற்கடிக்கப்பட்டது. தங்களின் பெருமையைப் பாதுகாக்கும் நோக்கத்துடன் முஸ்லிம்கள் இதைப் பதிவு செய்யவில்லை என்று சொல்வதாக இருந்தாலும் தன்னளவில் அது நேர்மையற்ற ஒன்றாகவே இருக்கும். காரணம், அதுவரையிலான வரலாற்றுப் பதிவுகளில் மாமூனின் படைகளும் படைத்தலைவர்களும் எதிர்கொண்ட பல்வேறு தோல்விகள் பதிவாகியுள்ளன.

ஸீத்கள் ஈடுபட்ட கொள்ளைகளைப் பற்றிக் குறிப்பிடும்போது, ஸீத் எனும் முட்டாள்கள் சிலரைத் தோற்கடிக்கக்கூட மாமூனால் இயலவில்லை என்று நஸ்ர் இகழ்ந்து பேசியது வரலாற்றில் பதிவாகியுள்ளது. மாமூனுக்கு ஆதரவாக உண்மைகளைத் திரித்து எழுதுவதாக இருந்தால் ஸீத்களிடம் தோல்வியுற்றதை மிக முக்கியமாக மறைத்திருக்க வேண்டும். குறிப்பாக, சிறிது காலத்துக்குப் பிறகு ரோமானியரால் முழுவதுமாகத் துடைத்தழிக்கப்பட்ட ஸீத்கள் குறித்த நிகழ்வுகளை. ஆகவே, பப்பா ராவல்மீது மாமூன் போர்த்தொடுத்ததாகச் சொல்லப்படுவது வரலாற்றில் இல்லாத ஒரு நிகழ்வு.

இயற்பண்புகளும் பழக்க வழக்கங்களும் : அப்பாசிய வம்சாவளியினரில் பொறுமை, அறிவு, வீரம், முன்னெச்சரிக்கை, திடமுடிவு போன்ற தகுதிகளில் கலீஃபா மாமூன் ரஷீத் தலைசிறந்தவர் ஆவார். தன்னைக் குறித்து அவர் குறிப்பிடும்போது, "அமீர் முஆவியா (ரலி) அவர்களுக்கு அம்ர் பின் அல் ஆசும், அப்துல் மலிக்குக்கு ஹஜ்ஜாஜும் தேவைப்பட்டார்கள். எனக்கு அப்படியாக யாரும் தேவைப்படவில்லை" என்பார். அனைவரைவிடவும் கிலாஃபத்துக்கும் மதிப்புக்கும் தகுதியானவர்கள் அலவியர்கள்தான் என்றும் அவர்களது ஷியா வழியே சரியானது

என்றும் அவர் நம்பியிருந்தார். ஆகவேதான், தனது சகோதரரான முத்தமினை அகற்றிவிட்டு, அலீ ரதாவை வாரிசாக நியமித்து, தனது மகளை அவருக்கு மணமுடித்து வைத்தார். தான் கிலாஃபத் பொறுப்பை விட்டு விலகி, தன்னுடைய காலத்திலேயே அவரைக் கலீஃபாவாக்கும் எண்ணமும் அவருக்கிருந்தது. ஆனால், பத்தாண்டு கால இடைவெளியில், தனது கிலாஃபத்தின் இறுதிக்கட்டத்தில், அலவியரின் வஞ்சனைகளையும் கிளர்ச்சிகளையும் தொடர்ந்து தனது எண்ணத்தை அவர் மாற்றிக்கொண்டார். அமீர் முஆவியா (ரலி) அவர்களை யாரும் நினைவுகூரக்கூடாது என்று அரசறிவிப்பு விடுக்க நினைக்கும் அளவுக்கு மாற்றங்கள் நிகழ்ந்தன. அவையினரின் அறிவுறுத்தலால் அவர் அதைச் செய்யவில்லை.

குர்ஆன் ஓதுவதில் மிகுந்த ஈடுபாடுகொண்டவர். ஒரு ரமளானின்போது நாள்தோறும் முழுமையாக குர்ஆன் ஓதினார். தனது வாரிசாக அலீ ரதாவை நியமித்தபோது, அப்பாசியரில் சிலர், "அருள்கூர்ந்து, கிலாஃபத்தை அலவியரிடம் ஒப்படைத்துவிடாதீர்கள்" என்று கேட்டுக்கொண்டனர். மாமூன் அதற்கு, "அலீ பின் அபூதாலிப் (ரலி) தமது ஆட்சியின்போது பெரும்பாலான பகுதிகளை ஆளும் உரிமையை அப்பாசியருக்கு வழங்கினார். நான் அதற்குக் கைம்மாறு செய்ய விரும்புகிறேன்" என்றார்.

அனைத்து நம்பிக்கைகள் சார்ந்த சமயச் சான்றோர்களும் தங்கள் சிந்தனைகளை வெளிப்படையாகப் பகிர்ந்துகொள்வதற்காக உருவாக்கிய தாருல் முனஸிராவில் தடைகளற்ற கலந்துரையாடல்கள் நடைபெற்றன. இதில், உண்மையைக் கண்டடையும் விவாதங்களை விடவும், வாக்கு சாதுரியங்களை நிரூபிக்கவும் அதிநுட்பமான விஷயங்களைப் பேசவுமே காலம் செலவிடப்பட்டது. சமய அறிவியலுடன் சிறிதளவு மட்டுமே தொடர்புள்ள முதன்மையற்ற தத்துவங்கள்மீது எழுந்த விவாதங்கள் முரண்பட்ட பிரிவுகளை உருவாக்கின. விவாதங்களால் கவரப்பட்ட மாமூனும் அதில் பங்கேற்பாளரானார். தங்கு தடையற்ற வாதப்பிரதிவாதங்கள் தேவையற்ற சிக்கல்களை உருவாக்கின. குர்ஆன் பற்றிய ஒரு வழக்காடலின்போது, குர்ஆன் உருவாக்கப்பட்டது எனும் சிந்தனைக்கு ஆட்பட்ட மாமூன், தன்னுடன் முரண்பட்டவர்கள்மீது அடக்குமுறையை ஏவினார். இதன் விளைவுகளும் மோசமாகவே அமைந்தன. முரண்பட்ட கல்வியாளர்கள் மாமூனைக் கடுமையாக

எதிர்த்தனர். இது மேலும் அதிகமான வன்மத்துக்கு இடமளித்தது. தேவையற்ற இந்தச் சிக்கலின் எதிர்விளைவாக அவரது இறப்புக்குப் பிறகும், இன்றுவரையிலும் இஸ்லாமிய அறிஞர்கள் சிலர் இதைப் பின்பற்றி வருகிறார்கள்.

யஹ்யா பின் அக்ஸம் கூறுகிறார்: "ஒருநாள், நான் மாமூன் ரஷீதின் அறையில் தூங்கிக்கொண்டிருந்தேன். மாமூனும் அங்கே தூங்கிக்கொண்டிருந்தார். திடீரென்று என்னை எழுப்பிய மாமூன், 'இந்த அறைக்குள் யாராவது இருக்கிறார்களா பாருங்கள்' என்றார். நான் பார்த்துவிட்டு யாருமில்லை என்றேன். திருப்தியடையாத அவர், பணியாட்களை அழைத்தார். அவர்கள் வந்து விளக்குகளை ஏற்றித் தேடிப்பார்த்தனர். அவரது படுக்கையின்கீழ் ஒரு பாம்பு இருந்தது. அப்போது நான் அவரிடம், உங்களுடைய சிறப்புப் பண்புகளுடன் மறைவானவற்றைக் காணும் ஆற்றலையும் பெற்றிருக்கிறீர்கள் என்றேன். 'நீங்கள் என்ன சொல்ல வருகிறீர்கள்? நான் அல்லாஹ்விடம் பாதுகாவல் தேடுபவன். உண்மை என்னவெனில், நான் ஒரு கனவு கண்டேன். அதில், யாரோ உருவிய வாளுடன் என்னருகில் நிற்பதாக ஒருவர் சொன்னார். விழித்துக்கொண்ட நான், ஏதோ ஆபத்து நிகழப்போவதாக உணர்ந்து அறைக்குள் தேடிப்பார்க்கச் சொன்னேன். அப்போது பாம்பு இருப்பது கண்டுபிடிக்கப்பட்டது' என்றார்.

முஹம்மத் பின் மன்ஸூர் கூறுகிறார்: "தன்னைவிட உயர்ந்தவர்கள் இழைக்கும் அநீதிகளைத் தாங்கிக்கொள்பவர்களும் தன்னைவிட கீழ்நிலையில் இருப்பவர்களைத் தண்டிக்காதவர்களும் கண்ணியம் வாய்ந்தவர்கள் என்பார் மாமூன்." ஸயீத் பின் முஸ்லிம் கூறுகிறார்: "மாமூன் ஒரு முறை, 'மன்னிப்பு வழங்கும் என்னுடைய ஆர்வத்தை அறிந்தால் குற்றங்களின் எண்ணிக்கை அதிகரித்து விடும்' என்றார்." மாமூனின் சிறுவயதில் தான் அவருக்குக் கல்வி பயிற்றுவித்ததாக அபூ முஹம்மத் யஸீதி கூறுகிறார்.

ஒரு குற்றவாளியிடம் மாமூன், "அல்லாஹ்வின் மீதாணையாக நான் உன்னைக் கொல்வேன்" என்றார். அவன், "அருள்கூர்ந்து தாங்கள் பொறுமை காக்க வேண்டும். ஏனெனில், மன்னிப்பின் ஒரு பகுதி பொறுமையாகும்" என்றான். "நான் முடிவு செய்துவிட்டேன்" என்றார் மாமூன். அதற்கு அவன், "தாங்கள் எடுத்த முடிவை மீறியவராக அல்லாஹ்விடம் செல்வது ஒரு கொலையாளியாகச்

செல்வதை விடவும் சிறந்தது" என்றான். மாமூன் அவனை மன்னித்து விடுதலை செய்தார். அப்துஸ் ஸலாம் பின் ஸலா கூறுகிறார்: "நான் ஒரு நாள் மாமூனின் அறையில் தூங்கிக்கொண்டிருந்தேன். விளக்கு அணைந்துகொண்டிருந்தது. பணியாள் தூங்கிக் கொண்டிருப்பதைக் கண்ட மாமூன் எழுந்து சென்று விளக்கின் திரியைத் தூண்டிவிட்டு வந்து படுத்துக்கொண்டார்." இன்னொரு நிகழ்வை முன்வைத்து மாமூன் சொன்னார்: "நான் குளியலறையில் இருக்கும்போது பணியாளர்கள் என்னைக் குறை சொல்லிப் பேசுவது எனது காதுகளில் விழும். இது, அவர்களுக்குத் தெரியாது. ஆனால், இதுகுறித்து அவர்களிடம் நான் கேட்பதில்லை. அறியாததுபோல் இருந்து விடுவேன்."

ஒருநாள் டைக்ரீஸ் நதியில் பயணம் செய்துகொண்டிருந்தார் மாமூன். படகின் அறைகள் திரைகளால் பிரிக்கப்பட்டிருந்தன. ஒரு திரையின் பின்னால், படகோட்டிகள் சிலர் அமர்ந்திருந்தனர். மறுபுறம் மாமூன் அமர்ந்திருப்பது அவர்களுக்குத் தெரியாது. அதில் ஒருவர், "நான் மாமூன்மீது மிகவும் அன்பு வைத்திருப்பதாகவும் மரியாதை காட்டுவதாகவும் அவர் நினைத்துக்கொண்டிருக்கலாம். உடன்பிறந்த சகோதரரைக் கொன்றவர்மீது மற்றவர்களுக்கு அன்போ மரியாதையோ ஏற்படாது என்பதை அவர் புரிந்துகொள்ளவில்லை" என்றார். மாமூன் சிரித்தபடியே கேட்டார்: "நண்பர்களே, என்மீது அவருக்கு அன்பு உருவாக நான் எப்படி நடந்துகொள்ள வேண்டும் என்று சொல்லுங்களேன்."

யஹ்யா பின் அக்ஸம் கூறுகிறார்: "ஒருமுறை, நான் மாமூனின் அறையில் படுத்துக்கிடந்தேன். தூக்கம் வரவில்லை. அப்போது, மாமூனுக்கு இருமல் வந்தது. தூங்குகிறவர்களுக்குத் தொந்தரவாக இருக்குமென்ற எண்ணத்துடன் அவர் அங்கியால் தனது வாயை மூடிக்கொண்டார்." மாமூன் சொல்வதுண்டு: "என்னைப் பொறுத்தவரைக்கும் காரண காரியங்களின் அடிப்படையில் அமைந்த ஆட்சி முறை, இயல்பை விட்டு விலகாததும் ஆற்றல் பெற்றதுமான ஆட்சி முறைகளை விடவும் சிறந்தது. ஏனெனில், முந்தைய ஆட்சி முறை முடிவற்றதாகத் தொடரும்போது, பிந்தைய ஆட்சிமுறை இயல்பை விட்டு விலக அல்லது ஆற்றலை இழக்க நேரிடும்போது முடிவுக்கு வந்து விடும்."

மேலும் அவர், "புகழ்மீதான பேரார்வம் ஓர் அரசனைப்

பொறுத்தவரைக்கும் தீங்கை விளைவிப்பதாகும். நீதியாளரின் சார்புநிலை அதைவிட தீங்கானது. சட்டஅறிஞர்களின் சமயம் சார்ந்த அறியாமையும் செல்வந்தரின் கருமித்தனமும் இளையோர்களின் சோம்பலும் மூத்தவர்களை ஏளனம் செய்தலும் போர்க்களத்தில் கோழைத்தனமும் மிகமிகத் தீங்கானவை.”

அலீ பின் அப்துர் ரஹீம் மர்வரோஸி கூறுகிறார்: “மாமூன் அடிக்கடி சொல்வார். தன்னை விட்டுவிலக நினைப்பவனின் அண்மையை விரும்புகிறவனும், தன்னை மதிக்காத ஒருவனைச் சிறப்பிக்க விரும்புகிறவனும், தான் அறியாத ஒருவனைப் புகழ்வதில் மகிழ்ச்சி அடைபவனும் தனக்குத்தானே எதிரியாவான்.”

ஹுத்பா பின் காலித் சொல்கிறார்: “நான் ஒருநாள் மாமூனுடன் உணவருந்திக்கொண்டிருந்தேன். மேசை விரிப்பை அகற்றிய பிறகு, கீழே சிதறிக்கிடந்த உணவுப் பொருள்களை எடுத்து நான் சாப்பிட்டேன். ‘உமக்கு இன்னும் பசி அடங்கவில்லையா?’ என்று கேட்டார் மாமூன். போதுமான அளவுக்கு நான் உணவருந்தி விட்டேன். ஆனால், விரயமாகும் உணவுப்பொருள்களைப் பொறுக்கி உண்பவர் ஒருபோதும் ஏழையாகமாட்டார் என்று ஒரு நபிமொழிக் குறிப்பு சொல்கிறது என்றேன். இதைக் கேட்டதும் எனக்கு 1,000 தினார் அன்பளிப்பாக வழங்கினார் மாமூன்.”

ஒருமுறை ஹாரூன் ரஷீத் ஹஜ் கடமையை முடித்துவிட்டுக் கூஃபாவுக்குச் சென்று, நபிமொழி அறிஞர்கள் அனைவரையும் வரவழைத்தார். அப்துல்லாஹ் பின் இதிரீசும், ஈஸா பின் யூஸுஃபும் வர மறுத்தனர். ஏனைய அனைவரும் வந்தனர். ஹாரூன் ரஷீத், தன்னுடைய மகன்கள் அமீனையும் மாமூனையும் இருவரிடமும் அனுப்பி வைத்தார். அப்துல்லாஹ் பின் இதிரீஸ், அமீனிடம் நூறு நபிமொழிகளைச் சொன்னார். அவற்றை மிகக் கவனமாகச் செவிமடுத்த மாமூன், அப்துல்லாஹ்விடம், “நீங்கள் அனுமதித்தால் நபிமொழிகள் அனைத்தையும் நான் திரும்பச் சொல்கிறேன்” என்றார். அவரது அனுமதியுடன் அந்த நபிமொழிகளை மிகச்சரியாக ஒப்புவித்தார் மாமூன்.

மாமூனின் கூரிய நினைவாற்றல் அப்துல்லாஹ் பின் இதிரீசைத் திகைப்பில் ஆழ்த்தியது. அவர், “என்னைக் கூஃபா மக்கள் ஒருமுறை அதிர்ச்சியடைய வைத்தனர். தனிமனிதனின்முன் இதுவரை நான்

இப்படி அதிர்ச்சியுடன் நின்றதில்லை" என்றார். கூஃபா மக்கள் ஒருமுறை, ஆளுநருக்கு எதிரான முறையீட்டுடன் அப்துல்லாஹ் பின் இதிரீசைச் சந்தித்தனர். அவரோ, "ஆளுநரை அல்ல, நான் உங்களது முறையீட்டையே சந்தேகிக்கிறேன்" என்றார். மக்கள் அதற்கு, "நாங்கள் பொய்யர்களாகவே இருந்துவிட்டுப் போகிறோம். தாங்கள் சொல்வதுபோல், அமீர் நேர்மையாளர்தான். ஆகவே, தாங்கள் அருள்கூர்ந்து வேறொரு நகருக்கு அவரை அனுப்பி வையுங்கள். நாங்கள் அடைந்த நன்மைகளை அந்நகர மக்களும் அடையட்டும்" என்றனர். மக்களின் கோரிக்கைக்கு அப்துல்லாஹ் பின் இதிரீஸ் இணங்க வேண்டியதாயிற்று.

யஹ்யா பின் அக்ஸம் கூறுகிறார்: "ஒருநாளிரவு, நான் மாமூனின் அறையில் தூங்கிக்கொண்டிருந்தேன். நள்ளிரவில் எனக்குத் தாகம் ஏற்பட்டது. நான் புரண்டு கொண்டிருந்தேன். விழித்துக்கொண்ட மாமூன் ஏனென்று கேட்டார். தாகமாக இருக்கிறது என்றேன். படுக்கையிலிருந்து அவரே எழுந்து சென்று தண்ணீர் கொண்டு வந்து தந்தார். பணியாளரை அழைத்திருக்கலாமே என்றேன். 'மக்களின் தலைவராக இருப்பவர், உண்மையில் அவர்களது ஊழியரே என்று இறைத்தூதர் அவர்கள் சொல்லியிருக்கிறார். இதை, உக்பா பின் அமீர் (ரலி) அவர்கள் சொல்ல, எனது முன்னோர்கள் மூலம் என் தந்தை அறிந்து, என்னிடம் சொன்னார்' என்றார் மாமூன்."

தங்களின் புதல்வர்களை அரசியல் வாரிசுகளாக நியமித்ததன் மூலம், இஸ்லாமியக் கிலாஃபத்தின் மீது வாரிசுரிமைச் சாபத்தை வலுப்படுத்தியவர்கள் மாமூன் ரஷீதுக்கு முந்தைய கலீஃபாக்கள். அதன்படி அரசுரிமையை அடைந்தவரல்ல மாமூன். ஆகவே, இயல்பான அவரது திறமைகளும் நல்லெண்ணங்களும் வெளிப்பட்டன. கலீஃபா மாமூனின் நடவடிக்கைகளும் அருஞ் செயல்களும் பெறுமதி வாய்ந்தவையாக அமைவதற்குக் காரணமும் அதுவே.

இமாம் அலீ ரதாவைத் தனது வாரிசாகத் தேர்வு செய்து, அப்பாசிய வம்சாவளி கிலாஃபத்தைக் கைமாறச் செய்யும் அவரது முயற்சி தன்னிச்சையான நடவடிக்கைதான். ஆனால், உமர் பின் கத்தாப் (ரலி) அவர்களை வாரிசாக நியமித்த அபூபக்ர் (ரலி) அவர்களது வழியைப் பின்பற்றி கிலாஃபத்துக்குத் தகுதியான ஒருவரைத் தேர்ந்தெடுத்தார். அப்பாசியர் இதை ஏற்கமாட்டார்கள்

என்பதையும், இது ஒழுங்கின்மைக்கும் கிளர்ச்சிகளுக்கும் காரணமாக அமையும் என்பதையும் மிக விரைவிலேயே அவர் புரிந்துகொண்டார். இமாம் அலீ ரதாவின் மரணம், மாமூனின் எண்ணங்களை முளையிலேயே கிள்ளியெறிந்தது. பின்னர், தனது சகோதரரான அபூ இஷாக் முத்தஸிமை வாரிசாகத் தேர்வு செய்தார். கிலாஃபத்தைத் திறன்பட நடத்திச் செல்லும் தகுதிபெற்ற தன் மகன், அப்பாஸ் இருந்தும் அவர் அதைச் செய்யவில்லை. நிர்வாக விஷயங்களில் மகனை விடவும் அதிகம் திறமை வாய்ந்த சகோதரனையே தேர்வு செய்தார். மாமூனுக்கு முன் கலீஃபாவாக இருந்தவர்கள் செய்ததுபோல், முத்தஸிமுக்குப் பிறகு, தன் மகன் அப்பாஸ் கலீஃபாவாக ஆவார் என்று இரண்டு பேரை வாரிசாக நியமிக்கும் தவறையும் அவர் செய்யவில்லை. இவை, இஸ்லாமிய முன்மாதிரிகளில்லை என்பதால் புறக்கணித்தார். இப்படி, பல்வேறு காரணங்களை முன்வைத்து அவர் போற்றப்படுகிறார். ஆனால், இவை மிக முக்கியமான முன்மாதிரிகள் என்ற அளவில் பாராட்டப்படவில்லை.

முத்தஸிம் பில்லாஹ் அப்பாசி : ஹிஜ்ரீ 180இல் ரோமானிய ஆட்சிப் பகுதியில் போரில் ஈடுபட்டிருந்த கலீஃபா ஹாரூன் ரஷீதுக்கும் ஸப்தரா எனுமிடத்தில் வாழ்ந்து வந்த அடிமைப்பெண் பர்வாவுக்கும் பிறந்தவர்தான் முத்தஸிம். ஹாரூன் அவர்மீது மிகுந்த அன்பு செலுத்தினார். தன் பிள்ளைகளுக்கு எதையேனும் பகிர்ந்துகொடுக்கும்போது அதில் பெரிய பங்கினை முத்தஸிமுக்குக் கொடுப்பது ஹாரூனின் வழக்கம். முத்தஸிம் கல்வி கற்பதில் பெரிய அளவில் ஆர்வம் கொண்டவரல்ல. தனது பிள்ளைப் பருவத்தை விளையாட்டுக்களில் கழித்தார். முத்தஸிமுடன் தங்கியிருந்து கல்விக் கற்பிப்பதற்காக ஓர் அடிமையை நியமித்தார் ஹாரூன் ரஷீத். அந்த அடிமை இறந்தபோது ஹாரூன், முத்தஸிமிடம், "உன் பணியாள் இறந்து விட்டார். இப்போது உனது எண்ணம் என்ன?" என்று கேட்டார். அதற்கு முத்தஸிம், "ஆமாம், அமீருல் முஃமினீன். அவர் இறந்துவிட்டார். எனக்குப் புத்தகங்களிலிருந்து விடுதலை கிடைத்திருக்கிறது" என்றார். கல்வியாளர்களிடையே வளர்ந்ததாலும் ஹாரூன், மாமூன் ஆட்சிகளின்போது நடந்த கல்வி தொடர்பான நிகழ்வுகளைக் கவனித்து வந்ததாலும் போதுமான அறிவு அவருக்கு வாய்த்திருந்தது.

முத்தஸிம், மிகுந்த உடல்பலம்கொண்டவர். மற்போர் வீரர். துணிச்சல் நிறைந்தவர். சிறந்த படைத்தலைவர். இப்னு அபூ தாவூத் கூறுகிறார்: "முத்தஸிம் என்னிடம் அடிக்கடி தனது கையை நீட்டி உம்மால் முடிந்தவரைக்கும் இதைப் பலமாகக் கடியும் என்பார். நான் எவ்வளவு பலமாகக் கடித்தாலும் வலிக்கவில்லை என்பார். தனது போட்டியாளர்களின் மணிக்கட்டுகளைத் தனது இரு விரல்களால் அழுத்தியே ஒடித்து விடுவார்."

முத்தஸிம், கவிஞர்களைச் சிறப்பித்தார். அவரும் கவிதைகள் எழுதியிருக்கிறார். தனது சகோதரர் மாமூன்போல், குர்ஆன் உருவாக்கம் குறித்த வழக்காடல்களில் அவரும் சிக்கினார். இது தொடர்பாக மாமூன், சமய அறிஞர்களைத் தண்டித்ததுபோல் முத்தஸிமும் தண்டித்தார். இதன் காரணமாக இமாம் அஹ்மத் பின் ஹம்பல் (ரஹ்) ஈவிரக்கமற்ற முறையில் சித்திரவதைக்கு உள்ளானார்.

மாமூன் ரஷீதின் கிலாஃபத்தின்போது சிரியா மற்றும் எகிப்து ஆளுநராக இருந்தவர் முத்தஸிம். ரோம் மீது மாமூன் படையெடுத்தபோது முத்தஸிம் காட்டிய துணிச்சலில் அகமகிழ்ந்த மாமூன், அவரையே தனது வாரிசாக நியமித்து, மகன் அப்பாசின் வாரிசுரிமையை இல்லாமல் செய்தார். முத்தஸிமுக்கு வாக்குறுதி பெறும் நிகழ்ச்சி மாமூன் இறந்த பிறகு ஹிஜ்ரீ 218 ரஜப் மாதம் 19 (கி. பி. 833 ஆகஸ்ட் 10) தார்த்தூஸில் நடைபெற்றது.

முத்தஸிமின் உதவியாளராக இருந்தவர் ஃபதல் பின் மர்வான் என்னும் கிறிஸ்தவர். மாமூனின் இறப்புச் செய்தி பாக்தாதை அடைந்தது. மக்களிடமிருந்து முத்தஸிமுக்காக கிலாஃபத் வாக்குறுதி பெற்றார் ஃபதல். பாக்தாதுக்கு வந்த முத்தஸிம், ஃபதலைத் தலைமை அமைச்சராக நியமித்தார். முத்தஸிமுக்கு வாக்குறுதியளித்த பிறகும், கிலாஃபத்துக்குரியவர் அப்பாஸ்தான் என்று படையின் பெரும்பாலான அதிகாரிகள் கருதினர். அப்பாசை அழைத்துவரச் செய்த முத்தஸிம், அவரது கைகளால் வாக்குறுதி பெற்றார். இதன்பிறகு சூழ்நிலை அமைதியடைந்தது. கலீஃபாவாகப் பொறுப்பேற்ற முத்தஸிம், அப்பாசின் மேற்பார்வையில் கட்டப்பட்ட தவானா நகரைக் கைவிடவும் அங்கே குடிபெயர்ந்த மக்களைத் தங்கள் பகுதிகளுக்குத் திரும்பச் செல்லவும் உத்தரவிட்டார். நகரை அழித்த பின், இயன்ற அளவிலான பொருள்களைப் பாக்தாதுக்குக்

கொண்டுசெல்லவும் எஞ்சியவற்றை எரிக்கவும் உத்தரவிட்டார்.

முஹம்மத் பின் காசிமின் கிளர்ச்சி : முஹம்மத் பின் காசிம் பின் அலீ பின் உமர் பின் அலீ பின் ஹுஸைன் பின் அலீ பின் அபூதாலிப், தனது முழு நேரத்தையும் தொழுகையில் செலவிட்டபடி மதீனாவின் அருகில் வாழ்ந்து வந்தார். அவரைக் காண வந்த ஒரு குராசானி, கிலாஃபத் உரிமையும் அதற்கானத் தகுதியுமுள்ளவர் தாங்கள்தான் என்றும் மக்களிடமிருந்து தாங்கள் இரகசிய வாக்குறுதி பெற வேண்டும் என்றும் தூண்டினார். அவர், குராசானிலிருந்து மதீனா வழியாக ஹஜ் யாத்திரைக்கு வந்தவர்களை ஒன்றுதிரட்டி கிலாஃபத்துக்கான வாக்குறுதி பெற்றார்.

பெருமளவிலான குராசான் மக்களின் ஆதரவு கிடைத்ததும் தன்னை இதற்குத் தூண்டிய குராசானியுடன் ஜுர்ஜானுக்குச் சென்றார் முஹம்மத் பின் காசிம். அங்கே பாதுகாப்பாகவும் தலைமறைவாகவும் இருந்து கிளர்ச்சிக்கான முன்னேற்பாடுகளில் ஈடுபட்டார். தனது ஆதரவாளர்களிடம் மிக இரகசியமாக வாக்குறுதி பெற்றார். செல்வந்தர்களும் உயர்குடியினரும் அவருக்கு ஆதரவு தெரிவித்து வருகை தந்தனர். இறுதியாக, முஹம்மத் பின் காசிம் கிளர்ந்தெழுந்தார். குராசான் ஆளுநர் அப்துல்லாஹ் பின் தாஹிர், கிளர்ச்சியை அடக்குவதற்காக ஒரு படையை அனுப்பி வைத்தார். தல்க்கானுக்கு வெளியே பல போர்கள் நடந்தன. ஒவ்வொரு போரிலும் முஹம்மத் பின் காசிம் தோல்வியடைந்தார். முடிவில், உயிரைக் காப்பாற்றிக் கொள்வதற்காகத் தப்பியோடினார். பிறகு, நஸாவில் கைது செய்யப்பட்டு அப்துல்லாஹ் பின் தாஹிரிடம் அழைத்து வரப்பட்டார். அப்துல்லாஹ் அவரை பாக்தாதில் முத்தஸிமிடம் அனுப்பி வைத்தார். அவர், முஹம்மதை மஸ்ரூர் கபீரின் பாதுகாப்பின்கீழ் அனுப்பி வைத்தார். ஹிஜ்ரீ 219 ரபீயுல் அவ்வல் 15 ஆம் நாள் பாக்தாதுக்கு வந்த முஹம்மத் பின் காசிம், அதே ஆண்டு நோன்புப் பெருநாளன்று, ஷவ்வால் மாதம் முதல் நாளிரவு காவலிலிருந்து தப்பித்துச் சென்றார்.

ஸீத்களைப் பூண்டோடு அழித்தல்: கலீஃபா முத்தஸிம், ஸீத்களுடனான போரை முடிவுக்குக் கொண்டுவருவதற்காக ஹிஜ்ரீ 219 ஜுமாதல் ஆகிரா மாதம், படைத்தலைவர் அஜீஃப் பின் அம்பாஸாவை நியமித்தார். கொள்ளையர்களான ஸீத்களுடன் அவர்

ஏழு மாதங்கள் போரிட்டார். இறுதியில், ஹிஜ்ரீ 219 துல் ஹிஜ்ஜா மாதம், அவர்களைச் சரணடைய வைத்த அஜீஃப், பெண்கள் பிள்ளைகள் உட்பட 17,000 பேர்களுடன் பாக்தாதுக்குப் புறப்பட்டார். அவர்களில் போரிடும் ஆற்றலுள்ள 12,000 ஆண்களிருந்தனர். ஹிஜ்ரீ 220 முஹர்ரம் மாதம் 10 ஆம் நாள் பாக்தாதை அடைந்தார் அஜீஃப். ஒரு படகில் ஷமமாவுக்கு வந்த முத்தஸிம், கைதிகளைப் பார்வையிட்டார். தொடர்ந்து ரோமானிய எல்லையை அடுத்த ஸர்பாவில் அவர்களைக் குடியமர்த்தும்படி உத்தரவிட்டார். அவர்கள் அங்கே குடியமர்த்தப்பட்டனர். ரோமானியர் இஸ்லாமிய ஆட்சிப்பகுதிமீது தாக்குதல் நடத்த முடிவு செய்து, ஒரு நாளிரவு திடீரென்று இந்தப் பகுதியைத் தாக்கி ஒருவரைக்கூட உயிருடன் விடாமல் படுகொலை செய்தனர்.

ஸமர்ரா நகர் : போர் வீரரான கலீஃபா முத்தஸிம், தனது கவனத்தை எப்போதும் படைகள்மீதே வைத்திருந்தார். அவருக்கு முன்பிருந்த அப்பாசிய கலீஃபாக்கள், அரபிகளை விடவும் குராசானியரை அதிகமாக நம்பியிருந்தனர். குராசானியரிடமிருந்து பல முறை ஆபத்துகளை எதிர்கொண்ட போதிலும். அரபியருடன் ஒப்பிடும்போது பெரும்பாலும் அவர்கள் குராசானிலும் இரானிலும் தங்கியிருந்தனர். அரேபிய அம்சங்கள் தொடர்ந்து வலுவிழந்து வந்தன. முத்தஸிம், தனது கிலாஃபத்தின் தொடக்கத்திலிருந்தே படைகளின் அமைப்பிலும் வளர்ச்சியிலும் மிகுந்த கவனம் செலுத்தினார். ஆயிரக்கணக்கான துருக்கிய அடிமைகளை விலைக்கு வாங்கி ஒரு படையை உருவாக்கினார். அதில், ஃபர்ஸானாவிலும் துருக்கிஸ்தானிலும் அஷ்ரோஸ்னாவிலுமுள்ள துருக்கியர்களைச் சேர்த்துக்கொண்டார்.

அவர்களது போரிடும் திறமையையும் இடர்பாடுகளைத் தாங்கி நிற்கும் வலுவையும் முத்தஸிம் நன்கறிந்திருந்தார். இதுவரையிலும், அரேபிய, இரானிய படைகள் துருக்கியரை எதிர்த்துப் போரிட்டு வந்தன. துருக்கியரும் அதன் தலைவர்களும் அடக்கி ஒடுக்கப்பட்டனர். மீண்டும் அவர்கள் கிளர்ச்சியில் ஈடுபட்டனர். படையில் சேர்க்க அவர்களை நம்பிக்கைக்குரியவர்களாகக் கருதவில்லை. ஆனால், இரானியருக்கு நிகராகத் துருக்கியரின் எண்ணிக்கையை அதிகமாக்கினார் முத்தஸிம். பெருமளவிலான துருக்கியரை உயர்பொறுப்புகளில் நியமித்தார். கலீஃபாவின்

படையில் எகிப்து இனக்குழுவும் யேமன் இனக்குழுவும் மட்டுமே இருக்கும் அளவுக்கு அரபு இனக்குழுவின் எண்ணிக்கைக் குறைந்து வந்தது. அரபுப்பிரிவினர் அனைவரையும் ஒன்றிணைத்த கலீஃபா முத்தஸிம், மகர்பா எனும் பெயரில் தனியாக ஒரு படையை உருவாக்கினார். சமர்கண்ட், ஃபர்ஸானா, அஷ்ரோஸ்னா ஆகிய பகுதிகளிலுள்ள வீரர்களைக்கொண்ட ஃபரக்னா எனும் துருக்கியப் படை மிகவும் ஆற்றலுடன் விளங்கியது.

துருக்கிய ஃபரக்னா படைமீது குராசானியப் படை பகைமையை வளர்த்தது. மிகுந்த எச்சரிக்கையுடன் புதிய துருக்கியப் படையை உருவாக்கிய கலீஃபா முத்தஸிம், அதன் வீரர்களுக்கு அழகிய சீருடைகளும் சிறந்த குதிரைகளும் அதிகமான ஊதியமும் வழங்கினார். குராசானியருக்கும் துருக்கியருக்குமிடையே பூசல் அதிகரித்தது. சூழ்நிலையை உணர்ந்த முத்தஸிம், பாக்தாதிலிருந்து 90 மைல் தொலைவிலுள்ள, டைக்ரீசின் கிளை நதியான காத்தூனின் கரையில் படைமுகாம் அமைத்து ஓர் அரண்மனையும் கட்டினார். வீரர்களுக்கான குடியிருப்புகளுடன் ஒரு பள்ளிவாசலும் சந்தையும் அமைத்தார். தேவையான பிற வசதிகளுடன் துருக்கியர்களை அங்கே குடியமர்த்தி, தானும் அங்கே குடியேறினார்.

ஸுர் மன் ரஆ என்று பெயரிடப்பட்ட அந்நகர், நாளடைவில் ஸமர்ரா என்று குறிப்பிடப்பட்டது. ஹிஜ்ரீ 220 இல் கட்டப்பட்டு தலைநகராக அறிவிக்கப்பட்ட அந்நகரின் அமைப்பும் அழகும் மக்கள் தொகையும் முந்தைய தலைநகரான பாக்தாதுக்கு நிகராக இருந்தன. அரபிகளும் குராசானியரும்போல் துருக்கியரும் தலைநகர்மீதும் கலீஃபாமீதும் செல்வாக்கு செலுத்தினர். அதே ஆண்டு முஹம்மத் பின் அலீ ரஸா பின் மூஸா பின் காசிம் பின் ஜஅஃபர் ஸாதிக் மரணமடைந்தார். அவரது உடல் பாக்தாதில் அடக்கம் செய்யப்பட்டது.

ஃபதல் பின் மர்வான் நீக்கம் : ஹிஜ்ரீ 220இல் தலைமை அமைச்சர் ஃபதல் பின் மர்வானின் விதி மீறலும் ஊழலும் குறித்த குற்றச்சாட்டுகள் கலீஃபாவுக்கு வந்தன. இது குறித்த உண்மைகளைக் கண்டடையும்படி கணக்காளர்களுக்கு உத்தரவிட்டார் கலீஃபா. இதில், 1,00,000 தினார் பற்றாக்குறை இருப்பது கண்டுபிடிக்கப்பட்டது. இந்தத் தொகை, ஃபதலின் உடைமைகளிலிருந்து வசூல்

செய்யப்பட்டது. அவர் மோசிலின் அருகிலுள்ள ஒரு சிற்றூரில் கண்காணிப்பில் வைக்கப்பட்டார். பின்னர், இப்னு ஸெய்யத் என்று அறியப்பட்ட முஹம்மத் பின் அப்துல் மலிக் பின் அப்பான் பின் ஹம்ஸா தலைமை அமைச்சராக நியமிக்கப்பட்டார். இவரது பாட்டனார், ஒரு சிற்றூரிலிருந்து பாக்தாதுக்கு எண்ணெய் கொண்டு வந்து விற்பனை செய்த ஒரு வணிகர். பாக்தாதில் வளர்ந்த இவர் அங்கேயே கல்வி கற்று உயர் தகுதிகள் பெற்றார். இவர், முத்தஸிம், வத்தீக், முத்தவக்கில் ஆகியோரின் ஆட்சி காலம்வரை தலைமை அமைச்சராக நீடித்தார்.

ஹாரூன் ரஷீதின் ஆட்சியில், காதி யஹ்யா பின் அக்ஸம் எப்படி தலைமை அமைச்சரை விடவும் அதிக செல்வாக்குடன் மாமூனுடன் இருந்து வந்தாரோ அதுபோல், காதியின் மாணவரான அஹ்மத் பின் அபூதாவூத், முத்தஸிமுடன் வாழ்ந்து வந்தார். ஒரு தலைமை அமைச்சருக்கு நிகராக இவருக்கும் செல்வாக்கும் அதிகாரமும் இருந்தன. குர்ஆன் குறித்த வாதப்பிரதிவாதங்கள் தொடர்பாக, மாமூனும் முத்தஸிமும் சமயச் சான்றோர்கள்மீது நிகழ்த்திய கொடூரங்களுக்கு இந்த இருவரின் அறிவுறுத்தல்கள்தான் காரணமாக இருந்தன. ஆயினும், முத்தஸிமின் அரசவையிலிருந்த இப்னு அபூதாவூத், அரபிகளுக்கு ஆதரவாக இருந்தார். தலைநகரிலுள்ள அரபிகள் ஓரளவிலாவது மரியாதையுடன் வாழ்வதற்கு இப்னு அபூதாவூதுதான் காரணம். ஏனைய பகுதிகளில் துருக்கியரும் இரானியரும் செல்வாக்கு செலுத்தினர்.

பாபக் குர்மியும் அஃப்ஷீன் ஹைதரும் : பாபக் குர்மியை எதிர்த்துப் போரிடச் சென்ற மாமூனின் படைத்தலைவர்கள் அனைவரும் தோற்கடிக்கப்பட்டனர் என்பதை ஏற்கனவே பார்த்தோம். அவர்கள் தலைமையகமாகக் கொண்டிருந்த புஸ் நகரின் அண்மைப் பகுதியிலுள்ளவர்கள் பாபக்கையே ஆட்சித்தலைவராக ஏற்றிருந்தனர். ஆளுநர்களும் உயர்குடியினரும் அவரைத் திருப்திப்படுத்தும் விதமாக நடந்துகொண்டனர். பாபக்கை அடக்குவதற்கு, அபூஸயீத் முஹம்மத் பின் யூஸுஃபை நியமித்தார் கலீஃபா முத்தஸிம். பாபக்கால் தகர்க்கப்பட்ட அர்தபிலுக்கும் அஸர்பைஜானுக்குமிடையிலுள்ள கோட்டைகள் அனைத்தையும் அபூஸயீத் முதலில் பழுதுபார்த்தார். அழிந்தவற்றைப் புனரமைத்தார். பின்னர், தேவையான உணவுப் பொருள்களுடனும் போர்க்கருவிகளுடனும் பாபக்கை நோக்கி

அணிவகுத்துச் சென்றார். பாபக்கின் படைப்பிரிவு, ஒரு நகரின்மீது இரவுத் தாக்குதலை மேற்கொண்டது.

இதையறிந்த அபூஸயீத், அவர்களைப் பின்தொடர்ந்து சென்று போரிட்டார். இதில், பாபக்கின் படை தோல்வியடைந்தது. பலர் கொல்லப்பட்டனர். பலர் பிடிபட்டனர். அவர்கள் சூறையாடி வைத்திருந்த பொருள்கள் மீட்கப்பட்டன. பாபக்கின் முதல் தோல்வியே இதுதான். இதன் தாக்கம், பாபக்மீதான பயத்தில் ஆதரவாகவும் உள்ளூர எதிராகவுமிருந்த இனத்தலைவர்கள், இஸ்லாமியப் படைகளுக்கு ஆதரவளிப்பதில் முடிந்தது. பாபக்கின் படைத்தலைவர்களில் ஒருவரான அஸ்மத், வழக்கம்போல் அஸர்பைஜான் கோட்டையில் தங்குவதற்காக வந்தார். காவல் பொறுப்பாளரான முஹம்மத் பின் யஸீத் விருந்துக்கான ஏற்பாடுகளைச் செய்து தங்க வைத்தார். இரவில் அவர்களைக் கைதுசெய்து படைத்தலைவரை முத்தஸிமிடம் அனுப்பிவிட்டு மற்றவர்களைக் கொன்றார். கலீஃபா முத்தஸிம், பாபக்கின் நகரங்கள் மற்றும் கோட்டைகளின் இரகசியங்களை அஸ்மதிடமிருந்து பெற்றுக்கொண்டார். தன்னை விடுதலை செய்வார் என்ற எதிர்பார்ப்புடன் அவர் அவற்றைத் தெரிவித்தார். அஸ்மத் சிறையிலடைக்கப்பட்டார். ஆற்றலுள்ள ஒரு படையைத் திறமையான படைத்தலைவரின்கீழ் அனுப்பி, பாபக்கின் பிரச்சினைகளை முடிவுக்குக் கொண்டு வரத் தீர்மானித்தார் கலீஃபா முத்தஸிம்.

முத்தஸிமின் துருக்கியப் படைத்தலைவரான அஃப்ஷீன் ஹைதர் எனும் பெயரில் அறியப்பட்ட ஹைதர் பின் காவூஸ், அஃப்ஷீன் குடும்பத்தைச் சார்ந்த அஷ்ரோஸ்னா அரசரின் மகன். இவர், மாமூனின் ஆட்சியின்போது முத்தஸிமிடம் வந்து இஸ்லாத்தைத் தழுவினார். தொடர்ந்து அவருக்குப் பணிவிடைகள் செய்து வந்தார். சிரியா மற்றும் எகிப்து ஆளுநராக இருந்த முத்தஸிம், அஃப்ஷீன் ஹைதரின் செயல்பாடுகளைக் கூர்ந்துக் கவனித்து வந்தார். அவரது திறமைகள் முத்தஸிமைக் கவர்ந்தன. கலீஃபாவாகப் பொறுப்பேற்ற முத்தஸிம், தான் உருவாக்கிய ஃபரக்னா படைக்கு இத்தாக், அஷ்நாஸ், அஜீஸ், வஸீஃப், பகா கபீர் ஆகியோரைத் தலைவர்களாகவும் அனைத்துப் படைத்தலைவராக அஃப்ஷீன் ஹைதரையும் நியமித்தார்.

கலீஃபா முத்தஸிம் படைத்தலைவர்களுக்கென ஸமர்ராவில்

கொட்டாரங்கள் கட்டுவித்தார். பாபக்கின் ஆற்றலையும் மலைப்பாதைகள் மற்றும் கணவாய்களின் கடினமான பயண வெளிகளையும் நன்கறிந்த பிறகு, அஃப்ஷீன் ஹைதரை அனுப்பி வைத்தார். துருக்கியப் படைப்பிரிவுகளுடன் குராசானிய, அரேபியப் படைகளும் அவரது தலைமையின்கீழ் அனுப்பி வைக்கப்பட்டன. குறிப்பிட்ட எண்ணிக்கையிலான தன்னார்வ வீரர்களும் ஜிஹாதுக்காகப் புறப்பட்டனர். அஃப்ஷீன், மிகுந்த எச்சரிக்கையுடனும் திறனுடனும் போரில் ஈடுபட்டார். முழு அளவிலான படைக்கருவிகளுடனும் போதிய வீரர்களுடனும் அஃப்ஷீனை அனுப்பிவைத்த முத்தஸிம், பின்னர் புதிய உதவிப் படை ஒன்றை இத்தாக்கின் தலைமையில் அனுப்பினார். சில நாள்களுக்குப் பிறகு, மேலும் படைக்கருவிகளுடனும் தேவையான உணவுப் பொருள்களுடனும் பகா கபீரை அனுப்பினார். பாபக்குக்கு எதிராகப் போர் நடந்த ஒன்றரையாண்டு காலமும் படைச் செலவு, உணவு, பிற தேவைகளுக்கான பணம், முற்றுகைக் காலத்தில் கிடைக்கும் தினப்படியான 5,000 திர்ஹம், நாளொன்றுக்கு மேலும் அதிகமாக 10,000 திர்ஹம் எனப் பொதுக் கருவூலத்திலிருந்து பெற்று வந்தார் அஃப்ஷீன்.

அஃப்ஷீன், அர்தாபிலை அடைந்தார். உணவுப் பங்கீட்டையும் செய்தித் தொடர்பாடலையும் எளிதாக்கிக்கொள்வதற்காக, குறிப்பிட்ட தொலைவுகளில் காவல் அரண்களை நிறுவினார். பின்னர், பாபக்கின் பிடியிலிருந்த மலைப்பகுதிகளுக்குள் ஊடுருவினார். முக்கியமான இடங்களில் படைகளை நிறுவினார். படைத்தலைவர்களின் நகர்வுகளைக் கொடிகள் மூலமும் செய்தியாளர்கள் மூலம் அறிவிக்கும் தொடர்பாடலையும் உருவாக்கியபடி பாபக் படைகளை புஸ் கோட்டையை நோக்கித் தள்ளியபடி முன்னேறினார். இரவுத் தாக்குதலுக்கும் திடீர்த் தாக்குதலுக்கும் எதிரானப் பாதுகாப்பு ஏற்பாடுகளை மிகவும் எச்சரிக்கையுடன் செய்திருந்தார். மழைக்காலத்தின் பருவ நிலை, குராசானியரையும் துருக்கியரையும்விட அரபிகளையும் இராக்கியரையும் பெருமளவு பாதித்தது.

ஜிஹாதுக்காக வந்திருந்த தன்னார்வ வீரர்களின் தலைவரான ஜஅஃபர் பின் தினார் கய்யாதும் பகாவும் இத்தாக்கும் வீரத்துடன் போரிட்டனர். பாபக்கும் அவரது படைத்தலைவர்களான அஸீனும்

தாரா கானும் தங்கள் போர்த் திறமைகளை வெளிப்படுத்தினர். அஃப்ஷீனின் வருகைக்கு முன்பே பாபக்கை எதிர்த்துப் போரில் ஈடுபட்டு வந்த அபூஸயீத், அஃப்ஷீனின் தலைமையின்கீழ் தனது படையுடன் நின்று போரிட்டார். தொடர்ச்சியாக நடந்த போர்களின் முடிவில், பாபக் குர்மி தோல்வியுற்றார். கைது செய்யப்பட்ட அவர் கலீஃபாவிடம் ஸமர்ராவுக்கு அனுப்பி வைக்கப்பட்டார். பாபக்கும் அவரது சகோதரரும் ஹிஜ்ரீ 222 ஷவ்வால் மாதம் கைது செய்யப்பட்டனர். ஹிஜ்ரீ 223 ஸஃபர் மாதம் ஸமர்ராவுக்குச் சென்றார் அஃப்ஷீன். போரில் வெற்றி பெற்றதையும் பாபக்கைச் கைது செய்ததையும் அறிந்த கலீஃபா, பர்ஸாந்துக்கும் (அஸர்பைஜான்) ஸமர்ராவுக்குமிடைப்பட்ட ஒவ்வொரு நிலையிலும் சேணம் பூட்டிய குதிரைகள் அலங்கரிக்க, அரசாடைகள் அணிவிக்கப்பட்டு அஃப்ஷீனுக்கு வரவேற்பளிக்கும்படி உத்தரவிட்டார். தலைநகர் ஸமர்ராவை அடைந்த அஃப்ஷீனை நகரின் நுழைவாயிலுக்கு வந்து வரவேற்றார் கலீஃபாவின் மகன் வத்தீக்.

கலீஃபாவின் அரசவைக்கு வந்த அஃப்ஷீன் தங்க இருக்கை ஒன்றில் அமர்த்தப்பட்டார். அவரது தலையில் மணிமுடி சூட்டப்பட்டது. மிகவும் விலையுயர்ந்த ஒரு போர்வையுடன் 20,00,000 திர்ஹம் அன்பளிப்பாக வழங்கப்பட்டது. வீரர்களிடையே பங்கிட 10,00,000 திர்ஹம் தனியாக வழங்கப்பட்டது. தனது செல்வாக்கை 20 ஆண்டுகளாக நிலைநிறுத்தி வந்திருந்த பாபக் குர்மி, கலீஃபா முத்தஸிமின் உத்தரவின்படி கொல்லப்பட்டார். பாக்தாதுக்கு அனுப்பப்பட்ட அவரது சகோதரரும் கொல்லப்பட்டார். அவர்களது உடல்கள் பொதுமக்களின் பார்வைக்காகத் தொங்கவிடப்பட்டன. பாபக் குர்மி 1,55,000 பேர்களைக் கொன்றிருந்தார். அவரது தோல்வியுடன் 7,600 முஸ்லிம் ஆண் பெண்கள் விடுவிக்கப்பட்டனர். பாபக்கின் குடும்ப உறுப்பினர்களில் 17 ஆண்களையும் 30 பெண்களையும் கைது செய்திருந்தார் அஃப்ஷீன்.

அமூர்யாவைக் கைப்பற்றுதலும் ரோமானியப் போரும்: இஸ்லாமியப் படையால் முற்றுகைக்குள்ளான பாபக் குர்மி, ரோமானியப் பேரரசன் நூஃபில் பின் மைக்கேலுக்கு ஒரு கடிதம் எழுதினான். அதில், “எனக்கு எதிராகத் தனது படைகள் அனைத்தையும் அனுப்பி வைத்துவிட்டார் முத்தஸிம். இந்நிலையில், பாக்தாதும் ஸமர்ராவும் பிற பகுதிகளும் பாதுகாப்பற்ற நிலையிலுள்ளன.

இந்த ஆட்சிப் பகுதிகளைக் கைப்பற்றுவதற்கு இது நல்லதொரு வாய்ப்பு. உங்கள் அருகில் நிற்கும் அரிய சந்தர்ப்பத்தைக் கை நழுவ விட்டுவிடாதீர்கள். இந்தப் பகுதிகளை வெற்றிகொண்ட பின், பாக்தாத்மீது படையெடுங்கள்” என்று எழுதியிருந்தார். ரோமானியப் படையெடுப்பு நிகழ்ந்தால் தன்மீதான அவர்களது அழுத்தம் குறைவதுடன் இஸ்லாமியப் படைகள் இரு கூறுகளாகப் பிரிவுபடும் என்றும் அவர் நம்பினார்.

கடிதத்தை வாசித்த ரோமானியப் பேரரசன், 1,00,000 வீரர்களுடன் வந்தான். ஆனால், அதற்குள் பாபக்குக்கு எதிரான போர் முடிவுக்கு வந்துவிட்டது. அவனைத் தடுத்து நிறுத்துகிற நிலையில் இஸ்லாமியப் படை இருந்தது. நூஃபில், முதலில் ஸப்தராமீது இரவுத்தாக்குதல் மேற்கொண்டான். எதிர்த்து நின்ற ஆண்களைக் கொன்று பெண்களையும் பிள்ளைகளையும் கைது செய்தான். அப்படியே மால்ட்டியாவுக்குத் திரும்பி அங்கும் இதையே செய்தான்.

ரோமானியப் படைகள், ஸப்தரா மற்றும் மால்ட்டியாவைக் கைப்பற்றிய தகவலை ஹிஜ்ரீ 223 ரபீயுல் ஆகிர் மாதம் 29 ஆம் நாள் முத்தஸிம் அறிந்தார். ரோமானியப் படைவீரன் ஒருவன், ஒரு ஹாஷிம் பெண்ணை இழுத்துச் சென்றதாகவும் அவள், “முத்தஸிமே முத்தஸிமே” என்று கதறியதாகவும் அந்தத் தகவலாளி சொன்னான். இதைக் கேட்டதும், தனது இருக்கையிலிருந்து எழுந்த முத்தஸிம், போர்ப்பறைகள் முழங்கட்டும் என்றபடி தனது குதிரையில் ஏறினார். வீரர்களும் படைத்தலைவர்களும் அவருடன் சேர்ந்துகொண்டனர். அரசுப் படைகளும் முஜாஹிதீன் குழு (அல்லாஹ்வின் வழியில் போரிடுவோர்) ஒன்றும் அவரைப் பின்தொடர்ந்தன. இயன்றவரைக்கும் வேகமாக ஸப்தராவை அடைந்த முத்தஸிம் மக்களுக்கு ஆறுதல் கூறினார். ஒரு முன்னணிப் படைக்கு அஜீஃப் பின் அம்பாஸாவையும் உமர் ஃபர்கானியையும் நியமித்து ரோமானியரை விரட்டியடிக்கும்படி உத்தரவிட்டார். அதற்குள் ரோமானியர் போய்விட்டிருந்தனர்.

கலீஃபா முத்தஸிமும் அங்கே போய்ச் சேர்ந்தார். ரோமானியரின் அப்பகுதியிலுள்ள முக்கியமான, பலம் வாய்ந்த நகரம் எதுவென்று கேட்டார் முத்தஸிம். பாதுகாப்பரண்கள்கொண்ட கோட்டை நகரமான அமூர்யா மிகவும் பாதுகாப்பான நகர் என்று தெரிய

வந்தது. ரோமானியப் பேரரசன் நூஃபிலின் பிறப்பிடமும் அதுதான் என்பதால் அது மேலும் சிறப்புப் பெற்ற நகராக இருந்தது. எனது பிறப்பிடமான ஸப்தராவை ரோமானியப் பேரரசன் அழித்து விட்டான். அவனது பிறப்பிடமான அமூர்யாவை நானும் அழிப்பேன் என்று சூளுரைத்தார் முத்தஸிம்.

முன்பில்லாத அளவில் போருக்கான முன்னேற்பாடுகளில் ஈடுபட்டார் முத்தஸிம். முன்னணிப் படைத்தலைவராக அஷ்நாசையும் உதவிப்படைகளின் பொறுப்புக்கு முஹம்மத் பின் இப்ராஹீம் பின் முஸ்அபையும் நியமித்தார். வலப்புற அணிக்கு இத்தாக்கும் இடப்புற அணிக்கு ஜஅஃபர் பின் தினார் கய்யாதும் நியமிக்கப்பட்டனர். நடுப்புற அணிக்கு அஜீஃப் பின் அம்பாஸா நியமிக்கப்பட்டார். இம்முன்னேற்பாடுகளுடன் ரோமானிய ஆட்சிப் பகுதிக்குள் நுழைந்த பின், அனைத்துப் படைத்தலைவராக அஜீஃப் பின் அம்பாஸாவை நியமித்தார். ஸலூக்கியாவை அடைந்த அஜீஃப், ஸானின் கிளை நதியோரம் முகாம் அமைத்தார். இம்முகாம், தார்த்தூஸிலிருந்து ஒருநாள் பயணத் தொலைவில் அமைந்திருந்தது.

ஏற்கனவே, ஆர்மேனியா மற்றும் அஸர்பைஜான் ஆளுநராக நியமிக்கப்பட்டு ஆர்மேனியாவில் இருந்த அஃப்ஷீன், தனது படையுடன் ரோமானிய ஆட்சிப் பகுதிக்குள் நுழைந்தார். இஸ்லாமியப் படையின் ஒரு பகுதி அணிவகுத்துச் சென்று அங்குராவைக் கைப்பற்றியது. இதில், பெருமளவிலான தானியங்களும் கிடைத்தன. போரைத் தொடர்ந்து நடத்திச் செல்வதற்கு இது உதவியாக இருந்தது. இஸ்லாமியப் படைகளை அங்குராவில் எதிர்கொள்ள விரும்பிய ரோமானியப் பேரரசன், அதற்கான உணவுப் பொருள்களுடன் தேவையான அனைத்தையும் அங்கே ஏற்பாடு செய்து வைத்திருந்தான். அங்கே முகாமிட்டிருந்த அவனது வீரர்களுக்கும் படைத்தலைவர்களுக்குமிடையே ஏற்பட்ட முரண்பாட்டின் விளைவாக படைகள் பின்வாங்கின. அதே நேரம், அஃப்ஷீனின் முன்னேற்றத்தைத் தடுக்க ஆர்மேனிய எல்லைக்குச் சென்றான் ரோமானியப் பேரரசன். அங்கே தோல்வியடைந்து அங்குராவுக்குத் திரும்பினான். அது ஏற்கனவே முஸ்லிம்களின் கீழிருந்தது. வேறு வழியில்லாத நிலையில் அமூர்யாவுக்குத் திரும்பி வந்து தேவையான உணவுப் பொருள்களையும் போருக்கான ஏற்பாடுகளையும் செய்தான். தனது பேரரசின் அனைத்துப்

பகுதிகளிலுமுள்ள படைகளை ஒன்று திரட்டி போருக்கான ஏற்பாடுகளில் முழுமூச்சுடன் ஈடுபட்டான். அங்குராவில் முகாமிட்டிருந்த முத்தஸிம், அஃப்ஷீனை எதிர்பார்த்திருந்தார். அஃப்ஷீனும் வந்து சேர்ந்தார்.

ஹிஜ்ரீ 223 ஷஃஅபான் மாத இறுதியில், கலீஃபா முத்தஸிம் தனது படைகளுடன் அங்குராவிலிருந்து புறப்பட்டார். அஃப்ஷீனை வலப்புற அணியிலும் அஷ்நாசை இடப்புற அணியிலும் நியமித்து, நடுப்புற அணிக்குத் தானும் தலைமையேற்றார். இஸ்லாமியப் படைகள் அணி வகுத்துச்சென்று அமூர்யாவை முற்றுகையிட்டன. தொடர்ந்து பாதுகாப்புகளை வலுப்படுத்தியபடியே காவல் அரண்களை நோக்கி முன்னேறின. ஹிஜ்ரீ 223 ரமளான் மாதம் 6 ஆம் நாள் தொடங்கி, ஷவ்வால் மாதம் இறுதிவரை நீடித்த 55 நாள் முற்றுகையின் முடிவில் அமூர்யா கீழ்ப்படிந்தது. அங்கிருந்தவர்களைச் சிறைப்பிடிக்கவும் கொல்லவும் செய்தனர். போர்ப் பொருள்கள் விற்பனை செய்யப்பட்டன. எஞ்சியவை தீயிடப்பட்டன. பின்னர், அமூர்யாவை இடித்துத் தரைமட்டமாக்கும்படி உத்தரவிட்டார் கலீஃபா. நகரம் முழுவதுமாக அழிக்கப்பட்டது. பேரரசன் நூஃபில், கான்ஸ்டான்டிநோபிளை நோக்கித் தப்பியோடினான். சிறைக்கைதிகள், படைத்தலைவர்களுக்குப் பகிர்ந்தளிக்கப்பட்டனர். பின்னர், அவர்கள் தார்த்தூஸை நோக்கி அணிவகுத்துச் சென்றனர்.

அப்பாஸ் பின் மாமூனின் இறப்பு: அஜீஃபுக்கும் அஃப்ஷீனுக்குமிடையே முரண்பாடுகளிருந்தன. கலீஃபா முத்தஸிம், அஜீஃபின் நடவடிக்கைகளைக் குறைசொல்லி வந்தார். இது தன்னைச் சிறுமைப்படுத்துவதாக உணர்ந்தார் அஜீஃப். இதன் விளைவாக, அவரது நடவடிக்கைகளில் மாற்றம் ஏற்பட்டது. கலீஃபாவுக்கு எதிரான சூழ்ச்சிகளில் ஈடுபட்டார். ரோமானியர்மீதான போர்ப்பயணத்தின்போது அப்பாஸ் பின் மாமூனிடம் அவர், "முத்தஸிமுக்கு வாக்குறுதி அளித்ததன் மூலம் நீங்கள் பெரிய தவறு செய்துவிட்டீர்கள். படைத்தலைவர்கள் அனைவரும் உங்களுக்கு ஆதரவாக இருந்த நிலையில் நீங்கள் கலீஃபாவாகும் எண்ணத்தை வெளிப்படுத்தியிருக்க வேண்டும்" என்றார். இத்தகைய தூண்டுதல்கள் அப்பாஸை யோசிக்க வைத்தன. அஜீஃப் மீண்டும் மீண்டும் இதை வலியுறுத்திச் சொல்ல அப்பாஸ் கிளர்ச்சி செய்யும் முடிவுக்கு வந்தார். இதற்கு முதலில் படைத்தலைவர்களின்

ஆதரவைப் பெற வேண்டும் என்றும் அஃப்ஷீனும் அஷ்நாசும் ஒரே நேரத்தில் கொல்லப்பட வேண்டும் என்றும் தொடர்ந்து, அப்பாஸின் கிலாஃபத்தை அறிவிக்கலாம் என்றும் கருத்துக்கள் முன்வைக்கப்பட்டன.

அதன்படி அவர்கள் செயலாற்றினர். அப்பாசின் கிலாஃபத்தை ஏற்றுக்கொள்ளும்படி படைவீரர்கள் பலர் தூண்டப்பட்டனர். அமூர்யாவை வெற்றிகொண்டு திரும்பி வந்துகொண்டிருந்த அப்பாஸ் இந்தச் சூழ்ச்சியில் விழுந்தார்.

அப்பாசைக் கைதுசெய்து அஃப்ஷீனிடம் ஒப்படைத்தார் முத்தஸிம். தொடர்ந்து, மாஷா பின் ஸஹல், உமர் ஃபர்கானி, அஜீஃப் என ஒவ்வொருவராகக் கைது செய்யப்பட்டனர். முதலில் மாஷா பின் ஸஹல் கொல்லப்பட்டார். அப்பாசை பஞ்சு மூட்டைக்குள் கட்டிவைத்து மூச்சுத் திணற வைத்துக் கொலை செய்தனர். பின்னர், நஸிபானுக்குச் சென்ற அவர்கள் ஒரு குழி தோண்டி ஃபர்கானியை உயிருடன் புதைத்தனர். பிறகு, மோசிலுக்குச் சென்று அஜீஃபையும் பஞ்சு மூட்டைக்குள் கட்டி, மூச்சுத் திணற வைத்துக் கொலை செய்தனர். பிறகு, ஸமர்ராவுக்கு வந்த முத்தஸிம், கலீஃபா மாமூன் ரஷீதின் வம்சாவளியினர் அனைவரையும் பிடித்து அவர்கள் இறக்கும் வரையிலும் வீட்டுக்காவலில் வைத்தார். இப்பயணத்தின்போது சந்தேகத்துக்கிடமான அனைவரையும் கலீஃபா முத்தஸிம் தேடிப்பிடித்துக் கொன்றார்.

தபரிஸ்தான் கிளர்ச்சி : குராசான் ஆளுநர் அப்துல்லாஹ் பின் தாஹிரிடம் தபரிஸ்தான் ஆட்சியாளர் மஸ்யர் பின் கரீன் திறை செலுத்தி வந்தார். அவர்களிடையே மனமுரண் உருவான பிறகு, "திறையை நான் அப்துல்லாஹ்விடம் கொடுக்காமல் நேரடியாகவே தலைநகருக்கு அனுப்புவேன்" என்றார் மஸ்யர். அப்துல்லாஹ் இதைத் தனக்கு இழைத்த அவமானமாகக் கருதினார். மஸ்யர், அதைத் தலைநகருக்கு அனுப்புவதும் அப்துல்லாஹ் பின் தாஹிரின் பிரதிநிதி அதை அங்கே சென்று பெற்றுக்கொள்வதுமாக சிறிது காலம் இந்தப் பூசல் தொடர்ந்தது.

பாபக்குக்கு எதிராக நடந்த போரின்போது பணத்தைத் தன்னிச்சையாக செலவழிக்கும் அதிகாரம் அஃப்ஷீனுக்கு வழங்கப்பட்டிருந்தது. முத்தஸிம் அனைத்துவிதமான உதவிகளையும்

செய்துகொண்டிருந்தார். அஃப்ஷீன் மிகவும் கவனமாகப் பணத்தைச் செலவு செய்து மீதிப் பணத்தைத் தனது பிறப்பிடமான அஷ்ரோஸ்னாவுக்கு (துருக்கி) அனுப்பி வந்தார்.

அஸர்பைஜானுக்கு அனுப்பி வைத்த இப்பொருள்கள் குராசான் வழியாகச் சென்றுகொண்டிருப்பதை அறிந்த அப்துல்லாஹ் பின் தாஹிர், ஏதோ தவறு நடக்கிறது என்பதைப் புரிந்துகொண்டார். பொருள்களைப் பறிமுதல் செய்து அதைச் சுமந்துசென்றவர்களைக் கைது செய்தார். தொடர்ந்து, அஃப்ஷீனுக்கு ஒரு கடிதம் அனுப்பினார். அதில், "உங்கள் படைவீரர்கள் சிலர் ஏராளமான பொருள்களுடன் சென்றுகொண்டிருந்தனர். அவர்களை நான் கைது செய்திருக்கிறேன். துருக்கிமீது படையெடுக்கும் முன்னேற்பாடுகளில் நான் ஈடுபட்டு வருவதால், பொருள்கள் அனைத்தையும் என்னுடைய படைவீரர்களுக்குப் பகிர்ந்து கொடுத்தேன். பொருள்களை நீங்கள் அனுப்பி வைத்ததாக அவர்கள் சொல்கிறார்கள். அப்படியென்றால் நிச்சயமாக எனக்கு அறிவித்திருப்பீர்கள் என்று எனக்குத் தெரியும். ஆகவே, அவர்கள் சொல்வதை நான் நம்பவில்லை" என்று குறிப்பிட்டிருந்தார். கடிதத்தை வாசித்த அஃப்ஷீன் அதிர்ச்சி அடைந்தார். அவர்கள் திருடர்கள் அல்ல என்றும் தன்னுடைய ஆட்கள்தான் என்றும் அவர் பதிலெழுதினார். அவர்களை விடுதலை செய்த அப்துல்லாஹ் பின் தாஹிர் பறிமுதல் செய்த பொருள்களைத் திருப்பிக் கொடுக்கவில்லை.

இது குறித்து, ஓர் இரகசிய அறிக்கையைக் கலீஃபா முத்தஸிமுக்கு அப்துல்லாஹ் பின் தாஹிர் அனுப்பி வைத்தார். கலீஃபா இதைக் கவனத்தில் கொள்ளவில்லை. அஷ்ரோஸ்னாவில் தனது அரசை நிறுவ விரும்பிய அஃப்ஷீன் அதற்கான முன்னேற்பாடுகளில் ஈடுபட்டிருந்தார். பாபக்குக்கு எதிரான போர் முடிவடைந்து ஸமர்ராவுக்குத் திரும்பியதும் முத்தஸிம், தன்னை குராசான் ஆளுநராக நியமிப்பார் என்றும், தனது ஆட்சியை நிறுவிக்கொள்ள இது ஒரு வாய்ப்பாக இருக்கும் என்றும் அவர் எதிர்பார்த்தார். ஆனால், முத்தஸிம் அவரை ஆர்மேனியா மற்றும் அஸர்பைஜான் ஆளுநராக நியமித்தார். ஆகவே, அவரது திட்டங்கள் குலைந்தன.

அடுத்து, உடனடியாக ரோமானியர்மீதான போர் தொடங்கியது. அதில், அஃப்ஷீனும் கலந்துகொள்ள வேண்டியதாயிற்று. முத்தஸிமும் அப்போது உடனிருந்தார். அனைத்துப் படைத்தலைவராக

நியமிக்கப்பட்ட அஜீஃப், தன்னை அஃப்ஷீனின் எதிரியாகக் கருதுபவர். அஃப்ஷீன் ஒரு புதிய திட்டத்தை வகுத்து அதன்படி தபரிஸ்தான் ஆளுநர் மஸ்யருக்கு ஒரு கடிதம் எழுதினார். அப்துல்லாஹ் பின் தாஹிருக்கு எதிராக மஸ்யரைத் தூண்டும்படி அந்தக் கடிதத்தில் அவர் எழுதினார்.

"ஸொராஸ்ட்ர சமயத்துக்கு ஆதரவளிக்கவும் வளர்க்கவும் உங்களையும் என்னையும் தவிர வேறு யாருமில்லை. இதற்கான முயற்சிகளில் பாபக் குர்மி ஈடுபட்டார். எனினும், தனது அறிவீனம் காரணமாக அழிவைச் சந்தித்தார். எனது அறிவுரையின்படி அவர் நடந்துகொள்ளவில்லை. இப்போதைய சூழ்நிலையிலும் அதற்கான வாய்ப்பு இருக்கவே செய்கிறது. நீங்கள் ஒரு கிளர்ச்சியை மேற்கொள்ளுங்கள். உங்களை எதிர்கொள்ள நான்தான் அனுப்பி வைக்கப்படுவேன். என்னிடம் இப்போது மிகவும் பலம் வாய்ந்த ஒரு படை இருக்கிறது. நாம் இருவரும் ஒன்றிணைவோம். பிறகு, மேற்கிலுள்ளவர்களும் அரபிகளும் குராசானியரும் மட்டுமே எங்களை எதிர்த்து நிற்பார்கள். மேற்கிலுள்ளவர்கள் எண்ணிக்கையில் மிகச் சிலர்தான். எனது படையின் ஒரு சிறு பிரிவே போதும் அவர்களை எதிர்கொள்வதற்கு. அரபிகளைப் பொறுத்தவரைக்கும், ஒரு கவளத்தை ஊட்டி அவர்களது தலைகளைக் கல்லால் அடிக்க வேண்டியதுதான். குராசானியர்களின் நாட்டுப்பற்று கொதிக்கும் பால் போன்றது. பொங்கிய அடுத்த கணமே அடங்கிவிடும். ஒரு சிறு திட்டத்தின் மூலம் அவர்களை அடக்கிவிடலாம். நீங்கள் சற்று வேகம் காட்டினால் அரபிகளுக்கு முன்பிருந்த அரசாட்சியின்போது எழுச்சியுடன் திகழ்ந்த சமயத்தை மீண்டும் நிறுவிவிட இயலும்."

கடிதத்தை வாசித்த மஸ்யர் பெரும் மகிழ்ச்சியடைந்தார். மக்களிடமிருந்து ஓர் ஆண்டுக்கான வரிகளை முன்பணமாகத் திரட்டினார். ஆயுதங்களையும் கோட்டைக் கொத்தளங்களையும் பழுது பார்த்தார். கிளர்ச்சிக்கான அனைத்து ஏற்பாடுகளையும் செய்தார். பலம் வாய்ந்த ஒரு படையை எதிர்கொள்வதற்குத் தன்னை ஆயத்தம் செய்துகொண்டார்.

மஸ்யர் கிளர்ச்சியில் ஈடுபட்டிருக்கும் தகவலை அறிந்த அப்துல்லாஹ் பின் தாஹிர், தனது உறவினர் ஹஸன் பின் ஹுசைனின் தலைமையில் ஒரு படையை அனுப்பினார். இதையறிந்த முத்தஸிம், அப்துல்லாஹ்வுக்கு உதவியாக தலைநகர்

மற்றும் பிற பகுதிகளிலிருந்து படைகளை அனுப்பி வைக்கும்படி உத்தரவிட்டார். அஃப்ஷீன் செல்வதை அவர் அனுமதிக்கவில்லை. மஸ்யர் கைது செய்யப்பட்டு அப்துல்லாஹ் பின் தாஹிர் முன் நிறுத்தப்பட்டார். அவரை முத்தஸிடம் அனுப்பி வைத்தார் அப்துல்லாஹ். முத்தஸிம் அவரைச் சிறையிலடைத்தார்.

மஸ்யரைக் கைது செய்த ஹஸன் பின் ஹுஸைன், அஃப்ஷீன் எழுதிய கடிதத்தைக் கைப்பற்றினார். அஃப்ஷீனின் வேறு சில கடிதங்களும் கிடைத்தன. அவற்றை கலீஃபா முத்தஸிமுக்கு அனுப்பி வைத்தார் அப்துல்லாஹ் பின் தாஹிர். அவற்றை தனது பாதுகாப்பில் வைத்துக்கொண்ட கலீஃபா, அதற்கு எந்த முக்கியத்துவமும் அளிப்பதுபோல் காட்டிக்கொள்ளவில்லை. இது ஹிஜ்ரீ 224இல் நடந்தது.

குர்திஸ்தான் கிளர்ச்சி : தபரிஸ்தான் கிளர்ச்சி ஒடுக்கப்பட்டதுடன் குர்திஸ்தானைச் சேர்ந்த ஜஅஃபர் பின் ஃபஹர், மோசிலையடுத்த பகுதிகளிலிருந்து பெருமளவிலான குர்துகளை ஒன்றுதிரட்டிக் கிளர்ச்சியில் ஈடுபட்டார். இவை, அஸர்பைஜான் மற்றும் ஆர்மேனிய எல்லைப்பகுதிகள். இருந்தும், அவர்களை அடக்க அப்துல்லாஹ் பின் ஸெய்யத் பின் அனஸை அனுப்பி வைத்தார் முத்தஸிம். இதிலும் அஃப்ஷீனுக்கு இடமளிக்கவில்லை. அப்துல்லாஹ் பின் ஸெய்யத் தனது படைகளை அணிவகுத்து நிறுத்தினார். இன்னொரு படைத்தலைவர் இத்தாக்கின் தலைமையிலான வலுமிக்க படை வரும்வரையிலும் போர் தொடர்ந்தது. போரில், ஜஅஃபர் பின் ஃபஹர் கொல்லப்பட்டார். அவரது வீரர்களும் பிடிபட்டுக் கொல்லப்பட்டனர். அஃப்ஷீனால் தொடங்கி வைக்கப்பட்ட இக்கிளர்ச்சிகள் ஹிஜ்ரீ 225இல் முடிவுக்கு வந்தன.

ஆர்மேனிய, அஸர்பைஜான் கிளர்ச்சிகள்: தன் உறவினர்களில் ஒருவரான மங்காஜூர் என்பவரைத் தனது உதவியாளராக நியமித்த அஃப்ஷீன், அஸர்பைஜான் ஆளுநர் பொறுப்பை அவரிடம் ஒப்படைத்துவிட்டுத் தலைநகரில் வாழ்ந்து வந்தார். பாபக் குர்மியின் பெரும் செல்வமொன்று ஒரு சிற்றூரில் இருப்பது எப்படியோ மங்காஜூருக்குத் தெரியவந்தது. அவர் அதைக் கலீஃபாவுக்குத் தெரிவிக்கவில்லை. ஆனால், தனது செய்தியாளர் மூலம் கலீஃபா இதையறிந்துகொண்டார். மங்காஜூர் அந்தச்

செய்தியாளரைக் கொல்வதாக முடிவு செய்தார். அவர், அர்தாப் மக்களிடம் பாதுகாப்புக் கோரினார். அவர்கள் மங்காஜூரைத் தடுக்க முயற்சி செய்தனர். அவர்களையும் சேர்த்துக் கொன்றுவிட முடிவு செய்தார் மங்காஜூர்.

இதையறிந்த முத்தஸிம், மங்காஜூரைப் பதவி நீக்கம் செய்யும்படி அஃப்ஷீனுக்கு உத்தரவிட்டார். தொடர்ந்து, அவரிடமிருந்து பொறுப்பை ஏற்கும்படி பகா கபீரை ஒரு படையுடன் அஸர்பைஜானுக்கு அனுப்பி வைத்தார். தான் நீக்கம் செய்யப்பட்டதையும், பகா கபீர் வந்துகொண்டிருப்பதையும் அறிந்த மங்காஜூர் கிளர்ச்சி செய்தார். அர்தாபிலிலிருந்து விலகி நின்று போரிட்ட மங்காஜூர் தோற்கடிக்கப்பட்டார். பகா கபீர், அர்தாபிலைக் கைப்பற்றினார். தப்பியோடிய மங்காஜூர் அஸர்பைஜானில் ஒரு கோட்டையில் தஞ்சம் புகுந்தார். ஏறத்தாழ ஒரு மாத காலம் அவர் அங்கிருந்தார். கடைசியில், அவர் பாதுகாப்பில்லாமல் இருக்கும் நேரம் பார்த்து அவரது ஆள்களில் ஒருவர் அவரைப் பிடித்து பகா கபீரிடம் ஒப்படைத்தார். பகா கபீர் அவருடன் ஸமர்ராவுக்குத் திரும்பி வந்து கலீஃபா முத்தஸிமிடம் அவரை ஒப்படைத்தார். கலீஃபா அவரைச் சிறையிலடைத்தார்.

அஃப்ஷீனின் இறப்பு : மேலே குறிப்பிட்ட நிகழ்வு அஃப்ஷீன் மீதான முத்தஸிமின் சந்தேகத்தை மேலும் வலுப்படுத்தியது. இதில், அஃப்ஷீனின் பங்களிப்பும் இருக்கிறது என்பது உறுதியானது. தன்னைப் பற்றிய உண்மைகளைக் கலீஃபா அறிந்திருப்பதை அஃப்ஷீனும் அறிந்துகொண்டார். ஆகவே, அவர் தலைநகரிலிருந்து தப்பித்து விடுவது குறித்துச் சிந்தித்தார். முதலில், அஸர்பைஜானுக்குச் சென்று, அங்கிருந்து ஆர்மேனியாவுக்கும் பிறகு, கிர்ஸ் வழியாகத் தனது தாயகமான அஷ்ரோஸ்னாவுக்கும் செல்வதாக முடிவு செய்தார். ஆனால், இத்திட்டத்தை அவரால் செயல்படுத்த இயலவில்லை. ஏனெனில், கலீஃபா முத்தஸிம் தனது பிரதிநிதியை அஸர்பைஜான் பொறுப்பில் நியமித்துவிட்ட நிலையில் தனக்கு அங்கே பாதுகாப்பிருக்காது என்பதை அவர் அறிந்திருந்தார்.

இறுதியாக, கலீஃபாவுக்கும் அரசவையினருக்கும் அனைத்துத் துறைத்தலைவர்களுக்கும் ஒரு விருந்தளிப்பதாக முடிவு செய்தார் அஃப்ஷீன். அவர்கள் விருந்துண்ட மயக்கத்தில் ஆழ்ந்திருக்கும்

நேரம் பார்த்துத் தப்பிச்சென்று விடலாம் என்பது அவரது நோக்கம். இதையும் அவரால் நிறைவேற்ற முடியவில்லை. தனது நம்பிக்கைக்குகந்த பணியாளருடன் எதிர்பாராமல் ஏற்பட்ட ஒரு சச்சரவின் காரணமாக அஃப்ஷீன் அவரிடம் கடுமையாக நடந்துகொண்டார். மனவேதனை அடைந்த பணியாளர், அஃப்ஷீனின் திட்டங்களை இத்தாக்கிடம் போய்ச் சொல்லிவிட்டார். இத்தாக், அவரையும் அழைத்துக்கொண்டு கலீஃபாவிடம் சென்று தகவல்களைச் சொன்னார். கலீஃபா, அஃப்ஷீனை வரவழைத்து அவரைப் பொறுப்பிலிருந்து நீக்கி சிறையிலடைத்தார். பின்னர், இது குறித்து அவர் எதையுமே வெளிக்காட்டிக்கொள்ளவில்லை. பிறகு, குராசான் ஆளுநர் அப்துல்லாஹ் பின் தாஹிருக்கு ஒரு கடிதம் அனுப்பினார். அதில், அஃப்ஷீனின் மகனும் மவரோன்னஹ்ரின் ஆட்சியாளரும் அஷ்ரோஸ்னாவில் வாழ்ந்து வருபவருமான ஹஸன் பின் அஃப்ஷீனைக் கைது செய்து தன்னிடம் அனுப்பி வைக்கும்படி எழுதினார்.

ஹஸன் பின் அஃப்ஷீன், புக்ஹாரா ஆளுநர் நூஹ் பின் அஸத்மீது அடிக்கடி புகார் செய்து வந்தார். அப்துல்லாஹ் பின் தாஹிர், ஹஸன் பின் அஃப்ஷீனுக்கு ஒரு கடிதம் அனுப்பினார். அதில், "புக்ஹாரா ஆளுநராக உங்களை நியமிக்கிறேன். அங்கு சென்று, எனது இந்த உத்தரவை நூஹ் பின் அஸதிடம் காட்டி, அவரிடமிருந்து பொறுப்பை ஏற்றுக்கொள்க" என்று எழுதினார். ஹஸன் பின் அஃப்ஷீன் பெரும் மகிழ்ச்சியுடன் புக்ஹாராவுக்குப் புறப்பட்டார். அப்துல்லாஹ் பின் தாஹிர், ஏற்கனவே புக்ஹாரா ஆளுநர் நூஹ் பின் அஸதுக்கு அனுப்பிய ஒரு கடிதத்தில், இப்படியான ஒரு திட்டத்துடன் ஹஸன் பின் அஃப்ஷீனை உங்களிடம் அனுப்புகிறேன். புக்ஹாராவில் நுழைந்ததும் அவரைக் கைது செய்து என்னிடம் அனுப்பி வைக்கவும் என்று எழுதினார். இதன்படி, கைது செய்யப்பட்ட ஹஸன் பின் அஃப்ஷீன் மர்விலிருந்து அப்துல்லாஹ் பின் தாஹிரிடம் கொண்டு வரப்பட்டார்.

அப்துல்லாஹ் பின் தாஹிர் அவரைக் கலீஃபாவிடம் அனுப்பினார். ஹஸன் பின் அஃப்ஷீனைக் கைது செய்ததைத் தொடர்ந்து கலீஃபா, ஒரு குழுவை அமைத்தார். அதில், தலைமையமைச்சர் முஹம்மத் பின் அப்துல் மலிக், காதி அஹ்மத் பின் அபூதாவூத், இஷாக் பின் இப்ராஹீம் ஆகியோரும் அரசின் ஏனைய உறுப்பினர்களும்

இருந்தனர். அஃப்ஷீனின் நடவடிக்கைகளை ஆய்வு செய்து தீர்ப்பு வழங்கும்படி கேட்டுக்கொண்டார் கலீஃபா. தீர்ப்பை அவரே வழங்கியிருக்க முடியும். ஆனால், அஃப்ஷீனைக் கொன்றதை முன்வைத்துத் தனக்கெதிராக ஏதாவது எதிர்வினைகள் உருவாக வாய்ப்பளிக்க வேண்டாம் என்பது அவரது எண்ணம்.

பாபக்குக்கு எதிரான போரில், போர்முனைக்கு அனுப்பி வைக்கப்பட்ட பொருள்களைத் தனது மகன் ஆளுநராக இருக்கும் அஷ்ரோஸ்னாவுக்கு அனுப்பி வந்தது உட்பட அஃப்ஷீனின் தீய எண்ணங்கள் அனைத்தும் முத்தஸிமுக்குத் தெரியும். 20 ஆண்டுகளாக அடக்க முடியாதிருந்த எதிரியை எதிர்த்து அவர் போரில் ஈடுபட்டிருந்த நிலையில் முத்தஸிம் அமைதி காத்தார். பாபக்குக்கு எதிரான வெற்றி எளிதான ஒன்றல்ல. அதற்குரிய பலனை அவர் அனுபவிக்காமல், செய்த குற்றத்துக்காக தண்டனை வழங்குவதை முத்தஸிமின் மனம் ஏற்கவில்லை. அஃப்ஷீனின் வஞ்சனையை அறியும் படை வீரர்களின் கோபத்திலிருந்து அவர் மீண்டிருக்கவும் முடியாது. மேலும், அவருக்கு நிகழவிருந்த சிறப்பு வாய்ந்த மாற்றங்களுக்கு வஞ்சகம் நிரம்பிய அவரது கடிதங்களும் செயல்பாடுகளும் பின்னடைவை ஏற்படுத்தின. குர்ஆனையும் தொழுகை இல்லங்களையும் இமாம்களையும் அவர் இழித்துரைத்தார். எப்போதும் தனது கைவசம், ஸொராஸ்ட்ர சமய நூல்களை வைத்து அவற்றைப் பாராயணம் செய்து வந்தார். முஸ்லிம்களுடன் சேர்ந்து தொழும்போதும் மார்க்க விஷயங்களைப் பேசும்போதும் இஸ்லாத்தையும் இறைத்தூதரையும் வெளிப்படையாகவே விமர்சித்து வந்தார். சுருக்கமாகச் சொன்னால், அஃப்ஷீன் மனத்தளவில் முஸ்லிமாக இல்லை. மாறாக, முஸ்லிம்களை ஏமாற்றுவதையே குறிக்கோளாகக் கொண்டிருந்தார். அரசைக் கவிழ்ப்பதற்கான சூழ்ச்சிகளில் ஈடுபட்டார். இஸ்லாமிய ஆட்சிக்கு முடிவு கட்டி, ஸொராஸ்ட்ர ஆட்சியை நிறுவுவதுதான் அவரது நோக்கமாக இருந்தது. இந்த உண்மைகள் குழுவினரின் ஆய்வில் நிரூபணமாயின

மஸ்யருக்கு 400 கசையடிகளும் அஃப்ஷீனுக்கு அதிகபட்ச தண்டனையும் வழங்க வேண்டும் என்று தீர்ப்பானது. கசையடிகளைத் தாங்க முடியாத நிலையில் மஸ்யர் இறந்துபோனார். அஃப்ஷீன் கழுமரத்தில் ஏற்றப்பட்டார் அவரது உடல் காட்சிக்கு வைக்கப்பட்டது.

இது, ஹிஜ்ரீ 226 நிகழ்வு. அனைத்துப் படைத்தலைவராக இஷாக் பின் யஹ்யா பின் முஅஸ் பொறுப்பேற்றார்.

முத்தஸிம் பில்லாஹ்வின் இறப்பு : அஃப்ஷீனின் அச்சுறுத்தலை முடிவுக்குக் கொண்டுவந்த கலீஃபா முத்தஸிம் பில்லாஹ், கைப்பற்றப்பட்ட தனது ஆட்சிப் பகுதிகளின் எல்லைகளை ஆய்வு செய்து, ஆபத்துகளோ அமைதியின்மையோ கிளர்ச்சிகளோ இல்லை என்பதை உறுதி செய்துகொண்டார். "ஆட்சியாளர்களாகவும் கலீஃபாக்களாகவும் இருந்த உமய்யாக்கள் ஆட்சியில் எங்களுக்கு எந்தச் சலுகைகளும் காட்டப்படவில்லை. ஆனால், நாங்கள் ஆட்சிக்கு வந்த பிறகும் அன்டலூஸியாவில் உமய்யாக்களின் அரசு தொடர்கிறது. ஆகவே நாம் மேற்கு நோக்கிச் சென்று உமய்யாக்களிடமிருந்து அன்டலூஸியாவைக் கைப்பற்ற வேண்டும்" என்றார் முத்தஸிம். தனது கருவூல இருப்பையும் போர் மற்றும் பயணச் செலவுகளைக் கணக்கிட்டார். தொடர்ந்து, அன்டலூஸியா மீது படையெடுப்பதற்கான ஏற்பாடுகளைச் செய்தார். அக்காலகட்டத்தில், பாலஸ்தீனில் வாழ்ந்து வந்தவரும் தன்னை உமய்யா வம்சாவளியைச் சேர்ந்தவர் என்று சொல்லிக்கொண்டவருமான அபூ ஹார்ப் யேமானி, 1,00,000 வீரர்கள்கொண்ட ஒரு படையைத் திரட்டிக் கிளர்ச்சியில் ஈடுபடவிருப்பதாகத் தகவல் கிடைத்தது.

பாலஸ்தீனில் வாழ்ந்து வந்த அபூஹார்ப், ஒருநாள் வெளியே சென்றிருந்தபோது படை வீரன் ஒருவன் அவரது வீட்டுக்குள் நுழைந்து அங்கிருந்தவர்களைத் தாக்கி, ஆண் விருந்தினர்களுக்கான வெளிப்புற அறையைக் கைப்பற்றினான். திரும்பி வந்த அபூஹார்ப், படைவீரனைத் தாக்கிக் கொன்றார். பின்னர், அதிகாரிகளுக்குப் பயந்து ஜோர்தான் மலைப்பகுதியில் தலைமறைவானார். அங்கே, தனது முகத்தை மறைத்தபடி அவர் ஆற்றி வந்த உரைகள், உள்ளூர் மக்களை ஆதரவாளர்களாக்கின. கலீஃபாவைக் குறைசொல்லியும் அவரது நடவடிக்கைகள் குறித்தும் மக்களிடம் அவர் எடுத்துச் சொன்னார். இப்படியாக 1,00,000 பேர் அவரின்கீழ் ஒன்றுதிரண்டு கலீஃபாவுக்கு எதிராகக் கிளர்ச்சி செய்ய முன்வந்தனர். அவர்களை அடக்க, ரஜா பின் அய்யூபின் தலைமையில் 1,000 வீரர்களை அனுப்பி வைத்தார் முத்தஸிம். அபூஹார்பின் பெரும்படையைக் கண்டுபயந்து போன ரஜா, பெயரளவிலான ஒரு போரை நிகழ்த்த முன்வந்தார். அபூஹார்பின் ஆதரவாளர்கள் பெரும்பாலும் விவசாயத்

தொழிலாளர்கள் என்பதால் அவர்களது உழவு காலத்தைக் கவனத்தில் கொண்டு போரைத் தள்ளிவைத்தார்.

இக்காலகட்டத்தில், ஹிஜ்ரீ 227 ரபீயுல் அவ்வல் மாதம் 30 ஆம் நாள், கலீஃபா முத்தஸிம் பில்லாஹ் மரணமடைந்தார். உமய்யாக்கள்மீதான அவரது திட்டம் முழுமையடையவில்லை. தொடர்ந்து, அவரது மகன் வத்தீக் பில்லாஹ் கலீஃபாவானார். மக்கள் அவருக்கு வாக்குறுதி அளித்தனர். முத்தஸிமின் இறுதிக்கடன்களைச் செய்து முடித்தார் வத்தீக். அவரது உடல் ஸமரில் அடக்கம் செய்யப்பட்டது.

கலீஃபா முத்தஸிம் பில்லாஹ் ஆட்சியின் சிறப்புகள்: முத்தஸிம் கல்வி கற்றவரில்லை என்பதால், ஹாரூன் ஆட்சியில் தொடங்கப்பட்டு மாமூன் ஆட்சியில் உயர்நிலையை அடைந்த கல்விச் செயற்பாடுகள் நலிவுற்றன. போரிலும் வெற்றியிலுமே முத்தஸிமுக்கு நாட்டம் அதிகம். அவரது ஆட்சியில் ரோமானியப் பகுதிகள், கிஸ்ர் (கருங்கடலின் வடபகுதி), மவரோன்னஹ்ர், காபூல், சிஸ்த்தான் ஆகியவை வெற்றிகொள்ளப்பட்டன. ரோமானியப் பேரரசை எதிர்த்து அவர் கடுமையாகப் போரிட்டார். ரோமை எதிர்ப்பதில் முந்தைய அரசர்கள் அனைவரை விடவும் முத்தஸிம் ஆற்றலுடன் விளங்கினார். அமூர்யா வெற்றியின்போது 30,000 ரோமானிய வீரர்கள் கொலையுண்டனர். அதே எண்ணிக்கையிலான வீரர்கள் சிறை பிடிக்கப்பட்டனர். முத்தஸிமைக் குறித்து ரோமானியர் மிகவும் பயந்து போயிருந்தனர். முன்பு ஒருபோதுமே இல்லாத எண்ணிக்கையில் முத்தஸிமின் நுழைவாயில்முன் அரசர்கள் ஒன்று திரண்டனர். புதிய கட்டிடங்களைக் கட்டியெழுப்புவதிலும் முத்தஸிமுக்கு அதிக ஆர்வமிருந்தது. அவரது சமையலறைச் செலவு நாளொன்றுக்கு 1,000 தினார்.

துருக்கிய அடிமைகள் பலரை விலைக்கு வாங்கி அவர்களது எண்ணிக்கையை அதிகமாக்கினார் முத்தஸிம். தேர்வு செய்யப்பட்ட சில அடிமைகளைப் படைத்தலைவர்களாகவும் நியமித்தார். அவரது ஆட்சியில் துருக்கியர் மிகவேகமாக வளர்ச்சியடைந்தனர். பண்பாடும் துணிச்சலும் பெற்ற நிலையில் அவர்களது ஆற்றல் பன்மடங்கு அதிகரித்தது. துருக்கியரின் எண்ணிக்கையையும் அவர்களது வளர்ச்சியையும் அதிகரிக்கச் செய்து, அரபிகளுக்கு

எதிரான குராசானிய ஆற்றலை அவர் குலைக்க விரும்பினார். இதன்மூலம், மூன்றாவது சமூகம் ஒன்றை ஆற்றல் மிக்கதாக மாற்றும் பெரும் தவறைச் செய்தார் முத்தஸிம். பிற்காலத்தில், இதே துருக்கியர்தான் அப்பாசிய கிலாஃபத்தின் அழிவுக்கும் காரணமாக இருந்தனர். குராசானியருக்கு நிகராக அவர் அரபிகளின் ஆற்றலை அதிகரிக்கச் செய்திருக்கலாம். முத்தஸிமின் முன்னோர், தொடக்கக் காலம் முதல் அரபிகளை எதிரிகளாகப் பாவித்தும் குராசானியர்மீது அதிக நம்பிக்கை வைத்துமிருந்த மரபார்ந்த வழக்கம் இதை அனுமதிக்கவில்லை.

குராசானியரின் கிளர்ச்சிகளையும் சூழ்ச்சிகளையும் அவர்களால் மீண்டும் மீண்டும் உருவாக்கப்பட்ட இடர்பாடுகளைத் தனது முன்னோர்கள் எப்படி எதிர்கொண்டனர் என்பதையும் முத்தஸிம் அறிவார். தனது குடும்பத்தின் முந்தைய எதிரிகளான அலவியர், குராசானியர் மற்றும் அரபிகளிடையே பெற்றிருந்த மதிப்பையும் புகழையும் தங்களுக்கு எதிராகப் பயன்படுத்தியதை அவர் அறிவார். எனவே, அலவியருடன் தொடர்பில்லாத ஒரு மூன்றாவது சமூகத்தை உருவாக்கினார். தங்களுடைய அறியாமையின் விளைவாக இந்தத் துருக்கிய சமூகம் இஸ்லாத்தில் ஈடுபாடு காட்டவில்லை. சிறிது காலம் கருவிகளாகப் பயன்பட்டு கீழ்நிலையில் இருந்த அவர்களுக்கு முறைப்படி இஸ்லாத்தைக் கற்கவும் இயலவில்லை. துருக்கிய ஆட்சிப் பகுதியான மவரோன்னஹ்ரை (உஸ்பெக்கிஸ்தான்) இஸ்லாமிய அரசுக்கு ஜிஸ்யா செலுத்தி, ஆட்சி செய்து வந்தவர்கள் என்பது இஸ்லாத்தை அவர்கள் அறிந்துகொள்ள இயலாததற்கு இன்னொரு காரணம்.

இஸ்லாத்துக்கு மாறி, திடீர் வளர்ச்சி பெற்ற துருக்கியர் தங்களுடைய பலத்தை உணர்ந்துகொண்டனர். அஃப்ஷீன் குறித்தும் அறிந்திருந்த இவர்கள் அப்பாசிய கிலாஃபத்துக்கு முடிவு கட்ட நினைத்தனர். கலீஃபா முத்தஸிம் கற்றறிவாளர் இல்லை எனினும் நுண்ணறிவு மிக்கவர். துருக்கியரின் ஆற்றலை உயர்நிலைக்குக் கொண்டு வந்த அவருக்கு ஆபத்துகளை எதிர்கொள்ளும் திறமையும் இருந்தது. எனவே, அவர் உயிருடனிருந்த காலம்வரைக்கும் இஸ்லாமிய அரசுக்கு அவர்களால் தீங்கு விளைவிக்க இயலவில்லை. முத்தஸிமின் வாரிசுகளுக்கு அவரது திறமை வாய்க்கவில்லை.

இவை அனைத்தும் கிலாஃபத்தின் அடிப்படையைப்

புரிந்துகொள்ளத் தவறியதால் ஏற்பட்ட விளைவுகள். முடிவான உண்மையும், தவறு நிகழ்ந்த இடமும் அதுதான். இஸ்லாமியக் கிலாஃபத்தில் முன்மொழியப்பட்டதும் முஸ்லிம்களால் ஏற்றுக்கொள்ளப்பட்டதுமான வழிமுறை, தந்தையைத் தொடர்ந்து மகன் ஆட்சிக்கு வரும் வாரிசுரிமை அல்ல. இது, இஸ்லாமிய ஆட்சிக்கும் முஸ்லிம்களுக்கும் தீமையை மட்டுமே வழங்கி வந்திருக்கிறது. அபூபக்ர், உமர் பின் கத்தாப் (ரலி) ஆகியோரின் மரபிலிருந்து வழுவியதுதான் நடந்த சீர்கேடுகள் அனைத்துக்கும் காரணம். முத்தஸிமின் கிலாஃபத்திலிருந்துதான் துருக்கியர்களின் அரசியல் வாழ்வு தொடங்குகிறது.

கலீஃபா முத்தஸிமுக்கும் எண் 8க்குமான தொடர்புகள் ஆச்சரியமானவை. கலீஃபா ஹாரூன் ரஷீதின் 8 ஆவது மகன். அப்பாசியரில் 8 ஆவது கலீஃபா. அவரது பிறப்பு ஹிஜ்ரீ 180 இல். மற்றொரு தகவல்படி ஹிஜ்ரீ 178 இல். அவர் ஆட்சிப் பொறுப்பேற்றது 218 இல். அவர் வாழ்ந்திருந்த காலம் 48 ஆண்டுகள். அவருக்கு 8 ஆண்மக்கள், 8 பெண் மக்கள். 8 ஆண்டுகளும் 8 மாதங்களும் அவர் ஆட்சி செய்தார். 8 அரண்மனைகள் கட்டினார். 8 பெரிய போர்களில் வெற்றி பெற்றார். அவரது அரசவைக்கு 8 அரசர்கள் கொண்டு வரப்பட்டனர். அஃப்ஷீன், அஜீஃப், அப்பாஸ் பாபக், மஸ்யர் உட்பட 8 பெரும் எதிரிகளைக் கொன்றார். தனது உடைமையாக, 8,00,000 தினார், 8,00,000 திர்ஹம், 8,000 குதிரைகள், 8,000 ஆண் அடிமைகள், 8,000 பெண் அடிமைகளை விட்டுச்சென்றார். ரபீயுல் அவ்வல் மாதம் 8 ஆம் நாளன்று மரணமடைந்தார்.

மாமூன் ரஷீதைப்போல், குர்ஆனின் உருவாக்கம் குறித்த தேவையற்ற பிரச்சினையில் முத்தஸிமும் சிக்கியிருந்தார். இதன் காரணமாக, ஏராளமான மார்க்க அறிஞர்களுக்குத் தீங்கிழைக்கப்பட்டது. இந்தக் குறைபாடு மட்டும் இல்லாதிருந்தால் அப்பாசிய வம்சாவளியின் மாபெரும் கலீஃபாவாக போற்றப்பட்டிருப்பார். அவரது ஆட்சியில், அப்பாசியக் கிலாஃபத்தின் மாண்பு அதன் உச்சியைத் தொட்டது. தொடர்ந்து, வீழ்ச்சிக்கான அறிகுறிகளும் தென்பட்டன.

வத்தீக் பில்லாஹ் : வத்தீக் பில்லாஹ் பின் முத்தஸிம் பில்லாஹ் பின் ஹாரூன் ரஷீத் பின் மஹ்தி பின் மன்ஸூர் அப்பாசியின் மகன்வழிச் சிறப்புப் பெயர் அபூ ஜஅஃபர் அல்லது அபுல் காசிம்.

அவரது இயற்பெயர், ஹாரூன். ஹிஜ்ரீ 196 ஷஃஅபான் மாதம் 20 ஆம் நாள் மக்காவுக்குச் சென்றுகொண்டிருந்த அடிமைப்பெண்ணான கரத்தீசுக்குப் பிறந்த வத்தீக் அழகான தோற்றமுடையவர். வெண்மை கலந்த மாநிறமும் அடர்ந்த கச்சிதமான தாடியுமுள்ளவர். அவரது கண்ணின் வெண்படலத்தில் கறுத்த ஒரு மச்சமிருந்தது. மாபெரும் கவிஞரும் இலக்கிய விற்பன்னரும் அரபு இலக்கியங்களில் மாமூனை விட ஆர்வமும்கொண்டவர். இருப்பினும், மெய்ஞானம், இயற்பியல், மதியூகம் போன்றவற்றில் மாமூனுக்கு நிகராக அவரை மதிப்பிட இயலாது. மாமூனின் ஆட்சிக்காலத்தில் நடைபெற்ற கல்வியரங்கங்களும் மாநாடுகளும் வத்தீக்கின் ஆட்சியிலும் தொடர்ந்தன. அறிவுத் தேடலில் மிகுந்த ஈடுபாடுகொண்ட வத்தீக், இளைய மாமூன் அல்லது இரண்டாம் மாமூன் என்று அழைக்கப்பட்டார்.

எண்ணற்ற கவிதைகளை அவர் மனப்பாடம் செய்திருந்தார். இதில், எந்த அப்பாசிய கலீஃபாவையும் அவருக்கு நிகராகக் குறிப்பிட இயலாது. தந்தையைப்போல் உண்பதிலும் குடிப்பதிலும் மிகுந்த ஆர்வமுள்ளவர். கவிஞர்களையும் இலக்கியவாதிகளையும் பரிசுகள் வழங்கி ஆதரித்தார். கல்வியாளர்களுக்குப் மதிப்பளிப்பதைக் கடமையாகக்கொண்டார். ஆனால், குர்ஆன் தொடர்பான விஷயங்களில் தந்தையைப் போன்ற தீவிரமும் ஆர்வமும் காட்டினார். இதன் விளைவாக ஏற்பட்ட, தான் செய்வது சரியான செயல்தான் என்ற உறுதிப்பாடு மார்க்க அறிஞர்களைக் கொலை செய்யும் அளவுக்குத் தீவிரமடைந்தது.

அவரது வாழ்க்கையின் இறுதிக்கட்டத்தில் நடந்த ஒரு குறிப்பிடத்தக்க நிகழ்ச்சி, குர்ஆன் தொடர்பான அவரது விமர்சனப் பார்வையை மாற்றிக்கொள்ள உதவியது. இமாம் அபூதாவூத், அந்நஸாயீ ஆகியோரின் ஆசிரியரான அபூஅப்துர் ரஹ்மான் முஹம்மத் அஸ்தி, குர்ஆன் குறித்த வத்தீக்கின் விமர்சனப் பார்வையின் காரணமாகக் கைது செய்யப்பட்டு அரசவைக்குக் கொண்டு வரப்பட்டார். முத்தஸிமின் காலத்திலிருந்து அரசவையில் தலைமை அமைச்சருக்கு இணையான இடத்தை வகித்து வருபவரும் குர்ஆனின் உருவாக்கம் குறித்து நம்பிக்கை கொண்டவருமான காதி அஹ்மத் பின் அபூதாவூதிடம் அவர், “குர்ஆனின் உருவாக்கம் குறித்து இறைத்தூதர் அவர்கள் அறிந்திருந்தார்களா இல்லையா

என்று அருள்கூர்ந்து சொல்லுங்கள்" என்றார். காதி அஹ்மத், "ஆம். அவர் அதை அறிந்திருந்தார்" என்றார். உடனே, அபூஅப்துர் ரஹ்மான், "அது குறித்து இறைத்தூதர் அவர்கள் மக்களுக்கு ஏதாவது அறிவுரை வழங்கினாரா?" என்று கேட்டார். "இறைத்தூதர் அவர்கள் அதைப்பற்றி எதுவும் கூறவில்லை" என்றார் காதி அஹ்மத். உடனே, அபூரஹ்மான், "தான் அறிந்திருந்தும் இறைத்தூதர் அவர்கள் மக்களிடம் இதைக் கூறவில்லை என்கிறீர்கள். குர்ஆன் விஷயத்தில் இறைத்தூதர் சொல்லாத ஒன்றை நீங்கள் ஏன் சொல்ல வேண்டும்? அதை அப்படியே ஏன் நீங்கள் ஏற்றுக்கொள்ளக்கூடாது? உங்களுடைய கூற்றை ஏற்றுக்கொள்ளும்படி மக்களை எதற்காக வற்புறுத்துகிறீர்கள்?" என்று கேட்டார். இதைக் கேட்டு திடுக்குற்ற வத்தீக், அவையிலிருந்து எழுந்து தனது அறைக்குள் சென்று படுத்துவிட்டார். நபிகளார் மௌனம் பாலித்த ஒரு விஷயத்தின்மீது தான் கடுமையான நடவடிக்கை எடுத்து வருவது குறித்து அவர் மீண்டும் மீண்டும் சிந்தித்தார். பின்னர், அபூஅப்துர் ரஹ்மானை விடுதலை செய்யும்படி உத்தரவிட்டார். 300 சிவப்பு தினார் அன்பளிப்புடன் அவரது தாயகத்துக்கு மனநிறைவுடன் அனுப்பிவைத்தார்.

அபூஹர்பும் டமாஸ்கஸ் மக்களும் : கலீஃபா முத்தஸிம் குறித்த பகுதியில் யேமனில் அபூஹர்பை அடக்குவதற்கு அவர், ரஜா பின் அய்யூபை அனுப்பினார் என்பதைப் பார்த்தோம். சில நாள்கள் காத்திருப்புக்குப் பிறகு, அபூஹர்புக்கு எதிராகத் தொடர்ந்து பல போர்களைத் தொடுத்தார். அப்போது, முத்தஸிம் இறந்துவிட, வத்தீக் பொறுப்புக்கு வந்தார். கலீஃபாவின் மரணத்தை அறிந்த டமாஸ்கஸ் மக்கள் கிளர்ச்சியில் ஈடுபட்டனர். ஆளுநரை அவரது செயலகத்தினுள் வைத்து முற்றுகையிட்டு வீரர்களைத் திரட்டி ஒரு பெரும் படையை உருவாக்கினர்.

இதையறிந்த வத்தீக், ரம்லாவில் அபூஹர்பை எதிர்த்துப் போரில் ஈடுபட்டிருந்த ரஜா பின் அய்யூபிடம் முதலில் டமாஸ்கசைக் கட்டுப்படுத்தும்படி உத்தரவிட்டார். அவர், ஒரு சிறு படையை அங்கே விட்டுவிட்டு மீதிப் படையுடன் டமாஸ்கசுக்குச் சென்றார். டமாஸ்கஸ் மக்கள் எதிர்த்துப் போரிட்டனர். இதில், 1,500 பொதுமக்களும் ரஜாவின் 300 வீரர்களும் கொலையுண்டனர். தோற்கடிக்கப்பட்ட டமாஸ்கஸ் மக்கள் பாதுகாப்பும் அமைதியும்

வேண்டி உடன்பாட்டுக்கு வர, கிளர்ச்சி முடிவுக்கு வந்தது. தொடர்ந்து ரம்லாவுக்குத் திரும்பிய ரஜா, அபூஹர்பைத் தோற்கடித்துக் கைது செய்தார். இப்போரில் அபூஹர்பின் 20,000 வீரர்கள் உயிரிழந்தனர்.

அஷ்நாஸின் எழுச்சியும் வீழ்ச்சியும் : வத்தீக் அரியணை ஏறியதைத் தொடர்ந்து இஸ்லாமிய ஆட்சிப் பகுதிகள் அனைத்துக்குமான தனது உதவியாளராக அஷ்நாஸ் எனும் துருக்கிய அடிமையை நியமித்தார். முத்தஸிம் ஆட்சியில் தலைமை அமைச்சராக இருந்த முஹம்மத் பின் அப்துல் மலிக் பின் ஸையத், வத்தீக்கின் ஆட்சியிலும் அதே பதவியில் தொடர்ந்தார். அஷ்நாஸ் நியமிக்கப்பட்ட அரசுத் தகவல் அறிவிப்பாளர் எனும் பதவி முதல்முறையாக வத்தீக்கால் உருவாக்கப்பட்டது. இப்பொறுப்பை வகித்த அஷ்நாஸ், கலீஃபாவின் அனைத்து அதிகாரங்களையும் பயன்படுத்தினார். தலைமை அமைச்சர் பொறுப்பை விடவும் அதிகாரம் வாய்ந்த ஒரு பதவியை இதற்கு முன் எந்தக் கலீஃபாவும் உருவாக்கியதில்லை.

அஃப்ஷீனின் இறப்பு துருக்கியர்களுக்குப் பின்னடைவை ஏற்படுத்தியபோதும் அவரது படைகளும் குண்டு வீசும் காலாட்படைப் பிரிவுகளும் குதிரைப் படைகளும் வழக்கம்போல் சிறப்பாகவே இயங்கி வந்தன. வத்தீக் பொறுப்பேற்றதைத் தொடர்ந்து, இஸ்லாமிய உலகின் மிக முக்கியப் பொறுப்பில் அஷ்நாஸ் நியமிக்கப்பட்ட நிகழ்வு, துருக்கியரின் ஆதிக்கத்தை வெளிப்படுத்தியது. ஆனால், இந்த அதிகாரத்தில் அஷ்நாஸ் தொடர்ந்து நீடிக்கவில்லை. மிக விரைவிலேயே அவரது அதிகார வரம்புகள் வரையறுக்கப்பட்டன. ஆனால், ஏற்கனவே வழங்கப்பட்ட அதிகாரம், அப்பாசியக் கிலாஃபத்தின் வீழ்ச்சிக்கும் அழிவுக்கும் காரணமாக அமைந்தது.

கல்வியரங்கங்கள் நடத்துவதில் வத்தீக் மிகுந்த ஆர்வமுள்ளவராக விளங்கினார். அரசவை உறுப்பினர்களான மார்க்க அறிஞர்களுடன் அமர்ந்து அறிவுபூர்வமான வழக்காடல்களில் ஈடுபடுவதும் நபிமொழி போன்ற விஷயங்களைக் கேட்பதும் அவரது வழக்கம். பெரும்பாலான கல்வியாளர்களும் அரபிகளாகவே இருந்தனர். அவர்கள் வாய்ப்புக் கிடைக்கும்போது ஹாரூன் ரஷீத் காலத்து நிகழ்வுகளைச் சொன்னார்கள். பர்முக்குகளின் கல்வியார்வம்

அவர்களது செல்வாக்கு, கொடைகள், கலீஃபா வம்சாவளிக்கு எதிரான அவர்களது சூழ்ச்சிகள், அவர்களை அழிவை நோக்கிக் கொண்டுசென்ற நிகழ்வுகள் என அனைத்தையும் அவர்கள் மனத்தைத் தொடும் வகையில் எடுத்துரைத்தனர். இதன் விளைவாக, வத்தீக்கின் பார்வை சிறிதளவு விரிவடைந்தது. துருக்கிய, குராசானிய தலைவர்களைக் கண்காணிப்பின்கீழ் வைக்கத் தொடங்கினார். அவர்களில் பெரும்பாலானோர் பண மோசடியில் ஈடுபடுபவர்களாக இருப்பதை அறிந்து, அவர்களிடமிருந்து அதை வசூலிக்கும் ஏற்பாடுகளைச் செய்தார். இதன் காரணமாகவே அஷ்நாஸின் அதிகாரங்கள் வரையறுக்கப்பட்டன. ஹிஜ்ரீ 230இல் அஷ்நாஸ் மரணமடைந்தார்.

அரேபிய மாட்சிமையின் முடிவு : இதுவரையிலுமான அப்பாசிய அரசுகள் அரபிகளின் தலைமைத்துவப் பங்களிப்புகளையும் சிறப்புரிமைகளையும் குறைத்து வந்தன. அரபிகள் அல்லாதவர்கள் தங்கள் நிலையைத் தொடர்ந்து வளர்த்து வந்தனர். இஸ்லாத்தின் தொட்டில் அரேபியா என்பதால் அதற்கெனச் சிறப்பும் மதிப்பும் இருந்தன. தொடக்க கால முஸ்லிம்கள் எனும் சிறப்புத் தகுதியும் அவர்களுக்கிருந்தது. கிலாஃபத்தின் அரச வழியும் அரேபியக் குடும்பத்திலிருந்து வந்ததுதான். ஆகவேதான், அரபு மாகாணங்களான ஹிஜாசிலும் யேமனிலுமுள்ள இனக்குழுக்களை ஒடுக்க, குராசானியரையோ துருக்கியரையோ அனுப்பி வைப்பதுபோன்ற எந்த நடவடிக்கைகளிலும் கலீஃபாக்கள் ஈடுபடவில்லை. அரபிகளை இழிவுபடுத்துவதுபோன்ற எதையும் அவர்கள் செய்ய விரும்பவில்லை. அம்மாகாணங்களின் நிர்வாகம் தொடர்பாக ஏதாவது சீர்திருத்தங்கள் செய்ய வேண்டிய தேவை ஏற்பட்டால் அரபு, இராக், சிரியப் படை வீரர்களே அனுப்பி வைக்கப்பட்டனர்.

கலீஃபாக்களால் அரபிகளின் செல்வாக்குக் குறைந்து வந்தாலும், அவர்களது சிறப்புகளின் காரணமாக மக்கள் மனங்களில் அவர்களைக் குறித்த மதிப்பீடுகள் அதிகரித்தே வந்தன. இதில், யாருக்கும் எந்தக் கேள்விகளுமில்லை. கலீஃபா வத்தீக்கின் ஆட்சியில் இந்த இடமும் இழப்புக்குள்ளானது.

ஸுலைம் வம்சத்தைச் சேர்ந்த ஏராளமான மக்கள் மதீனாவின் அண்மைப்பகுதிகளில் வாழ்ந்து வந்தனர். அவர்கள் கனானா

வம்சத்தாரைத் தாக்கி அவர்களது உடைமைகளைச் சூறையாடினர். அப்பாசிய கலீஃபாக்களால் படைகளிலிருந்து படிப்படியாக நீக்கம் செய்யப்பட்ட அரபிகள் இதுபோன்ற கொலை, கொள்ளை நிகழ்வுகளில் ஈடுபடத் தொடங்கினர். இயல்பான போராட்டக் குணம் அவர்களை இப்படியாகத் திருப்பியது.

ஸுலைம் வம்சத்தின் அத்துமீறலை அறிந்த மதீனா ஆளுநர் முஹம்மத் பின் ஸாலே, ஒரு படையை அனுப்பி வைத்தார். அரசுப் படை, அவர்களிடம் படுதோல்வி அடைந்தது. இதன் விளைவாக மக்காவுக்கும் மதீனாவுக்கும் இடைப்பட்ட பகுதிகளில் பதற்றம் உருவானது. பயணக்குழுக்களின் நடமாட்டங்கள் ஒரேயடியாக நின்றன. இதையறிந்த கலீஃபா வத்தீக், துருக்கிய தலைவர் பகா கபீரின்கீழ் ஒரு படையை ஹிஜாசுக்கு அனுப்பி வைத்தார். ஹிஜ்ரீ 230 ஷஃஅபான் மாதம், அவர் மதீனாவை அடைந்தார். ஸுலைம் வம்சத்தினருடனான மோதல்கள் தொடங்கின. அரசுப் படை வெற்றி பெற்றது. ஸுலைம் வம்சத்திலுள்ள பலர் கொல்லப்பட்டனர். 1,000 பேர்கள் கைது செய்யப்பட்டு மதீனா சிறையில் அடைக்கப்பட்டனர்.

பகா கபீர் தனது துருக்கியப் படையுடன் ஏறத்தாழ நான்கு மாதங்கள் மதீனாவில் தங்கியிருந்து அரபு இனக்குழுக்களைப் பல்வேறு வழிகளில் அச்சுறுத்தி, இழிவுபடுத்தி அடக்கியொடுக்கினார். ஹஜ் காலம் முடிந்ததும் அவரது பார்வை ஹிஜாஸ் வம்சத்தார்மீது திரும்பியது. அவர்களையும் ஒடுக்கி 300 பேர்களைக் கைது செய்தார். பின்னர், முர்ராக் வம்சத்தை ஒடுக்கினார். ஃபதக்குக்குச் சென்று 40 நாள்கள் தங்கியிருந்து, ஃபஸரா மற்றும் முர்ராக் வம்சத்தைச் சேர்ந்த பலரைக் கைது செய்து மதீனாவில் சிறைவைத்தார். பின்னர், கஃப்ஃபார், தல்பா, அஷ்ஜா இனக்குழுத் தலைவர்களை வரவழைத்து உடன்படிக்கை வாக்குறுதி பெற்றார். பிறகு, கிலாஃப் வம்சத்தைச் சேர்ந்த மூவாயிரம் பேர்களைக் கைது செய்தார். அதில், இரண்டாயிரம் பேர்களை விடுதலை செய்து, ஆயிரம் பேர்களைச் சிறையிலடைத்தார். பிறகு, யமாமாவுக்குச் சென்று நூமர் வம்சத்திலுள்ள ஐம்பது பேர்களைக் கொன்று, நாற்பது பேர்களைச் சிறையிலடைத்தார்.

யமாமா மக்கள் பகா கபீரை எதிர்த்துப் போரிட்டனர். பல்வேறு மோதல்களில் 1,500 பேர்கள் பகா கபீரால் கொலை

செய்யப்பட்டனர். போர் நடந்துகொண்டிருக்கும்போதே இன்னொரு துருக்கிய உதவிப்படையை அனுப்பி வைத்தார் கலீஃபா வத்தீக். யமாமாவில் ஓர் இனப்படுகொலைக்கு உத்தரவிட்டார் பகா கபீர். தப்பியோடிய ஆயிரக்கணக்கான மக்களை யேமன்வரைக்கும் துரத்திச் சென்று கொன்றார். சுருக்கமாகச் சொன்னால், அரேபிய இனக்குழுக்களை முழுவதுமாக இழிவு படுத்திய பகா கபீர், 2,000 அரபு உயர்க்குடியினரைக் கைது செய்து, பாக்தாதுக்குக் கொண்டு வந்தார்.

பாக்தாதுக்கு வந்த பகா கபீர், தான் மதீனாவில் சிறைவைத்திருந்த அனைவரையும் பாக்தாதுக்குக் கொண்டு வரும்படி முஹம்மத் பின் ஸாலேக்குக் கடிதம் எழுதினார். பாக்தாதுக்கு அழைத்து வரப்பட்ட அவர்கள் அனைவரும் சிறையில் அடைக்கப்பட்டனர். இப்படியாக, இரண்டாண்டு காலம் துருக்கியரைப் பயன்படுத்தி அரபிகளை எல்லா வகைகளிலும் துன்புறுத்தி வந்தார் பகா கபீர். குராசான் ஆளுநர் அப்துல்லாஹ் பின் தாஹிர் ஹிஜ்ரீ 230 இல் இறந்தார். அவரது இறுதி விருப்பத்தின்படி அவரது மகனை குராசான், கர்மான், தபரிஸ்தான், ரேய் ஆகிய பகுதிகளுக்கு ஆளுநராக நியமித்தார் கலீஃபா வத்தீக்.

அஹ்மத் பின் நஸ்ரின் கிளர்ச்சியும் இறப்பும் : அஹ்மத் பின் நஸ்ர் பின் மாலிக் பின் ஹைத்தம் கஸாயீயின் பாட்டனார் மாலிக் பின் கஸாயீ, அப்பாசியக் கொள்கையைப் பரப்புரை செய்தவர்களில் ஒருவர். அஹ்மத் பின் நஸ்ர், நபிமொழி அறிஞர்களுடன் வாழ்ந்து வந்ததுடன் அவர்களில் ஒருவராகக் கருதப்பட்டார். குர்ஆனின் தோற்றம் குறித்த விவாதங்களில் இவர் அரசுக்கு எதிரான தரப்பைக்கொண்டவர். ஆகவே, அப்பாசிய கிலாஃபத்தை எதிர்க்கும் பெருமளவிலான மக்கள் அவருக்கு வாக்குறுதி அளித்திருந்தனர். அவர் பாக்தாதில் ஹிஜ்ரீ 231 ஷஃஅபான் மாதம் 3 ஆம் நாள், புதன்கிழமை இரவு கிளர்ச்சிக்கான முரசு கொட்டினார். காவல்துறை உடனடி நடவடிக்கையாக, மிகத் திறமையாக செயல்பட்டு அவரைக் கைது செய்தனர்.

அஹ்மத் பின் நஸ்ரும் அவரது ஆதரவாளர்களும் வத்தீக்கிடம் கைதிகளாக அனுப்பி வைக்கப்பட்டனர். வத்தீக் தனது கைகளாலேயே அவரைக் கொன்றார். அவரது தலையைத் துண்டித்து உடலை

பாக்தாதுக்கு அனுப்பி வைத்தார். பாக்தாதின் நுழைவாயிலில் மணிக்கூண்டுக் கோபுரத்தில் தலை தொங்கவிடப்பட்டது. முகம் கிப்லாவை நோக்கித் திரும்பி விடாதபடி கண்காணிக்க ஒரு காவலனும் நியமிக்கப்பட்டான். தலையில் காதுக்குக்கீழே வரும்படியாக ஒரு குறிப்பும் தொங்க விடப்பட்டது. அதில், 'குர்ஆன் உருவாக்கப்பட்டது என்பதை ஏற்றுக்கொள்ளும்படி கலீஃபா விடுத்த அழைப்பை ஏற்க மறுத்த அஹ்மத் பின் நஸ்ர் பின் மாலிக்கின் தலை இது. இந்த மனிதனை அல்லாஹ் விரைவாக நரகத்துக்கு அழைத்துக்கொண்டான்' என்று குறிப்பிடப்பட்டிருந்தது. இந்நிகழ்வு, அபூ அப்துர் ரஹ்மானுடனான கலீஃபாவின் அனுபவத்துக்கு முன் நடந்தது.

ரோமானியருடன் போர்க் கைதிகள் பரிமாற்றம்: ரோமானியருடனான முஸ்லிம்களின் போர்கள் தொடர்ந்துகொண்டே இருந்தன. முஸ்லிம்களின் வெற்றியும் தொடர்ந்துகொண்டிருந்தது. சில வேளைகளில் முஸ்லிம்கள் கான்ஸ்டான்டிநோபிள் வரைக்கும் சென்றனர். ஆயினும், ரோமப்பேரரசு வெற்றிகொள்ள இயலாததாகவே இருந்தது. நபிவழிக் கலீஃபாக்களின் காலத்தில் இரானியப் பேரரசு முற்றிலுமாக அழிக்கப்பட்ட நிலையிலும் ரோமப்பேரரசு உயிர்ப்புடன் இருந்தது. சிரியா, பாலஸ்தீன், எகிப்துபோன்ற நாடுகள் ரோமானியரிடமிருந்து விடுபட்ட நிலையில், கான்ஸ்டான்டிநோபிளையும் ஐரோப்பாவையும் கைப்பற்றுவதற்கான எந்த வாய்ப்பையும் முஸ்லிம்கள் தவறவிடவில்லை. முஸ்லிம்களிடையே ஏற்பட்ட உள்நாட்டுப் போரின் விளைவாகவே கான்ஸ்டான்டிநோபிளும் ஐரோப்பாவும் தப்பித்து நின்றன. உள்நாட்டுப் போர்கள் முடிவு தெரியாமல் தொடர்ந்துகொண்டிருந்தன. கலீஃபாக்களில் யாருக்குமே தங்கள் ஆற்றல்களை ஐரோப்பாவின்மீது மையப்படுத்துவதற்கான வாய்ப்பும் காலஅவகாசமும் கிடைக்கவில்லை. இஸ்லாமிய ஆட்சிப்பகுதிகளில் கிளர்ச்சிகள் உருவாவதைத் தடுத்து நிறுத்தவும் இயலவில்லை.

முஸ்லிம்களின் உட்பூசல்கள்தான் ரோமப்பேரரசனையும் ஐரோப்பிய நாடுகளையும் பாதுகாத்தன எனலாம். எல்லைப் பகுதிகளில் முஸ்லிம் கிறிஸ்தவர்களிடையே தொடர்ந்து கைகலப்புகள் நடந்தன. சில வேளைகளில் ஏதாவதொரு கலீஃபா, ரோமானியர்மீது படையெடுத்துச் சென்று பயமுறுத்திவிட்டுத் தலைநகருக்குத்

திரும்பிவிடுவார். தலைநகரை விட்டு அவர்களால் நீண்ட காலம் விலகியிருக்க முடியவில்லை. வத்தீக் ஆட்சிக்காலத்திலும் கைகலப்புகள் நடந்துகொண்டே இருந்தன. கலீஃபா ஹாரூன் ரஷீதின் காலத்தில் கிறிஸ்தவ - முஸ்லிம் கைதிகள் பரிமாற்றம் ஏற்கனவே, இரண்டு முறை லம்ஸ் நதிக்கரையில் வைத்து நடந்தன. வத்தீக் ஆட்சியின்போது ஹிஜ்ரீ 231 முஹர்ரம் மாதம் 10 ஆம் நாள் அதே இடத்தில் வைத்து மூன்றாவது முறை நடந்தது.

நதியின்மீது சமஅளவிலான இரண்டு பாலங்கள் கட்டப்பட்டன. பாலங்களில் இக்கரையிலிருந்து மறுகரைக்கும் மறுகரையிலிருந்து இக்கரைக்குமாக முஸ்லிம் கைதிகளும் கிறிஸ்தவக் கைதிகளும் பாலத்தைக் கடப்பார்கள். விடுவிக்கப்பட்ட கைதிகளின் சமஎண்ணிக்கையை உறுதி செய்துகொள்வதற்கான ஓர் ஏற்பாடு இது. முஸ்லிம் கைதிகள் 4,600 பேர் விடுதலை செய்யப்பட்டனர். வத்தீக், தனது சார்பில் அதே எண்ணிக்கையிலான கிறிஸ்தவக் கைதிகளுடன் காகனை அனுப்பி வைத்தார். ஆனால், விடுதலையாக வேண்டிய கிறிஸ்தவக் கைதிகள் பலர் முஸ்லிம்களிடம் மிச்சமிருந்தனர். "இதிலும், எங்கள் கைகள் ஓங்கியிருப்பதை விரும்புகிறோம். ரோமானியர்களுக்கு நாங்கள் அளிக்கும் சலுகை இது" என்று சொல்லி எஞ்சியிருந்த கிறிஸ்தவக் கைதிகளையும் விடுதலை செய்தார் காகன்.

வத்தீக் பில்லாஹ்வின் இறப்பு: வத்தீக் பில்லாஹ், சளித்தொந்தரவால் அவதிப்பட்டார். அவரது உடல் முழுவதும் வீக்கம் கண்டது. ஒரு கணப்பு மேடைமீது உட்கார வைக்கப்பட்டார். இது ஓரளவுக்குப் பலனளித்தது. மறுநாள், கணப்பு சற்று அதிகமாகச் சூடேற்றப்பட்டது. நீண்ட நேரம் அதில் உட்கார்ந்திருந்தார். இது உடல்சூட்டை உருவாக்கியது. அவரை வெளியில் கொண்டு வந்து பல்லக்கில் அமர வைத்து தூக்கிச்சென்றனர். பல்லக்கை இறக்கும்போது அவரது உயிர் பிரிந்திருந்தது. உடனே, அரசவை உறுப்பினர்களான காதி அஹ்மத் பின் தாவூத், தலைமை அமைச்சர் முஹம்மத் பின் அப்துல் மலிக், இத்தாக், வஸீஃப், உமர் பின் ஃபரா ஆகியோர் ஒன்றுகூடி, அடுத்த கலீஃபாவை நியமிப்பது குறித்து ஆலோசனையில் ஈடுபட்டனர். ஒன்பது வயதான சிறுவன் முஹம்மத் பின் வத்தீக் பில்லாஹ்வை கலீஃபாவாக நியமிப்பதாக அதில் முடிவு செய்யப்பட்டது. அப்போது, "ஒரு சிறுவனை கலீஃபாவாக நியமிக்கும் உங்களுக்கு

அல்லாஹ்வின்மீது பயமில்லையா?" என்று கேட்டார் வஸீஃப்.

தங்கள் தவறை உணர்ந்த அரசவையினர் இம்முயற்சியைக் கைவிட்டுவிட்டு, தகுதி வாய்ந்த இன்னொருவரைத் தேர்வு செய்வது குறித்து ஆலோசித்தனர். இறுதியில், வத்தீக்கின் சகோதரரான ஜஅஃபர் பின் முத்தஸிம் வரவழைக்கப்பட்டார். அவருக்கு, முத்தவக்கீல் அலல்லாஹ் எனும் சிறப்புப் பெயர் சூட்டி, கலீஃபாவின் உடைகளை அணிவித்து கிலாஃபத் இருக்கையில் அமர்த்தினர். முத்தவக்கீல், மக்களிடம் கிலாஃபத் வாக்குறுதி பெற்றார். பின்னர், இறப்புத் தொழுகையை நடத்தி அடக்கம் செய்வதற்கான ஏற்பாடுகளைச் செய்தார்.

வத்தீக்கின் உடல் ஹாதி அரண்மனையில் அடக்கம் செய்யப்பட்டது. ஐந்து ஆண்டுகளும் ஒன்பது மாதங்களும் ஆட்சி செய்தார் வத்தீக். தனது 36 ஆவது வயதில், ஹிஜ்ரீ 232 துல்ஹிஜ்ஜா மாதம் 24 ஆம் நாள் செவ்வாய்க்கிழமை இறந்தார். வத்தீக், மிகுந்த மனவுறுதியும் பொறுமையுமுள்ளவர். குர்ஆனின் தோற்றம் குறித்த பிரச்சினையில் வரம்புகளை மீறிச் செயல்பட்ட அவர், தனது வாழ்க்கையின் இறுதிக் கட்டத்தில்தான் இதிலிருந்து மீண்டார். அனைவரும் முத்தவக்கீலுக்கு வாக்குறுதியளிப்பதில் ஈடுபட்டிருந்த நிலையில், கலீஃபா வத்தீக்கின் உடல் கவனிப்பாரில்லாமல் இருந்ததாகவும் அப்போது ஏதோ ஒரு மிருகம் வந்து அவரது கண்களைப் பிடுங்கித் தின்றுவிட்டது என்பதாகவும் ஒரு குறிப்பிருக்கிறது.

முத்தவக்கீல் அலல்லாஹ் : ஷுஜா எனும் அடிமைப் பெண்ணுக்குப் பிறந்த முத்தவக்கீல் அலல்லாஹ் பின் முத்தஸிம் பில்லாஹ் பின் ஹாரூன் ரஷீதின் இயற்பெயர் ஜஅஃபர். அவரது மகன்வழிச் சிறப்புப் பெயர் அபுல் ஃபத்ல். வத்தீக்கின் இறப்புக்குப் பிறகு, ஹிஜ்ரீ 232 துல்ஹிஜ்ஜா மாதம் 24 ஆம் நாள் .அவர் அரியணை ஏறினார். கலீஃபாவாகப் பொறுப்பேற்றதும் படைவீரர்களுக்குரிய எட்டு மாத ஊதியத்தை வழங்கினார். தனது மகன் முன்தஸீரை ஹிஜாஸ், யேமன், தாயிஃப் ஆகிய பகுதிகளின் ஆளுநராக நியமித்தார்.

முஹம்மத் பின் அப்துல் மலிக்கின் பணிநீக்கமும் இறப்பும்: முத்தஸிமின் ஆட்சியிலும் வத்தீக்கின் ஆட்சியிலும் தலைமை அமைச்சராக இருந்தவர் முஹம்மத் பின் அப்துல் மலிக் ஸையத்.

முத்தவக்கீல் ஆட்சியிலும் அதே பொறுப்பில் நீடித்த அவர் பின்னர், பதவி நீக்கம் செய்யப்பட்டுத் தண்டிக்கப்பட்டார். அதற்கான காரணம்:

வத்தீக்கின் கிலாஃபத்தின்போது அவரது சகோதரரான முத்தவக்கீல் மன திருப்தியின்றி இருந்து வந்தார். இந்நிலையில் அவர், தலைமை அமைச்சரான முஹம்மத் பின் அப்துல் மலிக்கிடம் சென்று, அமீருல் முஃமினீனிடம் தனக்காகப் பரிந்துரைக்கவும் அவருடனான தனது உறவை மேம்படுத்தவும் கேட்டுக்கொண்டார். நீண்டகாலம் தலைமை அமைச்சராக இருந்துவரும் முஹம்மத் பின் அப்துல் மலிக், சற்றுத் தலைக்கனம் கொண்டவராகவும் எளிதில் கோபப்பட்டு சமநிலை பிறழ்பவராகவும் இருந்தார். அவர், முத்தவக்கீலின் கோரிக்கையில் சிறிதும் அக்கறை காட்டாமல் அவரிடம் மரியாதைக்குறைவாக நடந்துகொண்டார். “உமது நடைமுறையை நீர் திருத்திக்கொள்வீர் எனில், அமீருல் முஃமினீனுக்கு இயல்பாகவே உம்மீது திருப்தி ஏற்படும். இதில், என்னுடைய பரிந்துரை தேவையில்லை” என்றார். பிறகு வத்தீக்கிடம், “உங்களிடம் பரிந்துரை செய்வதற்காகவே அவர் என்னைப் பார்க்க வந்தார். பெண்களைப்போல் தலைமுடியை வளர்த்திருக்கும் அவருடன் பேசுவதில் எனக்கு விருப்பமில்லை” என்றார். முத்தவக்கீலை அரசவைக்கு வரவழைத்த வத்தீக், அவரது தலைமுடியை வெட்டி அரசவையிலிருந்து வெளியேற்றினார்.

முத்தவக்கீல் கலீஃபாவாகப் பொறுப்பேற்று இரண்டு மாதங்களாயின. இந்நிலையில், இத்தாக்கை வரவழைத்த கலீஃபா, முஹம்மத் பின் அப்துல் மலிக்கின் இல்லத்துக்கே சென்று அவரைக் கைது செய்யவும் அனைத்துப் பகுதிகளிலுமுள்ள அவரது சொத்துக்களையும் உடைமைகளையும் பறிமுதல் செய்யவும் தங்களுடைய ஆட்சிப் பகுதிகள் அனைத்துக்கும் இந்தச் செய்தியை அறிவிக்கவும் உத்தரவிட்டார். முஹம்மத் பின் அப்துல் மலிக் கைது செய்யப்பட்டார். அவரது உடைமைகள் அனைத்தும் பாக்தாதுக்குக் கொண்டு வரப்பட்டு கருவூலத்தில் சேர்க்கப்பட்டன. முஹம்மத் பின் அப்துல் மலிக்கால் இதைத் தாங்கிக்கொள்ளவே இயலவில்லை. இதே நிலையில், ஹிஜ்ரீ 233 ரபீயுல் அவ்வல் மாதம் 15 ஆம் நாள் அவர் இறந்துபோனார். இதுபோல், ஹிஜ்ரீ 233 ரமளான் மாதம் உமர் பின் ஃபராவும் கைது செய்யப்பட்டார். பிறகு, 11,00,000 தினார் பிணைப்பணம் செலுத்தியதன்பேரில் விடுதலை செய்யப்பட்டார்.

இத்தாக்கின் கைதும் இறப்பும் : இத்தாக் ஒரு துருக்கிய அடிமை. சிறுவயதில் சமையல் தொழிலாளியாக இருந்த அவர் ஸலாம் பின் அப்ராசுடன் வாழ்ந்து வந்தார். ஆகவே, இத்தாக் தப்பக் (சமையல்காரன்) என்று அறியப்பட்டார். மதிநுட்பமும் நல்ல பழக்க வழக்கங்களும்கொண்ட இத்தாக், அழகும் கட்டுடலும் வாய்ந்தவர். ஹிஜ்ரீ 199இல் ஸலாம் அப்ராசிடமிருந்து கலீஃபா முத்தஸிம், அவரை விலைக்கு வாங்கினார். தனது அறிவாலும் திறமையாலும் இத்தாக் உயர்நிலையை அடைந்தார். முத்தஸிமின் ஆட்சியில் அவரது செல்வாக்கும் ஆற்றலும் பன்மடங்கு அதிகரித்தது. ஏதாவது குற்றத்தில் கைதான அரச குடும்பத்தினர், பொதுவாக இத்தாக்கின் வீட்டில் அவரது கண்காணிப்பின்கீழ் வைக்கப்படுவது வழக்கம். இத்தாக்கின் பொறுப்பில் கைதிகளாக வைக்கப்பட்டுக் கொல்லப்பட்டவர்கள் அஜீஃப், மாமூன் ரஷீதின் வழிவந்தவர்கள், முஹம்மத் பின் அப்துல் மலிக், உமர் பின் ஃபரா ஆகியோர்.

மேலும், பாதுகாப்பு, கண்காணிப்புபோன்ற முக்கியத் துறைகளும் இத்தாக்கின் கீழிருந்தன. ஹிஜ்ரீ 234 துல்கஃதா மாதம் ஹஜ் கடமைக்காகப் புறப்பட்டார் இத்தாக். அவருக்குப் பதிலாக அவரது பணியாளான வஸீஃபைக் கண்காணிப்புத் துறைக்கு நியமித்தார் முத்தவக்கீல். ஹஜ்ஜை நிறைவேற்றிவிட்டுத் திரும்பி பாக்தாதை அடைந்த இத்தாக், அவரது மகன்கள் மன்ஸூர், முஸஃப்ஃபர் ஆகியோருடன் கைது செய்யப்பட்டுச் சிறையில் அடைக்கப்பட்டார். இத்தாக் சிறையிலேயே இறந்து போனார். அவரது இரண்டு மகன்களும் முத்தவக்கீலின் கிலாஃபத் முடியும்வரை சிறையிலேயே இருந்தனர். பிறகு, அரியணை ஏறிய முன்தஸிர் அவர்களை விடுதலை செய்தார்.

வாரிசுரிமைக்கான வாக்குறுதி : ஹிஜ்ரீ 235 இல், முஹம்மத் பின் பயீ பின் ஜலீஸ் கிளர்ச்சி செய்தார். பகா கபீர் வேகமாகச் செயல்பட்டு, கிளர்ச்சியை அடக்கினார். அதே ஆண்டு, கலீஃபா முத்தவக்கீல், தனது மகன்கள் முஹம்மத், தல்ஹா, இப்ராஹீம் ஆகியோரை வாரிசாக நியமித்து மக்களிடம் வாக்குறுதி பெற்றார். முதலில் முஹம்மதும் பிறகு தல்ஹாவும் கலீஃபாவாக இருப்பார்கள் என்று அறிவித்தார். அவர்களுக்கு முன்தஸீர் என்றும் முத்தாஸ் என்றும் சிறப்புப் பெயர்களைச் சூட்டினார். வருவாய் நிலங்களாக மேற்குத்திசை நாடுகளை முஹம்மதுக்கும் கிழக்குத்திசை நாடுகளை

முன்தஸீருக்கும் வழங்கினார். பின்னர், சிரியாவின் ஆட்சிப் பொறுப்புக்கும் அவர்களை வாரிசாக நியமித்து அப்பகுதிகளையும் அவர்களுக்கு வருவாய் நிலங்களாக வழங்கினார்.

அதே ஆண்டு, படை வீரர்களின் சீருடைகளில் மாற்றம் செய்யப்பட்டன. கம்பளி அங்கிகளைப் பயன்படுத்தும்படி அவர்களுக்கு உத்தரவிடப்பட்டது. அங்கிகளின் இடுப்புப் பகுதியைப் பட்டைகளால் இறுக்குவதற்குப் பதிலாக, நூல்களால் கட்டிக்கொள்ளும்படி உத்தரவிடப்பட்டது. புதிய வழிபாட்டில்லங்கள் கட்டுவதற்கு திம்மிகளுக்கு அனுமதி மறுக்கப்பட்டது. அனைத்து ஆட்சிப்பகுதிகளிலும், பண உதவி கேட்டு யாரும் எந்த அதிகாரியையும் அணுகக்கூடாது என்றும், கிறிஸ்தவ திம்மிகள் தங்கள் கூட்டங்களிலோ மாநாடுகளிலோ சிலுவையைக் காட்சிப்படுத்தக் கூடாது என்றும் உத்தரவிடப்பட்டது. அதே ஆண்டு, ஹஸன் பின் ஸஹலும், மாமூன் ரஷீதின் ஆட்சிக்காலம் முதல், பாக்தாத் காவல்துறையின் தலைவராக இருந்த தாஹிர் பின் ஹுஸைனின் மருமகனுமான இஷாக் பின் இப்ராஹீம் பின் ஹஸன் பின் முஸ்அபும் காலமானார்கள். முத்தவக்கீல், முஹம்மத் பின் இஷாக்கைக் காவல்துறைத் தலைவராக்கினார். அவரை இரானின் ஆளுநராகவும் நியமித்தார். குராசான் ஆட்சிப் பொறுப்பு, தபரிஸ்தான் ஆளுநரான தாஹிர் பின் அப்துல்லாஹ் தாஹிர் பின் ஹுஸைனின் கீழிருந்தது. அதே ஆண்டு, கிறிஸ்தவர்கள் அனைவரும் கழுத்துப்பட்டி அணிய வேண்டுமென்று உத்தரவிடப்பட்டது. கழுத்துப்பட்டி அணியும் வழக்கம் இதன்பிறகு உருவானதாகவும் இருக்கலாம். ஹிஜ்ரீ 236இல், இமாம் ஹுஸைன் அடக்கம் செய்யப்பட்ட இடத்துக்கு மக்கள் வருவதற்குத் தடை விதிக்கப்பட்டது. அதைச் சுற்றிலுமிருந்த கட்டிட அமைப்பும் அழிக்கப்பட்டது. அதே ஆண்டு கலீபா முத்தவக்கீல், தலைமை அமைச்சராக உபைதுல்லாஹ் பின் யஹ்யா பின் காகனை நியமித்தார்.

ஆர்மேனியாவில் கிளர்ச்சி : ஆர்மேனியா மாகாணம் யூஸுஃப் பின் முஹம்மதின் ஆட்சியின் கீழிருந்தது. கிறிஸ்தவ ஆன்மிக மடங்களின் தலைவரான புக்ரா பின் அஸ்வத், ஆளுநரைச் சந்தித்து, தனக்குப் பாதுகாப்பளிக்கும்படி கேட்டுக்கொண்டார். யூஸுஃப், புக்ராவையும் அவரது மகன்களையும் கைதுசெய்து கலீஃபாவிடம் அனுப்பி வைத்தார். இது, ஆர்மேனிய மடங்களின்

தலைவர்களிடையே யூஸுஃபுக்கு எதிராகப் பெரும் வெறுப்பைத் தோற்றுவித்தது. அவர்களை ஒன்றுதிரட்டிய புக்ராவின் மருமகனான மூஸா பின் ஸுராரா அவர்களிடம் கருத்துக் கேட்டார். அனைவருமே யூஸுஃபைக் கொன்றாக வேண்டும் என்றனர். இதன்படி, மூஸா பின் ஸுராராவின் தலைமையில் கிறிஸ்தவர்கள் கிளர்ச்சி செய்தனர். யூஸுஃப், அவர்களை எதிர்கொள்ள முன்வந்தார். ஹிஜ்ரீ 237 ரமளான் மாதம் நடந்த போரில் யூஸுஃபும் அவரது ஆதரவாளர்களும் கொல்லப்பட்டனர். இதையறிந்த முத்தவக்கீல், பகா கபீரை அனுப்பி வைத்தார். அவர், மோசிலுக்கும் ஜஸீராவுக்குமிடையே அணிவகுத்துச் சென்று அர்ஸானில் முகாம் அமைத்து அதைக் கைப்பற்றினார். மூஸா பின் ஸுராராவின் படைவீரர்கள் 30,000 பேர் கொல்லப்பட்டனர். ஏராளமானோர் கைது செய்யப்பட்டனர். கிளர்ச்சியில் ஈடுபட்ட மடத்தலைவர்களைத் தேடிப்பிடித்து பாக்தாதுக்கு அனுப்பி வைத்தார் பகா கபீர். இது ஹிஜ்ரீ 238இல் நிகழ்ந்தது.

காதி அஹ்மத் பின் அபூதாவூதின் பணிநீக்கமும் இறப்பும்: கலீஃபா வத்தீக்கின் ஆட்சியில் தலைமை அமைச்சரைவிடவும் அதிக அதிகாரமும் செல்வாக்கும் காதி அஹ்மத் பின் அபூதாவூதுக்கு இருந்தது. கலீஃபா முத்தவக்கீல் ஆட்சியின் தொடக்கத்திலும் இது நீடித்தது. பின்னர், காதியின்மீது வெறுப்புற்ற முத்தவக்கீல், ஹிஜ்ரீ 237 இல் அவரது அனைத்து நிலபுலன்களையும் உடைமைகளையும் பறிமுதல் செய்யும்படி உத்தரவிட்டார். காதியின் மகன் அப்துல் வலீத், அவரது சொத்துக்களையும் உடைமைகளையும் விற்று 1,60,000 திர்ஹம்களைக் கலீஃபாவிடம் கொடுத்தார். அவர், காதி அஹ்மதைப் பணிநீக்கம் செய்து, சிறையிலடைத்தார். தலைமை நடுவராக யஹ்யா பின் அக்தம் நியமிக்கப்பட்டார். காதி அஹ்மத் அப்போது முடக்குவாதத்தால் பாதிக்கப்பட்டிருந்தார்.

ஹிஜ்ரீ 240 இல் முத்தவக்கீல், காதி யஹ்யா பின் அக்தமையும் பணிநீக்கம் செய்தார். மகன் அப்துல் வலீத் இறந்து 20 நாள்களுக்குப் பின்னர், ஹிஜ்ரீ 237 இல் அஹ்மத் பின் அபூதாவூதும் இறந்தார். அதே ஆண்டு, ஆயுதம் தாங்கிய கிறிஸ்தவர்கள் ஹிம்சின் ஆட்சியாளரை அகற்றிவிட்டு நகரைக் கைப்பற்றினர். டமாஸ்கசிலும் ரம்லாவிலுள்ள தனது படைகளை ஹிம்சுக்குச் செல்லும்படி உத்தரவிட்டார் கலீஃபா. படைகள் கிறிஸ்தவர்களின் கிளர்ச்சியை அடக்கின. பலரை நாடு

கடத்தின. அதே ஆண்டு, எகிப்தின் காழி அபூபக்ர் பின் அபுல் லைதைப் பணிநீக்கம் செய்து, கசையடி வழங்கும்படி உத்தரவிட்டார் கலீஃபா. இமாம் மாலிக்கின் மாணவரான ஹாரித் பின் மிஸ்கின் தலைமை நடுவராக நியமிக்கப்பட்டார். பின்னர், பாக்தாதின் காவல்துறைத் தலைவராக முஹம்மத் பின் அப்துல்லாஹ் பின் தாஹிர் பின் ஹுஸைன் பின் முஸ்அபையும் அவரது சகோதரர் தாஹிரை குராசான் ஆளுநராகவும் நியமித்தார்.

ரோமானியர் படையெடுப்பு : ஹிஜ்ரீ 238 இல் திம்யத் நதிக்கரையில் நிலைகொண்டிருந்த படையை ஒரு தேவைக்காக எகிப்துக்கு வருமாறு ஆளுநர் அம்பாஸா பின் இஷாக் அழைத்துக்கொண்டார். திம்யத்தின் பாதுகாப்பற்ற சூழலைக்கண்ட ரோமானியர் 100 படகுகளில் சென்று திம்யத்தின் மத்தியத் தொழுகை இல்லத்தைத் தீ வைத்து நகரை முற்றிலுமாகச் சூறையாடி பொருள்களையும், கையில் கிடைத்தவர்களையும் படகுகளில் ஏற்றிக்கொண்டு துனீசுக்குச்சென்று அங்கும் இதையே செய்தனர். ஸைஃபாவின் படையுதவியுடன் ரோமானியப் பேரரசுமீது படையெடுத்த அலீ பின் யஹ்யா ஆர்மேனி, கிறிஸ்தவர்கள் பலரைச் சிறைப்பிடித்தார். ஹிஜ்ரீ 241 இல் ரோமானியப் பேரரசியான நதூரா, முஸ்லிம் கைதிகளைக் கிறிஸ்தவத்துக்கு மாற்ற விரும்பினாள். மறுத்தவர்கள் கொலை செய்யப்பட்டனர். பலர் உயிருக்குப் பயந்து கிறிஸ்தவர்களாக மாறினர். அதன் பிறகு, பேரரசி நதூரா, கலீஃபா முத்தவக்கீலிடம் கைதிகளைப் பரிமாற்றம் செய்யக் கேட்டுக்கொண்டாள். முத்தவக்கீல், பாக்தாதின் காதியான ஜஅஃபர் அப்துல் வஹீதிடம் கிறிஸ்தவக் கைதிகளை அழைத்துச்செல்லுமாறு தன் பணியாளரான ஸைஃபை அனுப்பி வைத்தார். லம்ஸ் ஆற்றங்கரையில் முஸ்லிம் கிறிஸ்தவ கைதிகள் பரிமாற்றம் நடந்தது.

ரோமானியர்மீது படையெடுப்பு : கைதிகள் பரிமாற்றம் நிகழ்ந்த பிறகு, ரோமானியர் மீண்டும் உடன்படிக்கையை மீறினர். ஒரு திடீர்த் தாக்குதல் நடத்தி முஸ்லிம்கள் பலரைக் கைதிகளாகப் பிடித்துச் சென்றனர். அவர்களைத் துரத்திச்சென்ற முஸ்லிம் படைத்தலைவர்கள் ஏமாற்றத்துடன் திரும்பினர்.

ரோமானியப் பேரரசுமீது ஜிஹாத் மேற்கொள்ளும்படி ஸைஃபாவின் ஒரு படையை அலீ பின் யஹ்யாவின் தலைமையில்

அனுப்பி வைத்த கலீஃபா, தலைநகரிலிருந்து டமாஸ்கசுக்குச் சென்றார். அங்கே தங்கியிருந்து ரோமானியருக்கு எதிராகப் படைகளை அனுப்புவதில் ஈடுபட்டிருந்தார். கலீஃபாவுடன் அரசவை உறுப்பினர்களும் சென்றிருந்தனர். கலீஃபா அங்கேயே தங்கிவிட முடிவு செய்திருந்ததால் அரசுச் செயலகமும் அங்கேயே மாற்றப்பட்டது. கலீஃபா வந்து சேர்ந்த இரண்டு மாதங்களில் டமாஸ்கசில் ஒரு தொற்றுநோய் பரவியது. ஆகவே, அவர் தலைநகருக்குத் திரும்ப வேண்டியதாயிற்று. அதற்குள், பகா கபீரின் தலைமையிலான பெரும் படையொன்றை ரோமுக்கு அனுப்பி வைத்தார். ரோமானியப் பகுதிக்குள் நுழைந்த பகா கபீர், பல்வேறு கோட்டைகளைக் கைப்பற்றினார். மக்களைக் கொல்லவும் சிறைப்படுத்தவும் அவர் தயங்கவில்லை.

ரோமானியர் பொது மன்னிப்புக்கேட்டு வேண்டுகோள் விடுத்தனர். கலீஃபாவின் உத்தரவின்படி பகா கபீர் பின்வாங்கினார். ஹிஜ்ரீ 245இல் ரோமானியர் மீண்டும் உடன்படிக்கையை மீறி, சில முஸ்லிம் நகரங்களைக் கொள்ளையடித்தனர். இதற்குப் பதிலடியாக அலீ பின் யஹ்யாவும் ரோமானியரைத் தாக்கிக் கொள்ளையடித்தார். ஹிஜ்ரீ 246 இல் ரோமானியர் மீண்டும் தொந்தரவு செய்தனர். எல்லையோர ஆட்சிப்பகுதிகளைக் கொள்ளையடித்து முஸ்லிம்களைத் தனிமைப்படுத்தினர். இம்முறை, ரோமானிய ஆட்சிப் பகுதிகள்மீது பல முனைத் தாக்குதல்களை மேற்கொண்டார் கலீஃபா. தரை மற்றும் கடல் வழியாகத் தாக்குதல்கள் நடத்தப்பட்டன. மிகுந்த பாதிப்புக்குள்ளான ரோமானியர் மீண்டும் பொதுமன்னிப்புக் கேட்டனர். லம்ஸ் நதிக்கரையில் கைதிகளின் பரிமாற்றம் நடந்தது. இம்முறை, ரோமானியர் 2,300 முஸ்லிம்களை விடுதலை செய்தனர்.

ஜஃபாரியா நகர் கட்டப்படுதல் : ஹிஜ்ரீ 245இல், லுலூ (முத்து) என்னும் ஒரு பெரிய அரண்மனையும் 'அதைச் சுற்றி ஜஃபாரியா நகரையும் கட்டியெழுப்பினார் கலீஃபா முத்தவக்கீல். அரண்மனை தவிர, நகர அமைப்புக்கு மட்டுமே 2,00,000 தினார்கள் செலவிடப்பட்டன. பிற அரண்மனைகளைவிடவும் புதிதாகக் கட்டப்பட்ட லுலூ அரண்மனை உயரமானது. ஜஃபாரியா நகர், முத்தவக்கீலியா, மக்கூரா என்ற பெயர்களிலும் குறிப்பிடப்பட்டது. அதே ஆண்டு, ஜஅஃபர் பின் கய்யாத் காலமானார். அதே

ஆண்டில், மிகுந்த செல்வாக்குப் பெற்றவரும் கலீஃபாவின் அரசறிவிப்புச் செயலகத்தின் தலைமை அதிகாரியாகவும் இருந்த நஜா பின் மஸ்லமா அடித்துக் கொல்லப்பட்டார். நஜாவின் மீதான ஊழல் குற்றச்சாற்று நிரூபிக்கப்பட்ட நிலையில் கலீஃபாவால் வழங்கப்பட்ட தண்டனை இது.

கலீஃபா முத்தவக்கீல் கொலை நிகழ்வு : முத்தவக்கீல் தன் மகன் முன்தஸிரை வாரிசாக நியமித்தது குறித்து ஏற்கனவே பார்த்தோம். ஷியாக்களின் செல்வாக்கு முன்தஸிர்மீது தாக்கம் செலுத்தின. அவரது முன்னோர்களான வத்தீக்கும் முத்தஸிமும்போல் அவரும் குர்ஆன் உருவாக்கப்பட்டது என்று நம்பியிருந்தார். ஆனால், கலீஃபா முத்தவக்கீல், நபிவழியில் (ஸுன்னா) மிகுந்த பற்றும், நபிவழி அறிஞர்களில் புகழ்பெற்றவரும் குர்ஆன் உருவாக்கம் பற்றிய சர்ச்சையில் வெற்றிகொள்ள இயலாத ஆற்றல் வாய்ந்தவரும் இந்தச் சர்ச்சைக்கு முடிவு காண்பதில் மிகுந்த துணிச்சலுடன் ஈடுபட்டவரும் ஆவார். தந்தைக்கும் மகனுக்கும் இடையிலான முரண்பட்ட சிந்தனை மனமுரணாக மாற்றமடைந்தது. எனவே, தனது இரண்டாவது மகனான முத்தஸை வாரிசாக்குவதாக அவர் முடிவு செய்தார். இரண்டு தாய்களுக்குப் பிறந்த முன்தஸிருக்கும் முத்தஸுக்கும் ஏற்கனவே பகையிருந்தது. தன்னை விடவும் முத்தஸ்மீது கலீஃபா பாசம் வைத்திருப்பதை முன்தஸிரால் ஏற்றுக்கொள்ள இயலவில்லை.

இதற்குச் சில நாள்களுக்கு முன், கலீஃபா முத்தவக்கீல் தனது துருக்கியப் படைத்தலைவர்களான பகா கபீர், வஸீஃப் கபீர், வஸீஃப் ஸகீர், தவஜான் அஷ்ரோஸானி ஆகியோரின் சில செயல்பாடுகளில் அதிருப்தியுற்று அவர்களது நிலங்களைப் பறிமுதல் செய்தார். இதன் காரணமாக, துருக்கியர்களுக்கு கலீஃபாமீது அதிருப்தி உருவானது. பகா கபீர், ரோமானிய ஆட்சிப்பகுதிகளுக்குச் சென்றிருந்தபோது அவரது மகன் மூஸா அரண்மனைப் பாதுகாவல் பொறுப்பில் நியமிக்கப்பட்டிருந்தார்.

முன்தஸிரைத் தனக்கு சாதகமாகப் பயன்படுத்திய பகா கபீர், தனது நான்கு மகன்களும் சில துருக்கியரும் உட்பட்ட ஒரு குழுவினரை முத்தவக்கீலைக் கொலை செய்வதற்கு நியமித்தார். ஒரு நாளிரவு, முன்தஸிரும் அரசவை உறுப்பினர்களும் சென்ற பிறகு,

கலீஃபா, ஃபத்தா பின் காகன் மற்றும் நான்கு தோழர்களுடன் இருந்தார். அப்போது, டைக்ரீஸ் நதியை நோக்கிய வாசலினூடே அரண்மனைக்குள் நுழைந்த சிலர் கலீஃபாவைத் தாக்கிக் கொலை செய்தனர். ஃபத்தா பின் காகனும் கொல்லப்பட்டார். உடல்களை அப்படியே போட்டுவிட்டு, இரத்தம் தோய்ந்த வாளுடன் கொலையாளிகள் முன்தஸிரிடம் சென்று அவர் கலீஃபா ஆவதற்கு வாழ்த்துத் தெரிவித்தனர். முன்தஸிர் உடனடியாக அரண்மனைக்குச் சென்று மக்களிடம் வாக்குறுதி பெற ஆரம்பித்தார். வஸீஃபும் பிற துருக்கியத் தலைவர்களும் வாக்குறுதி அளித்தனர் இதையறிந்த அமைச்சர் உபைதுல்லாஹ் பின் யஹ்யா பின் காகன், முத்தஸைச் சந்திக்க விரைந்தார். ஆனால், ஏற்கனவே முத்தஸை வரவழைத்திருந்த முன்தஸிர் அவரிடமிருந்தும் வாக்குறுதி பெற்றிருந்தார்.

முத்தஸைக் காண அமைச்சர் உபைதுல்லாஹ் செல்லும்போது அங்கே அஸ்தி, ஆர்மேனி, அரேபியர் அல்லாதவர்கள் உட்பட 10,000 பேர்கள் கூடியிருந்தனர். அவர்கள் அனைவரும், "நீங்கள் ஒப்புதலளித்தால் முன்தஸிரையும் அவரது ஆள்களையும் கொன்று விடுகிறோம்" என்றனர். உபைதுல்லாஹ் அவர்களைத் தடுத்தார்.

மறுநாள் காலையில், ஹிஜ்ரீ 247 ஷவ்வால் மாதம் 4 ஆம் நாள், முத்தவக்கீலையும் ஃபத்தாவையும் அடக்கம் செய்யும்படி உத்தரவிட்டார் முன்தஸிர். 14 ஆண்டுகளும் 10 மாதங்களும் 3 நாள்களும் கலீஃபாவாக இருந்த முத்தவக்கீல் இறக்கும்போது 40 வயது.

முத்தவக்கீலின் இயல்பும் முக்கிய நிகழ்வுகளும் : கலீஃபா முத்தவக்கீல் அலல்லாஹ் தனது ஆட்சியைத் தொடங்கியதும் நபிவழியைப் பேணிக் கடைப்பிடிக்கச் செய்வதில் முழு ஈடுபாட்டுடன் கவனம் செலுத்தினார். ஹிஜ்ரீ 234இல், நபிமொழி அறிஞர்கள் அனைவரையும் தலைநகர் ஸமர்ராவுக்கு வரவழைத்துச் சிறப்பித்தார். இதற்கு முன் வத்தீக், முத்தஸிம் ஆட்சிகளின்போது நபிமொழி குறித்த பேருரைகளை வெளிப்படையாக நிகழ்த்தவும் அல்லாஹ்வைக் காண்பது குறித்த நபிமொழிகளை அறிவிக்கவும் இயலாதிருந்தது. தொழுகை இல்லங்களில் நபிமொழிகளைக் கற்பிக்கவும், அல்லாஹ்வின் பண்புகள், அவனைக் காண்பது குறித்துள்ள நபிமொழிகளை அறிவிக்கவும் உத்தரவிட்டார்

முத்தவக்கீல். இது முஸ்லிம்களை மகிழ்ச்சிக்குள்ளாக்கியது. கலீஃபா மீதான அவர்களது ஆதரவும் அன்பும் அதிகரித்தன. தொழுகை இல்லங்களில் நபிமொழி பாடங்கள் கற்பிக்கப்பட்டன. மண்ணறை வழிபாட்டு வழக்கம் முடிவுக்குக் கொண்டுவரப்பட்டது. இமாம் ஹுஸைன் (ரலி) அடக்கம் செய்யப்பட்ட இடத்தில் நடைபெற்று வந்த நிகழ்ச்சிகள் தடைபட்டன. இதன் காரணமாக, ஷியாக்கள் அவரது எதிரிகளாயினர்.

ஹிஜ்ரீ 240இல் கலாத் மக்களை உயிரிழக்கச் செய்யுமளவுக்கு வானத்திலிருந்து மிகப் பெரும் முழக்கம் கேட்டது. இராக்கில் கோழிமுட்டை அளவில் பொழிந்த ஆலங்கட்டி மழையில் 13 சிற்றூர்கள் மூழ்கின. ஹிஜ்ரீ 243இல் வடஆப்பிரிக்கா, குராசான், தபரிஸ்தான், இஸ்ஃபஹான் ஆகிய பகுதிகளில் கடுமையான நிலநடுக்கம் ஏற்பட்டது. மலைகள் விரிசலடைந்தன. பெருமளவிலான மக்கள் பூமிக்குள் புதையுண்டனர். எகிப்தின் சிற்றூர் ஒன்றில் ஐந்து கிலோ எடையுள்ள கற்கள் பொழிந்தன. ஹிஜ்ரீ 243 ரமளான் மாதம், ஹலப் (அலப்போ) மக்கள் ஒரு அபூர்வப் பறவையைக் கண்டனர். அந்தப் பறவை மக்களை நோக்கி அல்லாஹ்வுக்கு அஞ்சுங்கள் என்று சொல்வதைச் செவியுற்றனர். தொடர்ந்து 40 முறை அல்லாஹ்வின் பெயரை உச்சரித்த பின் அது பறந்துபோய் விட்டது. இது அடுத்த நாளும் நிகழ்ந்தது. இந்நிகழ்ச்சி குறித்து, தலைநகரிலுள்ளவர்களுக்கு அறிவிக்கப்பட்டது. அவர்களில் சிலரும் இதைப் பார்த்தனர். ஹிஜ்ரீ 245 இல் உலகம் முழுவதும் நிலநடுக்கம் ஏற்பட்டது. பல்வேறு கோட்டைகளும் நகரங்களும் மண்ணில் புதைந்தன. அன்டாக்யாவின் ஒரு மலை பெருங்கடலுக்குள் வீழ்ந்தது. மக்காவின் நீரூற்றுகள் மறைந்தன. அரஃபாத்திலிருந்து தண்ணீர் கொண்டு வருவதற்கு, கலீஃபா முத்தவக்கீல் 10,00,000 தினார் வரை செலவிட்டார். இக்காலகட்டத்தில் பயங்கரமான ஓசைகள் வானிலிருந்து வெளிப்பட்டன.

முத்தவக்கீல் மிகுந்த கொடைமனம் கொண்டவர். எல்லா கலீஃபாக்களைவிடவும் கவிஞர்களுக்கு அதிக அளவில் அன்பளிப்புகள் வழங்கியவர். அவரது ஆட்சியில்தான் துன்நூன் மிஸ்ரி தோன்றினார். துன்நூன் மிஸ்ரியைச் சென்று சந்தித்த எகிப்து ஆளுநர் தனது எதிர்காலம் குறித்துக் கேட்டார். துன்நூன் அளித்த பதிலில் திருப்தியுற்ற அவர் இதுகுறித்து முத்தவக்கீலுக்கு

எழுதினார். முத்தவக்கீல் அவரைத் தலைநகருக்கு வரவழைத்துக் கௌரவித்தார்.

முத்தவக்கீல் ஒருமுறை, அஹ்மத் பின் மதல் உட்பட சமய அறிஞர்கள் பலரைத் தனது அரசவைக்கு வரவழைத்தார். அறிஞர்கள் அமர்ந்திருக்கும் சபைக்கு கலீஃபா முத்தவக்கீல் வந்தார். அவர் வரும்போது, அஹ்மத் பின் மதலைத் தவிர பிற அறிஞர்கள் அனைவரும் மரியாதை தெரிவிக்கும் பொருட்டு எழுந்து நின்றனர். முத்தவக்கீல், அமைச்சர் உபைதுல்லாஹ்விடம், "இவர் வாக்குறுதி அளிக்கவில்லையா?" என்று கேட்டார். அதற்கு உபைதுல்லாஹ், "வாக்குறுதி அளித்திருக்கிறார். அவருக்குச் சற்றுக் கண் பார்வை குறைவு" என்றார். உடனே, அஹ்மத் பின் மதல், "எனது கண்களில் எந்தக் குறைபாடுகளுமில்லை. ஒரு நபிமொழியில் 'மக்கள் தன்மீதான மரியாதையை வெளிக்காட்டும் முகமாக எழுந்து நிற்க வேண்டுமென்று விரும்புகிறவர்கள் நரகத்தில் இருப்பிடத்தை அமைத்துக்கொள்ளட்டும்' என்று சொல்லப்பட்டிருக்கிறது. அந்தத் தண்டனையிலிருந்து தங்களைக் காப்பாற்ற விரும்புகிறேன்" என்றார். இதைக்கேட்ட முத்தவக்கீல் அஹ்மத் பின் மதலிடம் நெருக்கமானார்.

யஸீத் மஹ்லபி சொல்கிறார்: "ஒரு நாள் முத்தவக்கீல் என்னிடம், 'மக்களை பயத்தின் நிழலில் வைத்திருப்பதற்காகவே கலீஃபாக்கள் அவர்களுடன் கடுமையாக நடந்துகொண்டனர். ஆனால், எனது கிலாஃபத்தை மக்கள் விருப்பத்துடன் ஏற்று பணிய வேண்டுமென்று நினைப்பதால் நான் அவர்களை அன்பாக நடத்துகிறேன்' என்றார்.

அம்ர் பின் ஷிபான் சொல்கிறார்: "முத்தவக்கீல் கொலையுண்ட இரண்டு மாதங்களுக்குப் பிறகு, நான் அவரைக் கனவு கண்டேன். அவரிடம் நான், அல்லாஹ் அவருக்களித்த நன்மை குறித்துக் கேட்டேன். அதற்கு அவர், 'நபிவழியை எழுச்சிபெறச் செய்தமைக்காக அல்லாஹ் எனக்குப் பாவமன்னிப்பு வழங்கினான்' என்றார். அவரைக் கொன்றவர்களைக் குறித்துக் கேட்டதும், 'என் மகன் முன்தஸீர் வந்ததும் அவனுக்கு எதிராக நான் அல்லாஹ்விடம் முறையிடுவேன்' என்றார். கலீஃபாக்களில் ஷாஃபி மத்ஹபைப் பின்பற்றிய முதலாமவர் முத்தவக்கீல்தான்.

முன்தஸிர் பில்லாஹ் : முன்தஸிர் பில்லாஹ் பின் முத்தவக்கில் அலல்லாஹ் பின் முத்தஸிம் பில்லாஹ் பின் ஹாரூன் ரஷீதின் இயற்பெயர் முஹம்மத். அவரது மகன்வழிச் சிறப்புப் பெயர் அபூஜஅஃபர். அல்லது அபூ அப்துல்லாஹ். முன்தஸிர் ஹிஜ்ரீ 223இல் ஸமர்ராவில், ஆப்பிரிக்க ரோமானிய அடிமைப் பெண்ணுக்குப் பிறந்தவர். தனது தந்தையான முத்தவக்கிலைக் கொன்றுவிட்டு ஹிஜ்ரீ 247 ஷவ்வால் மாதம் 4ஆம் நாள் கலீஃபாவாகப் பொறுப்பேற்றார். முத்தவக்கில் வாரிசுகளாக அறிவித்த, தனது சகோதரர்கள் முத்தஸையும் முஅய்யாதையும் வாரிசுரிமையிலிருந்து நீக்கம் செய்தார் முன்தஸிர்.

கலீஃபா முன்தஸிரின் அரசவையில் துருக்கியரின் ஆதிக்கம் மேலோங்கியிருந்தது. அவர்களது அரசாற்றலும் தொடர்ந்து வளர்ந்து வந்தது. அனைத்துத் துறைகளிலும் துருக்கியரின் கை ஓங்கியிருந்தது. இதைக் கண்ணுற்ற முன்தஸிர், அவர்கள் தனக்கு எதிராகத் திரும்பும் சாத்தியங்கள் குறித்து எச்சரிக்கை அடைந்தார். ஆகவே, அவர்களின் அதிகாரத்தையும் செல்வாக்கையும் குறைப்பதில் ஈடுபட்டார்.

தனது ஆறு மாத கால ஆட்சியில் ஷியாக்களுக்குக் கணிசமான அளவு உதவிகள் செய்தார். இமாம் ஹுஸைன் அடக்கம் செய்யப்பட்ட இடத்துக்குச் செல்லும் அனுமதி உட்பட அனைத்து சுதந்திரமும் அலவியருக்கு வழங்கப்பட்டன. அஹ்மத் பின் கஸீபைத் தலைமை அமைச்சராகவும் பகா கபீரை அனைத்துப் படைத்தலைவராகவும் நியமித்தார். சகோதரரை வாரிசுரிமையிலிருந்து நீக்கம் செய்ய முன்தஸிரைத் தூண்டியவர்கள் பகா கபீரும் துருக்கியரும்தான். தங்களது ஆதிக்கத்தை முன்தஸிர் குறைக்க முற்பட்டதும் அவர்கள் பீதிக்குள்ளாயினர். முன்தஸிரின் மதிநுட்பத்தையும் ஆற்றலையும் அவர்கள் சரியாகவே புரிந்திருந்தனர். தனது முயற்சியில் அவர் வெற்றிபெறுவார் என்பதிலும் அவர்களுக்கு சந்தேகமில்லை. ஆகவே, அவர்கள் சூழ்ச்சியில் ஈடுபட்டனர். முன்தஸிருக்கு நடந்த ஒரு சிகிச்சையின்போது விஷம் தடவப்பட்ட கத்தியைப் பயன்படுத்தச் சொல்லி அவரது மருத்துவரான இப்னு தைஃபூருக்கு 30,000 தினார் கையூட்டளித்தனர். இதன்படி, கலீஃபா முன்தஸிர் கொல்லப்பட்டார்.

ஆறு மாதங்களுக்கும் குறைவாகவே கலீஃபாவாக இருந்த முன்தஸிர், ஹிஜ்ரீ 248 ரபீயுல் அவ்வல் மாதம் 5ஆம் நாள்

மரணமடைந்தார். இறப்பின்போது அவர் சொன்ன வார்த்தைகள்: "என் தாயே! நான் இம்மை, மறுமை ஆகிய இரு உலக வாழ்க்கையையும் இழந்துவிட்டேன். தந்தையைக் கொலை செய்த நான், இப்போது அவரைப் பின்தொடர்கிறேன்."

முஸ்தயீன் பில்லாஹ் : முஸ்தயீன் பில்லாஹ் பின் முத்தஸிம் பின் ஹாரூன் ரஷீதின் இயற்பெயர் அஹ்மத், மகன் வழியில் சிறப்புப் பெயர், அபுல் அப்பாஸ். அழகான, மாநிறத் தோற்றமுள்ள அவரது முகம் வைசூரித் தழும்புகளால் நிறைந்திருந்தது. ஹிஜ்ரீ 221இல் மக்ஹாரிக் எனும் ஓர் அடிமைப் பெண்ணுக்குப் பிறந்தவர். முன்தஸிர் இறந்ததும் கலீஃபாவாக யாரைத் தேர்வு செய்வது என்பது குறித்து அரசவை உறுப்பினர்கள் ஆலோசனையில் ஈடுபட்டனர். முத்தவக்கிலின் மகன்களான முத்தஸூம் முஅய்யதும் அப்போது உடனிருந்தனர். தங்களை வாரிசுரிமையிலிருந்து நீக்குவதற்குக் காரணம் துருக்கியர் என்பதை அவர்களும் அறிவார்கள். எனவே, துருக்கியர் அவர்களிடம் எச்சரிக்கையாகவே இருந்தனர். ஆகவே, முத்தஸின் மகன் அஹ்மத் கலீஃபாவாகத் தேர்வு செய்யப்பட்டார். அவருக்கு முஸ்தயீன் பில்லாஹ் எனும் சிறப்புப் பெயர் சூட்டப்பட்டது. இலக்கியம் பயின்றவரும் மிகுந்த கண்ணியமும் பேச்சுத் திறனும் வாய்ந்த முஸ்தயீன், ஹிஜ்ரீ 248 ரபீயுல் ஆகிர் மாதம் 6 ஆம் நாள் கலீஃபாவாகப் பொறுப்பேற்றார்.

பதவியேற்புக்காக முஸ்தயீனை அரண்மனைக்கு அழைத்துச் செல்லும்போது முஹம்மத் பின் அப்துல்லாஹ் பின் தாஹிரின் தலைமையில் மக்கள் கிளர்ச்சியில் ஈடுபட்டனர். முத்தஸிமைக் கலீஃபாவாக நியமிக்கவேண்டுமென்ற கோரிக்கையை அவர்கள் முன்வைத்தனர். துருக்கியருக்கும் அவர்களுக்குமிடையே மோதல் ஏற்பட்டது. இதில் பலர் கொல்லப்பட்டனர். பலர் தப்பியோடினர். சண்டை நடந்துகொண்டிருக்கும்போதே துருக்கியர், முஸ்தயீனுக்கு வாக்குறுதி அளித்துக் கொண்டிருந்தனர். சூழ்நிலைகள் அமைதியான பிறகு, விருதுகள் மற்றும் பணித்துறை நியமனங்கள் ஆரம்பித்தன. கலீஃபாவுக்கு வாக்குறுதி அளிக்கும்படி, முஹம்மத் பின் அப்துல்லாஹ் பின் தாஹிருக்குத் தகவல் அனுப்பப்பட்டது. அதன்படி அவரும் வந்து வாக்குறுதி அளித்தார். தொடர்ந்து, குராசான் ஆளுநர் தாஹிர் பின் அப்துல்லாஹ் பின் தாஹிரின் மரணச்செய்தி வந்தது. முஹம்மத் பின் தாஹிரை குராசான் ஆளுநராக நியமித்த கலீஃபா

முஸ்தயீன், தனது உறவினர் தல்ஹாவையும் மகன் மன்ஸூரையும் நிஷாப்பூருக்கும் ஸர்க்காஸ் குவார்ஸாமுக்கும் ஆளுநர்களாக நியமித்தார். பின்னர், ஸுலைமான் பின் அப்துல்லாஹ்வும் உறவினரான அப்பாசும் தபரிஸ்தானுக்கும் ஜுர்ஜான் தல்கானுக்கும் ஆளுநர்களாக நியமிக்கப்பட்டனர்.

ஹிஜ்ரீ 248இல் அப்துல்லாஹ் பின் யஹ்யா பின் காகன், ஹஜ் பயணம் செல்வதற்கு கலீஃபாவிடம் அனுமதி கேட்டார். அனுமதியளித்த கலீஃபா, அவரைப் பின்தொடர்ந்து சென்று கைது செய்து நாடு கடத்தும்படி அப்துல்லாஹ் பின் யஹ்யா எனும் படைத்தலைவர் ஒருவரை அனுப்பி வைத்தார். அதன்படி, அவர் ரிக்காவுக்கு நாடு கடத்தப்பட்டார்.

கலீஃபாவாகப் பொறுப்பேற்ற முஸ்தயீன், தலைமை அமைச்சராக அத்தமிஷ் எனும் துருக்கிய இனத்தலைவரையும் அவரது உதவியாளராக அஹ்மத் பின் கஸீபையும் நியமித்தார். முத்தஸையும் முஅய்யாதையும் கலீஃபா வீட்டுக் காவலில் வைத்தார். சிறிது காலத்துக்குப் பிறகு, அஹ்மத் பின் கஸீபும் பணிநீக்கம் செய்யப்பட்டு வீட்டுக்காவலில் வைக்கப்பட்டார். தலைமை அமைச்சரான அத்தமிஷ், கூடுதல் பொறுப்பாக எகிப்து மற்றும் மேற்குத்திசை நாடுகளின் ஆளுநராகவும் நியமிக்கப்பட்டார். ஹல்பான் மற்றும் மஸப்ஸான் ஆளுநராக பகா ஸகீர் நியமிக்கப்பட்டார். அனைத்துப் படைத்தலைவராக இருந்த அஷ்நாஸ், கூடுதல் பொறுப்பாக அரசு ஊழியர்களின் தலைவராக நியமிக்கப்பட்டார். முக்கியமான அனைத்துத்துறைகளும் துருக்கியரின் கட்டுப்பாட்டில் இருந்தன.

ஹிஜ்ரீ 249இல் இஸ்லாமிய ஆட்சிப் பகுதிகள்மீது ரோமானியர் தாக்குதல் நடத்தினர். இதில், உமர் பின் அப்துல்லாஹ், யஹ்யா பின் யஹ்யா ஆகிய தலைவர்கள் உட்பட ஏராளமான முஸ்லிம்கள் உயிரிழந்தனர். இந்த இரு தலைவர்களின் மரணம் பாக்தாத் மக்களை மிகவும் அதிர்ச்சிக்குள்ளாக்கியது. துருக்கியர் கலீஃபாக்களைக் கொன்றனர்; கண்ணியமிக்கவர்களை இழிவுபடுத்தினர்; அவநம்பிக்கையாளர்கள்மீது ஜிஹாத் அறிவிப்பதையும் விட்டுவிட்டனர். முஸ்லிம்களைத் தாக்க ரோமானியருக்குத் துணிச்சல் வரவும் இஸ்லாத்தின் இரண்டு ஊழியர்கள் உயிரிழக்கவும் துருக்கியர்தான் காரணமென்று அவர்கள் குறைகூறத் தொடங்கினர்.

இவற்றுடன் மேலும் சில பிரச்சினைகள் உருவாகவே, பாக்தாதின் அமைதி குலைய ஆரம்பித்தது. மக்களே முன்வந்து ஜிஹாதுக்கான முன்னேற்பாடுகளில் ஈடுபட்டனர். அதாவது, ரோமானியர் குறித்து அரசுத் தரப்பு விளக்கங்களை எதிர்பார்க்காமல் தாங்களே ஒரு ஜிஹாத் படையை உருவாக்கினர். எல்லாத் திசைகளிலுமுள்ள முஸ்லிம்கள் ஒன்றுதிரண்டு வந்து ஜிஹாத் படையில் இணைந்துகொண்டனர். முஸ்லிம் செல்வந்தர்கள் தேவையான பணத்தை வழங்கினர். ரோமானியர்மீது புனிதப்போருக்கான ஒரு பெரும் படை பாக்தாதிலிருந்து புறப்பட்டது. ஸமர்ராவிலிருந்த முஸ்தயீனும் அவரது அரசவை உறுப்பினர்களும் இதில் தலையிடாமல் ஒதுங்கிக்கொண்டனர். ஜிஹாதுக்குப் புறப்பட்ட முஸ்லிம்கள் ஸமர்ராவுக்கு வந்து குழப்பம் செய்தனர். சிறைச்சாலையைத் தகர்த்துக் கைதிகளை விடுவித்தனர். துருக்கியத் தலைவர்கள் பகா, வஸீஃப், அத்தமிஷ் ஆகியோர் தங்கள் படைகளுடன் முஸ்லிம்களை எதிர்கொண்டனர். இதில், பெருமளவில் மக்கள் கொல்லப்பட்டனர். அவர்களது ஆர்வம் சிதறுண்டது.

அரசு நிர்வாகத்தில் வலுவான பிடியை வைத்திருந்த அத்தமிஷுக்குக் கருவூலத்தைப் பயன்படுத்தும் உரிமையுமிருந்தது. இதன் காரணமாக, பகாவுக்கும் வஸீஃபுக்கும் அவர்மீது பகைமை இருந்தது. அத்தமிசுக்குப் பிறகு அவர்கள் அப்துல்லாஹ் பின் முஹம்மத் பின் அலீயைத் தலைமை அமைச்சராக்கினர். சிறிது காலத்தில், பகா ஸகீருக்கும் அப்துல்லாஹ் பின் முஹம்மத் பின் அலீக்கும் இடையிலான உறவு சீர்கெட்டது. பகா ஸகீரின் மீதிருந்த பயம் காரணமாக அப்துல்லாஹ், ஸமர்ராவிலிருந்து சென்றுவிட்டார். முஹம்மத் பின் ஃபதல் ஜுர்ஜானி தலைமை அமைச்சராக நியமிக்கப்பட்டார்.

கலீஃபா முஸ்தயீன், முழுவதுமாகவே துருக்கியரின் கட்டுப்பாட்டுக்குள் இருந்தார். ஸமர்ராவில் துருக்கியர் எண்ணிக்கையே அதிகமாக இருந்தது. அவர்களது கட்டுப்பாட்டிலிருந்து கலீஃபாவால் வெளியே வர இயலவில்லை. இந்நிலையில், அபுல் ஹுஸைன் எனும் யஹ்யா பின் உமர் பின் யஹ்யா பின் ஹுஸைன் பின் ஸைத் ஸஹீத் கூஃபாவில் கிளர்ச்சியில் ஈடுபட்டார். அப்போது, முஹம்மத் பின் அப்துல்லாஹ் பின் தாஹிரின் பிரதிநிதியான அய்யூப் பின் ஹுஸைன் பின் மூஸா பின் சுலைமான் பின் அலீ, கூஃபா

ஆளுநராக இருந்தார். கூஃபாவிலிருந்து அய்யூபை வெளியேற்றிய அபுல் ஹுஸைன் கருவூலத்தைக் கொள்ளையடித்து கூஃபாவையும் கைப்பற்றினார்.

தொடர்ந்து கூஃபாவிலிருந்து புறப்பட்ட அபுல் ஹுஸைன், வாஸிதை நோக்கி அணிவகுத்துச் சென்றார். அவரைத் தோற்கடிக்க முஹம்மத் பின் அப்துல்லாஹ் பின் தாஹிர், ஹுஸைன் பின் இஸ்மாயீல் பின் இப்ராஹீம் பின் ஹுஸைன் பின் முஸ்அபை அனுப்பி வைத்தார். வாஸிதுக்குச் செல்லும் வழியில் மோதல் நிகழ்ந்தது. ஹுஸைன் பின் இஸ்மாயீலைத் தோற்கடித்த அபுல் ஹுஸைன், கூஃபாவுக்குத் திரும்பினார். பாக்தாத் மக்கள் ஹுஸைன் பின் இஸ்மாயீலுக்கு உதவத் தயாராக இருந்தனர். அவர்களை ஒன்றுதிரட்டிய ஹுஸைன், அபுல் ஹுஸைனைத் தாக்கினார். கூஃபாவுக்கு வெளியே வந்து போரிட்ட அபுல் ஹுஸைன் கொலையுண்டார். அவரது தலை துண்டிக்கப்பட்டு ஸமர்ராவிலிருந்த கலீஃபா முஸ்தயீனுக்கு அனுப்பி வைக்கப்பட்டது. அவர், அதை ஒரு பேழையில் வைத்து ஆயுதக் கிடங்கில் வைத்தார். அபுல் ஹுஸைன் ஹிஜ்ரீ 250 ரஜப் மாதம் 15 ஆம் நாள் மரணமடைந்தார்.

அபுல் ஹுஸைனைத் தோற்கடித்த முஹம்மத் பின் அப்துல்லாஹ்வுக்கு தபரிஸ்தான் விளைநிலங்களைப் பரிசாக அளித்தார் கலீஃபா. அந்நிலங்களில் ஒன்று, தைலாம் எல்லைக்கருகில் இருந்தது. அதை கையேற்கச் சென்ற முஹம்மத் பின் அப்துல்லாஹ்வின் ஆளுநருடன் ருஸ்ட்டம் என்பவன் மோதலில் ஈடுபட்டான். தைலாம் மக்கள், ருஸ்ட்டமுக்கும் அவனது மகன்களான முஹம்மத் மற்றும் ஜஅஃபருக்கும் ஆதரவாக இருந்தனர். அப்போது, முஹம்மத் பின் இப்ராஹீம் அலவி தபரிஸ்தானில் இருந்தார்.

முஹம்மதும் ஜஅஃபரும் அவரிடம் சென்று, "தாங்கள் கிலாஃபத்துக்கு உரிமை கோரி அதை அடைய முயற்சி செய்யுங்கள். நாங்கள் துணை நிற்கிறோம்" என்றனர். அவர், "நீங்கள் ரேய்க்குச் சென்று இந்த வேண்டுகோளை ஹஸன் பின் ஸைதிடம் கூறுங்கள். என்னுடைய தலைவரும் வழிகாட்டியும் அவர்தான்" என்றார். முஹம்மதும் ஜஅஃபரும் இதைத் தங்கள் தந்தையிடம் சென்று தெரிவித்தனர். அவர் ரேய்க்கு ஒருவனை அனுப்பி வைத்தார். ஹஸன் பின் ஸைத் தபரிஸ்தானுக்கு வந்தார். தைலாமிலிருந்தும் டர்பனிலிருந்தும் மக்கள் திரண்டு வந்து வாக்குறுதி அளிக்கத்

தொடங்கினர். ஹஸன் பின் ஸைத், தபரிஸ்தானையும் தொடர்ந்து, ரேயையும் கைப்பற்றினார்.

இதையறிந்த முஸ்தயீன், ஹமதானைப் பாதுகாப்பதற்காக ஒரு படையை அனுப்பி வைத்தார். அது தோல்வியடைந்தது. பின்னர், மூஸா பின் பகா கபீரின் தலைமையில் தலைநகரிலிருந்து ஒரு படையை அனுப்பி வைத்தார். ஹஸன் பின் ஸைதிடமிருந்து தபரிஸ்தான் மீட்கப்பட்டது. தைலாம் இன்னமும் ஹஸனின் கட்டுப்பாட்டிலேயே இருந்தது. மூஸா, ரேய்க்குத் திரும்பினார். கலீஃபா அப்போது தலீல் பின் யஅக்கூப் எனும் கிறிஸ்தவரை அமைச்சராக நியமித்திருந்தார். சிறிது காலத்தில் பகார் எனும் ஒரு துருக்கியர் தலீலுக்கு எதிரான ஒரு முறையீட்டை முன் வைத்தார். இதில், பகா ஸகீரும் வஸீஃபும் பகாரைக் குற்றவாளியாக அறிவித்தனர். கலீஃபா அவரைச் சிறையிலடைத்தார். இதன் காரணமாகத் துருக்கியர் குழப்பம் விளைவிக்கவே, பகாரை பகா ஸகீர் கொலை செய்தார். பிரச்சினை மேலும் அதிகரித்தது. ஸமர்ரா நகர் முழுவதும் ஆயுதமேந்தியது. எங்குப் பார்த்தாலும் கிளர்ச்சிக் கொடிகள் பறந்தன. ஆபத்தை உணர்ந்துகொண்ட கலீஃபா முஸ்தயீன், பகா வஸீஃப், ஷஹீக், அஹ்மத் பின் ஸாலே பின் ஷிராஸ் ஆகியோர் ஸமர்ராவிலிருந்து பாக்தாதுக்குச் சென்று முஹம்மத் பின் அப்துல்லாஹ் பின் தாஹிரின் இல்லத்தில் தங்கியிருந்தனர். இது, ஹிஜ்ரீ 251 முஹர்ரம் மாதம் நிகழ்ந்தது. தலைமைச் செயலக ஊழியர்களும் பணியாளர்களும் கலீஃபாவைப் பின்தொடர்ந்து பாக்தாதுக்குச் சென்றனர்.

கலீஃபா பாக்தாதுக்குச் சென்ற பிறகு, துருக்கியர் தங்கள் குற்றத்தை உணர்ந்துகொண்டனர். ஸமர்ராவிலிருந்து ஆறு துருக்கியர் கலீஃபாவிடம் சென்று, “அருள்கூர்ந்து தாங்கள் ஸமர்ராவுக்குத் திரும்ப வேண்டும். செய்த தவறுகளுக்காக நாங்கள் மன்னிப்புக் கேட்கிறோம்” என்று கெஞ்சிக் கேட்டுக்கொண்டனர். கலீஃபா முஸ்தயீன், அவர்களது பணிவின்மையையும் தற்செருக்கையும் நினைவூட்டி ஸமர்ராவுக்குச் செல்ல மறுத்தார். தோல்வியுடன் ஸமர்ராவுக்குத் திரும்பிய அவர்கள், முத்தஸ் பின் முத்தவக்கீலைச் சிறையிலிருந்து விடுவித்து அவரைக் கலீஃபாவாக ஏற்று வாக்குறுதி அளித்தனர். அங்கிருந்த அபூஅஹ்மத் பின் ஹாரூன் ரஷீதிடம் வாக்குறுதி அளிக்கக் கேட்டபோது அவர், “நான் முஸ்தயீனுக்கு

வாக்குறுதி அளித்திருப்பதாலும், தனது வாரிசுரிமை நீக்கத்தை முத்தஸ் ஏற்றிருப்பதாலும் வாக்குறுதி அளிக்கமாட்டேன்" என்றார்.

முத்தஸ், அபூஅஹ்மதை வற்புறுத்த விரும்பவில்லை. பகா கபீரின் மகன்களான மூஸாவும் அப்துல்லாஹ்வும்கூட முத்தஸுக்கு வாக்குறுதியளித்தனர். முத்தஸின் ஆதரவாளர்கள் ஸமர்ராவுக்கும் முஸ்தயீனின் ஆதரவாளர்கள் பாக்தாதுக்கும் சென்றனர்.

மாகாண ஆளுநர்களும் இதைப் பின்பற்றினர். எனவே, ஸமர்ராவிலும் பாக்தாதிலுமாக இரண்டு கலீஃபாக்கள் இருந்தனர். தாஹிரின் அரச வழியினர் மற்றும் குராசானியரில் பெருமளவும் முஸ்தயீனுக்கு ஆதரவாகவும் துருக்கியரும் வேறு சில இனத்தவர்களும் முத்தஸுக்கு ஆதரவாகவும் இருந்தனர். இரு கலீஃபாக்களுக்கும் இடையில் 11 மாதங்கள் தொடர்ந்து போர் நடந்தது. இரு தரப்பும் மாகாண ஆளுநர்களைக் கடிதம் மூலம் தொடர்புகொண்டு அவர்களது ஆதரவைப் பெற முயற்சி செய்தனர். ஆகவே, ஸமர்ராவுக்கும் பாக்தாதுக்கும் இடையிலான போர் பிற பகுதிகளுக்கும் பரவியது. ஆயினும், பாக்தாதைச் சுற்றியே அது மையம்கொண்டிருந்தது. அனைத்துப் பகுதிகளும் பாக்தாதில் எடுக்கப்படும் முடிவை எதிர்பார்த்திருந்தன.

இறுதியாக, ஹிஜ்ரீ 251 துல்கஅதா மாதம் பாக்தாதிலிருந்த முஸ்தயீனின் படைத்தலைவரான முஹம்மத் பின் அப்துல்லாஹ் பின் தாஹிர் பாக்தாதை முற்றுகையிட்டிருந்த துருக்கியர்மீது பயங்கரமான ஒரு தாக்குதல் நிகழ்த்தி அவர்களை விரட்டியடித்தார். அப்போது, பகாவும் வஸீஃபும் முஸ்தயீனுடன் பாக்தாதில் இருந்தனர். அரசுக்குக் கீழ்ப்படிபவர்களாகவும் முஸ்தயீன் படையின் ஒரு பிரிவினராகவுமிருந்த நம்பிக்கையான துருக்கியரைக்கொண்ட ஒரு சிறு படையுடன் முஹம்மத் பின் அப்துல்லாஹ் பின் தாஹிரும் உடனிருந்தார்.

குராசானியர் மற்றும் இராக்கியரால் துருக்கியர் விரட்டியடிக்கப்படுவதை சமூக இனப் பற்றில்லாத கண்களுடன் பார்த்துக்கொண்டிருக்க பகாவும் வஸீஃபும் விரும்பவில்லை. எனவே அவர்களும் பிரிந்தோடிய படையுடன் சேர்ந்துகொண்டனர். இத்துடன், துருக்கியருக்குத் துணிச்சல் வந்தது. தங்கள் படைகளை

மீண்டும் அணிவகுத்த அவர்கள் பாக்தாதுக்குத் திரும்பிச் சென்று முற்றுகையில் ஈடுபட்டனர். முஹம்மத் பின் அப்துல்லாஹ் பின் தாஹிர் வேண்டுமென்றே கலீஃபா முஸ்தயீனைக் குழப்பத்தில் ஆழ்த்துவதாக பாக்தாத் மக்கள் பேசிக்கொண்டனர். இது, போராட்டத்துக்கான அவரது ஈடுபாட்டை இழக்கச் செய்தது.

ஹிஜ்ரீ 252 முஹர்ரம் மாதம் 6ஆம் நாள், கலீஃபா முஸ்தயீன், முத்தஸின் கிலாஃபத்தைத் ஏற்றுக்கொள்வதாகவும் தனது கிலாஃபத்தைத் துறப்பதாகவும் முத்தஸுக்குக் கடிதம் அனுப்பினார். பின்னர், பாக்தாதுக்கு வந்த கலீஃபா முத்தஸ், பதவியைத் துறந்த முஸ்தயீனை வாஸிதுக்கு அனுப்பிக் கண்காணிப்பில் வைத்தார். அங்கே, முத்தஸின் படைத்தலைவர் ஒருவரின் பாதுகாப்பில் ஒன்பது மாதங்கள் வாழ்ந்த அவர் பிறகு, ஸமர்ராவுக்கு வந்தார். பின்னர், கலீஃபா முத்தஸின் உத்தரவின்படி கொல்லப்பட்டார்.

முத்தஸ் பில்லாஹ்: முத்தஸ் பில்லாஹ் பின் முத்தவக்கீல் அலல்லாஹ் பின் முத்தஸிம் பில்லாஹ் பின் ஹாரூன் ரஷீத், ஹிஜ்ரீ 232 இல் ஸமர்ராவில், ஃபத்தஹ்யா எனும் ரோமானிய அடிமைப் பெண்ணுக்குப் பிறந்தவர். ஹிஜ்ரீ 251இல், ஸமர்ராவில் கலீஃபாவாக நியமிக்கப்பட்டார். ஓராண்டு காலம் முஸ்தயீனுக்கு எதிராகப் போரில் ஈடுப்பட்டதன் முடிவில் முஸ்தயீன், கிலாஃபத் உரிமையைத் துறக்க வேண்டியதாயிற்று. முத்தஸ் பொறுப்பேற்ற பிறகு, அதே ஆண்டில் துருக்கியரான அஷ்நாஸ் மரணமடைந்தார். அவர் விட்டுச் சென்ற, 50,000 தினார்களை முத்தஸ் பறிமுதல் செய்தார். தனது 19ஆம் வயதில் அவர் அரியணையேறினார். தனது அமைச்சராக அஹ்மத் பின் இஸ்ராயீலை நியமித்துக்கொண்ட கலீஃபா முத்தஸ், பாக்தாத் காவல்துறையின் தலைவராகத் தொடர முஹம்மத் பின் அப்துல்லாஹ் பின் தாஹிரை அனுமதித்தார். குராசான் ஆளுநராகவும் இருந்த இவர், குராசானில் தனது பிரதிநிதியை நியமித்துவிட்டு, பாக்தாதில் வாழ்ந்து வந்தார். தான் கலீஃபாவாக ஆவதற்குக் காரணம், துருக்கியர்கள் என்பதால் அவர்களது செல்வாக்கின் கீழேயே முத்தஸும் இருந்தார். பாக்தாதிலிருந்த அவரது படையில், குராசானிகளும் இராக்கியரும் இருந்தனர். அவர்களுக்கான ஊதியங்களை முஹம்மத் பின் அப்துல்லாஹ் கவனித்து வந்தார்.

குராசான் மற்றும் இராக் படை வீரர்களுக்கான ஊதியங்களையும் பிற அனுகூலங்களையும் நிறுத்தி வைத்தார் கலீஃபா முத்தஸ். ஹிஜ்ரீ 252இல் தனது சகோதரர் முஅய்யாதை வாரிசுரிமையிலிருந்து நீக்கிவிட்டு அவரைச் சிறையிலடைத்த பின், கொலை செய்தார். ஹிஜ்ரீ, 252 ரமளான் மாதம், தங்களுக்கான ஊதியங்களை வழங்கக்கோரி கிளர்ச்சியில் ஈடுபட்ட படையினர் முஹம்மத் பின் அப்துல்லாஹ் பின் தாஹிரை எதிர்த்துப் போரிட்டனர். முஹம்மத் பின் அப்துல்லாஹ், மிகுந்த சிரமத்துடன் கிளர்ச்சியை அடக்கினார். அதே ஆண்டு, துருக்கியருக்கும் அரபிகளுக்குமிடையே உருவான கலகம், உள்நாட்டுப் போராக மாற்றமடைந்தது. பாக்தாத் மக்கள் அரபிகளுக்கு ஆதரவாக நின்றனர். இருந்தும், அரபிகளையும் அவர்களது இனத்தலைவர்களையும் வஞ்சகமாகக் கொன்றும் நாடு கடத்தியும் துருக்கியர்கள் வெற்றி பெற்றனர்.

அதே ஆண்டு, தலைமை நடுவர் பொறுப்பில் ஹுஸைன் பின் அபூஷுராப் நியமிக்கப்பட்டார். கிலாஃபத்துக்குரிய அரசுக் கட்டமைப்பு தடம் புரண்டுகொண்டிருந்தது. மாகாண ஆளுநர்கள் தங்களைத் தன்னுரிமை பெற்றவர்களாகக் கருதத் தொடங்கினர். கவாரிஜ்களும் அலவியரும் கிளர்ச்சி செய்ய ஆரம்பித்தனர். முஸாவிர் பின் அப்துல்லாஹ் பின் முஸாவிர் பிஜ்லி கவாரிஜி, மோசிலைக் கைப்பற்றி, சுதந்திர அரசாக அறிவித்தார். அவரை எதிர்த்துப் போரிடுவதற்காக கலீஃபா அனுப்பி வைத்த படைகள் அனைத்தும் விரட்டியடிக்கப்பட்டன.

ஹிஜ்ரீ 253இல், துருக்கிய வீரர்கள் தங்கள் படைத்தலைவர்கள் வஸீஃப், பகா, ஸிமத்தவீல் ஆகியோரிடம் நான்கு மாத ஊதியத்தை முன்பணமாகத் தரும்படி கேட்டனர். கருவூலத்தில் நிதியில்லை என்று சொல்லி அவர்கள் மறுத்தனர். துருக்கியர்கள் இதை ஏற்கவில்லை. சூழ்நிலை அமைதியை இழந்தது. முத்தஸுக்குத் தகவல் அறிவிக்கப்பட்டது. அவராலும் எதையும் செய்ய இயலவில்லை. துருக்கியர்கள், வஸீஃபைக் கொன்றனர். பாபக்கியாலுக்கும் பகா ஸகீருக்குமிடையே ஏற்கனவே பகைமை இருந்துவந்தது. பாபக்கியாலுடன் நெருக்கமாக இருக்கும் கலீஃபாவைக் கொல்வதாக முடிவு செய்தார் பகா ஸகீர். இதை, கலீஃபாவும் அறிந்துகொண்டார். இதனிடையே, பாபக்கியாலின் ஆள்களால் பகா ஸகீர் கொல்லப்பட்டார்.

முஹம்மத் பின் அப்துல்லாஹ்வின் இறப்பு : குராசான் ஆளுநரான முஹம்மத் பின் அப்துல்லாஹ் பின் தாஹிர் ஹிஜ்ரீ 253இல் பாக்தாதில் மரணமடைந்தார். இறப்பதற்கு முன், தனது உதவியாளராகவும் வாரிசாகவும் மகன் உபைதுல்லாஹ்வை நியமித்து இறுதி ஆவணம் தயார் செய்திருந்தார். உபைதுல்லாஹ்வின் சகோதரர் தாஹிர் இதை எதிர்த்தார். தந்தையின் இறுதிக் கடன்களை யார் நடத்துவது என்பதில் அவர்களிடையே பிரச்சினை உருவானது. ஆவணத்தின்படி உபைதுல்லாஹ் ஆளுநராக நியமிக்கப்பட்டார். கலீஃபா முத்தஸ், முஹம்மத் பின் அப்துல்லாஹ்வின் மற்றொரு சகோதரரான சுலைமானை அவரது உதவியாளராக நியமித்தார். அவர் பாக்தாதைத் தனது தலைமையகமாகக்கொண்டு தனது கடமைகளைச் செய்யவும் படை நடத்தவும் தொடங்கினார்.

அஹ்மத் பின் துலூன் : துருக்கியப் படைத்தலைவர்களில் பகா, வஸீஃப், ஸிமத்தவீல் ஆகியோர்போல், பாபக்கியாலால் பெயரும் சிறப்பும் பெற்ற ஒரு தலைவர் அஹ்மத் பின் துலூன். எகிப்து ஆளுநராக முத்தஸால் நியமிக்கப்பட்ட பாபக்கியால் தனது சார்பில் துலூனை எகிப்து ஆளுநராக நியமித்தார்.

துலூன், ஃபர்கானா போரில் கைது செய்யப்பட்ட ஒரு துருக்கியர். கலீஃபாவின் குடும்பத்துடன் வாழ்ந்து வந்த அவர் அரண்மனை அடிமைகளில் ஒருவராகக் கருதப்பட்டார். அவரது மகன் அஹ்மத், தலைநகரில் வளர்ந்து நிர்வாக விஷயங்களைக் கற்றறிந்து தேர்ச்சி பெற்றவர். எகிப்து ஆளுநராக நியமிக்கப்பட்ட பாபக்கியால் தனது சார்பாக யாரை அங்கே நியமிப்பது என்று யோசித்தார். அவரது ஆலோசகர்கள் துலூனைப் பரிந்துரை செய்தனர். ஆளுநராக நியமிக்கப்பட்ட துலூன் எகிப்துக்குச் சென்றார். பின்னர், கலீஃபா முஹ்ததியால் எகிப்து ஆளுநராக நியமிக்கப்பட்ட துருக்கியரான யர்கூஜ், துலூனின் மகன் அஹ்மதைத் தனது உதவியாளராக நியமித்துக்கொண்டார்.

இப்படி, ஆளுநராக மாறிய அஹ்மத் பின் துலூன், எகிப்தில் தனது பிடியை வலுப்படுத்திக் கொண்டார். அவரது வம்சாவளியினர், வாரிசு முறையில் தொடர்ந்து அங்கே ஆட்சியில் இருந்து வந்தனர். தங்களுக்கான நாணயங்களையும் அவர்களே தயாரித்துக்கொண்டனர். சுருக்கமாகச் சொன்னால், ஹிஜ்ரீ 253 முதல், எகிப்து அப்பாசியக்

கிலாஃபத்திலிருந்து விலகியது. அல்லது துலூன் அரசு நிறுவப்பட்டது.

யஅக்கூப் பின் லைத் ஸஃப்ஃபார் : யஅக்கூப் பின் லைத், அவரது சகோதரர் அம்ர் பின் லைத் ஆகிய இருவரும் ஸஜிஸ்தானில் பித்தளைப் பாத்திரங்கள் தயாரிக்கும் நிறுவனத்தின் உரிமையாளர்கள். கிலாஃபத் வலுவிழந்த நிலையில் பல்வேறு இடங்களில் கிளர்ச்சிகள் நடைபெற்றன. கவாரிஜ்களும் கிளர்ச்சி செய்தனர். அலவியரின் ஆதரவாளர்களும் அப்பாசியருக்கெதிராக வெளிப்பட்டனர். அவர்களில் ஸாலே பின் நஸ்ர் கனானி என்பவர் ஆயுதத்தைக் கையில் எடுத்தார். செல்வந்தர்களும் உயர்குடியினரும் மக்களும் அவரைச் சுற்றி ஒன்றுதிரண்டனர். அவருடன் யஅக்கூப் பின் லைத்தும் இணைந்துகொண்டார். மிகுந்த போராட்டத்தின் முடிவில் ஸாலே, ஸஜிஸ்தானைக் கைப்பற்றினார். தாஹிர் குடும்பத்தினர் அங்கிருந்து வெளியேற வேண்டிய சூழ்நிலை உருவானது. ஸாலேயின் இறப்பைத் தொடர்ந்து, திர்ஹம் பின் ஹஸன் பொறுப்புக்கு வந்தார். ஆனால், குராசான் ஆளுநர் அவரைக் கைது செய்து பாக்தாதுக்கு அனுப்பி வைத்தார். ஸாலேயின் குழுவினர், யஅக்கூப் பின் லைத்தை அமீராகத் தேர்வு செய்தனர். யஅக்கூப், ஸஜிஸ்தானை முழுமையாகக் கைப்பற்றினார். முஹம்மத் பின் அப்துல்லாஹ் பின் தாஹிரால் நியமிக்கப்பட்ட ஹேரத் ஆளுநர் முஹம்மத் பின் அவ்ஸ் அன்பாரியை வெளியேற்றிவிட்டு அதன் பொறுப்பை ஏற்றுக்கொண்டார். பின்னர், குராசான் ஆட்சிப் பகுதியை வெற்றிகொள்ளத் தொடங்கினார்.

அதே வேளை, இரான் ஆளுநரான அலீ பின் ஹுஸைன் பின் ஷிபில், கர்மானை வெற்றிகொள்ள விரும்பினார். அதைத் தனது கட்டுப்பாட்டுக்குள் கொண்டுவர யஅக்கூப் பின் லைத்தும் விரும்பினார். இறுதியில், யஅக்கூப் பின் லைத், அலீ பின் ஹுஸைனின் படைகளைத் தோற்கடித்து இரான் தலைநகரான ஷிராஸ்மீது படையெடுத்து, ஹிஜ்ரீ 255 இல் அதைக் கைப்பற்றினார். உடனடியாக ஸஜிஸ்தானுக்குத் திரும்பிய அவர், கலீஃபாவுக்கு ஒரு கடிதம் அனுப்பினார். அதில், “பெருமளவில் பதற்றம் நிலவியிருந்த இந்தப் பகுதி மக்கள் என்னை அமீராகத் தேர்வு செய்துள்ளனர். அமீருல் முஃமினீனான தங்கள்மீது நான் பணிவும் அரசுப் பற்றும் உள்ளவனாக இருக்கிறேன்” என்று குறிப்பிட்டார்.

தொடர்ந்து அவர், தாஹிரின் குடும்பங்களைக் குராசானிலிருந்து படிப்படியாக அகற்றிவிட்டு, தனது அரசை உறுதியாக நிறுவிக்கொண்டார். தாஹிர் பின் ஹுசைனின் வம்சாவளியினர்தான் தொடர்ந்து குராசானை ஆட்சிசெய்து வந்தவர்கள். ஆனால், கிலாஃபத் அமைப்புடன் அவர்களுக்குத் தொடர்பில்லாமல் இருந்தது. இக்குடும்பத்திலுள்ள யாரேனும் ஒருவர், பாக்தாத் காவல்துறையின் உயர் பதவியிலும் இருந்து வந்தார்.

தாஹிரின் குடும்பத்தினரிடமிருந்து குராசானைக் கைப்பற்ற அப்பாசியர் யாரும் விரும்பவுமில்லை. ஏனெனில், அவர்கள் தங்களை அப்பாசிய கலீஃபாக்களின் ஊழியர்களாகவும் பணியாளர்களாகவுமே கருதி வந்தனர். எனவே, அப்பாசியர் தொடர்ந்து ஆளுநர் சிறப்பை அவர்களது குடும்பத்தினருக்கு அளித்து வந்தனர். தாஹிர் குடும்பத்தினர் கலீஃபாவுக்கு அளிக்க வேண்டிய வரிகளைச் செலுத்தி வந்தனர். ஆனால், யஅக்கூப் பின் லைத்தின் அரசு இதிலிருந்து மாறுபட்டு, ஸஃப்ஃபாரிய அரசு எனக் குறிப்பிடப்பட்டது. இந்த விவரங்கள் பின்னர் இடம்பெறும்.

கலீஃபா முத்தஸ் பில்லாஹ்வின் பதவி நீக்கமும் இறப்பும் : கலீஃபா முத்தஸ், முற்றிலுமாகத் துருக்கியரின் கட்டுப்பாட்டில் இருந்தார். அவர்களுக்குத் தேவைப்பட்ட அனைத்தையும் செய்து கொடுத்தார். தவறான முறையில் பயன்படுத்தப்பட்டதால் கருவூலம் காலியானது. படைவீரர்கள் ஊதியம் கேட்டு நெருக்கினார்கள். எதையும் செய்ய இயலாத நிலையிலிருந்தார் கலீஃபா. இறுதியில், கலீஃபாவை வழிநடத்திச் செல்லும் ஸாலே பின் வஸீஃபைக் கொல்வோம் என்றனர் படைவீரர்கள். ஸாலே ஒரு துருக்கியப் படைத்தலைவர். இவர்மீது கலீஃபாவுக்குப் பயமிருந்தது. பிரச்சினையைத் தீர்ப்பதற்காக, கலீஃபா தனது தாயார் ஃபத்தஹ்யாவிடம் சென்றார். ரோமானியப் பெண்மணியான அவரிடம் ஏராளமான பணமிருந்தது. ஆனால், அவர் தான் வறிய நிலையில் இருப்பதாகச் சொல்லிவிட்டார். ஆயுதம் தாங்கிய துருக்கியர், ஸாலே பின் வஸீஃப், முஹம்மத் பின் பகா ஸகீர், பாபக்கியால் ஆகியோருடன் அரண்மனைச் சென்று கலீஃபா முத்தஸை வெளியே அழைத்தனர். தான், கடுமையாக நோய்வாய்ப்பட்டிருப்பதால் வெளியே வர இயலாத நிலையில் இருப்பதாக அவர் சொல்லியனுப்பினார். துருக்கியர்கள் அரண்மனைக்குள் புகுந்து, கலீஃபாவின் கால்களைப்

பிடித்து வெளியே இழுத்து வந்தனர். அவரை அடித்தும் திட்டியும் எரியும் வெயிலில் முற்றத்தில் தலையைக்கூட மறைக்காமல் நிற்க வைத்தனர். அவரைக் கடந்து சென்ற ஒவ்வொருவரும் அவரது முகத்தில் அறைந்தனர். கலீஃபாவை மிகவும் இழிவுபடுத்திய அவர்கள், பதவி விலகச் சொன்னார்கள். அவர் மறுத்தார். தொடர்ந்து, கலீஃபாவின் பதவி நீக்கத்துக்குச் சாட்சிகளாக, தலைமை நடுவர் ஹுஸைன் பின் அபீ ஷுராபும் அரசவை உறுப்பினர்களும் வரவழைக்கப்பட்டனர். ஆவணத்தில் அவர்களுடைய கையொப்பங்களைப் பெற்ற பிறகு, ஹிஜ்ரீ 255, ரஜப் மாதம், கலீஃபா முத்தஸ் இருட்டறைக்குள் தள்ளப்பட்டார். உணவும் நீரும் கிடைக்காத நிலையில் அதே ஆண்டு, ஷஃஅபான் மாதம் 8 ஆம் நாள் அவர் மரணமடைந்தார்.

பிறகு, பாக்தாதிலிருந்து முத்தஸிமின் மைத்துனரான முஹம்மத் பின் வத்தீஹை வரவழைத்த துருக்கியர், முஹ்ததி பில்லாஹ் எனும் சிறப்புப் பெயர் சூட்டி, அவரைக் கலீஃபாவாக நியமித்தனர். தன் மகன் கைது செய்யப்பட்டதையும் இழிவுபடுத்தப்பட்டதையும் அறிந்த முத்தஸின் தாய், ஒரு சுரங்கம் வழியாக தப்பிச்சென்று ஸமர்ராவில் தலைமறைவானார். முஹ்ததி கலீஃபாவான பிறகு, ஸாலே பின் வஸீஃபிடம் மன்னிப்புப் பெற்று, ஹிஜ்ரீ 255 ரமளான் மாதம் மீண்டும் வந்தார். அவரது திரண்ட செல்வம் குறித்து உளவாளிகள் மூலம் ஸாலே அறிந்துகொண்டார். அவரிடம், 1,03,00,000 தினார்களும் அதைவிட அதிகமான தொகையில் தங்கமும் அணிகலன்களும் இருப்பது தெரியவந்தது. முத்தஸ் அவரிடம் 50,000 தினார்கள் மட்டுமே கேட்டிருந்தார். படையினரின் ஊதியப் பிரச்சினைக்கு அதுவே போதுமானதாக இருந்தது. “இவ்வளவு பணமிருந்தும், வெறும் 50,000 தினார்களுக்காகத் தன் மகனைக் கொன்றவள் இவள்” என்ற ஸாலே, அவரது செல்வங்கள் அனைத்தையும் பறிமுதல் செய்துவிட்டு, அவரை மக்காவுக்கு அனுப்பி வைத்தார். முத்தமித் கலீஃபாவாகப் பொறுப்பேற்கும்வரை மக்காவிலேயே வாழ்ந்து பின்னர் ஸமர்ராவுக்குச் சென்ற இவர், ஹிஜ்ரீ 264 இல் காலமானார்.

முஹ்ததி பில்லாஹ்: முஹம்மத் என்னும் முஹ்ததி பில்லாஹ் பின் வத்தீக் பில்லாஹ் பின் முத்தஸிம் பில்லாஹ் பின் ஹாரூன் ரஷீதின் இயற்பெயர் முஹம்மத். அவரது மகன் வழிச் சிறப்புப்

பெயர் அபூஇஷாக். பாட்டனார் முத்தஸிமின் ஆட்சியில், ஹிஜ்ரீ 218 இல் பிறந்தார். தனது 37 ஆவது வயதில் ஹிஜ்ரீ 255 ரஜப் மாதம் 29 ஆம் நாள் கலீஃபாவாகப் பொறுப்பேற்றார். அழகும் மாநிறமும் மெலிந்த தோற்றமும்கொண்ட முஹ்ததி, இறையச்சமும் இறைப்பற்றுமுள்ளவர். நேர்மையும் துணிச்சலும் நிறைந்தவர். அரியணை ஏறிய அன்று முதல் இறப்பு வரையிலும் தொடர்ந்து நோன்பைக் கடைப்பிடித்தவர். ஆயினும் அவருக்கென்று ஆதரவாளர்கள் யாருமில்லை. இஸ்லாமிய மாண்புகளையும் பண்புகளையும் பேணிக்காக்க இயலாத மோசமான ஒரு காலகட்டம் அப்போது வந்து சேர்ந்தது.

ஹாஷிம் பின் காசிம் சொல்கிறார்: ரமளான் மாதத்தில் ஒரு நாள் மாலை, முஹ்ததியுடன் அமர்ந்திருந்த நான் புறப்படுவதற்காக எழுந்தேன். அப்போது அவர், ‘இருங்கள், போகலாம்’ என்றார். நாங்கள் ஒன்றாக நோன்பு துறந்துவிட்டுத் தொழுதோம். பிறகு, ஒரு மரக்கலத்தில் இரவு உணவு வந்தது. மெல்லிய சில அப்பத் துண்டுகளும் சிறிதளவு உப்பும் இன்னொன்றில் கஞ்சியும் மூன்றாவது ஒரு பாத்திரத்தில் ஆலிவ் எண்ணெயும் இருந்தன. என்னை உண்பதற்கு அழைத்தார். மேலும் உணவு வகைகள் வரும் என்ற எண்ணத்துடன் நான் மெதுவாக சாப்பிட்டுக் கொண்டிருந்தேன். என்னை ஏறிட்டுப் பார்த்த முஹ்ததி, ‘நீங்கள் நோன்பு வைப்பதில்லையா?’ என்று கேட்டார். நான், வைக்கிறேனே என்றதும், ‘நாளைக்கு?’ என்று கேட்டார். ஏன் அப்படிக் கேட்கிறீர்கள்? இது ரமளான் மாதம் இல்லையா? என்றேன். ‘அப்படியானால் நன்றாகச் சாப்பிடுங்கள். இங்கு இதைத் தவிர வேறு உணவு வகைகள் எதுவுமில்லை’ என்றார். நான் ஆச்சரியத்துடன், அமீருல் முஃமினீனே, என்ன இது? வாழ்க்கைக்கான அனைத்துப் பேறுகளையும் அல்லாஹ் உங்களுக்குக் குறைவின்றித் தந்துள்ளானே என்றேன். ‘ஆமாம்’ என்ற கலீஃபா, ‘நீங்கள் சொல்வது உண்மைதான். உணவில் ஆர்வம் காட்டாமல், குடிமக்களுக்கான அனைத்து நன்மைகளையும் அடையச் செய்வதில் மூழ்கி, உடல் நலிந்த உமய்யா வம்சத்தின் உமர் பின் அப்துல் அஸீஸ் குறித்து நான் அறிந்தேன். ஹாஷிம்களான நாம் உமய்யாக்களைப்போல் நடந்துகொள்ளவில்லை என்பதற்காக நான் வெட்கப்படுகிறேன். ஆகவேதான், அவரது வழியை நான் கடைப்பிடிக்கத் தொடங்கினேன்’ என்றார்.

கேளிக்கைகளுக்கும் களியாட்டங்களுக்கும் அவர் கடுமையான தடை விதித்தார். பாட்டும் இசைக்கருவிகள் மீட்டுவதும் நெறிமுறைக்குட்பட்டவை அல்ல என்று அதிகாரப்பூர்வமாக அறிவித்தார். அரசு ஊழியர்கள் மக்களிடம் அத்துமீறி நடந்துகொள்வதைத் தடுத்தார். ஆட்சி அலுவல்களில் கடுமை காட்டினார். நாள்தோறும் அரசவைக்கு வந்து அவை நடவடிக்கைகளை மேற்கொண்டார். கணக்காளர்களைத் தனது எதிரில் அமரவைத்து கணக்கு வழக்குகளைப் பார்த்தார்.

முஹ்ததியைக் கலீஃபாவாக நியமித்தவர்கள் துருக்கியர்தான் என்பதை ஏற்கனவே பார்த்தோம். அவர் பொறுப்பேற்ற பிறகு, துருக்கியரிடையே மிகுந்த செல்வாக்கு பெற்றவரான ஸாலே பின் வஸீஃப், அஹ்மத் பின் இஸ்ராயீல், ஸைத் பின் முத்தஸ், அபூநூஹ் ஆகியோரைக் கைதுசெய்து, கொன்று, அவர்களது செல்வங்கள் அனைத்தையும் பறிமுதல் செய்தார். பின்னர், ஹஸன் பின் முக்கல்லதைக் கைது செய்து அவரது உடைமைகளைப் பறிமுதல் செய்தார். இதையறிந்த கலீஃபா, “சாதாரண குற்றத்தில் கைதானவர்களைக் கொலை செய்வதா?” என்று அதிர்ச்சியடைந்தார். தொடர்ந்து, அடிமைப்பெண்களையும் பாடகர்களையும் ஸமர்ராவிலிருந்து வெளியேற்றினார். வீட்டில் வளர்க்கும் செல்லப் பிராணிகளைக் கொன்று விடவும் நாய்களை அவிழ்த்துவிடவும் உத்தரவிட்டார்.

கலீஃபா முஹ்ததியால் அமைச்சராக நியமிக்கப்பட்ட சுலைமான் பின் வஹபை மிகத் திறமையாகத் தனது கட்டுப்பாட்டின் கீழ்க்கொண்டு வந்தார் ஸாலே. முத்தஸைப் பொறுப்பிலிருந்து நீக்கி விட்டு முஹ்ததியை நியமிக்கும்போது மூஸா பின் பகா, ரேயில் இருந்தார். ஸாலேவின் நடவடிக்கைகளை அறிந்த மூஸா, முத்தஸின் கொலைக்குப் பழி வாங்கப்போவதாக அறிவித்துத் தலைநகரை நோக்கி அணிவகுத்துச் சென்றார். அங்கே சென்றதும், கலீஃபாவைச் சந்திக்க அனுமதி கேட்டு ஆளனுப்பினார். மூஸாவின் வருகையை அறிந்த ஸாலே தலைமறைவானார்.

அனுமதியுடன் கலீஃபாவைச் சந்தித்த மூஸா, அவரைக் கைது செய்து கோவேறு கழுதையில் ஏற்றி சிறைக்கூடத்துக்குக் கொண்டு செல்ல முற்பட்டார். அப்போது முஹ்ததி, “மூஸாவே, அல்லாஹ்வுக்கு அஞ்சுவீராக! உமக்கு என்னதான் வேண்டும்?” என்று கேட்டார். மூஸா,

"என்னுடைய நோக்கம் நேர்மையானது. ஸாலேவுக்கு ஆதரவாக இருப்பதில்லை என்று நீங்கள் வாக்குறுதியளிக்க வேண்டும்" என்றார். கலீஃபா, மூஸாவின் கைகளில் வாக்குறுதியளித்தார். மூஸா, ஸாலேயைத் தேட ஆரம்பித்தார். மூஸாவுக்கும் ஸாலேவுக்கும் இடையில் சமரசம் செய்து வைக்க முயன்றார் கலீஃபா. சிறிது நாள்களில் ஸாலே இருக்குமிடம் கலீஃபாவுக்குத் தெரியும் என்றும் அவர்தான் ஸாலேவை மறைத்து வைத்திருக்கிறார் என்றும் மூஸாவும் அவரது ஆள்களும் சந்தேகித்தனர்.

மூஸா பின் பகாவின் வீட்டில் துருக்கியர்கள் ஒன்றுகூடினர். கலீஃபா முஹ்ததியைப் பதவி நீக்கம் செய்வது அல்லது கொல்வது குறித்து அவர்கள் ஆலோசித்தனர். இதையறிந்த கலீஃபா, அரசவைக்கு வரும்படி அவர்கள் அனைவருக்கும் தகவல் அனுப்பினார். கையில் வாளுடன் கலீஃபாவும் அரசவைக்கு வந்தார். அவரது முகத்தில் சீற்றமிருந்தது.

துருக்கியரிடம் அவர், "உங்கள் கலந்தாய்வு குறித்து நான் அறிவேன். பிற கலீஃபாக்கள்போல் என்னைக் கருதிவிட வேண்டாம். எனது கையில் வாளிருக்கும் வரையிலும் உங்களில் பலரை நான் கொல்வேன். எனது இறுதி ஆவணத்தை நான் எழுதியிருக்கிறேன். கொல்லவோ கொல்லப்படவோ நான் தயாராகவே இருக்கிறேன். என்னுடன் நீங்கள்கொண்ட வன்மம் உங்களுக்குப் பேராபத்தாக முடியும் என்பதை நினைவில் வைத்திருங்கள். ஸாலே இருக்குமிடம் எனக்குத் தெரியாது என்பதை நான் ஆணையிட்டுக் கூறுகிறேன்" என்றார். அவர்கள் பதில் சொல்லவில்லை. பின்னர், ஸாலேயைக் கைது செய்பவர்களுக்கு 10,000 தினார்கள் பரிசளிக்கப்படும் என்று அறிவித்தார் மூஸா.

எதிர்பாராத வகையில் கண்டுபிடிக்கப்பட்ட ஸாலேயை மூஸா கொன்றார். அவரது தலையை ஈட்டி முனையில் குத்தி நகரினூடாக எடுத்துச் சென்றனர். இதை, முஹ்ததியால் ஏற்றுக்கொள்ள முடியவில்லை. துருக்கியருக்கு எதிராக எதையும் செய்ய இயலாத ஆதரவற்ற நிலையில் இருந்தார் கலீஃபா. இறுதியில் அவர், மூஸாவைக் கொன்று விடும்படி துருக்கியத் தலைவரான பாபக்கியாலுக்குக் கடிதம் எழுதினார். கடிதத்தை பாபக்கியால் மூஸாவிடம் காட்டினார். மூஸா தனது படையுடன் அரண்மனைக்கு விரைந்தார். மேற்கத்திய ஆட்சிப்பகுதிகள் மற்றும் ஃபர்கானா மக்கள்

கலீஃபாவுக்குப் பாதுகாப்பாக நின்றனர். பல்வேறு தாக்குதல்கள் நிகழ்ந்தன.

முஹ்ததி, பாபக்கியாலைக் கைது செய்து சிறையிலடைத்த பின் கொன்றார். தலை துருக்கியர் பக்கம் எறியப்பட்டது. இது, மேலும் அவர்களைத் தூண்டிவிட்டது. பாபக்கியாலின் கொலையில் கோபமடைந்த துருக்கியர் கலீஃபாவின் படையிலிருந்து மூஸாவின் படையில் சேர்ந்தனர்.

இக்காலகட்டத்தில் துருக்கியர்கள் கலீஃபாவை முற்றுகையிட்டிருந்தனர். பாக்தாதிலும் ஸமர்ராவிலுள்ள மக்கள் கலீஃபாவுக்கு ஆதரவாக இருந்தனர். அவரது நேர்மையும் கொடைத்தன்மையும் அவர்களைக் கவர்ந்திருந்தன. சிறந்த ஒரு கலீஃபா என்றும் அவர்கள் போற்றினர். ஆயினும், முடிவுகள் வேறு விதமாக இருந்தன. கலீஃபா தோற்கடிக்கப்பட்டார். அவரைக் கைது செய்த துருக்கியர், அவரது உயிர்நிலையை நெரித்துக் கொன்றனர். துயரமான இந்தச் சம்பவம், ஹிஜ்ரீ 256 ரஜப் மாதம் 14 ஆம் நாள் நடந்தது. இரண்டு வாரங்கள் குறைவாக ஓர் ஆண்டு காலம் கலீஃபாவாக இருந்தார் முஹ்ததி. மரணத்தின்போது அவரது வயது 38. பிறகு, ஜொஸாக் சிறையில் கைதியாக இருந்த அபுல் அப்பாஸ் அஹ்மத் பின் முத்தவக்கீலை விடுதலை செய்த துருக்கியர், முத்தமித் அலல்லாஹ் எனும் சிறப்புப் பெயருடன் அவரைக் கலீஃபாவாக நியமித்து வாக்குறுதியளித்தனர்.

முத்தமித் அலல்லாஹ் : அபுல் அப்பாஸ் எனும் முத்தமித் அலல்லாஹ் பின் முத்தவக்கீல் அலல்லாஹ் பின் முத்தஸிம் பில்லாஹ் பின் ஹாரூன் ரஷீத், ஃபத்யன் எனும் ரோமானிய அடிமைப் பெண்ணுக்குப் பிறந்தவர். கலீஃபா முத்தமித், உபைதுல்லாஹ் பின் யஹ்யா பின் காகனை அமைச்சராக நியமித்தார். இவர், ஹிஜ்ரீ 263 இல் குதிரையிலிருந்து விழுந்து மரணமடைந்தார். பிறகு, முஹம்மத் பின் முக்ஹல்லத் அமைச்சராக நியமிக்கப்பட்டார்.

அலவியரின் கிளர்ச்சி : ஹிஜ்ரீ 256இல், இப்னு ஸூஃபி எனும் இப்ராஹீம் பின் முஹம்மத் பின் யஹ்யா பின் அப்துல்லாஹ் பின் முஹம்மத் பின் ஹனஃபியா பின் அலீ பின் அபூதாலிப், எகிப்திலும் அலீ பின் ஸைத் அலவி, கூஃபாவிலும் அப்பாசிய கிலாஃபத்துக்கு எதிராகக் கிளர்ச்சி செய்தனர். பல முறை தோல்வியடைந்த இப்னு

ஸூஃபி, எகிப்திலிருந்து மக்காவுக்கு ஓடினார். மக்காவின் ஆளுநர், அவரைக் கைது செய்து எகிப்திலிருந்த அஹ்மத் பின் துலூனிடம் அனுப்பி வைத்தார். அவர், இப்னு ஸூஃபியியைச் சிறையிலடைத்துப் பிறகு விடுவித்தார். விடுதலைக்குப் பிறகு, மதீனாவுக்குச் சென்ற இப்னு ஸூஃபி அங்கேயே மரணமடைந்தார். கூஃபாவில் கிளர்ச்சி செய்த அலீ பின் ஸைத், ஆளுநரை வெளியேற்றிவிட்டு அதைக் கைப்பற்றினார். கலீஃபா முத்தமித், ஷா பின் மைக்கேல் எனும் படைத்தலைவரைக் கூஃபாவுக்கு அனுப்பி வைத்தார். அவரை அலீ பின் ஸைத் தோற்கடித்தார். பிறகு, கஜூர் எனும் மற்றொரு படைத்தலைவரை அனுப்பினார் கலீஃபா. அவர், அலீ பின் ஸைதைத் தோற்கடித்தார். ஹிஜ்ரீ 256 இல் கஜூர், மீண்டும் அலீ பின் ஸைத் மீது தாக்குதல் தொடுத்து அவரைக் கைது செய்து தலைநகருக்குக்கொண்டு வந்தார். ஹுஸைன் பின் ஸைத் அலவி ரேயைக் கைப்பற்றினார். அவரை எதிர்த்துப் போரிட மூஸா பின் பகா புறப்பட்டார்.

முன்னர், அலீ எனும் பெயர்கொண்ட ஒருவன், தன்னை அலவியன் என்று சொல்லி, பஹ்ரைன் மக்களின் ஆதரவைத் திரட்டினான். பின்னர், அஹ்ஸாவுக்குச் சென்று அங்கும் தன்னை அலவியனாகக் காட்டிக்கொண்டான். அவன் அலவிய வம்சாவளியில் வந்தவன் அல்ல. அலவியர் பல இடங்களில் கிளர்ச்சிகளில் ஈடுபட்ட நிலையில் அரசாட்சிக்கான ஆர்வத்தில் தன்னை அலவியனாகக் காட்டி மக்களின் ஆதரவைப் பெற்று வந்தான். அவனது வம்சாவளியின் கூறுகள், அவன் அலவியன் அல்ல என்பதை உறுதிப்படுத்தியது. கடைசியில், பாக்தாதிலுள்ள சில அடிமைகளுடன் பஸ்ராவுக்குச் சென்ற அவன் அங்குள்ள அடிமைகளிடம் தன்னிடம் வருபவர்கள் அடிமைத்தளையிலிருந்து விடுவிக்கப்படுவார்கள் என்று அறிவித்தான். அடிமைகளில் பலரை அது கவர்ந்தது. அவர்கள் அவனைச் சுற்றித் திரண்டனர். அவர்களின் எஜமானர்கள் அலீயிடம் வந்து தங்கள் அடிமைகளைப் பற்றி பேசவேண்டும் என்றனர். அலீ அவர்களைக் கைது செய்து பின்னர் விடுவித்தான்.

அலீயின் கொடியின்கீழ் அடிமைகளின் எண்ணிக்கை அதிகரித்துக்கொண்டிருந்தது. அவன் வாட்களின் உதவியுடன் ஆட்சிப் பகுதிகளை வெற்றி கொள்ளும்படி தனது அனல் பறக்கும்

உரைகள்மூலம் தூண்டினான். பின்னர், காதிஸியாவையும் அதன் எல்லைப்புறப் பகுதிகளையும் சூறையாடிவிட்டு பஸ்ராவுக்குத் திரும்பினான். பஸ்ரா மக்கள் எதிர்த்துப் போரிட்டனர். ஆனால், வெற்றி பெறவில்லை. தொடர்ந்து பலமுறை அவனை எதிர்த்துப் போரிட்டும் அவர்கள் தோல்வியைத் தழுவினர். அடிமைப் படைகள் பஸ்ராவைக் கைப்பற்றின. கலீஃபா, துருக்கிய அபுல் பிலாலின் தலைமையில், 4,000 வீரர்கள்கொண்ட ஒரு படையை அலீயின் அடிமைப் படைகளை எதிர்கொள்வதற்காக அனுப்பி வைத்தார். ரியான் ஆற்றின் அருகில் இரு படைகளும் மோதிக்கொண்டன. கலீஃபாவின் படைகள் அடிமைகளால் தோற்கடிக்கப்பட்டன. அவர்கள் பஸ்ராவை மட்டுமின்றி பிற பகுதிகளையும் கைப்பற்றினர். தொடர்ந்து கலீஃபா அனுப்பி வைத்த படைகள் அனைத்துமே தோல்வியுடன் திரும்பின. இறுதியில் ஸயீத் பின் ஸாலே, அவர்களை ஒடுக்கி பஸ்ராவை விட்டு வெளியேற்றினார். ஹிஜ்ரீ 257 ஷவ்வால் மாதம், 15 ஆம் நாள் மீண்டும் பஸ்ராவைக் கைப்பற்றிய அவர்கள் அதை எரித்துச் சாம்பலாக்கினர். பஸ்ராவின் அழகிய கட்டிடங்கள் கற்குவியல்களாக மாறின.

நிலைமையின் தீவிரத்தைக் கவனத்தில்கொண்ட கலீஃபா முத்தமித், முஹம்மத் மாரூஃப் அல்லது மூலித் என்பவர் தலைமையில் ஒரு பெரும் படையை அனுப்பி வைத்தார். பஸ்ராவிலிருந்து புறப்பட்ட அடிமைகள், மாக்கூல் ஆற்றங்கரையில் கலீஃபாவின் படைகளை எதிர்த்துப் போரிட்டனர். மூலிதின் படை துரத்தியடிக்கப்பட்டது. அவர்களது உடைமைகள் கொள்ளையடிக்கப்பட்டன. புறமுதுகுக்காட்டி ஓடிய வீரர்கள் கொல்லப்பட்டனர். பின்னர், அவர்கள் மாக்கூல் கரைக்குத் திரும்பினர். அதன் பிறகு, மன்சூர் பின் ஜஅஃபர் கையாதை அனுப்பி வைத்தார் கலீஃபா. அவர்கள், தங்கள் படைத்தலைவரான அலீ பின் ஆபானின் தலைமையின் கீழ், கலீஃபாவின் படைகளை எதிர்கொண்டனர். கடுமையான போர் நடந்தது. நடுப்பகல் வரையிலும் வாட்கள் மின்னின. இறுதியில் மன்சூர் பின் ஜஅஃபர் தோற்கடிக்கப்பட்டுக் கொல்லப்பட்டார்.

இதையறிந்த கலீஃபா முத்தமித் பில்லாஹ், மக்காவின் ஆளுநரான அபூஅஹ்மத் முவஃப்ஃபக்கை வரவழைத்தார். எகிப்து, கன்ஸரீன், அவாஸிம் பகுதிகளின் ஆளுநர் பொறுப்பை அவரிடம் ஒப்படைத்து,

அடிமைகளுக்கெதிராகப் போரிடும்படி உத்தரவிட்டார். இத்துடன் முஃப்லஹ் என்பவர் தலைமையில் இன்னொரு படையையும் அனுப்பி வைத்தார். இரு படைகளும் அடிமைப் படைகளை எதிர்கொள்ள அணிவகுத்துச் சென்றன.

தொடர்ந்து மூண்ட போரில் முஃப்லஹ் கொல்லப்பட்டார். அவரது வீரர்கள் ஓட ஆரம்பித்தனர். இது, முவஃப்ஃபக்கின் வீரர்களிடையே பயத்தை உருவாக்கியது. படைகள் சிதைவுறத் தொடங்கின. இறுதியில், எதிரியைப் போக்குக் காட்டி ஏமாற்றிய முவஃப்ஃபக், தனது படையை மீண்டும் ஒழுங்குபடுத்தினார். அபூகஸீப் நதிக்கரைக்கு வந்து எதிரிகளைத் தாக்கி, அவர்களைத் தோற்கடித்தார். பலரைக் கைது செய்து அவர்களது பிடியிலிருந்த தனது வீரர்கள் பலரை விடுவித்துவிட்டு ஸமர்ராவுக்குத் திரும்பினார். தோல்வி அவர்களை முற்றிலுமாக ஒழித்துவிடவில்லை. மறுபடியும் ஒன்றுதிரண்ட அவர்கள் சூறையாடுவதிலும் கொலை கொள்ளைகளிலும் ஈடுபட்டனர். ஹிஜ்ரீ 270 வரையிலும் பஸ்ராவிலும் இராக்கிலும் அவர்கள் களியாட்டங்களுடன் தங்கள் அக்கிரமங்களையும் தொடர்ந்துகொண்டிருந்தனர்.

யஅக்கூப் பின் லைத்தின் ஆளுநர் பொறுப்பு : முத்தமித் அரியணையேறிய முதல் ஆண்டான ஹிஜ்ரீ 256இல், பல ஆண்டுகளாக இரானில் வாழ்ந்து வந்த இராக் அரபியான முஹம்மத் பின் வஸீல் பின் இப்ராஹீம் தமீமி என்பவர், குர்துகள் சிலருடன் சேர்ந்து சூழ்ச்சி செய்து, இரான் ஆளுநரான இப்னு சீமாவைக் கொன்று இரானைக் கைப்பற்றினார். இதையறிந்த யஅக்கூப் பின் லைத் ஸஃப்ஃபர், இரான்மீது படையெடுத்தார். இரான், யஅக்கூபின் கட்டுப்பாட்டின்கீழ் செல்வதை விரும்பாத முவஃப்ஃபக் அவரை தக்ஹரிஸ்தானுக்கும் பல்குக்கும் ஆளுநராக நியமிக்கும் முத்தமிதின் கடிதத்தை யஅக்கூபுக்கு அனுப்பி வைத்தார். அதில், ‘இரான் பற்றிய எண்ணத்தைக் கைவிட்டுவிட்டு பல்கிலும் தக்ஹரிஸ்தானிலும் உமது ஆட்சியை நிறுவிக்கொள்வீராக’ என்று குறிப்பிட்டிருந்தார். யஅக்கூபும் இதை விரும்பி ஏற்றுக்கொண்டார். அதற்கான முன்னேற்பாடுகளில் ஈடுபட்ட அவர், காபூலுக்குச் சென்று ரத்பீலைக் கைது செய்தார். அதன் பிறகு, கலீஃபாவுக்குப் பரிசுகள் அனுப்பி வைத்தார்.

பின்னர், சஜிஸ்தானுக்குச் சென்று ஹேரத், குராசான் ஆகிய நகரங்களைத் தனது கட்டுப்பாட்டின் கீழ்க் கொண்டுவந்தார். ஹிஜ்ரீ 259இல் குராசானைக் கைப்பற்றிய அவர், தாஹிர் குடும்பத்தின் உறுப்பினர்கள் அனைவரையும் அங்கிருந்து வெளியேற்றினார். கலீஃபா முத்தமித், ‘உமக்குக் கொடுக்கப்பட்டுள்ள நகரங்களின் ஆளுநர் பொறுப்புடன் நிறுத்திக்கொள்வீராக; குராசானைக் கைப்பற்ற வேண்டாம்’ என்று அச்சுறுத்தல் விடுக்கும் கடிதம் ஒன்றை அவருக்கு அனுப்பி வைத்தார். யஅக்கூப் இதைக் கவனத்தில் கொள்ளவே இல்லை. ஹிஜ்ரீ 260 இல் தெலாமிலிருந்து, ஹஸன் பின் ஸைத் அலவி தலைமையிலான ஒரு படை யஅக்கூபின்மீது போர் தொடுத்தது. பயங்கரமான போரின் முடிவில் ஹஸன் பின் ஸைத் தோல்வியுற்றார். ஸர்யாவையும் அமூலையும் வெற்றிகொண்ட யஅக்கூப் சஜிஸ்தானுக்குத் திரும்பினார்.

மோசில் கிளர்ச்சி : கலீஃபா முத்தமித், மோசில் ஆளுநராக துருக்கியத் தலைவர் ஸத்கீனை நியமித்தார். துருக்கியர்கள் மோசில் மக்கள்மீது தங்கள் ஆதிக்கத்தைத் திணிக்க ஆரம்பித்தனர். அவர்கள், யஹ்யா பின் சுலைமானைத் தங்கள் தலைவராக நியமித்து, துருக்கியர்களை அடித்து வெளியேற்றினர். இதையறிந்த கலீஃபா, துருக்கியப் படைகளை அனுப்பி வைத்தார். பயங்கரமான போர்கள் நிகழ்ந்தன. மிக மோசமான இழப்புகளின் முடிவில் கலீஃபாவின் படைகள் தோல்வியுற்றன. மோசிலில் சுலைமான் பின் யஹ்யாவின் அரசு நிறுவப்பட்டது. இது ஹிஜ்ரீ 260 - 261 இல் நிகழ்ந்தது.

இப்னு முஃப்லஹ், இப்னு வஸீல், இப்னு லைத் ஸஃப்ஃபார்: ஹிஜ்ரீ 256இல் முஹம்மத் பின் வஸீலிடமிருந்து இரானைக் கைப்பற்றுவதற்காக யஅக்கூப் பின் லைத் படையெடுத்தபோது கலீஃபா, அவருக்கு பல்க் மற்றும் தக்ஹரிஸ்தான் ஆளுநர் பொறுப்பை அளித்து அவரைத் திருப்பியனுப்பினார். பின்னர் அவர் முஹம்மத் பின் வஸீலிடமிருந்து இரானைக் கைப்பற்றுவதற்காக அப்துர் ரஹ்மான் பின் முஃப்லஹின் தலைமையில் ஒரு படையை அனுப்பி வைத்தார். இப்னு முஃப்லஹுக்கும் இப்னு வஸீலுக்குமிடையே போர் நிகழ்ந்தது.

முஃப்லஹுக்கு உதவியாக, கலீஃபாவால் நியமிக்கப்பட்ட துருக்கியப் படைத்தலைவர் தஷ்தமர் போரில் கொலையுண்டார்.

ஹிஜ்ரீ 262 இல் வஸீல், முஃப்லஹைச் சிறைப்பிடித்தார். வஸீலைக் கடிதம் மூலம் தொடர்ந்து தொடர்புகொண்ட கலீஃபா முத்தமித், முஃப்லஹை விடுவிக்கும்படி வேண்டுகோள் விடுத்தார். அவரது கடிதங்களுக்குப் பதிலளிக்காமலிருந்த வஸீல், முஃப்லஹைக் கொன்றுவிட்டு, மூஸா பின் பகாவின் தலைமையில் நிலைபெற்றிருந்த வாஸித் நகர்மீது படையெடுத்தார். வாஸிதை நோக்கி அணிவகுத்துச் சென்ற வஸீலை இப்ராஹீம் பின் ஸீமா வழி மறித்தார்.

இன்னொரு புறம், கலீஃபாவால் இரான் ஆளுநராக நியமிக்கப்பட்ட அபூஸஜ், தன் மருமகன் அப்துர் ரஹ்மானை, வஸீலை எதிர்த்துப் போரிட்டு இரானை வெற்றிகொள்ள அனுப்பி வைத்தார். அபூஸஜ், பஸ்ராவிலும் அதன் அண்மைப் பகுதிகளிலும் பெரும் குழப்பங்களை உருவாக்கிய அடிமைகளை அடக்குவதில் ஈடுபட்டார். படையுடன் புறப்பட்டு வந்த அப்துர் ரஹ்மான், வழியில் அடிமைகளின் தலைவராகிய அலீ பின் ஆபானை எதிர்கொள்ள நேர்ந்தது. அப்போது நடந்த போரில் ஆபான், அப்துர் ரஹ்மானைத் தோற்கடித்துக் கொன்றார். அஹ்வாஸில், இப்ராஹீம் ஸீமாவை எதிர்கொள்ளத் தயாரானார் வஸீல். அப்போது, யஅக்கூப், ஃபாராஸ் மீது படையெடுத்திருப்பதாகத் தகவல் வரவே, ஸீமாவுடனான மோதலை நிறுத்திவிட்டு இரானுக்குத் திரும்பினார்.

யஅக்கூபும் வஸீலும் மோதிக்கொண்டனர். தோல்வியடைந்த வஸீல் தப்பியோடினார். யஅக்கூப், இரானைக் கைப்பற்றினார். குராசான் ஏற்கனவே அவரது ஆளுகையின் கீழிருந்தது. ஹிஜ்ரீ 261 இல், முழு இரானையும் தனது கட்டுப்பாட்டின் கீழ்க் கொண்டு வந்தார் யஅக்கூப்.

ஸமனிய ஆட்சியின் தொடக்கம் : ஸமனிய அரச குடும்பத்தைப் பற்றிய சிறு நினைவூட்டல் இங்கே தேவைப்படுகிறது. அஸத் பின் ஸமன் என்பவர் குராசானில் சிறப்பும் கண்ணியமும் வாய்ந்த ஒரு குடும்பத்தின் உறுப்பினர். அவருக்கு நூஹ், அஹ்மத், யஹ்யா, இலியாஸ் என நான்கு மகன்கள். மாமூன் ரஷீத், மர்வில் தங்கியிருந்த காலத்தில் இந்த நான்கு சகோதரர்களும் அவரைச் சந்தித்தனர். அவர், தனது தலைமை அமைச்சரான ஃபதல் பின் ஸஹலின் அறிவுரையின்படி, அவர்களை மிக முக்கியமான தலைமைப் பொறுப்புகளில் நியமித்தார். தனது உதவியாளராகவும்

குராசான் ஆளுநராகவும் கஸ்ஸான் பின் அப்பாதை நியமித்துவிட்டு பாக்தாதுக்குச் சென்றார் மாமூன் ரஷீத். கஸ்ஸான், நூஹையும் அஹ்மதையும் யஹ்யாவையும் இலியாசையும் முறையே ஸமர்கண்ட், ஃபர்கானா, ஷாஷ் அஷ்ரோஸ், ஹேரத் ஆகிய பகுதிகளின் ஆளுநர்களாக நியமித்தார்.

மாமூன் ரஷீத் தன் புகழ்பெற்ற படைத்தலைவர் தாஹிர் பின் ஹுசைனை குராசான் ஆளுநராக நியமித்தார். அவர், அந்த நான்கு சகோதரர்களையும் பொறுப்பில் தொடர அனுமதித்தார். நூஹ் பின் அஸத் இறந்த பிறகு, ஸமர்கண்ட் பகுதிகளை யஹ்யா மற்றும் அஹ்மதின் ஆட்சிப் பகுதிகளுடன் இணைத்தார். சிறிது காலத்துக்குப் பிறகு, இலியாஸ் இறந்ததும் அவரது மகன் அபூஇஷாக் முஹம்மதை ஹேரத் ஆளுநராக நியமித்தார் தாஹிர். அஹ்மத் பின் அஸதுக்கு நஸ்ர், யஅக்கூப், யஹ்யா, இஸ்மாயீல், அபுல் அஷாஸ், அபூ கானம், ஹமீத் அஸத் எனும் ஏழு மகன்கள். அஹ்மத் பின் அஸத் இறந்த பிறகு, அவரது மூத்த மகன் நஸ்ர், சமர்கண்ட் ஆளுநராக வந்தார்.

குராசானைக் கைப்பற்றிய யஅக்கூப் பின் லைத் ஸஃப்ஃபர், தாஹிர் குடும்பத்தைப் பதவி நீக்கம் செய்வதுவரையிலும் இப்பெருநிலப் பகுதிகளின் ஆட்சிப் பொறுப்பு நஸ்ரின் கீழிருந்தது. ஹிஜ்ரீ 261 இல் கலீஃபா முத்தமித், ஸமர்கண்டுக்கான ஆளுநர் சான்றை நஸ்ருக்கு நேரடியாக அனுப்பி வைத்தார். இதன் ஆளுநர், குராசான் ஆளுநரிடமிருந்து சான்றைப் பெறுவதுதான் வழக்கம். குராசான்மீதான கட்டுப்பாட்டைத் தான் இழந்துகொண்டிருக்கும் நிலையிலும் யஅக்கூப் அதனை அடைந்துகொண்டிருக்கும் நிலையிலும் மவரோன்னஹ்ர் தனது தலைமையின் கீழிருப்பது சிறந்ததென்று கருதினார் கலீஃபா. ஆகவே, ஸமர்கண்டை யஅக்கூபிடமிருந்து பாதுகாக்க வேண்டுமென்ற உத்தரவுடன் கலீஃபாவின் அரசவையிலிருந்து சான்று அனுப்பி வைக்கப்பட்டது.

தனது சகோதரரான இஸ்மாயீலிடம் புக்ஹாராவின் பொறுப்பை ஒப்படைத்த நஸ்ர், ஸமர்கண்டை ஆட்சி செய்து வந்தார். அவர்களிடையே ஹிஜ்ரீ 275 காலகட்டங்களில் உருவான மோதல், படைகளுக்கிடையிலான மோதலாகவும் மாறியது. இதில், இஸ்மாயீல் வெற்றி பெற்றார். சங்கிலியால் பிணைக்கப்பட்ட நிலையில் இஸ்மாயீலிடம் கொண்டு வரப்பட்டார் நஸ்ர். இஸ்மாயீல்

ஓடிச்சென்று தனது சகோதரரின் பாதங்களை முத்தமிட்டு அவரை அரியணையில் அமர வைத்து அவருக்குப் பணிவதாக வாக்குறுதி அளித்தார். அவர்கள் மீண்டும் இணைந்தனர். இருவரும் இஸ்மாயீல் எனும் பெயரின்கீழ் ஆட்சி செய்யத் தொடங்கினர். இவர்கள்தான் ஸமனியர்களின் அரசை நிறுவியவர்கள்.

வாரிசுக்குரிய வாக்குறுதி : கலீஃபா முத்தமித், ஹிஜ்ரீ 261 ஷவ்வால் மாதம் அரசவை உறுப்பினர்கள் முன்னிலையில் தன் மகன் ஜஅஃபரை வாரிசாகவும் சகோதரர் அஹ்மத் முவஃப்ஃபக்கை அவருக்குப் பிந்தைய வாரிசாகவும் அறிவித்தார். ஜஅஃபர் போதிய வயதை அடையவில்லை எனில், அதுவரைக்கும் முவஃப்ஃபக், கலீஃபாவாக இருப்பாரென்றும் அறிவித்தார்.

இந்த அறிவிப்பை ஒவ்வொருவரும் ஏற்று நம்பிக்கை வாக்குறுதி அளித்தனர். முவஃப்ஃபக் அலல்லாஹ் எனும் சிறப்புப் பெயர் சூட்டப்பட்ட ஜஅஃபர், ஆப்பிரிக்கா, எகிப்து, சிரியா, மோசில், ஜஸீரா, ஆர்மேனியா ஆகிய பகுதிகளுக்கு ஆளுநராக நியமிக்கப்பட்டார். அவருக்கு உதவியாக, மூஸா பின் பகா நியமிக்கப்பட்டார். நஸீர்லி தீனில்லாஹ் அல் முவஃப்ஃபக் என்று சிறப்புப்பெயர் சூட்டப்பட்ட அபுல் வாஜித், கிழக்கத்திய நாடுகள், பாக்தாத், கூஃபா, மக்காவுக்குச் செல்லும் வழி, யேமன், கஸ்க்கர், அஹ்வாஸ், இரான், இஸ்ஃபஹான், ரேய், ஸன்ஜான், சிந்து ஆகிய பகுதிகளுக்கு ஆளுநராக நியமிக்கப்பட்டார். அவர்களுக்காக இரு வேறுபட்ட கொடிகள் வடிவமைக்கப்பட்டன. வாக்குறுதி பெற்றபிறகு, அடிமைக் கிளர்ச்சியாளர்களை அடக்கும் பொறுப்பை தன்னுடைய சகோதரர் முவஃப்ஃபக்கிடம் ஒப்படைத்தார் கலீஃபா.

யஅக்கூப் ஸஃப்ஃபர் போர் : முவஃப்ஃபக், கிளர்ச்சியாளர்களை அடக்குவதற்காகப் புறப்பட்ட அதே வேளையில், குராசானைக் கைப்பற்றிய யஅக்கூப், தன்னை வலுப்படுத்திக்கொண்டு படையுடன் தலைநகரை நோக்கி அணிவகுத்து வருவதாக கலீஃபாவுக்குத் தகவல் வந்தது. கிளர்ச்சியாளர்கள் மீதான நடவடிக்கையைத் தள்ளி வைத்த முவஃப்ஃபக் தலைநகருக்குத் திரும்பினார். தலைநகரிலிருந்து புறப்பட்டு ஸஃப்ரன்யாவில் தங்கியிருந்த கலீஃபா, முவஃப்ஃபக்கை யஅக்கூப் ஸஃப்ஃபருக்கு எதிராகப்

போரிட அனுப்பி வைத்தார். படையின் வலப்புற அணிக்கு மூஸா பின் பகாவும், இடப்புற அணிக்கு மஸ்ரூர் பல்க்கும் மைய அணிக்கு முவஃப்ஃபக்கும் தலைமையேற்றனர். அதிகாலை முதல் இருட்டும் வரையிலும் கடுமையான போர் நிகழ்ந்தது. யஅக்கூபின் படையும் முவஃப்ஃபக்கின் படையும் அவ்வப்போது வெற்றி பெறுவதும் தோல்வியடைவதுமாக போர் முடிவற்றதாகத் தொடர்ந்துகொண்டிருந்தது.

முவஃப்ஃபக்குக்கு உதவியாக மற்றொரு படையை அனுப்பி வைத்தார் கலீஃபா. இதன் வருகை, யஅக்கூபின் படைகளுக்குப் பின்னடைவை ஏற்படுத்தியது. அவர்கள் ஓட்டம் பிடித்தனர். முவஃப்ஃபக்கும் படைகளும் யஅக்கூபின் படை முகாமைச் சூறையாடினர். தோற்கடிக்கப்பட்ட யஅக்கூப், காஸிஸ்தானுக்குச் சென்று ஜந்திஸ்பூரில் தங்கியிருந்தார். முவஃப்ஃபக்கால் அவரைப் பின்தொடர இயலவில்லை. வாஸித்துக்குச் சென்ற முவஃப்ஃபக், உடல்நிலை நலிவுற்ற நிலையில் பாக்தாதுக்குத் திரும்பினார். முவஃப்ஃபக், யஅக்கூபை எதிர்த்துப் போரில் ஈடுபட்டிருக்கும்போது இரானை அவரிடம் இழந்துவிட்ட முஹம்மத் பின் வஸீல், கிளர்ச்சி செய்து மீண்டும் அதைக் கைப்பற்றினார்.

தோல்வியைத் தொடர்ந்து, ஜந்திஸ்பூருக்குச் சென்ற யஅக்கூபுக்கு அவரது அடிமைகள், கலீஃபாவை எதிர்த்துப் போரிடவும் அதற்கான அனைத்து உதவிகளும் செய்வதாகவும் வாக்குறுதி அளித்து ஒரு கடிதம் அனுப்பினார்கள். இதற்கான பதிலாக யஅக்கூப், கீழ்க்கண்ட குர்ஆன் வசனங்களை எழுதியனுப்பினார்:

‘(நபியே!) நீர் கூறுவீராக! ‘இறைமறுப்போரே! நீங்கள் வணங்குபவற்றை நான் வணங்க மாட்டேன்! மேலும், நான் வணங்குகிற (ஒரு)வனை நீங்கள் வணங்குகின்றவர்களல்லர். நீங்கள் வணங்குபவற்றை நான் வணங்குபவனுமல்லன். மேலும், நான் வணங்குபவனை நீங்களும் வணங்குபவர்களல்லர். உங்களுக்கு உங்களது வழி, எனக்கு என்னுடைய வழி.’ (அல் குர்ஆன்: அத். 109)

மேலும், உமர் பின் ஸீர்சியின் தலைமையில் முஹம்மத் பின் வஸீலை எதிர்த்துப் போரிட ஒரு படையை அனுப்பி வைத்தார். உமர் பின் ஸீர்சி, வஸீலை இரானிலிருந்து வெளியேற்றிவிட்டு

அதைக் கைப்பற்றினார். யஅக்கூபை எதிர்த்துப் போரிட்ட முத்தமித், கிளர்ச்சி செய்யும் அடிமைகளைக் கட்டுப்படுத்துவதற்காக மூஸா பின் பகாவை அனுப்பி வைத்தார். யஅக்கூப், அஹ்வாசுக்கு ஒரு தலைவரை அனுப்பி வைத்தார். கலீஃபாவின் படைகளும் யஅக்கூபின் படைகளும் அடிமைகளின் படைகளும் பரஸ்பரம் மோதின. யாரும் மற்றவருக்கு உதவியாக இருக்கவில்லை. யஅக்கூப், அஸீஸ் பின் ஸிர்ரியை நிஷாப்பூரிலும் தனது சகோதரர் உமர் பின் லைத்தை ஹேரத்திலும் நியமித்து விட்டு ஐந்திஸ்பூரிலிருந்து ஸஜிஸ்தானுக்குச் சென்றார். இந்நிகழ்வுகள் ஹிஜ்ரீ 261இல் நிகழ்ந்தன.

வாஸித் வெற்றி : ஐந்திஸ்பூரைக் கைப்பற்றிய யஅக்கூப், தனது நிர்வாகியை நியமித்துவிட்டு ஸஜிஸ்தானுக்குச் சென்றார். அஹ்வாசுக்கு ஒரு படைத்தலைவரை அனுப்பினார். இறுதியில், தங்கள் தோல்வியை ஒப்புக்கொண்ட அடிமைகள், அவருடன் அமைதி உடன்படிக்கை செய்துகொண்டு வாஸிதுக்குத் திரும்பினர். வாஸிதில், கலீஃபாவின் உத்தரவின்படி ஒரு துருக்கியப் படைத்தலைவர் பொறுப்பில் இருந்தார். கலீஃபாவின் வீரர்களால் அடிமைகளை எதிர்கொள்ள இயலவில்லை. வாஸித் அடிமைகளின் கட்டுப்பாட்டின்கீழ் வந்தது. இது ஹிஜ்ரீ 263 இல் நடந்தது.

அஹ்மத் பின் துலூனின் சிரிய வெற்றி : ஹிஜ்ரீ 264 இல், மஜூர் எனும் ஒரு துருக்கியர் சிரியாவை ஆண்டு வந்தார். அவரது இறப்புக்குப் பின் அவரது மகன் பொறுப்பேற்றார். இதையறிந்த அஹ்மத் பின் துலூன், எகிப்தில் தன் மகன் அப்பாசை நியமித்துவிட்டு டமாஸ்கசுக்குச் சென்றார். மஜூரின் மகன் ஆயுதங்களைக் கீழே வைத்தார். துலூனின் வீரர்கள் டமாஸ்கசையும் அவர்களது ஆட்சிப் பகுதிகளையும் ஹிஜ்ரீ 264 இல் கைப்பற்றினர். இரண்டாண்டுகள் சிரியாவில் தங்கியிருந்த அவர், திருப்திகரமான முறையில் ஏற்பாடுகளைச் செய்து முடித்த பின், ஹிஜ்ரீ 266 இல் எகிப்துக்குத் திரும்பினார். இத்துடன் துலூனின் ஆட்சிப் பகுதி, சிரியாவுடன் எகிப்தையும் உள்ளடக்கியதாக அமைந்தது.

யஅக்கூப் பின் லைத் ஸஃப்ஃபாரின் இறப்பு : யஅக்கூப் பின் லைத் ஸஃப்ஃபார் பெருமளவு அரசாற்றல் பெற்றிருந்தார். அஹ்மத் பின் அப்துல்லாஹ் காஜிஸ்தானி, ஸயீத் பின் தாஹிர், அலீ பின் யஹ்யா கார்ஜி, ஹஸன் பின் ஸைத் அலவி, ராஃபி பின்

ஹாரிசிமா ஆகிய அனைவருமே குராசான், தபரிஸ்தான், இரான் ஆகிய பகுதிகளுக்குத் தங்களை ஆட்சியாளர்களாக உரிமைகோரி வந்தனர். தெளிவான வெற்றிகள் எதுவுமின்றி பரஸ்பரம் அவர்கள் போரில் ஈடுபட்டும் வந்தனர். இதில், யஅக்கூப்தான் அதிக ஆற்றலும் வீரமும் கொண்டவராக இருந்தார். பெருமளவிலான ஆட்சிப்பகுதிகளும் அவரிடம் இருந்தன.

இராக்கின் பெரியதொரு பகுதி அடிமைகளின் கட்டுப்பாட்டின் கீழிருந்தது. கிழக்கு மாகாணங்களான குராசானும் இரானும் கலீஃபா முத்தமிதின் கையை விட்டு அகன்று விட்டன. சிரியாவும் சென்று விட்டது. இதையறிந்த கலீஃபா, குராசான்போன்ற பெருநிலப் பகுதிகளின் ஆளுநர் பொறுப்புக்கான சான்றை நேரடியாகவே யஅக்கூபுக்குக் கொடுப்பதுதான் அறிவுடைமை என்று கருதினார். அவரைச் சட்டப்படி ஆட்சியாளராக நியமிப்பதன் மூலம், அவரது ஆதரவைப் பெறலாம் என்றும் இந்த ஆட்சிப் பகுதிகள் செம்மையான ஒரு நிர்வாகத்தின்கீழ் வருமென்றும் கருதினார். இதை ஒழுங்குபடுத்தும் நடவடிக்கைகளை மேற்கொண்டு வந்த நிலையில் குடல் நோயால் பாதிக்கப்பட்ட யஅக்கூப் பின் லைத் ஸஃப்ஃபர் மரணமடைந்தார்.

கலீஃபா, இரான் ஆளுநர் பொறுப்புக்கான ஆவணங்களை யஅக்கூபுக்கு அனுப்பி வைத்தார். ஆனால், அவரது அந்திம நிமிடங்களில்தான் அவை கைக்கு வந்து சேர்ந்தன. அவரது மரணத்துக்குப் பிறகு, அவரது சகோதரர் அம்ர் பின் லைத் ஸஃப்ஃபர் பொறுப்புக்கு வந்தார். அவர், தனது கீழ்ப்படிதலையும் பொறுப்பையும் அறிவித்து கலீஃபாவுக்குக் கடிதம் அனுப்பினார். கலீஃபா பெரும் மகிழ்ச்சி அடைந்தார். குராசான், இஸ்ஃபஹான், சிந்து, ஸஜிஸ்தான் ஆகிய பகுதிகளின் ஆளுநர் பொறுப்பை அவருக்கு வழங்கினார். மேலும், பாக்தாத் மற்றும் ஸமர்ராவின் காவல்துறைத் தலைமைப்பொறுப்பிலும் அவரை நியமித்தார். இந்த நியமனமும் கடிதமும் ஒப்புதலும், அம்ரின் ஆட்சியைப் பொதுமக்களால் விருப்பத்துடன் ஏற்றுக்கொள்ளும் நிலையை உருவாக்கியது. அவரது அரசாற்றல் மேலோங்கியது.

கிளர்ச்சி அடிமைகள் பூண்டோடு அழிக்கப்படுதல் : அடிமைகளின் கிளர்ச்சியும் கலீஃபாவின் படைகளின் தொடர் தோல்வியும் சாதாரண

நிகழ்வுகள் அல்ல. தொடர்ந்து பத்தாண்டு காலமாக கலீஃபாவின் படைகளையும் அவரது புகழ்பெற்ற படைத்தலைவர்களையும் அவர்கள் தோல்வியடையச் செய்து வந்தனர். இராக்கிய நகரங்களின் அமைதியைக் குலைத்திருந்தனர். ஒவ்வொரு அடிமையும் பத்து முதல் பதினைந்து அலவிய, ஹாஷிமி பெண்களை வலுக்கட்டாயமாகத் தடுத்து வைத்திருந்தார்கள். பஹ்பூத், காப்பீஸ் எனும் பெயர்கொண்ட அவர்களது தலைவர்கள், நபிவழி கலீஃபாக்களையும் நபிகளாரின் குடும்பத்தையும் அவரது மனைவியர்களையும் மிம்பரில் நின்று கடுமையாக இகழ்வதை வழக்கமாகக்கொண்டிருந்தனர். ஆயிரக்கணக்கான முஸ்லிம்களை இந்த அடிமைகள் கொன்றிருந்தனர், அவர்களது தொடர் வெற்றிகளால் மக்கள் பயந்துபோயிருந்தனர். துருக்கியரின் பெருமை மிகுந்த வீரத்துக்கு அவர்களால் முற்றுப்புள்ளி வைக்கப்பட்டது. அவர்களது பெயரைக் கேட்டாலே துருக்கியர்கள் நடுநடுங்கினர்.

இறுதியில், ஹிஜ்ரீ 266, ரபீயுல் ஆகிரா மாதம், கலீஃபா முஃதமிதின் சகோதரரான முவஃப்ஃபக், பின்னாளில் முஃதஸித் பில்லாஹ் எனும் சிறப்புப் பெயருடன் கலீஃபாவான தன் மகன் அபுல் அப்பாஸ் தலைமையில் ஒரு படையை அடிமைகளை எதிர்த்துப் போரிட அனுப்பி வைத்தார். வாஸிதுக்கு அருகில் நடைபெற்ற பயங்கரமான ஒரு போரின் முடிவில் அடிமைகள் தோல்வியுற்றனர். கலீஃபாவின் படையினரிடமிருந்து அவர்கள் பெற்ற முதல் தோல்வி இதுதான். இதன் பிறகு முவஃப்ஃபக் தன் மகனுடன் இணைந்துகொண்டார். அடுத்த நான்கு ஆண்டுகளாக இருவரும் சேர்ந்து அடிமைப்படைகளைத் தொடர்ந்து தோல்வியுறச் செய்தனர். ஹிஜ்ரீ 270, ஸஃபர் மாதம் 1 ஆம் நாள் அடிமைகளின் தலைவனான காப்பீஸ் கொல்லப்பட்டதுடன் அவர்கள் மீதான அச்சம் முடிவுக்கு வந்தது. அடிமைகளின் தலைவன் கொல்லப்பட்டான் என்ற செய்தியை அறிந்த பாக்தாத் நகரம் விழாக்கோலம் பூண்டது. தந்தையும் மகனும் அடிமைகளை எதிர்த்துப் போரில் ஈடுபடும்போது, மோசிலில் கவாரிஜ்கள் கிளர்ச்சி செய்தனர்.

ஹிஜ்ரீ 263இல் மஸவர் கவாரிஜி கொல்லப்பட்டார். அவரது ஆதரவாளர்களும் மாணவர்களும் பல்வேறு குழுக்களாகப் பிரிந்து, ஹிஜ்ரீ 276 வரையிலும் ஒருவருக்கொருவர் போரிட்டுக்கொண்டிருந்தனர். அப்பகுதியில் அமைதியை நிலைநாட்டுவதற்கான எந்த

முயற்சிகளையும் கலீஃபாவும் மேற்கொள்ளவில்லை. இந்நிலையில் கைப்பற்றப்பட்ட ஆட்சிப்பகுதிகளின் நிலை என்னவாக இருக்கும் என்பதை யூகித்துக்கொள்ள முடியும்தான்.

குராசானில் அராஜகம் : கலீஃபா முத்தமித், யஅக்கூப் ஸஃப்ஃபர் இறந்த பிறகு, அவரது சகோதரர் அம்ர் பின் லைத்தை ஆளுநராக நியமித்தார். தாஹிர் அரச வழியின் ஆதரவாளர்கள் குராசானில் இன்னமும் இருந்தனர். அவர்களில் அபூதல்ஹா, ராஃபீ பின் ஹாரிஸிமா எனும் இருவர், ஹுஸைன் பின் தாஹிர் எனும் பெயரில் சில குழுக்களை உருவாக்கித் தங்கள் அரசுகளை நிறுவிக்கொண்டனர். தங்களின் கட்டுப்பாட்டின் கீழுள்ள நகரங்களிலிருந்து அம்ரின் நிர்வாகிகளை அவர்கள் வெளியேற்றினர். தங்களுக்குள் போரிட்டுக்கொண்டிருந்த அவர்கள், புக்ஹாரா ஆளுநரான இஸ்மாயீல் பின் அஹ்மத் பின் அஸத் பின் ஸமனியிடம் உதவி கேட்பதை வழக்கமாகக்கொண்டிருந்தனர்.

இஸ்மாயீல் ஸமனி, சந்தர்ப்பங்களுக்கேற்ப தன்னுடைய உதவிகளை ஒவ்வொரு பிரிவினருக்கும் அளித்து வந்தார். சில சந்தர்ப்பங்களில் அவர்களது பொது எதிரியான அம்ருக்கும் உதவி செய்தார். சுருக்கமாகச் சொன்னால், இப்பகுதிகளில் ஒருபோதுமே அமைதி கைகூடவில்லை. இந்நிலையில்தான் முவஃப்ஃபக், முஹம்மத் பின் தாஹிரைக் குராசான் ஆளுநராக நியமித்தார். ஹிஜ்ரீ 271 இல், கலீஃபா முத்தமிதால் ஆளுநராக நியமிக்கப்பட்ட அம்ர் பின் லைத்தை அவர் பதவியை விட்டு நீக்கினார். முஹம்மத் பின் தாஹிர் பாக்தாதிலேயே தங்கியிருந்து, தன்னுடைய உதவியாளராக ராஃபீ பின் ஹாரிஸிமாவை நியமித்து குராசான் நிர்வாகத்தை நடத்தி வந்தார். இது சூழ்நிலையில் எந்த மாற்றங்களையும் ஏற்படுத்தி விடவில்லை.

அஹ்மத் பின் துலூனின் இறப்பு : ஏற்கனவே குறிப்பிடப்பட்ட அஹ்மத் பின் துலூன், சிரிய ஆளுநராக இருந்து வந்தார். முத்தமிதின் சகோதரர் முவஃப்ஃபக்கின் மதிநுட்பமும் வீரமும் கிலாஃபத்தை வழிநடத்திச் சென்றன. பெயரளவில் மட்டுமே கலீஃபாவாக இருந்த முத்தமித், அஹ்மத் பின் துலூனைக் கடிதம் மூலம் தொடர்புகொண்டு, தனது சார்பாக அவரை எகிப்துக்குச் செல்லும்படி கேட்டுக்கொண்டார். இது முவஃப்ஃபக்,

அடிமைகளுடன் போரில் ஈடுபட்டிருந்த, ஹிஜ்ரீ 269 இல் நடந்தது. அஹ்மத் பின் துலூனால் தங்களுக்கு நன்மைகள் விளையாது என்றும் ஆகவே, அவரை எகிப்துக்கு அனுப்ப வேண்டாம் என்றும் ஏனைய இனத்தலைவர்களின் ஆதரவுடன் முத்தமிதுக்கு விளக்க முயற்சி செய்தார் முவஃப்ஃபக். இதன் காரணமாக, அஹ்மத் துலூனுக்கும் முவஃப்ஃபக்குமிடையே பகைமை உருவானது.

அன்டாக்கியாவில் நோய்வாய்ப்பட்ட அஹ்மத் துலூன் இறந்தார். சிரியா மற்றும் எகிப்து ஆளுநராக அவரது மகன் குமர்வைஹ் பொறுப்பேற்றார். ஹிஜ்ரீ 270இல் அடிமைகளின் கிளர்ச்சியிலிருந்து விடுபட்ட முவஃப்ஃபக், சிரியாவைக் கைப்பற்றுவதற்காக இஷாக் பின் கந்தஜ்ஜையும் முஹம்மத் பின் அபூஸஜ்ஜையும் அனுப்பி வைத்தார். இவர்கள் இருவரும் ஒவ்வொரு நகரமாக வெற்றிகொள்ளத் தொடங்கினார்கள். அவர்களை எதிர்கொள்ள குமர்வைஹ் ஒரு படையை அனுப்பினார். இந்த இரு படைத்தலைவர்களும் போருக்கு முன்வராமல் தங்களைப் பாதுகாத்துக்கொண்டனர். இதையறிந்த முவஃப்ஃபக், தன் மகன் அபுல் அப்பாஸ் முத்தஸிதை அனுப்பி வைத்தார். முத்தஸித் எகிப்தியப் படையைப் பின்னடையச் செய்து டமாஸ்கசை வெற்றி கொண்டு முன்னேறத் தொடங்கினார். குமர்வைஹின் படையுடன் நடந்த போரில் முத்தஸித் தோல்வியுற்று டமாஸ்கசுக்குத் திரும்பினார். டமாஸ்கஸ் மக்கள் நகரின் நுழைவாயிலை அவருக்குத் திறந்துவிட மறுத்தனர். உதவியற்ற நிலையில் அவர் தார்த்தூசுக்குச் சென்றார். குமர்வைஹ் டமாஸ்கசுக்கு வந்தார். அவரது பெயரில் ஜுமுஆ பேருரைகள் நிகழ்ந்தன. அவரது நாணயங்களும் புழக்கத்தில் வந்தன. தார்த்தூஸ் மக்கள் கிளர்ச்சியில் ஈடுபட்டு அபுல் அப்பாஸ் முத்தஸிதை வெளியேற்றிவிட்டு ஜுமுஆ பேருரையில் குமர்வைஹின் பெயரைக் குறிப்பிட ஆரம்பித்தனர். தோல்வியுடனும் கவலையுடனும் அபுல் அப்பாஸ் பாக்தாதுக்குத் திரும்பினார்.

தபரிஸ்தான் நிலைமை அலவி, ராஃபீ, ஸஃப்ஃபார் : தெலாம் மக்களின் உதவியுடன் தபரிஸ்தானில் ஹஸன் பின் ஸைத் அலவி தனது அரசை நிறுவியிருந்தார் என்பதை ஏற்கனவே பார்த்தோம். ஹிஜ்ரீ 270, ரஜப் மாதம் ஹஸன் இறந்தார். தொடர்ந்து, அவரது சகோதரர் முஹம்மத் பின் ஸைத் பொறுப்புக்கு வந்தார். ஹிஜ்ரீ 272இல், கஸ்வீனைச் சேர்ந்த துருக்கிய நிர்வாகி ஒருவர்

தலைமையில், 4,000 வீரர்கள்கொண்ட ஒரு படை தபரிஸ்தான் மீது போர் தொடுத்தது. அவர்களை, 8,000 வீரர்களுடன் எதிர்கொண்ட முஹம்மத் பின் ஸைத் தோல்வியடைந்து ஜுர்ஜானில் தஞ்சம் புகுந்தார். வெற்றிகொண்ட படை அங்கிருந்து அகன்றதும் மீண்டும் தபரிஸ்தானைக் கைப்பற்றினார். ஹிஜ்ரீ 275 இல், ராஃபீ பின் ஹாரிஸிமா ஜுர்ஜானைத் தாக்கினார். முஹம்மத் பின் ஸைத் எதிர்த்துப் போரிட்டார். நீண்ட போரின் முடிவில், தபரிஸ்தான் அவரது கட்டுப்பாட்டின் கீழிருந்து விலகியது. இறுதியாக, ஹிஜ்ரீ 283இல் அம்ர் பின் லைத்தை எதிர்த்துப் போரிட்ட ராஃபீ பின் ஹாரிஸிமா கொல்லப்பட்டார். முஹம்மத் பின் ஸைத் மீண்டும் ஜுர்ஜானைக் கைப்பற்றினார். ஆனால், அவரை அம்ர் பின் லைத் ஸஃப்ஃபர் பொறுப்பிலிருந்து நீக்கினார்.

ஹிஜ்ரீ 288இல், அம்ர் பின் லைத் ஸஃப்ஃபரைக் கைது செய்த இஸ்மாயீல் ஸமனி, அவரை பாக்தாதுக்கு அனுப்பினார். தெலாமில் மீண்டும் கிளர்ச்சியில் ஈடுபட்ட முஹம்மத் பின் ஸைத், தபரிஸ்தானைக் கைப்பற்றினார். உடனே, முஹம்மத் பின் ஹாரூனைத் தபரிஸ்தானுக்கு அனுப்பினார் இஸ்மாயீல் ஸமனி. எதிர்பாராத தாக்குதலில் முஹம்மத் பின் ஸைத் கொலையுண்டார். அவரது மகன் ஸைத் பின் முஹம்மத் பிடிபட்டு புக்ஹாரா சிறைக்கு அனுப்பப்பட்டார்.

அம்ர் பின் லைத் ஸஃப்ஃபர் : கலீஃபா, குராசான், ஸஜிஸ்தான் மற்றும் ஆட்சிப் பகுதிகளுக்கு அம்ர் பின் லைத் ஸஃப்ஃபரை ஆளுநராக நியமித்ததை ஏற்கனவே பார்த்தோம். இரானும் அவரது கட்டுப்பாட்டின் கீழிருந்தது. ஹிஜ்ரீ 271இல், கலீஃபாவின் அரசவையிலிருந்து அம்ருவைப் பணிநீக்கம் செய்வதாக ஒரு குறிப்பு வந்தது. இஸ்ஃபஹான் நிர்வாகியான அஹ்மத் பின் அப்துல் அஸீஸ் பின் அபீ வால்ஃப் என்பவருக்கு அம்ர் பின் லைத்தை எதிர்த்துப் போரிடவும் இரானை அவரிடமிருந்து விடுவிக்கவும் உத்தரவிடப்பட்டது. இம்மோதலில் அம்ர் பின் லைத் தோற்கடிக்கப்பட்டார். ஆயினும், அவர் இரான்மீதான தனது பிடியைத் தளர்த்திக்கொள்ளவில்லை.

இறுதியில் ஹிஜ்ரீ 274இல் முவஃப்ஃபக் தானே இரான்மீது படையெடுத்து, அம்ர் பின் லைத்திடமிருந்து இரானை

மீட்டெடுத்துவிட்டு பாக்தாதுக்குத் திரும்பினார். அம்ர் பின் லைத் கர்மானுக்கும் அங்கிருந்து ஸஜிஸ்தானுக்கும் சென்று ஸஜிஸ்தானையும் குராசானையும் வெற்றிகரமாக ஆட்சி செய்யத் தொடங்கினார். பின்னர், கலீஃபாவின் அரசவைக்கு அன்பளிப்புகள் வழங்கி தன்னை உறுதி செய்துகொண்டார். ஹிஜ்ரீ 278இல் மவரோன்னஹ்ர், புக்ஹாரா, சமர்கண்ட் போன்ற ஆட்சிப்பகுதிகளுக்கான ஆளுநர் உரிமையைக் கலீஃபாவிடமிருந்து பெற்றுக்கொண்டார்.

மவரோன்னஹ்ர், இஸ்மாயீல் பின் அஹ்மத் ஸமனியின் கட்டுப்பாட்டின் கீழிருந்தது. அதன் ஆளுநர் உரிமையைப் பெற்றுக்கொண்ட அம்ர் பின் லைத், வீரர்களையும் போர்க்கருவிகளையும் தயார்ப்படுத்துவதில் ஈடுபட்டார். இதையறிந்த இஸ்மாயீல் பின் அஹ்மத் ஸமனி, அம்ர் பின் லைதுக்கு, ‘இந்த எல்லைப் பகுதியில் எந்தத் தொந்தரவும் இல்லாமல் நான் தனியாக இருக்கிறேன். உங்களுக்கு ஒரு பெரிய நாடே இருக்கிறது. என்னை இங்கே இருக்க அனுமதியுங்கள். என்னை அப்புறப்படுத்த முயற்சி செய்ய வேண்டாம்’ என்று எழுதினார். அம்ர் பின் லைத், கடிதத்தைக் கண்டுகொள்ளாமல் அவரைத் தாக்கினார். அம்ருவை எதிர்த்து நின்ற இஸ்மாயீல் ஸமனி கைது செய்யப்பட்டு சமர்கண்ட் சிறைக்கு அனுப்பப்பட்டார். ஹிஜ்ரீ 288 இல் அவர் கலீஃபாவிடம் பாக்தாதுக்கு அனுப்பி வைக்கப்பட்டார். கலீஃபா முத்தஸிதின் மரணம் வரைக்கும் அவர் அங்கே இருந்தார். பின்னர், கலீஃபாவாகப் பொறுப்பேற்ற முக்தஃபி பில்லாஹ் அவரைக் கொன்றார்.

மக்கா, மதீனா நிலைமைகள் : மதீனாவில், முஹம்மத் பின் ஹஸன் பின் ஜஅஃபர் பின் மூஸா காஸிமும் அவரது சகோதரரான அலீ பின் ஹசனும் பரஸ்பரம் போரில் ஈடுப்பட்டிருந்தனர். அரசின் மீதான பயம் மக்களிடம் இல்லாமல் போனது. ஒவ்வொரு பகுதியிலும் உள்நாட்டுக் கலவரங்கள் உருவாயின. இந்த இரு சகோதரர்களாலும் மதீனாவில் குழப்பம் மேலோங்கியது. இரு தரப்பிலும் ஏராளமானோர் கொலையுண்டனர். ஹிஜ்ரீ 277 இல், மதீனாவில் ஜுமுஆ தொழுகைகள் நடத்த இயலவில்லை.

மக்காவிலும் ஏறக்குறைய இதே நிலையில்தான் இருந்தது. அதன் ஆளுநராக இருந்த யூஸுஃப் பின் அபூஸஜ்தானை நீக்கிவிட்டு, அஹ்மத் பின் முஹம்மத் தாயியை நியமித்தார் கலீஃபா.

அஹ்மத் தாயி, தனது சார்பில் ஹஜ் பயணக்குழுவின் தலைவராக தன்னுடைய அடிமை பத்ரை அனுப்பி வைத்தார். யூஸுஃப் அவரை எதிர்த்துப் போரிட்டார். இறையில்லமான கஅபாவைச் சுற்றிக் கைகலப்பு நடந்தது. யூஸுஃப், பத்ரைக் கைது செய்தார். பத்ரின் வீரர்களும் ஹஜ் பயணிகளும் சேர்ந்து தாக்குதல் நடத்தி, பத்ரை விடுவித்துவிட்டு யூஸுஃபைக் கைது செய்து பாக்தாதுக்கு அனுப்பினர்.

முவஃப்ஃபக்கின் இறப்பு : கலீஃபா முத்தமித் பில்லாஹ், பெயரளவில்தான் கலீஃபாவாக இருந்தார். அவரது சகோதரர் முவஃப்ஃபக்கின் பொறுப்பின்கீழ்தான் கிலாஃபத் நடைபெற்று வந்தது. முவஃப்ஃபக்கும் சட்டப்படி வாரிசாகவே இருந்தார். அவரது ஆட்சிக்கு முன்பு, கிலாஃபத், துருக்கியத் தலைவர்களின் செல்வாக்கின் கீழிருந்தது. அவர்களது செல்வாக்கின் கீழிருந்து அரசை விடுவிப்பதற்கான முயற்சிகளில் தொடர்ந்து ஈடுபட்டு வந்த முவஃப்ஃபக் அதில் வெற்றியடைந்தார். கிளர்ச்சி செய்த அடிமைகளை, முவஃப்ஃபக்கும் அவரது மகனும் சேர்ந்து தோற்கடித்த பின்னர், முஸ்லிம்களிடையே அவர்களது புகழ் கணிசமான அளவுக்கு உயர்ந்தது. துருக்கியத் தலைவர்களால் அடிமைகளை எதிர்த்து நின்று தோற்கடிக்க இயலவில்லை.

ஆயினும், நிர்வாகம் முழுவதுமாக சீர்குலைந்திருந்தது. எங்கு பார்த்தாலும் அராஜகங்கள் பரவிக் கொண்டிருந்தன. ஒன்றுபட்ட அரசாற்றல் சிதறடிக்கப்பட்டது. ஒவ்வொரு ஆட்சிப் பகுதியும் விடுதலை பெற்றும் தனித்தனி அரசுகளாகவும் இயங்கிக்கொண்டிருந்தன. அவற்றை அடக்கி ஒடுக்கவும் இயலாத நிலை ஏற்பட்டிருந்தது. ஆயினும், தலைநகரில் முஃப்ஃபக்கின் இருப்பு, உறுதியாக இருந்தது. அவரது தலைமைக்கு அறைகூவல் விடுக்கவோ ஜுமுஆ பேருரைகளிலிருந்து கலீஃபாவின் பெயரை நீக்கவோ யாருக்கும் தைரியம் வரவில்லை.

இஸ்ஃபஹானிலிருந்து திரும்பிய முவஃப்ஃபக் முடக்குவாத நோயால் பீடிக்கப்பட்டார். தகுந்த வைத்தியம் செய்தும் பலனளிக்கவில்லை. ஹிஜ்ரீ 278, ஸஃபர் மாதம் 22 ஆம் நாள் அவர் மரணமடைந்தார். உடல் ரஸஃப்ஃபாவில் நல்லடக்கம் செய்யப்பட்டது. பெயரளவில் கலீஃபாவாக இருந்த முத்தமிதின்

சகோதரர் முவஃப்ஃபக்கின் இறப்பைத் தொடர்ந்து, அரசவை உறுப்பினர்களும் படைத்தலைவர்களும் ஒரு மனதாக முவஃப்ஃபக்கின் மகன் அபுல் அப்பாஸ் முத்தஸிதை கிலாஃபத்தின் வாரிசாகத் தேர்வு செய்தனர். கலீஃபா முத்தமித், இதை ஏற்றுக்கொண்டு அறிவித்ததுடன் தந்தையின் இடத்தில் மகனை நியமித்தார். அனுபவ அறிவும் துணிச்சலும் நிரம்பிய முத்தஸிதைப்போலவே மகனும் செயல்பட்டார். அரசு நிர்வாகங்கள் அனைத்தையும் அவர் மேலாண்மை செய்யலானார். கலீஃபா முத்தமித் முன்போல் இருந்து வந்தார்.

கரமத்தா : ஹிஜ்ரீ 278இல் கூஃபாவில், கரமத்தா எனும் பெயரில் அறியப்பட்ட ஹம்தான் என்பவன் ஒரு புதிய சமயத்தை அறிமுகப்படுத்தினான். இமாம்கள் ஏழுபேர்கள் என்பது அவனது நம்பிக்கை. அவர்கள், இமாம் ஹுஸைன் (ரலி), அலீ ஸெய்னுல் ஆபிதீன் (ரலி), பக்ர் பின் அலீ (ரலி), ஜஅஃபர் ஸாதிக் (ரலி), இஸ்மாயீல் பின் ஜஅஃபர், முஹம்மத் பின் இஸ்மாயீல், உபைதுல்லாஹ் பின் முஹம்மத் ஆகியோர். தன்னை அவன் உபைதுல்லாஹ் பின் முஹம்மதின் பிரதிநிதி என்று சொல்லிக்கொண்டான். ஆனால், முஹம்மத் பின் இஸ்மாயீலுக்கு உபைதுல்லாஹ் எனும் பெயரில் மகன் கிடையாது. முஹம்மத் பின் அல்ஹனஃபியா பின் அலீ பின் அபூதாலிபை அவன் இறைத்தூதர் என்று சொல்லிக்கொண்டான். ‘முஹம்மத் பின் அல்ஹனஃபியா ஓர் இறைத்தூதர் என்று நான் சான்று பகர்கிறேன்’ எனும் சொற்களைத் தொழுகைக்கான அழைப்பில் அவன் சேர்த்துக்கொண்டான். ஜெருஸலேமிலுள்ள தொழுபுலம்தான் தொழுகைக்கான திசை என்றும், சூரியன் உதயமாவதற்கு முன்பும் மறைந்த பின்பும் என இரண்டு நேரம்தான் தொழுகை என்றும் அறிவித்தான். முஹம்மத் பின் அல்ஹனஃபியாவுக்கு இறைவனால் அறிவிக்கப்பட்ட சொற்கள் என்று சில சொற்றொடர்களை சொல்லிக்கொண்டான். வெள்ளிக்கிழமைக்கு மாறாக, திங்கட்கிழமையை புனித நாள் என்று சொன்ன அவன், அன்று முழுவதும் ஓய்வெடுத்தான். ஆண்டொன்றில் சில நாள்கள் மட்டுமே நோன்பிருத்தல் கடமை என்று நம்பினான். பேரீச்சை ரசம் தடுக்கப்பட்டது என்றும் திராட்சை ரசம் அனுமதிக்கப்பட்டது என்றும் அறிவித்தான். உடலுறவுக்குப் பின் குளிப்பது அவசியமற்றது என்றான். சில வகை விலங்குகளின்

மாமிசம் ஆகுமானது என்றும் ஏனையவை தடுக்கப்பட்டவை என்றும் தன்னை எதிர்ப்பவர்கள் கொல்லப்பட வேண்டியவர்கள் என்றும் அறிவித்தான். தனது சிறப்புப் பெயர், 'கைம் பில் ஹக்' என்று சொல்லிக்கொண்டான்.

தனது புதிய சமயத்தைப் பற்றி அவன் அடிமைகளின் தலைவர்களான கப்பீசிடமும் பஹ்ரூதிடமும் சொன்னான். தனது நோக்கங்களுக்கேற்ப அவர்களைத் திசை திருப்ப முயன்றான். அவர்கள் அவனைக் கண்டுகொள்ளவில்லை. அடிமைகளின் தோல்விக்கு எட்டாண்டுகளுக்குப் பிறகு, தனது நம்பிக்கையை அவன் கூஃபாவில் பிரச்சாரம் செய்ய ஆரம்பித்தான். பலர் அவனை ஏற்றுக்கொண்டனர். அவனது நடவடிக்கைகளைக் கேள்விப்பட்ட கூஃபா ஆளுநர், அவனைக் கைது செய்து சிறையிலடைத்தார். சிறைக் காவலர்களின் கவனம் திரும்பிய ஒரு தருணத்தில் அவன் அங்கிருந்து தப்பித்தான். அவனது சிறப்பு வாய்ந்த ஆற்றலின் காரணமாகவே அவன் தப்பித்துச் சென்றதாக ஆதரவாளர்கள் கதை பரப்பினார்கள். படிப்படியாக, தொலை தூரத்திலுள்ளவர்களும் அவனது சமயத்தைக் குறித்துப் பேசவும் அதில் சேரவும் தொடங்கினர்.

தவறான வழிகாட்டுதலை விலைக்கு எடுத்துக்கொள்ளும் ஒரு கூட்டம் எப்போதுமே இருக்கும். அறிவும் பார்வைத் திறனும் இருந்தும் அர்த்தமற்றதைப் பின்பற்றுவதில் அறிவற்றவர்களாகவும் பார்வையற்றவர்களாகவும் அவர்கள் மாறி விடுகிறார்கள். இத்தகைய மக்கள் இன்றும் இருந்து வருகிறார்கள். இவர்கள்தான் கரமத்தாவின் புதிய மதத்தைத் தழுவினர்.

முத்தஸிதின் நியமனம் : முவஃப்ஃபக்கின் இறப்புக்குப் பிறகு, அவரது பொறுப்பை முத்தஸித் ஏற்பதாகவும், ஜஅஃபர் பின் முத்தமிதுக்குப் பிறகு அவர் கலீஃபாக ஆவார் என்றும் முதலில் முடிவு செய்யப்பட்டது. கிலாஃபத், முதலில் முத்தமிதுக்கும் அவருக்குப் பிறகு, முத்தஸிதுக்கும் உரிமையாக இருந்தது. அவரது தந்தை, முவஃப்ஃபக்கும் ஜஅஃபருக்குப் பிறகு இரண்டாவது வாரிசாகவே இருந்தார். ஆனால், முத்தஸிதின் ஆற்றலும் திறமையும் காரணமாக ஹிஜ்ரீ 279இல் முத்தமித், தன் மகன் ஜஅஃபரின் இடத்தில் முத்தஸிதை நியமித்து, அவரது வாரிசுரிமைக்கான சான்றுகளை மாகாண ஆளுநர்களுக்கு அனுப்பி வைத்தார்.

ரோமானியப் போர் : முத்தமிதின் இக்குழப்பமான கிலாஃபத்தில் ரோமானியர்கள் பற்றி குறிப்பிடப்படவில்லை. ஹிஜ்ரீ 257இல், கான்ஸ்டான்டிநோபிள் அரசனான மைக்கேல் பின் ரஃபேலின் உறவினனான ஸக்கலபி, அவனைக் கொன்றுவிட்டு அரியணையைக் கைப்பற்றினான். ஹிஜ்ரீ 259 இல், மால்ட்டியாமீது படையெடுத்த ரோமானியர்கள் தோற்கடிக்கப்பட்டனர். ஹிஜ்ரீ 263இல், தார்த்தூசுக்கு அருகிலுள்ள கர்க்காரா கோட்டையை முஸ்லிம்களிடமிருந்து அவர்கள் கைப்பற்றினார்கள். ஹிஜ்ரீ 264இல், சிரிய எல்லைப் படை வீரர்கள் 40,000 பேர்களுடன், அப்துல்லாஹ் ரஷீத் பின் காவூஸ், ரோமானிய ஆட்சிப்பகுதிகள்மீது படையெடுத்தார். ஆரம்பக் கட்டத்தில் வெற்றிபெற்ற அவர், பின்னர் தோல்வியடைந்து கான்ஸ்டான்டிநோபிளுக்கு அனுப்பி வைக்கப்பட்டார்.

ஹிஜ்ரீ 265இல், ரோமானியர் அய்ன் ஊஃபா மீது தாக்குதல் நடத்தினார்கள். இதில், 400 முஸ்லிம்கள் உயிரிழந்தனர். 400 பேர் சிறைப்பிடிக்கப்பட்டனர். அதே ஆண்டு ரோமானியப் பேரரசன், அப்துல்லாஹ் பின் ரஷீதை விடுவித்து, சில குர்ஆன் பிரதிகளை அன்பளிப்பாக வழங்கி அவரை அஹ்மத் பின் துலூனிடம் அனுப்பி வைத்தான். ஹிஜ்ரீ 266இல், முஸ்லிம்களின் மற்றும் ரோமானியரின் போர்க்கப்பல்கள், ஸக்லியா எனும் தீவின் அருகில் பரஸ்பரம் மோதிக்கொண்டன. இதில், முஸ்லிம்கள் தோல்வியடைந்தனர். அவர்களது பல கப்பல்களை ரோமானியர் கைப்பற்றினர். எஞ்சியவை ஸக்லியா தீவின் கரையில் ஒதுக்கப்பட்டன.

அஹ்மத் பின் துலூனின் சிரிய உதவியாளர் ரோம் மீது வெற்றிகரமான ஒரு தாக்குதலை மேற்கொண்டு பெருமளவிலான போர்ப்பொருள்களைக் கைப்பற்றினார். ஹிஜ்ரீ 270இல் ரோமானியர், 1,00,000 வீரர்களுடன் தார்த்தூசிலிருந்து ஆறு மைல் தொலைவிலுள்ள கல்மியாவைத் தாக்கினர். தார்த்தூஸ் ஆளுநரான மஸ்யர், ரோமானியர்மீது ஒரு இரவுத் தாக்குதலை மேற்கொண்டார். இதில், 70,000 ரோமானிய வீரர்கள் மடிந்தனர். தலைமை மதகுரு சிறைப் பிடிக்கப்பட்டார். புனித சிலுவையை முஸ்லிம்கள் கைப்பற்றினர். தார்த்தூஸ் ஆளுநரான மஸ்யர், ஹிஜ்ரீ 273இல், ரோமானியரைத் தாக்கி வெற்றியுடன் திரும்பினார். ஹிஜ்ரீ 278இல், மஸ்யரும் அஹ்மத் ஜுஃபியும் இணைந்து ரோமானியர்மீது படையெடுத்தனர். இதில், கவணிலிருந்து எறியப்பட்ட ஒரு கல் மஸ்யரின் தலையில்

பட்டது. அவர் போரை நிறுத்திவிட்டுத் தலைநகருக்குத் திரும்பும் வழியில் மரணமடைந்தார். முஸ்லிம்கள் அவரைத் தார்த்தூசில் அடக்கம் செய்தனர். முஸ்லிம் உலகில் பெரும் குழப்பங்கள் நிலவியபோதும் எல்லா இடங்களிலும் உள்நாட்டுப் போர்கள் நடந்தபோதும் முஸ்லிம்களுக்கு எதிரான பெரிய வெற்றிகள் எதையும் ரோமானியர் பெறவில்லை.

முத்தமிதின் இறப்பு : கலீஃபா முத்தமித் அலல்லாஹ் பின் முத்தவக்கீல் அலல்லாஹ் ஹிஜ்ரீ 270, ரஜப் மாதம் 20 ஆம் நாள் மரணமடைந்தார். அவரது உடல் முத்தஸிம் பில்லாஹ் பின் ஹாரூன் ரஷீதால் மாற்றம் செய்யப்பட்ட அப்பாசிய கிலாஃபத்தின் தலைநகரான ஸமர்ராவில் அடக்கம் செய்யப்பட்டது. முத்தமித், ஸமர்ராவை விட்டு விலகி, பாக்தாதை தலைநகராகக்கொண்டு வசித்து வந்தார். இதன் காரணமாக, கலீஃபாவின்மீதும் அரசவையின்மீதும் மேலாண்மை செலுத்தி வந்த துருக்கியத் தலைவர்கள் செல்வாக்கை இழந்தனர். தலைநகரை மாற்றுகிற ஆலோசனையை முன் வைத்தவர் முத்தமிதின் மதிநுட்பம் மிகுந்த சகோதரர் முவஃப்ஃபக்.

முத்தமிதின் ஆட்சியின்போது கிலாஃபத்தின் ஆற்றலும் வளமும் நலிவுற்றிருந்தன. ஏற்கனவே குறிப்பிட்டபடி, அரசவைக்குள்ளும் பரஸ்பரம் எதிர்ப்பும் வெறுப்பும் இருந்து வந்தன. கையகப்படுத்தப்பட்ட பகுதிகள் அனைத்தும் தாறுமாறாகக் குலைந்து கிடந்தன. எங்கும் கிளர்ச்சியும் அராஜகமும் தலைவிரித்தாடின. கலீஃபாவின்மீது மக்களுக்குப் பயமற்ற நிலை ஏற்பட்டது. வாய்ப்புக் கிடைத்தவர்கள் தங்களால் இயன்ற ஆட்சிப்பகுதியைப் பிடித்துக்கொண்டனர். மாகாணங்களின் ஆளுநர்கள் வரி செலுத்துவதை நிறுத்திக்கொண்டனர். அனைத்துப் பகுதிகளிலும் சட்டத்தின் ஆட்சி முற்றிலுமாகச் சீர்கெட்டிருந்தது. ஆட்சிப் பகுதிகளைக் கைப்பற்றியவர்கள் தங்களுக்கான சட்டங்களை இயற்றிக்கொண்டனர். மக்கள்மீது அராஜகங்கள் கட்டவிழ்த்து விடப்பட்டன. ஆளுநர்கள், மக்களை எல்லாவகையிலும் தொந்தரவுக்குள்ளாக்கினர்.

ஸமன் கிளை மவரோன்னஹ்ரிலும், ஸஃபர் கிளை ஸஜிஸ்தானிலும் கர்மானிலும் குராசானிலும் பாரஸீகத்திலும் ஹஸன் பின் ஸைத் தபரிஸ்தானிலும் ஜுர்ஜானிலும், அடிமைகள்

பஸ்ராவிலும் உபல்லாவிலும் வாஸிதிலும், கவாரிஜ்கள் மோசிலிலும் ஜஸீராவிலும், அஹ்மத் பின் துலூன் எகிப்திலும் சிரியாவிலும், இப்னு அக்லப் வடஆப்பிரிக்காவிலும் தங்கள் அரசுகளை அமைத்துக் கொண்டனர். இவர்களைத் தவிர சின்னஞ்சிறு ஆட்சிப் பகுதிகளையும் நாடுகளையும் பிடிப்பதற்காகப் போரிட்டுக்கொண்டிருந்த வேறு தலைவர்களும் இருந்தனர். கலீஃபாவுக்கென எஞ்சியிருந்த ஒன்று, ஜுமுஆ பேருரைகளில் அவரது பெயரைக் குறிப்பிட்டது மட்டும்தான். அவரது எந்த உத்தரவுகளும் ஒருபோதும் நிறைவேற்றப்படவில்லை. கிளர்ச்சிகளையும் பிரச்சினைகளையும் எதிர்கொள்வதிலேயே முவஃப்ஃபக்கின் ஆற்றல்கள் அனைத்தும் செலவிடப்பட்டன. கிளர்ச்சியில் ஈடுபட்ட அடிமைகளைப் பூண்டோடு அழித்ததைத் தவிர அவரால் குறிப்பிடத்தக்க எந்த வெற்றியையும் அடைய இயலவில்லை.

இப்படியான காலகட்டத்தில்தான் கரமத்தாபோன்ற குற்றவாளிகள் தங்கள் பயணத்தை நிறைவேற்றிக்கொண்டனர். எகிப்திய அரசர்கள் மற்றும் யேமனிய ஷியாக்களின் வம்சாவளியில் வந்த உபைதுல்லாஹ் பின் உபைத், தன்னை மஹ்தி என்று அறிவித்தான். (எதிர்காலத்தில் வரவிருப்பவர் என்று நபிகளார் கூறிய முஸ்லிம்களின் தலைவர்.) கனானா கிளை இனக்குழுவினரின் பெரும்பாலானவர்களை அழைத்துக்கொண்டு அவன் மேற்கு திசை ஆட்சிப்பகுதிகளுக்குச் சென்றான். அங்கே படிப்படியாக எகிப்திலும் வட ஆப்பிரிக்காவின் ஏனைய பகுதிகளிலும் தனது அரசை நிறுவினான். இதே காலகட்டத்தில்தான் புகழ்பெற்ற இஸ்லாமியக் கல்வியாளர்களும் முஹத்திக்களுமான இமாம் புஹாரி, இமாம் முஸ்லிம், அபூதாவூத், திர்மிதீ, இப்னு மாஜா போன்றோர் மரணமடைந்தனர். இத்தகைய சிதைவுகளும் துயரங்களும் ஏமாற்றங்களுமாக முத்தமிதின் 23 ஆண்டு கால கிலாஃபத் முடிவுக்கு வந்தது.

உமய்யா கிலாஃபத்தின் முடிவிலிருந்து தொடங்கி, ஏறக்குறைய 150 ஆண்டுகள் கடந்துவிட்டன. பின்னர், 100 ஆண்டு காலம் அப்பாசிய கிலாஃபத், மேன்மையுடனும் வளர்ச்சியுடனும் தொடர்ந்தது. ஹிஜ்ரீ 272இல், முத்தஸிம் பில்லாஹ்வின் மரணத்துடன் அதன் வீழ்ச்சிக்கான அறிகுறிகள் தென்பட்டன. 20 ஆண்டு கால எதிரிடையான தாக்கங்கள் முத்தவக்கீல் அலல்லாஹ்வின் கொலைவரைக்கும் தொடர்ந்தன. இக்கால கட்டத்தில் அப்பாசிய

கிலாஃபத், தான் இழந்துபோயிருந்த நூறாண்டு கால சிறப்பையும் ஆற்றலையும் மீண்டும் அடையும் என்று எதிர்பார்க்கப்பட்டது. ஆனால், ஹிஜ்ரீ 247இல் முத்தவக்கீலின் கொலையுடன் அவர்களது ஆற்றல்கள் எழுச்சியடைவதற்கான வாய்ப்புக்கள் அனைத்தையும் இழந்தன. இந்த 23 ஆண்டு காலத்தைதான் நாம் மேலே பார்த்தோம். தளர்ச்சியுற்ற இந்நிலையிலேயே அவர்களது கிலாஃபத் மேலும் பல நூற்றாண்டுகள் நீடித்தன. இக்காலகட்டத்தில் இஸ்லாமிய ஆட்சியின் பல்வேறு மையங்கள் நிறுவப்பட்டன. பாக்தாதியக் கிலாஃபத் அல்லது அப்பாசியக் கிலாஃபத் அதன் மேன்மையுடன் திகழ்ந்தாலும் அளவில் சிறியதாகவே இருந்தது. மீண்டும் பெரிய ஒரு அரசாற்றலாக அது அமையவில்லை.

இதுவரையில் வரலாற்றில் நாம் கண்டுவந்த அதே தகவல்களுடன் எஞ்சியிருக்கும் அப்பாசியக் கிலாஃபத்தின் முழு வரலாற்றையும் குறிப்பிடுவது வாசிப்பின் தொடர்ச்சியை ஆர்வமிழக்கச் செய்யும். ஆகவே, முக்கியமான தகவல்களின் சுருக்கமான வடிவத்தை மட்டும் பார்ப்போம். இனியுள்ள வரலாற்றுக் குறிப்புகளில் இடம்பெறுகிற புதிய வம்சாவளிகளும் புதிய அரசுக் குடும்பங்களும் தோற்றம் பெற்றதை விரிவாகப் பதிவு செய்வது என்பது கடினமான பணி. ஆயினும், அவர்களது தோற்றம், அப்பாசியருடனான அவர்களது தொடர்பு, ஆட்சியைக் கைப்பற்ற பெற நேர்ந்தது குறித்த தகவல்கள் அந்தந்த இடங்களில் பதிவு செய்யப்படும்.

உமய்யா கிளையினர், கிலாஃபத்தில் வாரிசுரிமையைக் கொண்டுவந்து இந்தக் கீழான வழக்கத்தை முஸ்லிம்கள் ஏற்றுக்கொள்ளச் செய்ததன் மூலம், தங்களுடைய அழிவுக்கான பாதையைத் தேர்வு செய்துகொண்டனர். உமய்யாக்களின் தவறைவிட, அப்பாசிய கிளையினர் செய்ததைக் குறைவாக மதிப்பிட்டுவிட இயலாது. உமய்யாக்கள் ஆட்சியின் ஒவ்வொரு அடையாளத்தையும் அவர்கள் பூண்டோடு அழித்தனர். அவர்களது நினைவுச் சின்னங்களைத் தரைமட்டமாக்கினர். ஆனால், கிலாஃபத்தில் வாரிசுரிமையை மட்டும் முற்றிலுமாகப் பாதுகாத்து முஸ்லிம்களை அழிவை நோக்கி இட்டுச் சென்றனர்.

அப்பாசியர் செய்த மற்றொரு தவறு, ஆரம்பம் முதலே அரேபியர்களை எதிர்த்ததும், தங்களின் பழைய பண்பாடுகளை விட்டு முற்றிலும் விலகாத இரானிய புதிய முஸ்லிம்கள்மீது

ஆதரவு காட்டியதுமாகும். முதல் கலீஃபா ஸஃப்ஃபாவிலிருந்து (மஹ்தி தவிர) மாமூன் ரஷீத் வரையிலான ஒவ்வொரு கலீஃபாவும் அரேபியரின் அரசாற்றலைக் குறைத்து வந்தனர். ஸொராஸ்ட்ர சமயத்துடன் ஈடுபாடுகொண்டவர்களுக்குத் தொல்லைகள் விளைவித்து முன்னேறினர். இதன் பலனாக, உமய்யா கிளையினர் வெற்றியடைந்த பகுதிகளைக் கடந்து அவர்களால் செய்ய இயலாமல் போனதுடன் படிப்படியாக அவர்களது ஆட்சிப்பரப்புகள் சுருங்கவும் தொடங்கின.

ஸொராஸ்ட்ரர்களில் மிகச் சிலரே இஸ்லாத்தின் ஒழுக்கத்தையும் மேன்மையையும் பின்பற்றினர். அவர்களது ஏனைய பிரிவினரால் அப்பாசியக் கலீஃபாக்களுக்குப் பல்வேறு சிக்கல்களும் எதிர்ப்புகளுமே உருவாயின. மதிநுட்பமும் தொலைநோக்குப் பார்வையும்கொண்ட அப்பாசியக் கலீஃபாக்களில் சிலர் இச்சிக்கல்களிலிருந்து விடுபடவும் செய்தனர்.

முத்தஸிம் பில்லாஹ், குறிப்பிட்ட ஒரு பிரிவினரின் ஆதிக்கமற்ற, சமநிலையிலான ஓர் அரசைக் கட்டியமைக்கும் முயற்சியில், மவரோன்னஹ்ரின் துருக்கியர்களைப் பயன்படுத்தினார். குராசானியருக்கும் துருக்கியருக்குமிடையே தேசிய இனக்குழு சார்ந்த பழக்க வழக்கங்கள் வேறுபட்டவை. இந்நிலையில், அரசாற்றலில் குராசானியர்களைவிட துருக்கியர்களுக்கு முன்னுரிமை அளிக்காமல் அரேபியர்களுடன் சமநிலையில் வைத்திருந்தால், முத்தஸிம் பில்லாஹ்வின் திட்டம் பயனுள்ளதாக அமைந்திருக்கும். அப்பாசியருடனான அரேபியர்களின் உறவு தொடர்ந்து நலிவடைந்துகொண்டிருந்தது. முத்தஸிம் பில்லாஹ், தனது தலைநகரை ஸமர்ராவுக்கு மாற்றியது துருக்கியர்களின் வளர்ச்சிக்கு மேலும் சாதகமாக அமைந்தது. அலவியர்களின் செல்வாக்கிலிருந்து துருக்கியர்கள் விடுபட்டிருந்ததால் அவர்களை அவர் விரும்பியிருக்கலாம்.

அரேபியர்களான அப்பாசியர், அலவியரும் அரேபியர்கள் என்பதால் அரேபியர்களை வெறுத்தனர். அப்பாசியர் நம்பிக்கை வைத்திருந்த ஸொராஸ்ட்ரர்கள்மீது அலவியர்கள் மிகுந்த செல்வாக்கு செலுத்தினர். இது தொடர்ந்து, வஞ்சனைக்கும் பிளவுகளுக்குமே இட்டுச்சென்றது. இந்த இரு குழுக்களை விட்டும் தன்னை வேறுபடுத்திக்கொண்ட முத்தஸிம், சூழ்ச்சிகளிலிருந்து

விடுபடுவதற்காகவே மூன்றாவது ஒரு குழுவைத் தேர்வு செய்தார். ஆனால், துருக்கியர் இரானியர்போல் அரசாற்றலில் பண்பட்டவர்களாகவோ திறன்பெற்றவர்களாகவோ இல்லை. தங்களுடைய முன்னேற்றத்துக்குப் பயன்படுகிற, எதிரிகளைக் கட்டுப்படுத்துகிற வலுவான ஓர் ஆதரவு துருக்கியருக்கும் தேவைப்பட்டது.

ஹாரூன், மாமூன் போன்ற மனவுறுதி மிக்க தலைவர்கள் இருந்திருந்தால் அப்பாசியக் கிலாஃபத் மேன்மை அடைந்திருக்கும். ஸமர்ராவைத் தலைநகராக்கியது முத்தஸிமின் சிறப்பான மதிநுட்பம்தான். ஆனால், அவருக்குப் பின் ஆட்சிப் பொறுப்பேற்றவர்களின் பலவீனமும் வலுவிழந்துபோன அரேபியக் கூறுகளும் பல்வேறு சிக்கல்களை உருவாக்கின. அவர்களால் அதற்குத் தீர்வுகாண முடியவில்லை. எந்த நோக்கமுமற்ற நாடோடிப் போராளிகளான துருக்கியரால் தங்களுக்கான ஓர் அரசை நிறுவிக்கொள்ளவும் இயலவில்லை. அலவியருடன் இணைந்து, ஓர் அரச குடும்பத்தை உருவாக்கும் நோக்கமும் அவர்களிடமில்லை. தொடர் தோல்விகளால் மனச்சோர்வும் களைப்புமடைந்த அலவியர், கிலாஃபத் குறித்த வெளிப்படையான பூசல்களிலிருந்து தங்களை விடுவித்துக்கொண்டனர். அப்பாசியக் கிலாஃபத்துக்கு அவர்களால் ஆபத்துகள் நிகழவிருப்பதான எந்த அறிகுறிகளும் தென்படவில்லை.

முத்தஸிமுக்குப் பிறகு குமுறலும் கொந்தளிப்பும் எழுந்த நிலையில் இஸ்லாமிய ஆட்சி நிலவிய மாகாணங்கள்மீதும் அதன் ஆட்சியாளர்கள்மீதும், தொலைநோக்குகொண்ட ஒரு தாக்கத்தை அலவியரால் உருவாக்க முடிந்தது. அவர்கள் தங்களுக்கான சுதந்திர அரசை நிறுவிக் கொள்வதில் முழுமூச்சுடன் ஈடுபட்டனர். அன்டலூஸியா, மொராக்கோ, வடஆப்பிரிக்கா போன்ற பகுதிகள் இதற்கான சான்றுகள். கிலாஃபத்தின் இதயத்துடிப்பு நின்றதும் இரத்தவோட்டமும் நின்று போனது. ஆளுநர்களுடையவும் நிர்வாகிகளுடையவும் தன்னிச்சையான சுதந்திரப் போக்கையும் சட்டமீறுதலையும் கவனத்தில்கொண்ட அலவியரும் கவாரிஜ்களும் கிளர்ச்சியில் ஈடுபட்ட அடிமைகளும் கரமத்தீன்களும் அவரவர் அரசுகளை நிறுவிக்கொள்ள முனைந்தனர். ஒரு மன்ஸூரோ ஹாரூனோகூட நினைத்தாலும் வெற்றி பெற்றிருக்க முடியாத

அளவுக்கு நிலைமைகள் சீர் குலைந்து போயின.

அப்பாசிய கிலாஃபத்தின் வீழ்ச்சிக்கான தொடக்க நிகழ்வு முத்தவக்கீலின் கொலைதான். முத்தவக்கீலின் இடத்தை முவஃப்ஃபக் அடைந்திருந்தால், சூழ்நிலைகள் கட்டுப்பாட்டுக்குள் இருந்திருக்க வாய்ப்பிருந்தது. ஆனால், அவருக்குக் கலீஃபாவாகும் வாய்ப்புக் கிடைக்கவில்லை. தன் தந்தையைப்போன்ற துணிச்சலும் ஆற்றலும் பெற்றிருந்த அவரது மகன் முத்தஸிதின் பொறுப்பில் கிலாஃபத் வரும்போது தீர்க்கப்பட இயலாத அளவுக்கு அராஜகச் சூழல் முற்றிப் போயிருந்தது.

அப்பாசிய கிலாஃபத்

(மூன்றாம் கட்டம்)

முத்தளித் பில்லாஹ் : முத்தளித் பில்லாஹ் பின் முவஃப்ஃபக் பில்லாஹ் பின் முத்தவக்கீல் அலல்லாஹ் பின் முத்தஸிம் பில்லாஹ் பின் ஹாரூன் ரஷீதின் இயற்பெயர் அஹ்மத். அபுல் அப்பாஸ் என்பது மகன் வழியிலான சிறப்புப் பெயர். இவர், ஸவாப் எனும் அடிமைப் பெண்ணுக்கு ஹிஜ்ரீ 243, ரபீயுல் அவ்வல் மாதம் பிறந்தார். இவரது தந்தையின் சகோதரரான முத்தமித் பில்லாஹ்வுக்குப் பிறகு, ஹிஜ்ரீ 279, ரஜப் மாதம் இவர் கலீஃபாவாகப் பொறுப்பேற்றார். அழகும் மதிநுட்பமும் வாய்ந்த முத்தளித், தேவைப்படுகிற சந்தர்ப்பங்களில் கடுமையாக நடந்துகொள்ளவோ குருதி சிந்துவதில் தயங்கியதோ இல்லை. இவர், மிகுந்த எச்சரிக்கை உணர்வுகொண்டவராகவும் ஆழ்ந்து சிந்திப்பவராகவும் இருந்தார். ஆரூடம் சொல்பவர்களையும் கதைகள் புனைபவர்களையும் ஏற்றுக்கொள்ள மறுத்தார். மாமூனின் காலத்திலிருந்து மறைபொருள் ஞானம் நடைமுறையிலிருந்தது. மக்கள் பழகிப்போயிருந்த சமயப் பூசலையும் பிளவையும் தவிர்க்கும்

முகமாக, அவர் மறைபொருள் ஞானம் தொடர்பான நூல்கள் வெளியிடப்படுவதையும் அது குறித்த வாதப்பிரதிவாதங்களையும் தடை செய்தார். மக்கள்மீதான வரிச்சுமையைக் குறைத்தார். நேர்மையை விரும்பினார். அநீதிக்கும் கொடுங்கோன்மைக்கும் இலக்கான மக்களைப் பாதுகாத்தார்.

மக்காவில் கட்டப்பட்டிருந்த தாருன்நத்வா எனும் கட்டிடம் இக்காலகட்டம் வரையிலும் நிலைத்திருந்தது. முத்தஸித் அதை இடித்துவிட்டு ஹரமின் அருகில் ஒரு தொழுகை இல்லத்தைக் கட்டினார். ஸொராஸ்ட்ர வம்சாவளியினரில் பெரும்பான்மையான மக்கள், பாக்தாதில் தங்களுடைய பெருநாள்களைக் கொண்டாடுவதை அறிமுகம் செய்து, அக்னி வழிபாடு தொடர்பான தங்கள் சடங்குகளை நிறைவேற்றினர். முத்தஸித் அவற்றைத் தடை செய்தார். சமயம் சார்ந்த ஓர் அமைப்பை உருவாக்கி, ஏழ்மையில் உழலும் சமயத்துறவிகளுக்குப் பொருளுதவி வழங்கினார். மக்கள் அவருக்காக இறைவனிடம் பிரார்த்தனை செய்தனர். எகிப்தின் ஆளுநரான குமர்வைஹ் பின் அஹ்மத் துலூனின் மகளை அவர் மணம் முடித்துக்கொண்டார்.

முத்தஸித் ஒரு முறை, காதி அபூ ஹாஸிமுக்கு, “ஒருவருடைய பணத்தை மற்றொருவர் உங்களிடம் தந்துள்ளார். அந்த முதலாமவர் எனக்குப் பணம் தர வேண்டியுள்ளது. ஆகவே, தயவு செய்து அதை எனக்குத் தாருங்கள்” என்று கேட்டு ஆளனுப்பினார். காதி, “அதற்கு ஒருவர் சாட்சி அளித்தால் நல்லது” என்று பதில் அனுப்பினார். இதற்கான சாட்சியை முன்வைக்க இயலாத நிலையில் காதி, கலீஃபாவின் வழக்கைத் தள்ளுபடி செய்தார். கலீஃபா முத்தஸிதால் பணத்தைத் திரும்பப் பெற இயலவில்லை.

அப்பாசிய வம்சாவளியின் மிக மோசமான வீழ்ச்சியின்போது முத்தஸித் கலீஃபாவாகப் பொறுப்பேற்றார். சீர்குலைந்து கிடந்த சூழ்நிலையிலிருந்து அப்பாசிய கிலாஃபத்தைக் கரைசேர்க்க அவர் இயன்றவரைக்கும் முயற்சி செய்தார். வெற்றிக்கான சில அறிகுறிகள் தென்பட்டன. ஆனால், அதைத் தொடர்ந்து முன்னெடுத்துச் செல்லும் ஆற்றல், அவருக்குப் பின் பொறுப்புக்கு வந்த ஆட்சியாளர்களிடம் இல்லை.

முத்தஸித் அரியணையேறிய சிறிது காலத்துக்குப் பின்,

மவரோன்னஹ்ர் ஆளுநர் நஸ்ர் பின் அஹ்மத் ஸமனி மரணமடைந்தார். தொடர்ந்து, அவரது சகோதரர் இஸ்மாயீல் பின் அஹ்மத் பொறுப்புக்கு வந்தார். மோசிலில், கவாரிஜ்களின் இரு பிரிவினர் கிளர்ச்சியில் ஈடுபட்டனர். ஒரு பிரிவின் தலைவனான அபூ ஜவ்ஸா, ஹிஜ்ரீ 280இல் கைது செய்யப்பட்டு பாக்தாதுக்குக் கொண்டு வரப்பட்டான். அவனை மரணம்வரைக்கும் சித்திரவதைக்குள்ளாக்கினார் முத்தஸித். இன்னொரு பிரிவின் தலைவனான ஹாரூன் ஷரீ, தொடர்ந்து கிளர்ச்சி செய்து வந்தான். ஹிஜ்ரீ 280இல் ஜஸீராமீது படையெடுத்துச் சென்ற முத்தஸித், ஷைபான் இனக்குழுவினரை அடக்கி நிலைமையைக் கட்டுப்பாட்டுக்குள் கொண்டு வந்து, பெருமளவிலான போர்ப்பொருள்களுடன் பாக்தாதுக்குத் திரும்பினார்.

ஹிஜ்ரீ 281இல், தனது அடிமையான பத்ரைக் காவல்துறைத் தலைவராக்கிய முத்தஸித், உபைதுல்லாஹ் பின் சுலைமான் பின் வஹபை அமைச்சராக நியமித்தார். மர்தீன் கோட்டையைக் கைப்பற்றியிருந்த ஹம்தான் பின் ஹம்தூனைக் கைது செய்த முத்தஸித், ஹாரூன் ஷரீயுடன் நட்பு உடன்படிக்கை செய்துகொண்டார். பின்னர், மர்தீன் கோட்டையைத் தரைமட்டமாக்கினார்.

ஹிஜ்ரீ 281இல் கலீஃபா முத்தஸித், முக்தஃபீ என்ற பெயரில் அறியப்பட்ட தன் மகன் அலீயை ரேய், கஸ்வீன், ஸஞ்சான், கோம், ஜடான் ஆகிய பகுதிகளின் ஆளுநராக நியமித்தார். ஹிஜ்ரீ 283, ரபீயுல் அவ்வல் மாதம், மோசிலில் கிளர்ச்சியில் ஈடுபட்ட கவாரிஜ்களை அடக்கி, ஹாரூனைக் கைது செய்து சிறையிலடைத்துவிட்டு பாக்தாதுக்குத் திரும்பினார். பின்னர், ஹாரூனை மக்களுக்குக் காட்சிப் பொருளாக்கிய பிறகு அவரைக் கொன்றார். ஹிஜ்ரீ 285இல், அஸர்பைஜான்மீது படையெடுத்து, அஹ்மத் கோட்டையைக் கைப்பற்றினார். அஹ்மத் பின் ஈஸா பின் ஷெய்கைக் கைது செய்துவிட்டு, ஹிஜ்ரீ 286 ரபீயுல் அவ்வல் மாதம் மீண்டும் பாக்தாதுக்குத் திரும்பினார்.

கரமத்தாவின் கிளர்ச்சி: ஹிஜ்ரீ 281இல், கரமத்தாவின் ஆதரவாளர்களில் ஒருவனான யஹ்யா பின் மஹ்தி, தமாமுக்கும் பஹ்ரைனுக்கும் அருகிலுள்ள கத்தீஃப் எனும் பகுதிக்கு வந்து, அலீ பின் முஅல்லாஹ் பின் ஹமதானின் வீட்டில் தங்கியிருந்து, “நம் காலத்துத் தலைவரான மஹ்தியால் நான் அனுப்பப்பட்டுள்ளேன்.

மிக விரைவில் அவர் கிளர்ச்சி செய்யவிருக்கிறார்" என்று அறிவித்தான்.

அலீ ஒரு ஷியா ஆவான். அவன் ஷியாக்களை ஒன்றுதிரட்டி யஹ்யா கொண்டு வந்த மஹ்தியின் கடிதத்தை வாசித்தான். மஹ்தி வந்தவுடன் கிளர்ச்சி செய்வதாக அவர்கள் மிகுந்த பணிவுடன் வாக்குறுதியளித்தனர். பின்னர், சில நாள்கள் காணாமல் போன யஹ்யா, ஒவ்வொருவரும் 36 தினார்கள்வீதம் யஹ்யாவிடம் கொடுக்க வேண்டுமெனும் மஹ்தியால் எழுதப்பட்ட ஒரு உத்தரவுடன் திரும்பி வந்தான். ஷியாக்கள் உடனடியாகப் பணத்தைச் செலுத்தினர். மீண்டும் சில நாள்கள் காணாமல் போன யஹ்யா, இம்முறை ஷியாக்களிடமுள்ள பணத்தில் ஐந்தில் ஒரு பகுதியை யஹ்யாவிடம் கொடுக்க வேண்டுமென்ற மஹ்தியின் உத்தரவுடன் மீண்டும் வந்தான்.

ஹிஜ்ரீ 286இல் பஹ்ரைனுக்குச் சென்ற அபூஸயீத் ஜனானி, கரமத்தாவின் மதத்தை ஏற்றுக்கொள்ளும்படி மக்களுக்கு அழைப்பு விடுத்தான். ஏற்கனவே அதை இரகசியமாக ஏற்றிருந்தவர்கள் வெளிப்படையாக ஒன்றுதிரளத் தொடங்கினர். அவர்கள் அனைவரையும் கத்தீஃபுக்கு அழைத்துச் சென்றான் அபூஸயீத். அங்கே அவர்களைப் போருக்குத் தயார் செய்து அவர்களுடன் பஸ்ராவுக்குப் புறப்பட்டான்.

இதை அறிந்த முத்தஸித், பஸ்ரா ஆளுநர் அஹ்மத் பின் முஹம்மத் பின் யஹ்யா வஸ்கீக்கு, நகரைச் சுற்றிலும் சுவர் எழுப்பச் சொல்லி கடிதம் எழுதினார். 14,000 தினார்கள் செலவில் நகரைச் சுற்றிலும் மதில் சுவர் கட்டப்பட்டது.

அபூஸயீத், பஸ்ராவின் எல்லையை நெருங்கியதும், வஸ்கீயின் உதவிக்காக தலைநகர் பாக்தாதிலிருந்து 2,000 வீரர்களுடன் அப்பாஸ் பின் உமர் கண்வீ வந்து சேர்ந்தார். அவர்களிடையே போர் மூண்டது. அப்பாசும் அவரது வீரர்களும் அபூஸயீதால் சிறைப்பிடிக்கப்பட்டனர். வீரர்கள் நெருப்புக் குண்டத்தில் வீசப்பட்டுக் கொலையுண்டனர். இது ஹிஜ்ரீ 287 ஷஃஅபான் மாதம் நிகழ்ந்தது.

இவ்வெற்றிக்குப் பிறகு அபூஸயீத் கரமத்தா, ஹஜ்ருக்குச் சென்றான். அங்குள்ள மக்களுக்குப் பொது மன்னிப்பு அளிப்பதாக அறிவித்த அவன் ஹஜ்ரைக் கைப்பற்றிவிட்டு பஸ்ராவுக்குத் திரும்பினான்.

பஸ்ரா மக்கள் பயந்துபோயினர். ஆளுநரான அஹ்மத் பின் முஹம்மத் வஸ்கீ அவர்களுக்கு ஆறுதல் கூறி அமைதிப்படுத்தினார். அப்பாசை விடுதலை செய்த அபூஸயீத், பஸ்ராவிலிருந்து பஹ்ரைனுக்குச் சென்றான். ஹிஜ்ரீ 288இல், ஸிக்ர்வைஹ் பின் மெஹ்ர்வைஹ் என்று அறியப்பட்ட அபுல்காசிம் யஹ்யா என்பவன் கூஃபாவுக்குச் சென்றான். கலீஸ் பின் ஸம்ஸம் பின் அதீ எனும் இனக்குழுவினர் கரமத்தாவின் மதத்தில் இணைந்தனர். படிப்படியாக, அம்மதத்தின் ஆதரவாளர்கள் எண்ணிக்கை அதிகரிக்கத் தொடங்கியது.

ஷிப்ள் எனும் ஒரு தலைவர் அவர்களை எதிர்த்துப் போரிட்டார். இதில், கரமத்தாவின் ஒரு தலைவனான அபுல் ஃபவாரிஸ் கைது செய்யப்பட்டான். எஞ்சியவர்கள் டமாஸ்கசுக்குத் தப்பியோடினர். அபுல் ஃபவாரிஸை பாக்தாதிலிருந்த முத்தஸிதிடம் ஷிப்ள் அனுப்பி வைத்தார். அவர் அவனைக் கொன்றார்.

டமாஸ்கஸ் மக்களைத் தன் பக்கம் திருப்புவதற்காக அங்கே சென்றான் கரமத்தா. அப்போது எகிப்தின் ஆளுநராக இருந்தவர் தஃபாஜ். கரமத்தாவை எதிர்த்துப் பல முறை போரிட்டும் ஒவ்வொரு முறையும் தஃபாஜ் தோல்வியடைந்தார். இது ஹிஜ்ரீ 289 இல் நடந்தது. கரமத்தா குறித்த மேலும் விவரங்களைப் பின்னர் பார்ப்போம். .

ஹிஜ்ரீ 286இல் பின்னர், முக்த்தஃபீ எனும் சிறப்புப் பெயர் சூட்டப்பட்ட தன் மகன் அலியை ஜஸீரா மற்றும் அவாஸிம் ஆளுநராக நியமித்தார். ஹஸன் பின் அம்ர் நஸ்ரானியைத் திரும்ப அழைத்து, தனது அமைச்சராக்கினார்.

ஹிஜ்ரீ 288இல், தாஹிர் பின் முஹம்மத் பின் அம்ர் பின் லைத் ஸஃப்ஃபர் ஒரு படையைத் திரட்டி இரானைக் கைப்பற்ற விரும்பினார். ஆனால், இஸ்மாயீல் ஸமனி, "நீர் இரானைத் தாக்க நினைத்தால் நான் தலையிடுவேன்" என்று எச்சரிக்கை விடுத்தார். தாஹிர் தனது எண்ணத்தைக் கைவிட்டார். ஆயினும், கலீஃபா முத்தஸிதின் அடிமையான பத்ர், இரானைக் கைப்பற்றினார்.

அமைச்சர் உபைதுல்லாஹ் பின் சுலைமான் பின் வஹபின் இறப்புக்குப் பிறகு, கலீஃபா முத்தஸித், தன் மகன் அபுல் காசிமைத் தலைமை அமைச்சராக நியமித்தார். கலீஃபா முத்தஸிதின் காலகட்டமான ஹிஜ்ரீ 285 இலும் 287இலும் முஸ்லிம்கள் ரோம்

மீது படையெடுத்தனர். இதில், சில போர்களில் முஸ்லிம்களும் சில போர்களில் ரோமானியர்களும் வெற்றி பெற்றனர்.

முத்தஸித் பில்லாஹ்வின் இறப்பு : அளவு கடந்த பாலியல் நுகர்வால் பல்வேறு நோய்களால் பாதிக்கப்பட்டிருந்த கலீஃபா முத்தஸித் ஹிஜ்ரீ 289இல் மரணமடைந்தார். அவரது நாடியைப் பரிசோதித்துக்கொண்டிருந்த மருத்துவரை எட்டி உதைத்த முத்தஸிதின் உயிர் அதே நொடியில் பிரிந்தது. முத்தஸிதின் வாரிசுகளாக நான்கு ஆண்மக்களும் பதினொரு பெண்மக்களும் இருந்தனர். ஹிஜ்ரீ 289 ரபீயுல் அவ்வல் மாதத்தின் இறுதிப் பகுதியில் அவர் மரணமடைந்தார்.

முக்தஃபி பில்லாஹ் : முக்தஃபி பில்லாஹ் பின் முத்தஸித் பில்லாஹ் பின் முவஃப்ஃபக் பில்லாஹ் பின் முத்தவக்கீல் அலல்லாஹ் பின் முத்தஸிம் பில்லாஹ் பின் ஹாரூன் ரஷீதின் இயற்பெயர், அலி. அவரது மகன் வழி சிறப்புப் பெயர் அபூமுஹம்மத். இவர், ஜீஜக் எனும் துருக்கிய அடிமைப் பெண்ணுக்குப் பிறந்தவர். அலீ எனும் பெயரில் இரு கலீஃபாக்கள் மட்டுமே இருந்தனர். அதிலொருவர், அலீ (ரலி) அவர்கள்.

முத்தஸிதின் மரணத்தின்போது முக்த்தஃபி, ரிக்காவிலும் அவரது அடிமை பத்ர், இரானிலும் இருந்தனர். தலைமை அமைச்சர் காசிம் பின் உபைதுல்லாஹ், முக்தஃபியின் பெயரில் மக்களிடமிருந்து நம்பிக்கை வாக்குறுதி பெற்றுவிட்டு, தகவலை ரிக்காவிலிருந்த முக்தஃபிக்குத் தெரிவித்தார். ஜுமாதல் ஊலா மாதம், 7 ஆம் நாள் பாக்தாதுக்கு வந்த அவர், தலைமை அமைச்சர் காசிமுக்கு ஏழு அரசுப் பட்டிகள் அணிவித்துச் சிறப்பித்தார். முக்தஃபி சிறிது முன்கோபி. ஆனால், நேர்மையாளர். அழகான தோற்றமுள்ளவர். முத்தஸிதின் வாரிசுகளில் யாரும், கலீஃபாவாக வருவதைத் தலைமை அமைச்சர் காசிம் உண்மையில் விரும்பவில்லை. அப்பாசியரில் வேறு யாராவது கலீஃபாவாக ஆவதே அவரது விருப்பம்.

ஆனால், அடிமை பத்ர் இதை எதிர்த்தார். அவரது எதிர்ப்பின் காரணமாக அமைச்சர் தனது எண்ணத்தை மாற்றிக்கொண்டார். கலீஃபாவாகப் பொறுப்பேற்கும் முக்தஃபியிடம் பத்ர், தன்னைப் பற்றிக் கூறினால் ஏற்படவிருக்கும் விளைவுகளுக்குப் பயந்த அவர், பத்ர் இரானிலிருந்து வருவதற்குள் கலீஃபாவைத் திசை

திருப்பினார். இரானில் பத்ருடனிருந்த தலைவர்களை அவர் தனக்கு ஆதரவாக மாற்றிக்கொண்டார். பத்ர் இரானிலிருந்து வாஸிதுக்கு வந்தபோது, அமைச்சர் வாஸிதை நோக்கி ஒரு படையை அனுப்பி வைத்தார். கலீஃபாவிடம் வந்து, தான் நிரபராதி என்பதை நிரூபிக்க விரும்பினார் பத்ர். ஆனால், அவர்மீது கலீஃபாவுக்குக் கடும்கோபம் ஏற்படுவதற்கான ஏற்பாடுகளைச் செய்து வைத்திருந்தார் அமைச்சர். பத்ர் பாக்தாதுக்குள் நுழைவதற்குள் கொல்லப்பட்டார். மிகுந்த மதிநுட்பமும் துணிச்சலும் நிர்வாகத் திறனும்கொண்ட பத்ரின் கொலை நிகழ்வு, மாஃமூன் ரஷீத் ஆட்சியின் தொடக்கத்தில் நிகழ்ந்த ஹர்ஸிமா பின் அயூனின் கொலைபோல் வஞ்சகத்தின் விளைவாக நடந்தது.

இஸ்மாயீல் ஸமனியின் கிளர்ச்சித் தலைவர்களில் ஒருவரான முஹம்மத் பின் ஹாரூன், ரேயைக் கைப்பற்றினார். கலீஃபா முக்தஃபி ஒரு படையை அனுப்பி வைத்தார். முஹம்மத் பின் ஹாரூன் அதைத் துரத்தியடித்தார். பின்னர், முக்தஃபி, இஸ்மாயீல் ஸமனிக்கு ரேயின் அதிகாரத்தை வழங்கினார். ஸமனி ரேயைக் கைப்பற்றினார். தோற்கடிக்கப்பட்டு ஓடித் தப்பித்த முஹம்மத் ஹாரூன் பிடிபட்டார். ஸமனி அவரைச் சிறையிலிட்டார். ஹிஜ்ரீ 290 ஷஃஅபான் மாதம் அவர் சிறையிலேயே மரணமடைந்தார்.

கரமத்தாவின் சிரிய தாக்குதல் : கரமத்தாவும் ஆதரவாளர்களும் பஹ்ரைனைக் கைப்பற்றினர் என்பதை ஏற்கனவே பார்த்தோம். பின்பு, கூஃபாவில் தலைதூக்கிய அவர்கள் தோற்கடிக்கப்பட்டனர். பிறகு, டமாஸ்கசுக்குச் சென்ற கரமத்தா அதன் ஆளுநரான தஃபாஜைத் தோற்கடித்து நகரை முற்றுகையிட்டான். டமாஸ்கசில் அவன் நிகழ்த்திய அக்கிரமச் செயல்கள், முக்தஃபி பில்லாஹ்வை பாக்தாதிலிருந்து ரிக்காவுக்குச் செல்லத் தூண்டியது. இது, ஹிஜ்ரீ 290இல் நடந்தது. முஹம்மத் பின் சுலைமானின் தலைமையிலான ஒரு படை, கரமத்தாவை அடக்குவதற்காக டமாஸ்கசுக்குப் புறப்பட்டது. போர் நடந்தது. கரமத்தாவின் படைத்தலைவன் ஸக்கர்யா எனும் அபுல் காசிம் யஹ்யா, ஹிஜ்ரீ 291, முஹர்ரம் மாதம் 6ஆம் நாள் பிடிபட்டான். கரமத்தாவின் வீரர்கள் பலர் கொல்லப்பட்டனர். பலர் பிடிபட்டனர். எஞ்சியவர்கள் தப்பியோடினர். பிடிபட்ட ஸக்கர்யா முக்தஃபியிடம் ரிக்காவுக்குக் கொண்டு வரப்பட்டான்.

ஸக்கர்யா பிடிபட்ட பின், கரமத்தாக்களை ஒன்றுதிரட்டிய ஹுஸைன் கரமத்தாவும் கொல்லப்பட்டான். ஸக்கர்யாவின் சகோதரனான ஹுஸைன், தன்னை அமீருல் முஃமினீன் மஹ்தி என்று சொல்லிக்கொண்டான். ஹுசைனின் மைத்துனனான ஈஸா, முதஸ்ஸிர் என்று தனக்குச் சிறப்புப் பெயர் சூட்டிக்கொண்டு குர்ஆனில் சொல்லப்படும் முதஸ்ஸிர் எனும் சொல் தன்னைக் குறிப்பிடுவதாக வாதித்தான். சுருக்கமாகச் சொன்னால், இவர்கள் அனைவரும் ஹிஜ்ரீ 291இல், ஒவ்வொருவராகக் கொல்லப்பட்டனர். இப்படியாக, சிரியாவில் சூழ்ந்திருந்த தீமைகள் முடிவுக்கு வந்தன. ஆனால், யேமனுக்குச் சென்ற கரமத்தா அங்கே குழப்பத்தை உருவாக்கினான்.

எகிப்தில் துலூன் கிளையினரின் வீழ்ச்சி : கரமத்தாவுக்கு எதிரான போரிலிருந்து விடுபட்ட முக்தஃபி, ரிக்காவிலிருந்து பாக்தாதுக்குத் திரும்பினார். சிரியாவின் பெரும் பகுதி, ஹாரூன் பின் குமர்வைஹ் பின் அஹ்மத் பின் துலூனின் ஆட்சியின் கீழிருந்தது. அவரை எதிர்த்துப் போரிடும் எண்ணம் கலீஃபாவுக்கோ முஹம்மத் பின் சுலைமானுக்கோ இல்லை. கலீஃபாவின் நகர்வுகளும் படை நடவடிக்கைகளும் தனது அரசைக் காப்பாற்றிக்கொள்வதற்காக மட்டுமின்றி, எகிப்திய அரசர் ஹாரூனுக்கும் ஆதரவாகவே அமைந்திருந்தன. முஹம்மத் பின் சுலைமான், துலூன் அரச குடும்பத்திற்கு ஊழியம் செய்யும் ஒரு தலைவராகவே இருந்து வந்தார். ஆயினும், சில மனத்தாங்கல்களால் அவர் கலீஃபாவின் ஆதரவாளராக மாறி, பாக்தாதுக்குச் செல்லும் வழியில், ஹாரூன் பின் குமர்வைஹின் அடிமையான பத்ர் ஹமாமியிடமிருந்து ஒரு கடிதம் கிடைக்கப் பெற்றார்.

பத்ர் ஹமாமியின் கடிதத்தில், “துலூன் அரச குடும்பம் தற்போது சிதைவுற்றுப் பலவீனமாகவும் பல பிரிவுகளாகவும் உள்ளது. நீங்கள் எகிப்தின்மீது படையெடுத்து வருவீர்களெனில், நானும் என்னுடைய ஆதரவாளர்களுடன் உங்களுக்கு உதவத் தயாராக இருக்கிறோம்” என்று குறிப்பிடப்பட்டிருந்தது.

பாக்தாதை அடைந்த முஹம்மத் சுலைமான், கடிதத்தைக் கலீஃபா முக்தஃபியிடம் கொடுத்தார். அவர், சுலைமானின் தலைமையில் ஒரு படையை எகிப்துக்கு அனுப்பி வைத்தார். எகிப்தையடைந்த சுலைமான், தொடர்ந்து பல போர்களைத் தொடுத்தார். அவருக்கு

பத்ர் ஹமாமி ஆதரவாக இருந்தார். ஹாரூன் பின் குமர்வைஹ் கொல்லப்பட்டார். எகிப்து, சுலைமானின் கீழ் வந்தது. துலூன் அரச குடும்பத்தின் உறுப்பினர்கள் அனைவரும் கைது செய்யப்பட்டு பாக்தாதுக்கு அனுப்பப்பட்டனர். இது, ஹிஜ்ரீ 292 ஸஃபர் மாதம் நடந்தது.

கலீஃபாவால் ஆளுநராக நியமிக்கப்பட்ட ஈஸா நௌஷ்ரி எகிப்துக்கு வந்தார். அதிகாரத்தை அவரிடம் கையளித்த முஹம்மத் சுலைமான் பாக்தாதுக்குத் திரும்பினார். அதே வேளை, துலூன் குடும்பத்துடன் நட்புறவுகொண்டிருந்தவர்களில் ஒருவரான அனைத்துப் படைத்தலைவர் இப்ராஹீம் கில்ஜி, ஈஸா நௌஷ்ரியைப் பதவியிலிருந்து நீக்கிவிட்டு எகிப்தைக் கைப்பற்றினார். பாக்தாதிலிருந்து ஒரு படை அனுப்பப்பட்டது. இப்ராஹீம் கில்ஜியிடம் முதலில் தோல்வியடைந்த பாக்தாத் படை, பின்னர் அவரைத் தோற்கடித்தது. கைது செய்யப்பட்ட கில்ஜி, பாக்தாதில் சிறை வைக்கப்பட்டார்.

அதே ஆண்டில், முஸாஃப்ஃபர் பின் ஹஜ்ஜை யேமன் ஆளுநராக நியமித்த கலீஃபா, கரமத்தாவின் கிளர்ச்சியை ஒடுக்க அனுப்பி வைத்தார்.

ஹமதான் கிளை : ஹிஜ்ரீ 292இல் கலீஃபா முக்தஃபி, அபுல்ஹிஜா அப்துல்லாஹ் பின் ஹமதான் பின் ஹம்தூன் அத்வி தக்லிபை, மோசிலின் ஆளுநராக நியமித்தார். அவர் ஹிஜ்ரீ 293, முஹர்ரம் மாதம் மோசிலுக்கு வந்தார். அவர் வந்ததுமே குர்துகள் கிளர்ச்சியில் ஈடுபட்டனர். அவர்களை எதிர்கொள்வதற்காக எகிப்திலிருந்து புறப்பட்ட அபுல்ஹிஜா தோற்கடிக்கப்பட்டார். அவர் மோசிலுக்குச் சென்று கலீஃபாவிடம் உதவிப் படையை அனுப்பும்படி கேட்டார். ஹிஜ்ரீ 294, உதவிப் படையின் துணையுடன் மீண்டும் குர்துகளைத் தாக்கினார். பயந்துபோன அவர்கள் ஸலீக் மலைகளில் அடைக்கலம் புகுந்தனர். முற்றுகையும் போரும் நீண்ட நாள்கள் நடைபெற்றன. குர்து தலைவன் முஹம்மத் பின் ஹிலாலின் கோரிக்கையை ஏற்று அவர்களுக்கு பொது மன்னிப்பு வழங்கிய அபுல்ஹிஜா, தனது ஆட்சியை உறுதிப்படுத்தினார். குர்துகள் அனைவரும் அவருக்குக் கீழ்ப்பணிந்தனர்.

பின்னர், அபுல்ஹிஜா கலீஃபாவுக்கு எதிராகக் கிளர்ச்சி செய்தார்.

அப்போது கலீஃபாவாக இருந்த முக்ததிர், அபுல்ஹிஜாவுக்கு எதிராகத் தன் அடிமையான மனீஸை அனுப்பி வைத்தார். அபுல்ஹிஜாவைக் கைது செய்த மனீஸ், அவரை பாக்தாதுக்குக் கொண்டு வந்தார். மன்னிப்பு வழங்கப்பட்ட அபுல்ஹிஜா தொடர்ந்து பாக்தாதில் வாழ்ந்து வந்தார். பின்னர், அபுல் ஹிஜாவும் அவரது சகோதரர் ஹுசைனும் அவர்களது மற்ற உறவினர்களும் கைது செய்யப்பட்டு ஹிஜ்ரீ 305இல் மீண்டும் விடுதலை செய்யப்பட்டனர்.

துருக்கிய, ரோமானிய படையெடுப்புகள் : ஹிஜ்ரீ 291இல், ரோமானியர்கள் 1,00,000 வீரர்கள்கொண்ட ஒரு பெரும்படையுடன் இஸ்லாமிய ஆட்சிப் பகுதிகள்மீது படையெடுத்தனர். ஆனால், வெற்றிபெற முடியவில்லை. எல்லைப் படைத்தலைவர்களால் துரத்தியடிக்கப்பட்டனர். ஹிஜ்ரீ 293 இல் ஒரு புதிய படையெடுப்புக் குழு உருவானது. அவர்கள், மவரோன்னஹ்ரின் வடக்கிலுள்ள காடுகளிலும் மலைகளிலும் வாழ்ந்த துருக்கியர்கள். இப்பகுதியிலிருந்து மேற்கொண்ட முதலாவது பெரிய தாக்குதல் இதுதான். நாகரிகமற்ற இப்படையெடுப்பாளர்களின் எண்ணிக்கை, கணிக்க இயலாதது.

மவரோன்னஹ்ர் ஆளுநரான இஸ்மாயீல் ஸமனி துணிச்சலுடனும் விடாமுயற்சியுடனும் அவர்களை எதிர்கொண்டார். தனது படைகள் அனைத்தையும் ஒன்றுதிரட்டிய அவர் படையெடுப்பாளர்களைத் தோற்கடித்தார். இதில், ஆயிரக்கணக்கானோர் கொல்லப்பட்டனர். ஆயிரக்கணக்கானோர் பிடிபட்டனர். எஞ்சியவர்கள் தப்பியோடினர். அதே ஆண்டில் ரோமானியர் முஸ்லிம்களிடம் பொதுமன்னிப்பு வேண்டினர். முன்போலவே, கைதிகள் பரிமாற்றம் நடந்தது. உடன்படிக்கை அமலில் இருந்த நிலையில் மீண்டும் அவர்கள் குராஸ் நகர்மீது ஒரு இரவுத் தாக்குதலை மேற்கொண்டனர். இதில், ஆயிரக்கணக்கான முஸ்லிம்கள் கொல்லப்பட்டனர். பாதுகாப்பற்ற நிலையில் இருந்தவர்களைக் கைது செய்தனர். மையத் தொழுகை இல்லத்தை எரித்துத் தரைமட்டமாக்கிவிட்டு தங்கள் ஆட்சிப் பகுதிக்குத் திரும்பினர். அதே ஆண்டில் இஸ்மாயீல் ஸமனி, தெலாமின் சில பகுதிகளையும் துருக்கியரின் சில பகுதிகளையும் அத்துமீறிக் கைப்பற்றினார். ஹிஜ்ரீ 294 இல், முஸ்லிம்கள் தார்த்தூசிலிருந்து ரோமானிய ஆட்சிப் பகுதிகள்மீது படையெடுத்தனர். ஒரு சமய குரு உட்பட ரோமானியர் பலர் கைது செய்யப்பட்டனர். பின்னர் அவர் சுயவிருப்பத்தின்பேரில்

இஸ்லாத்தைத் தழுவினார்.

முக்தஃபி பில்லாஹ்வின் இறப்பு : கலீஃபா முக்தஃபி பில்லாஹ், ஆறு ஆண்டுகளும் ஆறு மாதங்களும் ஆட்சி செய்தார். ஹிஜ்ரீ 295, ஜுமாதல் ஊலா மாதத்தில் பாக்தாதில் மரணமடைந்த அவரது உடல், முஹம்மத் பின் தாஹிரின் இல்லத்தில் அடக்கம் செய்யப்பட்டது. அவர் இறப்பதற்கு முன், தனது சகோதரரான ஜஅஃபரை வாரிசாக நியமித்தார். இறப்பின்போது அவர், கருவூலத்தில் 15 மில்லியன் தினார்களை விட்டுச்சென்றார். அப்போது ஜஅஃபர் பின் முத்தஸிதுக்கு பதின்மூன்று வயது. கலீஃபாவாகப் பொறுப்பேற்ற பின், தன்னை அவர் முக்ததிர் பில்லாஹ் என்று அழைத்துக்கொண்டார்.

முக்ததிர் பில்லாஹ் : குரைப் எனும் ரோமானிய அடிமைப் பெண்ணுக்குப் பிறந்த முக்ததிர் பில்லாஹ் பின் முத்தஸித் பில்லாஹ்வின் இயற்பெயர் ஜஅஃபர். மகன் வழிச் சிறப்புப் பெயர் அபுல் ஃபத்ல். முக்தஃபி பில்லாஹ், தான் இறப்பதற்குச் சற்று முன் தனது வாரிசு குறித்து அரசவை உறுப்பினர்களுடன் கலந்தாலோசனை மேற்கொண்டார். முக்ததிர் பில்லாஹ் கலீஃபாவாகப் பொறுப்பேற்கும் வயதை அடைந்துவிட்டார் என்று அரசவையினர் உறுதியளித்த பிறகுதான் அவரை வாரிசாக நியமித்தார். இதற்கு முன், இவ்வளவு சிறு வயதில் கலீஃபாவாக யாரும் பொறுப்பேற்றதில்லை. அவர் அரியணை ஏறிய பிறகு, கலீஃபா பதவியை விட்டு அவர் விலகுவது குறித்து மக்கள் பேச ஆரம்பித்தனர்.

தலைமை அமைச்சரான அப்பாஸ் பின் ஹஸனுக்குப் பெரிய அளவிலான அதிகாரங்கள் இருந்தன. கருவூலத்தைக் கையாள்கிற உரிமையும் இருந்தது. இது, அரசவை உறுப்பினர்களின் கவலைக்கு வழி வகுத்தது. ஒரு சிறு வயதினன் கிலாஃபத்தை நடத்துவதில் தலைமை அமைச்சருக்கு விருப்பமில்லை. அவர், கிலாஃபத்தை ஏற்கும்படி அபூஅப்துல்லாஹ் முஹம்மத் பின் முத்தஸைத் தூண்டினார். முக்ததிப் பதவி விலகவும் அபூஅப்துல்லாஹ் பொறுப்பேற்கவுமான ஏற்பாடுகளில் ஈடுபட்ட நிலையில், அபூஅப்துல்லாஹ் இறந்துவிட்டார். அதன் பிறகு, அபுல்ஹுஸைன் பின் முத்தவக்கிலை அரியணையில் அமர்த்தும் ஏற்பாடுகள் செய்யப்படலாயின. ஆனால், அவரும் இறந்துவிட்டார். பிறகு, கலீஃபா முக்ததிரின் நிலை உறுதியாக நிறுவப்பட்டுவிட்டது.

சிறிது காலத்துக்குப் பிறகு, மீண்டும் அதிருப்தி உருவானது. அரசவை உறுப்பினர்கள் கிலாஃபத்தை ஏற்றுக்கொள்ளும்படி அப்துல்லாஹ் பின் முத்தஸிடம் கேட்டுக்கொண்டனர். அவர், இரத்தம் சிந்துவதற்கான சூழல்களை உருவாக்கக்கூடாது எனும் நிபந்தனையின்பேரில் கிலாஃபத்தை ஏற்றுக்கொண்டார். அரசவை உறுப்பினர்கள் அதை ஏற்றுக்கொண்டனர். ஆனால், தலைமை அமைச்சரான அப்பாஸ் பின் ஹுஸைன் இதை ஏற்கவில்லை. ஹிஜ்ரீ 296, ரபீயுல் அவ்வல் மாதம், 20ஆம் நாள் தனது தோட்டத்துக்குச் சென்றுகொண்டிருந்த தலைமை அமைச்சர் திடீரென்று தாக்கிக் கொலை செய்யப்பட்டார். மறுநாள், முக்ததிரின் பதவி நீக்கமும் அப்துல்லாஹ் பின் முத்தஸுக்கு வாக்குறுதியளிக்கும் நிகழ்ச்சியும் நடைபெற்றது. கலீஃபா முக்ததிர் அப்போது பொழுதுபோக்கில் ஈடுபட்டுக்கொண்டிருந்தார். தான் பதவி நீக்கம் செய்யப்பட்டதை அறிந்த அவர், அரண்மனைக்குச் சென்று வாயில்களை மூடிக்கொண்டார்.

கலீஃபாவாகப் பொறுப்பேற்ற அப்துல்லாஹ் பின் முத்தஸ், அல் முர்த்தஸா பில்லாஹ் எனும் சிறப்புப் பெயரைச் சூட்டிக்கொண்டார். "நீர் கிலாஃபத் ஆர்வத்தைக் கைவிட்டு தலைநகரிலிருந்து சென்று விடுவீரெனில் பாதுகாப்பாக இருப்பீர்" என்று முக்ததிருக்குக் கடிதம் எழுதினார் புதிய கலீஃபா. "இதை நான் மகிழ்ச்சியுடன் ஏற்றுக்கொள்கிறேன். எனக்கு ஒரு நாள் கால அவகாசம் வேண்டும்" என்று பதிலெழுதினார் முக்ததிர்.

அன்றிரவு, அடிமை முனீசையும் ஏனைய அடிமைகளையும் சேர்த்துக்கொண்டு குழப்பத்தை உருவாக்குவது குறித்து ஆலோசனை மேற்கொண்டார் முக்ததிர். மறுநாள் காலையில் ஹுஸைன் பின் ஹமதான் அரண்மனைக்கு வந்தவர்மீது அவர்கள் அம்புகளைச் சொரிந்தார்கள். இது மாலை வரையிலும் நீடித்தது. இரவில், முக்ததிரின் குழுவுடன் மற்றவர்களும் சேர்ந்துகொண்டனர். இதன் விளைவாக, கலீஃபா அப்துல்லாஹ் பின் முத்தஸ் தனது ஆதரவாளர்கள் சிலருடன் தலைமறைவாகச் செல்ல நேர்ந்தது. முக்ததிர், பின்னர் அபுல் ஹஸன் பின் ஃபுராத்தைத் தலைமை அமைச்சராக நியமித்தார். அப்துல்லாஹ் பின் முத்தஸ் கைது செய்யப்பட்டுக் கொல்லப்பட்டார்.

அதே ஹிஜ்ரீ 296 ரபீயுல் ஆகிரா மாதம், ஆப்பிரிக்காவில்,

உபைதுல்லாஹ் மஹ்திக்கு வாக்குறுதி அளிக்கப்பட்டது. இப்படியாக, உபைதிய வம்சாவளியினரின் (ஃபாத்திமியர்கள்) ஆட்சி நிறுவப்பட்டது. வடஆப்பிரிக்காவில் அக்லப் வம்சாவளியின் ஆட்சி முடிவுக்கு வந்தது.

உபைதிய வம்சாவளி (ஃபாத்திமியர்) : முதலாவது ஆட்சியாளரான உபைதுல்லாஹ் மஹ்தி, தன்னை முஹம்மத் பின் ஜஅஃபர் பின் முஹம்மத் பின் இஸ்மாயீல் பின் ஜஅஃபர் ஸாதிக்கின் மகன் என்று சொல்லிக்கொண்டார். அப்பாசியர் அவரது வம்சாவளி குறித்து கேள்வி எழுப்பினார்கள். உண்மையில் அவர் ஸொராஷ்ட்ரர். சிலர் அவர் ஒரு கிறிஸ்தவர் என்றும் சொல்லிக்கொண்டனர்.

புகழ்பெற்ற நீதியரசரான காதி அபூபக்ர் பகிலானி, உபைதுல்லாஹ் மஹ்தி, தன்னை நபிகளாரின் குடும்பத்தைச் சேர்ந்தவர் என்று சொல்லிக்கொள்வதை ஏற்க மறுத்தார். அவர் ஏதோ ஓர் உயர் குலத்தைச் சேர்ந்தவர் என்பதையும் மறுத்தார். கலீஃபா கஹிர் பில்லாஹ்வின் ஆட்சியின்போது அவரது வம்சாவளி குறித்த சிக்கல் ஆய்வுக்குள்ளானபோது, புகழ்பெற்ற கல்வியாளர்கள், தன்னை அவர் அலவியர் என்று சொல்லிக்கொள்வதை வன்மையாக எதிர்த்தனர். இக்கல்வியாளர்களில் அபுல் அப்பாஸ் அபி யூஸா, அபூ ஹமீத் அஸ்ஃபரைனி, அபூ ஜஅஃபர் நஸ்ஃபி குதூரி ஆகியோரும் உட்படுவார்கள். அலவியரில் முர்த்ததா இப்னு பத்தவியும் இப்னு அஷ்ரக்கும் அவரது உரிமை பாராட்டுதலைப் பொறுத்த வரையில் அவர் ஒரு வஞ்சனையாளர் என்று கூறினர். அவர் ஒரு ஷியாவாக இருந்தும், ஷியா கல்வியாளர்களே தன்னை அவர் அலவியர் என்று சொல்லிக்கொள்தை ஏற்கவில்லை. இதன்மூலம், தன்னை அவர் பொய்யர் என்று அறிவிக்கிறார் என்றனர். அவர் புகழ்பெற்ற ஒரு குடும்பத்தைச் சேர்ந்தவர் என்பது தவறு என்று மிக முக்கியமான வரலாற்றாசிரியர் ஷெய்க் ஜலாலுத்தீன் ஸுயூத்தி மறுத்ததுடன் அவர் ஒரு ஸொராஸ்ட்ரர் என்று உறுதியாக அறிவித்துள்ளார்.

ஆனால், வரலாற்றுத் துறையின் மிகப் பெரும் அறிஞரான இப்னு கல்தூன், அவர் ஒரு அலவியர் என்பதை உறுதிப்படுத்த முயற்சி செய்துள்ளார். தனது அறிமுகக் கட்டுரையிலும் வரலாற்று நூலிலும், தான் உயர்குலத்தைச் சேர்ந்தவர் எனும் அவரது கோரிக்கையுடன் இப்னு கல்தூன் உடன்படுகிறார். ஆனால்,

மாபெரும் வரலாற்றாசிரியர் எனும் நிலையில் இது குறித்து அவர் முன்வைத்திருக்கும் வாதங்கள் மிகப் பலவீனமானவை. நம்ப இயலாதவை. இப்னு கல்தூன் சொல்கிறார்: "உபைதுல்லாஹ்வின் குடும்பம் பெரும் அரச வம்சாவளி ஒன்றை நிறுவியது. அவர் ஒரு அலவியராக இல்லாதிருந்தால், அவரது தலைமையை மக்கள் ஏற்றுக்கொண்டு அவரது கொடியின்கீழ் நிச்சயமாக ஒன்றுதிரண்டிருக்கமாட்டார்கள்."

ஒருவரது பிறப்பு கண்ணியமானது என்பதை உறுதிப்படுத்த இதுபோன்ற நிகழ்வுகளின் சான்றுகள் அறிவுபூர்வமாக ஏற்புடையவை அல்ல. இது தொடர்பாக அவர் ஒரு சிறு சான்றையும் தரவில்லை என்பதுதான் உண்மை. அவர் மேற்கு ஆப்பிரிக்காவைச் சேர்ந்தவர் என்பதால், மேற்கின் ஆட்சியாளர் ஒருவரை அவர் சிலாகித்திருக்கலாம். இதுபோல், மொராக்கோ இதிரீசியர்களின் ஆட்சி குறித்துக் கூறும்போது, அவர்கள் அலவியர்கள் என்பதை உறுதிப்படுத்த பெரு முயற்சி எடுத்துள்ளார். இரண்டாவது இதிரீஸ் முதலாவது இதிரீஸின் மகன் என்பதை உறுதிப்படுத்த, பர்பர் இனத்தைச் சார்ந்த ஒரு பெண்ணின் கற்புடைமையை ஆய்வுக்குட்படுத்துவது உட்பட தன்னாலியன்ற அனைத்து முயற்சிகளையும் செய்துள்ளார்.

அப்பாசிய கிலாஃபத்தின் தொடக்கத்துடன் அலவியர்களின் எதிர்ப்பு நடவடிக்கைகளும் தொடங்கின. இதில், தொடர்ந்து அவர்கள் தோல்வியடைந்தாலும் மீண்டும் மீண்டும் எழுச்சி பெறவே செய்தனர். மக்களிடையே கருத்து வேறுபாடுகளைத் திணித்து அப்பாசியரின் நிர்வாகத்துக்கு எதிரானச் சூழ்ச்சிகளைத் தொடங்கியிருந்தான் யூதனான அப்துல்லாஹ் பின் ஸபா. மகீக்களும் யூதர்களும் பர்பர்கள் போன்ற இனக்குழுவினரும் அவனது முயற்சிகளுக்குத் துணை நின்றனர். தூண்டுதல் அளித்தனர். புதிய முஸ்லிம்கள் என்ற போர்வையில் தங்களது நடவடிக்கைகளை அவர்கள் மேற்கொண்டனர். அப்பாசிய ஆட்சியாளர்களிடையே பலவீனத்தின் அறிகுறிகள் தென்பட்டதும், சில யூதர்களும் மகீக்களும் தங்களை அலவியர் என்று சொல்லிக்கொண்டு உள்ளே நுழைந்தனர்.

பர்பர் இன ஆட்சிப் பகுதிகள், மைய அரசான பாக்தாதின் தொலைதூரத்தில் இருந்ததால், எதிரிகளுக்குச் சாதகமான

அனைத்துச் சூழல்களும் அமைந்திருந்தன. இவ்வாறு, ஹிஜ்ரீ 3 ஆம் நூற்றாண்டின் இறுதியில், ஹோம்ஸில், ஸல்மியா எனுமிடத்தில் வாழ்ந்திருந்த முஹம்மத் ஹபீப் என்பவன், தன்னை இமாம் ஜஅஃபர் ஸாதிக்கின் மூத்த மகன் இஸ்மாயீலின் வம்சாவளியில் வந்தவன் என்று கூறிக்கொண்டான். இமாமுடனான தனது உறவை அவன் தனக்கு சாதகமாகப் பயன்படுத்துகிற முயற்சிகளில் ஈடுபட்டான். அக்காலகட்டத்தில், இமாம் ஜஅஃபர் ஸாதிக்கின் செல்வாக்கு யேமன், ஆப்பிரிக்கா, மொராக்கோ ஆகிய பகுதிகளில் பரவியிருந்தது. அலவி ஃபாத்திமியர்களிலிருந்து இமாம் மஹ்தி மிக விரைவில் வருகை தருவார் என்று மக்களை நம்ப வைப்பதற்கான அனைத்து சூழ்ச்சிகளையும் வழிவகைகளையும் தனது ஆற்றலையும் அவன் பயன்படுத்தினான். இதன் ஒரு பகுதியாக தன் நம்பிக்கையாளர்களில் ஒருவனான ருஸ்ட்டம் பின் ஹஸன் பின் ஹூஸாபை யேமனுக்கு அனுப்பி வைத்தான். தனது கடமையை மிகுந்த எச்சரிக்கையுடனும் திறன்படவும் நிறைவேற்றினான் ருஸ்ட்டம்.

தொடர்ந்து, ஷியா நம்பிக்கையாளனும் அலவியர்களின் ஆதரவாளனுமான அபூஅப்துல்லாஹ் ஹஸன் பின் ஸக்கரிய்யா என்பவன் முஹம்மத் ஹபீபிடம் வந்தான். அவனது நம்பிக்கையின் உறுதியை உணர்ந்துகொண்ட ஹபீப், அவனை யேமனிலிருக்கும் ருஸ்ட்டம் பின் ஹஸனிடம் சென்று கொள்கைப் பரப்பும் கலையை நன்குக் கற்றறிந்த பின், பர்பர்களின் ஆட்சிப் பகுதிகளுக்குச் சென்று தனது கடமையை நிறைவேற்றும்படி தேவையான உத்தரவுகளுடன் அனுப்பி வைத்தான். தன் மகன் உபைதுல்லாஹ் இமாம் மஹ்தி என்றும், மக்களைத் தன் பக்கம் அழைக்கவே அவன் அனுப்பப்பட்டிருக்கிறான் என்றும் அபூஅப்துல்லாஹ்விடம் முஹம்மத் ஹபீப் கூறியிருந்தான். யேமனுக்கு வந்து, கொள்கை பரப்பும் கலையைப் பயின்ற அபூஅப்துல்லாஹ், ஹஜ் காலத்தின்போது மக்காவை அடைந்தான். அங்கே அவன், கத்தமாவிலிருந்து வந்திருந்த ஹஜ் பயணக் குழுவைச் சந்தித்து அவர்களுடனான நட்பை வளர்த்துக்கொண்டான். அவனது மிக அதிகமான இறையச்சத்தை உணர்ந்த அவர்கள், அவனுக்குக் கீழ்ப்படியவும் பணிவிடை செய்யவும் முன்வந்தனர்.

ஹஜ் கடமையை முடித்துக்கொண்ட அவர்கள் ஆப்பிரிக்காவுக்குப் புறப்பட்டனர். அவர்களுடன் அபூஅப்துல்லாஹ்வும் சென்றான்.

அவர்கள் அதை நன்மையளிக்கும் அறிகுறியாகக் கருதினர். கத்தமாவையடைந்த அவர்கள் அங்கஜான் மலையின்மீது அவனுக்காக ஒரு வீட்டைக் கட்டினார்கள். அதை அவர்கள், ஃபஜ்ஜுல் அக்பர் என்று குறிப்பிட்டனர். அபூஅப்துல்லாஹ் அங்கே தொழுகையில் மூழ்கினான். தன்னைக் காண வந்தவர்களிடம் அவன், மஹ்தி விரைவில் தோன்றவிருப்பதாகவும் கத்தமாவில் தங்கியிருக்குமாறு தனக்கு அவர் உத்தரவிட்டிருப்பதாகவும், தன்னுடைய ஆதரவாளர்கள் அங்கிருந்தே தோன்றுவார்கள் என்றும் மஹ்தி தன்னிடம் சொல்லியிருப்பதாகவும் கூறினான். படிப்படியாக அபூஅப்துல்லாஹ்வின் ஆன்மிகத் தலைமையும் அவனது அரசும் கத்தமாவில் நிறுவப்பட்டன.

இத்தகவலை தலைநகர் கைர்வானிலிருந்த வடஆப்பிரிக்காவின் ஆளுநர் இப்ராஹீம் பின் அஹ்மத் பின் அக்லப் அறிந்துகொண்டார். அவர், அபூஅப்துல்லாஹ்வைக் குறித்த ஓர் அறிக்கையைத் தனக்கு அனுப்பும்படி மெலாஹின் ஆளுநருக்கு எழுதினார். அபூஅப்துல்லாஹ் ஒரு துறவி, தொழுகையைக் கடைப்பிடிக்கவும் நோன்பை நிறைவேற்றவும் மக்களை அவர் அறிவுறுத்துகிறார் என்று ஆளுநருக்கு அவர் பதிலெழுதினார். இத்துடன், இப்ராஹீம் திருப்தியடைந்தார். சில நாள்களுக்குப் பிறகு அபூஅப்துல்லாஹ், பலம் பொருந்திய ஆயுதங்களுடன் தனது குழுவைப் பலப்படுத்திக்கொண்டு மெலாஹ் நகர்மீது படையெடுத்துச் சென்று ஆளுநரை வெளியேற்றிவிட்டு நகரைக் கைப்பற்றினான். அப்போது இப்ராஹீம் பின் அக்லப், தன் மகன் அஹ்வாலின் தலைமையில் ஒரு படையை மெலாஹுக்கு அனுப்பி வைத்தார். போரில் தோல்வி அடைந்த அபூஅப்துல்லாஹ், கத்தமாவுக்குத் தப்பித்துச் சென்று அங்கஜான் மலையில் தலைமறைவானான். அஹ்வால் கைர்வானுக்குச் சென்றார்.

அதே காலகட்டத்தில் வடஆப்பிரிக்க ஆளுநரான இப்ராஹீம் பின் அஹ்மத் மரணமடைந்தார். அவரது மகன் அபுல் அப்பாஸ் பொறுப்புக்கு வந்தார். அபூஅப்துல்லாஹ் தாருல் ஹஜரா எனும் ஒரு நகரைக் கட்டியெழுப்பி மக்களை அங்கே குடியேற்றினான். அவனை அடக்குவதற்காக அஹ்வால், அங்கஜான் மலைக்குச் சென்றார். அதே வேளையில், அபுல் அப்பாசும் மரணமடைந்தார். தொடர்ந்து, அரியணை ஏறிய அபுல்அப்பாசின் மகன் ஸெய்யதத்துல்லாஹ், அஹ்வாலைத் திரும்ப அழைத்து, பொய்யான

ஒரு குற்றச்சாட்டின்பேரில் அவரைக் கொன்றார். அபூஅப்துல்லாஹ் தனது அரசாற்றலை அதிகரித்துக்கொண்டிருந்தான். கத்தமாவிலிருந்து ஒரு தூதுக்குழுவை, ஹோம்ஸில் தங்கியிருந்த உபைதுல்லாஹ் மஹ்தியிடம் அனுப்பி வைத்தான். தனது வெற்றிகள் குறித்துச் சுருக்கமாக சொல்லியனுப்பிய அபூஅப்துல்லாஹ், அவரை வட ஆப்பிரிக்காவுக்கு வரச்சொல்லி அழைப்பு விடுத்தான்.

இத்தூதுக்குழு குறித்த தகவல்களை ஒற்றர்கள் மூலம், கலீஃபா முக்தஃபி அறிந்தார். உடனடியாக அவர் உபைதுல்லாஹ்வைக் கைது செய்யும்படி உத்தரவிட்டார். (துலூன்களின் வீழ்ச்சிக்குப் பிறகு) எகிப்து ஆளுநராக இருந்த ஈஸா நௌஷ்ரிக்கும், அபூஅப்துல்லாஹ்வைக் கைது செய்யும்படி கடிதம் அனுப்பினார்.

உபைதுல்லாஹ் ஒரு ஸெய்யத் (நபிகளாரின் குடும்பத்தைச் சேர்ந்தவர்) என்பதற்கு இதையும் ஒரு சான்றாக எடுத்துள்ளார் இப்னு கல்தூன். உபைதுல்லாஹ் நபிகளாரின் குடும்பத்தைச் சார்ந்தவரில்லை என்றால் அவரைக் கைது செய்யும்படி கலீஃபா உத்தரவிட்டிருக்கமாட்டார் என்றவர் சுட்டிக்காட்டுகிறார். இது பலவீனமான இன்னொரு வாதம். அரசைக் கவிழ்க்க நினைப்பவர் யாராக இருந்தாலும் கைது செய்யப்படுவார்கள்தான். நபிகளாரின் வாரிசு என்பதால்தான் அவரைக் கைது செய்தார் என்பது தவறான வாதம்.

அக்லப் வம்சாவளியின் ஆட்சியாளர்கள், அப்பாசிய கிலாஃபத்தின் தலைமையை ஏற்று ஜுமுஆ பேருரையில் கலீஃபாவின் பெயரைக் குறிப்பிட்டு வந்தனர். எனவே, வடஆப்பிரிக்காவில் குழப்பம் விளைவிப்பதற்கு முக்த்தஃபி முன்வந்திருக்க மாட்டார்.

தன் மகனுடனும் ஆதரவாளர்களுடனும் ஹோம்ஸிலிருந்து புறப்பட்ட உபைதுல்லாஹ் வணிகர்போல் வேடம் தரித்து ஒரு பயணக்குழுவுடன் இணைந்தார். எகிப்தில் வைத்துப் பிடிபட்ட அவர் தகுந்த ஆதாரங்களில்லை என்பதால் விடுதலை செய்யப்பட்டார். எகிப்து வழியாக அவர் வடஆப்பிரிக்காவை அடைந்தார். ஸெய்யதத்துல்லாஹ்வின் ஒற்றர்கள் அவரைப் பின்தொடர்ந்தனர். ஆனால், ஸிஜில்மஸ்ஸாவை அடையும்வரையிலும் அவரை அடையாளம் கண்டுகொள்ள இயலவில்லை. ஸிஜில்மஸ்ஸாவின் நிர்வாகி அவரையும் மகனையும் கைது செய்து சிறையிலடைத்தார்.

ஸெய்யதத்துல்லாஹ், அரசு நிர்வாகத்தைப் புறக்கணித்து, அளவு கடந்த போதையிலும் சிற்றின்பத்திலும் மூழ்கிக்கிடந்தார். இதன் விளைவாக, ஷியா அபூஅப்துல்லாஹ்வின் அரசாற்றல் வளர்ச்சியடைந்து வந்தது. அவனைத் தடுத்து நிறுத்துவதற்கான எந்த முயற்சிகளும் மேற்கொள்ளப்படவில்லை. வடஆப்பிரிக்காவின் பெரும் பகுதிகளை அபூஅப்துல்லாஹ் கைப்பற்றியிருப்பதையும் மேலும், அது தொடர்ந்து கொண்டிருப்பதையும் உணர்ந்த ஸெய்யதத்துல்லாஹ், ஒரு பெரும் படையைத் திரட்டி அபூ அப்துல்லாஹ்வை நோக்கி அனுப்பி வைத்தார்.

அபூஅப்துல்லாஹ்வால் அப்பெரும் படையை எதிர்த்து நிற்க இயலவில்லை. உயரமான ஒரு மலை உச்சியில் ஏறிய அவன் அதே நிலையில், ஆறு மாத காலம் முற்றுகைக்குள்ளானான். ஏழாவது மாதம், வடஆப்பிரிக்க படைகள்மீது வெற்றிகரமான ஓர் இரவுத் தாக்குதல் நிகழ்த்தி, அதைத் துரத்தியடித்துவிட்டு, ஒவ்வொரு நகராகக் கைப்பற்றத் தொடங்கினான். மற்றொரு படையை அனுப்பி வைத்தார் ஸெய்யதத்துல்லாஹ். இதுவும் தோல்வியில் முடிந்தது. பிறகு, ஹிஜ்ரீ 295இல், பலத்த முன்னேற்பாடுகளுடனான படைகளையும் தலைவர்களையும் அனுப்பி வைத்தார். ஏற்கனவே தனது அரசை அபூஅப்துல்லாஹ் வலுவாக நிறுவியிருந்தான். ஓராண்டு காலம் தொடர்போர்கள் நிகழ்ந்தன. சில வேளைகளில் வடஆப்பிரிக்கப் படைகளும் சில வேளைகளில் அபூஅப்துல்லாஹ்வும் வெற்றி பெற்றனர். அக்காலகட்டங்களில் அபூஅப்துல்லாஹ்வின் குழு வலுவடைந்துகொண்டிருந்தது. மக்கள் தொடர்ந்து அவனுடன் சேர்ந்துகொண்டிருந்தனர். ஸெய்யதத்துல்லாஹ்வின் படை சிறுத்துக்கொண்டே வந்தது. ஒவ்வொரு நகரமாக அபூஅப்துல்லாஹ்வின் கட்டுப்பாட்டின்கீழ் வந்தது. ஸெய்யதத்துல்லாஹ்வின் படைத்தலைவர்களும் ஒருவர் பின்னொருவராக அவனது படையில் சேர்ந்துகொண்டிருந்தனர்.

அபூ அப்துல்லாஹ்வுடன் இணைந்துகொண்ட, உர்வா பின் யூஸுஃபும் ஹஸன் பின் அபீகாஸிரும் முக்கியப் பதவிகளில் நியமிக்கப்பட்டனர். ஹிஜ்ரீ 296 ரஜப் மாதம், தலைநகர் கைர்வானைக் கைப்பற்றிய அபூ அப்துல்லாஹ், ஸெய்யதத்துல்லாஹ்வைத் துரத்தி விட்டு, கத்தமா மக்களை அரண்மனைகளில் தங்கவைத்தான். பின்னர், ஸிஜில்மஸ்ஸாமீது படையெடுத்து அதன் ஆளுநரான

யஸஅ பின் மதாரைத் தோற்கடித்து அவரைக் கைது செய்து கொன்றான். பிறகு, சிறையிலிருந்த உபைதுல்லாஹ் மஹ்தியை விடுவித்து அவரை ஒரு குதிரை மீது அமர வைத்து, "இவர்தான் உங்கள் தலைவர்" என்றபடியே படை முகாமுக்குச் சென்றான். பின்னர், அங்கிருந்து ரஃஃபதா நகருக்கு வந்தான். உபைதுல்லாஹ்வை கலீஃஃபாவாக ஏற்று வாக்குறுதி வழங்கிய அபூ அப்துல்லாஹ்வும் மக்களும் அவரை, அல் மஹ்தி அமீருல் முஃஃமினீன் என்றழைத்தனர். வாக்குறுதி வழங்கிய இந்நிகழ்வு, ஹிஜ்ரீ 296, ரபீயுல் ஆகிர் மாதம் நடைபெற்றது. உபைதிய அரசு வம்சாவளியின் (ஃஃபாத்திமியர்கள்) தொடக்கம் இதுவே!

அரியணையேறிய உபைதுல்லாஹ் மஹ்தி, ஆட்சிப் பகுதிகளின் ஒவ்வொரு இடத்திற்கும் தூதுக்குழுக்களை அனுப்பி வைத்தார். அவரது சமயத்தை ஏற்றுக்கொள்ள மறுத்தவர்கள் கொலை செய்யப்பட்டனர். கத்தமா மக்களுக்கு அவர் பண்ணைமுறையில் விளைநிலங்களும் முக்கியமான பதவிகளும் அளித்தார். ஹஸன் பின் அபீகஸீரை, சிஸிலியின் ஆட்சியாளராக நியமித்தார். அவர், ஹிஜ்ரீ 297, துல்ஹிஜ்ஜா மாதம், 10ஆம் நாள் அங்கே சென்றார். தனது கொடுங்கோன்மை ஆட்சியின் காரணமாக தீவு மக்களின் வெறுப்புக்குள்ளானார் ஹஸன் கஸீர்.

வடஆப்பிரிக்கா முழுவதும் ஆளுநர்களையும் நிர்வாகிகளையும் நியமிக்கத்தொடங்கினார் உபைதுல்லாஹ் மஹ்தி. ஹிஜ்ரீ 299 இல், ஹஸன் பின் கஸீருக்கு எதிரான ஒரு முறையீட்டை சிஸிலி மக்கள், உபைதுல்லாஹ் மஹ்திக்கு அனுப்பி வைத்தனர். அவர் கஸீரின் பொறுப்பில் அலீ பின் உமரை நியமித்து அனுப்பினார். மக்களுக்கு அலீ பின் உமர்மீதும் திருப்தி இல்லை. அவரைப் பதவி நீக்கம் செய்துவிட்டு அஹ்மத் பின் முஹீபை ஆட்சித் தலைவராகத் தேர்வு செய்தனர். அப்பாசியக் கலீஃஃபா முக்ததிர்பில்லாஹ்வுக்குக் கீழ்ப்படியும்படி மக்களைத் தூண்டினார் அஹ்மத் பின் முஹீப். ஜுமுஆ பேருரையில் மஹ்தியின் பெயரை நீக்கிவிட்டு, முக்ததிரின் பெயரைச் சேர்த்துக்கொண்டார். பின்னர், வட ஆப்பிரிக்கக் கரையை நோக்கி ஒரு போர்க்கப்பலை அனுப்பி வைத்தார்.

உபைதுல்லாஹ் மஹ்தி, கரைப்பாதுகாப்புக்காக ஹுஸைன் பின் அலீ பின் கஸீரின் தலைமையில் ஒரு கப்பல் படையை அனுப்பினார். கப்பல் படைகள் மோதிக்கொண்டன. இதில்,

ஹுஸைன் கஸீர் கொல்லப்பட்டார். உபைதுல்லாஹ் மஹ்தியின் கப்பல்கள் சிஸிலி கப்பல் படையால் அழித்தொழிக்கப்பட்டன.

தகவல் பாக்தாதை அடைந்தது. கலீஃபா முக்ததிர், கருப்பு ஆடைகளையும் கொடிகளையும் அஹ்மத் பின் முஹீபுக்கு அனுப்பினார். சிஸிலியில் ஜுமுஆ பேருரையில் ஓராண்டு காலமாக அப்பாசியக் கலீஃபாவின் பெயர் சொல்லப்பட்டது. உபைதுல்லாஹ் மஹ்தி பலம் வாய்ந்த ஒரு கப்பல் படையை சிஸிலிக்கு அனுப்பி வைத்தார். இதில், அஹ்மத் பின் முஹீப் தோல்வியடைந்தார். சிஸிலி மக்கள் அஹ்மதையும் அவரது ஆட்களையும் கைது செய்து உபைதுல்லாஹ் மஹ்தியிடம் அனுப்பி வைத்தனர். அவர் மன்னிப்புக் கேட்டார். அதை ஏற்றுக்கொள்ளாத உபைதுல்லாஹ் மஹ்தி, அவர்களை இப்னு கஸீரின் அடக்கத்தலத்துக்குக் கொண்டு போய்க் கொன்று விடும்படி உத்தரவிட்டார். இது ஹிஜ்ரீ 300இல் நிகழ்ந்தது.

அரியணைக்கான நம்பிக்கை வாக்குறுதி : கலீஃபா முக்ததிர், ஹிஜ்ரீ 301இல் நான்கே வயதான தன் மகன் அபுல் அப்பாசை, கஹீர் பில்லாஹ் எனும் சிறப்புப் பெயருடன் வாரிசாக அறிவித்தார். பின்னர், எகிப்து மற்றும் மேற்குத் திசை ஆட்சிப் பகுதிகளின் ஆளுநராக மகனை நியமித்து, தனது அடிமை முனீஸின் பாதுகாப்பிலும் அவரது கற்பித்தலின்கீழும் அவரை எகிப்துக்கு அனுப்பினார்.

அதே ஆண்டில், அத்ரூஷ் என்றறியப்பட்ட ஹஸன் பின் அலீ பின் ஹுஸைன் பின் அலீ பின் உமர் பின் அலீ பின் ஹுஸைன் பின் அலீ பின் அபூதாலிப், தபரிஸ்தானைக் கைப்பற்றினார். தபரிஸ்தான் மற்றும் தெலாம் மக்களை இஸ்லாத்துக்கு அழைக்கும் பணியில் அத்ரூஷ் முனைப்புடன் செயல்பட்டார். அவரது அழைப்பின் காரணமாக, இப்பகுதிகளிலுள்ள மக்கள் இஸ்லாத்தைத் தழுவினர். இதன்மூலம், தபரிஸ்தானைக் கைப்பற்றும் அளவுக்கு அவரது ஆற்றல் பெருகியது. சமய வழியில் அத்ரூஷ் ஒரு ஷியா என்பதால், அவரது முயற்சிகளின் காரணமாக, இஸ்லாத்தை ஏற்றுக்கொண்டவர்களும் அதையே தங்கள் சமய வழியாகக்கொண்டனர். குராசான் நிர்வாகிகள் ஹிஜ்ரீ 304இல் தபரிஸ்தான்மீது படையெடுத்து அத்ரூஷைக் கொன்றனர்.

ஹிஜ்ரீ 302இல், உபைதுல்லாஹ் மஹ்தி, தனது படைத்தலைவரான கஃபஷா கத்தமியை அலெக்ஸான்ட்ரியா மீது படையெடுக்க அனுப்பி வைத்தார். ஏற்கனவே எகிப்துக்கு வந்திருந்த முனீஸ், அவருக்கு எதிராகப் போரிட்டார். பல கடுமையான போர்களின் முடிவில், மஹ்தியின் படை பின்வாங்கியது. போரில், 7,000 வீரர்களை இழந்த அவர்கள் தங்கள் ஆட்சிப் பகுதியை நோக்கிப் பின்வாங்கினர்.

அதே ஆண்டில் ரோமானிய அரசன், கலீஃபா முக்ததிர் பில்லாஹ்வுடன் அமைதி உடன்படிக்கை செய்துகொண்டான். நட்புறவை மேலும் வலுப்படுத்திக்கொள்வதற்காக பாக்தாதுக்குத் தூதுவர்களை அனுப்பினான். அவர்களை வரவேற்பதற்கான முன்னேற்பாடுகள் பெரிய அளவில் செய்யப்பட்டன. ஹிஜ்ரீ 308இல், உபைதுல்லாஹ்வின் படை எகிப்தின் ஒரு பகுதியைக் கைப்பற்றியது.

இராக்கில் கரமத்தாவின் கிளர்ச்சி : ஏற்கனவே, குறிப்பிட்டபடி, கரமத்தாவின் ஆதரவாளர்களின் ஒரு குழு பஹ்ரைனில் நிலைபெற்றிருந்தது. ஹிஜ்ரீ 311 இல், ஒருநாளிரவு, கரமத்தாவின் படைத்தலைவரான அபூ தாஹிர் சுலைமான் பின் அபீஸயீத் ஜனானி, 1,700 ஆதரவாளர்களுடன் பஸ்ராவின் மீது படையெடுத்தார். ஏணிகள் மூலம் நகரச் சுவர்களைக் கடந்து உள்ளே நுழைந்த அவர்கள் காவலர்களைக் கொன்றுவிட்டு, நகர நுழைவாயிலைத் திறந்து, கூட்டுப் படுகொலை நடத்தினர்.

இதையறிந்த பஸ்ரா ஆளுநர் ஸுபுக் முஃப்லிஹி, அவர்களை எதிர்கொள்ள வெளியே வந்தார். ஆனால், அவர் கரமத்தாவால் கொல்லப்பட்டார். பஸ்ராவைக் கைப்பற்றி அங்கே 17 நாள்கள் தங்கியிருந்த அபூதாஹிர், பணத்தையும் பொருள்களையும் கொள்ளையடித்து, பஸ்ராவின் பெண்களையும் பிள்ளைகளையும் கைப்பற்றி, 18ஆவது நாள் ஹஜாருக்குப் புறப்பட்டார். இதையறிந்த கலீஃபா முக்ததிர், முஹம்மத் பின் அப்துல்லாஹ் ஃபரூக்கியை ஆளுநராக நியமித்து அனுப்பி வைத்தார். அவர், அபூதாஹிர் அங்கிருந்து சென்ற பிறகுதான் போய்ச் சேர்ந்தார்.

ஹிஜ்ரீ 312இல், அபூதாஹிர் படையுடன் சென்று, மக்காவிலிருந்து திரும்பிக் கொண்டிருந்த ஒரு பயணக் குழுவைக் கொள்ளையிட்டார்.

அக்குழுவினருடன் இருந்த அபுல் ஹிஜா பின் ஹமதானியையும், முக்ததிர் பில்லாஹ்வின் தந்தையின் சகோதரர் அஹ்மத் பின் பத்ரையும் சிறைப் பிடித்தார்.

அவர்களை சில நாள்களுக்குப் பிறகு விடுதலை செய்துவிட்டு, அஹ்வாஸ் நகரை விட்டுத் தரும்படி கோரிக்கை விடுத்தார் அபூதாஹிர். கலீஃபா முக்ததிர் மறுக்கவே, மீண்டும் பயணக் குழுக்களைக் கொள்ளையடிக்கத் தொடங்கினார். கலீஃபா ஒரு படையை அனுப்பி வைத்தார். அபூதாஹிர் அதைத் தோற்கடித்து கூஃபாவரையிலும் துரத்திச் சென்று, அதைக் கைப்பற்றி, ஆறு நாள்கள் அங்கே தங்கியிருந்துவிட்டுப் பெருமளவிலான பணத்துடனும் பொருள்களுடனும் ஹஜாருக்குத் திரும்பினார்.

ஹிஜ்ரீ 313இல், கரமத்தாவுக்குப் பயந்து ஹஜ் கடமையை நிறைவேற்ற யாரும் முன்வரவில்லை. ஹிஜ்ரீ 314இல், யூஸுஃப் பின் அபூஸஜ்ஜை அஸர்பைஜானிலிருந்து திருப்பி அழைத்த கலீஃபா முக்ததிர், கிழக்கத்திய நாடுகளுக்கு அவரை ஆளுநராக நியமித்து அபூதாஹிரையும் கரமத்தாவையும் எதிர்த்துப் போரிடுமாறு கேட்டுக்கொண்டார். அந்த ஆண்டு கைகலப்பு எதுவும் நடக்கவில்லை. கூஃபாவைப் பாதுகாப்பதற்காக வாசிதிலிருந்து புறப்பட்டார் யூஸுஃப். ஆனால், ஒருநாள் முன்பே கூஃபாவையடைந்த அபூதாஹிர் அதைக் கைப்பற்றியிருந்தார். போரைத் தொடங்கிய யூஸுஃப் தோற்கடிக்கப்பட்டு கைது செய்யப்பட்டார். போரில் காயமடைந்த அவருக்குச் சிகிச்சையளிக்க ஒரு மருத்துவரை நியமித்தார் அபூதாஹிர்.

இத்தகவல் பாக்தாதை அடைந்ததும் கலீஃபா, முனீஸை அனுப்பி வைத்தார். முனீஸ் போய்ச் சேருவதற்குள் அபூதாஹிர், அய்னுல் தம்ருக்குச் சென்றுவிட்டார். கூஃபாவிலிருந்து சென்ற அபூதாஹிர், அன்பாரைக் கைப்பற்றி, அங்கிருந்த படைகளைத் துரத்தியடித்தார். இறுதியாக, பாக்தாதிலிருந்து புறப்பட்ட நஸ்ர் ஹஜீப், முனீசுடன் சேர்ந்து, 40,000 வீரர்களுடன் கரமத்தாவை எதிர்த்தார். ஆனால், தோற்கடிக்கப்பட்டார். சிறையிலிருந்த யூஸுஃப், அபூதாஹிரால் கொல்லப்பட்டார். இத்தோல்வி பாக்தாதில் பெரும் அதிர்ச்சியை ஏற்படுத்தியது. மக்கள் பாதுகாப்பான இடங்களை நோக்கிச்செல்ல ஆரம்பித்தனர். இதற்கு முன், அன்பாரிலிருந்து சென்ற அபூதாஹிர், ரஹ்பாவைக் கொள்ளையடித்தார். ரஹ்பா மக்களை ஒரு பகலும்

ஓர் இரவும் கொல்வது சட்டபூர்வமானது என்று அறிவித்தார்.

பயங்கரமான கூட்டுப் படுகொலைகளைக் கண்டு பயந்துபோன கர்க்கிஸ்யா மக்கள் பொது மன்னிப்புக்கோரி மன்றாடினர். அபூதாஹிர் மன்னிப்பு வழங்கினார். பின்னர் அவர், இரவுத் தாக்குதல் நடத்துவதற்காகப் பல்வேறு பகுதிகளுக்குப் படைப்பிரிவுகளை அனுப்பி வைத்தார். மூன்று நாள்களாக நடந்த தொடர் போர்களின் முடிவில், ரிக்காவைக் கைப்பற்றினார். ஜஸீரா மாகாணத்தில் தன்னை வலுவாக நிலைநிறுத்திக்கொண்ட அபூதாஹிரை எதிர்க்க பாக்தாதிலிருந்து புறப்பட்ட படைகளால் இயலாமல் போனது.

ஹிஜ்ரீ 316இல் கரமத்தா, ஹஜாருக்குச் சென்றான். சில நாட்களுக்குப் பிறகு, ஸவாதிலும் வாஸிதிலும் அய்னுத் தம்ரிலும் அவர்கள் பயத்தை உருவாக்கினார்கள். அவர்களை அடக்குவதற்காகக் கலீஃபா முக்ததிரால் அனுப்பி வைக்கப்பட்ட ஹாரூன் பின் குரைபும் ஸஃபீ பஸ்ரியும் இப்னு கைசும், கரமத்தாவின் குழுவினரைத் தோற்கடித்தனர். அவர்கள் ஓடித் தப்பித்தனர். மீண்டும் அமைதி உருவானது.

ரோமானியக் கொடுங்கோன்மை : ஹிஜ்ரீ 314 இல் ரோமானியர் லம்தியாவை வெற்றி கொண்டனர். ஹிஜ்ரீ 315 இல் திம்யாத்தைக் கைப்பற்றி நகரைக் கொள்ளையடித்து, மையத் தொழுகை இல்லத்தை இழிவுபடுத்தும் நோக்கத்துடன் குழலூதினார்கள். அதே ஆண்டு, தெலாம் குடிமக்கள் ரேயின் மீதும் ஜிபாலின்மீதும் படையெடுத்து ஆயிரக்கணக்கான வீரர்களைக் கொன்றனர். ரோமானியர் கலாத்தைக் கைப்பற்றி மையத் தொழுகை இல்லத்தின் உரைமேடையை நீக்கிவிட்டு, அதில் சிலுவையை நிறுவி கிறிஸ்தவ ஆலயமாக மாற்றினார்கள்.

கலீஃபா முக்ததிரின் பதவி நீக்கமும் மீள் நியமனமும் : ஹிஜ்ரீ 317இல் முக்ததிரை முனீஸ் பதவியிலிருந்து நீக்கினார். முனீஸின் பதவிக்கு ஹாரூன் பின் குரைப் ஹஜீபை நியமிக்க விரும்பினார் முக்ததிர். இதையறிந்த முனீஸ், அரசவை உறுப்பினர்களுடன் ஒரு படையையும் அழைத்துக்கொண்டு அரண்மனையை முற்றுகையிட்டு முக்ததிரைக் கைது செய்து, முஹம்மத் பின் முக்ததிரைக் கஹீர்பில்லாஹ் எனும் சிறப்புப் பெயருடன் கலீஃபாவாக நியமித்தார். அவரது கிலாஃபத்தை ஏற்று அனைவரும் வாக்குறுதி

அளித்தனர். இத்தகவல் ஆளுநர்களுக்கும் அறிவிக்கப்பட்டது.

மறுநாள், தங்களுக்கு அளிக்கப்படவேண்டிய அன்பளிப்புப் பணம் கிடைப்பதில் காலதாமதம் ஏற்படவே, படைவீரர்களால் பிரச்சினை உருவானது. அவர்கள் முக்ததிரைத் தேடி முனீசின் இல்லத்துக்குச் சென்றனர். முக்ததிரை அங்கிருந்து தோள்களில் சுமந்துகொண்டு அரண்மனைக்கு வந்த அவர்கள், கஹீர்பில்லாஹ்வைக் கைது செய்து அவர் முன்கொண்டு வந்து நிறுத்தினர். முக்ததிர் அவரைப் பார்த்து, “குற்றம் உம்முடையதல்ல, ஆகவே நீர் பயப்பட வேண்டாம்” என்றார். மக்கள் அமைதிப்படுத்தப்பட்டனர். பிறகு, முன்போல் முக்ததிர்தான் கலீஃபா என்று அறிவிக்கப்பட்டது. இத்தகவல் ஆளுநர்களுக்கும் அறிவிக்கப்பட்டது. முக்ததிர் படை வீரர்களுக்குச் சிறப்பான அன்பளிப்புகள் வழங்கினார்.

மக்காவில் கரமத்தாவின் அட்டூழியங்கள்: பஹ்ரைனில் கரமத்தாவின் ஆட்சி உறுதியுடன் நிறுவப்பட்டது. அவர்களது படைத்தலைவராக இருந்தவர் அபூதாஹிர். தங்களுடைய ஜுமுஆ பேருரையில், அவர்கள் ஆப்பிரிக்க ஆட்சியாளரான உபைதுல்லாஹ் மஹ்தியின் பெயரை வாசித்தனர். தங்களுடைய கலீஃபாவாக அவரையே ஏற்றுக்கொண்டிருந்தனர். ஹிஜ்ரீ 318இல், ஹஜ் காலத்தின்போது அபூதாஹிர் தனது படையுடன் மக்காவுக்குச் சென்றார். பாக்தாதிலிருந்து ஹஜ் பயணக்குழுவின் தலைவராக வந்த மன்ஸூர் தெலாமி, துல்ஹிஜ்ஜா மாதம், 8ஆம் நாள் மக்காவை அடைந்தார். அபூதாஹிர், துல் ஹிஜ்ஜா மாதம் 9ஆம் நாள் மக்காவை அடைந்தார். அவர் வந்ததுமே ஹாஜிகளைக் கொல்லவும் அவர்களது உடைமைகளைக் கொள்ளையிடவும் தொடங்கினார். புனித ஹரமினுள்கூட அவர் கொலை செய்யத் தயங்கவில்லை. உயிரற்ற உடல்களை ஸம்ஸம் கிணற்றினுள் தள்ளினர்; கஅபாவின் சுவரிலிருந்து ஹஜருல் அஸ்வத் எனும் கறுப்புக் கல்லை அகற்றினர்; வாசலை உடைத்தனர்.

முஹம்மத் பின் ரபீயி பின் சுலைமான் கூறுகிறார்: “அப்பேரழிவின்போது நான் மக்காவில் இருந்தேன். கஅபாவின் மீதிருந்த வளைவை வீழ்த்துவதற்காக ஒருவன் கஅபாவின் கூரைமீது ஏறினான். நான், ‘யா, அல்லாஹ்!’ என்று அலறி விட்டேன். அக்காட்சியை என்னால் பார்க்கவே முடியவில்லை. கால் வழுக்கிக்

கீழே விழுந்த அவன், உடனே இறந்து போனான்.' மக்காவில் அபூதாஹிரின் கொள்ளையும் கொலையும் 11 நாள்கள் நீடித்தன. கறுப்புக் கல்லை ஒட்டகத்திலேற்றி பஹ்ரைன் தலைநகரான ஹஜ்ரை நோக்கிப் புறப்பட்டார். கறுப்புக் கல்லை ஏற்றிச்சென்ற குழுவிலுள்ள 40 ஒட்டகங்கள் மக்காவுக்கும் ஹஜ்ருக்குமிடையே ஒவ்வொன்றாக இறந்து வீழ்ந்தன. கறுப்புக்கல், கரமத்தாவிடம் 22 ஆண்டுகளாக இருந்து வந்தது. 50,000 தினார்கள் விலை வைத்தும் அவன் அதைக் கொடுக்கவில்லை.

மோத்தியுல்லாஹ்வின் கிலாஃபத் முடிவின்போதுதான் கறுப்புக்கல் மீட்கப்பட்டு கஅபாவில் மீண்டும் பொருத்தப்பட்டது. அதனை, தனியாக ஓர் ஒட்டகம் ஹஜ்ரிலிருந்து மக்காவுக்குக் கொண்டு வந்தது. அபூதாஹிரின் அட்டூழியங்கள் அனைத்தும் வடஆப்பிரிக்க ஆட்சியாளரான உபைதுல்லாஹ்விடம் சொல்லப்பட்டது. அவர், அபூதாஹிருக்கு ஓர் எச்சரிக்கைக் கடிதம் அனுப்பினார். அதில், மக்காவாசிகளின் உடைமைகள் அனைத்தையும் அவர்களிடமே திருப்பிக் கொடுக்க வேண்டும் என்று எழுதினார். அவற்றில் ஒரு பகுதியை மட்டுமே அபூதாஹிர் திருப்பிக் கொடுத்தார். ஆனால், கறுப்புக் கல்லைத் திருப்பிக் கொடுக்கவில்லை. ஹிஜ்ரீ 339 வரையிலும் அது அவரிடமிருந்து மீட்கப்படவில்லை.

முக்ததிர் பில்லாஹ்வின் கொலை நிகழ்வு : ஹிஜ்ரீ 320 ஸஃபர் மாதம் மோசிலைக் கைப்பற்றிய முனீஸ், அப்துல்லாஹ் பின் ஹமதானின் மகன்கள் ஸயீதையும் தாவூதையும் அவர்களது மருமகன் நஸீருத்துல்லாஹ் ஹுஸைன் பின் அப்துல்லாஹ் பின் ஹமதானையும் துரத்தினார். இவர்கள் மோசிலின் பாதுகாப்புக்காக அங்கே அனுப்பப்பட்டவர்கள். தொடர்ந்து, பாக்தாத், சிரியா மற்றும் எகிப்தின் படை வீரர்கள் முனீஸுடன் சேர்ந்துகொண்டனர். அவரது கொடைத்தன்மையால் பலனடைந்தவர்கள் அவர்கள். நஸீருத்துல்லாஹ் பின் அப்துல்லாஹ் பின் ஹமதானும் முனீசுடன் சேர்ந்து, மோசிலில் தங்கிவிட்டார். மோசில் வெற்றிக்கு ஒன்பது நாள்களுக்குப் பிறகு முனீஸ், பாக்தாத்மீது படையெடுத்தார். அவருக்கும் அமைச்சர்களுக்கும் இடையே கடுமையான கருத்து வேறுபாடுகள் எழுந்தன.

மோசிலில் தோற்கடிக்கப்பட்ட ஸயீத் பின் அப்துல்லாஹ்

பாக்தாதுக்குச் சென்றார். முனீசின் தாக்குதலை அறிந்து, அபூபக்ர் முஹம்மத் பின் யஅக்கூப் போன்றவர்களின் தலைமையில் படைகள் அனுப்பப்பட்டன. முனீஸின் படை நெருங்கியதும் வீரர்கள் திரும்பி பாக்தாதுக்கு ஓடினர். வீரர்கள் இல்லாத நிலையில் படைத்தலைவர்களும் பாக்தாதுக்குத் திரும்பினர். முனீஸ் பாக்தாதுக்கு வந்து, ஷமஸ்யா நகரின் நுழைவாயிலின் அருகில் தங்கினார். இரு பிரிவினரும் காவலரண்களைக் கட்டினார்கள். போர் தொடங்கியது. முக்ததிர் வெளியே வந்து ஒரு குன்றின் மீது நின்றுகொண்டார். படைகள் அவர் எதிரில் போரிட்டுக்கொண்டிருந்தன.

பாக்தாத் படை தோல்வியடைந்தது. கலீஃபா முக்ததிரிடம் அவரது தோழர்கள், "நாம் இந்த இடத்தில் நிற்க வேண்டாம். திரும்பி விடுவோம்" என்றனர். அவர்கள் அங்கிருந்து புறப்பட்டதும் முனீஸின் படையுடன் கூட்டுச் சேர்ந்திருந்த பர்பர்களின் ஒரு குழுவினர் கலீஃபாவைச் சுற்றி வளைத்துக்கொண்டனர். அவர்களில் ஒருவன் தொடுத்த ஓர் அம்பு, கலீஃபாவைத் தாக்கியது. அவர் குதிரையிலிருந்து வீழ்ந்தார். அம்பைத் தொடுத்தவன் முன்சென்று அவரது தலையைத் துண்டித்தான். அவரது ஆடைகள் களையப்பட்டன. உடல் அந்த இடத்திலேயே கிடக்க, தலை ஒரு ஈட்டி முனையில் குத்தப்பட்டு முனீஸிடம் எடுத்துச் செல்லப்பட்டது. இது, ஹிஜ்ரீ 320 ஷவ்வால் மாதம் 27ஆம் நாள், செவ்வாய்க்கிழமை நடந்தது.

அபூமன்ஸூர் முஹம்மத் பின் முத்தஸிதை அரியணையில் அமர வைத்த முனீஸ், கஹீர் பில்லாஹ் எனும் சிறப்புப் பெயரை அவருக்குச் சூட்டினார். அலீ பின் மக்லா அமைச்சராக நியமிக்கப்பட்டார். அலீ பின் பலீக், அரசவை அறிவிப்பாளராக (ஹஜீப்) நியமிக்கப்பட்டார். முக்ததிரின் தாயார் கைது செய்யப்பட்டார். அவரிடமிருந்த செல்வம் பறிக்கப்பட்டது. மரணம் வரைக்கும் அவர் தாக்கப்பட்டார். மக்களிடமிருந்தும் வன்முறை மூலம் பணம் திரட்டப்பட்டது.

கஹீர்பில்லாஹ் : கஹீர்பில்லாஹ் பின் முத்தஸித் பில்லாஹ் பின் முவஃப்ஃபிக் பில்லாஹ் பின் முத்தவக்கீல், ஓர் அடிமைப்பெண்ணுக்குப் பிறந்தவர். அவரது இயற்பெயர் முஹம்மத். மகன்வழிச் சிறப்புப் பெயர் அபூமன்ஸூர்.

முக்ததிரின் கொலைக்குப் பிறகு, அவரது மகன் அப்துல் வஹீத்,

ஹாரூன் பின் குரைப், முஹம்மத் பின் யஅக்கூத், இப்ராஹீம் பின் ரைக் ஆகியோருடன் மதாயினுக்குச் சென்றார். பின்னர், வாசித், ஸூஸ் பகுதிகளினூடே அஹ்வாசுக்கு வந்தார். அப்துல் வஹீதையும் அவரது ஆட்களையும் கைது செய்யும் உத்தரவுடன் கலீஃபா கஹீர் பில்லாஹ், அலீ பின் பலீக்கின் தலைமையில் ஒரு படையை அனுப்பி வைத்தார். பின்னர், படைத்தலைவர்களின் முயற்சியில், கடிதங்கள் மூலம், அப்துல் வஹீதும் அவரது ஆதரவாளர்களும் முனீஸிடமும் கஹீர் பில்லாஹ்விடமும் பொதுமன்னிப்புக் கோரவே, உடனடியாக வழங்கப்பட்டது. அவர்கள் அனைவரும் பாக்தாதுக்குத் திரும்பினர்.

முஹம்மத் பின் யஅக்கூத்தை கலீஃபா நண்பராக்கிக்கொண்டதை அமைச்சர் அலீ பின் மக்லா விரும்பவில்லை. யஅக்கூத் உம்மை அழித்துவிட முயல்கிறார் என்று அவர் முனீஸிடம் கூறினார். பலீக்கிடமும் அவரது மகன் அலியிடமும், மிகுந்த எச்சரிக்கையுடன் கலீஃபாவைக் கவனித்துக்கொள்ள வேண்டும் என்று உத்தரவிட்டார் முனீஸ். கலீஃபாவின் அரண்மனைக்குச் செல்லும் பெண்களும் சோதனைக்குள்ளாயினர். அரண்மனைக்குள் யாரும் அனுமதிக்கப்படவில்லை. தான் கண்காணிப்பின் கீழும் அதிகாரமின்றியும் வைக்கப்பட்டிருப்பதை அறிந்த கலீஃபா, சில படைத்தலைவர்களின் ஆதரவுடன் முனீஸுக்கு எதிரான சூழ்ச்சியில் ஈடுபட்டார்.

முனீஸும் ஆதரவாளர்களும் கலீஃபாவைப் பதவி நீக்கம் செய்துவிட்டு அபூஅஹ்மத் பின் முக்தஃபியை கலீஃபாவாக நியமிக்கும் ஏற்பாடுகளில் ஈடுபட்டனர். ஆனால், கஹீர் பில்லாஹ்வால், அலீ பின் பலீக்கும் முனீஸும் கைது செய்து கொல்லப்பட்டனர். முஹம்மத் பின் யஅக்கூத், அரசவை அறிவிப்பாளராகவும் அபூஜஅஃபர் முஹம்மத் பின் காசிம் அமைச்சராகவும் நியமிக்கப்பட்டனர். இது ஹிஜ்ரீ 321 ஷஃஅபான் மாதம் நிகழ்ந்தது.

தலைமறைவாகி, தேடப்பட்டு வந்த அஹ்மத் பின் முக்தஃபி கைது செய்யப்பட்டு உயிருடன் ஒரு சுவரில் வைத்துக் கட்டப்பட்டார். இறந்தவர்களின் வீடுகள் இடிக்கப்பட்டு அவர்களது உடைமைகள் பறிமுதல் செய்யப்பட்டன. மூன்றரை மாதங்கள் அமைச்சராகப் பதவி வகித்த அபூஜஅஃபர் பழிசுமத்தப்பட்டுச்

சிறையில் அடைக்கப்பட்டார். கைதான 18 ஆவது நாளன்று மரணமடைந்தார்.

புவைஹித் அரசப் பரம்பரையின் தோற்றம்: புவைஹித் வம்சாவளியினர் தொடர்ந்து, அப்பாசிய கலீஃபாக்களுடன் தொடர்புபடுத்தப்பட இருப்பதால், இவர்களது வரலாற்றைப் பதிவு செய்வது தேவையாக இருக்கிறது. அத்ரூஷ், ஹஸன் பின் அலீ ஸெய்னுல் ஆபிதீன் ஆகியோர் குறித்து ஏற்கனவே இங்கு பார்த்தோம். முஹம்மத் பின் ஸைத் அலவியின் இறப்பைத் தொடர்ந்து தெலாமுக்குச் சென்ற அத்ரூஷ், அங்குள்ள மக்களுக்கு இஸ்லாத்தைக் கற்பித்தார். இக்குழுவின் பணி, தெலாம், தபரிஸ்தான், எகிப்து ஆகிய பகுதிகளில் தொடர்ந்து 13 ஆண்டுகளாக நடைபெற்று வந்தது. இதன்மூலம், பலர் இஸ்லாத்தைத் தழுவத் தூண்டப்பட்டனர்.

அப்போது தெலாம் ஆட்சியாயாளராக இருந்தவர் ஹஸன். வளர்ச்சியடைந்து வரும் அத்ரூஷின் செல்வாக்கைத் தடுக்க அவர் முயற்சி செய்தார். ஆனால் பலனளிக்கவில்லை. அத்ரூஷ் தொழுகை இல்லங்களைக் கட்டினார். இஸ்லாமிய மெஞ்ஞானக் கூறுகளின்படி அவர்கள் வாழ்வதற்கு வழியமைத்துக் கொடுத்தார். வரி வசூலிப்பதிலும் ஈடுபட்டார். கடைசியாக, இஸ்லாத்துக்கு மாறியவர்களின் ஓர் அமைப்பை உருவாக்கி அவர்களைப் போர்க்கருவிகளைக் கையாள வைத்தார். எல்லைப்பகுதி நகர்களான கஸ்வீன், ஸலூஸ் ஆகியவற்றின்மீது படையெடுத்து, மக்களை இஸ்லாத்தின்பால் வரவழைத்து இஸ்லாமிய அரவணைப்புக்குள் அவர்களைச் சேர்த்துக்கொண்டனர்.

தபரிஸ்தான், ஸமனிய ஆட்சியின் ஒரு பகுதியாக இருந்தது. அதன் ஸமனிய ஆட்சியாளர் மக்களை அடக்கியொடுக்கத் தொடங்கினார். தபரிஸ்தானுக்கு எதிராக ஒரு தாக்குதலை மேற்கொள்ளும்படி தெலாம் மக்களைத் தூண்டினார் அத்ரூஷ். ஹிஜ்ரீ 301 இல், தெலாம் மக்களைக்கொண்ட ஒரு படையை உருவாக்கிய அத்ரூஷ், தபரிஸ்தானைத் தாக்கி, அதன் ஆட்சியாளரான முஹம்மத் பின் இப்ராஹீம் பின் ஸலூக்கை விரட்டிவிட்டு தபரிஸ்தானைக் கைப்பற்றினார்.

அத்ரூசுக்குப் பிறகு, அவரது மருமகன் ஹஸன் பின் காசிமும்

அவரது வம்சாவளியினரும் தபரிஸ்தான், ஜுர்ஜான், ஸர்யா, அமூத், உஸ்துராபாத் ஆகிய பகுதிகளைக் கைப்பற்றி ஆட்சி செய்து வந்தனர். அவர்களது படைத்தலைவர்கள் அனைவரும் தைலாமியர்கள். அவர்களில் ஒருவர் லைல் பின் நுஃமான். ஹஸன் பின் காசிம், அவரை ஜுர்ஜானின் ஆளுநராக நியமித்தார். ஹிஜ்ரீ 309 இல், ஸமனியர்களை எதிர்த்துப் போரிடும்போது லைல் பின் நுஃமான் கொல்லப்பட்டார். அதன் பிறகு, ஸமனியர்கள் அத்ரூஷ் கிளையினருக்கு எதிராகப் பல்வேறு நடவடிக்கைகளை மேற்கொண்டனர். தைலாமிய அனைத்துப் படைத்தலைவரான ஸுர்க்கப் என்பவரால் அவர்கள் முறியடிக்கப்பட்டனர். அப்போரில் அவர் இறந்தார். ஸுர்க்கபின் தந்தையின் சகோதரரான மாஹன் இப்னு கனீ தைலாமி என்பவர், அத்ரூஷ் கிளையின் சார்பில் உஸ்துராபாதை ஆட்சி செய்து வந்தார்.

நாட்டுப்பற்றுக்கொண்ட தைலாமியர்களின் ஒரு படையை உருவாக்கிய மாகன், ஜுர்ஜானைத் தனது கட்டுப்பாட்டின்கீழ்க் கொண்டுவந்தார். இதில் அவருக்கு உதவியாக இருந்தவர், புகழ்பெற்ற படைத்தலைவரான அஸ்ஃபர் பின் ஷைர்வைஹ் தைலாமி. மாஹன், ஒரு சுதந்திர அரசை நிறுவி, தபரிஸ்தானின் முக்கியப் பகுதிகளை அதனுடன் இணைத்தார். ஷைர்வைஹ் தைலாமிக்கும் மாஹனுக்குமிடையே சில முரண்பாடுகள் உருவாகவே, மாஹன் அவரை வெளியேற்றினார். ஷைர்வைஹ், ஸமனியரின் நிஷாப்பூர் ஆளுநராக இருந்த பக்கர் பின் முஹம்மத் பின் யஸீயிடம் சென்றார்.

பக்கர் பின் முஹம்மத், அஸ்ஃபரின் தலைமையிலான ஒரு படையை ஜுர்ஜானைக் கைப்பற்ற அனுப்பி வைத்தார். மாகன் தபரிஸ்தானில் வாழ்ந்து வந்தார். அவரது சகோதரரான அபுல் ஹஸன் பின் கனீ ஜுர்ஜான் ஆளுநராக இருந்தார். அபூ அலீ பின் அத்ரூசும் அங்கிருந்தார். அவர் கீழ் எந்த ஆட்சிப் பகுதியுமில்லை. அபூஅலீ ஒருநாள் கிடைத்த வாய்ப்பைப் பயன்படுத்தி அபுல் ஹசனைக் கொன்றுவிட்டார். ஜுர்ஜானில் நிலைகொண்டிருந்த தைலாமியப் படை, அபூஅலீக்கு வாக்குறுதியளித்தது. அபூஅலீ, ஜுர்ஜான் ஆளுநராக அலீ பின் குர்ஷித் தைலாமியை நியமித்தார்.

அப்போது, ஸமனிய படையுடன் ஜுர்ஜானின் அண்மையில் வந்த அஸ்ஃபரிடம் அலீ பின் குர்ஷித், “எங்கள்மீது படையெடுப்பதற்கு

மாறாக, நீர் எங்களுடன் சேர்ந்து, தபரிஸ்தானிலிருக்கும் மாஹனைத் தாக்கலாமே?" என்று கேட்டு எழுதினார். அஸ்ஃபர், பக்கர் பின் முஹம்மதின் கருத்தைக் கேட்க அவரும் இதற்கு உடன்பட்டார்.

இதையறிந்த மாஹன் இப்னு கனீ, தபரிஸ்தானிலிருந்து ஒரு படையுடன் ஜுர்ஜானை நோக்கி அணி வகுத்துச் சென்றார். அலீ பின் குர்ஷிதும் அஸ்ஃபரும் இணைந்து அவரைத் தோற்கடித்து விட்டு, தபரிஸ்தானைக் கைப்பற்றினர். குறுகிய காலத்தில், அலீ பின் குர்ஷிதும் அபூஅலீ பின் அத்ரூசும் மரணமடைந்தனர். எந்த எதிர்ப்புகளுமின்றி அஸ்ஃபர், தபரிஸ்தானை ஆண்டு வந்தார். வாய்ப்பைப் பயன்படுத்திக்கொண்ட மாஹன், அஸ்ஃபரைத் தாக்கித் தபரிஸ்தானை மீண்டும் கைப்பற்றினார். அஸ்பர், ஜுர்ஜானிலிருந்த பக்கர் பின் முஹம்மதிடம் சென்றார்.

ஹிஜ்ரீ 315இல், பக்கர் பின் முஹம்மத் இறந்த பிறகு, ஸமனிய ஆளுநர், ஜுர்ஜானின் பொறுப்பில் அஸ்கரை நியமித்தார். அஸ்ஃபர், தனது படைத்தலைவர்களில் ஒருவரான மர்தவைஜ் என்பவரின் தலைமையிலான ஒரு படையை தபரிஸ்தான்மீது படையெடுக்க அனுப்பி வைத்தார். அவரை எதிர்கொண்ட மாஹன் தோல்வியடைந்தார். தபரிஸ்தான், அஸ்ஃபரின்கீழ் வந்தது. மாஹன் ரேயிலிருந்த அத்ரூஷின் மருமகனான ஹஸன் பின் காசிமிடம் சென்றார்.

தபரிஸ்தானையும் ஜுர்ஜானையும் தனது கட்டுப்பாட்டின்கீழ் கொண்டு வந்த அஸ்ஃபர், குராசான் மற்றும் மவரோன்னஹ்ர் ஆட்சியாளரான நஸ்ர் பின் அஹ்மத் பின் ஸமனின் பெயரை ஜுமுஆ பேருரையில் அறிவித்தார். பின்னர், ரேயை விடுவித்தார். தனக்கான ஆட்சிப் பகுதிகள் எதுவுமில்லாத நிலையில் மாகன், தபரிஸ்தான் மலைப்பகுதிக்குச் சென்றார். ரேய், கஸ்வீன், ஸஞ்சான், அபர்க்காம், கர்க் ஆகிய பகுதிகள்மீதான அஸ்ஃபரின் ஆட்சி உரிமை உறுதிப்படுத்தப்பட்டது. மிகப்பெரிய ஆட்சிப் பகுதியைத் திறமையுடன் ஆட்சி செய்து வந்த அஸ்பர், முற்றிலும் சுதந்திரமான ஆட்சியாளராகும் எண்ணத்துடன் ஸமனிய அரசனுக்கு எதிராகக் கிளர்ச்சி செய்து வெற்றி பெற்று, தனது சுதந்திர அரசை அறிவித்தார்.

இதையறிந்த கலீஃபா முக்ததிர், ஹாரூன் பின் குரைபின்

தலைமையில் ஒரு படையை அஸ்ஃபரின் ஆட்சிப் பகுதிகளை மீட்டெடுக்கும்படி அனுப்பி வைத்தார். ஆனால், அஸ்ஃபர், ஹாரூனைத் தோற்கடித்தார். தொடர்ந்து, நஸ்ர் பின் அஹ்மத் ஸமனியின் தலைமையிலான ஒரு படை புக்ஹாராவிலிருந்து புறப்பட்டது. மன்னிப்புக்கோரிய அஸ்ஃபர், வரி செலுத்துவதாக உறுதியளித்தார். அதை ஏற்றுக்கொண்ட நஸ்ர், ரேய் மாகாணத்தை அஸ்ஃபரின் பொறுப்பில் ஒப்படைத்துவிட்டு புக்ஹாராவுக்குத் திரும்பினார்.

அஸ்ஃபரின் படைத்தலைவர்களில் ஒருவரான மர்தவைஹ், பிற படைத்தலைவர்களைச் சேர்த்துக்கொண்டு கிளர்ச்சி செய்தார். பிறகு, அஸ்ஃபரைக் கொன்றுவிட்டு, ஹமதானையும் இஸ்ஃபஹானையும் இணைத்து ஆட்சி செய்து வந்தார். மாஹன் பின் கனீயை வரவழைத்து, தபரிஸ்தான் மற்றும் ஜுர்ஜான் ஆளுநராக நியமித்தார். பின்னர், மாஹனைப் பதவி நீக்கம் செய்தார். மாஹன் தைலாமுக்குச் சென்று, வீரர்களின் ஒரு குழுவைத் திரட்டி, தபரிஸ்தான் மீது படையெடுத்தார். ஆனால், மர்தவைஹால் தோற்கடிக்கப்பட்ட அவர் நிஷாப்பூருக்குத் தப்பியோடினார்.

ஹிஜ்ரீ 319இல், தான் வெற்றிகொண்ட நிலப்பகுதிகள் மீதான ஆட்சியுரிமையை அப்பாசியக் கிலாஃபத்திடமிருந்து பெறத் தீர்மானித்த மர்தவைஹ், ஆண்டுதோறும் 2,000 தினார்கள் வரி செலுத்துவதாகவும் இந்தப் பகுதிகளின் ஆட்சியுரிமையைத் தனக்கு வழங்கவும் கோரி, கலீஃபாவின் அரசவைக்கு வேண்டுகோள் விடுத்தார். அவரது வேண்டுகோளை ஏற்றுக்கொண்ட கலீஃபா, ஆணையுரிமைக்கான சான்றை அனுப்பி வைத்தார். கூடவே, மற்றொரு நிலப்பகுதியையும் அவருக்கு வழங்கினார். ஹிஜ்ரீ 320 இல், ஜிலானிருந்த தன் சகோதரர், தாஷ்மகீரை வரவழைத்தார் மர்தவைஹ். தாஷ்மகீரின் ஆட்சிப் பகுதியிலுள்ள கப்பல்கள், அபூ ஷுஜா புவைஹின் மூன்று மகன்களின் பொறுப்பில் இருந்தன. இது தொடர்பான சில விவரங்கள்:

அபூஷுஜா புவைஹ் தைலாமி, ஓர் ஏழை மீனவர். மீன் பிடிப்பதுதான் அவரது வாழ்க்கைக்கான ஆதாரம். அவருக்கு அலீ, ஹஸன், அஹ்மத் என்று மூன்று மகன்கள். பிற்காலத்தில் இம்மூன்று சகோதரர்களும் மிகப் பெரிய முன்னேற்றமடைந்து இமாதுத்தவ்லா, ருக்னுத்தவ்லா, முய்சுத்தவ்லா எனும் சிறப்புப்பெயர்களில்

அரசர்களாக மாறினர். இவர்கள், இரானில் அரசராக இருந்த யஸ்த் ஜுர்தின் வம்சாவளி என்றும் பஹ்ரம் கோரியின் வம்சாவளி என்றும் சொல்லப்பட்டது. உயர்நிலையை அடைந்தவர்கள் பிறப்பின் காரணமாகவே அதை அடைந்தனர் என்பது ஒரு சமூக வழக்கம்.

மாஹன் பின் கனீ, தனது படையில் சேர்த்துக்கொண்ட தைலாமிய மக்களில் இம்மூன்று சகோதரர்களும் உட்படுவார்கள். மாகன் தோல்வி அடைந்ததும், அவரது ஆதரவாளர்கள் பலர் மர்தவைஹிடம் சென்றனர். மர்தவைஹ், அவர்களுக்கு மிகுந்த மரியாதையும் சிறப்பும் அளித்து, தகுதிக்கு மீறிய பதவிகளில் அவர்களை நியமித்தார். இதன் மூலம், புவைஹின் மூன்று மகன்களுக்கும் நன்மைகள் விளைந்தன. அவர்களது சிறப்பான பணிகளும் எச்சரிக்கை உணர்வும் திறமையும் காரணமாக மர்தவைஹுடன் நெருக்கமானார்கள். மர்தவைஹ், கர்க்கின் ஆளுநராக, அலீ பின் புவைஹை நியமித்தார். அவரது இளைய சகோதரர்களான ஹசனும் அஹ்மதும் அவருடன் சென்றனர். அப்போது, மர்தவைஹின் சகோதரரான தாஷ்மகீர், ரேயின் ஆளுநராக இருந்தார். அவர், உமைத் எனும் ஹுஸைன் பின் முஹம்மதை அமைச்சராக நியமித்திருந்தார். ரேய்க்கு வந்த, அலீ பின் புவைஹ், உமைதைச் சந்தித்து, அவருக்கு ஒரு கோவேறு கழுதையை அன்பளிப்பாக வழங்கினார். பின்னர், கர்க்குக்குச் சென்ற அலீ அதன் ஆட்சிப் பொறுப்பை ஏற்றுக்கொண்டார்.

அலீ பின் புவைஹும் உமைதும் சந்தித்ததையும் கோவேறு கழுதை அன்பளிப்பாக வழங்கப்பட்டதையும் அறிந்த மர்தவைஹுக்கு, தான் உயர் பதவிகளிலும் ஆட்சியாளர்களாகவும் நியமித்த மாகனின் ஆட்கள், தனக்கெதிராகச் சூழ்ச்சி செய்து சிக்கலை ஏற்படுத்தி விடுவார்களோ என்ற பயம் உருவானது. அவர், மாஹனிடமிருந்து தங்களிடம் வந்தவர்களையும் அவர்களில் ஆளுநர்களாக இருப்பவர்களையும் கைது செய்யும்படி தனது சகோதரர் தாஷ்மகீருக்கு உத்தரவிட்டார். சிலர் கைது செய்யப்பட்டனர். ஆனால், கர்க்கின் ஆளுநராக இருந்த அலீ பின் புவைஹ் கிளர்ச்சியில் ஈடுபடக்கூடும் என்ற பயத்தில் கைது செய்யவில்லை.

கர்க்கின் அருகிலுள்ள பல்வேறு கோட்டைகளை அலீ பின் புவைஹ் கைப்பற்றினார். கிடைத்த போர்ப்பொருள்களையும் செல்வங்களையும் வீரர்களுக்குப் பகிர்ந்தளித்தார். இது படை வீரர்களிடையே அவருக்குப் பெரும் மதிப்பையும் செல்வாக்கையும்

உருவாக்கியது. ஹிஜ்ரீ 321இல், ரேயில் வீட்டுக் காவல்களிலிருந்த அனைவரையும் மர்தவைஹ் விடுவித்தார். அவர்கள் அனைவரும், கர்க்கில், அலீ பின் புவைஹிடம் சென்றனர். அவர் அவர்களைச் சிறப்பாக நடத்தினார்.

அதே காலகட்டத்தில், ஷெர்ஸாத் எனும் தெலாமிய தலைவர் ஒருவர், ஒரு குழுவினருடன் அலீ பின் புவைஹிடம் சென்று, இஸ்ஃபஹான்மீது படையெடுக்கும்படித் தூண்டினார். தெலாமியர்கள் அனைவரும் அலீ பின் புவைஹைச் சுற்றித் திரண்டிருப்பதை அறிந்த மர்தவைஹ், விடுதலை செய்யப்பட்டவர்களையும் தலைவர்களையும் தன்னிடம் அனுப்புமாறு எழுதினார். இதை ஏற்க மறுத்த அலீ, ஷெர்ஸாதுடன் சேர்ந்து இஸ்ஃபஹான்மீது படையெடுக்க முடிவு செய்தார். இஸ்ஃபஹான் அப்போது முஸஃப்ஃபர் பின் யஅக்கூத் மற்றும் அபூஅலீ பின் ருஸ்ட்டமின் ஆட்சியின் கீழிருந்தது. இவர்கள் இருவரும் கலீஃபாவின்மீதான கோபத்தில் கிளர்ச்சியில் ஈடுபட்டனர்.

அலீ பின் புவைஹ், இஸ்ஃபஹான்மீது படையெடுத்து முஸஃப்ஃபர் பின் யஅக்கூதைத் துரத்தியடித்தார். அபூஅலீ பின் ருஸ்ட்டம் மரணமடைந்தார். இஸ்ஃபஹான், அலீ பின் புவைஹின் கட்டுப்பாட்டின்கீழ் வந்தது. இச்செய்தியும், அலீ பின் புவைஹின் அதிகரித்து வரும் அரசாற்றலும் மர்தவைஹை மிகுந்த கவலைக்குள்ளாக்கியது. அவர், தனது சகோதரர் தாஷ்மகீரின் தலைமையிலான ஒரு படையை, அலீ பின் புவைஹை அடக்குவதற்காக இஸ்ஃபஹானுக்கு அனுப்பி வைத்தார். இதையறிந்த அலீ, இஸ்ஃபஹானிலிருந்து புறப்பட்டுச் சென்று ஜுர்ஜானைக் கைப்பற்றினார். இது, ஹிஜ்ரீ 321 துல்ஹிஜ்ஜா மாதம் நடந்தது.

இஸ்ஃபஹானைக் கைப்பற்றிய தாஷ்மகீர், அதன் ஆட்சிப்பொறுப்பை, முஸஃப்ஃபர் பின் யஅக்கூதிடம் ஒப்படைத்தார். அலீ பின் புவைஹ் தன் சகோதரர் ஹசனை வரி வசூல் செய்வதற்காக கஸ்ரூனுக்கு அனுப்பி வைத்தார். வழியில் முஸஃப்ஃபர் பின் யஅக்கூதுக்கும் ஹஸனுக்குமிடையே நடந்த போரில் முஸஃப்ஃபர் தோல்வியடைந்தார். ஹஸன், வரி வசூலித்து விட்டுத் திரும்பினார்.

அலீ பின் புவைஹ், அஸ்தக்ஹாரை நோக்கிப் புறப்பட்டார். யஅக்கூத் ஒரு பெரும் படையுடன் அவரைத் துரத்திச் சென்று போருக்கு அறைகூவல் விடுத்தார். போர் நடந்தது. அலீ பின் புவைஹின் சகோதரர் பெரும் வீரத்துடன் போரிட்டார். தோல்வியடைந்த யஅக்கூத் வாசிதை நோக்கிப் பின்வாங்கினார். அலீ பின் புவைஹ் ஷிராசுக்கு வந்து அதைக் கைப்பற்றினார். இப்போது, அலீயின் கட்டுப்பாட்டின்கீழ் முழு இரானும் வந்திருந்தது. எண்ணிக்கையில் பெருமளவு உயர்ந்திருந்த அலீயின் படை வீரர்கள் தங்களுக்கான ஊதியத்தை வழங்கக் கேட்டனர். அவர்களது தேவையை நிறைவேற்றும் அளவுக்குப் போதிய பணம் அலியிடம் இல்லை. ஆழ்ந்த கவலையுடன் ஒரு வீட்டில் படுத்துக்கிடந்தார் அலி. வீட்டுக்கூரையிலிருந்து ஒரு பாம்பு கீழே விழுந்தது. அந்த வீட்டை இடித்துவிடும்படி உத்தரவிட்டார் அலி. வீட்டினுள் தங்கம் நிறைந்த பல பேழைகளிருந்தன. அவை அனைத்தையும் தனது வீரர்களுக்குப் பகிர்ந்தளித்தார். புதிய உடைகள் தைப்பதற்காக, தையல்காரரை அழைத்து வரச் சொன்னார் அலி. காவலாளிகள் ஒருவரை அழைத்து வந்தனர். தன்னைக் கைது செய்து அழைத்து வந்திருப்பதாகப் பயந்துபோன அவர், “ஒருசில பேழைகளைத் தவிர என்னிடம் வேறு எதுவுமில்லை. ஒருவர் என்னிடம் அதைக் கொடுத்து விட்டுப்போனார். நான் அதைத் திறந்துப் பார்க்கவில்லை. அதில் என்ன இருக்கிறது என்று எனக்குத் தெரியாது” என்றார்.

பேழைகள் கொண்டு வரப்பட்டன. அவை முழுவதிலும் தங்க நாணயங்கள் இருந்தன. அலீ பின் புவைஹ் அவற்றைப் பறிமுதல் செய்தார். தன்னால் சுமந்து செல்ல முடியாத நிலையில் முஸஃப்ஃபர் பின் யஅக்கூத் விட்டுச் சென்ற பேழைகள் அவை. அதே காலகட்டத்தில் ஸஃப்ஃபர் வம்சாவளி அரசர்கள் திரட்டி வைத்திருந்த செல்வங்களும் கண்டுபிடிக்கப்பட்டன. அதன் மதிப்பு, ஐந்து இலட்சம் சிவப்பு தினார்கள். அக்காலகட்டத்தில் ஒருநாள், அலீ சவாரி செய்து கொண்டிருந்த குதிரையின் கால்கள் தரையில் ஆழமாகப் புதைந்தன. குதிரையின் கால்களை விடுவிக்கும் முயற்சியின்போது, அந்த இடத்தில் ஒரு புதையல் தென்பட்டது. இப்படியாக, அலியிடம் பெரும் செல்வம் திரண்டது. அவர், இரானை வெற்றிகரமாக ஆட்சி செய்து வந்தார். கூடவே, மர்தவைஹுக்கு எதிராக தனது ஆற்றலையும் வளர்த்து வந்தார்.

மர்தவைஹூுக்கு அவர் ஒரு பெரும் ஆபத்தாகவே மாறியிருந்தார்.

கஹீர் பில்லாஹ் பதவி நீக்கம் : கொலையாளியும் அவசரக்காரரும் குடியரும் சஞ்சல இயல்பினராகவும் இருந்த கஹீர் பில்லாஹ், ஒன்றரையாண்டு கால ஆட்சிக்குப் பிறகு படையினரின் கிளர்ச்சியால் ஹிஜ்ரீ 322, ஜுமாதல் ஆகிரா மாதம், 6 ஆம் நாள் கைது செய்யப்பட்டார். பின்னர், ரதீ பில்லாஹ் எனும் சிறப்புப் பெயருடன் அபூஅப்பாஸ் முஹம்மத் பின் முக்ததிர் கலீஃபாவாக நியமிக்கப்பட்டார். அவர் பொறுப்பேற்றதும் கஹீர் பில்லாஹ்வைக் குருடாக்கினார்.

அலீ பின் முஹம்மத் குராசானி கூறுகிறார்: "ஒரு நாள் கையில் ஒரு ஈட்டியுடன் என்னிடம் வந்த கஹீர் பில்லாஹ், அப்பாசிய கலீஃபாக்களின் பழக்க வழக்கங்களையும் இயல்புகளையும் தனக்குச் சொல்லும்படி கேட்டார். நான் சொன்னேன்: "ஸஃப்ஃபா, இரத்தம் சிந்துவதில் அவசரம் காட்டுபவராக இருந்தார். அவரைப் பின்பற்றி அவரது ஆளுநர்களும் நடந்துகொண்டனர். வீரம் செறிந்தவர். வரி வசூலிப்பதில் உறுதியானவர். மன்ஸூர், அப்பாசியர்களுக்கும் அபூதாலிபின் குடும்பத்தினருக்குமிடையே கருத்து முரண்பாடை உருவாக்கியதில் முதலாமவர். அவர்களிடையே ஒற்றுமை ஏற்பட அவர் அனுமதிக்கவே இல்லை. ஆரூடம் கூறுபவர்களைத் தோழர்களாகக் கொண்ட முதலாமவரும் அவர்தான். சுரியானி, அளவீட்டுக் கணிதம், கலீலா திம்னா, கிரேக்க நூல்கள் போன்ற அரபியல்லாத நூல்கள் அவருக்காக மொழிபெயர்க்கப்பட்டன. மஹ்தி, மிகுந்த கொடைத்தன்மைகொண்டவராகவும் நேர்மையாளருமாக இருந்தார். தனது தந்தை மக்களிடமிருந்து கைப்பற்றிய அனைத்தையும் அவர் மக்களிடமே திருப்பிக் கொடுத்தார். மார்க்க விரோதிகளைக் கொலை செய்தார்.

மக்கா, மதீனா, ஜெருசலேம் ஆகிய புனிதத் தலங்களிலுள்ள மஸ்ஜித்களை மறுகட்டுமானம் செய்தார். ஹாதி, கொடுங்கோல் ஆட்சியாளராகவும் பெருமை மிக்கவராகவும் இருந்தார். அவரது ஆளுநர்களும் அவரைப் பின்பற்றினர். ஹாரூன், ரோமானியரை எதிர்த்துப் போரிட்டார். ஹஜ் கடமையை நிறைவேற்றினார். மதீனாவுக்குச் செல்லும் வழியில் ஓய்வில்லங்களும் நீர்த்தடாகங்களும் அமைத்தார். தார்த்தூஸ், மஸீஸா, மராஷ் ஆகிய பகுதிகளில் மக்களைக்

குடியேறச் செய்தார். மக்களை மகிழ்ச்சிப்படுத்தினார். கலீஃபாக்களில் அவர்தான் முதன்முதலில் செண்டாட்டம் விளையாடியவர். சதுரங்கமும் விளையாடினார். குறிபார்த்துச் சுடுவதைப் பொழுதுபோக்காகக் கொண்டவர். அமீன், கொடைத்தன்மை கொண்டவராகவும் பொறுமையாளராகவும் இருந்தார். ஆனால், அவர் கேளிக்கைகளில் மூழ்கியிருந்தார். மாமூன், கணிதவியலிலும் மெஞ்ஞானத்திலும் மிகுந்த ஆர்வமுள்ளவர். கொடைத்தன்மையும் மதிநுட்பமும் கொண்டவர். முத்தஸிமும் இவரைப் போன்றவர்தான். குதிரையேற்றத்திலும் அரேபியர் அல்லாத அரசர்களைப்போல் நடந்துகொள்வதிலும் விருப்பமுள்ளவர். ஏராளமான போர்களை மேற்கொண்டு வெற்றிவாகை சூடியவர். வதீக், தன்னுடைய தந்தையைப் பின்பற்றினார். முத்தவக்கீல், மாமூனுக்கும் முத்தஸிமுக்கும் வதீக்குக்கும் எதிர்த்திசையில் பயணித்தார். தனது நம்பிக்கைகளுக்கு முரணான கல்வியாளர்களுக்கும் அவர்களது கருத்தைச் சொல்வதற்கான வாய்ப்பளித்தார். பொதுவாகவே மக்கள் அவரை விரும்பினர். பிற கலீஃபாக்கள் குறித்தும் கஹீர் கேள்விகள் கேட்டார். நானும் பதில் சொல்லிக்கொண்டே இருந்தேன். அவர்களது வரலாற்றை அறிந்துகொள்வதில் அவர் மிகுந்த மகிழ்ச்சியடைந்தார்.''

ரதீ பில்லாஹ் : ரதீ பில்லாஹ் பின் முக்ததிர் பில்லாஹ்வின் இயற்பெயர் முஹம்மத். இவரது மகன் வழி சிறப்புப் பெயர் அபுல் அப்பாஸ். இவர், ஸலூம் எனும் ஒரு ரோமானிய அடிமைப் பெண்ணுக்குப் பிறந்தவர். கஹீரைப் பதவி நீக்கம் செய்த பின், சிறையிலிருந்து அழைத்து வரப்பட்ட ரதீ பில்லாஹ், ஹிஜ்ரீ 322 ஜுமாதல் ஆகிரா மாதம் கலீஃபாவாகப் பொறுப்பேற்றார்.

தலைமை அமைச்சராக நியமிக்கப்பட்ட அலீ பின் மக்லாஹ், முஹம்மத் பின் யஅக்கூத்தைக் கைது செய்து சிறையிலிட்டார். அவரது தந்தை யஅக்கூத் அப்போது வாசிதில் இருந்தார். தனது படைகளை அணிவகுத்து அலீ பின் புவைஹுக்கு எதிராகப் போரிடச் சென்ற அவர், தோல்வியுற்றார். அதே ஆண்டு, 25 ஆண்டுகளாக வடஆப்பிரிக்காவை ஆட்சி செய்த உபைதுல்லாஹ் மஹ்தி காலமானார். தொடர்ந்து, அவரது மகன் அப்துல் காசிம், பியாம்ரில்லாஹ் எனும் சிறப்புப் பெயருடன் ஆட்சிக்கு வந்தார்.

மர்தவைஹின் கொலை நிகழ்வு : ரேய், இஸ்ஃபஹான், அஹ்வாஸ் ஆகிய மாகாணங்களை மர்தவைஹ் கைப்பற்றினார் என்றும் மைய அரசிலிருந்து ஆட்சியுரிமைக்கான ஒப்புதலைப் பெற்றார் என்றும் ஏற்கனவே பார்த்தோம். பிறகு, தன்னைச் சுதந்திர ஆட்சியாளராக அறிவித்த அவர், தங்கத்தால் ஓர் அரியணை செய்துகொண்டார். படைத்தலைவர்களின் இருக்கைகளை வெள்ளியால் செய்தார். மணிமுடி தரித்து, தன்னைப் பேரரசன் என்று கூறிக்கொண்டார். இராக்மீதும் பாக்தாத்மீதும் படையெடுப்பதற்கான ஏற்பாடுகளில் ஈடுபட்டார். அரேபியர்களைத் துடைத்தழித்துவிட்டு, பாரசீகப் பேரரசர்களின் அரண்மனைகளை மீண்டும் கட்டியெழுப்பப் போவதாகவும் ஸொராஸ்ட்ரியப் பேரரசை நிறுவப் போவதாகவும் கூறினார். இது, அவரது படைத்தலைவர்கள் சிலருக்கு அதிருப்தியளித்த நிலையில், ஹிஜ்ரீ 323இல் இஸ்ஃபஹானுக்கருகில் கொலை செய்யப்பட்டார்.

பெருநிலங்களின் நிலைமைகள் : கலீஃபா ரதீ பில்லாஹ்வின் அரசு, பாக்தாதையும் அதன் அண்மைப் பகுதியையும் மட்டுமே எல்லையாகக்கொண்டிருந்தது. திறை செலுத்துவதாக வாக்குறுதியளித்து ஆட்சியுரிமை பெற்றிருந்தவர்கள் வாக்குறுதியை மீறினார்கள். முஹம்மத் ரைக்கியின் ஆட்சியின்கீழ் பஸ்ராவும், அபூஅப்துல்லாஹ் புரைதியின்கீழ் குஸிஸ்தானும் அஹ்வாசும் இருந்தன. இமாதுத்தவ்லா எனும் சிறப்புப் பெயருடன் அலீ பின் புவைஹ் இரானை ஆண்டு வந்தார். அபூ அலீ பின் இலியாசின் ஆட்சியின்கீழ் கர்மான் இருந்து வந்தது. ருக்னுத்தவ்லா எனும் சிறப்புப் பெயருடனான ஹஸன் பின் புவைஹு¬ம் மர்தவைஹின் சகோதரரான தாஷ்மகீரும், ரேயிலும் இஸ்ஃபஹானிலும் மலைப்பகுதிகளிலும் போரிட்டுக் கொண்டிருந்தனர். மோசில், பக்ர், எகிப்து, ரபீயியா ஆகிய பகுதிகள் முஹம்மத் பின் தவாஜின் ஆட்சியின்கீழும், மவரோன்னஹ்ரின் சில பகுதிகள் ஸமனிய வம்சாவளி ஆட்சியாளர்களின் கீழும் இருந்தன. பஹ்ரைனும் யமாமாவும் அபூதாஹிர் கரமத்தியின் கீழும், தெலாமியப் படைத்தலைவர்களின்கீழ் தபரிஸ்தானும் இருந்தன. அன்டலூசியா, மொராக்கோ, வடஆப்பிரிக்க பகுதிகள் தொடர்ந்து சுதந்திர அரசுகளாக நீடித்தன.

கலீஃபா ரதீ பில்லாஹ் அரியணையேறிய முதலாண்டிலேயே இமாதுத்தவ்லா, இரான் மாகாணத்துக்கான ஆட்சியுரிமை

வழங்கக்கோரி வேண்டுகோள் விடுத்தார். ஒரு கொடியும் அரசப் பொன்னாடையும் இமாதுத்தவ்லா எனும் சிறப்புப் பெயரும் வழங்கி ஆட்சிக்கான உரிமைச் சான்றை அனுப்பி வைத்தார் கலீஃபா. இமாதுத்தவ்லாவின் சகோதரர்களில் ஹஸனுக்கு, ருக்னுத்தவ்லா என்றும் அஹ்மதுக்கு முய்ஸுத்தவ்லா என்றும் சிறப்புப் பெயர்களைச் சூட்டினார். மர்தவைஹின் இறப்புக்குப் பின், அவரது படை இரு பிரிவுகளாகப் பிரிக்கப்பட்டது. இரானிலிருந்த இமாதுத்தவ்லாவின்கீழ் ஒரு பிரிவும், அவரது முந்தைய படைத்தலைவர்களில் ஒருவரான யஹ்கூமின் கீழ் இன்னொரு பிரிவும் இயங்கின.

கலீஃபாவின் அரசவைக்கு வந்த யஹ்கூம், தனது செல்வாக்கை உயர்த்திக்கொண்டார். அரசவையைக் கட்டுப்பாட்டில் வைத்திருந்த தலைவர்கள்மீதும் செல்வாக்குப் பெற்றார். அமீருல் உமாரா எனும் சிறப்புப் பெயரும், கலீஃபாவின்மீதும் அரசவையின்மீதுமான தனது செல்வாக்குமாக ஆட்சியாளர்போலவே அவர் செயல்படத் தொடங்கினார். இஸ்ஃபஹானிலிருந்து ருக்னுத்தவ்லா பின் புவைஹிடம் வந்த, மர்தவைஹின் சகோதரர் தாஷ்மகீர், அஸர்பைஜானைக் கைப்பற்றினார். ருக்னுத்தவ்லா, இஸ்ஃபஹானையும் முய்ஸுத்தவ்லா, அஹ்வாசையும் கைப்பற்றினார்கள். முஹம்மத் பின் தஃபாஜிடம் எகிப்தை மட்டும் விட்டுவிட்டு அவரிடமிருந்து சிரியாவைக் கைப்பற்றினார் முஹம்மத் பின் ரைக். ரதீ பில்லாஹ் தனது கிலாஃபத்தின்போது ஒரு பொம்மையாகவே செயல்பட்டார். கிலாஃபத்தின் இறுதியில், முழு அதிகாரமும் யஹ்கூமிடம் வந்திருந்தது. யாரும் அவரை எதிர்க்கத் துணியவில்லை. அவர் வாசிதில் வாழ்ந்துவர, பாக்தாத் அரசவையின் தலைமை அமைச்சராகச் செயல்பட்டவர் அவரது தலைமை எழுத்தர்.

ரதீ பில்லாஹ்வின் இறப்பு : ஏழாண்டுகள் ஆட்சி செய்த ரதீ பில்லாஹ், ஹிஜ்ரீ 329, ரபீயுல் அவ்வல் மாதம் மரணமடைந்தார். இதையறிந்த யஹ்கூம், தலைமை எழுத்தருக்குப் பிறப்பித்த உத்தரவின்படி, இப்ராஹீம் பின் முத்தஸித் பில்லாஹ், முத்தக்கிலில்லாஹ் எனும் சிறப்புப் பெயருடன் அதே மாதம் கலீஃபாவாக நியமிக்கப்பட்டார்.

ரதீ பில்லாஹ்வின் ஆட்சியின்போது இப்னு அல் அர்ரஃபா எனும் முஹம்மத் பின் அலீ ஷல்மாகனீ என்பவர், தன்னை தெய்வீக ஆற்றலுள்ளவர் என்று கூறிக்கொண்டார். பலர் அவரிடம் மாணவர்களாகச் சேர்ந்தனர். ரதீ பில்லாஹ் கலீஃபாவாகப் பொறுப்பேற்ற முதலாம் ஆண்டிலேயே அவர் கைது செய்யப்பட்டு ஆதரவாளர்களுடன் சேர்த்துக் கொல்லப்பட்டார். ஹிஜ்ரீ 327 வரையிலும் பாக்தாதிலிருந்து யாரும் மக்காவுக்கு ஹஜ் கடமையை நிறைவேற்றச் செல்ல இயலாத அளவுக்கு பாக்தாதிலும் மக்காவிலும் வழிப்பறியிலும் கொள்ளையிலும் ஈடுபட்டான் கரமத்தா.

ஹிஜ்ரீ 327இல் அபூதாஹிர் கரமத்தி, ஹஜ் பயணிகளின் ஓர் ஒட்டகத்துக்கு ஐந்து தினார்கள் என்ற விகிதத்தில் வரி விதித்தார். ஹஜ் பயணிகள் கொடுக்க நேர்ந்த முதல் வரி இதுதான். பாக்தாத் மக்கள் இதைச் செலுத்தி, தங்கள் ஹஜ்ஜை நிறைவேற்றினர். இறுதியாக ஜுமுஆ பேருரை நிகழ்த்திய கலீஃபா, ரதீ பில்லாஹ்தான். அவருக்குப் பிறகு, ஜுமுஆ பேருரை நிகழ்த்தும் பொறுப்பு பிறரிடம் ஒப்படைக்கப்பட்டது.

முத்தக்கி லில்லாஹ்: முத்தக்கி லில்லாஹ் பின் முத்தஸித் பில்லாஹ் பின் முவஃப்ஃபிக் பில்லாஹ் பின் முத்தவக்கீல், ஸஹ்ரா எனும் அடிமைப் பெண்ணுக்குப் பிறந்தவர். 34 வயதில் கலீஃபாவாகப் பொறுப்பேற்றார். ஹிஜ்ரீ 329, ரஜப் மாதம் 26ஆம் நாள், வாஸிதின் அருகில், குர்துக்களால் யஹ்கூம் கொல்லப்பட்டார். அமீருல் உமரா எனும் சிறப்புப்பெயருடன் இரண்டாண்டுகளும் எட்டு மாத காலமும் அவர் அதிகாரம் செலுத்தி வந்தார். அவரது இறப்பைத் தொடர்ந்து, 11,00,000 தினார்கள் பறிமுதல் செய்யப்பட்டுக் கருவூலத்தில் சேர்க்கப்பட்டன. ஹிஜ்ரீ 329 ஷஃஅபான் மாதம், அபூஉபைதா புரைதி என்பவர், பஸ்ராவிலிருந்து ஒரு படையுடன் பாக்தாதுக்குச் சென்றார். கலீஃபா அவரைத் திரும்பிச் செல்லும்படி உத்தரவிட்டார். அவர் இணங்க மறுத்த நிலையில் கலீஃபா, அவருக்கு எதிராக ஒரு படையை அனுப்பி வைத்தார். கலீஃபாவின் படையைத் துரத்தியடித்துவிட்டு, பாக்தாதுக்குள் நுழைந்த புரைதி, தனக்கு 5,00,000 தினார்கள் தரவேண்டும் என்றும் மறுத்தால் பதவி நீக்கம் செய்யப்பட்டுக் கொல்லப்படுவீர் என்றும் செய்தி அனுப்பினார். கையறு நிலையிலிருந்த கலீஃபா, பணத்தைச் செலுத்தி, தற்காத்துக்கொண்டார்.

24 நாள்களுக்குப் பிறகு ஹிஜ்ரீ 329, ரமளான் மாதம், புரைதின் படையினர் ஊதியம் கோரி கிளர்ச்சியில் ஈடுபட்டனர். புரைதா தப்பித்து வாஸிதுக்கு ஓடினார். பிறகு, கோர்த்தகீன் எனும் ஒரு தலைவர் கலீஃபாமீதும் அரசவைமீதும் அதிகாரம் செலுத்த ஆரம்பித்தார். அவர் அமீருல் உமரா எனும் சிறப்புப் பெயரையும் பெற்றார். பாக்தாதில் அப்போது, துருக்கியர்களுடன் பெரும் எண்ணிக்கையிலான தெலாமியர்களும் இருந்தனர். யஹ்கூமின் அதிகாரம் மேலோங்கத் தொடங்கியதிலிருந்து, தெலாமியர்களும் அரசாற்றலில் வளர்ச்சியடையத் தொடங்கினர். கோர்த்தகீனுக்கு எதிராக தெலாமியர்கள் கிளர்ச்சி நடவடிக்கையில் ஈடுபட்டனர். ஆனால், அவரது செல்வாக்குப் பாதிக்கவில்லை.

சிரியாவை ஆட்சி செய்து வந்த முஹம்மத் பின் ரைக், இதையறிந்து அமீருல் உமரா பதவியைக் கைப்பற்றும் நோக்கத்துடன் பாக்தாதுக்குச் சென்றார். அவரை எதிர்கொள்ள கோர்த்தகீன் பாக்தாதை விட்டு வெளியே வந்தார். பாக்தாதுக்குள் அத்துமீறி நுழைந்த ரைக், கோர்த்தகீனைக் கைது செய்து சிறையிலிட்டார். கலீஃபா, இப்னு ரைக்கை அமீருல் உமராவாக நியமித்தார். ரைக், அபூ அப்துல்லாஹ் புரைதிடமிருந்து பலவந்தமாக வரி வசூலித்தார்.

ஹிஜ்ரீ 330 ரபீயுல் ஆகிரா மாதம், பாக்தாத்மீது படையெடுத்த புரைதி, ரைக்கைத் தோற்கடித்தார். துருக்கிய, தெலாமிய வீரர்களைக்கொண்ட புரைதியின் படை நகருக்குள் புகுந்து கொள்ளையிலும் கொலைகளிலும் ஈடுபட்டனர். கலீஃபா, தன் மகன் அபூமன்ஸூருடனும் இப்னு ரைக்குடனும் மோசிலை நோக்கி ஓடினார். புரைதியின் படை, பாக்தாத் அரண்மனையையும் வீடுகளையும் கொள்ளையடித்தது. அவர்களுடன் கரமத்தியர் சிலரும் சேர்ந்துகொண்டனர். நகரின் உயர்குடியினர் இழிவுக்கும் சித்திரவதைக்கும் உள்ளாயினர். கலீஃபாவின் வருகையுடன் மோசில் ஆளுநரான நஸீருத்தவ்லா பின் ஹமதான், நகரைவிட்டுச் சென்றார். கலீஃபாவும் ரைக்கும் அவரைத் திரும்பி வருமாறு அழைத்தனர். நஸீருத்தவ்லா, ரைக்கைக் கொன்றார். கலீஃபா, நஸீருத்தவ்லாவுக்கு அமீருல் உமரா எனும் சிறப்புப் பெயரைச் சூட்டினார். அவரது சகோதரர் அபுல் ஹஸன், ஸைஃபுத்தவ்லா என்று சிறப்புப் பெயர் சூட்டப்பட்டார்.

படையுடன் நஸீருத்தவ்லாவும் கலீஃபாவும் பாக்தாதை நோக்கி

நகர்ந்தனர். பாக்தாதைக் கைப்பற்றியிருந்த புரைதி எதிர்த்துப் போரிட்டும் பலனளிக்கவில்லை. ஹிஜ்ரீ 330 ஷவ்வால் மாதம் புரைதி தோற்கடிக்கப்பட்டார். நஸீருத்தவ்லா கலீஃபாவுடன் பாக்தாதுக்குள் நுழைந்தார்.

11 மாதங்கள் வரை கலீஃபாவுடன் இருந்த நஸீருத்தவ்லாவும் ஸைஃபுத்தவ்லாவும் பின்னர் மோசிலுக்குத் திரும்பினர். ஹிஜ்ரீ 331, ரமளான் மாதம் துஸூன் எனும் ஒரு படைத்தலைவர் பாக்தாதில் அதிகாரத்துக்கு வந்தார். கலீஃபா அவரை அமீருல் உமராவாக நியமித்தார்.

ஹிஜ்ரீ 332 இல் துஸூன், வாசிதில் இருக்கும்போது, அபூ ஜஅஃபர் ஷெர்ஸாத் பாக்தாதுக்குள் நுழைந்தார். பயந்துபோன கலீஃபா முத்தக்கி, மோசிலுக்கு ஓடினார். துஸூனும் அபூஜஅஃபரும் சேர்ந்து மோசில்மீது படையெடுத்து நஸீருத்தவ்லாவையும் ஸைஃபுத்தவ்லாவையும் தோற்கடித்தனர். அவர்கள் கலீஃபாவுடன் நஸீபானுக்கும் அங்கிருந்து ரிக்காவுக்கும் ஓடினர். பின்னர், துஸூனுக்கு ஒரு கடிதம் எழுதி, ஹமதான் கிளையினருடன் அமைதி உடன்படிக்கை செய்துகொண்டு பாக்தாதுக்குத் திரும்பினர். கலீஃபா ஹமதான் கிளையினருடன் ரிக்காவில் தங்கினார்.

அதே காலகட்டத்தில், அஹ்வாஸைக் கட்டுப்பாட்டில் வைத்திருந்த முய்ஸூத்தவ்லா, வாசித் மீது படையெடுத்தார். துஸூன், மோசிலிலிருந்து வந்து ஹிஜ்ரீ 332 துல் கஃதா மாதம், 17ஆம் நாள் அவரை எதிர்கொண்டார். இதில், தோல்வியுற்ற முய்ஸூத்தவ்லா, மீண்டும் படையெடுத்து வந்து வாசிதைக் கைப்பற்றினார். ஹிஜ்ரீ 332 இல், தங்கள் எல்லையிலிருந்த அஸர்பைஜான் நகரமான பரூவாமீது ரஷ்யர்கள் போர்த்தொடுத்தனர். இதையறிந்த மர்ஸபான் தெலாம், தனது படைகளை அனுப்பி வைத்தார். ரஷ்யர்கள் கொள்ளையில் ஈடுபட்டு, பெருமளவிலான முஸ்லிம்களைக் கொன்றழித்தனர். முஸ்லிம்கள் மீண்டும் திரண்டு வந்து அவர்களை எதிர்த்து நின்றனர். போர் நீண்ட காலம் தொடர்ந்தது. பயங்கரமான பல போர்களின் முடிவில், ரஷ்யர்களை முஸ்லிம்கள் பின்வாங்கச் செய்தனர்.

கலீஃபா முத்தக்கி பதவி நீக்கம் : ஹிஜ்ரீ 332 இறுதிவரைக்கும், கலீஃபா முத்தக்கி ஹமதான் கிளையினருடன் வாழ்ந்து வந்தார். இதனிடையில் அவர்களிடையே மனக்கசப்பு அதிகரித்தது.

பாக்தாதுக்கும் எகிப்திலிருந்த அக்ஸீத் பின் முஹம்மதுக்கும் கலீஃபா கடிதங்கள் எழுதினார். ஹிஜ்ரீ 333 முஹர்ரம் மாதம், 15 ஆம் நாள் அக்ஸீத், ரிக்காவிலிருந்த கலீஃபாவிடம் வந்து தன்னுடன் எகிப்துக்கு வரும்படி அழைப்பு விடுத்தார்.

இதை ஏற்றுக்கொண்ட அமைச்சர், எகிப்தைத் தலைநகராக்கிக்கொள்வதிலுள்ள நன்மைகளை அவருக்கு விளக்கினார். ஆனால், கலீஃபா அதற்கு மறுத்துவிட்டார். அப்போது, கலீஃபாவுக்கும் அமைச்சர் ஷெர்ஸாதுக்கும் மன்னிப்பும் பாதுகாப்பும் வழங்குவதாக, பாக்தாதிலுள்ள துஸூனிடமிருந்து கடிதம் வந்தது. அதை வாசித்த கலீஃபா மகிழ்ச்சி அடைந்தார். அக்ஸீதிடமிருந்து விடைபெற்ற கலீஃபா, ஹிஜ்ரீ 333 முஹர்ரம் மாதம் இறுதியில் பாக்தாதுக்குப் புறப்பட்டார். அவரை ஸந்தியாவில் வைத்து மகிழ்ச்சியுடன் வரவேற்ற துஸூன், தனது முகாமில் தங்க வைத்தார். மறுநாள், கலீஃபாவின் கண்களை அவர் சுடுகோல்களால் குருடாக்கினார். பின்னர், அபுல் காஸிம் அப்துல்லாஹ் பின் முஸ்தக்ஃபி பில்லாஹ் அழைத்து வரப்பட்டார். அரசவை உறுப்பினர்கள் அனைவரும் அவரை கலீஃபாவாக ஏற்று வாக்குறுதி அளித்தனர். முஸ்தக்ஃபி பில்லாஹ் என்று அவருக்குச் சிறப்புப் பெயர் சூட்டப்பட்டது.

பதவி நீக்கம் செய்யப்பட்ட கலீஃபா முத்தக்கியும் அரசவையிலிருந்தார். கலீஃபா முஸ்தக்ஃபிக்கு அவரும் வாக்குறுதியளித்தார். பின்னர், முத்தக்கி ஜஸீராவில் சிறையில் அடைக்கப்பட்டார். அதே நிலையில் 25 ஆண்டு வாழ்ந்த அவர் ஹிஜ்ரீ 357இல் மரணமடைந்தார். முத்தக்கியைக் குருடாக்கிய தகவலை அறிந்த கஹீர் பில்லாஹ், “நாமிருவரும் குருடாகிவிட்டோம். மூன்றாமவர் காத்திருப்பில் உள்ளார்” என்றார். ஒரு சில நாள்களுக்குப் பிறகு முஸ்தக்ஃபிக்கும் அது நேர்ந்தது.

முஸ்தக்ஃபி பில்லாஹ் : அபுல் காஸிம் அப்துல்லாஹ் பின் முஸ்தக்ஃபி பில்லாஹ். அம்லாஹுன்னாஸ் எனும் அடிமைப் பெண்ணுக்குப் பிறந்த இவர், தனது 41 ஆவது வயதில், ஹிஜ்ரீ 333 ஸஃபர் மாதம் கலீஃபாவாகப் பொறுப்பேற்றார். கிலாஃபத்துக்கு, அபுல் காஸிம் ஃபத்ல் பின் முக்ததிர் பில்லாஹ்வும் உரிமை கோரினார். பின்னர், தலைமறைவான அவரை, முஸ்தக்ஃபி தேடி

வந்தார். முஸ்தக்ஃபி கலீஃபாவாக இருந்த காலம் முழுவதும் அவர் பிடிபடவில்லை. அவரைக் கண்டுபிடிக்க முடியாமல் போனதும் அவரது வீட்டை இடித்தார் முஸ்தக்ஃபி.

கலீஃபா முஸ்தக்ஃபி பொறுப்பேற்றதும் துஸூன் மரணமடைந்தார். அமீருல் உமரா எனும் சிறப்புப் பெயரை அபூ ஜஅஃபர் இப்னு ஷெர்ஸாதுக்கு வழங்கினார் முஸ்தக்ஃபி. அதிகாரத்துக்கு வந்த அபூ ஜஅஃபர், கருவூலத்தை முற்றிலுமாகக் கையாடினார். அரசு நிர்வாகம் சீர்குலைந்தது. நகரத்தைவிட்டு மக்கள் குடிபெயரும் அளவுக்குத் திருட்டும் கொள்ளையும் மலிந்து போயின.

ஒரு குறிப்பு: உமய்யாக்களின் ஆட்சியின்போது, இஸ்லாமிய அரசின் பரப்பளவு அதிகரிக்க ஆரம்பித்தது. இஸ்லாமிய அரசுக்கென தனியொரு தலைநகரம் இருந்தது. டமாஸ்கசிலுள்ள கலீஃபாவின் அரசவையிலிருந்து வெளியாகும் உத்தரவு, அன்டலூசியா - மொராக்கோவிலிருந்து சீனா துருக்கிஸ்தான் வரையிலுள்ள எல்லா ஆட்சிப் பகுதிகளிலும் செயல்படுத்தப்பட்டது. இஸ்லாமிய கிலாஃபத் அப்பாசியரிடம் வந்தபோது, மிகக்குறுகிய காலத்தில், உமய்யாக்களின் தனித்த, சுயமான அரசுப் பிரிவொன்று அன்டலூசியாவில் நிறுவப்பட்டது. இப்படியாக, இஸ்லாமிய அரசுக்கென இரு மையங்கள் உருவாயின. பின்னர், மொராக்கோ தனியரசாக மாறியது. தொடர்ந்து, மவரோன்னஹ்ர், குராசான், பாரசீகம் ஆகிய பகுதிகள், பாக்தாத் கலீஃபாவின் கட்டுப்பாட்டிலிருந்து விலகின. பின்னர், பாக்தாத் கலீஃபாவின் தலைநகர்கூட பாக்தாதில் இருக்கவில்லை. நீண்ட காலம், டைக்ரீஸ், யூஃப்ரட்டீஸ் பகுதிகள் கலீஃபாவின் ஆளுகையின் கீழிருந்தன. அமீருல் உமரா (தலைவர்களின் தலைவர்) எனும் பதவி உருவான பிறகு, அரசு நிர்வாகம் அமீருல் உமராவின்கீழ் செயல்பட்டது. இந்தப் பதவி, கலீஃபாவின் கீழ் செயல்படுபவரைக் குறிக்கும் என்றாலும் உண்மை அதுவல்ல!

கலீஃபாவின் உத்தரவுகளை மதித்து பாக்தாத் நகரில் அமலாக்கம் செய்யப்பட்டன. ஆனால், தங்களுடைய செல்வாக்கால் மற்றவர்களைக் கீழ்ப்படிய வைக்கிற யாராலும் அமீருல் உமராவாக மாற முடியும். இந்தச் சிறப்பை அவருக்கு அளித்தாக வேண்டிய கட்டாயத்துக்கு உள்ளாவார் கலீஃபா. தனக்கு அதிகாரமும் இல்லை என்றாலும் கலீஃபா எனும் நிலையில் சிறு சுதந்திரமும் வசதி

வாய்ப்புக்களும் கலீஃபாவுக்கு இருந்து வந்தன. கூடவே, சிறிதளவு மரியாதையும் நிர்வாக உரிமையும் அதிகாரமும் இருந்தன.

மீனவரின் மகனாகிய முய்ஸுத்தவ்லா அஹ்மத் பின் புவைஹ், அஹ்வாஸிலிருந்து வந்து பாக்தாத்மீதும் கலீஃபாமீதும் அதிகாரம் செலுத்தலானார். அவருக்கு, மலிக் (அரசன்) எனும் சிறப்புப் பெயர் வழங்கப்பட்டது. அவருக்குப் பின்வந்தவர்களும் இச்சிறப்புரிமையை அனுபவித்து வந்தனர். முய்ஸுத்தவ்லா, கலீஃபாவை மிகுந்த கண்காணிப்பின் கீழ் வைத்தார். கலீஃபாவை மதிப்புக்குரிய கைதியாக நடத்தினார் என்றும் சொல்லலாம். பாக்தாதில் கலீஃபாவுக்கு இருந்த சிறு மரியாதையையும் அவர் பறித்துக்கொண்டார். வெளிநாடுகளிலிருந்து வருகை தரும் அரசுத் தூதுவர்களை வரவேற்பது மட்டுமே கலீஃபாவின் கடமையாக இருந்தது. வெளிநாட்டுத் தூதுவர் கலீஃபாவின் முன் அழைத்து வரப்படுவார். செயற்கையான ஒரு அரசவை அவர்முன் காட்சிப் படுத்தப்படும். தங்களுடைய தேவைகளை நிறைவேற்றிக்கொள்வதற்கு கலீஃபாவை அவர்கள் பயன்படுத்திக்கொள்வார்கள். சிறப்புப் பெயர்கள் வழங்குவதும் ஆவணங்கள் வழங்குவதும்தான் கலீஃபாவின் பணிகளாக இருந்தன. கலீஃபாவின் தேர்வுக்கென எந்த முக்கியத்துவமுமில்லை. மலிக் மட்டுமே தீர்மானிக்கும் சக்தியாக இருந்தார்.

கலீஃபா வெறும் காட்சிப்பொம்மையாக மட்டுமே இருந்தார். கலீஃபாவின் ஊதியத்தைத் தீர்மானிப்பவரும் மலிக்தான். தனக்கான ஊதியம் கிடைப்பதில் காலதாமதம் ஏற்பட்டாலோ, கிடைக்காமல் போய்விட்டாலோ, தனது அன்றாடச் செலவுகளுக்காக கலீஃபா, உடைமைகளை விற்க வேண்டிய நிலையில் இருந்தார். அப்பாசிய கலீஃபாக்களின் நிலை இந்த அளவுக்குச் சீர்குலைந்துபோனது. வரலாற்றில் அவர்களைப் பற்றிக் குறிப்பிடும்போது, அடிக்கடி, வாழ வகையற்றவர்கள் என்று சொல்ல வேண்டிய ஒரு நிலைக்கு அவர்கள் இழிவடைந்திருந்தனர். கலீஃபா என்ற ஒரு சொல்லைத் தவிர அரசாற்றலில் அவர்களுக்கென்று எதுவுமில்லை. இஸ்லாமிய அரசுகளைப் பற்றிய வரலாற்றை முழுமைப்படுத்தும் வகையில், பாக்தாத் ஆட்சியாளர்களின் வாழ்க்கையும் வெற்றிகளும் மட்டுமல்லாது, யூஃப்ரட்டீஸ், டைக்ரீஸ் ஆகிய பகுதிகளை ஆட்சி செய்தவர்கள் மற்றும் மலிக்குகளின் கட்டுப்பாட்டின்கீழ் செயல்பட்டு வந்த, பிற பகுதி ஆட்சியாளர்களின் வாழ்க்கையையும்

போக்குகளையும் பதிவு செய்ய வேண்டிய தேவை மிக முக்கியமானது. இப்போது வாசித்து வரும் வரலாற்றில், அப்பாசிய கலீஃபாக்கள் வெறும் பொம்மைகளாக இருப்பினும், அவர்களும் கலீஃபாக்கள் என்ற பெயரில் குறிப்பிடப்படுவதால், அவர்களது ஆட்சிப் பகுதிகளின் வரலாற்றை முழுமைப்படுத்தும் வகையில் தொடர்ந்து அவர்களைப் பற்றிக் குறிப்பிட வேண்டிய தேவையுள்ளது.

ஆனால், இப்போது நாம் வாசிப்பது, அப்பாசிய கலீஃபாக்களைக் குறித்து அல்ல என்பதும், பாக்தாதைக் கட்டுப்பாட்டுக்குள் வைத்திருந்தவர்களைக் குறித்து என்பதும் முக்கியமான விஷயங்கள். இஸ்லாமிய ஆட்சிப் பகுதிகளுக்குட்பட்ட மாகாணங்களில் தன்னிச்சையான, சுதந்திர அரசுகள் உருவாகி, செயல்பட்டு வந்தாலும், கலீஃபாவின் அரசுரிமையை அவர்கள் நிராகரித்து விடவில்லை என்பது கவனத்திற்குரியது. கலீஃபாவின் ஆட்சியின் கீழில்லாத மாகாணங்களிலும் ஜுமுஆ பேருரைகளில் கலீஃபாவின் பெயர் குறிப்பிடப்பட்டு வந்தது.

அன்டலூசியாவில் உமய்யா கிலாஃபத் அதிகாரத்தில் இருந்தது. வடஆப்பிரிக்காவிலிருந்த ஃபாத்திமியர்கள், கிலாஃபத்தையும் தலைமைப் பொறுப்பையும் கோரினார்கள். அன்டலூசியாவிலோ வடஆப்பிரிக்காவிலோ பாக்தாத் கலீஃபாவின் பெயர் ஒருபோதும் குறிப்பிடப்படவில்லை. ஏனைய இஸ்லாமிய ஆட்சிப் பகுதிகள், பாக்தாதின் அப்பாசிய ஆட்சியாளர்களைக் கலீஃபாவாகவும் சமயத் தலைவராகவும் ஏற்றுக்கொண்டிருந்தன. குறிப்பிட்ட சில காலகட்டங்களில் ஒருவர், கலீஃபாவின் பெயரை ஜுமுஆ பேருரையிலிருந்து நீக்கிவிட்டு, தன் பெயரைச் சேர்த்துக் கொண்டாலும் பெரும்பாலான ஆட்சிப் பகுதிகளிலும் கலீஃபாவின் பெயர்தான் குறிப்பிடப்பட்டு வந்தது.

பாக்தாதில் புவைஹிய வம்சாவளி : புவைஹின் மூன்று மகன்களான அலீ, ஹஸன், அஹ்மத் ஆகியோர் ஆட்சியாளர்களாக மாறிய நிகழ்வுகளைப் பார்த்தோம். இத்துடன் புவைஹிய அரச வம்சாவளி தோற்றம் பெற்றது. அலீயின் (இமாதுத்தவ்லா) கட்டுப்பாட்டின்கீழ் பாரசீகமும், ஹஸனின் (ருக்னுத்தவ்லா) கட்டுப்பாட்டின்கீழ் இஸ்ஃபஹானும் தபரிஸ்தானும், அஹ்மதின் (முய்ஸுத்தவ்லா) கட்டுப்பாட்டின் கீழ் அஹ்வாசும் இருந்து

வந்தன. ஷெர்ஸாத், அமீருல் உமராவாக இருந்தபோது, பாக்தாதில் கிளர்ச்சிகள் வெடித்துக் கிளம்பின. முய்ஸுத்தவ்லா பாக்தாத்மீது படையெடுத்தார். ஷெர்ஸாத் தப்பித்து மோசிலில் ஹமதான் கிளையினரிடம் ஓடினார். முய்ஸுத்தவ்லா, பாக்தாதை எளிதாகக் கைப்பற்றினார். கலீஃபா முஸ்தக்ஃபி, அவருக்கு மலிக் எனும் சிறப்புப் பெயரை அளித்தார். அதன் பின், முய்ஸுத்தவ்லா தன் பெயரில் நாணயங்களை வெளியிட்டு பாக்தாதைச் சிறப்பாக ஆளத் தொடங்கினார். சிறிது காலத்துக்குப் பிறகு, தனக்கெதிராக கலீஃபா முஸ்தக்ஃபி சூழ்ச்சி செய்வதாக அவர் அறிந்தார். அப்போது, குராசான் தூதுவர் அங்கே வருகை தந்திருந்தார். திறந்த ஓர் அரசவைக் கூட்டப்பட்டது. இரு தைலாமிய ஒற்றர்களுக்கு முய்ஸுத்தவ்லா சைகை காட்டவும், அவர்கள் முன்னால் நகர்ந்தனர். தனது கையை முத்தமிட வருகிறார்கள் என்று நினைத்த கலீஃபா கையை நீட்டினார். அவர்கள் கலீஃபாவின் கையைப் பிடித்து இழுத்து அரியணையிலிருந்து கீழே தள்ளிக் கைது செய்தனர். யாரும் எதுவும் பேசத் துணியவில்லை.

முய்ஸுத்தவ்லா தனது இல்லத்துக்குச் சென்றார். தைலாமியர்கள் கலீஃபாவை இழுத்துக் கொண்டுபோய் முய்ஸுத்தவ்லாவிடம் ஒப்படைத்தனர். அவர் கலீஃபாவின் கண்களைக் குருடாக்கி, வீட்டுக்காவலில் வைத்தார். இது, ஹிஜ்ரீ 334 ஜுமாதல் ஊலா மாதம் நடந்தது. வெறும் பெயரளவில் கலீஃபாவாக இருந்த முஸ்தக்ஃபி, ஓராண்டும் நான்கு மாதங்களும் பொறுப்பு வகித்தார். வீட்டுக்காவலிலிருந்த நிலையில் ஹிஜ்ரீ 338இல் காலமானார்.

முத்திலில்லாஹ் : முய்ஸுத்தவ்லா, புவைஹின் இளைய மகன். அத்ரூஷின் மூலம் இஸ்லாத்தைத் தழுவியிருந்ததால் தைலாமியர்கள் அனைவரும் ஷியாக்களாக இருந்தனர். எல்லை மீறுதல்களிலும் எதிர்சார்பு நிலைகளிலும் ஷியாக்கள் அனைவரையும்விட புவைஹ் அரச குடும்பத்தினர் முன்னிலையில் இருந்தனர். முஸ்தக்ஃபியை இழிவுபடுத்திப் பதவியிலிருந்து நீக்கிச் சிறையிலிட்டுக் குருடாக்கிய பின், ஓர் அலவியை அரியணையிலேற்ற விரும்பினார் முய்ஸுத்தவ்லா. அவருடைய ஆலோசகர்களில் ஒருவர் கூறினார்: “நீங்கள் ஒரு அலவியைக் கலீஃபாவாக்கினால், மக்கள் அனைவரும் கலீஃபாவாக இருப்பதற்கான அனைத்துத் தகுதிகளும் அலவியருக்கே இருப்பதாக நம்பி உங்களுக்குப் பணிய மறுப்பார்கள். தைலாமியர்களிடம்

உங்களுக்கிருக்கும் செல்வாக்கும் உங்களுடைய அரசும் மேன்மையும் நீடிக்காது. ஆகவே, ஒரு அப்பாசியரைப் பதவியில் அமர்த்துவதே நன்மை. எனில், ஷியாக்களும் அவர் தகுதியற்றவர் என்ற நம்பிக்கையில் உங்கள்மீது பணிவும் பற்றும் கொண்டிருப்பார்கள். இப்படியாக, ஷியாக்களின் அரசாற்றல் பாக்தாதில் தொடர இயலும்.”

ஆலோசகரின் கருத்தை ஏற்றுக்கொண்ட முய்ஸுத்தவ்லா, அபுல் காஸிம் ஃபத்ல் பின் முக்ததிரை வரவழைத்து அவருக்கு முத்திலில்லாஹ் எனும் சிறப்புப் பெயர் சூட்டி அரியணையில் அமர்த்தினார். வழக்கப்படி வாக்குறுதியளிப்பும் நடந்தேறியது. கலீஃபா முத்திலில்லாஹ்வின் ஊதியம், நாளொன்றுக்கு 100 தினார்கள் என்று வரையறுத்தார். மஷ்கலா எனும் ஓர் அடிமைப் பெண்ணுக்குப் பிறந்த முத்திலில்லாஹ், ஹிஜ்ரீ 334 ஜுமாதல் ஆகிரா மாதம், கலீஃபாவாகப் பொறுப்பேற்றார். அமைச்சராக, அபூமுஹம்மத் ஹஸன் பின் முஹம்மத் முஹல்லபியை நியமித்தார் முய்ஸுத்தவ்லா. அமைச்சர் பதவிக்கு அதிகாரங்கள் இருந்தன. கலீஃபா பெயரளவில்தான் இருந்தார்.

அக்ஸீத் முஹம்மத் பின் தஃபாஜ் ஃபர்கானி, எகிப்து ஆட்சியாளராக இருக்கும்போது நஸீருத்தவ்லா, மோசிலையும் ஸைஃபுத்தவ்லா பின் ஹமதான், சிரியாவையும் கைப்பற்றியிருந்தனர் என்பதை ஏற்கனவே பார்த்தோம். முய்ஸுத்தவ்லா பாக்தாதைத் தனது கட்டுப்பாட்டில் வைத்திருக்கிறார் என்பதை அறிந்த நஸீருத்தவ்லா, ஒரு படையுடன் மோசிலை விட்டுப் புறப்பட்டு, ஹிஜ்ரீ 334இல் ஸமராவுக்கு வந்தார். இதையறிந்த முய்ஸுத்தவ்லா, அவரை எதிர்கொள்வதற்காக, கலீஃபா முத்திலில்லாஹ்வுடன் பாக்தாதுக்கு வெளியே வந்தார். அப்போது நடந்த போரில் முய்ஸுத்தவ்லா தோல்வியடைந்து பாக்தாதுக்குத் திரும்பினார்.

நஸீருத்தவ்லா பாக்தாதின் கிழக்குப் பகுதியில் முகாம் அமைத்துத் தங்கியிருந்தபோது, கலீஃபா முத்திலில்லாஹ்வுடன் பாக்தாதின் வடபகுதியை அடைந்தார் முய்ஸுத்தவ்லா. தொடங்கிய போர், அவர்களிடையிலான நல்லிணக்கத்தில் முடிவடைந்தது. முய்ஸுத்தவ்லா தன் பேத்தியை நஸீருத்தவ்லாவின் மகன் அபூகாஸிம் புரைதிக்கு மணம் முடித்துக் கொடுத்தார். முய்ஸுத்தவ்லாவுக்கு எதிராக அவர் பஸ்ராவில் கிளர்ச்சி செய்தார். ஹிஜ்ரீ 336இல்

முய்ஸுத்தவ்லா பஸ்ராமீது படையெடுத்தார். தோற்கடிக்கப்பட்ட அபூகாஸிம், பஹ்ரைனிலிருந்த கரமத்தாவிடம் ஓடினார். பஸ்ராவைக் கைப்பற்றிய முய்ஸுத்தவ்லா, அபூஜஅஃபர் ஸஹீரியை நியமித்துவிட்டு, கலீஃபாவுடன் பாக்தாதுக்குத் திரும்பினார். ஹிஜ்ரீ 337இல் மோசில் ஆளுநரான நஸீருத்தவ்லாஹ் பின் ஹமதான்மீது படையெடுத்தார் முய்ஸுத்தவ்லா. அவரை எதிர்கொள்ள இயலாத நஸீருத்தவ்லா நஸீபானுக்குச் சென்றார். அதே வேளையில் குராசான் படை ஜுர்ஜானையும் ரேயையும் தாக்கியிருப்பதாகவும் உடனடியாக ஒரு படையை அனுப்பி வைக்க வேண்டுமென்றும், முய்ஸுத்தவ்லாவின் சகோதரர் ருக்னுத்தவ்லா தகவல் அனுப்பினார். முய்ஸுத்தவ்லா மீண்டும் நஸீருத்தவ்லாவுடன் அமைதி உடன்படிக்கை மேற்கொண்டு, மோசிலிலிருந்து பாக்தாதுக்குப் புறப்பட்டார். நஸீருத்தவ்லா மோசிலுக்குத் திரும்பினார்.

இந்த அமைதி உடன்படிக்கை, நஸீருத்தவ்லா தொடர்ந்து வரி செலுத்த வேண்டும். ஜுமுஆ பேருரையில் புவைஹ் சகோதரர்கள் மூவரின் பெயர்களையும் குறிப்பிட வேண்டும் என்ற நிபந்தனைகளுடன் அமைந்திருந்தது. ஹிஜ்ரீ 338இல், கலீஃபா முத்திலில்லாஹ்வின் கீழ்க்கண்ட அறிவிப்புகளை முய்ஸுத்தவ்லா பெற்றிருந்தார்: "இமாதுத்தவ்லா என்று அறியப்படும் அலீ பின் புவைஹ், அவரது சகோதரரான முய்ஸுத்தவ்லாவின் பிரதிநிதியாக இருந்து அரசுப் பொறுப்புகளை நிறைவேற்ற வேண்டும்." அதே ஆண்டில் இமாதுத்தவ்லா இறந்துபோகவே, இன்னொரு சகோதரரான ருக்னுத்தவ்லா அதே பொறுப்பில் செயல்பட்டார். ஹிஜ்ரீ 339இல், கஅபாவின் கறுப்புக்கல் அதே இடத்தில் தங்க நிறச் சட்டகத்துடன் மீண்டும் வைக்கப்பட்டது.

ஹிஜ்ரீ 341இல் கூடுவிட்டுக் கூடு பாய்வதில் நம்பிக்கைகொண்ட ஒரு குழு தோற்றம் பெற்றது. அலீ (ரலி) அவர்களின் உயிர் தன்னுள் புகுந்துள்ளதாக ஒருவனும் ஃபாத்திமா (ரலி) அவர்களின் உயிர் தன்னுள் புகுந்துள்ளதாக அவனது மனைவியும் சொன்னார்கள். இன்னொருவன் ஜிப்ரீல் (அலை) அவர்களின் ஆவி தன்னில் குடிபுகுந்திருப்பதாகச் சொன்னான். இதைக்கேட்ட மக்கள் அவர்களைத் தாக்கினார்கள். ஷியாவான முய்ஸுத்தவ்லா, அவர்கள்மீது தாக்குதல் தொடுப்பதைக் கண்டித்து உத்தரவிட்டார்.

நபிகளாரின் குடும்பத்தைச் சேர்ந்த அலீ, ஃபாத்திமா (ரலி) ஆகியோருக்கு மதிப்பளிக்க வேண்டுமென்று அறிவித்தார்.

ஹிஜ்ரீ 346இல் ரேயிலும் அதன் அண்மைப் பகுதிகளிலும் ஒரு பெரிய நிலநடுக்கம் ஏற்பட்டது. இதில், 30 பேர்கள் மட்டுமே உயிர் பிழைத்தனர். ரேயைச் சுற்றிலுமுள்ள 150 சிற்றூர்கள் பூமிக்குள் புதைந்தன. ஹல்வானின் பெரும்பகுதி நீரில் மூழ்கியது. ஹிஜ்ரீ 347 இல் அதே போன்ற மற்றொரு நிலநடுக்கம் ஏற்பட்டது. அதே ஆண்டு, நஸீருத்தவ்லாஹ் வரி செலுத்துவதில் தாமதம் செய்யவே, ஜுமாதல் ஊலா மாதம் மோசில்மீது தாக்குதல் நடத்தி அதைக் கைப்பற்றினார் முய்ஸுத்தவ்லா.

தனது உதவியாளரான ஸுபுக்தகீனை மோசிலில் பொறுப்பில் நியமித்த முய்ஸுத்தவ்லாஹ், நஸீபானுக்குச் சென்ற நஸீருத்தவ்லாவைப் பின்தொடர்ந்தார். அவர், நஸீபானிலிருந்து தனது சகோதரரான ஸைஃபுத்தவ்லாஹ் இருக்கும் அலப்போவுக்குச் சென்றார். முய்ஸுத்தவ்லாஹ்வுடன் ஸைஃபுத்தவ்லா கடிதம் மூலம்கொண்ட தொடர்பின் காரணமாக ஹிஜ்ரீ 348 முஹர்ரம் மாதம் ஓர் அமைதி உடன்படிக்கை மேற்கொள்ளப்பட்டது. இதன்படி, முய்ஸுத்தவ்லா இராக்குக்குத் திரும்பினார்.

ஹிஜ்ரீ 350இல், பாக்தாதில் அவர் ஒரு மிகப்பெரிய அரண்மனையைக் கட்டியெழுப்பினார். அதன் அடித்தளம் 36 கஜம் ஆழத்தில் தோண்டப்பட்டது. அதே ஆண்டில், ரோமானியர்கள் ஹிஜ்ரீ 230 முதல் முஸ்லிம்களின் கட்டுப்பாட்டிலிருந்த ஒரு மாகாணத்தைக் கைப்பற்றினார்கள்.

இமாம் ஹுஸைன் உயிர்த் தியாகம் செய்த முஹர்ரம் 10ஆம் நாளன்று அங்காடிகள் அனைத்தும் மூடப்பட வேண்டும் என்றும் அன்றைய தினம், மக்கள் துக்கம் கடைப்பிடிக்க வேண்டும் என்றும், அதை அழுது புலம்பி வெளிப்படுத்த வேண்டும் என்றும் ஹிஜ்ரீ 352 தொடக்கத்தில் ஒரு உத்தரவு வெளியானது. பெண்கள் தங்கள் தலைமுடியைக் குலைத்தும் முகங்களைக் கறுப்பாக்கியும் ஆடைகளைக் கிழித்தும் சோகப்பாடல்கள் பாடி, மாரடித்தபடி தெருக்களிலும் சந்தைகளிலும் உலா வந்தனர். ஷியாக்கள் இவ்வுத்தரவை விருப்பத்துடன் ஏற்றுக்கொண்டனர்.

ஸுன்னி முஸ்லிம்கள் செய்வதறியாத நிலைக்குள்ளாயினர். அடுத்த

ஆண்டு, ஸன்னி முஸ்லிம்களும் இதைப் பின்பற்ற வேண்டுமென்று உத்தரவு வெளியானது. அவர்களால் இதை ஏற்றுக்கொள்ள இயலவில்லை. ஸன்னிகளுக்கும் ஷியாக்களுக்குமிடையே வேறுபாடு உருவானது. இமாம் ஹுசைனின் படுகொலைக்குத் துக்கம் கடைப்பிடிக்கும் இந்நிகழ்வு, ஷியாக்களிடையே இன்றும் வழக்கமாக இருந்து வருகிறது.

ஓமன் கைப்பற்றப்படுதலும் முய்ஸுத்தவ்லாவின் மரணமும்: ஓமன், கரமத்தாவின் கீழிருந்து வந்தது. ஹிஜ்ரீ 355இல் ஓமன்மீது படையெடுத்த முய்ஸுத்தவ்லா, துல்ஹிஜ்ஜா மாதம், 9ஆம் நாள் அதைக் கைப்பற்றியதுடன் கரமத்தாவை அங்கிருந்து வெளியேற்றினார். கரமத்தாவின் ஆதரவாளர்கள் ஆயிரக்கணக்கானோர் கொல்லப்பட்டனர். அவர்களது 89 கப்பல்கள் தீக்கிரையாக்கி மூழ்கடிக்கப்பட்டன. ஓமன் படையெடுப்பை முடித்துவிட்டு வாசிதுக்குச் சென்ற முய்ஸுத்தவ்லா, உடல் நலம் குன்றிய நிலையில் பாக்தாதை அடைந்தார். அங்கே அவருக்கு மிகச் சிறந்த முறையில் மருத்துவம் செய்தும் குணம் பெறவில்லை. தனது, 22 ஆண்டுகால ஆட்சியின் முடிவில், ஹிஜ்ரீ 356, ரபீயுல் ஆகிரா மாதம் முய்ஸுத்தவ்லா மரணமடைந்தார்.

இஸ்ஸுத்தவ்லாவின் ஆட்சி: முய்ஸுத்தவ்லா தனது மரணத்தின்போது அவரது மகன் பக்தியாரை அரசு வாரிசாக நியமித்தார். கலீஃபா அவருக்கு இஸ்ஸுத்தவ்லா என்று சிறப்புப் பெயர் சூட்டினார். முய்ஸுத்தவ்லாவைத் தொடர்ந்து அவரது மகன் ஆட்சிப் பொறுப்பை ஏற்றார். கலீஃபாவின் அதிகாரத்தை ஒன்றுமில்லாமலாக்கிய தெலாமியர்கள்தான் உண்மையான ஆட்சியாளர்களாக மக்களால் மதிக்கப்பட்டனர். கலீஃபாவைப்போல் தங்களுக்கான வாரிசுகளையும் அவர்கள் தேர்வு செய்துகொண்டனர். புவைஹியர்களின் முதலாவது அரசர் முய்ஸுத்தவ்லா, அடுத்தவர், இஸ்ஸுத்தவ்லா.

தன்னுடைய அமைச்சராக அபுல் ஃபத்ல் அப்பாஸ் பின் ஹுஸைன் ஷிராஸியை நியமித்தார் இஸ்ஸுத்தவ்லா. அதே ஆண்டில், ஜதி பின் முய்ஸுத்தவ்லா, தனது சகோதரரான இஸ்ஸுத்தவ்லாவுக்கு எதிராக பஸ்ராவில் கிளர்ச்சி செய்தார். அபுல் ஃபத்ல் அப்பாஸ் அவரை எதிர்த்துப் போரிட்டுக் கைது செய்து, இஸ்ஸுத்தவ்லாவிடம்

கொண்டு வந்தார். ஐதி சிறையிலடைக்கப்பட்டார்.

ஹிஜ்ரீ 362 இல் அமைச்சர் அபுல் ஃபத்ல் அப்பாசைப் பதவி நீக்கம் செய்த இஸ்ஸுத்தவ்லா, முஹம்மத் பின் பக்கிய்யாவை நியமித்தார். மிக எளிய மனிதரான முஹம்மத் பின் பக்கிய்யா, இஸ்ஸுத்தவ்லா குடும்பத்தின் செயலராக இருந்தார்.

அதே ஆண்டில், அபூதக்லப் பின் நஸீருத்தவ்லா பின் ஹமதான், தந்தையாரைச் சிறைப்படுத்தி, ஆட்சியைப் பிடித்துக்கொண்டார். ஏற்கனவே குறிப்பிட்டபடி, இஸ்ஸுத்தவ்லாவின் மகளை அபூ தக்லப் திருமணம் செய்திருந்தார். அவரது இரண்டு சகோதரர்களான இப்ராஹீமும் ஹமதானும் மோசிலிலிருந்து தப்பித்து, பாக்தாதில் இஸ்ஸுத்தவ்லாவிடம் வந்து அபூதக்லபைக் குறித்து முறையிட்டு உதவி கேட்டனர். அமைச்சர் முஹம்மத் பின் பக்கிய்யாவுடனும் படைத்தலைவர் ஸுபுக்தகீனுடனும் மோசில்மீது படையெடுத்தார் இஸ்ஸுத்தவ்லா. அபூதக்லப் தனது செயலகத்தை மூடிவிட்டு மின்ஜாருக்குப் போய்விட்டார்.

இஸ்ஸுத்தவ்லா மோசிலுக்குள் நுழையும்போது, அபூதக்லப் மின்ஜாரிலிருந்து புறப்பட்டு பாக்தாதுக்குச் சென்றார். இஸ்ஸுத்தவ்லா, பக்கிய்யாவையும் ஸுபுக்தகீனையும் பாக்தாதுக்கு அனுப்பி வைத்துவிட்டு மோசிலில் இருந்தார். பக்கிய்யா, அபூதக்லபுக்கும் ஸுபுக்தகீனுக்கும் முன்பே பாக்தாதை அடைந்து விட்டார். அவர்கள் இருவரும், அபூதக்லபைப் பாக்தாதுக்கு வெளியே எதிர்கொள்ள விரும்பினார்கள்.

அபூதக்லபுக்கும் ஸுபுக்தகீனுக்குமிடையில் போர் தொடங்கிய அதே வேளையில் பாக்தாதில், ஷியாக்களுக்கும் ஸன்னிகளுக்குமிடையே சண்டை மூண்டது. இதையறிந்த அபூதக்லபும் ஸுபுக்தகீனும் போரை நிறுத்திவிட்டு, ஷியாக்கள் அனைவரையும் பதவி நீக்கம் செய்துவிட்டுப் புதிய ஒரு கலீஃபாவை நியமிப்பதாக முடிவு செய்தனர். பின்னர், இம்முடிவைத் தள்ளி வைத்தனர். பாக்தாதிலிருந்த பக்கிய்யாவை அழைத்து, அபூதக்லபுடன் ஓர் அமைதி உடன்படிக்கை மேற்கொள்வதற்கான நெறிமுறைகளை வகுத்தனர். இதன்படி, இஸ்ஸுத்தவ்லாவுக்கு பக்கிய்யா ஒரு கடிதம் எழுதினார். அதில், இஸ்ஸுத்தவ்லா மோசிலை விட்டு பாக்தாதுக்கு வரவேண்டும் என்றும் மோசிலின் ஆட்சிப் பொறுப்பை

அபூதக்லபிடம் ஒப்படைக்க வேண்டுமென்றும் எழுதினார்.

மோசிலையடைந்த அபூதக்லப், தன் தந்தையின் சகோதரரான இஸ்ஸுத்தவ்லாவை ஆரத் தழுவிக்கொண்டார். பாக்தாதுக்குத் திரும்பிய இஸ்ஸுத்தவ்லா, வழியில் வரி வசூலுக்காக அஹ்வாசுக்குச் சென்றார். இஸ்ஸுத்தவ்லாவுடனிருந்த துருக்கியர்களுக்கும் தெலாமியர்களுக்கு இடையே பிரச்சினை உருவானது. அவர் துருக்கியர்களை அடக்கினார். இதையறிந்த, பாக்தாதிலிருந்த ஸுபுக்தகீன், கிளர்ந்தெழுந்து அவரது வீட்டைக் கொள்ளையடித்ததுடன் அவரது உறவினர்களைக் கைது செய்து வாஸிதுக்கு அனுப்பினார். இது, ஹிஜ்ரீ 363 துல்கஅதா மாதம் நடந்தது.

பாக்தாதைத் தன் கட்டுப்பாட்டுக்குக் கொண்டு வந்த ஸுபுக்தகீன், ஸுன்னத் வழியிலான அரசப் பிரிவு ஒன்றை நிறுவியதுடன் பாக்தாதிலிருந்த ஷியாக்களை வெளியேற்றினார். கலீஃபாவிடம் பதவி விலகும்படி கேட்டுக்கொண்டார். ஏனெனில், கலீஃபா செயலாற்ற இயலாத நிலையில் முடக்குவாதத்தால் பாதிக்கப்பட்டிருந்தார். ஹிஜ்ரீ 363 துல்கஅதா மாதம், கலீஃபா முத்திலில்லாஹ் பதவியைத் துறந்தார். அவரது மகன் அப்துல் கரீம், தாயிலில்லாஹ் எனும் சிறப்புப் பெயருடன் கலீஃபாவாகப் பொறுப்பேற்றார். இருபத்தாறரை ஆண்டு காலம், கலீஃபா முத்திலில்லாஹ் ஒரு பொம்மை அரசராகப் பொறுப்பில் இருந்து வந்தார்.

மோசிலைக் கைப்பற்றிய நஸீருத்தவ்லா பின் ஹமதான், ரோமானியர்களிடமிருந்து தன்னைப் பாதுகாத்தும் அவர்களுக்கெதிராகப் படையெடுத்துக்கொண்டும் இருந்தார். நஸீருத்தவ்லாவின் சகோதரரான ஸைஃபுத்தவ்லா, ஹலபையும் ஹோம்சையும் கைப்பற்றினார். ரோமானியர்களை எதிர்ப்பதும் அவர்களிடமிருந்து தற்காப்பதுமே அவரது முக்கியப் பொறுப்புகளாக இருந்தன. அவர் அதனை மிகுந்த உற்சாகத்துடனும் வெற்றியுடனும் செய்து வந்தார். ஹிஜ்ரீ 363 இல், ஜுமுஆ பேருரையிலிருந்து கலீஃபாவின் பெயரை நீக்கம் செய்த இஸ்ஸுத்தவ்லா, கலீஃபாவுக்கு வழங்கும் ஊதியத்தையும் நிறுத்தினார். கலீஃபா தனது கவலையையும் ஏமாற்றத்தையும் வெளிப்படுத்தினார். தனது செலவுகளை மேற்கொள்வதற்காக அவர் உடைமைகளை விற்க வேண்டிய சூழ்நிலை உருவானது. பதவி நீக்கம் செய்த பிறகு கலீஃபாவின் சிறப்புப் பெயர், ஷெய்க் அல் ஃபத்ல் என்றானது. ஹிஜ்ரீ 362,

முஹர்ரம் மாதம் அவர் வாசிதில் வைத்து மரணமடைந்தார். இக்காலகட்டத்தில், அபூபக்கர் ஷிப்லியும் அபூநஸ்ர் ஃபராபியும் கவிஞர் முத்தனப்பியும் மரணமடைந்தனர்.

தாயிலில்லாஹ் : அபூபக்ர் அப்துல் கரீம் தாயிலில்லாஹ் பின் முத்திலில்லாஹ், ஹஸர் எனும் அடிமைப் பெண்ணுக்குப் பிறந்தவர். முத்திலில்லாஹ், பதவி நீக்கம் செய்யப்பட்டதைத் தொடர்ந்து, ஹிஜ்ரீ *363*, துல்கஅதா மாதம், *23*ஆம் நாள், தனது *45*ஆவது வயதில் அவர் கலீஃபாவாகப் பொறுப்பேற்றார். தொடர்ந்து, ஸுபுக்தகீனுக்கு நஸீருத்தவ்லாஹ் எனும் சிறப்புப் பெயருடன் ஒரு கொடியும் கொடுத்து, இஸ்ஸுத்தவ்லாவைப் பதவியிலிருந்து நீக்கி விட்டு அவரை ஆட்சியாளரின் உதவியாளராக நியமித்தார். அதே ஆண்டு, மதீனாவின் ஜுமுஆ பேருரையில் முய்ஸ் உபைதியின் பெயர் குறிப்பிடப்பட்டது.

கலீஃபா முத்திலில்லாஹ், பதவி விலகும்போது பாக்தாத், ஸுபுக்தகீனின் கீழிருந்தது என்பதையும் இஸ்ஸுத்தவ்லாஹ் பின் முய்ஸுத்தவ்லா அப்போது அஹ்வாஸில் இருந்தார் என்றும் பார்த்தோம். இஸ்ஸுத்தவ்லாவின் தாயையும் சகோதரர்களையும் ஸுபுக்தகீன் வாசிதுக்கு அனுப்பினார். இதையறிந்த இஸ்ஸுத்தவ்லா தாயைப் பார்ப்பதற்காகச் சென்றார். இத்துடன், இரான் ஆட்சியாளராக இருந்த, தனது தந்தையின் சகோதரரான ருக்னுத்தவ்லா எனும் ஹஸன் பின் புவைஹுக்கு, ஸுபுக்தகீனுக்கும் துருக்கியர்களுக்கும் எதிராக ஓர் உதவிப் படையை அனுப்பி வைக்கும்படி கடிதம் எழுதினார் இஸ்ஸுத்தவ்லா.

ருக்னுத்தவ்லா, தனது அமைச்சர் அபுல் ஃபத்தாஹ் பின் ஹமீதின் தலைமையிலான ஒரு படையை, வாசிதிலிருந்த தன் மகன் அஸ்துத்தவ்லாஹ்விடம் அனுப்பினார். அபுல் ஃபத்தாஹ்வின் படையுடன் சேர்ந்து, தனது ஒன்றுவிட்ட சகோதரர் இஸ்ஸுத்தவ்லாவுக்கு உதவும்படி ஒரு கடிதமும் எழுதினார். கலீஃபா தாயிலில்லாஹ்வையும் அவரது தந்தை முத்திலில்லாஹ்வையும் தன்னுடன் அழைத்துக்கொண்டு ஒரு துருக்கியர் படையுடன் ஸுபுக்தகீன் வாசிதை நோக்கி அணிவகுத்தார்.

இதையறிந்த மோசில் ஆட்சியாளரான அபூதக்லப், அங்கிருந்து புறப்பட்டுச் சென்று, பாக்தாதைக் கைப்பற்றினார். ஸுபுக்தகீனும்

முத்தியும் வாசிதின் அருகில் சென்று கொண்டிருக்கும்போது எதிர்பாராத வகையில் இறந்துபோயினர். துருக்கியர்கள், முய்ஸுத்தவ்லாவின் விடுதலையளிக்கப்பட்ட துருக்கிய அடிமையான உஃப்தகீனைத் தலைவராகத் தேர்வு செய்து வாசிதை முற்றுகையிட்டனர். உஃப்தகீனின் முற்றுகை 50 நாள்கள் நீடித்தது.

அஸ்துத்தவ்லா, தன்னுடைய தந்தையின் அமைச்சரான அபுல் ஃபத்தாஹ்வுடன் வாசிதுக்கு வந்தார். இதையறிந்த உஃப்தகீன், முற்றுகையைக் கைவிட்டு பாக்தாதுக்குச் சென்றார். உடனே, அபூதக்லப், பாக்தாதிலிருந்து மோசிலுக்குச் சென்றார். இஸ்ஸுத்தவ்லாவும் அஸ்துத்தவ்லாவும் வாசிதில் சில நாள்கள் தங்கியிருந்தனர். பின்னர், இருவரும் பாக்தாதை முற்றுகையிட்டு நகருக்கு வரும் உணவுப் பங்கீட்டைத் தடுத்து நிறுத்தினர். இது, நகர மக்களுக்குப் பெரும் இன்னலை உருவாக்கியது. துருக்கியர்கள் உஃப்தகீனின் வீட்டைச் சூறையாடினர். பின்னர் தங்களுக்குள் போரிட்டுக்கொள்ளத் தொடங்கினர். கடைசியில், கலீஃபா தாயிலில்லாஹ்வுடன் முற்றுகையை உடைத்துத் தப்பித்துச்சென்ற உஃப்தகீன், தக்ரீத்தில் புகலடைந்தார்.

அஸ்துத்தவ்லாவும் இஸ்ஸுத்தவ்லாவும் ஹிஜ்ரீ 364, ஜுமாதல் ஊலா மாதம், பாக்தாதுக்குள் நுழைந்தனர். அஸ்துத்தவ்லா, துருக்கியருடன் கடிதத் தொடர்புகொண்டார். கலீஃபா தாயிலில்லாஹ்வை பாக்தாதுக்குத் திரும்பி வரச் செய்து அவரை அரண்மனையில் தங்க வைத்தார். அவருக்கான வாக்குறுதியை ஒரு மரபுக்காகப் பெற்றார். இஸ்ஸுத்தவ்லாவைக் கைது செய்துவிட்டு ஆட்சி புரியத் தொடங்கினார்.

அஸ்துத்தவ்லா, வாசிதின் ஆளுநராக முஹம்மத் பின் பக்கிய்யாவை அனுப்பி வைத்தார். பஸ்ரா, அப்போது இஸ்ஸுத்தவ்லாவின் மகன் ஸபானின் கட்டுப்பாட்டின் கீழிருந்தது. அவர், இஸ்ஸுத்தவ்லாவைச் சிறை வைத்திருப்பதைச் சுட்டிக் காட்டி, அஸ்துத்தவ்லாவுக்கு எதிரான ஒரு முறையீட்டை அவரது தந்தை ருக்னுத்தவ்லாவுக்கு அனுப்பினார். அவர், மகனைக் கண்டித்து ஒரு கடிதம் எழுதினார். இதற்கு அஸ்துத்தவ்லா எழுதிய பதிலில், “இஸ்ஸுத்தவ்லாவுக்கு ஆட்சி புரிவதற்கான திறமையில்லை. நான் தலையிடவில்லை எனில் புவைஹ் கிளையினரின் கட்டுப்பாட்டிலிருந்து பாக்தாத் விடுபட்டிருக்கும். ஆண்டுதோறும் நான், இராக் பகுதிக்கான

3,00,00,000 தினார்களைச் செலுத்துவதாக வாக்குறுதியளிக்கிறேன். இராக்கைத் தாங்கள் பொறுப்பேற்க விரும்புவதாக இருந்தால் நான் இரானுக்குச் செல்கிறேன்” என்று குறிப்பிட்டிருந்தார்.

இராக், பாக்தாத் பகுதிகள் தெலாமிய ஆட்சியாளர்களின் கீழிருந்தன என்றும், அப்போதைய பலம் பொருந்திய ஆட்சியாளர் குராசானிலிருந்து வந்த ருக்னுத்தவ்லாதான் என்றும் பாக்தாதின் கலீஃபா, அதன் முதன்மை ஆளுநரின் கட்டுப்பாட்டின் கீழிருந்தார் என்றும் இக்கடிதம் மூலம் தெரிய வருகின்றன.

இறுதியாக, ருக்னுத்தவ்லாவின் வற்புறுத்தலின்பேரில் இஸ்ஸுத்தவ்லாவை விடுதலை செய்த அஸ்துத்தவ்லா, இராக் பொறுப்பையும் அவரிடம் ஒப்படைத்தார். இராக்கின் ஜுமுஆ பேருரை, அஸ்துத்தவ்லாவின் பெயரில்தான் நடைபெற வேண்டுமென்றும், அவரது உதவியாளராகவே இஸ்ஸுத்தவ்லா தன்னைக் கருதிக்கொள்ள வேண்டும் என்ற வாக்குறுதியும் அவரிடமிருந்து பெறப்பட்டது. இஸ்ஸுத்தவ்லாவிடம் அபுல் ஃபத்தஹை விட்டுவிட்டு, அஸ்ஸுத்தவ்லா இரானுக்குச் சென்றார். இந்நிகழ்வுகளுக்குப் பிறகு உஃப்தகீன் டமாஸ்கசுக்குச் சென்று, முய்ஸ் உபைதியின் ஆளுநரை வெளியேற்றிவிட்டு அதைக் கைப்பற்றினார். டமாஸ்கஸ் மக்கள் அவரது ஆட்சியில் மகிழ்ச்சியுடன் வாழ்ந்தனர். ஏனெனில், முய்ஸ் உபைதியின் ஆளுநர் அவரது நம்பிக்கைகளை மக்களின்மீது திணித்ததுடன் அவர்களைத் துன்புறுத்தவும் செய்தார். உஃப்தகீனின் வருகையுடன் இது நின்றது. ஜுமுஆ பேருரையில் உபைதி ஸுல்தானின் பெயருக்கு மாறாக, கலீஃபா தாயியின் பெயரைக் குறிப்பிடத் தொடங்கினார் உஃப்தகீன். இது ஹிஜ்ரீ 364, ஷஃஅபான் மாதம் நிகழ்ந்தது.

அஸ்துத்தவ்லாவின் அரசு : ஹிஜ்ரீ 366இல் ருக்னுத்தவ்லா மரணமடைந்ததும் அவரது மகன் அஸ்துத்தவ்லா பொறுப்புக்கு வந்தார். அஸ்துத்தவ்லாவுக்கு எதிராகப் படை திரட்டத் திட்டமிட்டார் இஸ்ஸுத்தவ்லா. இதையறிந்த அஸ்துத்தவ்லா, இராக்கைத் தாக்கி ஹிஜ்ரீ 366இல் பாக்தாதையும் பஸ்ராவையும் கைப்பற்றினார். ஹிஜ்ரீ 367 தொடக்கத்தில், இஸ்ஸுத்தவ்லாவின் ஆதரவாளராக மாறிய தன் தந்தையின் அமைச்சரான அபுல் ஃபத்தஹைக் கைது செய்த அஸ்துத்தவ்லா அவரைக் குருடாக்கிச் சிறையிலடைத்தார்.

பின்னர், இஸ்ஸுத்தவ்லா அஸ்துத்தவ்லாவுடன் மிக இரகசியமாக இணைந்திருந்த தனது அமைச்சரான அமதைக் குருடாக்கினார். பிறகு, மோசிலையும் சிரியாவையும் நோக்கிச் சென்றார். அங்கே, அபூதக்லபின் ஆதரவுடன் பாக்தாத்மீது படையெடுத்தார். போரில் இஸ்ஸுத்தவ்லாவைச் சிறைப்பிடித்த அஸ்துத்தவ்லா, அவரைக் கொன்றுவிட்டு, அபூதக்லபைப் பின்தொடர்ந்து சென்று மோசிலையும் ஜஸீராவையும் கைப்பற்றினார். அபூதக்லபுக்கு வேறு நண்பர்கள் யாருமில்லை. எனவே, அவர் ரோமானியப் பேரரசனிடம் சென்றார். அவன் தன் மகளை அபூதக்லபுக்குத் திருமணம் செய்து வைத்தான்.

ஹமதான் கிளையினரின் அரசு சிறிது காலம் தடைப்பட்டிருந்தது. அஸ்துத்தவ்லா ஐந்தரை ஆண்டுகள் ஆட்சி செய்துவிட்டு ஹிஜ்ரீ 372இல் மரணமடைந்தார். அரசின் உயர்மட்டக் குழுவினர், அஸ்துத்தவ்லாவின் மகன் கஃஜாரை ஸம்ஸமுத்தவ்லா எனும் சிறப்புப் பெயருடன் அரியணையேற்றினார்கள். ஸம்ஸமுத்தவ்லாவுக்கு ஆறுதல் கூறுவதற்காகவும் அவரை வாழ்த்துவதற்காகவும் கலீஃபா தாயிலில்லாஹ் சென்றார்.

ஸம்ஸமுத்தவ்லாவின் அரசு : ஸம்ஸமுத்தவ்லாவின் சகோதரர்களில் ஒருவரான ஷரஃபுத்தவ்லா, அவருக்கெதிராகக் கிளர்ச்சி செய்து இரானைக் கைப்பற்றினார். ஹிஜ்ரீ 375இல், பாக்தாத்மீது படையெடுத்தார். ஹிஜ்ரீ 376இல், ஸம்ஸமுத்தவ்லாவைக் கைது செய்த ஷரஃபுத்தவ்லா, பாக்தாதைத் தனது கட்டுப்பாட்டின்கீழ்க் கொண்டு வந்தார். கலீஃபா தாயிலில்லாஹ், ஷர்ஃபுத்தவ்லாவை வாழ்த்தினார். ஸம்ஸமுத்தவ்லா இரானுக்கு அனுப்பப்பட்டு விடுதலை செய்யப்பட்டார்.

ஷரஃபுத்தவ்லாவின் அரசு : ஷரஃபுத்தவ்லா, பாக்தாத் மற்றும் இராக் ஆட்சிப் பொறுப்பை ஏற்றுக்கொண்டபோது மோசிலில் கொலைகளும் கிளர்ச்சிகளும் தலைதூக்கியிருந்தன. ஷரஃபுத்தவ்லாவுக்குப் பிறகு ஹமதான் கிளையைச் சேர்ந்த அவரது மகன் ஸதுத்தவ்லா ஹலபை ஆண்டு வந்தார். இரண்டு ஆண்டுகளும் எட்டு மாதங்களும் ஆட்சி செய்த ஷரஃபுத்தவ்லா பின் அஸ்துத்தவ்லா, ஹிஜ்ரீ 379இல் மரணமடைந்தார். தொடர்ந்து, அவரது சகோதரரான பஹாவுத்தவ்லா ஆட்சிப் பொறுப்பை ஏற்றுக்கொண்டார்.

பஹவ்தவ்லாவின் அரசு : கலீஃபா தாயிலில்லாஹ் நேரடியாகவே பஹவ்தவ்லாவிடம் சென்று அவரது மரபு வழியைப் பின்பற்றுவதற்கான அரசாடைகள் வழங்கி வாழ்த்தினார். பஹவ்தவ்லா, நஸீருத்தவ்லா பின் ஹமதானின் மகனான இப்ராஹீமையும் ஹுஸைனையும் மோசிலின் ஆட்சியாளராக நியமித்து அங்குள்ள ஆளுநரை அதிகாரச் சான்றிதழுடன் அனுப்பி வைத்தார். பின்னர், இதை நினைத்து வருந்திய அவர், சான்றிதழை அவர்களிடம் கொடுத்துவிட வேண்டாமென்று ஆளுநருக்கு எழுதினார். ஆனால், இப்ராஹீமும் ஹுஸைனும் ஏற்கனவே மோசிலைக் கைப்பற்றியிருந்தனர். ஹிஜ்ரீ 380இல் இரானுக்குச் சென்ற பஹவ்தவ்லா, அதனை ஆட்சி செய்து வந்த, தனது சகோதரரின் மகனான அபூ அலீ பின் ஷரஃபுத்தவ்லாவைக் கொன்று இரானைக் கைப்பற்றினார். அதே நேரத்தில், அங்கே நாடு கடத்தப்பட்டிருந்த ஸம்ஸமுத்தவ்லா, மக்கள் ஆதரவுடன் ஆட்சியைக் கைப்பற்றத் தொடங்கினார். இறுதியாக இரான், ஸம்ஸமுத்தவ்லாவின் கட்டுப்பாட்டின்கீழ் விடப்படும் என்ற உறுதியின்பேரில், பஹவ்தவ்லா உடன்படிக்கை மேற்கொள்ள வேண்டியதாயிற்று. தொடர்ந்து, பஹவ்தவ்லா பாக்தாதுக்குச் சென்றார். அங்கே, ஷியாக்களும் ஸுன்னிகளும் பரஸ்பரம் போரில் ஈடுபட்டிருந்தனர்.

பஹவ்தவ்லா அவர்களிடையே அமைதியை ஏற்படுத்தினார். ஒரு ரமளான் மாதம், கலீஃபா தாயிலில்லாஹ் ஒரு திறந்த அரசவையைக் கூட்டினார். அரியணையின் அருகில் ஒரு நாற்காலியில் பஹவ்தவ்லா அமர்ந்திருந்தார். உயர்குடியினரும் அரசு உறுப்பினர்களும் அவைக்கு வந்து கலீஃபாவின் கைகளில் முத்தமிட்டு இருக்கைகளில் அமர்ந்தனர். அப்போது, தெலாமியர்களின் தலைவர் அவைக்குள் வந்து கலீஃபாவின் கையை முத்தமிடுவதற்காக நெருங்கினார். கலீஃபா கையை நீட்டவும், தெலாமியர்கள் அவரைக் கீழே தள்ளிக் கட்டிப்போட்டு விட்டு, அரண்மனையைச் சூறையாடினர். பஹவ்தவ்லா அவையிலிருந்து எழுந்து வீட்டுக்குச் சென்றார். தெலாமியர்கள் கலீஃபாவை இழிவுபடுத்தி, இழுத்தபடியே பஹவ்தவ்லாவைப் பின்தொடர்ந்தனர். பஹவ்தவ்லாஹ் கலீஃபாவிடம் பதவி விலகும்படி வற்புறுத்தினார். தொடர்ந்து, காதிர்பில்லாஹ் எனும் சிறப்புப் பெயருடன் அபுல் அப்பாஸ் அஹ்மத் பின் இஷாக் பின் முக்ததிர் அரியணையில் அமர்த்தப்பட்டார். அரண்மனையின்

ஒரு பகுதியில் காவலில் வைக்கப்பட்ட கலீஃபா, ஹிஜ்ரீ 392இல் சிறைப்படுத்தப்பட்ட அதே நிலையில் மரணமடைந்தார்.

காதிர்பில்லாஹ் : தமன்னா எனும் அடிமைப் பெண்ணுக்குப் பிறந்த, அபுல் அப்பாஸ் அஹ்மத் காதிர்பில்லாஹ் இஷாக் பின் முக்ததிர், ஹிஜ்ரீ 381, ரமளான் 12ஆம் நாள் கலீஃபாகப் பொறுப்பேற்றார். சட்டவல்லுநரும் நேர்மையான ஆட்சியாளருமான காதிர்பில்லாஹ், நள்ளிரவுத் தொழுகைக்கு தவறாமல் எழுந்து விடுவார். பொறுப்பேற்ற சில நாள்களுக்குப் பிறகு, பஹஉத்தவ்லாவும் அவரும் பரஸ்பரம் அரசப்பற்றுடன் இருப்பதாக உறுதியேற்றுக்கொண்டனர். தாயிலில்லாஹ்வின் ஆட்சியின்போது கலீஃபா, அனுபவித்து வந்ததுபோன்ற இழிவுகளைக் குறைக்க காதிர்பில்லாஹ் பெருமுயற்சி செய்தார். கிலாஃபத்தின் நிலையை உயர்த்த அவர் மேற்கொண்ட முயற்சிகளுக்கு, தெலாமியரின் செல்வாக்கு முட்டுக்கட்டையாக அமைந்தது. ஆயினும், தாயிலில்லாஹ்வின் ஆட்சியுடன் ஒப்பிடும்போது நிலைமையில் ஓரளவுக்கு மாற்றம் ஏற்பட்டது என்று சொல்லலாம்.

ஹிஜ்ரீ 380இல், ஸம்ஸமுத்தவ்லாவும் பஹஉத்தவ்லாவும், முறையே இரானிலும் இராக்கிலும் தங்கள் ஆட்சியைத் தொடர்வது எனும் நிபந்தனையின்பேரில் அமைதி உடன்படிக்கை செய்து கொண்டனர் என்பதை ஏற்கனவே பார்த்தோம். இந்த உடன்படிக்கையை மீறிய பஹஉத்தவ்லா, ஹிஜ்ரீ 383இல், ஸம்ஸமுத்தவ்லாவின் ஆளுநரை வெளியேற்றி, இரானைக் கைப்பற்றுவதற்காக ஒரு படையை அனுப்பி வைத்தார். ஸம்ஸமுத்தவ்லா இம்முயற்சியை முறியடித்தார்.

ஹிஜ்ரீ 384இல், தகான் துருக்கியின் தலைமையின்கீழ் வலுமிக்க ஒரு படையை மீண்டும் இரானுக்கு அனுப்பி வைத்தார் பஹஉத்தவ்லா. இப்போர், வெற்றியும் தோல்வியுமாக சில ஆண்டுகள் நீடித்தது. இரானில் ஒன்பது ஆண்டு காலம் ஆட்சி செய்து வந்த ஸம்ஸமுத்தவ்லா, ஹிஜ்ரீ 388 துல்ஹிஜ்ஜா மாதம் பிடிபட்டுக் கொல்லப்பட்டார். இரான், பஹஉத்தவ்லாவின் கட்டுப்பாட்டின் கீழ் வந்தது.

ஹிஜ்ரீ 389இல், இரானுக்குச் சென்ற பஹஉத்தவ்லா, பாக்தாதிலிருந்த அபூஜஅஃபர் ஹஜ்ஜாஜ் பின் ஹுர்முஸிடம் இராக் பொறுப்பை

ஒப்படைத்தார். அபூஜஅஂஃபருக்கு அமீதுத்தவ்லா எனும் சிறப்புப் பெயரைச் சூட்டினார் கலீஃபா காதிர்பில்லாஹ். ஹிஜ்ரீ 389 இல், மவரோன்னஹ்ர் ஆட்சிப்பகுதிகள் ஸமனிய வம்சாவளியினரின் கட்டுப்பாட்டின் கீழிருந்து விலகின. இத்துடன் ஸமனியர்களின் ஆட்சி முடிவுக்கு வந்தது.

ஹிஜ்ரீ 384இல் குராசான், ஸமனியர்களின் கட்டுப்பாட்டிலிருந்து விடுபட்டது. அரசின் அரையளவு ஆட்சிப் பகுதியை ஸுபுக்தகீன் கைப்பற்ற, மீதிப்பகுதி துருக்கியர்களின் கீழ் வந்தது. இது குறித்துப் பின்னர் பார்ப்போம். சிறிது காலத்துக்குப் பிறகு, பாக்தாதில் ஸுன்னிகளுக்கும் ஷியாக்களுக்குமிடையே கலவரம் உருவானது. இதையறிந்த பஹாவ்தவ்லா, இராக் ஆளுநரான அமீதுத்தவ்லாவைப் பதவி நீக்கம் செய்துவிட்டு, ஹிஜ்ரீ 39 இல், அபூஅலீ ஹஸன் பின் ஹுர்முஸை நியமித்தார். அவருக்கு, அமீதுல் ஜுயூஸ் எனும் சிறப்புப் பெயரையும் சூட்டினார்.

அமீதுல் ஜுயூஸ், ஸுன்னிகளுக்கும் ஷியாக்களுக்கும் இடையிலான மோதலைக் கட்டுப்படுத்தியதுடன், நாட்டை நல்ல முறையில் ஆட்சி செய்து வந்தார். ஹிஜ்ரீ 391இல் அமீதுல் ஜுயூஸைப் பதவி நீக்கம் செய்துவிட்டு, இராக் மற்றும் பாக்தாதின் ஆட்சிப் பொறுப்பை அபூநஸ்ர் பின் ஸபூரிடம் ஒப்படைத்தார் பஹாவ்தவ்லா. மீண்டும், இரு பிரிவினருக்குமிடையில் உருவான மோதல் சமரசம் செய்து வைக்கப்பட்டது. பஹாவ்தவ்லாவின் இறப்புக்குப் பிறகு அவரது மகன் ஆட்சிப் பொறுப்பேற்றார். கலீஃபா காதிர்பில்லாஹ் அவருக்கு ஸுல்தானுத்தவ்லா என்று சிறப்புப் பெயர் சூட்டினார்.

ஸுல்தானுத்தவ்லாவின் அரசு: தன்னுடைய தந்தை, பஹாவ்தவ்லாவின் மறைவுக்குப் பின், பொறுப்புக்கு வந்த ஸுல்தானுத்தவ்லா, கர்மானின் ஆளுநராகத் தனது சகோதரர் அபுல் ஃபவாரிஸை நியமித்தார். தைலாமியர்களில் பலர், சகோதரரின் ஆட்சிப் பகுதியைக் கைப்பற்றும்படி, அபுல் ஃபவாரிசுக்கு அறிவுரை வழங்கினர். இதன்படி, ஒரு படையை உருவாக்கிய அபுல் ஃபவாரிஸ், ஷிராஸ் மீது படையெடுத்தார். பயங்கரமான ஒரு போரின் முடிவில், அபுல் ஃபவாரிஸ் தோற்கடிக்கப்பட்டு ஓடினார். ஸுல்தானுத்தவ்லா அவரைப் பின்தொடர்ந்தார். இந்நிலையில், கர்மானுக்குத் திரும்பிய அபுல் ஃபவாரிசுக்குப் புகலிடம்

கிடைக்கவில்லை. அங்கிருந்து அவர் ஸுல்தான் மஹ்மூத் கஸ்னவியின் ஸுபுக்தகீனின் அரசவைக்குச் சென்றார். அவருக்கு ஆறுதல் கூறிய மஹ்மூத் கஸ்னவி, தனது படைத்தலைவர்களில் ஒருவரான அபூஸயீத் தாயி என்பவரின் தலைமையில் ஒரு படையை அவருக்கு வழங்கினார். இந்த உதவிப் படைகளுடன் மீண்டும் இரான் மீது படையெடுத்த அபுல் ஃபவாரிஸ் துரத்தியடிக்கப்பட்டார். இம்முறை அவர், மஹ்மூத் கஸ்னவியை அணுகவில்லை. ஏனெனில், அபூஸயீத் தாயியை அவர் நல்ல முறையில் நடத்தவில்லை. ஆகவே, பதீஹா ஆட்சியாளரான முஹஸ்ஸபுத்தவ்லாவிடம் சென்றார். பின்னர், ஸுல்தானுத்தவ்லாவுடன் கடிதத் தொடர்புகொண்டு, மன்னிப்புக் கோரினார். மன்னிப்பு வழங்கப்பட்டு மீண்டும் கர்மான் ஆளுநராக நியமிக்கப்பட்டார்.

துருக்கியர் கிளர்ச்சி : கத்தாவில் வாழ்ந்த துருக்கிய இனக்குழுக்கள் கிளர்ச்சியில் ஈடுபட்டனர். சீனாவுக்கும் மவரோன்னஹ்ருக்கும் இடையிலுள்ள ஒரு கணவாய் பகுதியைத் தேர்வு செய்து, துருக்கிஸ்தானில் தகாகானின் ஆட்சிப் பகுதியில் அவர்கள் கொள்ளை, கொலை, வழிப்பறிகளில் ஈடுபட்டனர். இஸ்லாமிய ஆட்சிப் பகுதிகளிலிருந்து 1,20,000 வீரர்கள்கொண்ட ஒரு படையைத் திரட்டிய தகாகான், துருக்கியருடன் போரிட்டார். தப்பித்தோடிய அவர்களை தனது ஆட்சிப் பகுதியிலிருந்து வெளியேற்றி மூன்று மாதங்களாகத் துரத்தியடித்தார். துருக்கிஸ்தானுக்கு அவர் திரும்புவதற்குள் இரண்டு லட்சம் துருக்கியரைக் கொன்றிருந்தார். மங்கோலியர்கள் என்றறியப்பட்ட இந்தத் துருக்கியர்கள் மிகக்கடுமையான முறையில் ஒடுக்கப்பட்டனர். இது, ஹிஜ்ரீ 408இல் நடந்தது.

ஸுல்தானுத்தவ்லா, தன்னுடைய சகோதரரான ஷரஃபுத்தவ்லாவை இராக் ஆளுநராக நியமித்தார். இராக்கில் ஜுமுஆ பேருரையில் வாசிக்கப்பட்டு வந்த ஸுல்தானுத்தவ்லாவின் பெயரை நீக்கிவிட்டு, தனது பெயரைக் குறிப்பிடச் செய்தார் ஷரஃபுத்தவ்லா. ஹிஜ்ரீ 411இல் அவர் ஸுல்தானுத்தவ்லாவைப் பதவி நீக்கம் செய்தார்.

ஷரஃபுத்தவ்லாவின் அரசு : இராக்கிலிருந்த தெலாமியத் தலைவர்கள் அனைவரும் ஷரஃபுத்தவ்லாவின் அரசையும் அவரது தலைமையையும் ஏற்றுக்கொண்ட நிலையில், ஸுல்தானுத்தவ்லா

தன் மகன் அபூகலீஜாரின் தலைமையில் அனுப்பிய ஒரு படை அஹ்வாசைக் கைப்பற்றியது. சில போர்கள், மோதல்களின் முடிவில், ஹிஜ்ரீ 412இல் இராக்கை ஷரஃபுத்தவ்லா ஆள்வதென்றும், இரானை ஸுல்தானுத்தவ்லா ஆள்வதென்றும் முடிவு செய்யப்பட்டது. ஹிஜ்ரீ 414இல், கூஃபாவில் ஸன்னி - ஷியா பிரிவினருக்கிடையே மோதல் உருவானது. இந்தச் செய்தி பாக்தாதை அடைந்து, அங்கும் மோதல் உருவானது. அரசில் செல்வாக்குப் பெற்றிருந்த தைலாமியர்கள் அனைவரும் ஷியா பிரிவினரும், செல்வாக்கை இழந்த கலீஃபா, ஸன்னி பிரிவுமாவர். பாக்தாதிலும் ஸமர்ராவிலும் வாழ்ந்த அனைத்து மக்களும் ஸன்னி பிரிவினராக இருந்தனர். அவர்கள், கலீஃபாவின் உத்தரவுகளை நிறைவேற்றுவதைத் தங்கள் கடமையாகக் கருதினர்.

நிலைமைகளை ஆழ்ந்து சிந்தித்த கலீஃபா காதிர்பில்லாஹ், ஸன்னி பிரிவினரைப் பாதுகாக்கவும் ஷியாக்களை ஒடுக்கவும் சில நடவடிக்கைகளை மேற்கொண்டார். பாக்தாதிலிருந்த பெருமளவு துருக்கியர்களும் ஏனைய ஸன்னி பிரிவினரும் கலீஃபாவுக்கு ஆதரவாக இருந்தனர். அவரிடம் சிறிதளவு ஆணையுரிமையும் மதிப்பும் இருந்தது இதன்மூலம் தெரிய வருகிறது. தனது ஆட்சியின் ஐந்தாவது ஆண்டில், ஹிஜ்ரீ 416இல் ஷரஃபுத்தவ்லா மரணமடைந்தார். அவருக்குப் பிறகு, பஸ்ராவின் ஆளுநரான அவரது சகோதரர் அபூதாஹிர் ஜலாலுத்தவ்லா பொறுப்புக்கு வந்தார்.

ஜலாலுத்தவ்லாவின் அரசு : ஷரஃபுத்தவ்லாவின் இறப்புக்குப் பின், பாக்தாதில் ஜுமுஆ பேருரை ஜலாலுத்தவ்லாவின் பெயரில் நிகழ்த்தப்பட்டது. பஸ்ராவிலிருந்து புறப்பட்ட ஜலாலுத்தவ்லா பாக்தாதுக்குச் செல்வதற்குப் பதிலாக வாசிதுக்குச் சென்றார். இதன் பிறகு, ஜுமுஆ பேருரையில் அவரது பெயர் நீக்கப்பட்டு, அபூ கலீஜர் பின் ஸுல்தானுத்தவ்லாவின் பெயர் சேர்க்கப்பட்டது. அபூ கலீஜர், கர்மானிலிருந்த தன் தந்தையின் சகோதரராகிய அபுல் ஃபவாரிஸை எதிர்த்துப் போரில் ஈடுபட்டார். பாக்தாத் மக்கள் பாக்தாதுக்கு வரும்படி அபூகலீஜரிடம் கோரினார்கள். அவர் அங்கே செல்லவில்லை. ஆனால், ஜலாலுத்தவ்லா வாசிதிலிருந்து பாக்தாதுக்குச் சென்றார். பாக்தாத் படையினர் அவர் நுழைவதைத் தடுத்து விரட்டினர். மீண்டும் அவர் பஸ்ராவுக்கே சென்றார். அபூ கலீஜர் தங்கள் நகருக்கு வரவே மாட்டாரோ என்று பாக்தாத் மக்கள்

குழப்பத்தில் ஆழ்ந்தனர். குராசானியரும் துருக்கியரும் தெலாமியரும் ஒரு கலந்தாய்வு அவையைக் கூட்டினர். ஜலாலுத்தவ்லா பின்வாங்கியதைத் தொடர்ந்து, குர்துகளோ அரபிகளோ ஆட்சிக்கு வர வாய்ப்பிருப்பதாக அவர்கள் பயந்தனர். அப்படி நடந்தால், துருக்கியராலும் தெலாமியராலும் பாக்தாதைக் கைப்பற்ற இயலாமல் போய்விடும். பஸ்ரா, சிரியா, ஹிஜாஸ், யமாமா, பஹ்ரைன், மோசில் ஆகிய பகுதிகள் அரபிகளின் ஆதரவால் வலுப்பெறும். இதைக் கவனத்தில்கொண்டு, ஜலாலுத்தவ்லாவைக் காலதாமதமின்றி பாக்தாதுக்கு வரும்படி கோரி, அவர்கள் கடிதங்கள் எழுதினர். அவர் பாக்தாதுக்கு வந்து தனது ஆட்சியைத் தொடங்கினார். ஜுமுஆ பேருரையில் அவரது பெயர் சேர்த்துக்கொள்ளப்பட்டது.

ஹிஜ்ரீ 418இல் தொழுகை நேரங்களை அறிவிக்க, தினமும் ஐந்து வேளை பறை முழக்கும்படி உத்தரவிட்டார் ஜலாலுத்தவ்லா. இதற்கான முன்மாதிரிகள் எதுவும் இல்லை என்பதால், உத்தரவைத் திரும்பப் பெறும்படி வலியுறுத்தினார் கலீஃபா காதிர்பில்லாஹ். அதை, ஜலாலுத்தவ்லா ஏற்றுக்கொண்டாலும் கலீஃபாவின்மீது அதிருப்திகொண்டார். சிறிது காலத்துக்குப் பிறகு, கலீஃபா தனது மறுப்பைக் கைவிட்டார். மீண்டும் பறை முழக்கும்படி உத்தரவிட்டார் ஜலாலுத்தவ்லா.

ஹிஜ்ரீ 419இல் ஜலாலுத்தவ்லாவுக்கு எதிராகத் துருக்கியர்கள் கிளர்ச்சி செய்தனர். கலீஃபா தலையிட்டு அவர்களிடையே அமைதியை ஏற்படுத்தினார். பின்னர், அபூகலீஜர், இராக்கைத் தாக்கினார். அவரை எதிர்கொள்ள ஒரு படையை அனுப்பி வைத்தார் ஜலாலுத்தவ்லா. போர் மூண்டது. இப்போர், ஹிஜ்ரீ 432இல், கலீஃபா காதிர்பில்லாஹ்வின் மரணம்வரைக்கும் தொடர்ந்துகொண்டிருந்தது. கலீஃபாவின் இறப்புக்குப் பின், அவரது மகன் அபூஜஅஃபர் அப்துல்லாஹ், கய்யீம்பி அம்ரில்லாஹ் எனும் சிறப்புப் பெயருடன் அரியணை ஏறினார். கலீஃபா காதிர்பில்லாஹ்வை ஷாஃபி மத்ஹபின் சட்ட வல்லுநர்களில் ஒருவராகக் குறிப்பிட்டுள்ளார் ஷெய்க் தகியுத்தீன் ஸலாஹ் அவர்கள்.

கய்யீம்பி அம்ரில்லாஹ் : *அபூஜஅஃபர் அப்துல்லாஹ் கய்யீம்பி அம்ரில்லாஹ் பின் காதிர்பில்லாஹ், பத்ருத்துஜா எனும் ஆர்மேனிய அடிமைப் பெண் ஒருவருக்கு ஹிஜ்ரீ 391,*

துல்கஅதா மாதம் 15ஆம் நாள் பிறந்தார். அழகிய தோற்றமும், ஆழ்ந்த மார்க்கப் பற்றும் இறையச்சமும் பணிவும்கொண்ட கய்யீம்பி அம்ரில்லாஹ், இலக்கிய வல்லுநராகவும் எழுத்தணிக் கலைஞராகவும் கொடைத்தன்மை கொண்டவராகவும் அறம் வழுவாதவராகவும் பிறருக்கு உதவுபவராகவும் வாழ்ந்தார். ஜலாலுத்தவ்லாவின் நிர்வாகத் திறனின்மை காரணமாக உருவான பின்னடைவுகள், அவரது படையினரிடையே கிளர்ச்சிகள் ஏற்பட வழியமைத்திருந்தன. ஹிஜ்ரீ 425 இல் அவர், முஹல்லா கர்க்கில் வசிக்கத் தொடங்கினார். பாக்தாதின் மேற்குப் பகுதிக்கு, பஸஸிறி எனும் அர்ஸலன் துருக்கியை நியமித்தார். பஸஸிறியால் பாக்தாத் மக்கள் பெரும் அவதிக்குள்ளாயினர். கலீஃபாவையும் அவர் விட்டுவைக்கவில்லை. அவரை மிகக் கடுமையாக நடத்தி, அவரது அதிகாரத்தை பலவீனப்படுத்தி, ஒரு கைதியின் நிலைக்குள்ளாக்கினார்.

ஷியாக்களுக்கும் ஸன்னிகளுக்குமிடையே மோதல்கள் உருவாயின. பஸஸிறி, ஷியாக்களுக்கு ஆதரவாக இருந்த நிலையில், ஸன்னிகளுக்குப் பெரும் இழப்புகள் நேரிட்டன. ஹிஜ்ரீ 427 இல் படையினர் ஜலாலுத்தவ்லாவின் வீட்டைச் சுற்றிவளைத்துச் சூறையாடினர். ஜலாலுத்தவ்லா தக்ரைத்துக்குச் சென்றார். கலீஃபா அம்ரில்லாஹ்வின் தலையீட்டின்பேரில், படையிலிருந்த துருக்கியர்களும் ஜலாலுத்தவ்லாவும் மீண்டும் ஒன்றிணைந்தனர். ஹிஜ்ரீ 428இல் ஜலாலுத்தவ்லாவும் அபூகலீஜரும் அமைதி உடன்படிக்கை செய்துகொண்டனர்.

ஹிஜ்ரீ 429இல் ஜலாலுத்தவ்லா, கலீஃபா அம்ரில்லாஹ்விடம், தனக்கு மலிக்குல் முலூக் (அரசர்களின் அரசர்) என்று சிறப்புப் பெயர் சூடும்படி கோரினார். இதுகுறித்து, கல்வியாளர்களுடனும் சட்ட வல்லுநர்களுடனும் கலந்தாய்வு செய்தார் கலீஃபா. சிலர் இதை ஏற்றுக்கொள்ள, ஏனையோர் இது நெறிமுறையற்ற கோரிக்கை என்றனர். பெயர்களிலிலேயே இது மிகவும் சீர்கெட்ட பெயரென்று நபிமொழி கூறுகிறது.

ஜலாலுத்தவ்லாவின் அழுத்தம் காரணமாக அப்பெயரை அவருக்குச் சூட்டினார் கலீஃபா. ஹிஜ்ரீ 431இல் பஸ்ரா மீது படையெடுத்த அபூ கலீஜர், அதைக் கைப்பற்றி, தன் மகன் இஸ்சுல் முலூக்கிடம் ஒப்படைத்துவிட்டு அஹ்வாசுக்குச் சென்றார். அதே ஆண்டு, சுல்தான்

மஸ்ஊத் பின் மஹ்மூத் பின் ஸுபுக்தகீனின் படைத்தலைவரைத் தோற்கடித்த துக்ரல் பயிக், நிஷாப்பூரைக் கைப்பற்றினார். அவர் குராசானிலேயே தன்னை நிலைநிறுத்திக்கொண்டார். பின்னர் அவர், சுல்தான் அல் ஆஸம் என்ற பெயரில் அறியப்பட்டார்.

அதே ஆண்டில் துக்ரல் பயிக்குக்கும் ஜலாலுத்தவ்லாவுக்குமிடையே அமைதி உடன்படிக்கை கையெழுத்தானது. கலீஃபா, தன் சிறப்புத் தூதுவரான காதி அபுல் ஹஸனை துக்ரல் பயிக்கிடம் அனுப்பினார். ஹிஜ்ரீ 430, ஷஃஅபான் மாதம், ஜலாலுத்தவ்லா மரணமடைந்தார். தொடர்ந்து, அவரது மகன் அபுல் மன்ஸுர் மலிக்குல் அஸீஸ் மக்களால் தேர்வு செய்யப்பட்டார். படையினரின் எதிர்பார்ப்புகளின்படி, அவர்களுக்கான ஊதியங்களை மலிக்குல் அஸீசால் வழங்க இயலவில்லை. இது படையினரை மனம் தளரச் செய்தது. இதை, தனக்குச் சாதகமாகப் பயன்படுத்திக்கொண்ட அபூகலீஜர், படைத்தலைவர்களுக்குப் பணம் அனுப்பினார். ஜுமுஆ பேருரையில் அபூகலீஜரின் பெயர் குறிப்பிடப்பட்டது. ஹிஜ்ரீ 436, ஸஃபர் மாதம், அபூகலீஜர் பாக்தாதுக்குள் நுழைந்தார். கலீஃபா அவருக்கு முஹியுத்தீன் என்று சிறப்புப் பெயர் சூட்டினார். ஹிஜ்ரீ 439இல், அபூகலீஜர் முஹியுத்தீன் பின் சுல்தானுத்தவ்லா பின் பகவ்தவ்லா பின் அஸ்துத்தவ்லா பின் ருக்னுத்தவ்லா பின் புவைஹ் எனும் சிறப்புப் பெயரால் அழைக்கப்படலானார். சுல்தான் துக்ரல் பயிக்கின் மகளை மணந்துகொண்டதன்மூலம், தெலாமியருக்கும் அவருக்குமிடையே நல்லிணக்கம் உருவானது.

அபூகலீஜரின் அரசு: அபூகலீஜர், தனது திட்டமிடுதல், சூழ்நிலைக்கேற்ப செயல்படுதல், போர்த்திறன் காரணமாக இஸ்ஃபஹானையும் கர்மானையும் வெற்றிகொண்டார். நான்கு ஆண்டுகளும் மூன்று மாதங்களும் ஆட்சி செய்த, அபூகலீஜர், ஹிஜ்ரீ 440 இல் மரணமடைந்தார். தொடர்ந்து, அவரது மகன் அபூ நஸ்ர் ஃபிரோஸ், மலிக்குர் ரஹீம் எனும் சிறப்புப் பெயருடன் பொறுப்புக்கு வந்தார்.

மலிக்குர் ரஹீமின் அரசு : மலிக்குர் ரஹீம் தனது அரசை பாக்தாதிலும் இராக்கிலும் தொடங்கினார். அவரது, மற்றொரு சகோதரரான மன்சூர் குஸ்ரூ, ஷிராஸைக் கைப்பற்றினார். அதே ஆண்டு, பாக்தாதில் ஒரு பெரும் கிளர்ச்சி ஏற்பட்டது.

ஷியாக்களுக்கும் ஸன்னிகளுக்கும் இடையிலான பகைதான் இதற்குக் காரணமாக அமைந்தது. மலிக்குர் ரஹீம், தன் சகோதரர் மன்ஸூர் குஸ்ரூமீது படையெடுத்தார். பல்வேறு போர்கள் நடந்தன. பின்னர், மலிக்குர் ரஹீமின் மற்றொரு சகோதரரும் சில உறவினர்களும் பாக்தாதில் கிளர்ச்சி செய்தனர். ஹிஜ்ரீ 442 இல் ஷியாக்களுக்கும் ஸன்னிகளுக்கும் இடையே மீண்டும் மோதல் உருவானது. இதில், இரு பிரிவினரிலும் நூற்றுக்கணக்கானோர் மடிந்தனர்.

அதே ஆண்டு, இஸ்ஃபஹானைக் கைப்பற்றிய துக்ரல் பயிக், தனது சகோதரர் அர்ஸலன் பின் தாவூதை இரானுக்கு அனுப்பி வைத்தார். ஹிஜ்ரீ 442இல் அவர் இரானை வெற்றி கொண்டார். துக்ரல் பயிக்கின் கட்டுப்பாட்டின்கீழ் வந்த அனைத்து மாகாணங்களுக்குமான ஆட்சியுரிமைச் சான்றிதழ்களைக் கலீஃபா கய்யீம்பி அம்ரில்லாஹ் அனுப்பிவைத்தார்.

ஹிஜ்ரீ 443இல், பெருநாளின்போது, கலீஃபாவுக்குத் தனது அரச மரியாதையைத் தெரிவிக்கும் பொருட்டு பாக்தாதுக்குச் சென்ற சுல்தான் துக்ரல் பயிக், அரச மரியாதைகள் அளிக்கப்பட்டவராகத் திரும்பிவந்தார். ஹிஜ்ரீ445 இல், பாக்தாதில் ஷியாக்களுக்கும் ஸன்னிகளுக்கும் இடையில் மீண்டும் ஒரு பெரும் மோதல் உருவானது. பல்வேறு பகுதிகளில் மக்கள் உயிருடன் கொளுத்தப்பட்டனர். மிகுந்த சிரமங்களினூடே கலீஃபா அம்ரில்லாஹ் கிளர்ச்சியைக் கட்டுப்பாட்டுக்குள் கொண்டு வந்தார். ஹிஜ்ரீ 447 வரையிலும் மலிக்குர் ரஹீம், ஷிராஸிலும் பஸ்ராவிலும், தனது சகோதரர்களுக்கும் உறவினர்களுக்கும் எதிரான போர்களில் ஈடுபட்டிருந்தார்.

இக்காலகட்டத்தில் சுல்தான் துக்ரல் பயிக், அஸர்பைஜானையும் ஜஸீராவையும் வெற்றிகொண்டு, ரோமானியர்களுக்கு எதிராக ஜிஹாத் அறிவித்தார். இப்படையெடுப்புகளின் போது பெருமளவில் போர்ப்பொருள்களைக் கைப்பற்றிய பின், குராசான் மற்றும் இரான் வெற்றிகளையும் நிறைவுசெய்து விட்டு, மோசிலையும் சிரியாவையும் தனது கட்டுப்பாட்டின் கீழ்க் கொண்டு வந்தார். பின்னர், ஹஜ் கடமையை நிறைவேற்ற மக்காவுக்குச் சென்றார். தொடர்ந்து, ரேய் மற்றும் குராசான் நிர்வாகத்தை மேலும் சீர்படுத்துவதற்கான நடவடிக்கைகளில் கவனம் செலுத்தினார். மோசமான ஆட்சியாளர்கள் பாக்தாதுக்கு உள்ளும் புறமும் ஊசலாடிய நிலையில் இருந்து வந்தனர். ஹிஜ்ரீ 447இல், கலீஃபா கய்யீம் பி அம்ரில்லாஹ்வுக்குத்

தனது அரசப் பணிவை உறுதிப்படுத்த, துக்ரல் பயிக் ஒரு கடிதம் அனுப்பினார். அதே காலகட்டத்தில் மலிக்குர் ரஹீம் பஸ்ராவிலிருந்து பாக்தாதுக்குத் திரும்பினார். அவர், துக்ரல் பயிக்குடனான உறவை, தொடர்ந்து பாதுகாத்து வரும்படி கலீஃபாவை அறிவுறுத்தினார். கலீஃபா, ஹிஜ்ரீ 447 ரமளான் மாதம், சுல்தான் துக்ரல் பயிக்கின் பெயரை ஜுமுஆ பேருரையில் குறிப்பிடும்படி உத்தரவிட்டார். இது, துக்ரல் பயிக்குக்கு மகிழ்ச்சியளித்தது. அவர், கலீஃபாவைச் சந்திக்க அனுமதி கேட்டுப் பெற்றார். பாக்தாத் படைத்தலைவர்கள் தங்களின் மரியாதையையும் அன்பையும் அறிவித்து சுல்தானுக்குக் கடிதங்கள் அனுப்பினார்கள். ஹிஜ்ரீ 447 ரமளான் மாதம் 25ஆம் நாள், பாக்தாதில் பெரிய அளவிலான ஒரு வரவேற்பு துக்ரல் பயிக்குக்கு வழங்கப்பட்டது.

எகிப்து ஆளுநர் உபைதியுடன் சேர்ந்து சூழ்ச்சியில் ஈடுபட்டிருந்த ஷியா பஸஸிறி, பாக்தாதில் கிளர்ச்சியை உருவாக்கத் திட்டமிட்டார். பாக்தாதுக்கு வந்த சுல்தான் துக்ரல் பயிக், நிர்வாக ஒழுங்குகளை மிகுந்த எச்சரிக்கையுடன் மேற்கொண்டு, தெலாமியரின் அரசாற்றலை முறியடித்தார். ஹிஜ்ரீ 448இல், துக்ரல் பயிக் தனது மருமகள் அர்ஸலன் கஹ்த்தூன் பின்த் தாவூத் எனும் கதீஜாவை கலீஃபா கய்யீம்பி அம்ரில்லாஹ்வுக்குத் திருமணம் செய்துவைத்து, கலீஃபாவுடனான குடும்ப உறவை நிறுவினார். ஹிஜ்ரீ 448, ஷவ்வால் மாதம், துக்ரல் பயிக்கின் மைத்துனரான கத்லிமாஸ், ஸன்ஜாரில் பஸஸிறியை எதிர்த்துப் போரிட்டு வெற்றி பெற்றார்.

பின்னர், மோசிலைக் கைப்பற்றிய பஸஸிறி ஜுமுஆ பேருரையில் எகிப்து ஆட்சியாளர் முஸ்தன்சிர் உபைதியின் பெயரைக் குறிப்பிடச் செய்தார். ஜஸீரா ஆளுநரும் கிளர்ச்சியில் ஈடுபட்டார். ஹிஜ்ரீ 449இன் தொடக்கத்தில் மோசில்மீது படையெடுத்த சுல்தான் துக்ரல், அதை வெற்றிகொண்டு கிளர்ச்சியாளர்களை அடக்கிவிட்டு பாக்தாதுக்குத் திரும்பினார். கலீஃபா அரசவையைக் கூட்டி துக்ரலுக்கு, மலிக்குல் மஷ்ரிக் வஅல் மக்ரிப் என்று சிறப்புப் பெயர் சூட்டியதுடன் அனைத்து ஆட்சிப்பகுதிகளுக்கான நிர்வாக உரிமையையும் அவரிடம் ஒப்படைத்தார்.

இக்காலகட்டத்தில், பஸஸிறியும் எகிப்திய ஆளுநரான முஸ்தன்சிர் உபைதியும், சுல்தான் துக்ரல் பயிக்கின் சகோதரரான இப்ராஹீமுக்குத் தவறான ஆலோசனைகள் வழங்கி, ஹமதானில்

கிளர்ச்சி செய்ய வைத்தனர். அதை, ஒடுக்குவதற்காக சுல்தான் துக்ரல் பயிக் பாக்தாதிலிருந்து புறப்பட்டார். இவ்வாய்ப்பைப் பயன்படுத்திய பஸஸிறி பாக்தாதைக் கைப்பற்றினார். ஹிஜ்ரீ 450 துல்கஅதா மாதம், 8ஆம் நாளன்று பாக்தாதின் மத்தியத் தொழுகை இல்லத்தில், ஜுமுஆ பேருரையில், உபைதியின் பெயரை வாசிக்கச் செய்தார் பஸஸிறி. அங்குள்ள ஷியாக்கள் தங்களால் இயன்ற அனைத்து உதவிகளையும் பஸஸிறிக்குச் செய்து கொடுத்தனர். ஷியா மரபின்படி தொழுகைக்கான அழைப்பை அவர் மாற்றியமைத்தார். அவரது ஒடுக்குமுறைகளால் பாதிக்கப்பட்டுக் கிளர்ச்சியில் ஈடுபட்ட ஸுன்னிகள் தோற்கடிக்கப்பட்டனர். பலர் கொல்லப்பட்டனர். கலீஃபாவின் தலைமை அமைச்சர், ஹிஜ்ரீ 450, துல்ஹிஜ்ஜா மாதம் பஸஸிறியால் கொல்லப்பட்டார். எகிப்திலிருந்த முஸ்தன்சிர் உபைதியிடம் பஸஸிறி உதவிப் படைகள் அனுப்பக் கோரினார். ஆனால், அவர் உதவவில்லை.

அதே வேளை, தனது சகோதரர் இப்ராஹீமை சுல்தான் துக்ரல் பயிக் வெற்றிகொண்ட தகவலை பஸஸிறி அறிந்தார். அவர் கலீஃபா கய்யீம் பி அம்ரில்லாஹ்வையும் அவரது மனைவி அர்ஸலன் கஹ்தூனையும் கைது செய்து பாக்தாதுக்கு வெளியே ஓர் இடத்தில் வீட்டுக் காவலில் வைத்துவிட்டு அவரது அரண்மனையைச் சூறையாடினார். இதையறிந்த துக்ரல், பாக்தாதுக்குத் திரும்பினார். தனது ஓராண்டு கால ஆட்சியின் முடிவில், ஹிஜ்ரீ 451 துல்கஅதா மாதம், 6ஆம் நாள் பஸஸிறி பாக்தாதை விட்டு வெளியேறினார். பாக்தாதுக்குள் நுழைந்த துக்ரல், கலீஃபாவை அழைத்து வரச்செய்து, அவரை அரியணையில் அமரச் செய்து, கலீஃபாவின் துயரங்களுக்கு, தான் அங்கே இல்லாமலிருந்ததுதான் காரணமென்று சொல்லி மன்னிப்புக் கேட்டார். அதேவேளை, துக்ரல் பயிக்கின் சகோதரர் தாவூத் குராசானில் வைத்து மரணமடைந்தார். ஹிஜ்ரீ 451, துல்கஅதா மாதம், 25ஆம் நாள் கலீஃபா கய்யீம் பி அம்ரில்லாஹ் பாக்தாதுக்கு வந்தார்.

புவைஹிய அரச குடும்பம் : மீனவரான புவைஹ் தெலாமியின் வம்சாவளியினர் பற்றிய தகவல்களை ஏற்கனவே பார்த்தோம். கிலாஃபத்தைக் கைப்பற்றி, அதன் கூறுகளை முற்றிலுமாகச் சீர்குலைத்தவர்கள் ஷியாக்களான புவைஹியர்தாம். இரானில் பெருமளவிலும், பாக்தாதிலும் இராக்கிலும் முழுமையாகவும் ஒரு

நூற்றாண்டு காலத்துக்கும் அதிகமாக அவர்கள் ஆட்சி செய்தனர். இக்காலகட்டங்களில், ஸுன்னிகள் விவரிக்க இயலாத அளவில் பல்வேறு இன்னல்களுக்குள்ளாயினர். நபிகளாரின் குடும்பத்தின்மீது அன்புகொண்டவர்கள் என்று சொல்லிக்கொண்ட புவைஹியரின் நீண்ட கால ஆட்சியின்போது அலவியருக்கு எந்த நன்மைகளும் விளையவில்லை என்பது ஆச்சரியமான மற்றொரு விஷயம். அலவியருக்கு உதவியாகவோ, அவர்களை ஆட்சிப்பொறுப்புக்குள் அனுமதிக்கவோ இல்லை. புவைஹியரில் சிலர் கல்வியாளர்களாக இருந்தனர். அவர்களது ஆட்சியின்போது ஒருசில சமயக் கல்விக்கூடங்கள் நிறுவப்பட்டன. ஆனால், அதனுள் ஸொராஸ்ட்ர கூறுகளின் தாக்கம்தான் அதிகமாக இருந்தன. அப்பாசிய அரசை முடிவுக்குக் கொண்டு வந்து, தங்களது குடும்பம் மற்றும் இனத்தின் அரசை நிறுவிக்கொள்வதுதான் அவர்களது நோக்கமாக இருந்தது.

புவைஹியர் ஆட்சியின்போது, அரேபியத் தலைமையின் நினைவுச் சின்னங்கள் யாவும் அழிக்கப்பட்டன. அவர்களால் உருவானத் தீமைகளில் மிக மோசமானது, ஷியாக்களுக்கும் ஸுன்னிகளுக்கும் இடையிலான மோதல். இஸ்லாத்திற்கெதிரான, முஸ்லிம்களிடையே இன்றுவரை நிலவி வரும் சில சடங்குகளை அறிமுகம் செய்தவர்களும் புவைஹியர்தான். அவர்களது ஆட்சிப் பகுதி இரானையும் இராக்கையும் கடந்து வெளியே பரவவில்லை. மவரோன்னஹ்ரையும் குராசானையும் ஆட்சி செய்யும் திறன் ஒருபோதும் அவர்களுக்கு இருந்ததில்லை. இதிலிருந்து சிரியாவும் ஹிஜாசும்கூட தப்பித்துக்கொண்டன. அவர்களது 100 - 125 ஆண்டு கால ஆட்சி, நிலையான அரசின்மையும் சூறையாடல்களும் நிலப்பிரபுத்துவமும் கிளர்ச்சிகளும் நிறைந்ததாக இருந்தது. புவைஹிய வம்சாவளி ஆட்சி, முஸ்லிம்களுக்கான எந்த அடையாளமும்கொண்டதல்ல. இஸ்லாமிய ஆட்சியின் மதிப்புக்கும் மேன்மைக்கும் செழுமைக்கும் முடிவு காண்பதாகவே அவர்களது செயல்பாடுகள் அமைந்திருந்தன. முஸ்லிம்கள் இன்று பெருமைப்படும் எதையுமே அவர்கள் விட்டுச் செல்லவில்லை. புவைஹிய வம்சாவளியின் ஆட்சி, கய்யீம்பி அம்ரில்லாஹ்வின் கிலாஃபத்தின்போது ஸெல்ஜூக் வம்சாவளியினரால் ஹிஜ்ரீ 447இல் முடிவுக்கு வந்தது.

ஸெல்ஜூக் வம்சாவளியின் தொடக்கம் : புவைஹிய

வம்சாவளியினர் குறித்தத் தகவல்களை அப்பாசிய கலீஃபாக்களுடன் இணைத்துப் பார்த்தோம். ஸெல்ஜூக் வம்சாவளியினர் குறித்த பதிவு தனியொரு அத்தியாயமாக இடம்பெறும். ஆயினும், ஸெல்ஜூக்குகளின் தொடக்கம் குறித்து முதலில் சொல்லியாக வேண்டும். ஸஸ்ஸானிய, கஸ்னவிய வம்சாவளியினர் குறித்தும் பின்னர் பதிவு செய்யப்படும்.

துருக்கிய ஆட்சிப்பகுதி, சீன எல்லை முதல் குவாரிஸ்ம், ஷாஷ், ஃபர்கானா, புக்ஹாரா, சமர்கண்ட், திர்மீஸ்வரையிலும் பரந்திருந்தது. முஸ்லிம்கள் அவர்களைத் தோற்கடித்து வரி செலுத்த வைத்தனர். சீன எல்லைப் பகுதிகளின் மலையடிவாரங்களுக்குக்கூட செல்ல இயலாத அளவுக்குக் கடினமான வாழ்க்கை மேற்கொண்டிருந்த, இப்பகுதிகளில் வாழ்ந்த துருக்கிய இனக்குழுவினர் சிலர், முஸ்லிம் அரசுகளுக்குப் பணிந்து விடுதலையுணர்வுடன் வாழ்ந்து கொண்டிருந்தனர். சீனாவுடனோ துருக்கிஸ்தானுடனோ அவர்களுக்கு எந்தத் தொடர்பும் இல்லை. ஹிஜ்ரீ 400இல், மலையடிவாரங்களைவிட்டு வெளியே வந்த அவர்கள், ஸமனிய வம்சாவளியினரின் வீழ்ச்சியைத் தொடர்ந்து, துருக்கித் தலைவர்களின் கீழிருந்த மவரோன்னஹ்ர் ஆட்சிப் பகுதிகளைத் தாக்கினர்.

அப்பகுதிகளில் இஸ்லாம் பரவியிருந்தது. அவர்களின் மாபெரும் தலைவனான இலக் கான் அங்கே ஆட்சி செய்துகொண்டிருந்தான். கொள்ளையிலும் கொலையிலும் அவர்களுக்கிருந்த ஆர்வம், துருக்கியர்களைத் துன்புறுத்தியது. ஹிஜ்ரீ 418இல், மலையடிவாரங்களிலிருந்து புறப்பட்ட அவர்களது படைகள் அஸர்பைஜானை அடைந்தன. இஸ்லாமியக் கிலாஃபத்தில் மேலோங்கி நின்ற பிரச்சினைகளும் பலவீனமும் நெடுந்தொலைவுக்கு வந்து, மக்கள் நிறைந்துள்ள பகுதிகளில் சூறையாடுவதற்கான வாய்ப்புகளை அவர்களுக்கு உருவாக்கிக்கொடுத்தன.

இந்நிகழ்வுகளிலிருந்து விலகியிருந்த, கண்ணியமும் மதிப்பும் வாய்ந்த ஒரு துருக்கிய இனக்குழு துருக்கிஸ்தானில், புக்ஹாராவிலிருந்து 20 மைல்களுக்கு அப்பால், முக்கியமான ஒரு வழித் தடத்தில் பரந்து விரிந்த பசுமையான இடத்தில் தங்கியது. அதன் தலைவர் ஸெல்ஜூக் என்ற பெயரில் அறியப்பட்டார். நாடோடி இனக்குழுவினரான அவர்கள், பிற துருக்கிய இனக் குழுவினரைவிட பண்பாடு மிக்கவர்களாகவும் கண்ணியமானவர்களாகவும் இருந்தனர்.

அவர்களது கால்நடைகளும் அவர்களுடனேயே இருந்தன. மிகப் பெரும் எண்ணிக்கையிலான இவர்கள் உடல்பலமும் துணிச்சலும் கொண்டவர்களாக இருந்தனர்.

இவர்களது வருகையை தூஸின் ஆளுநர் சுல்தான் மஹ்மூத் கஸ்னவிக்கு அறிவித்து, அவர்களை புக்ஹாராவின் அருகில் தங்க அனுமதிப்பது தங்களுக்கு ஆபத்தை விளைவிக்கும் என்றார். மஹ்மூத் கஸ்னவி புக்ஹாராவுக்குச் சென்று, அவர்களில் ஒருவரை அரசவைக்கு அனுப்பி வைக்கும்படி தகவல் அனுப்பினார். தனது இனக்குழுவின் பிரதிநிதியாக அர்ஸலான் பின் ஸெல்ஜூக் அல்லது இஸ்ராயீல் பின் ஸெல்ஜூக் என்பவர் மஹ்மூதின் அரசவைக்கு வந்தார். மஹ்மூத் கஸ்னவி அவரைப் பிணைக்கைதியாக்கி, இந்தியக் கோட்டை ஒன்றுக்கு அனுப்பி வைத்தார். இதன் பிறகு, இரண்டு அல்லது மூன்று ஆண்டுகளில் மஹ்மூத் கஸ்னவி இறந்துவிட்டார்.

துருக்கிஸ்தானைக் கைப்பற்றுவதைவிட குராசான் சமவெளிகளைக் கைப்பற்றுவது எளிது என்பதைப் புரிந்துகொண்ட அர்ஸலானின் இனக்குழுவினர், அதைக் கைப்பற்றி, குராசான் முழுவதும் குடியேறினர். கொலைகளிலும் கொள்ளைகளிலும் ஈடுபட்டிருந்த இனக்குழுக்களும் அவர்களுடன் இணைந்துகொண்டன. மஹ்மூத் கஸ்னவியின் மகன் மஸ்ஊத் கஸ்னவி, அவர்களைத் தடுத்து நிறுத்தும் முயற்சியாக பல்வேறு தாக்குதல்களில் ஈடுபட்டார். இறுதியில், அவர்கள் குராசானிலிருந்து கஸ்னவியை வெளியேற்றி விட்டு அதைக் கைப்பற்றினர். மஹ்மூத் கஸ்னவியின் வம்சாவளியினர் மேலும் பலவீனமடைந்தனர். அவர்கள் ஸெல்ஜூக்குகளுடன் அமைதி உடன்படிக்கை மேற்கொண்டு குராசானை விட்டுக்கொடுத்தனர்.

உள்நாட்டுப் போர்களில் ஈடுபட்டிருந்த புவைஹ் வம்சாவளியினரிடம் ஸெல்ஜூக்குகளை எதிர்கொள்ளும் ஆற்றல் இல்லை. ஸெல்ஜூக்குகள் மிகப்பெரிய முன்னேற்றங்களை அடைந்து கொண்டிருந்தனர். அப்போது, பாக்தாதிலிருந்த அப்பாசிய கலீஃபாவையும் அவர்கள் கண்டுகொள்ளவில்லை.

புக்ஹாரா சமவெளியிலிருந்த ஸெல்ஜூக் இனக்குழுவினர், இவ்வெற்றிகளுக்கு முன்பே இஸ்லாத்தைத் தழுவியிருந்தனர். மவரோன்னஹ்ரிலும் புக்ஹாராவிலுமுள்ள முஸ்லிம்கள் ஸுன்னி

பிரிவினர் என்பதால் ஸெல்ஜூக்குகளும் அதே மரபினராக இருந்தனர். ஷியாக்களுடன் அவர்களுக்குத் தொடர்பில்லை. புவைஹிகளின் ஒடுக்குமுறையால் அவதிக்குள்ளானவர்கள் தங்களின் பாதுகாவலர்களாக ஸெல்ஜூக்குகளை நம்பி அவர்களுக்கு மதிப்பளித்தனர். ஸெல்ஜூக் தலைவரான துக்ரல் பயிக், முதலில் குராசானையும் அஸர்பைஜானையும் ஜஸீராவையும் வெற்றிகொண்டார். அவரது அரசாற்றல் அதிகரித்தது. பின்னர், ஏற்கனவே குறிப்பிட்டதுபோல் பாக்தாதுக்குச் சென்று, தெலாமியர்களை ஆட்சிப் பொறுப்பிலிருந்து அகற்றினார். கலீஃபாவின் பிரதிநிதியாகச் சிறப்பளிக்கப்பட்டார். அவரது இனக்குழுவினர் நீண்டகாலம் ஆட்சி செய்தனர். அவரைத் தொடர்ந்து ஆட்சிப் பொறுப்பேற்ற அல்ப் அர்ஸலன் ஸெல்ஜூக், பலம்பொருந்திய ஓர் அரசை நிறுவினார். அவரது ஆட்சிப்பகுதிகள், டான்யூப் நதியிலிருந்து சிந்து நதி வரையிலும் பரவியது. இப்போது நாம், கலீஃபா கய்யீம் பி அம்ரில்லாஹ்வின் வாழ்க்கையில் குறிப்பிடத்தக்க எஞ்சிய சில நிகழ்வுகள் குறித்துப் பார்ப்போம்.

ஹிஜ்ரீ 415இல், சுல்தான் துக்ரல் பயிக்கின் சகோதரரும் குராசான் ஆளுநருமான சுக்ரி பயிக் தாவூத், கஸ்னவி சுல்தானுடன் ஓர் உடன்படிக்கை செய்துகொண்டார். அதே ஆண்டில், சுல்தான் மஸ்ஊத் கஸ்னவியின் சமயத்துறை ஆலோசகரான அபுல் ஃபத்ல், சுல்தான் இப்ராஹீம் கஸ்னவியின் ஆட்சிக்காலம் குறித்து ஒரு நூல் எழுதினார். சுக்ரி பயிக் தாவூதின் இறப்புக்குப் பின், அவரது மனைவியான சுலைமானின் தாயாரை சுல்தான் துக்ரல் பயிக் திருமணம் செய்தார். அதே ஆண்டு, கூஃபாவில் கொலையிலும் கொள்ளையிலும் ஈடுபட்டிருந்த பஸஸிறியைக் கொன்று அவரது தலையை பாக்தாதுக்கு அனுப்பி வைத்தார் துக்ரல். கலீஃபா, தனது கோட்டையின் நுழைவாயிலில் அதனைத் தொங்கவிட்டார்.

ஹிஜ்ரீ 452 முஹர்ரம் மாதம், பாக்தாதின் நிர்வாகங்களிலிருந்து விடுதலை பெற்ற சுல்தான் துக்ரல் பயிக், வாஸிதுக்கும் அங்கிருந்து ஜபல், அஸர்பைஜான் ஆகிய பகுதிகளுக்கும் சென்றார். ஹிஜ்ரீ 453 ரபீயுல் அவ்வல் மாதம் 15 ஆம் நாள், அபுல் ஃபத்தாஹ் பின் அஹ்மத், அஹ்வாசிலிருந்து பாக்தாதுக்குச் சென்றார். கலீஃபா அவரை அமைச்சராக நியமித்தார். சிறிது காலத்துக்குப் பின், அபூ நஸ்ர் பின் ஜாஹிர் பின் மர்வான், ஃபக்ருத்தவ்லாஹ் எனும்

சிறப்புப் பெயருடன் அமைச்சராக நியமிக்கப்பட்டார். பதவி நீக்கம் செய்யப்பட்ட அபுல் ஃபத்தாஹ் அஹ்வாசுக்குத் திரும்பினார்.

சுல்தான் துக்ரல் பயிக், தன் மனைவியின் மரணத்துக்குப் பின், ஹிஜ்ரீ 453இல் ரேயின் நடுவரான அபூஸஅத் மூலம் கலீஃபா கய்யீம் பி அம்ரில்லாஹ்வுக்கு ஒரு தகவல் அனுப்பினார். அதில், கலீஃபாவின் மகள் ஸைதாவை மணமுடிக்க விருப்பம் தெரிவித்திருந்தார். கலீஃபா இதை ஏற்க மறுத்தார். துக்ரல் பயிக் தன்னுடைய அமைச்சர் அமீதுல் மலிக் குந்திரியை அனுப்பி வைத்தார். அமீதுல் மலிக், ஹிஜ்ரீ 454 ஜுமாதல் ஆகிரா மாதம் வரைக்கும் பாக்தாதிலிருந்து திருமண ஆலோசனைக்கு கலீஃபாவை ஒப்புக்கொள்ள வைக்க முயன்றும் பலனளிக்காத நிலையில் திரும்பினார். தொடர்ந்து துக்ரல், பாக்தாதின் தலைமை நடுவரும் ஷெய்க்குமான அபூ மன்சூர் பின் யூசுஃபுக்கு எச்சரிக்கை விடுத்துக் கடிதம் எழுதினார். அவர், கலீஃபாவிடம் சென்று மகளைத் துக்ரலுக்குத் திருமணம் செய்துவைக்கும்படி கேட்டுக்கொண்டார். பிரச்சினை தொடர்ந்துகொண்டிருப்பதைக்கண்ட கலீஃபா, துக்ரலின் ஆலோசனையை ஏற்பதாக முடிவு செய்தார். கூடவே, துக்ரலின் மருமகளும் கலீஃபாவின் மனைவியுமான அர்ஸலன் கஹ்தூனும் திருமணத்துக்கு இணங்கும்படி வற்புறுத்தினார். இளவரசி ஸைதாவின் திருமணப் பொறுப்புகளை கலீஃபா, துக்ரலின் அமைச்சர் அமீதுல் மலிக்கிடம் ஒப்படைத்தார். துக்ரலுக்கும் கலீஃபாவின் மகளுக்குமிடையிலான திருமண ஒப்பந்தம், ஹிஜ்ரீ 454 ஷஃஅபான் மாதம், தப்ரீஸ் முகாமில் கையெழுத்தானது.

மண ஒப்பந்தம் கையெழுத்தான பிறகு, விலை உயர்ந்த பொருள்களையும் தங்க ஆபரணங்களையும் கலீஃபாவுக்கும் அவரது மகளுக்கும் அன்பளிப்புகளாக அனுப்பி வைத்தார் துக்ரல். இறந்துபோன மனைவியின் சொத்துக்கள் அனைத்தையும் கலீஃபாவின் மகள் ஸைதாவுக்கு எழுதி வைத்தார். பின்னர், ஹிஜ்ரீ 455 முஹர்ரம் மாதம், ஆர்மேனியாவிலிருந்து பாக்தாதுக்குச் சென்றார். அங்கே, இளவரசியின் திருமண விருந்து நடைபெற்றது. ரபீயுல் அவ்வல் மாதம் வரை, பாக்தாதில் இருந்துவிட்டு, மனைவி ஸைதா கஹ்தூனுடன் ஜபல் மாகாணத்தை நோக்கிப் புறப்பட்ட துக்ரல், ரேயை அடைந்ததும் நோய்வாய்ப்பட்டார். ஹிஜ்ரீ 455 ரமளான் மாதம் 8ஆம் நாள், சுல்தான் துக்ரல் பயிக் காலமானார்.

துக்ரலுக்கு வாரிசுகள் இல்லை. துக்ரலின் வளர்ப்பு மகனாக இருந்த சுலைமான் பின் தாவூத் சுக்ரி பயிக்கை, அமீதுல் மலிக் அரியணையில் அமர்த்தினார். இதை ஏற்றுக்கொள்ள மறுத்த மக்கள் ஜுமுஆ பேருரையில் சுலைமானின் சகோதரரான அல்ப் அர்ஸலன் பின் தாவூத் சுக்ரி பயிக்கின் பெயரைக் குறிப்பிட்டனர். குராசான் ஆளுநரான அல்ப் அர்ஸலன், மர்வில் வசித்து வந்தார். சுலைமான் ஆட்சிப் பொறுப்பேற்றதை அறிந்த அவர், ரேய்மீது படையெடுத்தார். அமீதுல் மலிக், அவரிடம் சென்று, அவருக்குக் கீழ்ப்படிவதாகச்சொல்லி நம்பிக்கை வாக்குறுதி அளித்தார். அல்ப் அர்ஸலன் அவரை முழுமையாக நம்பவில்லை. ஹிஜ்ரீ 456 இல், அமீதுல் மலிக்கைக் கைது செய்து சிறையிலடைத்துவிட்டு, தனது அமைச்சரான நிஸாமுல் முல்க் தூஸியைத் தலைமை அமைச்சராக நியமித்தார். ரேய்க்குச் சென்ற அவர், கலீஃபாவின் மகள் ஸைதாவைப் பெரும் சிறப்புடன் பாக்தாதுக்குத் திருப்பி அனுப்பி வைத்தார். பாக்தாதில் ஜுமுஆ பேருரை, சுல்தான் அல்ப் அர்ஸலனின் பெயரில் வாசிக்கப்படலாயிற்று.

சுல்தான் அல்ப் அர்ஸலனின் சார்பாக நிஷாமுல் முல்க் தூஸி, ஹிஜ்ரீ 456, ஜுமாதல் ஊலா மாதம், 7ஆம் நாள் கலீஃபாவுக்கு நட்புறவு வாக்குறுதி அளிப்பதற்காக பாக்தாதுக்கு வந்தார். கலீஃபா அரசவையைக் கூட்டி, சுல்தான் அல்ப் அர்ஸலனுக்கு, அல் வலதுல் முஅய்யாத் என்று சிறப்புப் பெயர் சூட்டினார். ஹிஜ்ரீ 460 இல் ஃபக்ருத்தவ்லாஹ் பின் ஜாஹிரை அமைச்சர் பதவியிலிருந்து நீக்கிய கலீஃபா, ஹிஜ்ரீ 461 ஸஃபர் மாதம், மீண்டும் பதவியில் நியமித்தார். ஹிஜ்ரீ 462இல் மக்கா ஆளுநரான முஹம்மத் பின் அபீஹாஷிம், ஜுமுஆ பேருரையிலிருந்து உபைதியின் ஆளுநர் பெயரை நீக்கிவிட்டுக் கலீஃபா கய்யீம் அம்ரில்லாஹ்வின் பெயரைச் சேர்த்துக்கொண்டார். தொழுகைக்கான அழைப்பில் ஷியாக்களால் சேர்க்கப்பட்ட அதிகப்படியான சொற்களை நீக்கினார். பின்னர், தன் மகனை ஒரு தூதுக்குழுவினருடன் சுல்தான் அர்ஸலனிடம் அனுப்பி வைத்தார். சுல்தான் மிகுந்த மகிழ்ச்சியுடன் அவருக்கு அரசாடை அணிவித்து, 30,000 தினார்கள் அன்பளிப்பாக வழங்கினார். மேலும், ஆண்டுக்குப் பத்தாயிரம் தினார்கள் ஊதியம் வழங்குவதாகவும் உறுதியளித்தார்.

ஹிஜ்ரீ 462இல் ரோமானியப் பேரரசன் அர்மனூஸ் 2,00,000

வீரர்கள்கொண்ட ஒரு படையுடன் கலாத் மாகாணத்தின்மீது படையெடுத்தான். அவனுடன் ஃபிரான்ஸ், ரஷ்யா ஆகிய நாடுகளின் அரசர்களும் இருந்தனர். அவர்களை வெறும் 15,000 வீரர்களுடன் எதிர்கொண்ட சுல்தான் அல்ப் அர்ஸலான் தோற்கடித்தார். ரஷ்ய அரசனைப் பிடித்து அவனது காதுகளையும் மூக்கையும் வெட்டினார். அர்மனூஸைக் கைது செய்த அவர், இணக்கமாக இருப்பதாகவும் தனது அரசுக்குக் கீழ்ப்படிவதாகவும் அவனிடம் வாக்குறுதி பெற்றுவிட்டு விடுதலை செய்தார்.

பெரும் எண்ணிக்கையிலான ரோமானியப் படைகளைத் தோற்கடித்த அல்ப் அர்ஸலான், ஹிஜ்ரீ 465இல் மவரோன்னஹ்ருக்குச் சென்றார். ஜீஜூன் ஆற்றின்மீது இருபதே நாள்களில் ஒரு பாலம் அமைத்து, படைகள் ஆற்றைக் கடந்தன. எதிரிகள் கோட்டையின் பொறுப்பிலிருந்த படைத்தலைவன் யூசுஃப் குவாரஸ்மி, கலீஃபாவின் அரசவைக்குக் கொண்டு வரப்பட்டான். அவரை அப்படியே விட்டுவிடுங்கள், நான் அவர்மீது அம்பெய்கிறேன் என்றார் சுல்தான்.

அம்பு குறி தவறியது. சுல்தானை நோக்கி ஓடிச்சென்று அவரைக் குத்தீட்டியால் தாக்கிய யூசுஃப், அரசவையினரால் கொல்லப்பட்டான். காயமடைந்த சுல்தான், ஹிஜ்ரீ 465, ரபீயுல் அவ்வல் மாதம், 10ஆம் நாள் மரணமடைந்தார். அவரது உடல் மர்வில் அடக்கம் செய்யப்பட்டது. சுல்தான் அல்ப் அர்ஸலனுக்குப் பிறகு அவரது மகன் மலிக் ஷா பொறுப்புக்கு வந்தார். கலீஃபா கய்யீம் அம்ரில்லாஹ், அதற்கான சான்றுகளையும் பிற ஆவணங்களையும் அனுப்பி வைத்தார். ஹிஜ்ரீ 467, ஷஃஅபான் மாதம், 15ஆம் நாள், கலீஃபாவின் மருத்துவர் பரிசோதனைக்காக இரத்தம் குத்தியெடுத்த நிலையில் கலீஃபா தூங்கச் சென்றார். குத்திய இடத்தில் இரத்தம் நிற்காமல் பீறிட்டது. அரசவை உறுப்பினர்கள் வரவழைக்கப்பட்டனர். கலீஃபாவின் பேரனான அபுல் காஸிம் அப்துல்லாஹ் பின் ஸகீரத்துத்தீன் முஹம்மதை கலீஃபாவாக ஏற்று அவர்கள் வாக்குறுதியளித்தனர். மறுநாள், கலீஃபா கய்யீம்பி அம்ரில்லாஹ் மரணமடைந்தார். 45 ஆண்டு காலம் அவர் கலீஃபாவாக இருந்தார்.

கலீஃபா உயிருடனிருக்கும்போதே அவரது ஒரே மகனாகிய ஸகீரத்துத்தீன் முஹம்மத் மரணமடைந்தார். ஸகீரத்துத்தீன்

மரணமடைந்து ஆறு மாதங்களுக்குப் பிறகு பிறந்தவர் அவரது மகன் அபுல் காசிம் அப்துல்லாஹ். கலீஃபாவாகப் பொறுப்பேற்ற அபுல் காசிம், முக்ததி பின் அம்ரில்லாஹ் எனும் சிறப்புப் பெயரைச் சூடிக்கொண்டார்.

முக்ததி பின் அம்ரில்லாஹ் : அபுல் காசிம் அப்துல்லாஹ் முக்ததி பின் அம்ரில்லாஹ் பின் முஹம்மத் பின் கய்யீம் பின் அம்ரில்லாஹ், அர்கவன் எனும் அடிமைப் பெண்ணுக்குப் பிறந்தவர். தனது 19 ஆவது வயதில், ஹிஜ்ரீ 467 ஷஃஅபான் மாதம் அரியணை ஏறிய அவர், உடனடியாகவே விளையாட்டு, பாட்டு, இசைக்கருவிகள் மீட்டுவதுபோன்ற கேளிக்கைகளைத் தடைசெய்தார். அவரது ஆட்சியின்போது, கிலாஃபத்தின் மதிப்பும் ஆற்றலும் மேம்பட்டன. இறையச்சமும் மார்க்கப்பற்றும் துணிச்சலும்கொண்டவராக இருந்தார் முக்ததி பின் அம்ரில்லாஹ்.

சுல்தான் மலிக் ஷாவின், அத்ஸாஸ் பின் அவ்ஃப் குவாரஸ்மி எனும் படைத்தலைவர் ஒருவர், ஹிஜ்ரீ 468 துல்கஅதா மாதம் டமாஸ்கசை வெற்றிகொண்டு, ஜுமுஆ பேருரையில் கலீஃபா முக்ததியின் பெயரையும் சுல்தான் மலிக் ஷாவின் பெயரையும் சேர்த்தார். தொழுகைக்கான அழைப்பில் ஷியாக்கள் அதிகப்படியாகச் சேர்த்திருந்த சொற்களை நீக்கினார். படிப்படியாக அவர் சிரியா முழுவதையும் கையகப்படுத்தினார். ஹிஜ்ரீ 469இல், ஷியா - ஸுன்னி பிரிவினருக்கிடையே உருவான மோதலில் இரு பிரிவிலும் பலர் மாண்டனர். பலர் காயமுற்றனர். ஹிஜ்ரீ 470இல், மலிக் ஷா, தன்னுடைய சகோதரர் தாஜுத்தவ்லா தத்தாசுக்கு, வரியில்லா நிலமாக சிரியாவை வழங்கியதுடன் எகிப்து ஆளுநரிடமிருந்து இயன்ற அளவிலான ஆட்சிப் பகுதிகளைக் கைப்பற்றுவதற்காக உரிமையையும் வழங்கினார்.

ஹிஜ்ரீ 471இல், தாஜுத்தவ்லா தத்தாஷ், ஹலபை முற்றுகையிட்ட அதே வேளையில், எகிப்தியப் படைகள் டமாஸ்கஸைச் சுற்றிவளைத்தன. முற்றுகைக்குள்ளான அத்ஸாஸ், தத்தாஷின் உதவியை நாடினார். அவர், ஹலப் முற்றுகையைக் கைவிட்டு டமாஸ்கசுக்குச் சென்றார். எகிப்தியர்கள் தப்பியோடினர். ஹிஜ்ரீ 476இல் அமீதுத்தவ்லா பின் ஃபக்ருத்தவ்லா பின் ஜாஹிரை அமைச்சர் பதவியிலிருந்து நீக்கிய கலீஃபா முக்ததி, அபூஷுஜா

முஹம்மத் பின் ஹஸனை நியமித்தார். அமீதுத்தவ்லாவைத் தன்னிடம் வரவழைத்த மலிக் ஷா, பக்ர் மாகாணங்களின் ஆளுநராக அவரை நியமித்தார்.

ஹிஜ்ரீ 477, ஷஃஅபான் மாதம், குன்யாவின் ஆளுநரான சுலைமான் பின் கதல் மாஷ் ஸெல்ஜூக், ஹிஜ்ரீ 358 முதல் ரோமானியரிடம் இருந்து வந்த அன்டாக்யாவைக் கைப்பற்றினார். ஹிஜ்ரீ 479இல், மொராக்கோ ஆளுநரான யூசுஃப் தஷ்ஃபீன், அனைத்து ஆட்சிப்பகுதிகளும் தன்கீழ் இருக்கும்படியான சான்றிதழையும் சுல்தான் எனும் சிறப்புப் பெயரையும் தனக்கு வழங்கும்படி கலீஃபா முக்ததியிடம் வேண்டுகோள் விடுத்தார். இதையேற்றுக்கொண்ட கலீஃபா, அதற்கான அரசு உடைகளையும் கொடியையும் வழங்கியதுடன் அமீருல் முஸ்லிமீன் எனும் சிறப்புப் பெயரையும் அவருக்குச் சூட்டினார். மர்ரக்கெச் நகரை நிறுவிய யூசுஃப் பின் தஷ்ஃபீன் இவர்தான். ஹிஜ்ரீ 479 துல்ஹிஜ்ஜா மாதம், சுல்தான் மலிக் ஷா முதன்முறையாக பாக்தாதுக்குள் நுழைந்தார். கலீஃபாவிடம் சென்று அரசாடைகள் பெற்ற அவர், கலீஃபாவுடன் மறுநாள் செண்டாட்டம் விளையாடினார்.

அமைச்சரான நிஸாமுல் முல்க், தான் நிறுவிய கல்விக்கூடங்களை ஆய்வு செய்தார். சுல்தான் மலிக் ஷா சில மாதங்கள் பாக்தாதில் தங்கிய பிறகு இஸ்ஃபஹானை நோக்கிச் சென்றார். ஹிஜ்ரீ 481இல் இப்ராஹீம் பின் மஸ்ஊத் பின் மஹ்மூத் பின் ஸுபுக்தகீன் மரணமடைந்தார். தொடர்ந்து, ஜலாலுத்தீன் மஸ்ஊத் பொறுப்புக்கு வந்தார். ஹிஜ்ரீ 484இல், நார்மானியர் சிஸிலி தீவைக் கைப்பற்றினர். ஹிஜ்ரீ 200இல் முஸ்லிம்களால் கைப்பற்றப்பட்ட இத்தீவை பின்னர், அக்லப் கிளையினரும் தொடர்ந்து உபைதிகளும் ஆட்சி செய்து வந்தனர். பின்னர், உபைதிகளிடமிருந்து நார்மானியர் கைப்பற்றினர். அதே ஆண்டு, ஹிஜ்ரீ 484 ரமளான் மாதம் சுல்தான் மலிக் ஷா மீண்டும் பாக்தாதுக்கு வந்தார்.

ஹிஜ்ரீ 485இல், அமைச்சர் நிஸாமுல் முல்க் தூஸியை அவரது 73ஆம் வயதில் கரமத்தி, நிஹாவந்தில் வைத்துக் கொன்றார். அதே ஆண்டு, ஷவ்வால் மாதம் 15ஆம் நாள், மலிக் ஷா இறந்தார். அவரது மனைவி துர்க்கான் கஹ்தூனுக்கும் அவரது மகன் பர்க்கியாரக்குக்கும் இடையே போர் தொடங்கியது. ஹிஜ்ரீ 486இல், போரிலிலிருந்து விடுபட்ட பர்க்கியாரக், பாக்தாதுக்கு

வந்தார். கலீஃபா முக்ததி, அவருக்கு ருக்னுத்தவ்லா எனும் சிறப்புப் பெயர் சூட்டி அரசாடைகளும் ஆணையுரிமையும் அளித்துச் சிறப்பித்தார். கலீஃபா முக்ததியின் சாபம்தான் மலிக் ஷாவின் இறப்புக்குக் காரணம் என்று சொல்லப்பட்டது. தன்னுடைய விருப்பப்படி பாக்தாதை மாற்றியமைக்கப் போவதாகவும், ஆகவே எட்டு நாள்களுக்குள் கலீஃபா பாக்தாதை விட்டு எங்காவது சென்றுவிட வேண்டுமென்றும் கெடு விதித்தார் மலிக் ஷா. கலீஃபா, மலிக் ஷாவுக்குச் சாபமிட்டார். எட்டாவது நாள் மலிக் ஷா இறந்துபோனார்.

ஹிஜ்ரீ 487, முஹர்ரம் மாதம், 5ஆம் நாள் திடீரென்று கலீஃபா முக்ததி மரணமடைந்தார். அவரது ஆலோசகர்களில் ஒருவரான ஷம்சுன்னஹார் அவருக்கு விஷம் கொடுத்துக் கொன்றதாகக் கூறப்படுகிறது. கலீஃபாவின் இறப்புக்குப் பின், முஸ்தஷிர்பில்லாஹ் எனும் சிறப்புப் பெயருடன் அவரது மகன் அபுல் அப்பாஸ் அஹ்மத் பொறுப்புக்கு வந்தார்.

முஸ்தஷிர்பில்லாஹ் : அபுல் அப்பாஸ் அஹ்மத் முஸ்தஷிர்பில்லாஹ் பின் முக்ததிபில்லாஹ், ஹிஜ்ரீ 470, ஷவ்வால் மாதம் பிறந்தார். முஸ்தஷிர் கலீஃபாவாகப் பொறுப்பேற்கும் வேளையில் பாக்தாதில் இருந்த பர்க்கியாரக், அவரை கலீஃபாவாக ஏற்று வாக்குறுதியளித்தார்.

கலீஃபா முக்ததி இறந்த மூன்றாம் நாள், அவரது இறப்பை நினைவுகூர்வதற்காகக் கூடிய ஓர் அரங்கில் சுல்தான் பர்க்கியாரக், தன்னுடைய அமைச்சர் இஸ்சுல் முல்க் பின் நிஸாமுல் முல்க்குடனும் சகோதரர் பஹௌல் முல்க்குடனும் அரசவைக்கு வந்தார். அரசின் ஏனைய உறுப்பினர்களும் அப்போது வந்திருந்தனர்.

ஹிஜ்ரீ 487இல், எகிப்து ஆளுநரான முஸ்தன்ஸிர் உபைதி மரணமடைந்தார். தொடர்ந்து, அவரது மகன் முஸ்தலி பொறுப்புக்கு வந்தார். ஹிஜ்ரீ 488இல், சமர்கண்ட் ஆளுநரான அஹ்மத் கான், அவரது சமய எதிர்ப்பு நடவடிக்கைகளுக்காகக் கைது செய்யப்பட்டுக் கொல்லப்பட்டார். தொடர்ந்து, அவரது மைத்துனர் பொறுப்புக்கு வந்தார்.

அதே ஆண்டு, தத்தாசும் பர்க்கியாரக்குக்குமிடையே மோதல் உருவானது. இதில், தத்தாஸ் கொல்லப்பட்டதைத் தொடர்ந்து,

பர்க்கியாரக் தனது அரசை நிறுவினார். அவரது சகோதரர் முஹம்மத் மிகுந்த செல்வாக்குள்ளவராக மாறினார். ஹிஜ்ரீ 492இல் பர்க்கியாரக்கும் முஹம்மதும் ரேயில் வைத்து மோதிக்கொண்டனர். தோல்வியுற்ற பர்க்கியாரக், குஸிஸ்தானுக்குச் சென்றார். முஹம்மத் பாக்தாதுக்கு வந்தார். ஹிஜ்ரீ 492 துல்ஹிஜ்ஜா மாதம், 15ஆம் நாள் கலீஃபா முஸ்தஷிர் பில்லாஹ், முஹம்மத் பின் மலிக் ஷாவுக்கு, கயாதுத்துனயவத்தீன் என்று சிறப்புப் பெயர் சூட்டினார். பின்னர், அவர் குராசானுக்குப் புறப்பட்டார்.

குஸிஸ்தானிலிருந்து வாசிதுக்குச் சென்ற பர்க்கியாரக், ஒரு படையுடன் ஹிஜ்ரீ 493, ஸஃபர் மாதம் 15ஆம் நாள் பாக்தாதுக்குள் நுழைந்தார். கலீஃபா அவரை வாழ்த்தி, அரசாடை அணிவித்தார். ஜுமுஆ பேருரையில் அவரது பெயரும் சேர்க்கப்பட்டது. பின்னர், முஹம்மத் பின் மலிக் ஷாவைத் தாக்கினார் பர்க்கியாரக். ஹமதானில் வெண்ணாற்றின் அருகில் போர் நிகழ்ந்தது. இதில், பர்க்கியாரக் தோல்வியடைந்தார். ஹிஜ்ரீ 493, ரஜப் மாதம், 15ஆம் நாள் முதல் ஜுமுஆ பேருரையில் சுல்தான் முஹம்மதின் பெயர் மீண்டும் சேர்க்கப்பட்டது. தோல்வியைத் தொடர்ந்து ரேயில் தங்கியிருந்த பர்க்கியாரக், இஸ்ஃபஹானுக்குச் சென்றுவிட்டுத் திரும்பவும் குஸிஸ்தானுக்கு வந்தார். மீண்டும் படைத் திரட்டி, ஹிஜ்ரீ 494, ஜுமாதல் ஆகிரா மாதம், 1ஆம் நாள் முஹம்மதை எதிர்த்துப் போரிட்டு அவரைத் தோல்வியுறச் செய்த பிறகு, ரேய்க்குச் சென்றார். முஹம்மத், ஜுர்ஜானில் தன்னுடைய சகோதரர் சஞ்ஜாரிடம் சென்றார். ஹிஜ்ரீ 494 துல்கஅதா மாதம், 15ஆம் நாள் பாக்தாதுக்கு வந்தார் பர்க்கியாரக். அவரது பெயர் ஜுமுஆ பேருரையில் குறிப்பிடப்பட்டது.

சுல்தான் பர்க்கியாரக்கும் அவரது சகோதரர் சுல்தான் முஹம்மதுக்கும் இடையே தொடர்ந்து போர் நடந்தது. சில நாள்கள் இணக்கமாகவும் சில நாள்கள் மோதிக்கொண்டுமிருந்தனர். இப்படியாக, பாக்தாதை இருவரும் மாறிமாறி ஆட்சி செய்தனர். அவர்களிடையிலான தொடர் போர்களின் காரணமாக இராக், இரான், ஜஸீரா ஆகிய பகுதிகளில் அமைதியின்மை நிலவியது. மக்களுக்குத் தங்கள் உயிர்களையும் உடைமைகளையும் பாதுகாத்துக்கொள்வதில் மிகுந்த சிரமம் ஏற்பட்டது. ஹிஜ்ரீ 497, ஜுமாதல் ஊலா மாதம், படைத்தலைவர்களின் முயற்சிகளால் அமைதி உடன்படிக்கை

கையெழுத்தானது. ஆட்சிப்பகுதிகள் பிரிக்கப்பட்டன. அவரவர் பகுதிகளில் நடக்கும் ஜுமுஆ பேருரைகளில் அவரவர் பெயர்களைக் குறிப்பிட வேண்டுமென்று உடன்படிக்கை செய்யப்பட்டது. பாக்தாத், சுல்தான் பர்க்கியாரக்கின் கட்டுப்பாட்டின்கீழ் வந்தது. தொடர்ந்து சில நாள்கள் இஸ்ஃபஹானில் தங்கியிருந்தார் பர்க்கியாரக். நோய்வாய்ப்பட்ட நிலையில், ஹிஜ்ரீ 494 ரபீயுத்தானி மாதம் பாக்தாதுக்குச் செல்லும் வழியில் யஸ்த்ஜுர்தில் வைத்து அவர் மரணமடைந்தார். இறப்பின்போது, தனது ஐந்து வயது மகன் மலிக் ஷா பின் பர்க்கியாரக்கை அரசு வாரிசாகவும் அவரது ஆசிரியராக அமீர் அயாசையும் நியமிப்பதாக அறிவித்தார். பர்க்கியாரக்கின் உடல் இஸ்ஃபஹானில் அடக்கம் செய்யப்பட்டது.

மலிக் ஷாவுடன் அமீர் அயாஸ், ஹிஜ்ரீ 498, ரபீயுல் ஆகிர் மாதம் 15ஆம் நாள் பாக்தாதுக்கு வந்தார். கலீஃபா, மலிக் ஷாவின் பாட்டனார் மலிக் ஷா பின் அல்ப் அர்ஸலானின் சிறப்புப் பெயர்கள் அனைத்தையும் அவருக்குச் சூட்டினார். ஜுமுஆ பேருரையில் மலிக் ஷாவின் பெயர் சேர்க்கப்பட்டது. சுல்தான் முஹம்மத், மோசிலைக் கைப்பற்றிவிட்டு பாக்தாதை நோக்கி அணி வகுத்தார். ஹிஜ்ரீ 501இல் பாக்தாதுக்குள் நுழைந்த அவர், அமீர் அயாசைக் கொன்றுவிட்டு ஜுமுஆ பேருரையில் தனது பெயரைக் குறிப்பிடச் செய்தார். ஹிஜ்ரீ 502இல் பாக்தாதில் ஓர் அரண்மனையைக் கட்டியெழுப்பினார். சுல்தான் முஹம்மதின் அரசு, அவரது முன்னோர்களின் ஆட்சிப் பகுதிகள் எங்கும் நிறுவப்பட்டது. கிளர்ச்சிகளும் பிரச்சினைகளும் இல்லாமலாயின. ஷஃஅபான் மாதம், நோய்வாய்ப்பட்ட முஹம்மத், நீண்ட காலம் நோயாளியாகவே வாழ்ந்தார்.

ஹிஜ்ரீ 511இல், சுல்தான் முஹம்மத் மரணமடைந்தார். தொடர்ந்து, அவரது மகன் மஹ்மூத் பொறுப்புக்கு வந்தார். இதை ஏற்றுக்கொண்ட கலீஃபா அரசாடை அளித்தார். ஜுமுஆ பேருரையில் அவரது பெயர் சேர்க்கப்பட்டது. இது, ஹிஜ்ரீ 512, முஹர்ரம் மாதம் 15ஆம் நாள் நடந்தது.

24 ஆண்டுகளும் மூன்று மாதங்களும் ஆட்சி செய்த கலீஃபா முஸ்தஷிர் பில்லாஹ், ரபீயுல் ஆகிர் மாதம், 15ஆம் நாள் மரணமடைந்தார். தந்தையின் இறப்புக்குப் பின், அவரது மகன் அபூமன்சூர் ஃபத்ல், முஸ்தர்ஷித் பில்லாஹ் எனும் சிறப்புப் பெயருடன் அரியணை ஏறினார்.

முஸ்தர்ஷித் பில்லாஹ் : ஹிஜ்ரீ 485இல் பிறந்த முஸ்தர்ஷித் பில்லாஹ் பின் முஸ்தஷிர் பில்லாஹ் தனது 27ஆவது வயதில், ஹிஜ்ரீ 512 இல் கலீஃபாவாகப் பொறுப்பேற்றார். அவரது சகோதரர் அமீர் அபுல் ஹஸன் பின் முஸ்தஸிர் பில்லாஹ், வாக்குறுதியளிக்க மறுத்து பாக்தாதிலிருந்து வாஸிதுக்குச் சென்றார். ஓராண்டுக்குப் பிறகு பிடிபட்ட அமீர் அபுல் ஹஸனை மன்னித்து அரண்மனையில் தங்கியிருக்க அனுமதித்தார் கலீஃபா. கலீஃபாவாக முஸ்தர்ஷித் பில்லாஹ் பொறுப்பேற்ற இரண்டாவது மாதம், சுல்தான் மஹ்மூதின் சகோதரரான, மோசிலில் வாழ்ந்து வந்த மஸ்ஊத் பின் சுல்தான் முஹம்மத் ஸெல்ஜூக் கிளர்ச்சி செய்தார். மேலும், ஸன்ஜான் ஆளுநர் கஸீமுத்தவ்லாஹ் ஸங்கீ பின் அக்ஸன்ஃபார் மற்றும் அர்தபில் ஆளுநர் அபுல் ஹிஜாவின் உதவியுடன் இராக்கிலிருந்து போருக்கான முன்னேற்பாடுகளில் ஈடுபட்டார். சுல்தான் துக்ரல் பின் சுல்தான் முஹம்மத், அவரது தந்தையின் ஆட்சிக் காலத்திலிருந்து ஸன்ஜான் ஆளுநராக இருந்து வந்தார். சுல்தான் முஹம்மத், துக்ரலைத் தாக்கினார். துக்ரல், ஸன்ஜானிலிருந்து தப்பித்து ஓடினார். சுல்தான் மஹ்மூத் ஸன்ஜானைச் சூறையாடினார்.

சுல்தான் முஹம்மத் இறந்து, சுல்தான் மஹ்மூத் பொறுப்புக்கு வரும்போது, மஹ்மூதின் தந்தையின் சகோதரரான சஞ்சார், மவரோன்னஹ்ர் ஆளுநராக இருந்தார். சுல்தான் சஞ்சாரின் சிறப்புப் பெயர் நஸீருத்தீன். முஹம்மதின் இறப்புக்குப் பின் சஞ்சார், மஹ்மூதைத் தாக்கினார். இருவரும் ஹிஜ்ரீ 513 ஜுமாதல் ஊலா மாதம் ஸதாவில் எதிர்கொண்டனர். சஞ்சாருடன் ஸஜிஸ்தானின் ஆளுநரான அமீர் அபுல் ஃபத்லும் அன்ஸ்தாரின் அமீரான குவார்ஸிம் ஷா முஹம்மதும் யஸ்தின் ஆளுநரான அலாவுத்தவ்லாவும் இருந்தனர். போரில் மஹ்மூத் தோல்வியடைந்தார். சஞ்சார் ஹமதானைக் கைப்பற்றினார். இச்செய்தியை அறிந்து பாக்தாதின் ஜுமுஆ பேருரையில் சுல்தான் சஞ்சாரின் பெயர் வாசிக்கப்பட்டது.

தோல்வியைத் தொடர்ந்து சுல்தான் மஹ்மூத், இஸ்ஃபஹானில் தஞ்சம் புகுந்தார். இறுதியில் சஞ்சாரின் தாயாரான மஹ்மூதின் பாட்டி தலையிட்டார். சஞ்சார் தனது வாரிசாக மஹ்மூதை ஏற்க வேண்டும்; ஜுமுஆ பேருரையில் சஞ்சாரின் பெயரைத் தொடர்ந்து மஹ்மூதின் பெயர் இடம்பெற வேண்டும்; இதற்கு அவர்கள் இருவரும் இணக்கம் தெரிவித்து ஒற்றுமையாக இருக்க வேண்டும்

என்று அவர் வற்புறுத்தினார். இதன்படி, மவரோன்னஹ்ர், கஸ்னா, குராசான் ஆகிய பகுதிகளுக்குத் தன்னுடைய வாரிசாக மஹ்மூதை அறிவித்தார் சஞ்சார். ரேயை மஹ்மூதின் கட்டுப்பாட்டிலிருந்து எடுத்துக்கொண்டு, மேற்கண்ட ஆட்சிப் பகுதிகளின் ஆளுநராக அவரை ஏற்றுக்கொண்டார். இன்னொரு புறம், தன்னுடைய சகோதரர் மஸ்ஊதுடன் இணக்கம் கொண்டு மோசில், அஸர்பைஜான் மாகாணங்களின் ஆட்சியுரிமையை அவருக்கு வழங்கினார் மஹ்மூத். மோசிலைத் தனது தலைநகராக்கினார் மஸ்ஊத்.

ஹிஜ்ரீ 514 இல், சுல்தான் மஹ்மூதுக்கு எதிராக சுல்தான் மஸ்ஊத் கிளர்ச்சியில் ஈடுபட்டார். அதே ஆண்டு, ரபீயுல் ஆகிர் மாதம் 15ஆம் நாள் அவர்களிடையே போர் மூண்டது. தோல்வி அடைந்த மஸ்ஊத் மோசிலின் அருகிலுள்ள ஒரு மலைப்பகுதியில் தலைமறைவானார். அப்பகுதியிலுள்ள உயர்க்குடியினரது தலையீட்டின்பேரில் அவர்களிடையே மீண்டும் இணக்கம் ஏற்பட்டது. ஹிஜ்ரீ 514, ரஜப் மாதம் மஹ்மூத் பாக்தாதுக்குத் திரும்பினார். மஸ்ஊத் மீண்டும் மோசிலை ஆளத்தொடங்கினார். ஹிஜ்ரீ 515இல், மஹ்மூத் மோசிலின் ஆட்சிப்பொறுப்பை அக்ஸன்ஃபர் பர்ஸக்கியிடம் ஒப்படைத்துவிட்டு, மஸ்ஊதுடன் அஸர்பைஜானிலிருந்து புறப்பட்டார்.

ஏற்கனவே குறிப்பிட்ட சுல்தான் துக்ரல், மஹ்மூதிடம் தோல்வியடைந்த பின் கான்ஜாவுக்குச் சென்றார். ஹிஜ்ரீ 516இல் மேற்கொண்ட ஓர் அமைதி உடன்படிக்கைக்கு சுல்தான் மஹ்மூதும் சுல்தான் துக்ரலும் ஒப்புதல் அளித்தனர். பின்னர் மஹ்மூத், வாஸித் மற்றும் மோசில் ஆட்சிப் பகுதிகளை வரியில்லா நிலமாக அக்ஸன்ஃபர் பர்ஸக்கிக்கு வழங்கினார். அக்ஸன்ஃபர், தனது சார்பில் வாசிதை ஆட்சி செய்ய காஸிமுத்தவ்லா இமாதுத்தீன் ஸங்கி பின் அக்ஸன்ஃபரை நியமித்தார். ஹிஜ்ரீ 517இல் சுல்தான் மஹ்மூத், தனது அமைச்சரான ஷம்சுல் மலிக்கைக் கொன்றார். அதே நேரம், கலீஃபா முஸ்தர்ஷித், ஷம்சுல் மலிக்கின் சகோதரரான நிஸாமுத்தவ்லாவை அமைச்சர் பதவியிலிருந்து நீக்கினார்.

ஹிஜ்ரீ 517, துல்ஹிஜ்ஜா மாதம், கலீஃபா முஸ்தர்ஷித் ஒரு படையுடன் தீபாஸ் பின் ஸத்காவை அடக்க பாக்தாதுக்குப் புறப்பட்டார். மோசில் மற்றும் வாசித் படைகளும் அவருடன் இணைந்துகொண்டன. முபர்காவில் போர் நடந்தது. வாஸித்

ஆளுநரான இமாதுத்தீன் ஸங்கி பின் அக்ஸன்ஃபார், பெரும் துணிச்சலுடனும் வீரத்துடனும் போரிட்டார். வெற்றி பெற்ற கலீஃபா ஹிஜ்ரீ 518, முஹர்ரம் மாதம் 10ஆம் நாள் பாக்தாதுக்குள் நுழைந்தார். அப்பாசிய கலீஃபா ஒருவரின் தலைமையில் பல ஆண்டுகளுக்குப் பின் நடந்த ஒரு போர் இது. பிறகு, தீபாஸ் பின் ஸத்கா பஸ்ராவைக் கொள்ளையடிக்கப்போவதாகச் செய்தி வந்தது. நகரைப் பாதுகாக்க, இமாதுத்தீன் ஸங்கி புறப்பட்டார். தோல்வியுற்ற தீபாஸ், துக்ரலிடம் சென்றார்.

அதே ஆண்டில், இராக்கின் பாதுகாவலராகவும் ரோமானியத் தாக்குதல்களிலிருந்து மோசிலைப் பாதுகாக்கவும் அக்ஸன்ஃபர் நியமிக்கப்பட்டார். அவர், இமாதுத்தீன் ஸங்கியை பஸ்ராவிலிருந்து மோசிலுக்கு வரும்படி அழைத்தார். பஸ்ராவிலிருந்து புறப்பட்ட அக்ஸன்ஃபர், மோசிலுக்குச் செல்லாமல் இஸ்ஃபஹானிலிருந்த சுல்தான் மஹ்மூதிடம் சென்றார். மஹ்மூத், அவரை பஸ்ரா ஆளுநராக நியமித்தார். அதற்கான ஒப்புதலுடன் அக்ஸன்ஃபர் பஸ்ராவுக்குத் திரும்பினார். துக்ரலிடம் சென்ற தீபாஸ் பின் ஸத்கா, அவரது ஆதரவாளர்களுடன் சேர்ந்துகொண்டார்.

இராக்மீது படையெடுக்கும்படி தீபாஸ், துக்ரலைத் தூண்டினார். துக்ரல், ஹிஜ்ரீ 519இல் தீபாசின் உதவியுடன் வக்கூக்காவில் முகாம் அமைத்துத் தங்கினார். இதையறிந்த கலீஃபா முஸ்தர்ஷித், அதே ஆண்டு ஸஃபர் மாதம், 5ஆம் நாள் அவரை எதிர்கொள்வதற்காகப் பாக்தாதுக்குப் புறப்பட்டார். நஹர்வானில் போர் நிகழ்ந்தது. தீபாசும் துக்ரலும் குராசானில் சுல்தான் சஞ்சாரிடம் சென்றனர். ஹிஜ்ரீ 520 ரஜப் மாதம், பாக்தாத் நகரின் குற்றவியல் நடுவர் யர்தகாஷ் ஸக்வீ, இஸ்ஃபஹானில் சுல்தான் மஹ்மூதிடம் சென்று, 'கலீஃபா முஸ்தர்ஷித் போருக்கான ஆயத்தங்களுடன் பெரும் படையையும் பெருமளவிலான போர்த் தளவாடங்களையும் திரட்டியிருக்கிறார். அவரது நிலை மிகவும் வலுவாக உள்ளது. எங்கள் கட்டுப்பாட்டிலிருந்து அவர் விலகிவிடும் ஆபத்து உருவாகியிருக்கிறது' என்றார். சுல்தான் மஹ்மூத் தனது படைகளுடன் பாக்தாதை நோக்கி அணிவகுத்தார்.

சுல்தான் மஹ்மூத் பாக்தாதை நோக்கி அணிவகுத்து வரும் தகவலை அறிந்த கலீஃபா முஸ்தர்ஷித், 'நீர் இங்கு வரத் தேவையில்லை. தீபாஸ் போன்ற தலைக்கனம் பிடித்தவர்களை

அடக்குவதற்காக நீர் திரும்பிச் செல்ல வேண்டும்' என்று தகவல் அனுப்பினார். தனது கட்டுப்பாட்டிலிருந்து கலீஃபா விடுபட விரும்புகிறார் என்பதைப் புரிந்துகொண்ட மஹ்மூத், பாக்தாத் பயணத்தை விரைவுபடுத்தினார். துல்ஹிஜ்ஜா மாதம் 17ஆம் நாள் அவர் பாக்தாதுக்குள் நுழைந்தார். கலீஃபா பாக்தாதின் மேற்குப் பகுதிக்குச் சென்றார். ஹிஜ்ரீ 521 முஹர்ரம் மாதம், முதல் நாள், சுல்தான் மஹ்மூதின் ஆள்கள் கலீஃபாவின் அரண்மனையைச் சூறையாடினார்கள். பாக்தாதின் 30,000 மக்களும் கலீஃபாவின் பாதுகாப்புக்காக அவரைச் சூழ்ந்துகொண்டனர். டைக்ரிஸ் நதிக்கரையில் நடந்த பல்வேறு போர்களின், இடர்பாடுகளின் முடிவில் அவர்களிடையே உடன்பாடு ஏற்பட்டது.

ஹிஜ்ரீ 521, ரபீயுல் ஆகிர் மாதம் பாக்தாதிலிருந்து ஹமதானுக்குப் புறப்பட்ட சுல்தான் மஹ்மூத், பஸ்ராவிலிருந்த இமாதுத்தீன் ஸங்கியை பாக்தாதின் பாதுகாப்புக்காக அழைத்தார். ஏற்கனவே, குராசானில் சஞ்சாரிடம் சென்றிருந்த தீபாசும் துக்ரலும், கலீஃபா முஸ்தர்ஷிதுக்கும் சுல்தான் மஹ்மூதுக்கும் எதிராக ஸஞ்சாரை இணங்க வைத்தனர். சஞ்சார் தனது படையுடன் ரேயை நோக்கி அணிவகுத்தார். அங்கே வந்த பிறகு, ஹமதானிலிருந்து தன்னிடம் வருமாறு சுல்தான் மஹ்மூதுக்கு அழைப்பு விடுத்தார்.

சுல்தான் மஹ்மூத் தனக்கு ஆதரவான மனநிலையில் இருக்கிறாரா என்பதை அறிந்துகொள்வதுதான் சஞ்சாரின் நோக்கம். மஹ்மூத் எவ்விதத் தயக்கமுமின்றி தனது தந்தையின் சகோதரரான சஞ் சாரிடம் சென்றார். சஞ்சார் அவரைச் சிறப்பாக நடத்தினார். தீபாசை அழைத்துச் செல்லும்படி மஹ்மூதிடம் சொன்னார். தீபாசுடன் ஹமதானுக்குச் சென்ற மஹ்மூத், ஹிஜ்ரீ 522 முஹர்ரம் மாதம் 9 ஆம் நாள் பாக்தாதுக்குள் நுழைந்தார். தீபாசை அவர் கலீஃபாவின் அரசவைக்கு அழைத்துச்சென்று கலீஃபாவிடம் பரிந்துரைத்தார். கலீஃபா அவரை மன்னித்தார். மஹ்மூத், பாக்தாதின் பாதுகாப்புக்காக பஹ்ரூசையும் மோசிலின் பொறுப்புக்கு இமாதுத்தீன் ஸங்கியையும் நியமித்தார்.

ஹிஜ்ரீ 523 ஜுமாதல் ஆகிரா மாதம், சுல்தான் மஹ்மூத் பாக்தாதிலிருந்து ஹமதானுக்குச் சென்றார். பாக்தாதிலிருந்து புறப்பட்டு ஹில்லாவைக் கைப்பற்றிய தீபாஸ், கலீஃபாவுக்கு எதிராகக் கிளர்ச்சி செய்தார். அவரை அடக்குவதற்காக ஒரு படையை

அனுப்பி வைத்தார் கலீஃபா. போர் நடந்துகொண்டிருக்கும்போதுதான் தீபாஸ் கிளர்ச்சி செய்வதை சுல்தான் மஹ்மூத் அறிந்தார். அவர் ஹிஜ்ரீ 523 துல்கஅதா மாதம் பாக்தாதை அடைந்தார். ஹில்லாவை விட்டு பஸ்ராவுக்குச் சென்ற தீபாஸ், அதைச் சூறையாடிவிட்டு மலைப்பகுதியில் தலைமறைவானார். சுல்தான் மஹ்மூத் ஹமதானுக்குத் திரும்பினார்.

ஹிஜ்ரீ 525 ஷவ்வால் மாதம் சுல்தான் மஹ்மூத் மரணமடைந்தார். தொடர்ந்து, அவரது மகன் தாவூத் அரியணையேறினார். ஜபல், அஸர்பைஜான் ஆகிய மாகாணங்களின் ஜுமுஆ பேருரையில் தாவூதின் பெயர் குறிப்பிடப்பட்டது. ஹிஜ்ரீ 525 துல்கஅதா மாதம், தாவூத் ஹமதானிலிருந்து ஸன்ஜானுக்கு அணிவகுத்துச் சென்றார். அப்போது, சுல்தான் மஸ்ஊத் ஜுர்ஜானிலிருந்து வந்து தப்ரீசைக் கைப்பற்றியதாக அறிந்தார். உடனடியாக தப்ரீசுக்கு விரைந்த தாவூத், ஹிஜ்ரீ 526, முஹர்ரம் மாதம் அதை முற்றுகையிட்டார். நெருங்கிய உறவினரான அவர்கள், பல போர்களின் முடிவில் இணக்கமாயினர். தாவூத், தப்ரீசிலிருந்து ஹமதானுக்குச் சென்றார்.

தப்ரீசிலிருந்து வெளிவந்து ஒரு பெரும் படையைத் திரட்டிக்கொண்ட மஸ்ஊத், ஜுமுஆ பேருரையில் தனது பெயரை வாசிக்க வேண்டுமென்று பாக்தாதிலுள்ள கலீஃபா முஸ்தர்ஷிதுக்குச் செய்தி அனுப்பினார். ஜுமுஆ பேருரையில் தற்போது சுல்தான் சஞ்சாரின் பெயர் வாசிக்கப்படுவதால், மஸ்ஊதின் பெயரையும் தாவூதின் பெயரையும் வாசிப்பதற்கில்லை என்று பதில் எழுதினார் கலீஃபா. அதே நேரத்தில், ஸெல்ஜுக் ஷா பின் சுல்தான் முஹம்மத், படையுடன் வந்து பாக்தாத் அருகே முகாமிட்டார். கலீஃபா அவரை மதிப்புடன் நடத்தினார்.

இன்னொரு புறம், மோசில் ஆளுநரான இமாதுத்தீன் ஸங்கியின் ஆதரவைத் தேடிக்கொண்ட சுல்தான் மஸ்ஊத், தனக்கு உதவும்படி வேண்டுகோள் விடுத்தார். இமாதுத்தீன் ஸங்கி, மஸ்ஊதைச் சந்தித்தார். பின்னர், இருவரும் பாக்தாதுக்குச் சென்று அப்பாசியாவில் தங்கியிருந்தனர். போருக்கான ஆயத்தங்களில் ஈடுபட்ட ஸெல்ஜுக் ஷா, அவர்களை எதிர்கொள்ள கரஜஸக்கியை அனுப்பி வைத்தார். பயங்கரமான ஒரு போரின் முடிவில், தோல்வியுற்ற ஸங்கி, நஜ்முத்தீன் அய்யூபின் (சுல்தான் ஸலாஹுத்தீனின் தந்தை) கட்டுப்பாட்டிலிருந்த தக்ரைத்துக்குச் சென்றார். ஸங்கிக்கு அவர்,

படகுகளை அளித்து உதவியதுடன் ஆற்றின்மீது பாலங்களும் அமைத்துக் கொடுத்தார். ஸங்கி, ஆற்றைக் கடந்து மோசிலுக்குச் சென்றார்.

‘இரான் தனது கட்டுப்பாட்டின்கீழ் இருக்க வேண்டும்; இராக் உட்பட அனைத்து நாடுகளிலும் ஜுமுஆ பேருரைகளில் ஸெல்ஜூக் ஷாவின் பெயரை வாசிக்க வேண்டும்’ என்ற முன்மொழிவை ஏற்கும்படி ஸெல்ஜூக் ஷாவுக்கும் கலீஃபாவுக்கும் கடிதங்கள் எழுதினார் சுல்தான் மஸ்ஊத். இதன்படி மேற்கொள்ளப்பட்ட உடன்படிக்கையில், ஹிஜ்ரீ **526** ஜுமாதல் ஆகிரா மாதம், பாக்தாதுக்கு வந்த சுல்தான் மஸ்ஊத் கையெழுத்திட்டார். சுல்தான் துக்ரல், தன் மாமாவுடனும் மலைப்பகுதியில் தலைமறைவாகியிருந்த தீபாசுடனும் இருந்தார் என்றும் பின்னர், சஞ்சாரிடம் சென்றார் என்றும் ஏற்கனவே பார்த்தோம். சூழ்நிலைகளைப் புரிந்துகொண்ட சஞ்சார், துக்ரலுடனும் தீபாசுடனும் முதலில் ரேய்க்கும் பின்னர், ஹமதானுக்கும் சென்றார். இன்னொரு புறம், சஞ்சாரை கரஜஸக்கியுடன் தடுத்து நிறுத்துவதற்காக, மஸ்ஊதும் ஸெல்ஜூக்கும் பாக்தாதிலிருந்து புறப்பட்டனர். முன்னேறிச்சென்ற சஞ்சார், மஸ்ஊதையும் ஸெல்ஜூக்கையும் எதிர்கொள்ள, தீபாஸ் பாக்தாத்மீது படையெடுத்தார். சஞ்சார், மஸ்ஊதையும் ஸெல்ஜூக்கையும் தோற்கடித்தார். பாக்தாதிலிருந்து அணிவகுத்துச் சென்ற கலீஃபா, தீபாசைத் தோற்கடித்தார்.

மஸ்ஊதுக்கும் ஸெல்ஜூக்குக்கும் மன்னிப்பளித்த சுல்தான் சஞ்சார், அவர்களைச் சிறப்பான முறையில் நடத்தினார். இராக் ஆளுநராக துக்ரலை நியமித்து ஜுமுஆ பேருரையில் அவரது பெயரை வாசிக்க வேண்டுமென்று உத்தரவிட்டார். அதே காலகட்டத்தில், ஹிஜ்ரீ 527 துல்ஹிஜ்ஜா மாதம், மவரோன்னஹ்ர் ஆளுநர் கிளர்ச்சிக்கான ஏற்பாடுகளில் ஈடுபடுவதாக வந்த தகவலைத் தொடர்ந்து சஞ்சார் உடனடியாக குராசானுக்குப் புறப்பட்டார். அப்போது, அஸர்பைஜானிலிருந்த சுல்தான் தாவூத் பின் மஹ்மூத், ஒரு படையைத் திரட்டிக்கொண்டு ஹமதானை நோக்கிச் சென்றார். அவரை எதிர்த்துப் போரிட்டவர் துக்ரல். தோல்வியடைந்த தாவூத் பாக்தாதுக்குச் செல்ல, மஸ்ஊத் சஞ் சாரிடமிருந்து பிரிந்து பாக்தாதுக்குச் சென்றார். தாவூதும் மஸ்ஊதும் தாங்கள் அஸர்பைஜானைக் கைப்பற்றுவதற்கு கலீஃபா

அனுமதியளிக்க வேண்டுமென்று கோரிக்கை விடுத்தனர். கலீஃபா இதை ஏற்றுக்கொண்டார். இருவரும் இணைந்து, துக்ரலின் ஆள்களை வெளியேற்றிவிட்டு அஸர்பைஜானைக் கைப்பற்றினர். துக்ரலைத் தோற்கடித்த மஸ்ஊத், ஹமதானைக் கைப்பற்றினார். அஸர்பைஜான், தாவூதின் கட்டுப்பாட்டின் கீழ் வந்தது.

ஹமதானிலிருந்த மஸ்ஊத், அஸர்பைஜானில் தாவூத் சுதந்திர அரசை அறிவித்திருப்பதாக அறிந்து தாவூதை நோக்கி அணிவகுத்துச் சென்றார். இதை தனக்குக் கிடைத்த வாய்ப்பாகக் கருதிய துக்ரல், ஒரு படையுடன் ஜபல் மாகாணத்தை நோக்கிப் புறப்பட்டார். அவரை எதிர்கொண்ட மஸ்ஊத், ஹிஜ்ரீ 528 ரமளான் மாதம் தோற்கடிக்கப்பட்டார். பின்னர் பாக்தாதுக்குச் சென்ற அவர், துக்ரல் ஹமதானில் நிலைகொண்டிருப்பதை அறிந்து அங்கே சென்றார். சுருக்கமாகச் சொல்வதெனில், ஸெல்ஜூக்குகளுக்கு இடையிலான உள்நாட்டுப் போர்களின் வரலாறு வரைமுறைகளுக்குட்படாதது. விரிவானது.

சுல்தான் துக்ரல் மரணமடைந்ததும் மஸ்ஊத் இராக்கைக் கைப்பற்றினார். பின்னர், கலீஃபா முஸ்தர்ஷிதுக்கும் சுல்தான் மஸ்ஊதுக்குமிடையே முரண்பாடுகள் உருவாயின. கலீஃபா போருக்குத் தயாரானார். இரு படைகளும் போரிலும் கொலைகளிலும் ஈடுபட்டன. மஸ்ஊத் தோற்கடிக்கப்பட்டு ஹமதானில் சிறைவைக்கப்பட்டார். தகவல் பாக்தாதை அடைந்தது. ஒவ்வொரு பகுதியிலும் கவலை தலைதூக்கியது. அதே காலகட்டத்தில், இராக்கிலும் இரானிலும் பல நாள்களாகத் தொடர்ந்து நிலநடுக்கம் ஏற்பட்டது. சுல்தான் சஞ்சார் தனது நெருங்கிய உறவினரான மஸ்ஊதிடம் கலீஃபாவிடம் நேரடியாகச் சென்று மன்னிப்புக் கேட்கும்படி கடிதம் எழுதினார். நிலநடுக்கமும் மக்கள் தொழுகையைத் துறந்ததும் சாதாரண நிகழ்வுகள் அல்ல. சுல்தான் மஸ்ஊத், கலீஃபாவிடம் சென்றார். அவருடன் சென்ற படையினரில் கரமத்தா அல்லது பதினீப் பிரிவைச் சேர்ந்த பதினேழு பேர் உடனிருந்தனர். இது மஸ்ஊதுக்குத் தெரியாது. இந்த பதினீக்கள் கலீஃபாவின் முகாமுக்குச் சென்று அவரைத் தாக்கிக் கொன்றுவிட்டனர். இதையறிந்த மக்கள், பதினீக்களைக் கைது செய்து கொன்றனர். சுல்தான் மஸ்ஊத் முற்றிலுமாக நிலைகுலைந்து போனார். இது ஹிஜ்ரீ 539 துல்கஅதா மாதம் 16ஆம் நாள் நிகழ்ந்தது.

தகவல் பாக்தாதை அடைந்தது. மக்களிடையே கொந்தளிப்பு உருவானது. கலீஃபா முஸ்தர்ஷிதின் மகன் அபூ ஜஅஃபர் மன்ஸூர், ரஷீத் பில்லாஹ் எனும் சிறப்புப்பெயருடன் அரியணை ஏறினார்.

ரஷீத் பில்லாஹ்: ரஷீத் பில்லாஹ் பின் முஸ்தர்ஷித் பில்லாஹ், ஹிஜ்ரீ 500இல் ஓர் அடிமைப் பெண்ணுக்குப் பிறந்தார். பிறக்கும்போது அவருக்கு ஆசனவாய் இல்லை. மருத்துவர்களின் அறுவைச் சிகிச்சை மூலம் அவரைக் குணப்படுத்தினார்கள். பாக்தாதில் அவர் கலீஃபாவாகப் பொறுப்பேற்கும் நிகழ்ச்சிக்கு சுல்தான் மஸ்ஊத் வரவில்லை. அனைத்துப் பள்ளிவாசல்களிலும் ஜுமுஆ தொழுகையின்போது ரஷீத் பில்லாஹ்வின் பெயர் குறிப்பிடப்பட்டது.

கலீஃபாவாகப் பொறுப்பேற்ற ரஷீத் பில்லாஹ், மக்களிடம் வரி வசூலிப்பதில் அநீதியாக நடந்துகொண்டார். மக்கள், இதுகுறித்து சுல்தான் மஸ்ஊதிடம் முறையிட்டனர். அவர் பாக்தாதுக்குப் புறப்பட்டார். இதையறிந்த ரஷீத் பில்லாஹ், மோசிலுக்குச் சென்றார். பாக்தாதை அடைந்த மஸ்ஊத், மக்களின் முறையீடுகளைப் பதிவு செய்தார். அதில், கலீஃபா ரஷீதால் ஒடுக்கப்பட்டவர்களின் பெயர்ப்பட்டியல், அவர் வரி வசூல் செய்த முறைகள், அவரால் குருதி சிந்த நேர்ந்தவர்கள், கலீஃபா திராட்சை மது அருந்தியதுபோன்ற அனைத்தும் பதிவு செய்யப்பட்டன. கலீஃபாவைப் பதவி நீக்கம் செய்ய இவை போதுமா என்பதைச் சட்ட வல்லுநர்களுடன் ஆலோசித்து, அதற்கான நடவடிக்கையைத் தலைமை நடுவர் மூலம் மேற்கொள்வதற்காக அந்த ஆவணம் மஸ்ஊதிடம் வழங்கப்பட்டது.

கலீஃபா பதவி நீக்கம் செய்யப்பட வேண்டியவர் என்று அறிவித்தார் தலைமை நடுவர். தொடர்ந்து ரஷீத் பில்லாஹ்வின் தந்தையின் சகோதரரான முஹம்மத் பின் முஸ்தஷிரை கலீஃபாவாக நியமித்து அவருக்கு வாக்குறுதி அளித்த சுல்தான் மஸ்ஊத், ரஷீதைப் பதவி நீக்கம் செய்திருப்பதாக அறிவித்தார். இது துல்கஅதா மாதம், 16 ஆம் நாள் நிகழ்ந்தது. கலீஃபா ரஷீத் பில்லாஹ்வின் ஓராண்டு கிலாஃபத் முடிவுக்கு வந்தது. அடுத்து, கலீஃபாவாகப் பொறுப்பேற்ற முஹம்மத் பின் முஸ்தஷிரின் சிறப்புப் பெயர், முக்தஃபிலி அம்ரில்லாஹ்.

பதவி நீக்கம் செய்யப்பட்ட ரஷீத், மோசிலிலிருந்து அஸர்பைஜானுக்குச் சென்று படை வீரர்கள் அனைவருக்கும் பணம் வழங்கினார். பின்னர், ஹமதானுக்குச் சென்று முன் ஒருபோதும் இல்லாத அளவுக்கு வன்முறைகளைக் கட்டவிழ்த்துவிட்டார். மக்களைத் தூக்கிலேற்றினார். பலரைக் கொன்றார். மார்க்கக் கல்வியாளர்களின் தாடிகளை மழிக்க வைத்தார். பின்னர், இஸ்ஃபஹானுக்குச் சென்று அதை முற்றுகையிட்ட நிலையில் நோய்வாய்ப்பட்ட ரஷீத், ஹிஜ்ரீ 532 ரமளான் மாதம், 16ஆம் நாள், அரபிகள் அல்லாத சிலரால் கொல்லப்பட்டார். அவரது இறப்பை முன்வைத்து அன்றைய தினம், பாக்தாதில் அரசுச் செயலகங்கள் மூடப்பட்டன. இறக்கும்போது அவரிடம் செங்கோலும் கலீஃபாவின் ஆணையுரிமையைக் குறிக்கும் பிற அரசப் பொருள்களும் இருந்தன. பின்னர் அவை, பாக்தாதுக்கு கலீஃபா முக்தஃபியிடம் அனுப்பி வைக்கப்பட்டன.

முக்தஃபிலி அம்ரில்லாஹ் : ஹிஜ்ரீ 479, ரபீயுல் அவ்வல் மாதம், ஒரு கறுப்பின அடிமைப் பெண்ணுக்குப் பிறந்த, அபூஅப்துல்லாஹ் முஹம்மத் முக்தஃபிலி அம்ரில்லாஹ் பின் முஸ்தஸிர் பில்லாஹ், ஹிஜ்ரீ 530 துல்ஹிஜ்ஜா மாதம் 12ஆம் நாள் கலீஃபாவாகப் பொறுப்பேற்றார். அதன் பின், சுல்தான் மஸ்ஊத், சுல்தான் தாவூதை அடக்க ஒரு படையை அனுப்பி வைத்தார். மொராகாஹ்வில் தோற்கடிக்கப்பட்ட தாவூத், கோஸிஸ்தானுக்குச் சென்று அவர் ஒரு படையைத் திரட்டி தஷ்த்தாரைச் சுற்றி வளைத்தார்.

மஸ்ஊதின் வற்புறுத்தலின் காரணமாக தஷ்த்தாரைப் பாதுகாக்கச்சென்ற வாஸித் ஆளுநர் ஸெல்ஜூக் ஷா, தாவூதால் தோற்கடிக்கப்பட்டார். ரஷீத் பாக்தாத்மீது படையெடுப்பார் என்ற பயத்தில் சுல்தான் மஸ்ஊத் பாக்தாதிலேயே இருந்துவிட்டார்.

ஜுமுஆ பேருரையில் முக்தஃபியின் பெயரைக் குறிப்பிடவேண்டுமென்று மோசில் ஆளுநர் இமாதுத்தீன் சங்கிக்கு எழுதினார் மஸ்ஊத். அதன்படி, தனது பெயரை அகற்றியதால் கோபம் கொண்ட ரஷீத், ஹிஜ்ரீ 531 ரஜப் மாதம் மோசிலிலிருந்து புறப்பட்டார். இரானிலுள்ள சில தலைவர்கள் ரஷீதுக்கு ஆதரவாக அவரிடம் செல்வதாக முடிவு செய்தனர். அவர்களை எதிர் கொள்வதற்காகப் புறப்பட்ட மஸ்ஊத், ஹிஜ்ரீ 532, ஷஃஅபான்

மாதம் அவர்களைத் தோற்கடித்துவிட்டு அஸர்பைஜானுக்குச் சென்றார். இன்னொரு புறம், தாவூதும் குவாரிஸ்ம் ஷாவும் ரஷீதும் சேர்ந்து இராக்குக்குச் சென்றனர். சுல்தான் மஸ்ஊத் அவர்களைத் தோற்கடித்தார். குவாரிஸ்ம் ஷாவும் தாவூதும் ரஷீதிடமிருந்து பிரிக்கப்பட்டனர். பின்னர், இஸ்ஃபஹானை முற்றுகையிட்ட ரஷீத், சில குராசானிய அடிமைகளால் கொலை செய்யப்பட்டார். அவரது உடல், இஸ்ஃபஹானிலுள்ள ஷஹ்ரிஸ்தானில் அடக்கம் செய்யப்பட்டது.

வாசிதிலிருந்து புறப்பட்ட ஸெல்ஜூக் ஷா, பாக்தாதைக் கைப்பற்றினார். இது மொத்தத் தீமைக்கும் காரணமாக அமைந்தது. பாக்தாத் மக்கள் ஸெல்ஜூக்கைத் தோற்கடித்து பாக்தாதிலிருந்து வெளியேற்றினர். நாடு முழுவதும் அராஜகம் தலை தூக்கியது. ஹிஜ்ரீ 532இல், கஅபாவின் மூடுதிரையை அனுப்பி வைக்க இயலாத அளவுக்கு வழித்தடங்கள் பாதுகாப்பற்ற நிலைக்குள்ளாயின. அக்காலகட்டத்தில், பாக்தாதுக்கு வந்த சுல்தான் மஸ்ஊத், மக்கள் நீண்ட காலமாகச் செலுத்தி வந்த பல்வேறு வரிச்சுமைகளிலிருந்து அவர்களை விடுவித்தார். வருந்தத் தக்க நிலையில் சில ஆண்டுகள் கடந்தன. ஸெல்ஜூக் அரச குடும்பத்தினர் மட்டுமின்றி வேறு சில தலைவர்களும் தன்னிச்சையான தங்களது போக்கைத் தொடர்ந்துகொண்டிருந்தனர்.

சுல்தான் மஸ்ஊத், தான் சந்தேகப்பட்ட தலைவர்களைப் பிடித்துக் கொன்றார். இனத்தலைவர்கள் பலர் கொல்லப்பட்டனர்; அல்லது வஞ்சகமான முறையில் ஒடுக்கப்பட்டனர். இதன் காரணமாக, மஸ்ஊதின் படைகள் வலுவிழந்தன. பாக்தாதையும் இராக்கையும் அமைதியற்ற நிலையில் விட்டு விட்டு அவர், ஜபல் மாகாணத்துக்குச் சென்று தங்கிவிட்டார். இதை, சாதகமாகப் பயன்படுத்திய கலீஃபா முக்தஃபி, தனது ஆற்றலையும் செல்வாக்கையும் மேம்படுத்திக்கொள்ளத் தொடங்கினார். கலீஃபாவின் ஆற்றல் அதிகரித்துக்கொண்டிருக்க, சுல்தான்கள் மஸ்ஊதும் சஞ்சாரும் பலவீனமடைந்துகொண்டிருந்தனர். மஸ்ஊத், இனத்தலைவர்களைக் கொன்றதால் ஏற்பட்ட பின்னடைவையும் பாக்தாதை விட்டு வந்ததையும் சுட்டிக்காட்டி மஸ்ஊதுக்குக் கடிதமெழுதிய சஞ்சார், ஹிஜ்ரீ 544இல் ரேய்க்குச் சென்றார். மஸ்ஊத் அவரை அங்கே சென்று சந்தித்தார்.

ஹிஜ்ரீ 544 ரஜப் மாதம், மலிக் ஷா பின் சுல்தான் மஹ்மூத், சில தலைவர்களுடன் சேர்ந்து, பாக்தாத்மீது படையெடுத்தார். கோட்டைக்குள்ளிருந்து தற்காப்புக்காகப் போரிட்ட கலீஃபா, ரேயிலிருந்த மஸ்ஊதைத் துணைக்கு அழைத்தார். அவர் வரவில்லை. மலிக் ஷாவால் பாக்தாதுக்குள் நுழைய முடியவில்லை. எனவே, அவர் நஹர்வானைக் கொள்ளையடித்துச் சீர்குலைத்தார். ஹிஜ்ரீ 544 ஷவ்வால் மாதம், 15ஆம் நாள் மஸ்ஊத் பாக்தாதுக்குச் சென்றார். மீண்டும், ஹிஜ்ரீ 515 இல் ஹமதானுக்குச் சென்றார். ஹிஜ்ரீ 547, ரஜப் மாதம், 1ஆம் நாள் சுல்தான் மஸ்ஊத் மரணமடைந்தார். அவரது அமைச்சரான காஸ் பயிக், மலிக் ஷா பின் சுல்தான் மஹ்மூதை அரியணையேற்றினார். ஆயினும், சுல்தான் மஸ்ஊதின் இறப்பைத் தொடர்ந்து, பாக்தாதில் ஸெல்ஜூக் குடும்பத்தின் அரசாட்சி முடிவுக்கு வந்தது. அவர்களது ஆட்சியைத் தக்க வைத்துக்கொள்ள ஸெல்ஜூக் குடும்பத்திலுள்ள யாரும் எஞ்சியிருக்கவில்லை. ஸெல்ஜூக் வம்சாவளியினரின் கடைசி ஆட்சியாளராக அறியப்படுபவர் சுல்தான் மஸ்ஊத்.

சுல்தான் மலிக் ஷா பொறுப்பேற்றதும் படைத்தலைவர் ஒருவரை அனுப்பி ஹில்லாவைக் கைப்பற்றினார். பாக்தாத் நகரக் குற்றவியல் நடுவர் மஸ்ஊத் ஜலால், ஹில்லாவுக்குச் சென்று மலிக் ஷாவின் படைத்தலைவரைக் கொன்று, அதை சுதந்திர அரசாக ஆட்சி செய்தார். கலீஃபா முக்தஃபி ஒரு படையுடன் சென்று ஹில்லாவைக் கைப்பற்றி மக்களிடம் வாக்குறுதி பெற்றார். பின்னர், வாஸித்மீது படையெடுத்துச் சென்று அதையும் கைப்பற்றினார். ஹிஜ்ரீ 547 துல்கஅதா மாதம் 10ஆம் நாள் அவர் பாக்தாதுக்குத் திரும்பினார்.

ஹிஜ்ரீ 549இல் அமைச்சரின் மகனையும் தர்ஷாக்கின் அமீரையும், தக்ரைத்தைக் கைப்பற்ற அனுப்பி வைத்தார் கலீஃபா. இருவருக்குமிடையே முரண்பாடு உருவாகவே, தக்ரைத் மக்களின் ஆதரவுடன் அமைச்சரின் மகனைக் கைதுசெய்த அமீர், குராசான் வழியாகத் தர்ஷாக்குக்குத் திரும்பினார். ஹிஜ்ரீ 549இல், தக்ரைத் மீது படையெடுத்து அந்நகரைக் கைப்பற்றினார் கலீஃபா. கோட்டையைக் கைப்பற்ற இயலாத நிலையில் பாக்தாதுக்குத் திரும்பிய கலீஃபா, கோட்டையைத் தகர்க்கும் கவண்களுடன் தன்னுடைய அமைச்சரை அனுப்பிவைத்தார். அவர் கோட்டையை முற்றுகையிட்டார். அப்போது, அர்ஸலன் பின் துக்ரல் பின் சுல்தான் முஹம்மத் ஒரு

படையுடன் வந்து அமைச்சரைத் தாக்கினார்.

இதையறிந்த கலீஃபா முக்தஃபி, பாக்தாதிலிருந்து அர்ஸலனுக்கு எதிராகப் புறப்பட்டார். அக்ர் பாபுல் எனுமிடத்தில் இரு படைகளும் மோதிக்கொண்டன. 18 நாள்கள் நடந்த போரின் முடிவில், கலீஃபாவின் வீரர்கள் பலர் போரிலிருந்து விலகினர். எஞ்சிய வீரர்களுடன் எதிர்த்து நின்ற கலீஃபா, வெற்றி பெற்றார். அர்ஸலனும் படையும் பின்வாங்கி ஓடினர். ஹிஜ்ரீ 549 ஷஃஅபான் மாதம் முதல் நாள் பாக்தாதுக்குத் திரும்பினார் கலீஃபா. ஹிஜ்ரீ 550இல், வகூக்காமீது படையெடுத்த கலீஃபா, சில நாள்கள் முற்றுகைக்குப் பிறகு பாக்தாதுக்குத் திரும்பினார்.

ஹிஜ்ரீ 490இல், சுல்தான் பர்க்கியாரக், குஸிஸ்தானின் ஆட்சிப்பொறுப்பை சுல்தான் சஞ்சாரிடம் ஒப்படைத்தார் என்பதை ஏற்கனவே பார்த்தோம். முஹம்மதுக்கும் பர்க்கியாரக்குக்கும் இடையிலான நட்பில் விரிசல் ஏற்பட்டது. சுல்தான் முஹம்மத் தனது சகோதரரான சஞ்சாரைக் குராசானின் ஆளுநராக நியமித்தார். குராசான் தொடர்ந்து, அவரது கட்டுப்பாட்டின் கீழிருந்து வந்தது. சுல்தான் முஹம்மதின் மகன் அவரைப் பெரிதும் மதித்து வந்தார். ஹிஜ்ரீ 536இல், கிர்கீஸிய துருக்கியர்களின் ஒரு குழுவினர், துருக்கிஸ்தானின் கான்களிடமிருந்து மவரோன்னஹ்ர் ஆட்சிப் பகுதியைக் கைப்பற்றினர். மவரோன்னஹ்ரிலிருந்து அவர்களை வெளியேற்றுவதற்கு சுல்தான் சஞ்சார் பெரும் முயற்சிகளில் ஈடுபட்டும் தோல்வியடைந்தார். இதில், வீரமிக்க படைத்தலைவர்கள் பலர் கொலையுண்டனர். சுல்தான் சஞ்சாரின் பலவீனம், அவருக்குக் கீழிருந்த ஆட்சியாளர்களைப் பேராசை படைத்தவர்களாக மாற்றியது. குவாரிஸ்ம் ஷா தனது ஆட்சிப்பகுதியை சுதந்திர அரசாக அறிவித்தார். மவரோன்னஹ்ரில் வசித்து வந்த, ஓகூஸ் துருக்கியர்கள், குராசானுக்கு வந்து கொள்ளையடிக்கவும் அராஜகங்களிலும் ஈடுபட்டனர்.

ஓகூஸ் துருக்கியரும் சுல்தான் சஞ்சாரும் ஹிஜ்ரீ 548இல் மோதிக்கொண்டனர். தோல்வியடைந்த சஞ்சாரைத் தங்களுடன் வைத்துக்கொண்டு குராசான் நகரங்களை சூறையாடத் தொடங்கினர். மவரோன்னஹ்ரைக் கைப்பற்றியிருந்த கிர்கீஸியத் துருக்கியரையும் தோற்கடித்தனர். சஞ்சாரை கைதியாகவே வைத்துக்கொண்ட அவர்கள், அரண்மனை ஊழியனுக்கு சமமான ஊதியத்தை சஞ்

சாருக்கும் வழங்கினர். ஆயினும், ஜுமுஆ பேருரைகளில் சஞ்சாரின் பெயரைக் குறிப்பிட்டனர் என்பது சுவாரஸ்யமான நிகழ்வு. ஹிஜ்ரீ 551இல், ஒகூஸ் துருக்கியரின் காவலிலிருந்து தப்பித்த சஞ்சார், ஹிஜ்ரீ 552இல் மரணமடைந்தார்.

சஞ்சாரின் இறப்புக்குப் பின், குவாரிஸ்ம் ஷாவும் அவரது வம்சாவளியினரும் குராசான் முழுவதையும் கைப்பற்றினர். மேலும் இஸ்ஃபஹான், ரேய் மாகாணங்களையும் ஸபுக்தகீனின் வம்சாவளியினரின் ஆட்சிப்பகுதிகளையும் தங்கள் கட்டுப்பாட்டின்கீழ்க் கொண்டு வந்து, செங்கிஸ்கானின் வருகை வரைக்கும் தொடர்ந்து ஆட்சி செய்து வந்தனர். கலீஃபா முக்தஃபியின் ஆட்சியின்போது குவாரிஸ்ம் ஷாவின் அரசு நிறுவப்பட்டது. ஹிஜ்ரீ 549இல் கலீஃபா முக்தஃபி, எகிப்து ஆளுநர் உபைதியின் நடவடிக்கைகளில் தலையிடச் சொல்லி, ஹலப் ஆளுநர் நூருத்தீன் மஹ்மூத் பின் இமாதுத்தீன் ஸங்கியை அனுப்பி வைத்தார். அதே ஆண்டு, நூருத்தீன் மஹ்மூதுக்கு மலிக்குல் ஆதில் என்று சிறப்புப் பெயர் வழங்கப்பட்டது.

சுலைமான் ஷா பின் சுல்தான் முஹம்மத், தனது தந்தையின் சகோதரரான சஞ்சாருடன் வாழ்ந்து வந்தார். சஞ்சார் அவரைத் தனது வாரிசாக அறிவித்திருந்தார். துருக்கியர்கள் சஞ்சாரைக் கைது செய்தபோது அவரது படையில் எஞ்சியிருந்த வீரர்களை சுலைமான் ஷா வழிநடத்தி வந்தார். குராசானில் பாதுகாப்பான இடம் இல்லாத நிலையில் அவர் பாக்தாதுக்குச் சென்றார். ஹிஜ்ரீ 551, முஹர்ரம் மாதம் கலீஃபாவின் அரசவையை அடைந்த சுலைமான் ஷா, அவருக்கு நம்பிக்கை வாக்குறுதி அளித்தார். பிறகு, ஆளுநரின் உதவியாளராக நியமிக்கப்பட்ட சுலைமான் ஷாவின் பெயர், பாக்தாத் ஜுமுஆ பேருரைகளிலும் இடம்பெற்றது. ஹிஜ்ரீ 551 ரபீயுல் அவ்வல் மாதம், சுலைமான் ஷா பாக்தாதிலிருந்து ஜபல் மாகாணத்துக்குச் சென்றார்.

ஹிஜ்ரீ 551 துல்ஹிஜ்ஜா மாதம், மோசிலின் ஆளுநரையும் ஏனைய இனத்தலைவர்களையும் தன்னுடன் சேர்த்துக்கொண்ட சுல்தான் முஹம்மத், பாக்தாதின்மீது படையெடுத்துச்சென்று அதை முற்றுகையிட்டார். நூருத்தீன் ஸங்கி, தன்னுடைய தம்பியும் மோசில் ஆளுநருமான குத்புதீன், பாக்தாத் முற்றுகையில் பங்கு வகித்திருக்கக்கூடாதென்று ஒரு கடிதம் எழுதினார். இதன்படி,

கலீஃபாவுக்கு எதிரான போரிலிருந்து தன்னை விடுவித்துக்கொண்டார் குத்புதீன். இதன் விளைவாக, ஹிஜ்ரீ 552 ரபீயுல் அவ்வல் மாதம், முற்றுகையைக் கைவிட்டார் சுல்தான் முஹம்மத் பின் மஹ்மூத் பின் மலிக் ஷா. பின்னர், நுரையீரல் நோயால் பாதிக்கப்பட்டு, ஹமதானில் வாழ்ந்து வந்த அவர், ஹிஜ்ரீ 534 துல்ஹிஜ்ஜா மாதம் மரணமடைந்தார்.

ஸெல்ஜூக் இளவரசர்களிடையே அரசாட்சி குறித்துக் கருத்து வேறுபாடுகள் முளைத்தன. இறுதியாக, சுல்தான் முஹம்மதின் தந்தையின் சகோதரரும் மோசிலில் குத்புதீன் ஸங்கியின் கட்டுப்பாட்டின்கீழ் வீட்டுக்காவலில் வைக்கப்பட்டவருமான சுலைமான் ஷா ஆட்சிப் பொறுப்பில் நியமிக்கப்பட்டார். ஸெல்ஜூக் இளவரசர்களின் எதிர்ப்பையும் மீறி அவரது அரசு நிறுவப்பட்டது. குறுகிய காலத்தினுள், சுலைமான் ஷாவின் படைத்தலைவர்களில் ஒருவரான ஷர்ஃபுதீன், அவரையும் அவரது அமைச்சரையும் கைது செய்து கொன்றார்.

தொடர்ந்து, ஆட்சிப் பொறுப்புக்கு அர்ஸலன் ஷா பின் துக்ரலின் பெயரை முன்மொழிந்த ஷர்ஃபுதீன், அவரை அழைத்து வரும்படி தனது ஆசிரியரான அத்தபெக் அலித்காசுக்குக் கடிதம் எழுதினார். அலித்காஸ், சுல்தான் மஸ்ஊதின் அடிமைகளில் ஒருவரும் உயர்நிலையிலுள்ள ஒரு அத்தபெக்கும் ஆவார். தனது படையுடன் ஹமதானுக்கு வந்த அலித்காஸ், ஜுமுஆ பேருரையில் அர்ஸலான் ஷாவின் பெயரை இடம்பெறச் செய்தார். சுல்தான் துக்ரலின் இறப்பைத் தொடர்ந்து, அவரது மனைவியை (அர்ஸலன் ஷாவின் தாய்) அவர் மணமுடித்துக்கொண்டார். அர்ஸலன் ஷா பொறுப்பேற்ற பிறகு, தலைமை அத்தபெக்காக அலித்காஸ் நியமிக்கப்பட்டார்.

பாக்தாதின் ஜுமுஆ பேருரையில் அர்ஸலன் ஷாவின் பெயரையும் சேர்த்துக்கொள்ளக் கோரும் கோரிக்கை ஒன்றை கலீஃபாவுக்கு அனுப்பி வைத்தார் அலித்காஸ். கடிதத்துடன் வந்த தூதுவரைக் கடிந்து பேசிய கலீஃபா அவரை வெளியேற்றினார். கலீஃபாவின் அமைச்சர், ஜுமுஆ பேருரையில் மஹ்மூத் பின் மலிக் ஷா பின் மஹ்மூதின் பெயரைச் சேர்க்க முன்மொழிந்தார். போதிய வயதை அடையாத மஹ்மூத், தந்தையின் ஆள்களால் இரானுக்கு அழைத்துச் செல்லப்பட்டிருந்தார். இரான் ஆளுநரான ஸங்கி பின் வக்லா

ஸல்காரி, மஹ்மூதைக் கைது செய்து அஸ்த்கார் கோட்டையில் சிறை வைத்தார். கலீஃபாவின் அமைச்சரான அவுனுத்தீன் அபுல் அஸ்ஃபர் யஹ்யா பின் ஹுபைரா, மஹ்மூதை விடுதலை செய்யவும், கலீஃபாவுக்கு நம்பிக்கை வாக்குறுதி அளிக்கவும் ஸங்கி கைப்பற்றியுள்ள ஆட்சிப்பகுதிகளின் ஜுமுஆ பேருரைகளில் கலீஃபாவின் பெயரைக் குறிப்பிடவும் கோரி கடிதம் எழுதினார். அமைச்சரின் உத்தரவை ஏற்றுக்கொண்டார் ஸங்கி.

அர்ஸலன் ஷாவுக்கு வாக்குறுதி அளிக்கும்படி ஸங்கிக்குக் கடிதமெழுதினார் அலித்காஸ். இதை ஏற்க மறுத்த ஸங்கி, ஒரு படையை ஏற்பாடு செய்தார். அலித்காஸ் இரானுக்குப் படைகளை அனுப்பினார். போர் எந்த முடிவுகளும் தெரியாமல் தொடர்ந்தது. 24 ஆண்டுகளும் 4 மாதங்களும் ஆட்சி செய்த கலீஃபா முக்தஃபிலி அம்ரில்லாஹ், ஹிஜ்ரீ 555 ரபீயுல் அவ்வல் மாதம் 2ஆம் நாள் மரணமடைந்தார். தொடர்ந்து அவரது மகன், அபுல் முஸஃப்ஃபர் யூஸுஃப், முஸ்தன்ஜித் பில்லாஹ் எனும் சிறப்புப் பெயருடன் அரியணையேறினார்.

ஸெல்ஜுக் அரசர்களின் அதிகாரத்திலிருந்தும் அவர்களது செல்வாக்கிலிருந்தும் தன்னை விடுவித்துக்கொண்ட முக்தஃபி, இராக்கையும் பாக்தாதையும் சுதந்திரமாக ஆண்டு வந்தார். ஆகவேதான் பலவீனமான இறுதிக் கலீஃபாக்களில் அவர் புகழ் பெற்றவராகவும் அதிகாரம் மிக்கவராகவும் கணிக்கப்படுகிறார்.

தைலாமியரும் ஸெல்ஜுக்குகளும் : அரசதிகாரத்துக்கு வந்த தைலாமியர் அல்லது புவைஹியர், அப்பாசியக் கலீஃபாக்களை இழிவாக நடத்தினர். அவர்களது ஆட்சியின்போது, இஸ்லாமியக் கிலாஃபத் பெருமளவிலான சீர்குலைவுகளை எதிர்கொண்டது. ஷியா - ஸுன்னி பிரிவினரிடையே தொடர்ந்து வன்முறைகள் தலைதூக்கின. முஸ்லிம்களின் அரசாற்றல் படிப்படியாகக் குறைந்தது. தைலாமியரின் இடத்துக்கு வந்த ஸெல்ஜுக்குகளின் ஆட்சியின்போது கலீஃபாவுக்குரிய மதிப்பும் கிலாஃபத்தின் நிலையும் உயர்வடைந்தன. ஸெல்ஜுக்குகள் அப்பாசிய வம்சாவளியினரைக் கண்ணியமாக நடத்தினர். புவைஹியரைவிடவும் அவர்கள் அதிக ஆற்றலுள்ளவர்களாக இருந்தனர். பொதுவாகவே, ஸெல்ஜுக் சுல்தான்கள் கலீஃபாக்களை வஞ்சிக்கவில்லை.

அவர்களது ஆட்சியின்போது, முஸ்லிம்கள், இழந்துவிட்டிருந்த தங்கள் ஆற்றலையும் மேன்மையையும் திரும்பப் பெற்றனர். புவைஹியரைவிட ஸெல்ஜூக்குகள் வெற்றியிலும் நிர்வாகத்திலும் திறமை பெற்றவர்களாக இருந்தனர். மிகுதியான மார்க்கப்பற்று கொண்டவர்களாகவும் இருந்தனர். ஸெல்ஜூக்குகளிடையே உருவான உட்பூசல்களும் உள்நாட்டுப் போர்களும் அவர்களது ஆட்சிக்கான முடிவாக அமைந்தன.

முஸ்தன்ஜித் பில்லாஹ் : முஸ்தன்ஜித் பில்லாஹ், தாஊஸ் எனும் கர்ஜிஸ்தான் அடிமைப் பெண்ணுக்குப் பிறந்தவர். ஹிஜ்ரீ 547 இல் சட்டப்படி வாரிசாக நியமிக்கப்பட்ட இவர், தனது தந்தையாரான முக்தஃபிலி அம்ரில்லாஹ்வின் இறப்பைத் தொடர்ந்து, ஹிஜ்ரீ 555 ரபீயுல் அவ்வல் மாதம் கலீஃபாவாகப் பொறுப்பேற்றார்.

ஹிஜ்ரீ 556 இல் துருக்மான்களும் குர்துகளும் அரபிகளும் ஒருவர் பின் ஒருவராக ஏற்படுத்திய கிளர்ச்சிகள் அனைத்தையும் கலீஃபா முஸ்தன்ஜித் ஒடுக்கினார். மற்றவர்களை விடவும் எண்ணிக்கையில் அதிகமான, ஹில்லாவிலிருந்த அஸத் இனக்குழுவினர் கிளர்ச்சிக்கான தயாரிப்புகளில் ஈடுபட்டனர். கலீஃபா, அவர்களுக்கு எதிராக ஒரு படையை அனுப்பி வைத்தார். ஹிஜ்ரீ 558இல் இராக்கிலிருந்து அவர்கள் வெளியேற்றப்பட்டனர். ஹிஜ்ரீ 559இல், வாசிதில் உருவான கிளர்ச்சியும் கலீஃபாவின் படையினரால் ஒடுக்கப்பட்டது. ஹிஜ்ரீ 563இல், இப்னு ஸவார் என்பவர் எகிப்திலிருந்து, அதன் இறுதி உபைதி ஆளுநரான அஸீத் லி தீனில்லாஹ்வின் அமைச்சர் ஸதாரை வெளியேற்றினார். அவர், ஸெல்ஜூக் தலைவர்களில் ஒருவரான அல்மலிக்குல் ஆதில் நூருத்தீன் மஹ்மூத் ஸங்கியிடம் சென்றார். நூருத்தீன் ஸங்கியின் தந்தையார், இமாதுத்தீன் குறித்து ஏற்கனவே பார்த்தோம். ஹலபின் ஆட்சிப் பகுதிகளையும் சிரியாவின் ஏனைய பகுதிகளையும் அப்போது, நூருத்தீன் ஸங்கி ஆண்டு வந்தார். பாக்தாதிலிருந்த கலீஃபாமீது அவர் மிகுந்த பற்று வைத்திருந்தார். நூருத்தீனின் தலைவர்களில், நஜ்முதீன் அய்யூப், அவரது சகோதரர் அஸாதுதீன் ஷெர்க்கோஹ், மகன் ஸலாஹுதீன் யூஸுஃப் ஆகியோர் உயர் பதவிகளில் இருந்தனர்.

நூருத்தீன் ஸங்கி, 2,000 குதிரைப் படைவீரர்களுடன் அஸாதுதீன் ஷெர்க்கோஹ்வை எகிப்துக்கு அனுப்பினார். இப்னு

ஸவார் கொல்லப்பட்டார். ஆனால், நூருத்தீனின் அரசவையில் மேற்கொண்ட தனது வாக்குறுதிகளை ஸதார் நிறைவேற்றவில்லை. அக்காலகட்டத்தில், கிறிஸ்தவ சிலுவைப் படையினர், சிரியா மற்றும் எகிப்து பகுதிகளைத் தாக்கி, சில கரையோரப் பகுதிகளைக் கைப்பற்றினர். இவர்களை அங்கிருந்து வெளியேற்றும்படி ஷெர்க்கோஹ் கேட்டுக்கொள்ளப்பட்டார். ஷெர்க்கோஹ்வும் அவரது சகோதரர் மகன் ஸலாஹுத்தீனும் சில மாதங்கள் நடத்திய தொடர்போர்களின் முடிவில் எகிப்திலிருந்து அவர்கள் வெளியேற்றப்பட்டனர். ஷெர்க்கோஹ் பின்னர் சிரியாவுக்குச் சென்றார்.

ஹிஜ்ரீ 564இல், கிறிஸ்தவர்கள் மீண்டும் எகிப்தின்மீது படையெடுத்தனர். அஸீத்லி தீனில்லாஹ், தனக்கு உதவி செய்யும்படி மீண்டும் நூருத்தீன் ஸங்கியிடம் வேண்டினார். நூருத்தீன், ஸலாஹுத்தீனுடன் ஷெர்க்கோஹ்வை எகிப்துக்கு அனுப்பி வைத்தார். அவர் வருவதைக் கேள்விப்பட்டதுமே கிறிஸ்தவர்கள் தப்பித்தோடி விட்டார்கள். அஸீத்லி தீனில்லாஹ், ஷெர்க்கோஹ்வைத் தனது அமைச்சராக நியமித்து எகிப்திலேயே வைத்துக்கொண்டார்.

ஸதார் கிளர்ச்சியில் ஈடுபட்டார். அவரை உடனடியாகத் துடைத்தழித்து விட்டு, தனது பணியைத் தொடர்ந்தார் ஷெர்க்கோஹ். ஹிஜ்ரீ 565 இல் ஷெர்க்கோஹ் இறந்தபோது, எகிப்து ஆளுநரான அஸீத்லி தீனில்லாஹ் உபைதி, ஷெர்க்கோஹ்வின் சகோதரர் மகனான சுல்தான் சலாஹுத்தீன் யூஸுஃபை அமைச்சராக நியமித்தார். ஷெர்க்கோஹ்வும் சலாஹுத்தீனும், சுல்தான் நூருத்தீன் மஹ்மூதிடம் அரசப் பற்றுள்ளவர்களாக இருந்து வந்தனர். இதன் காரணமாக சிரியாவும் எகிப்தும் கிறிஸ்தவப் படையெடுப்புகளிலிருந்து தங்களைப் பாதுகாத்துக்கொண்டன. இராக்கில் ஏற்பட்ட கிளர்ச்சிகள் அனைத்தையும் ஒடுக்குவதில் கலீஃபாவும் வெற்றி பெற்றார். தனது ஆற்றலையும் மதிப்பையும் தக்கவைத்துக்கொண்டார்.

கலீஃபா முஸ்தன்ஜித் மீது அரசப் பற்றுகொண்டிருந்த நூருத்தீன் ஸங்கி, அவரது உத்தரவுகள் அனைத்தையும் நிறைவேற்றினார். இக்காலகட்டத்தில் இராக் மற்றும் இரான் முஸ்லிம்களின் வாழ்க்கை அமைதி நிறைந்ததாக இருந்தது. நோய்வாய்ப்பட்ட கலீஃபா முஸ்தன்ஜித் பில்லாஹ், ஹிஜ்ரீ 566, ரபீயுல் ஆகிர் மாதம், 9ஆம் நாள் மரணமடைந்தார். அவரது கிலாஃபத்தின்போது, ஷெய்க்

அப்துல் காதிர் ஜீலானியும் மரணமடைந்தார். முஸ்தன்ஜித்துக்குப் பிறகு, மக்கள் அவரது மகன் அபூ முஹம்மத் ஹசனை, முஸ்தஸி பி அம்ரில்லாஹ் எனும் சிறப்புப் பெயருடன் கலீஃபாவாக நியமித்தனர்.

முஸ்தஸிபி அம்ரில்லாஹ்: முஸ்தஸிபி அம்ரில்லாஹ் பின் முஸ்தன்ஜித் பில்லாஹ், ஆர்மேனிய அடிமைப் பெண் ஒருவருக்குப் பிறந்தவர். ஆட்சிப் பொறுப்பேற்ற முஸ்தஸி, நீதியை நிலைநாட்டினார். மக்கள்மீதான அனைத்து வரிச்சுமைகளையும் நீக்கினார்.

முஸ்தஸி அரியணை ஏறிய ஓராண்டுக்குள், எகிப்தில் உபைதிகளின் (ஃபாத்திமியர்) ஆட்சி முடிவுக்கு வந்தது. உபைதிகளின் கடைசி ஆட்சியாளரான அஸீத்லி தீனில்லாஹ்வின் தலைமை அமைச்சராக அப்போது இருந்தவர் சலாஹுத்தீன் யூஸுஃப். எகிப்தில் நிலவிய அமைதியின்மைக்கு முடிவுகண்ட சலாஹுத்தீன், நிர்வாகத்தைச் சீர்ப்படுத்தி அனைத்துத் துறைகளையும் தனது அதிகாரத்தின்கீழ்க் கொண்டு வந்து ஆட்சி செய்தார். சிரிய ஆளுநரான நூருத்தீன் ஸங்கி, ஹிஜ்ரீ 566இன் பிற்பகுதியில், கலீஃபா முஸ்தஸிபி அம்ரில்லாஹ் அப்பாசியின் பெயரை எகிப்தின் ஜுமுஆ பேருரைகளில் சேர்க்கும்படி சலாஹுத்தீனுக்கு எழுதினார். தன்னை நூருத்தீனின் பிரதிநிதியாகக் கருதிய சலாஹுத்தீன் உடனடியாக அதை நிறைவேற்றினார். ஹிஜ்ரீ 567 முஹர்ரம் மாதம் தொடக்கத்தில், ஆஷுரா நாளுக்கு முந்தைய ஜுமுஆ பேருரையில் முஸ்தஸியின் பெயர் குறிப்பிடப்பட்டது. யாரும் இதை எதிர்க்கத் துணியவில்லை. கலீஃபாவின் பெயரிலான ஜுமுஆ உரையை அனைவரும் ஏற்றுக்கொண்டனர்.

ஹிஜ்ரீ 567 முஹர்ரம் மாதம், அஸீத்லி தீனில்லாஹ் மரணமடைந்தார். எகிப்து முழுவதும் அடுத்த ஜுமுஆ பேருரையில், பாக்தாத் கலீஃபாவின் பெயர் வாசிக்கப்பட்டது. சுல்தான் சலாஹுத்தீன் மூலம் தனக்குக் கிடைத்த இந்தத் தகவலை சுல்தான் நூருத்தீன், கலீஃபா முஸ்தஸிக்கு அனுப்பி வைத்தார். கலீஃபா இதனைப் பறைகள் முழக்கியும் விளக்குகள் ஏற்றியும் கொண்டாடினார். நூருத்தீனுக்கும் சலாஹுத்தீனுக்கும் அரசாடைகளும் கறுப்புக் கொடிகளும் கொடுத்து, தன் பணியாளரான ஸந்தலை அனுப்பி வைத்தார். ஸந்தலின் வருகையில் அகமகிழ்ந்த நூருத்தீன் கலீஃபாவின்

அன்பளிப்புகளை சலாஹுத்தீனுக்கு அனுப்பிவைத்தார்.

எகிப்தில் உபைதிகளின் ஆட்சி முடிவுக்கு வந்து, அய்யூபிய வம்சாவளியினரின் ஆட்சி நிறுவப்பட்டது. சிரியாவையும் ஜஸீராவையும் மோசிலையும் ஆட்சி செய்து வந்த நூருத்தீனை, தனது பிரதிநிதியாக நியமித்த கலீஃபா, எகிப்து, சிரியா, மோசில், பக்ர் கலாத், ரோம், இராக் ஆகிய பகுதிகளின் ஆட்சி உரிமைக்கான ஆவணங்களை அனுப்பி வைத்தார். நூருத்தீனின் சார்பில் எகிப்து ஆட்சியாளராக இருந்த சலாஹுத்தீன், நூருத்தீனுக்கு அரசப்பணிவுள்ளவராகவும், நூருத்தீன், பாக்தாத் கலீஃபாவுக்கு அரசப் பணிவுள்ளவராகவும் இருந்தனர். இப்போது எல்லா ஆளுநர்களுக்கும் கலீஃபா முஸ்தஸிமீது பயவுணர்விருந்தது. அனைத்துப் பகுதிகளிலும் ஜுமுஆ பேருரைகளில் கலீஃபாவின் பெயர் வாசிக்கப்படலாயிற்று. அவரை எதிர்க்க யாருக்கும் துணிச்சல் வரவில்லை.

குதுபுத்தீன் கைமாசை அனைத்துப் படைத்தலைவராக நியமித்தார் கலீஃபா. ஹிஜ்ரீ 570இல், கலீஃபாவுக்கு எதிராக கிளர்ச்சியில் ஈடுபட்டார் கைமாஸ். தனது அரண்மனையில் முற்றுகைக்குள்ளான கலீஃபா, உப்பரிகையில் ஏறி நின்று, "மக்களே! குத்புத்தீனின் செல்வங்களும் உடைமைகளும் சட்டப்படி உங்களுக்குச் செல்லுபடியானவை" என்று உரத்துக் கூறினார். இதைக்கேட்ட மக்கள் கைமாஸின் இல்லத்துக்குச் சென்று அதைச் சூறையாடினர். கைமாஸ், பாக்தாதிலிருந்து தப்பித்து ஹில்லாவுக்கு ஓடினார். அங்கிருந்து, மோசிலுக்குச் செல்லும் வழியில் அவர் மரணமடைந்தார்.

ஹிஜ்ரீ 573இல், கலீஃபா முஸ்தஸியின் அமைச்சர் அஸ்துத்தீன் அபுல் ஃபரா முஹம்மத் பின் அப்துல்லாஹ், பெரும் எண்ணிக்கையிலான ஒரு குழுவுடன் ஹஜ்ஜுக்குப் புறப்பட்டார். வழியில் ஒரு கரமத்தியால் அவர் கொலை செய்யப்பட்டார். பின்னர், இப்னு அத்தா எனும் அபூமன்சூர் ஸஹீருத்தீனை அமைச்சராக நியமித்தார் கலீஃபா. ஒன்பதரையாண்டுகள் ஆட்சி செய்த கலீஃபா முஸ்தஸி, ஹிஜ்ரீ 575 துல்கஅதா மாதம் மரணமடைந்தார். தொடர்ந்து, அமைச்சர் ஸஹீருத்தீன் பின் அத்தா, கலீஃபாவின் மகன், அபுல் அப்பாஸ் அஹ்மதை ஆட்சிப் பொறுப்பில் நியமித்தார். அவர், நஸீர்லி தீனில்லாஹ் எனும் சிறப்புப் பெயருடன் கலீஃபாவாகப் பொறுப்பேற்றார்.

நஸீர்லி தீனில்லாஹ் : நஸீர்லி தீனில்லாஹ் பின் முஸ்தஸிபி அம்ரில்லாஹ், ஹிஜ்ரீ 553 ரஜப் மாதம், 10ஆம் நாள் ஸமுர்ரத் எனும் ஒரு துருக்கிய அடிமைப் பெண்ணுக்குப் பிறந்தார். தனது தந்தையாரின் மறைவைத் தொடர்ந்து, ஹிஜ்ரீ 575 துல்கஅதா மாதம் கலீஃபாவாகப் பொறுப்பேற்ற அவர், மிகுந்த மதிநுட்பமும் தொலைநோக்குப் பார்வையும் எச்சரிக்கையுணர்வும் கொண்ட ஆட்சியாளராகத் திகழ்ந்தார்.

கலீஃபாகப் பொறுப்பேற்ற அவர், சமூகத்தின் உயர்நிலையிலுள்ள அனைவரும் தனது கிலாஃபத்தை ஏற்று வாக்குறுதி அளிக்கும்படி கோரி, இஸ்லாமிய ஆட்சிப் பகுதிகள் அனைத்துக்கும் தூதுவர்களை அனுப்பி வைத்தார். அப்போது, ஹமதான், இஸ்ஃபஹான், ரேய் ஆகிய பகுதிகள் பஹ்லவான் பின் அலித்காஸின் கீழிருந்தது. அவரிடம் வாக்குறுதி பெறுவதற்கு, தலைமைக் கல்வியாளரான ஸத்ருத்தீன் சென்றார். முதலில் வாக்குறுதியளிக்க மறுத்த பஹ்லவானை அவரது தலைவர்கள் அச்சுறுத்தினர். பின்னர் அவர் வாக்குறுதியளித்தார்.

அர்ஸலன் ஷா பின் சுல்தான் துக்ரலின் ஆசிரியரும் பாதுகாவலருமான, அலித்காஸ் அத்தபெக், ஹிஜ்ரீ 568இல் ஹமதானில் வைத்து மரணமடைந்தார். அர்ஸலன் ஷாவின் தாயை அலித்காஸ் மணமுடித்திருந்தார். ஆகவே, இவர்களிடையே தந்தை மகன் உறவிருந்தது. அலித்காஸின் இறப்புக்குப் பின், அவரது மகன் பஹ்லவான் அர்ஸலன் ஷாவின் ஆசிரியராக ஆனார்.

ஹிஜ்ரீ 573இல் அர்ஸலன் ஷாவும் மரணமடைந்தார். அவரது மகன் துக்ரல் பின் அர்ஸலனை அரியணையேற்றிய பஹ்லவான், ஆட்சிப்பகுதிகளைத் தொடர்ந்து, தன்னுடைய பொறுப்பின்கீழ் நிர்வகித்து வந்தார். ஹிஜ்ரீ 582இல் பஹ்லவான் பின் அலித்காஸ் மரணமடைந்தார். அப்போது ஹமதான், ரேய், இஸ்ஃபஹான், அஸர்பைஜான், ஆர்மேனியா மாகாணங்கள் பஹ்லவானின் கட்டுப்பாட்டின் கீழிருந்தன. துக்ரல் பின் அர்ஸன் அவரது பாதுகாப்பின் கீழிந்தார். பஹ்லவான் இறந்த பின், அவரது சகோதரரும் காஸல் அர்ஸலன் பின் அலித்காஸ் என்று அறியப்பட்டவருமான உஸ்மான் பொறுப்புக்கு வந்தார். இதன் பின், ஒரு குறுகிய காலம் வரைக்கும் உஸ்மானின் கட்டுப்பாட்டின் கீழிருந்த துக்ரல் பின்

அர்ஸலன் பின்னர், அதிலிருந்து விடுபடுவதாக முடிவு செய்தார்.

சில உயர்குடியினருடன் சேர்ந்து காஸல் அர்ஸலன் சில நகரங்களைக் கைப்பற்றினார். காஸலுக்கும் துக்ரலுக்குமிடையே பல போர்கள் நடந்தன. படிப்படியாக, துக்ரல் அரசாற்றலில் வலுப்பெற, காஸல் பலவீனமடைந்துகொண்டிருந்தார். இந்நிலையில், கலீஃபாவுக்குத் தனது நட்புறவை அறிவித்துக்கொண்ட காஸல், துக்ரலின் ஆற்றல் அதிகரித்துக்கொண்டிருக்கும் இந்நிலை, கலீஃபாவுக்கு எதிராகத் திரும்ப வாய்ப்பிருக்கிறது என்று சொன்னார்.

கலீஃபா நஸீர்லி தீனில்லாஹ், பாக்தாதிலுள்ள ஸெல்ஜூக் அரசர்களின் அரண்மனைகளை இடித்துத் தரைமட்டமாக்கிவிட்டு, காஸலுக்கு உதவியாக அபுல் முஸஃப்ஃபர் உபைதுல்லாஹ் பின் யூனுஸ் தலைமையில் ஒரு படையை அனுப்பி வைத்தார். அபுல் முஸஃப்ஃபர், காஸலை சென்றடைந்த ஹிஜ்ரீ 584 ரபீயுல் அவ்வல் மாதம் 18ஆம் நாள், ஹமதானில் காஸலுக்கும் துக்ரலுக்குமிடையே போர் நடந்தது. இதில், துக்ரல் வெற்றி பெற்றார். அபூ முஸஃப்ஃபர் கைது செய்யப்பட்டார். பாக்தாதை நோக்கிப் பின்வாங்கிய அவர்களிடையே மீண்டுமொரு போர் நடந்தது. இதில், காஸல் வெற்றி பெற்றார். துக்ரல் கைது செய்யப்பட்டு ஒரு கோட்டையில் சிறை வைக்கப்பட்டார். ஹமதான், ரேய், இஸ்ஃபஹான் உட்பட்ட பகுதிகள் அனைத்தையும் தனது கட்டுப்பாட்டின்கீழ்க் கொண்டு வந்த காஸல் அர்ஸலான், ஜூமுஆ பேருரைகளில் தனது பெயரைக் குறிப்பிடச் செய்தார். தனது பெயரில் நாணயங்கள் வெளியிட்டார். துக்ரல், ஹிஜ்ரீ 587இல் சிறையிலேயே கொல்லப்பட்டார். இத்துடன் ஸெல்ஜூக்குகளின் ஆட்சி முடிவுக்கு வந்தது. துக்ரல் பயிக்கால் நிறுவப்பட்ட ஸெல்ஜூக்குகளின் அரசு, துக்ரல் எனும் அதே பெயருள்ள ஒரு சுல்தானால் முடிவுக்கு வந்தது.

ஹிஜ்ரீ 585இல் தக்ரைத் ஆளுநரான அமீர் ஈஸா இறந்ததும், அதை அவரது சகோதரர்கள் கைப்பற்றினர். தனது படையை அனுப்பி அதைக் கைப்பற்றிய கலீஃபா நஸீர், வரியில்லா நிலங்களை அமீர் ஈஸாவின் சகோதரர்களுக்குக் கொடுத்தார். அதைப்போலவே, ஹிஜ்ரீ 586இல் ஷானாவைக் கைப்பற்றி, அதன் ஆட்சியாளருக்கு வரியில்லா நிலங்களைக் கொடுத்தார். பின்னர், தனது படைகளைக் கோஸிஸ்தானுக்கு அனுப்பி அதைக் கைப்பற்றிய நஸீர், தஷ்தகீன்

பின் பஹிருத்தீனை அதன் ஆளுநராக நியமித்தார். அக்காலகட்டத்தில், கத்லக் பின் பஹல்வான் பின் அலித்காஸ் ரேயை ஆட்சி செய்து வந்தார். குவாரிஸ்ம் ஷா அங்கிருந்து பலவந்தமாக அவரை வெளியேற்றி விட்டு அதைக் கைப்பற்றினார்.

கலீஃபாவின் உத்தரவின்படி, மோயேதுத்தீன் அபூ அப்துல்லாஹ் முஹம்மத் பின் அலீ கோஸிஸ்தானை வெற்றிகொண்டு அதை, தஷ்தகீனிடம் ஒப்படைத்த பின், தனது படையுடன் அணிவகுத்துச் செல்லவிருந்தார். அவரைச் சந்தித்த கத்லக் பின் பஹல்வான், ரேயின்மீது படையெடுக்கும்படி அவரைத் தூண்டினார். மோயேதுத்தீன், கத்லக்குடன் ஹமதானுக்குச் சென்றார். அங்கே, குவாரிஸ்ம் ஷாவின் மகன் படையுடன் முகாமிட்டிருந்தார். மோயேதுத்தீனின் வருகையை அறிந்த அவர், அங்கிருந்து ரேய்க்குச் சென்றார். மோயேதுத்தீன் ஹமதானைக் கைப்பற்றிவிட்டு, ரேய்க்குச் சென்றார். இப்னு குவாரிஸ்ம் ரேயிலிருந்தும் வெளியேறினார். மோயேதுத்தீன் அதையும் கைப்பற்றிவிட்டு, கத்லக்கின் ஆட்சியின் கீழிருந்த அனைத்துப் பகுதிகளையும் படிப்படியாகக் கைப்பற்றினார்.

குவாரிஸ்ம் ஷா, தனது ஆட்சிப் பகுதியிலிருந்து மோயேதுத்தீனை வெளியேறச் சொல்லி ஒரு தூதுவரை அனுப்பி வைத்தார். அவர், அந்த ஆட்சிப் பகுதி கலீஃபா நஸீரின் படையினரால் வெற்றிகொள்ளப்பட்டது என்றும் ஆகவே, திருப்பித் தருவதற்கில்லை என்றும் பதில் அனுப்பினார். குவாரிஸ்ம் ஷா ஒரு பெரும் படையுடன் ஹமதான்மீது படையெடுத்தார். அதேவேளை, ஹிஜ்ரீ 592 ஷஃஅபான் மாதம் மோயேதுத்தீன் மரணமடைந்தார். இருந்தும், அவரது படை, குவாரிஸ்ம் ஷாவை எதிர்த்துப் பயங்கரமாகப் போரிட்டது. இறுதியில், படைத்தலைவர் இல்லாத பாக்தாத் படை தோல்வியைத் தழுவ ஹமதான், குவாரிஸ்ம் ஷாவின் கீழ் வந்தது.

பின்னர், இஸ்ஃபஹானைக் கைப்பற்றிய குவாரிஸ்ம் ஷா, அதைத் தன் மகனின் பொறுப்பில் ஒப்படைத்து அதன் பாதுகாப்புக்காக ஒரு பெரும் படையை நியமித்தார். கலீஃபா நஸீர், படைத்தலைவர் ஸைஃபுத்தீனின் தலைமையில் அனுப்பிய ஒரு படை, குவாரிஸ்ம் ஷாவின் மகனைத் துரத்தி விட்டு இஸ்ஃபஹானைக் கைப்பற்றியது. பிறகு, ஹமதானும் ஸன்ஜானும் கஸ்வீனும் கலீஃபாவின்

கட்டுப்பாட்டின்கீழ் வந்தன.

ஹிஜ்ரீ 602இல், கோஸிஸ்தான் ஆளுநர் தஷ்தகீன் காலமானார். தொடர்ந்து அவரது சகோதரர் மகன் ஸஞ்சாரை ஆளுநராக நியமித்தார் கலீஃபா. ஹிஜ்ரீ 606இல், ஸஞ்சாருக்கும் கலீஃபாவுக்குமிடையே பிரச்சினை உருவானது. ஏற்கனவே குறிப்பிட்டபடி, அக்காலகட்டத்தில் இரானை அத்தபெக் ஸஅத் ஸங்கி பின் வக்லா ஆண்டு வந்தார். ஸஞ்சாரை அடக்குவதற்காக, கலீஃபா தனது துணையமைச்சர் தலைமையிலான ஒரு படையை அனுப்பி வைத்தார். அவர் கோஸிஸ்தானை அடைந்ததும், ஸஞ் சார் இரானிலிருந்த ஸஅத் ஸங்கியிடம் சென்றார். ஸஅத் அவரை மிகுந்த மதிப்புடன் வரவேற்றார். ஹிஜ்ரீ 606 இல் கலீஃபாவின் படை கோஸிஸ்தானைக் கைப்பற்றியது. கலீஃபா, ஸஞ்சாருக்கு அழைப்பு விடுத்தார். அழைப்பை அவர் ஏற்க மறுத்தார்.

இரான் தலைநகரான ஷிராஸை நோக்கி, கலீஃபாவின் படை அணிவகுத்துச் சென்றது. அத்தபெக் ஸஅத் ஸங்கி, ஸஞ்சாருக்காகப் பரிந்துரைத்து, துணை அமைச்சருக்குப் பல கடிதங்கள் எழுதினார். இறுதியில், ஹிஜ்ரீ 608 இல் ஸஞ்சார், துணை அமைச்சரிடம் சென்றார். ஸஞ்சாரை அவர், பாக்தாதுக்கு அழைத்துச்சென்று சங்கிலியால் பிணைத்துக் கலீஃபாவின் அரசவைக்குக் கொண்டு சென்றார். கோஸிஸ்தான் ஆளுநராக தனது பணியாளர் யஅக்கூத்தை நியமித்த கலீஃபா, ஸஞ்சாரை விடுதலை செய்ததுடன் அரசாடைகள் அளித்துக் கவுரவித்தார்.

ஹிஜ்ரீ 613, முஹர்ரம் மாதம், கலீஃபா தன் பேரனான முயேத் பின் அலீ பின் நஸீர் லி தீனில்லாஹ்வை கோஸிஸ்தானின் ஒரு பகுதியான தஷ்த்தரின் ஆளுநராக நியமித்தார். அவரது தந்தை, ஹிஜ்ரீ 612 துல்கஅதா மாதம் இறந்துவிட்டிருந்தார்.

வீரமும் மதிநுட்பமும்கொண்ட பஹல்வானின் தலைவர்களில் ஒருவரான அக்லமாஷ், ஜபல் மாகாணத்தைக் கைப்பற்றி அதைத் திறம்பட ஆட்சி செய்து வந்தார். கரமத்தி ஒருவனால் ஹிஜ்ரீ 614இல் அவர் கொலை செய்யப்பட்டார். பிறகு, இரான் ஆட்சியாளரான அத்தபெக் ஸஅத் பின் வக்லா, அவரது ஆட்சிப் பகுதிகளைக் கைப்பற்ற விரும்பினார். அதே வேளையில், இன்னொரு பக்கம், குராசான் மற்றும் மவரோன்னஹ்ர் ஆட்சியாளரான குவாரிஸ்ம்

ஷாவும் அவற்றைக் கைப்பற்ற விரும்பினார். அத்தபெக் ஸஅத் ஸங்கி ஒரு படையுடன் சென்று இஸ்ஃபஹானைக் கைப்பற்றினார். குவாரிஸ்ம் ஷாவும் இஸ்ஃபஹானை நோக்கி அணி வகுத்துச் சென்றார். இருவருக்குமிடையே ரேயில் போர் மூண்டது. குரூரமான ஒரு போரின் முடிவில், அத்தபெக் ஸஅத் கைது செய்யப்பட்டார். அக்லமாஷின் ஆட்சிப்பகுதிகள் அனைத்தும் குவாரிஸ்ம் ஷாவின் கட்டுப்பாட்டின் கீழ் வந்தன. அவர் பாக்தாதிலிருந்த கலீஃபாவுக்கு, தான் அவரது உதவி ஆட்சியாளர் என்ற முறையில், ஜுமுஆ பேருரையில் தனது பெயரைக் குறிப்பிட வேண்டுமென்று கோரிக்கை விடுத்தார். கலீஃபா இதை ஏற்க மறுத்தார். பின்னர் குவாரிஸ்ம் தனது படையை பாக்தாதுக்கு அனுப்பி வைத்தார். ஆனால், பெரும் பனிப் புயல் ஒன்றில் சிக்கிக்கொண்ட அவரது படையினரில் பலர் இறந்தனர். எஞ்சிய வீரர்களிடம் துருக்கியர்களும் குர்துகளும் கொள்ளையடித்தனர். இதிலிருந்து ஒருவாறு தப்பித்துப் பிழைத்தவர்கள் மிக மோசமான நிலையில் குவாரிஸ்மிடம் திரும்பினர். இதை ஒரு தீய அறிகுறியாகக் கருதிய அவர், குராசானுக்குத் திரும்பினார். மகன் ருக்னுத்தீனைத் தனது பிரதிநிதியாக நியமித்து, இமாதுல் மலிக் ஸஅதியைத் தலைமை அமைச்சராக்கினார். தான் கைப்பற்றிய ஆட்சிப் பகுதிகளின் ஜுமுஆ பேருரையில் கலீஃபாவின் பெயரை நீக்கினார். இது ஹிஜ்ரீ 615இல் நிகழ்ந்தது.

ஹிஜ்ரீ 616இல், சீன மலைப்பகுதியிலுள்ள தம்காச் எனுமிடத்தில் வாழ்ந்து வந்த ஒரு மங்கோலிய இனக்குழுவினர் கிளர்ச்சியில் ஈடுபட்டனர். அவர்களது தாய் நாடு, துருக்கிஸ்தானிலிருந்து ஆறு மாதப் பயணத் தொலைவிலிருந்தது. அதன் தலைவனான செங்கிஸ்கான், தமர்ஜி எனும் துருக்கிய இனக்குழுவைச் சேர்ந்தவன். துருக்கிஸ்தான்மீதும் மவரோன்னஹ்ர்மீதும் படையெடுத்த அவன், துர்க்கானுல் கத்தா இனக்குழுவினரிடமிருந்து இந்நாடுகளைக் கைப்பற்றி, தனது கட்டுப்பாட்டின் கீழ்க் கொண்டு வந்தான்.

பின்னர், குவாரிஸ்ம் ஷாவைத் தாக்கி அவரிடமிருந்து, குராசானையும் ஜபலையும் கைப்பற்றினான். தொடர்ந்து, அரனியாவையும் ஷெர்வானையும் கைப்பற்றினான். தார்த்தாரியர்களின் இக்குழுவினர், கஸ்னி, ஸஜிஸ்தான், கர்மான் ஆகிய பகுதிகளுக்குச் சென்று அவற்றையும் வெற்றிகொண்டனர். தோல்வியடைந்த

குவாரிஸ்ம் ஷா, தபரிஸ்தானிலுள்ள ஓர் இடத்துக்குச் சென்றார். இருபத்தோராண்டுகள் ஆட்சி செய்திருந்த அவர் அங்கேயே மரணமடைந்தார்.

குவாரிஸ்ம் ஷாவைத் தோற்கடித்த செங்கிஸ்கான், தொடர்ந்து, கஸ்னியில் அவரது மகன் ஜலாலுத்தீனைத் தோற்கடித்து, சிந்து நதிவரையிலும் அவரைப் பின்தொடர்ந்தான். ஆற்றைக் கடந்து இந்தியாவுக்குள் நுழைந்த ஜலாலுத்தீன் சிறிது காலம் இந்தியாவில் வாழ்ந்திருந்தார். பின்னர், ஹிஜ்ரீ 622இல், கோஸிஸ்தானுக்கும் இராக்குக்கும் சென்ற அவர், ஆர்மேனியாவையும் அஸர்பைஜானையும் கைப்பற்றினார். செங்கிஸ்கானும் அவனது வெற்றிகளும் குறித்து, பிறிதொரு அத்தியாயத்தில் விரிவாகப் பார்க்கலாம். 47 ஆண்டுகள் ஆட்சி செய்த கலீஃபா நஸீர் லி தீனில்லாஹ் ஹிஜ்ரீ 622 ரமளான் மாதம் மரணமடைந்தார்.

கலீஃபாவின் ஆட்சிப் பகுதிகளிலுள்ள ஜுமுஆ பேருரையிலிருந்தும்கூட அவரது பெயரை நீக்கம் செய்திருந்தார் குவாரிஸ்ம் ஷா. அவரை அடக்க இயலாத நிலையில், கலீஃபாவின் தூண்டுதலில்தான் செங்கிஸ்கான், அவரைத் தாக்கினார் என்றும் சொல்லப்படுகிறது.

கலீஃபா நஸீர் லி தீனில்லாஹ்வின் ஒற்றர்கள் அவரது ஆட்சிப் பகுதிகள் எங்கும் பரவியிருந்தனர். குடிமக்களின் அனைத்து நடவடிக்கைகளிலும் இணைந்து செயல்பட வேண்டும் என்று அவர் விரும்பினார். நாட்டு நடப்புகள் அனைத்தையும் அறிவிக்கும் ஒரு ஜின் அவருடன் இருப்பதாக மக்களில் பெரும்பாலானோர் நம்பியிருந்தனர். அரசியல் தந்திரங்களில் அவர் அறிவுக்கூர்மை மிகுந்தவராகத் திகழ்ந்தார். கலீஃபாமீதான ஒரு பயவுணர்வை மக்களிடம் உருவாக்கவும் இது உதவியாக இருந்தது.

ஆனாலும், குடிமக்களிடையே மகிழ்ச்சி இல்லை. அவரது அடக்குமுறைகளும் கடுமையான தண்டனைகளும் மக்களிடையே வெறுப்பைத் தோற்றுவித்திருந்தன. அவரது ஆட்சியின்போது, சுல்தான் ஸலாஹுத்தீன், பல ரோமானிய நகரங்களைக் கைப்பற்றினார். 91 ஆண்டுகளாகக் கிறிஸ்தவர்களின் கீழிருந்த ஜெருஸலேம், ஹிஜ்ரீ 583இல் மீண்டும் கைப்பற்றப்பட்டது

ஜெருஸலேமை வெற்றிகொண்ட சுல்தான் ஸலாஹுத்தீன்

யூஸுஃப், ஹிஜ்ரீ 589இல், மரணமடைந்தார். கலீஃபா நஸீர் லி தீனில்லாஹ்வின் ஆட்சியின்போது இறந்தவர்களில் முக்கியமானவர்கள், அபுல் ஃபராஜ் இப்ன் ஜோஸி, இமாம் ஃபக்ருத்தீன் ராஸி, நஜ்முத்தீன் குப்ரா, காஸி கான் ஆகியோர். கலீஃபா நஸீருக்குப் பிறகு, அவரது மகன் அபூ நஸ்ர் முஹம்மத், ஸாஹிர் பி அம்ரில்லாஹ் எனும் சிறப்புப் பெயருடன் அரியணை ஏறினார்.

ஸாஹிர் பி அம்ரில்லாஹ் : ஸாஹிர் பி அம்ரில்லாஹ் பின் நஸீர் லி தீனில்லாஹ் ஹிஜ்ரீ 571 இல் பிறந்தார். தந்தையின் இறப்புக்குப் பின், தனது 52 ஆவது வயதில், ஹிஜ்ரீ 622 ஷவ்வால் மாதம் 1 ஆம் நாள் அரியணை ஏறினார். கலீஃபாவாக ஆட்சிப் பொறுப்பேற்ற அவர், மக்களுக்கு நேர்மையான ஆட்சியைத் தருவதில் கவனம் செலுத்தினார். அனைத்து விதமான வரிவிதிப்புகளிலிருந்தும் மக்களை விடுவித்தார். முந்தைய கலீஃபாக்கள் பறிமுதல் செய்திருந்த மக்களின் சொத்துக்களைத் திருப்பிக் கொடுத்தார். மக்களுக்குரிய கடன்களையும் திருப்பிக் கொடுத்தார். அவருடைய முத்திரை வாக்கியம்: ‘மாலை நேரத்தில் கடையைத் திறந்திருக்கும் நான், சில நற்செயல்களைச் செய்யவிருக்கிறேன்’ என்பதாகும். ஒரு நாள், பொதுக்கருவூலத்துக்குச் சென்றுகொண்டிருந்த கலீஃபாவிடம் ஓர் அடிமை, “உங்கள் தந்தையாரின் காலத்தில் பொதுக்கருவூலம் நிறைந்திருந்தது” என்றார். அதற்கு அவர், “கருவூலத்தை நிரப்ப எனக்கு வழி தெரியவில்லை. அதைக் காலியாக்கும் வழி மட்டுமே தெரியும். கருவூலத்தை நிரப்புவது வணிகர்களின் வேலை” என்றார். பல கல்வியாளர்களுக்கு அவர் பொருளுதவி செய்தார். அவரது ஆட்சி, உமர் பின் அப்துல் அஸீஸ் அவர்களின் ஆட்சியை ஒத்திருந்தது. நாடெங்கும் அமைதியும் வளமும் நிரம்பியது. மக்கள் நீதியுடன் நடத்தப்பட்டனர். ஆனால், கலீஃபா ஸாஹிர், நெடுங்காலம் உயிர் வாழவில்லை. ஒன்பதரை மாதங்கள் மட்டுமே ஆட்சி செய்த அவர், ஹிஜ்ரீ 623, ரஜப் மாதம், 15ஆம் நாள் மரணமடைந்தார். தொடர்ந்து அவரது மகன் முஸ்தன்ஸிர் பில்லாஹ் எனும் சிறப்புப் பெயருடன் கலீஃபாவாகப் பொறுப்பேற்றார்.

அபூஜஅஃபர் முஸ்தன்ஸிர் பில்லாஹ் : முஸ்தன்ஸிர் பில்லாஹ் பின் ஸாஹிர் பி அம்ரில்லாஹ் ஒரு துருக்கிய அடிமைப் பெண்ணுக்குப் பிறந்தவர். தந்தையாரின் இறப்புக்குப் பின், ஹிஜ்ரீ

623, ரஜப் மாதம் அவர் பொறுப்பேற்றார். தன் தந்தையைப்போல் ஒழுக்க நெறிகளைக் கடைப்பிடித்த அவர், மக்களுக்கு நேர்மையான ஆட்சியைத் தருவதிலும் தந்தையைப் பின்பற்றினார். மார்க்கக் கடமைகளை நிறைவேற்றுவதில் மிகுந்த கவனம் செலுத்தினார். முஸ்தன்ஸாரியா எனும் பெயரில் பாக்தாதில் ஒரு கல்விக் கூடத்தை நிறுவி, அதில் புகழ்பெற்ற கல்வியாளர்களை ஆசிரியர்களாக நியமித்தார். ஹிஜ்ரீ 625 இல் தொடங்கிய அதன் கட்டுமானப் பணி, 631 இல் முடிவடைந்தது. அங்கே ஒரு நூலகமும் அமைத்தார். 160 ஒட்டகச் சுமைகளுக்கு நிகரான அரிய நூல்கள் பல அங்கே பாதுகாத்து வைக்கப்பட்டன. நபிமொழி, இலக்கணம், மருத்துவம், வம்சாவளித்தொடர்போன்ற பாடவகைகளுக்குத் தனித்தனி ஆசிரியர்கள் நியமிக்கப்பட்டனர். அவர்களுக்கான உணவு, இனிப்பு வகைகள், உலர் பழங்கள் என அனைத்துத் தேவைகளுக்கும் கல்விக்கூடமே பொறுப்பேற்றிருந்தது. கலீஃபாவுக்கு இது பெருமளவு மக்கள் ஆதரவைத் தேடிக்கொடுத்தது. ஹிஜ்ரீ 628 இல், அடித்தளமிடப்பட்ட தாருல் ஹதீஸ் அஷ்ரஃபியா, ஹிஜ்ரீ 630 இல் முழுமையடைந்தது.

ஹிஜ்ரீ 629 இல், முஹம்மத் பின் யூஸுஃப் பின் ஹூத், அன்டலூசியாவில் அப்பாசிய வம்சாவளிக்குப் புத்துயிர்ப்பூட்டினார். ஆசியா மைனரின் பெரும் பகுதியை ஆட்சி செய்துவந்த அலாவுத்தீன் கைக்பாத் பின் கல்ஜ் அர்ஸலன் பின் சுலைமான் பின் கத்லமாஷ் பின் இஸ்ராயீல் பின் ஸெல்ஜூக், ஹிஜ்ரீ 634இல் மரணமடைந்தார். தொடர்ந்து அவரது மகன் கியாதுத்தீன் கைக்குஸ்ரு பொறுப்பேற்றார். ஹிஜ்ரீ 641இல், மங்கோலியர்கள் படையெடுத்து வந்து அவரைத் தோற்கடித்தனர். அதே காலகட்டத்தில், உஸ்மானிய வம்சாவளியின் மாபெரும் அரசர் எழுச்சி பெற்றார். இது குறித்து, பிறிதொரு இடத்தில் பார்ப்போம்.

கலீஃபா அபூஜஅஃபர் முஸ்தன்ஸிர், பலம் வாய்ந்த நிர்வாகத்தை உருவாக்கி, நாட்டில் நீதி, நேர்மையை மேம்படுத்தப் பெரிதும் முயற்சி செய்தார். துருக்கியர்களும் மங்கோலியர்களும் ஒவ்வொரு நாடாகக் கைப்பற்றத் தொடங்கிய நிலையில், கலீஃபாவுக்கு வருமான இழப்பு ஏற்பட்டது. சிரியாவும் எகிப்தும் உட்பட்ட, ஸலாஹுத்தீன் யூஸுஃபின் அரசு ஒற்றுமையின்மையால் அழிவுபட்டது. மவரோன்னஹ்ரிலிருந்து மத்திய தரைக்கடல்,

கருங்கடல் வரையிலுமுள்ள ஆட்சிப்பகுதிகள் அனைத்தையும், மங்கோலியப் பெருவெள்ளம் சூழ்ந்தது. இக்காலகட்டத்தில் இராக், கலீஃபாவின் கட்டுப்பாட்டின் கீழிருந்தது. மங்கோலியர்கள் அவரைக் குறித்து எச்சரிக்கையுடன் இருந்தனர். அவரது ஆட்சிப் பகுதிகளை அவர்கள் அணுகவில்லை. குராசான், அஸர்பைஜான், மோசில், சிரியா ஆகிய பகுதிகளின் ஆட்சியாளர்கள் கலீஃபாவின் வெறுப்புக்குள்ளாக அஞ்சியதுபோல், மங்கோலியர்களும் துணிச்சலான நடவடிக்கைகளில் ஈடுபடுவதற்குப் பயந்திருந்தனர்.

மங்கோலியர்கள் சூரியனை வழிபடுபவர்கள். ஸெல்ஜூக்குகள்போல் அவர்கள் முஸ்லிம்களாக வரவில்லை. ஆகவே, ஜுமுஆ பேருரையில் யாருடைய பெயர் குறிப்பிடப்படுகிறது என்பது குறித்து அவர்கள் அக்கறை செலுத்தவில்லை. வழக்கம்போல் ஜுமுஆ பேருரைகளில் தனது பெயரைக் குறிப்பிடுவது கலீஃபாவுக்கு ஆறுதலளித்தது. மங்கோலியப் பாய்ச்சலைக்கண்ட கலீஃபா முஸ்தன்ஸிரின் சகோதரரான வீரமும் துணிவும் மிக்க கஃபாஜி, “நான் மட்டும் கலீஃபாவாக இருந்தால், மங்கோலியர்களின் பெயரை ஜிஜூன் நதியின் மறுகரையிலேயே துடைத்தழித்து விடுவேன்” என்று கூறத் தொடங்கினார்.

ஹிஜ்ரீ 641இல், கலீஃபா முஸ்தன்ஸிர் மரணமடைந்தார். அனைத்துத் தகுதிகளும் இருந்தும், கலீஃபாவின் சகோதரர் கஃபாஜியை மக்கள் கலீஃபாவாக ஏற்கவில்லை. முஸ்தன்ஸிரின் மகன் அபூஅஹ்மத் அப்துல்லாஹ்வையே மக்கள் கலீஃபாவாக நியமிக்க விரும்பினர். அவரது இளகிய மனமும் எளிமையான தோற்றமும்தான் இதற்குக் காரணம். இதன்படி அபூஅஹ்மத் அப்துல்லாஹ், முஸ்தஸிம்பில்லாஹ் எனும் சிறப்புப் பெயருடன் கலீஃபாவாகப் பொறுப்பேற்றார்.

முஸ்தஸிம் பில்லாஹ் : முஸ்தஸிம் பில்லாஹ் பின் முஸ்தன்ஸிர் பில்லாஹ், ஹிஜ்ரீ 690இல், ஹஜீர் எனும் அடிமைப் பெண்ணுக்குப் பிறந்தவர். தந்தையின் இறப்பைத் தொடர்ந்து, கலீஃபாவாகப் பொறுப்பேற்ற முஸ்தஸிம், போதிய துணிச்சலும் மதிநுட்பமும் அமையாதவர். மிகுந்த மார்க்கப் பற்றுள்ளவராகவும் நபிவழியைப் பின்பற்றுபவராக இருந்தும், தீவிர ஷியாவான மோயேதுத்தீன் இப்னு அல்கமியைத் தனது அமைச்சராக நியமித்தார். அவர்

அமைச்சரானதுமே, அதிகாரத்தைக் கையில் எடுத்துக்கொண்டு கலீஃபாவைப் பொம்மையாக்கி வைத்தார். ஷியாக்களுக்குப் பல்வேறு சலுகைகள் அளித்தார். ஃபாத்திமிய ஆட்சியின்போது நடைமுறையிலிருந்து பின்னர் நீக்கப்பட்ட, மார்க்க அடிப்படை இல்லாத பிற்சேர்க்கைகளுக்குப் புத்துயிர்ப்பளித்தார். இது, ஷியா - ஸுன்னி முஸ்லிம்களிடையிலான பிரச்சினைகளுக்கு மீண்டும் வழியமைத்தது.

அப்பாசிய ஆட்சியின் அடையாளங்கள் அனைத்தையும் அழித்து, அலவிய ஆட்சியை நிறுவுவதில் அமைச்சர் அல்கமி, மிகுந்த கவனம் செலுத்தினார். அவரது தீய நோக்கங்களை அறிந்த, பாக்தாதிலுள்ள அறிஞர்கள் சிலர், கலீஃபாவிடம் அறிவித்தனர். ஆனால், அவர் இதனை இப்னு அல்கமியிடம் சொல்லும் அளவுக்கு கோழையாகவும் ஏதுமறியாதவராகவும் இருந்தார். கலீஃபாவிடம் பணிவு காட்டிய இப்னு அல்கமி, முறையிட்டவர்களைச் சூழ்ச்சியாளர் என்று அரசறிவிப்பு செய்தார். அமைச்சர்மீது கலீஃபா வைத்திருந்த அளவுகடந்த நம்பிக்கையின் காரணமாக, அவரது செல்வாக்கு மேலும் உயர்ந்தது. கலீஃபாவின் உண்மையான அறிவுரையாளர்களின் பேச்சுக்கள் செல்லாதாயின. கலீஃபாவை மதுவிலும் கேளிக்கைகளிலும் மூழ்கடித்தார் அமைச்சர். இதன்மூலம் தன்னை அவர் பாதுகாத்துக்கொண்டார்.

சில நாள்களுக்குப் பின், கலீஃபாவின் மகன் அபூபக்ர், அமைச்சர் இப்னு அல்கமியின் அடக்குமுறைகளுக்கு எதிராக, பாக்தாதின் அண்மையிலுள்ள கார்க்கைத் தாக்கி, அமைச்சரை வசை பேசினார். அவர் இது குறித்துக் கலீஃபாவிடம் முறையிட்டார். கலீஃபா இதைக் கண்டுகொள்ளவில்லை. அமைச்சர் அல்கமி, தனது சூழ்ச்சியைத் தீவிரப்படுத்தினார். மங்கோலியர்களின் மாபெரும் தலைவனாகவும் குராசான் ஆட்சியாளராகவும் இருந்த செங்கிஸ்கானின் பேரன் ஹுலகுகானைக் கடிதம் மூலம் தொடர்புகொண்டார் இப்னு அல்கமி. முதல் கடிதத்தைப் பெற்ற ஹுலகுகான், அதில் அதிகக் கவனம் செலுத்தவில்லை. இரத்தம் சிந்தாமல் பாக்தாதையும் இராக்கையும் எளிதில் கைப்பற்றுவதற்கு, தான் உதவி செய்வதாகவும், எனவே ஹுலகுகான் படையுடன் புறப்பட வேண்டும் என்றும் அதில் அவர் எழுதியிருந்தார். இப்னு அல்கமியின் தூதுவரிடம் ஹுலகுகான் கேட்டான்: "இப்னு அல்கமியின் வாக்கில்

உறுதிப்பாடு எதுவுமில்லை. நாங்கள் எப்படி அவரை நம்புவது?" கலீஃபாவின் பெருமளவிலான படைகளும் பாக்தாத் மக்களின் அரேபிய வீரமும் துணிச்சலும் மங்கோலியரிடையே பயவுணர்வை உருவாக்கியிருந்தன. மேலும், சிரியாவில் அவர்களது படைகள் அரேபியர்களிடம் பெரும் தோல்வியைச் சந்தித்திருந்தன.

இப்னு அல்கமி, கலீஃபாவிடம் சென்று, அரசுக்குப் போதிய வருமானம் இல்லை என்றும் படை வீரர்களுக்கான ஊதியத்தை அதிகரித்திருப்பது குறித்தும் முறையிட்டு, வீரர்களின் எண்ணிக்கையைக் குறைக்கும் ஒரு திட்டத்தை முன்வைத்தார். கலீஃபா இதை ஏற்றுக்கொண்டார். பாக்தாதின் படைவீரர்களில் பெரும்பகுதியினர், பிற நகரங்களுக்கும் அரசப் பிரிவுகளுக்கும் அனுப்பி வைக்கப்பட்டனர். எஞ்சியவர்களிடம், அவர்களது ஊதியத்தைப் பொதுச்சந்தையில் பெற்றுக்கொள்ளும்படி கூறப்பட்டது. இதன்மூலம், மக்களுக்குப் பெரும் இன்னல்கள் ஏற்பட்டன. கொள்ளைகள் மலிந்தன. மக்களிடையே கொந்தளிப்பு உருவானது. படையின் பல பிரிவுகளைக் கலைத்து வீரர்களை வெளியேற்றிய இப்னு அல்கமி, மங்கோலிய ஊடுருவலைத் தடுப்பதற்கு, அவர்களை எல்லைப் பகுதிகளுக்கு அனுப்பி வைத்திருப்பதாக கலீஃபாவிடம் கூறினார்.

ஹிலாலில் ஸன்னிகளைவிடவும் ஷியாக்கள் அதிக எண்ணிக்கையில் வாழ்ந்திருந்தனர். ஹுலகுகானுக்குப் பின்வருமாறு கடிதங்கள் அனுப்பும்படி ஷியாக்களைத் தூண்டிய இப்னு அல்கமி, "எங்கள் முன்னோர்கள், மங்கோலிய இனத்தலைவரான இன்னவர்கள் இன்ன நேரத்தில் பாக்தாதையும் இராக்கையும் வெற்றிகொள்வார்கள் என்று சொல்லியிருக்கிறார்கள். அந்த வெற்றியாளர்கள் நீங்கள்தான் என்பதிலும் இந்த ஆட்சிப் பகுதிகளை நீங்கள் மிக விரைவில் வெற்றி கொள்வீர்கள் என்பதிலும் நாங்கள் உறுதியாக இருக்கிறோம். உங்கள்மீது அரசப் பணிவுகொண்ட நாங்கள் உங்களிடம் பாதுகாப்புக் கோருகிறோம்" என்றார்.

இதற்கான பதில்களை எழுதிய ஹுலகுகான், தன்னிடம் அரசவை மரியாதைகளை அனுபவித்துக் கொண்டிருந்த அல்கமியின் தூதுவன் நஸீருத்தீன் தூஸியிடம் கொடுத்தான். இப்னு அல்கமிபோல் நஸீருத்தீனும் தீவிர ஷியா ஆதரவாளன். அப்பாசியக் கிலாஃபத்தை அழித்து, ஷியா ஆட்சியை நிறுவும் சூழ்ச்சியில் ஈடுபட்டிருந்த

அல்கமிக்கு உடந்தையாக இருந்தான். பாக்தாதை ஹுலகுகான் தாக்குவதற்கான வழிவகைகளை எப்படியேனும் செய்தாக வேண்டும் என்றும் அப்பாசியருக்கு இறுதி அடி கொடுப்பதற்கு இதுவே சரியான சந்தர்ப்பம் என்றும் நிஸாருத்தீனுக்கு எழுதினார் அல்கமி. கூடவே, படைகளையும் போர்த்தளவாடங்களையும் பாக்தாதிலிருந்து அப்புறப்படுத்தி விட்டேன். இதைவிட உங்களுக்கு எந்தவிதமான உறுதியை நான் அளித்துவிட முடியும் என்று ஹுலகுகானுக்கும் எழுதினார். இத்துடன், பாக்தாத்மீது போர்த்தொடுக்க, ஹுலகுகானை வலியுறுத்தும்படி, அர்தபில் ஆளுநருக்கும் கடிதம் அனுப்பினார்.

கரமத்தா (இஸ்மாயீலியர்கள்) களின் கோட்டையை வெற்றிகொண்டு அவர்களது இறுதி மன்னனைச் சங்கிலியால் பிணைத்து ஹுலகுகானின் முன் கொண்டுவந்த ஒரு நிகழ்வின் போதுதான் ஹுலகுகானிடம் இக்கடிதங்கள் வந்தன. அவன் இது குறித்த ஆலோசனைக்காக நஸீருத்தீனை நாடினான். "பாக்தாத் உங்கள் கட்டுப்பாட்டின் கீழ் வரும் என்று கணிப்பு கூறுகிறது. அதன்மீது படையெடுத்தால் நிச்சயம் வெற்றிதான்" என்றான் நஸிருத்தீன். ஹுலகுகான் ஒரு பெரும் படையை முன்னணிப் படையாக பாக்தாதுக்கு அனுப்பினான். இதையறிந்த முஸ்தஸிம், ஃபத்துத்தீன் தாவூத் தலைமையில் முஜாஹிதீன் இபாக்கையும் 10,000 குதிரை வீரர்களையும் அனுப்பி வைத்தார். ஃபத்துத்தீன், போர் அனுபவமும் வீரமும் நிரம்பியவர். போரில் மங்கோலியப் படை தோல்வியடைந்தது. மங்கோலியப் படையைப் பின்தொடர்ந்து செல்வதை ஃபத்துத்தீன் விரும்பவில்லை. ஆனால், முஜாஹிதீனின் வற்புறுத்தலின்படி மங்கோலியரை அவர் பின்தொடர்ந்தார். மங்கோலியர் திரும்பிப் போரிட்டனர். ஒளிந்திருந்த மங்கோலியர் பாக்தாத் படைகளைப் பின்னாலிருந்து தாக்கினர். இடையில் அகப்பட்ட பாக்தாத் படை தோல்வியடைந்தது. ஃபத்துத்தீன் கொல்லப்பட்டார். தப்பியோடிய முஜாஹிதீன் பாக்தாதை அடைந்தார்.

முஜாஹிதீனின் தவறான முடிவின் காரணமாக பாக்தாத் படையின் வெற்றி, தோல்வியாக மாறியது. தோல்வியுடன் திரும்பிய படைத்தலைவரை இயல்பான தனது மதியீனத்தால் கலீஃபா முஸ்தஸிம் பாராட்டினார். பாக்தாத் படை தோல்வியுற்றிருந்தாலும்,

ஹுலகுகானின் முன்னணிப் படைக்கும் இழப்புகள் ஏற்பட்டிருந்தன. ஆகவே, புயல் ஒன்று கடந்து சென்றுவிட்டதாக எண்ணி அவர் மகிழ்ச்சியடைந்தார். கலீஃபாவின் அறிவீனத்தை எண்ணி, அமைச்சர் இப்னு அல்கமி சிரித்துக்கொண்டார். ஹுலகுகான் ஒரு பெரும் படையுடன் பாக்தாதை முற்றுகையிட்டிருக்கும் செய்தி பரவியது. மங்கோலியரை நகருக்குள் நுழைய விடாமல் 50 நாள்கள் பாதுகாப்பு முயற்சிகளில் மக்கள் ஈடுபட்டு வந்தனர். ஷியாக்கள் ஒருவர் பின் ஒருவராக ஹுலகுகானிடம் சென்று பாதுகாப்பு உடன்படிக்கை செய்துகொண்டனர். நகரின் நிலைமைகள் குறித்தும் அவனுக்குத் தெரிவித்து வந்தனர். அமைச்சர் இப்னு அல்கமி நகரிலேயே இருந்து அவ்வப்போதைய தகவல்களை அனுப்பிக்கொண்டிருந்தார். மக்கள்மீது அமைச்சருக்கு எந்த அனுதாபமும் இல்லாத நிலையில் மக்கள் பலவீனமடைந்துகொண்டிருந்தனர். இறுதியில், அமைச்சர் நகருக்கு வெளியே வந்து ஹுலகுகானைச் சந்தித்துத் தனக்கானப் பாதுகாப்பைப் பெற்றுக்கொண்டார்.

திரும்பி வந்த அவர் கலீஃபாவிடம், “உங்களுக்கும் சேர்த்தே நான் பாதுகாப்பு உடன்படிக்கை செய்திருக்கிறேன். நாம், ஹுலகுகானிடம் சென்று இராக்கை ஆள்வதற்கான உரிமையைக் கேட்போம். கியாதுத்தீன் கைக்குஸ்ருவை ஆட்சியைத் தொடர அனுமதித்ததுபோல், உங்களையும் அனுமதிப்பார்” என்றார். கலீஃபா தனது மகன்களுடன் ஹுலகுகானிடம் சென்றார். கலீஃபாவிடம் ஹுலகுகான், “உங்கள் அரசவை உறுப்பினர்களையும் தலைவர்களையும் சமய, சட்ட வல்லுநர்களையும் வரவழையுங்கள்” என்று சொல்லி, கலீஃபாவைத் தடுத்து வைத்தான். கலீஃபாவின் அழைப்பிற்கிணங்கி, மங்கோலியப் படையிடம் சென்ற அவர்கள் அனைவரும் ஒவ்வொருவராகக் கொல்லப்பட்டனர். பின்னர், கலீஃபாவிடம் ஹுலகுகான், “மக்கள் அனைவரையும் ஆயுதங்கள் எதுவுமில்லாமல் நகருக்கு வெளியே வரும்படி உத்தரவிடுங்கள்” என்றான். கலீஃபா முஸ்தஸிம் அப்படியே செய்தார். நகரை விட்டு வெளியே வந்த மக்கள் மங்கோலியரின் வாளுக்கு இரையாயினர். இப்படியாக, காலாட்படை வீரர்களும் குதிரைப்படை வீரர்களும் உயர்குடியினருமாகப் பல லட்சம் பேர் கொல்லப்பட்டனர். நகரிலுள்ள அகழிகளிலும் குழிகளிலும் சடலங்கள் நிரம்பிக்கிடந்தன. மக்களின் இரத்தத்தால் டைக்ரிஸ் நதி சிவப்பாக மாறியது.

மங்கோலியர் நகருக்குள் புகுந்தனர். பெண்களும் பிள்ளைகளும் தலையில் குர்ஆனுடன் வெளியே வந்தனர். இருந்தும் அவர்கள் உயிர் பிழைக்கவில்லை. ஹுலகுகான் தனது படையினரிடம், ஒரு கூட்டுப்படுகொலைக்கு உத்தரவிட்டான். கைகளில் கிடைத்த அனைவரையும் அவர்கள் கொன்று ஒடுக்கினார்கள். கிணறுகளிலும் அதுபோன்ற இடங்களிலும் ஒளிந்துகொண்ட ஒருசிலர் மட்டும் உயிர் பிழைத்தனர். மறுநாள், ஹிஜ்ரீ 656 ஸஃபர் மாதம், வெள்ளிக்கிழமை அன்று கலீஃபா முஸ்தஸிமுடன் பாக்தாதுக்குள் நுழைந்த ஹுலகுகான், அரசவையைக் கூட்டினான். கலீஃபாவை முன்னால் அழைத்து, "நாங்கள் உமது விருந்தினர்கள். எங்களுக்கு எதையேனும் அன்பளிப்பாக வழங்குவீராக" என்றான். கருவூலத்தின் திறவுகோல்களைத் தேடியெடுக்க முடியாத அளவுக்கு கலீஃபா பயந்துபோயிருந்தார். இறுதியில் கருவூலத்தின் பூட்டுகள் உடைக்கப்பட்டன. இரண்டாயிரம் மெல்லிழைப் பட்டுகளும் ஆயிரம் தினார்களும் ஆபரணங்களும் ஹுலகுகானுக்கு அன்பளிப்பாக வழங்கப்பட்டன. அப்போது, ஹுலகுகான், "இதை நீர் தராமலிருந்தாலும் எங்களுடைய பொருள்களாகவே இருந்திருக்கும்" என்றான்.

பொருள்கள் அனைத்தையும் அவையினருக்குப் பங்கிட்டுக்கொடுத்த ஹுலகுகான், மறைத்து வைக்கப்பட்டிருக்கும் செல்வங்களைத் தேடும்படி உத்தரவிட்டான். கலீஃபா பூமிக்கடியில் மறைத்து வைத்திருக்கும் இடத்தைச் சொன்னார். அந்த இடம் தோண்டப்பட்டது. அதில், இரத்தினப் பேழைகளும் பணப்பைகளும் இருந்தன. பாக்தாதிலும் அண்மைப் பகுதிகளிலுமாக அப்போது ஒரு கோடியே ஆறு லட்சம் முஸ்லிம்கள் படுகொலை செய்யப்பட்டிருந்தனர். இவை அனைத்தும் கலீஃபாவின் கண்முன் நடந்தன. அவரை, உணவோ நீரோ கொடுக்காமல் வைத்திருந்தான் ஹுலகுகான். பசியால் வாடிய கலீஃபா, உணவு கேட்டபோது அவர்முன், ஒரு தட்டு நிறைய இரத்தினக் கற்களை வைக்கும்படி உத்தரவிட்டான் ஹுலகுகான். கலீஃபா, "இதை எப்படி உண்பேன்?" என்று கேட்டார். "பசியைப்போக்க இயலாத இதை இலட்சக்கணக்கான முஸ்லிம்களின் உயிரைக் காப்பாற்றுவதற்கு நீர் செலவிடவில்லையே? உமக்காகப் போரிட்டு உமது முன்னோர்களின் நாட்டையும் உம்மையும் காப்பாற்றுவதற்கு, பசியைப் போக்க இயலாத இதை

நீர் செலவிடவில்லையே?" என்று கேட்டான் ஹுலாகுகான்.

பிறகு, முஸ்தஸிமுக்கு மரணதண்டனை வழங்குவது குறித்து ஆலோசனை மேற்கொண்டான் ஹுலாகுகான். அனைவருமே அவருக்கு மரண தண்டனை வழங்க வேண்டும் என்றனர். நஸீருத்தீன் தூஸியும் இப்னு அல்கமியும் ஹுலாகுகானிடம், "முஸ்தஸிமின் இரத்தத்தால் வாளைக் கறைப்படுத்த வேண்டாம். ஒரு போர்வையால் அவரை நன்றாக மூடிக்கட்டி அடித்துக் கொல்ல வேண்டும்" என்றனர். அதற்கான பொறுப்பையும் இப்னு அல்கமியே ஏற்றுக்கொண்டார். கலீஃபாவை ஒரு போர்வையால் நன்றாக மூடி, தூணில் கட்டி வைத்து உயிர் பிரியும்வரை உதைத்தனர். பிரிந்த பின்னும் உதைத்தனர். உடல் சிதைவுறும் அளவுக்கு கலீஃபாவை மிதித்துக் கொன்றனர் மங்கோலியர். அலவியர்களைப் பழி வாங்கிவிட்ட மகிழ்ச்சியுடன் சிரித்தபடி நின்றிருந்தார் இப்னு அல்கமி. அடக்கம் செய்வதற்கோ துணியால் மூடுவதற்கோ எதுவுமில்லை எனும் அளவுக்கு கலீஃபாவின் உடல் சிதைக்கப்பட்டது. மங்கோலியரிடம் பிடிபட்ட அப்பாசிய வம்சாவளியினர் யாருமே உயிர் தப்பவில்லை.

பிறகு, ஹுலாகுகானின் கவனம், எண்ணற்ற நூல்கள்கொண்ட அரண்மனை நூலகத்தின்மீது திரும்பியது. நூல்கள் அனைத்தும் டைக்ரிஸ் நதியில் வீசப்பட்டன. நதியில் குவிந்த நூல்களால் சிறு அணையே உருவானது. பின்னர், அவை நீரில் மெல்ல அடித்துச்செல்லப்பட்டன. கொலையுண்டவர்களின் குருதியில் சிவந்த டைக்ரிஸ் நதி, இப்போது எழுத்துக்களால் கறுப்பாக மாறியது. அரண்மனைகள் அனைத்தும் கொள்ளையடிக்கப்பட்டன. பின்னர், இடித்துத் தரை மட்டமாக்கப்பட்டன. உலக வரலாற்றில் முன்பு ஒருபோதும் நிகழ்ந்திராத கூட்டுப் படுகொலையாகவும் பேரழிவாகவும் இருந்தன அந்நிகழ்வுகள். சிறு உலக அழிவு நாளாகக் குறிப்பிடும் அளவிலான ஒரு கொடூரம் அது.

இதற்கான ஏற்பாடுகளை முன்நின்று நடத்திய நடத்திய இப்னு அல்கமி, கலீஃபாவாக ஒரு அலவியை நியமித்து, பாக்தாதை ஆட்சி செய்ய ஹுலாகுகானை ஒப்புக்கொள்ள வைக்கும் முயற்சிகளில் ஈடுபட்டார். பாக்தாத்மீது படையெடுக்கக்கோரி ஹுலாகுகானை வற்புறுத்திய இப்னு அல்கமிக்குப் பல்வேறு வாக்குறுதிகள் அளித்திருந்தான் ஹுலாகுகான். ஒரு ஹாஷிம் அலவியை அவன்

கலீஃபாவாக நியமிப்பான் என்றும், கலீஃபாவின் பிரதிநிதியாக தான் நியமிக்கப்படுவோம் என்றும் அவர் உறுதியாக நம்பினார். ஆனால், ஹுலகுகான் பாக்தாதின் ஆட்சிப் பொறுப்புக்குத் தன்னுடைய ஆள்களை நியமித்தான். கலக்கமடைந்த இப்னு அல்கமி, புதிய திட்டங்களுடன் முன் வந்தார். மீண்டும் மீண்டும் ஹுலகுகானிடம் கெஞ்சிப் பார்த்தார். ஹுலகுகான் அவரை மிக இழிவாக, நாயைத் துரத்துவதுபோல் நடத்தினான். சிறிது காலம், ஓர் அடிமையாக மங்கோலியருக்குக் குற்றேவல் செய்த இப்னு அல்கமி, இறுதியில் ஏமாற்றத்துடன் மரணமடைந்தார்.

பாக்தாதை ஆட்சி செய்துவந்த அப்பாசியரின் இறுதி கலீஃபா முஸ்தஸிம் பில்லாஹ். ஹிஜ்ரீ 656 ஆம் ஆண்டுக்குப் பிறகு, தலைநகர் எனும் தகுதியை பாக்தாத் இழந்தது. கலீஃபா முஸ்தஸிமுக்குப் பிறகு மூன்றரை ஆண்டு காலம், கலீஃபா என்று உலகில் யாருமே இல்லை. ஹிஜ்ரீ 659 ரஜப் மாதம், முஸ்தஸிம் பில்லாஹ்வின் தந்தையின் சகோதரரான அபூ காசிம் அஹ்மதை கலீஃபாவாக ஏற்று மக்கள் வாக்குறுதியளித்தனர்.

அப்பாசிய கலீஃபாக்கள், எகிப்தில் : உபைதி (ஃபாத்திமியர்) வம்சாவளியின் ஆட்சிக்குப் பிறகு, சுல்தான் சலாஹுத்தீன் பின் அய்யூப், அய்யூபிய வம்சாவளி ஆட்சியை நிறுவினார் என்பதை ஏற்கனவே பார்த்தோம். எகிப்து, சிரியா, ஹிஜாஸ் பகுதிகளை ஆட்சி செய்யும் ஆற்றல், ஹிஜ்ரீ 648 வரையிலும் சுல்தான் சலாஹுத்தீனின் வம்சாவளியினரிடம் இருந்தது. சலாஹுத்தீன், குர்து இனத்தவராக இருந்ததால், அய்யூபிய வம்ச அரசு, குர்து சுல்தானியம் என்றும் அய்யூபிய சுல்தானியம் என்றும் அழைக்கப்பட்டது. அய்யூபிய சுல்தானியத்தின் ஏழாவது அரசர், சலாஹுத்தீனின் சகோதரரின் பேரனான மலிக் ஸாலே என்பவர். குடும்பப் பகைமைகளிலிருந்து தன்னைத் தற்காத்துக்கொள்வதற்காக அவர், 12,000 காஃப் மலை '(ஸர்க்கேசியா) அடிமைகளை விலைக்கு வாங்கி ஒரு தனிப்படையை உருவாக்கினார். அவரது ஆட்சியின்போது, கப்பல்களில் வீரர்களைக் கொண்டுவந்து எகிப்தின்மீது படையெடுத்த ஃபிரான்சின் கிறிஸ்தவ அரசன் தோல்வியடைந்து கைது செய்யப்பட்டான். இதன்மூலம், எகிப்து படையின் நிலை உயர்ந்தது.

மலிக் ஸாலேவுக்குப் பிறகு, அவரது மகன் மலிக் முஅஸ்ஸம்

தூரான் ஷா பொறுப்புக்கு வந்தார். ஆனால், இரண்டே மாதங்களில், மலிக் ஸாலேவின் அடிமைப் பெண் ஷஜ்ரத்துத்தூர் அரியணையைக் கைப்பற்றிக்கொண்டாள். அவளது ஆட்சியில் அதிருப்தியும் கிளர்ச்சியும் மேலோங்கின. மூன்று மாதங்கள் மட்டுமே ஆட்சி செய்த ஷஜ்ரத்துத்தூர் ஓய்வு பெற, அய்யூபிய வம்சாவளியைச் சார்ந்த மலிக் அஷ்ரஃப் மூஸா பின் யூஸுஃப் பொறுப்பில் நியமிக்கப்பட்டார். அவரது ஆட்சி, அடிமைகளின் ஆற்றலை வலுப்படுத்தியது. இத்துடன், அய்யூபிய வம்சாவளி ஆட்சி முடிவுக்கு வந்தது. இதன் பிறகு, மம்லுக் அரசு எனும் அடிமை வம்சாவளி ஆட்சிக்கான அறிகுறிகள் தென்பட்டன. இவர்களது ஆட்சி, பல ஆண்டுகள் நீடித்திருந்தது. இதன் தொடக்கமாக, மலிக் முயிஸ் எனும் சிறப்புப் பெயருடன் அஸீசுத்தீன் இபாக் ஸாலேஹி ஆட்சிக்கு வந்தார்.

ஹிஜ்ரீ 655இல், மலிக் முயிஸின் இளைய மகன் அலீ, மலிக் மன்ஸூர் எனும் சிறப்புப் பெயருடன் ஆட்சிக்கு வந்தார். அவரது ஆசிரியராகவும் ஆலோசகராகவும் அமீர் ஸைஃபுத்தீன் மம்லுக் நியமிக்கப்பட்டார். மலிக் மன்ஸூர் வயதில் மிகவும் இளையவர் என்பதால், தலைவராக இருக்கத் தகுதியில்லை எனும் மார்க்கத் தீர்ப்பின்படி ஹிஜ்ரீ 657இல், பதவி நீக்கம் செய்யப்பட்டார். பின்னர், மலிக் முஸஃப்ஃபர் எனும் சிறப்புப் பெயருடன் அமீர் ஸைஃபுத்தீன் நியமிக்கப்பட்டார்.

அடிமைகள் தங்களிடையே 20 - 25 பேரைத் தேர்வு செய்து ஆலோசனைக் குழுவினராக நியமித்தனர். அமைச்சர்களுக்கு நிகரான மதிப்பு அவர்களுக்கு வழங்கப்பட்டது. தங்களில் ஒருவரை அவர்கள் அமீராகத் தேர்வு செய்தனர். ஆட்சிப் பொறுப்பேற்ற அமீர் அரசராக நியமிக்கப்பட்டு சுல்தான் அல்லது மாலிக் என்று அழைக்கப்படுவார். அமைச்சராகவும் முக்கியமான பணித்துறைகளிலும் ஆலோசனைக் குழு உறுப்பினர்கள் நியமிக்கப்பட்டனர். குழு உறுப்பினர்களிலிருந்து தலைமை அமைச்சர் தேர்வு செய்யப்படுவார். காவல்துறையும் நிதித்துறையும் மிகவும் முக்கியத்துவம் வாய்ந்த துறைகளாகக் கருதப்பட்டன. படைவீரர்களின் எண்ணிக்கையை அதிகரிக்க, ஸர்க்கேசிய அடிமைகள் விலைக்கு வாங்கப்பட்டனர். இரண்டு அல்லது மூன்று அரசர்களைத் தவிர, அனைவருமே ஷம்சுத்தீன் அல்தமாசின் வம்சாவளியில் வந்தவர்கள்தாம். அடிமை எனும்

பெயருடன் அவர்கள் ஆட்சி செய்தனர். ஆட்சியாளர்களாக மாறியதும் அவர்களது இயல்பில் போலித்தனம் குடிகொண்டது. எகிப்தில் அரசாட்சிக்கு வந்த அடிமைகள், விலைக்கு வாங்கப்பட்டு பின்னர் தங்களது தனித்துவப் பண்புகளால் அரசுப் பொறுப்புக்கு வந்தவர்கள். இந்த உண்மையில் வரலாற்றாசிரியர்கள் கவனம் செலுத்துவதில்லை. எகிப்திய அடிமை வம்சத்தின் இப்பண்பை அவர்கள் சந்தேகமற்ற வகையில் நிறுவத் தவறிவிட்டனர். எகிப்தின் அடிமை வம்ச ஆட்சியாளர்கள் பற்பல கூறுகளில் சீர்திருத்தம் விழைபவர்களாக இருந்தனர். தங்களுடைய ஆட்சியாளரைத் தேர்வு செய்யும் சுதந்திரம் எகிப்தியக் குடிமக்களுக்கு இருந்தது என்பது வியப்பான ஓர் உண்மை. இவ்வம்சாவளியினர் குறித்துப் பிறிதொரு பகுதியில் பதிவு செய்யப்படும்.

இக்காலகட்டத்தில் பாக்தாதிலும் இராக்கின் பிற பகுதிகளிலும் குராசான், இரான், அஸர்பைஜான், ஜஸீரா, மோசில் ஆகிய பகுதிகளிலும் நடந்த அழிவுகளையும் கொள்ளைகளையும் மங்கோலியர்கள் விளைவித்த பேரழிவுகளையும் அறிந்த மாலிக் முஸஃப்ஃபர் கிளர்ந்தெழுந்தார். அவர், தனது அடிமைப்படையினரையும் பிற படையினரையும்கொண்ட ஒரு பெரும் படையுடன் எகிப்திலிருந்து சிரியாவை நோக்கிப் புறப்பட்டார்.

ஹிஜ்ரீ 655 ரமளான் மாதம் 15ஆம் நாள் வெள்ளிக்கிழமை அன்று அடிமைப்படைகளின் தலைவரான ருக்னுத்தீன் பைபர்சிடம் அதற்கு முன் தாங்கள் அனுபவித்திராத அளவில் மிக மோசமான ஒரு படுதோல்வியை மங்கோலியர்கள் எதிர்கொண்டனர். ஆயிரக்கணக்கான வீரர்கள் போர்க்களத்தில் மாண்டனர். எஞ்சியவர்கள் ஓடித்தப்பித்தனர். பெருமளவிலான போர்ப் பொருள்களைக் கைப்பற்றிய அடிமைப்படையினர், மங்கோலிய மனங்களில் பெரும் பயத்தை உருவாக்கினர். பல்வேறு அரசுகளைத் தலைகீழாகப் புரட்டிய மங்கோலியர்கள் எகிப்தின் பக்கம் திரும்பியும் பார்க்கவில்லை. அவர்களை ஹலப் வரையிலும் துரத்தியடித்த அடிமைப்படையினர் எகிப்துக்குத் திரும்பினர்.

ஹிஜ்ரீ 658 துல்கஅதா மாதம் 16ஆம் நாள், மாலிக் முஸஃப்ஃபரின் மரணத்துக்குப் பிறகு, மாலிக் ஸாஹிர் எனும் சிறப்புப் பெயருடன் ருக்னுத்தீன் பைபர்சை மக்கள் அரியணையில்

அமர்த்தினர். அப்பாசிய வம்சாவளியின் இறுதி ஆட்சியாளரும் 37 ஆவது கலீஃபாவுமான முஸ்தஸிம் பில்லாஹ்வின் தந்தையின் சகோதரர் அபுல் காஸிம் அஹமத். நீண்ட காலமாக பாக்தாத் சிறையில் கைதியாக இருந்த அவர், முஸ்தஸிம் கொல்லப்பட்டு, பாக்தாத் வெறிச்சோடிய நிலையில் சிறையிலிருந்து தப்பித்தார். அவர் உயிரோடுதான் இருக்கிறார் என்றும் இராக்கில் எங்கோ தலைமறைவாக இருக்கிறார் என்றும் மாலிக் ஸாஹிர் அறிந்தார். அபுல் காஸிமைக் கண்டுபிடிப்பதற்காக, எகிப்திலிருந்து 10 அரேபியர்கள்கொண்ட ஒரு குழுவை அவர் அனுப்பி வைத்தார். அக்குழுவினர், அபுல் காஸிமுடன் எகிப்துக்குத் திரும்பினர். மாலிக் ஸாஹிர், எகிப்தின் அரசவை உறுப்பினர்களுடனும் கல்வியாளர்களுடனும் கெய்ரோவுக்கு வெளியே வந்து அவரை அரசு மரியாதையுடன் வரவேற்று நகருக்குள் அழைத்து வந்தார். ஹிஜ்ரீ 659 ரஜப் மாதம் 13ஆம் நாள் மக்கள் அவரைக் கலீஃபாவாக ஏற்று வாக்குறுதி அளித்தனர். அல் முஸ்தன்ஸிர் பில்லாஹ் எனும் சிறப்புப் பெயரும் அவருக்கு வழங்கப்பட்டது. அவரது பெயர் ஜுமுஆ பேருரைகளிலும் நாணயங்களிலும் குறிப்பிடப்பட்டது. கலீஃபாவுடன் ஜுமுஆ தொழுகைக்கு ஊர்வலமாகச் சென்ற அரசர், அப்பாசியரின் நற்பண்புகள் குறித்து பேருரை நிகழ்த்தினார். கலீஃபாவுக்காகப் பிரார்த்தனையும் செய்தார். தொழுகை முடிந்த பிறகு, கலீஃபா அவருக்கு அரசாடை அணிவித்தார்.

ஹிஜ்ரீ 659, ஷஃஅபான் மாதம் 4ஆம் நாள் திங்கட்கிழமை, கெய்ரோவுக்கு வெளியே கூடாரங்கள் அமைக்கப்பட்டன. அரசவையைக் கூட்டிய கலீஃபா முஸ்தன்ஸிர், மாலிக் ஷாஹிரை உதவி ஆட்சியாளராக அறிவித்தார். மாலிக் ஸாஹிருக்குப் பணியாட்கள் நியமிக்கப்பட்டனர். அவரது விருப்பம்போல் செலவுகளை மேற்கொள்வதற்கான அதிகாரத்துடன், எகிப்து கருவூலத்தின் ஓர் பகுதி அவருக்கென ஒதுக்கப்பட்டது. மூன்று ஆண்டுகளுக்குப் பிறகு, மாலிக் ஷாஹிரின் படையுடன் மங்கோலியர்களுக்கு எதிராகப் போரிட சிரியாவுக்குச் சென்ற கலீஃபா, போரில் தோல்வி அடைந்தார். அல்லது போர்க்களத்தில் கொல்லப்பட்டார். அவரது மறைவைத் தொடர்ந்த ஓராண்டுக்குப் பிறகு, காணாமல்போன, அப்பாசிய வம்சாவளியைச் சேர்ந்த ஒரு இளவரசரைக் குறித்தத் தகவல் மாலிக் ஸாஹிருக்குக் கிடைத்தது. அவர் அந்த இளவரசரைக்

கண்டுபிடித்து அரியணையில் அமர்த்தினார். அவரது பெயர், அபுல் அப்பாஸ் அஹ்மத் பின் ஹஸன் பின் அலீ பின் அபூபக்ர் பின் கலீஃபா முஸ்தர்ஷித் பில்லாஹ் பின் முஸ்தஸிர்.

அபுல் அப்பாசின் முன்னோர்களில் முஸ்தர்ஷித் பில்லாஹ்வுக்குப் பிறகு யாருமே கலீஃபாவாக இருக்கவில்லை. இப்போது, கலீஃபா முஸ்தர்ஷிதின் வம்சாவளியினூடே மீண்டும் அப்பாசிய கிலாஃபத் தொடக்கம் பெற்றது. அவருக்கு, ஹக்கீம் பி அம்ரில்லாஹ் என்று சிறப்புப் பெயர் சூட்டப்பட்டது. ஹிஜ்ரீ 661 முஹர்ரம் மாதம் 8 ஆம் நாள் ஹக்கீம், அரியணையில் அமர்த்தப்பட்டார். மாலிக் ஸாஹிர் சூடானை வெற்றிகொண்டார். அது ஒரு மாபெரும் வெற்றியாக அமைந்தது. ஹிஜ்ரீ 676 முஹர்ரம் மாதம் மாலிக் ஸாஹிர் மரணமடைந்தார். இதைத் தொடர்ந்து மாலிக் ஸயீத் பொறுப்புக்கு வந்தார். ஹிஜ்ரீ 678இல் மாலிக் மன்சூர் அரசுப் பொறுப்பை ஏற்றார். ஹிஜ்ரீ 680இல் அவர் சிரியாவில் மங்கோலியர்களைப் படுதோல்வி அடையச் செய்தார். ஹிஜ்ரீ 689இல் மாலிக் மன்சூர் மரணமடைந்தார். தொடர்ந்து மாலிக் அஷ்ரஃப் பொறுப்புக்கு வந்தார்.

40 ஆண்டுகளும் 5 மாதங்களும் 10 நாள்களும் கலீஃபாவாக ஆட்சி செய்த ஹக்கீம் பி அம்ரில்லாஹ், ஹிஜ்ரீ 701 ஜுமாதல் ஊலா மாதம் 18ஆம் நாள் மரணமடைந்தார். அவரது உடல் கெய்ரோவில் அடக்கம் செய்யப்பட்டது. அவருக்குப் பிறகு, அவரது மகன் அபூ ரபீயி முஸ்தக்ஃபி கலீஃபாவாகப் பொறுப்பேற்றார்.

ஹிஜ்ரீ 923 வரையிலும் அடிமைகள் அரசாற்றலில் இருந்தனர். பஹ்ரியா அடிமைகள் எனும் ஸர்க்கேசிய அடிமைகளுக்குப் பிறகு, ஹிஜ்ரீ 784இல், சர்க்காஸி (குர்ஜி) அடிமைகள் எனும் இன்னொரு அடிமை வம்சம் ஆட்சிக்கு வந்தது. பஹ்ரியா அடிமைகளின் கடைசி சுல்தானாகிய மாலிக் ஸாலே, ஹிஜ்ரீ 784இல் பணிநீக்கம் செய்யப்பட்டு, மாலிக் ஸாஹிர் எனும் சிறப்புப் பெயருடன் பர்க்கூக் சர்க்காஸ் என்பவர் நியமிக்கப்பட்டார். எகிப்தை ஹிஜ்ரீ 922 வரையிலும் சர்க்காஸி அடிமைகள் ஆண்டு வந்தனர். அவர்களது கடைசி மன்னனான சுல்தான் தூமூன் பெக், சுல்தான் ஸலீம் உஸ்மானியிடம் படுதோல்வியடைந்த பிறகு எகிப்து, உஸ்மானிய பேரரசுடன் இணைக்கப்பட்டது.

மேலே குறிப்பிட்டபடி, எகிப்தில் அடிமை ஆட்சியுடன்

தொடங்கிய அப்பாசிய கலீஃபாக்களின் மறுதொடர்ச்சி, ஹிஜ்ரீ 922இல் அடிமைகள் ஆட்சியுடன் முடிவுக்கு வந்தது. எகிப்திலிருந்த அப்பாசியக் கலீஃபாக்கள் பெயரளவிலான கலீஃபாக்களாக மட்டுமே இருந்து வந்தனர். புதிதாகப் பதவிக்கு வரும் அரசர்களுக்குப் பெயர் சூட்டுவது மட்டுமே அவர்களது பணியாக இருந்தது. இந்தியாவிலும் பிற நாடுகளிலுமுள்ள அரசர்கள் தங்களுடைய அரசை அங்கீகரிப்பதாக ஆவணங்களையும் சிறப்புப் பெயர்களையும் அவர்களிடமிருந்தே பெற்று வந்தனர். எகிப்திலுள்ள அடிமை அரசர்கள் தங்களைக் கலீஃபாக்களின் பிரதிநிதிகளாகக் கருதியதுடன் அவர்களை மதித்தும் நடந்தனர். ஜுமுஆ பேருரைகளில் அவர்களது பெயர்களை வாசித்தனர். ஆனால், உண்மையில் இந்த கலீஃபாக்களுக்கு செல்வாக்கோ ஆற்றலோ பிற உரிமைகளோ கிடையாது. தங்களது விருப்பம்போல் எங்காவது செல்லவும் எகிப்திய சுல்தான்கள் அவர்களை அனுமதிக்கவில்லை. நிர்ணயிக்கப்பட்ட ஊதியங்களை அவர்கள் பெற்றுக்கொள்ள வேண்டும். தங்களது குடும்பத்தினருடன் அவர்கள் அரண்மனைக் கைதிகளாக வாழ்ந்து வந்தனர். கலீஃபாக்கள் என்று குறிப்பிடப்பட்டாலும், கிலாஃபத் என்றால் என்னவென்று அறியாதவர்களாகவே அவர்கள் வாழ்ந்து வந்தனர். கிலாஃபத்துக்கும் கலீஃபாக்களுக்கும் வானுக்கும் பூமிக்குமான இடைவெளியிருந்தது.

எகிப்தை சுல்தான் ஸலீம் உஸ்மானி கைப்பற்றிய பின், 18ஆவது கலீஃபாவும் எகிப்திலிருந்த அப்பாசிய கலீஃபாக்களில் இறுதியானவருமான முஹம்மத் முற்றிலுமாக ஒடுக்கப்பட்டார். கலீஃபாவிடம் கிலாஃபத் அடையாளங்களாக மிச்சமிருந்த அரசாடையையும் கொடியையும் அவரது ஒப்புதலின்பேரில் சுல்தான் ஸலீம் பெற்றுக்கொண்டார். சுல்தான் ஸலீம் எகிப்தை விட்டுச் செல்லும்போது, கடைசி அப்பாசிய கலீஃபாவையும் தன்னுடன் அழைத்துச் சென்றார். இந்த 18ஆவது அப்பாசிய கலீஃபா, தனது வாரிசாக சுல்தான் அமீரை நியமித்தார். ஸஃப்ஃபாவுடன் தொடங்கிய அப்பாசிய கிலாஃபத், 800 ஆண்டுகளுக்குப் பிறகு, ஹிஜ்ரீ 922இல் வெறும் பெயரளவில் தேய்ந்து, இத்துடன் முடிவுக்கும் வந்தது. அக்காலகட்டத்தில் மிகவும் தகுதி வாய்ந்திருந்த உஸ்மானிய வம்சாவளியினரின் ஆட்சி ஆரம்பமாயிற்று. பாக்தாதிலும் இராக்கிலும் ஆட்சி செய்த அப்பாசிய கலீஃபாக்கள் முப்பத்தேழு

பேரும், எகிப்திலிருந்த பதினெட்டு பேரும் சேர்த்து, அப்பாசிய கலீஃபாக்களின் மொத்த எண்ணிக்கை 55.

அப்பாசிய வம்சாவளியின் தொடர்ச்சியைப் பின்பற்றியதன் விளைவாக, மிக முக்கியமான ஆட்சியாளர்கள் குறித்தும் அவர்களது பிந்தைய தலைமுறையினர் குறித்தும் அவர்களது முன்னேற்றங்கள் குறித்தும் நம்மால் பார்க்க முடியவில்லை. இனி அது குறித்த வரலாற்றைக் காண்போம். பொதுவாகவே, ஓர் ஆட்சியின் முடிவின்போது, அது குறித்த ஒரு சுருக்கத்தையும் நாம் வாசித்து வந்துள்ளோம். அப்பாசிய வம்சாவளி ஆட்சிகள் குறித்தும் இதுபோல் பார்த்தோம். எனவே, கலீஃபாக்களின் இம்மாபெரும் அரச வம்சாவளி குறித்த நன்மை தீமைகள், அதன் முடிவுகள் குறித்து நமக்குள் உருவாகும் இயல்பான ஒரு சுருக்கக் குறிப்பைக் காண்போம்.

உமய்யா - அப்பாசிய கிலாஃபத்
ஒரு பார்வை

உமய்யா - அப்பாசிய கிலாஃபத்துகள் முடிவடைந்துவிட்டன. ஆனால், இதுவரை நாம் வாசித்ததிலிருந்து, அவர்களது ஆட்சிமுறை, ஆற்றல், போர்கள், வெற்றிகள் குறித்து தெளிவற்ற ஒரு சித்திரம் நமக்குள் பதிவாகிறது. அரசர்கள், ஆட்சியாளர்கள் குறித்த வரலாற்று நூல்களின் அடிப்படையிலான பொதுவான சில தகவல்களை இதுவரை பார்த்தோம். வரலாற்றை எழுதும் கலை மிகவும் வளர்ச்சியடைந்துள்ளது. மேலும், அவ்வப்போதைய காலகட்டங்கள், அரசுகள், சமூகங்கள் மற்றும் கல்வி நிறுவனங்களின் கருதுகோள்களிலும் இக்கலை, அக்கறை கொள்கிறது. இவற்றையும் உட்படுத்திய ஒரு நூலை எழுதுவது என்பது அதன் வடிவம் சார்ந்து மிகப் பெரிய சவாலாக அமையும். இதை மனத்தில் கொண்டு, நம்பிக்கைக்குகந்த சில நூல்களின் அடிப்படையிலான உண்மைகள் கீழே தரப்படுகின்றன.

அரசுத் துறைகளும் செயலகங்களும் : உமய்யாக்களின் கிலாஃபத், அதன் காலத்தில் வெற்றிபெற்ற சர்வதேச அரசாக இருந்தது. அரேபியர்கள், வெற்றியாளர்களாகவும் ஏனைய சமூகங்கள் முறியடிக்கப்படக்கூடியவையாகவும் இருந்தன. அரேபியர்களிடம் சமயம் சார்ந்த பற்றுறுதி இருந்தது. குர்ஆன் மற்றும் நபிகளாரின் வழிகாட்டும் நெறிமுறைகளைத் தவிர வேறு நெறிமுறைகள் அவர்களுக்குத் தேவைப்படவில்லை. அது அவர்களைப் பிணைத்திருந்தது. வாழ்க்கை நெறியாக அமைந்திருந்தது. முஸ்லிம்கள் தங்களுக்குள் போரிட்டுக்கொண்டனர். அரேபியா, சிரியா, எகிப்து, இராக் போன்ற இஸ்லாமிய நாடுகளில் அரசுகள் சார்ந்து மக்கள் அமைதியை எதிர்பார்த்தனர். ஆயினும் சமூகம் சார்ந்த தங்கள் கூட்டு வாழ்க்கையைக் கடந்த, இஸ்லாமிய ஆட்சி முறை அல்லாத ஓர் அரசு நிர்வாகத்தை அவர்கள் கோரவில்லை.

கலீஃபாக்கள் கலந்தாய்வு மேற்கொண்டனர். இதற்கான நிர்ப்பந்தங்கள் எதுவுமில்லை என்ற போதிலும் ஆலோசனைகளையும் அறிவுரைகளையும் ஏற்றுக்கொண்டனர் அல்லது ஏற்றுக் கொள்ளவில்லை என்பது வேறு. சமயம் சார்ந்த அவர்களது எளிமையான வாழ்க்கை முறை ஆட்சியிலும் பிரதிபலித்தது. ஒரு நாடோடியின் வாழ்க்கை முறையே கலீஃபாவின் வாழ்க்கை முறையாக இருந்தது. ஆட்சியாளர்கள் மக்களால் கேள்விக்குட்படுத்தப்பட்டனர். வெற்றிகொண்ட பகுதிகளுக்கும் பிற நாடுகளுக்கும் கலீஃபா, தனது பிரதிநிதிகளை ஆட்சியாளராக நியமித்து அனுப்பி வைத்தார். அவர்கள் மைய அரசின் பாதுகாப்பின்கீழ் முழுமையான ஓர் அரசாகச் செயல்பட்டனர். அனைத்து இஸ்லாமியப் பகுதிகளுக்கும் கலீஃபாவே ஆட்சியாளராக இருந்தார். அனைத்துப் படைகளுக்கும் பொதுத்தலைவரும் கலீஃபாவே. நாடுகளின் மாகாணங்களின் ஆட்சியாளர்கள் அவரவர் ஆட்சிப் பகுதிகளின் அரசர்களாகவும் அனைத்துப் படைத்தலைவர்களாகவும் இமாம்கள் எனப்படும் சமயத் தலைவர்களாகவும் தலைமை நடுவர்களாகவும் இருந்தனர்.

சமயம் சார்ந்து ஏதேனும் சந்தேகங்கள் எழுந்தால், எந்த மனத்தடையுமின்றி சட்ட அறிஞர்களுடன் கலந்தாலோசனை செய்தார் கலீஃபா. ஏனைய பகுதிகளிலுள்ள ஆட்சியாளர்களும் இதைப் பின்பற்றினர். சில சந்தர்ப்பங்களில் மாகாணங்களுக்கான ஆளுநர்களை நியமனம் செய்து அனுப்பும்போது கூடவே, ஒரு

நடுவரையும் அனுப்பி வைத்தார் கலீஃபா. ஆளுநரின் பொறுப்பு, உள் நாட்டின் சட்டம் ஒழுங்கைப் பாதுகாப்பது; எதிரிகளால் உருவாகும் ஆபத்தைக் கவனத்தில் கொண்டு பாதுகாப்பு ஏற்பாடுகளில் ஈடுபடுவது; வரி வசூலைக் கண்காணித்து அதைப் பொதுக் கருவூலத்தில் சேர்ப்பது. நடுவர்களின் பொறுப்பு, இஸ்லாமிய நெறிமுறைகளை எடுத்துச் சொல்வது; பூசல்களைத் தீர்த்து வைப்பது; இஸ்லாமிய நெறிமுறைகளை மக்கள் கடைப்பிடிக்கச் செய்வது. நடுவர், ஆளுநரைச் சார்ந்து செயல்பட வேண்டியவரல்ல. சில வேளைகளில், தனியாக வரி வசூலிப்பவர் ஒருவரைக் கலீஃபா நியமிப்பதுமுண்டு. நிதி விவகாரங்கள் அனைத்துக்கும் அவரே பொறுப்பாவார். அந்த அமைப்பில், ஆளுநரே படைத்தலைவராகவும் இருந்தார். சுருக்கமாகச் சொன்னால், எளிமைதான் உமய்யாக்கள் ஆட்சியின் அடிப்படைக் கூறாக அமைந்திருந்தது. அனைத்துச் சிக்கல்களுக்கும் இடர்பாடுகளுக்கும் இஸ்லாமிய ஒளியிலேயே தீர்வு காணப்பட்டன. நடுநிலைமையிலான நீதி அமைப்பின் காரணமாக, மக்களின் வாழ்க்கை முறை மகிழ்ச்சியாகவும் முன்னேற்றமாகவும் அமைந்திருந்தது.

மக்கள்மீது நேர்மையற்ற வகையில் வரி சுமத்தப்படவில்லை. அரசு நிர்வாகத்தின்பேரில் கலீஃபாவுக்கு வீண் செலவுகள் செய்வதற்கான தேவைகள் இருக்கவில்லை. உலகியல் தலைவராகவும் இஸ்லாமிய உலகின் ஆன்மிகத் தலைவராகவும் இருந்தார் கலீஃபா. இதன் மூலம், நாட்டில் அமைதியை நிலவச்செய்வது எளிதாக இருந்தது. அமைச்சருக்கோ ஆலோசகருக்கோ என்று தனியாக ஒரு பணித்துறை கிடையாது. தேவைகளின் பொருட்டு, யாரும் அமைச்சரை அல்லது ஆலோசகரை அணுக முடியும்.

அப்பாசிய கிலாஃபத்தின்போது, வெற்றி கொள்ளப்பட்ட நாடுகளின் உரிமைகளை அரேபியர்களைத் தவிர, இரானியர்களும் துருக்கியர்களும்தான் அனுபவிக்கத் தொடங்கினர். படிப்படியாக அந்நாடுகள் அதிக அரசாற்றலுள்ளவையாக மாறின. கூடவே, சிக்கல்களும் அதிகரித்தன. இஸ்லாமிய நெறிமுறைகளின்படி, அனைவரும் சமமான முறையில் நடத்தப்பட்டிருப்பார்கள் எனில், உமய்யாக்களின் ஆட்சிக் காலத்தை விடவும் சிறந்த நிர்வாகமும் எளிமையும் ஒழுக்க மேன்மையும் மேலோங்கி இருக்கும். வாய்ப்புக்கேடாக, சிக்கல்கள்தான் மேலோங்கின.

நாடுகளுக்கிடையிலும் சமூகங்களுக்கிடையிலும் பகைமையும் வன்மமும் அதிகரித்துக்கொண்டிருந்தன.

இதற்கான காரணம் இரானியர்கள்தாம். கலீஃபாவின் அரசவை, இரானியர் மற்றும் ஸஸ்ஸானியர்களின் வாழ்க்கை முறைகளைக் கடைப்பிடித்து, அரேபியர்களின் எளிமையைப் புறக்கணித்தது. இதன்மூலம் பல்வேறு சிக்கல்களை இஸ்லாமியக் கிலாஃபத் எதிர்கொண்டது. அரசின்மீதான நம்பகத்தன்மையும் ஆற்றலும் படிப்படியாகக் குறைந்து, அதன் முடிவுக்கே கொண்டு சென்றது. இருப்பினும், அப்பாசிய கிலாஃபத்தின் முக்கியத்துவம் வாய்ந்த சில பணித் துறைகளின் நிரலை இங்கே முன்வைக்க வேண்டும்.

தலைமை அமைச்சர் : தொடக்கத்தில் கலீஃபாவின்கீழ் ஓர் அமைச்சர்தான் இருந்தார். கலீஃபாவின் உதவியாளராகவும் அனைத்துத் துறைகளுக்கும் அவரே தலைவராகவும் இருந்தார். அனைத்தையும் ஒருவரே கண்காணிப்பது சிரமம் என்ற நிலையில், தலைமை அமைச்சரும் அவரதுகீழ் வேறு அமைச்சர்களும் நியமிக்கப்பட்டனர். கலீஃபாவுக்கு மட்டுமே அதிகாரமுள்ள கூறுகளும் தலைமை அமைச்சர் மட்டுமே அவருக்கு அறிவுரை சொல்லக்கூடிய கூறுகளும் இருந்தன. தேவையான அறிவுரையை விரும்புகிற கலீஃபா, தலைமை அமைச்சருடன் அரசின் பிற உறுப்பினர்களையும் வரவழைத்தார்.

ஹாரூன் ரஷீதைப்போன்ற சில கலீஃபாக்கள் நிர்வாகப் பொறுப்புகளையும் அதிகாரத்தையும் தலைமை அமைச்சரிடம் ஒப்படைத்திருந்தனர். உத்தரவுகளைத் தலைமை அமைச்சர் சொல்ல, அவற்றை அறிவிக்கும் பொறுப்பை மட்டுமே கலீஃபா வைத்துக்கொண்டார். இப்படியான தலைமை அமைச்சர்கள், கலீஃபாவைவிடவும் அதிகாரம் படைத்தவர்களாகக் கருதப்பட்டனர்.

காலப்போக்கில், கலீஃபா வலுவற்றவராக மாறத்தொடங்கினார். தெலாமியர் (புவைஹியர்) அமீருல் உமராவாகவும் ஸெல்ஜூக்குகள் சுல்தான்களாகவும் கிலாஃபத்தினுள் தங்களைத் திணித்துக்கொண்டனர். கலீஃபாவுக்கும் சுல்தானுக்கும் தனித்தனியாகத் தலைமை அமைச்சர்கள் இருந்தனர்.

அதற்கு முன், கலீஃபாவுக்கு அமைச்சராக இருப்பதென்பது

மிகப்பெரிய தகுதியாகக் கருதப்படவில்லை. இந்த இரட்டைப்பொறுப்பு ஆட்சியின்போது கலீஃபாவின் தலைமை அமைச்சர் குடியரசுத் தலைவர் என்றும், சுல்தானின் தலைமை அமைச்சர் அமைச்சர் என்றும் குறிப்பிடப்பட்டனர். சில வேளைகளில், கலீஃபாவின் அமைச்சர் கலீஃபாவைவிடவும் அதிக உரிமைகளை அனுபவித்தார். கலீஃபாவின் அமைச்சரை சுல்தான் நியமிக்கத் தொடங்கிய பிறகு, கலீஃபா அந்த அமைச்சரின் கைதியாக இருந்தார்.

கலீஃபா தனது அறிவுக்கேற்றவாறு தலைமை அமைச்சரைத் தேர்வு செய்தார். சமூகப் படிநிலையில் மிகத் தாழ்ந்த நிலையிலுள்ள ஒருவருக்கு அரசாடை அளித்து, அமைச்சராகத் தேர்வு செய்து தற்பெருமையின் உச்சத்துக்கு அவரைக் கொண்டுசென்ற கலீஃபாக்களும் இருந்தனர். சில சந்தர்ப்பங்களில் அமைச்சரின் மகன், அடுத்த அமைச்சராகத் தேர்வு செய்யப்பட்டார். ஹாரூன் ரஷீதின் தலைமை அமைச்சர் ஜஅஃபர் பர்முக், மாமூன் ரஷீதின் தலைமை அமைச்சர் ஃபதல், அல்ப் அர்ஸலன், மாலிக் ஷாவின் தலைமை அமைச்சர் நிஸாமுல் முல்க் ஆகியோர் புகழ்பெற்ற அமைச்சர்களாக இருந்தனர்.

அமீருல் உமரா (நீதித்துறைத் தலைவர்) : அப்பாசிய ஆட்சி, வீழ்ச்சியடையத் தொடங்கும்போது உருவாக்கப்பட்ட துறை இது. கலீஃபாவின் இடத்தில் தங்களை அமர்த்திக்கொண்டு, சிறப்புப் பெயர்களையும் தாங்களே தேர்வுசெய்து, கலீஃபா அளித்ததாகச் சொல்லி, சூட்டிக்கொண்டனர். உண்மையில், இந்த அமீருல் உமராக்கள் இரான், இராக், குராசான் பகுதிகளின் ஆளுநர்களாக இருந்தவர்கள். தங்களுடைய தலைமைச் செயலக உறுப்பினர்களையும் அவர்களே நியமித்துக்கொண்டனர். கலீஃபா வெறும் பெயரளவில் உத்தரவுகளை அறிவிப்பவராக மட்டுமே இருந்தார். தெலாமியர்களின் ஆட்சி, 100 ஆண்டுகள் நீடித்தது. அவர்களது ஆளுநர்கள் அனைவரும் அமீருல் உமரா என்றே குறிப்பிடப்பட்டனர்.

சுல்தான் (அரசர்) : தெலாமியர்கள் தங்களின் பொதுச் சிறப்புப் பெயராக அமீருல் உமராவைத் தேர்வு செய்ததுபோல், ஸெல்ஜூக்குகள், சுல்தான் எனும் சிறப்புப் பெயரைத் தேர்வு செய்தனர். இந்த ஸெல்ஜூக் சுல்தான்கள் மிகுந்த ஆற்றல்

வாய்ந்தவர்களாகவும் அதிகமான சமய ஈடுபாடுள்ளவர்களாகவும் இருந்தனர். பெரும் பரப்பளவுகொண்ட பகுதிகளை ஆட்சி செய்த இவர்கள், கலீஃபாமீது தெலாமியர்களை விடவும் அரசப்பணிவு கொண்டிருந்தனர். கலீஃபாக்களின் மேன்மையை ஏற்றுக்கொண்டனர். அவர்கள் ஆட்சி செய்துவர இடமளித்தனர். ஸெல்ஜூக்குகளின் காலத்தில்தான் அவர்கள் தங்களுடைய அதிகாரத்தையும் பெருமையையும் திரும்பப் பெறும் முயற்சிகளில் வெற்றி பெற்றனர். அப்பாசிய கிலாஃபத்தின் ஆரம்பக் காலத்தில் அமீருல் உமரா, சுல்தான் ஆகிய பதவிகள் கிடையாது.

அமீல் அல்லது வலீ (ஆளுநர்) : மாகாணங்கள் மற்றும் ஆட்சிப்பகுதிகளிலுள்ள ஆளுநர்கள், தங்கள் ஆட்சிப் பகுதியை சுதந்திரமாக ஆண்டு வந்தனர். வசூலிக்கும் வரியில் தீர்மானிக்கப்பட்ட ஒரு தொகையையும் பெரும்பாலும் உடன்படிக்கை செய்துகொண்டதன் அடிப்படையிலான ஒரு தொகையையும் மைய அரசுக்குச் செலுத்தி வந்தனர்.

இன்னொரு வகையும் இருந்தது. ஆண்டுக்குரிய செலவுத்தொகை கழிக்கப்பட்ட பின், மிச்சமிருக்கும் பணத்தை கலீஃபாவுக்கு அனுப்பி வைப்பது. இதில் ஆளுநர் தனது மாகாணத்தின் வரவு செலவுகளைச் சரியாகக் கணக்கிட வேண்டியிருந்தது. குறிப்பிட்ட தொகையைச் செலுத்தியாக வேண்டுமென்ற பொறுப்பு இதில் கிடையாது. தலைநகருக்கு மிகத் தொலைவிலிருக்கும் எல்லைப் புறப்பகுதிகளே பொதுவாக, இந்த உடன்படிக்கையைப் பயன்படுத்தின. இதுபோன்ற ஆட்சிப் பகுதிகளிலிருந்து மிகச்சிறிய ஒரு தொகையே எதிர்பார்க்கப்பட்டது. சில வேளைகளில் ஜுமுஆ பேருரையில் கலீஃபாவின் பெயரைக் குறிப்பிடுவதே போதுமானதாக இருந்தது. இந்த ஆட்சிப் பகுதிகளிலுள்ள ஆளுநர்கள், கலீஃபாவை வஞ்சிக்கவோ எதிர்க்கவோ கிளர்ச்சி செய்திருந்தாலோ தவிர அவர்களைப் பதவி நீக்கம் செய்வதற்குக் காரணங்கள் கிடையாது. இருந்தும், பிற ஆட்சிப்பகுதிகளின் ஆளுநர்கள் அவ்வப்போது மாற்றப்பட்டனர்.

ஸாஹேப் ஷுர்தா (காவல்துறைத் தலைவர்) : நகர்ப்புறங்களில் அமைதியை நிலைநாட்டுவது, சட்டம், ஒழுங்குகளை செயல்படுத்துவது, கிளர்ச்சிகளை ஒடுக்குவது, திருட்டு,

கொள்ளைகளைத் தடுப்பதுபோன்ற காவல்துறையின் பணிகளுக்கான தலைமை அதிகாரி, ஸாஹேப் ஷுர்தா என்று அறியப்பட்டார். இவரது தலைமையகம் பாக்தாதில் இருந்தது. இராக்கின் பிற நகரங்களில் உதவியாளர்களை நியமித்து அவர் கண்காணித்து வருவார். சில வேளைகளில் இராக்கின் அனைத்துப் படைத்தலைவராகவும் ஏதாவதொரு ஆட்சிப் பகுதியின் ஆளுநராகவும் பணியாற்றுவார். தாஹிர் பின் ஹுஸைன் என்பவர், ஸாஹேப் ஷுர்தாவாக இருந்து குராசான் ஆளுநராக ஆனார். காவல்துறைத் தலைவர் பதவி மிகவும் பொறுப்பு வாய்ந்த ஒரு பணித்துறையாகும். சாதாரண நிலையிலுள்ள யாரும் இந்தப் பொறுப்பில் நியமிக்கப்படுவதில்லை.

ஹஜீப் (தலைமைப் பாதுகாவலர்) : கலீஃபாவின் மெய்க்காப்பாளர்களுக்குத் தலைமைப் பொறுப்பு வகிப்பவர் ஹஜீப் எனப்படுவார். இவர், கலீஃபாவுடன் மிகவும் நெருக்கமாக இருப்பவர். கலீஃபாவுடன் அரண்மனையில் தங்கியிருப்பார். பயணங்களின்போதும் அவருடன் இருப்பார். கலீஃபா தன்னுடைய தனிப்பட்ட விஷயங்களைப் பகிர்ந்துகொள்பவராகவும் அவரது, நம்பிக்கைக்குரியவராகவும் இருப்பார். அரண்மனைப் பணியாளர்களும் காவலர்களும் அவருக்குக் கீழ் பணியாற்றுபவர்கள். கலீஃபாவின் அரசவைக்குள் நுழையும் ஒவ்வொருவருக்கும் ஒழுங்குமுறைகளைப் பயிற்றுவிப்பவராகவும் கலீஃபாவின் உத்தரவுகளை நிறைவேற்றுபவராகவும் இருப்பார். சில சந்தர்ப்பங்களில், தலைமை அமைச்சரே ஹஜீபுக்குக் கீழ்ப்படிய வேண்டிய தேவை ஏற்படும். கலீஃபா ஹாரூன் ரஷீத் தன்னுடைய ஹஜீபை வைத்தே மஸ்ரூரைக் கொன்றார்.

காதியுல் குதத் (தலைமை நடுவர்) : காதியுல் குதத் எனும் பணித்துறை, முதன்முதலில் கலீஃபா ஹாரூன் ரஷீதின் ஆட்சிக்காலத்தில் உருவாக்கப்பட்டது. இது, அப்பாசிய ஆட்சியின் முடிவுவரைக்கும் தொடர்ந்து செயல்பட்டது. காதியுல் குதத் தனது விருப்பப்படி அனைத்து ஆட்சிப் பகுதிகளுக்கும் உதவியாளர்களை நியமித்தார். அவரது முக்கிய செயற்பாடுகள், மக்கள் ஷரீஆ நெறிமுறைகளைப் பின்பற்றுவதைக் கண்காணிப்பதும் பூசல்களைத் தீர்த்துவைப்பதுமாகும். மிகவும் உயர்ந்த நிலையிலுள்ள ஒரு பதவி இது. அரசவையில் காதியுல் குததின் நிலை, அனைத்துப் படைத்தலைவருக்கும் தலைமை அமைச்சருக்கும்

நிகரானது. கலீஃபாவை நியமிக்கும்போது, அவர் அதற்குப் பொருத்தமானவர் என்று காதி ஒப்புதல் அளித்தால்தான் உறுதி செய்யப்படும். கலீஃபாவைப் பதவி நீக்கம் செய்ய ஃபத்வா (மார்க்கத் தீர்ப்பு) வழங்குபவரும் காதிதான். அதே நேரம் ஒரு கலீஃபா நினைத்தால் காதியைப் பதவி நீக்கம் செய்ய முடியும். படையெடுப்பு, மாகாணங்களுக்கான ஆளுநரை நியமிப்பதுபோன்ற முக்கிய விஷயங்களில் காதியின் ஆலோசனையும் பெறப்படும். ஒரு கலீஃபாவே அனைத்துப் படைத்தலைவராக இருந்து, ஒரு நாட்டின்மீது படையெடுத்தால், காதியும் அவருடன் செல்வார். அல்லது ஒவ்வொரு படையுடனும் தன் உதவியாளரை அனுப்பி வைப்பார். உடன்படிக்கைகளுக்கும் ஒப்புதல்களுக்கும் ஆளுநர் நியமனச் சான்றுகளுக்கும் கலீஃபாவின் முக்கியமான உத்தரவுகளுக்கும் இறுதி ஆவணம் எனும் நிலையில் காதியின் முத்திரை இன்றியமையாதது.

ரைஸுல் அஸ்கர் (படைத்தலைவர்) : ஒரு கலீஃபாவோ, அமீரோ, அமைச்சரோ, தகுதி வாய்ந்த வேறு யாருமோ படைத்தலைவராக இயலும். எனினும், கலீஃபாவின் நிலையான படையின் ரைஸுல் அஸ்கர் எனும் அனைத்துப் படைகளுக்கும் தலைவராக ஒருவர் இருப்பார். இது ஒருவருக்கான நிரந்தரப் பணித்துறை அல்ல. படையின் ஒவ்வொரு பிரிவுக்கும் தலைவர்கள் இருப்பார்கள். கலீஃபா, தான் விரும்பிய யாரை வேண்டுமானாலும் அனைத்துப் படைத்தலைவராக நியமிக்கலாம். ஆனால், பெரிய அளவிலான படையெடுப்புகளின்போது ரைஸுல் அஸ்கர்தான் தலைவராக இருப்பார்.

முஹ்தஸிப் (பரிசோதகர்) : முஹ்தஸிபின் கடமை, நகரைச்சுற்றிக் காவல் வருவதும், மக்கள் ஷரீஆ நெறிமுறைகளை மீறிவிடாமல் கண்காணிப்பதும் அநீதி இழைப்பவர்களைத் தண்டிப்பதுமாகும். வணிக நிறுவனங்களிலும் ஏனைய பொது இடங்களிலும் இஸ்லாத்தின் அறநெறிகளைக் கடைப்பிடிக்க மக்களுக்கு உதவுவதன் மூலம் மக்கள் நன்னெறியைக் கடைப்பிடிக்கச் செய்வார். காவல்துறையின் அதிகார வரம்பினுள்ளிருந்து காதியுல் குததின்கீழ் அவர் பணியாற்றினார். முஹ்தஸிபை இன்றைய சொல் வழக்கில், நகரப் பரிசோதகர் என்று குறிப்பிடலாம். பெரிய, சிறிய வணிகர்களின் எடைக்கற்களையும் அளவைகளையும் பரிசோதனை

செய்யவும் இதில் தவறிழைப்பவர்களைக் கைது செய்து தண்டிக்கவும் அவருக்கு அதிகாரமிருந்தது. ஒவ்வொரு வணிகத் தொகுதிக்கும் ஒரு முஹ்தஸிபும் அவரின்கீழ் பணியாளர்களும் நியமிக்கப்பட்டனர்.

நஸீர் அல்லது முஷ்ரிஃப் (கண்காணிப்பாளர்) : அனைத்து அரசுத்துறைகளையும் கண்காணிப்பதற்கென கலீஃபாவினால் நியமிக்கப்படுபவர். தகுதியில் ஓர் அமைச்சருக்கு நிகரான மரியாதை நஸீருக்கு அளிக்கப்பட்டிருந்தது. அவரின்கீழ் ஒவ்வொரு துறைக்கும் தனியாக ஒரு முஷ்ரிஃப் அல்லது முஹ்தஸிப் (பரிசோதகர்) நியமிக்கப்பட்டார். அனைத்துத் துறைகளிலிருந்தும் அறிக்கைகளைப் பெற்று, முஷ்ரிஃபுல் அலா எனும் தலைமைப் பரிசோதகர் அதைக் கலீஃபாவிடம் சமர்ப்பிப்பார். இது முறையான நிர்வாக வளர்ச்சிக்கென அமைக்கப்பட்ட ஒரு சர்வதேச அமைப்பாக இருந்தது.

ஸாஹேப் பரீத் (அஞ்சல்துறைத் தலைவர்) : மாகாணம் மற்றும் நாட்டிலுள்ள அஞ்சல் துறையை நிர்வகிக்கவும் கண்காணிக்கவும் கலீஃபாவினால் நியமிக்கப்படுபவர். அரசாங்க அஞ்சல்கள் கொண்டுசெல்லப்படுவதைக் கண்காணிப்பது; தூதுவர்கள் அவற்றை எடுத்துச் செல்வதற்கான குதிரைகளைப் புறக்காவலரண்களில் ஏற்பாடு செய்து கொடுப்பது; போதுமான அளவு தகுதி பெற்ற குதிரைகளும் கோவேறு கழுதைகளும் ஒட்டகங்களும் முன்னேற்பாடாக இருப்பதை உறுதி செய்துகொள்வது போன்றவை இவரது பொறுப்பின்கீழ் வரும்.

ஆட்சிப் பகுதிகள் அனைத்திலுமுள்ள முக்கியச் செய்திகளைத் திரட்டி, அதைக் கலீஃபாவின் அரசவைக்கு அறிவிப்பதும் இவரது கடமை. அஞ்சல் துறைத் தலைவரின்கீழ் உளவு அமைப்பு ஒன்றும் செயல்பட்டது. இவர்கள் ஆட்சிப் பகுதிகளிலுள்ள மக்கள், அரசுப் பணியாளர்கள் மற்றும் துறைகள் சார்ந்த தகவல்களைத் திரட்டி சமர்ப்பித்து வந்தனர்.

ஒவ்வொரு நகரிலும் அவருக்கு உதவியாளர்கள் நியமிக்கப்பட்டனர். இத்துறை, மக்களுக்கான அஞ்சல்களையும் கொண்டு சென்றது. தகவல்கள் அனுப்புவதற்கு புறாக்களும் பயன்படுத்தப்பட்டன. அஞ்சல் நிலையங்கள், அவற்றின் திசைகள், புறக்காவலரண்களின் தொலைவு, பணியாளர்களின் எண்ணிக்கை போன்ற தகவல்கள்

அனைத்தும் அஞ்சல்துறைத் தலைவரின் பதிவேட்டில் அடங்கியிருக்கும்.

கத்தீப் (செயலாளர்) : கத்தீப் எனப்படும் செயலாளரும் கலீஃபாவால் நியமிக்கப்படுபவர்தான். அமைச்சர் தகுதிக்கு நிகரான ஒரு பொறுப்பு இது. அயல்நாடுகளிலிருந்து வரும் கடிதங்களைக் கலீஃபாவுக்கு வாசித்துக் காட்டுவது, உத்தரவுகளைக் குறிப்பெடுப்பது, அதன்படி பணிப்புரைகள் வழங்குவது, முக்கிய ஆவணங்களின் பாதுகாப்பு போன்றவை கத்தீபின் கடமைகள். அரசாணையின் பிரதிகளைப் பாதுகாத்து வைக்கும் செயலகம், பதிவுச் செயலகம், படைகள் தொடர்பான தகவல் செயலகம் போன்ற பல்வேறு துறைகள் சார்ந்த செயலகங்கள் கத்தீபின் கீழிருந்தன.

அமீருல் மின்ஜானிக் (போர்ப்படைப் பொறியாளர்) : போர்ப்படைப் பொறியியல் பிரிவின் தலைவர். பாதைகள் அமைப்பது, போர்க்களம், படை முகாம்களுக்குப் பொருத்தமான இடங்களைக் கண்டடைந்து உரிய ஏற்பாடுகளைச் செய்வது, எதிரிகளின் கோட்டைகளை இடித்துத் தரைமட்டமாக்குவது, காவலரண்கள் அமைப்பது போன்ற பணிகள் தலைமைப் பொறியாளரின் பொறுப்பு. கோட்டைகளை அல்லது நகரங்களை முற்றுகையிடுவது தொடர்பாக தலைமைப் பொறியாளரின் ஆலோசனைகளுக்கும் முடிவுகளுக்கும் மிகுந்த முக்கியத்துவம் அளிக்கப்பட்டது.

அமீருத்தமீர் (கட்டிடக்கலைத் தலைவர்) : அமீருத்தமீர் எனும் கட்டிடக்கலைத் தலைவரின் பொறுப்புகளில் அரண்மனைகளைக் கட்டியெழுப்புவது, பழுது பார்ப்பது, பொதுநலன் சார்ந்த கட்டிடங்கள், அகழிகள் தோண்டுவது, பாலங்கள், அணைக்கட்டுகள் போன்ற கட்டுமானப் பணிகள் உட்படும்.

அமீருல் பஹ்ர் (கடற்படைத் தலைவர்) : போர்க்கப்பல்கள் மற்றும் கடற்படைத் தலைவர் அமீருல் பஹ்ர் எனப்படுவார். கடற்படையின் அனைத்து அதிகாரிகளும் இவரது கட்டுப்பாட்டின்கீழ் வருவார்கள். ஒவ்வொரு அதிகாரியின் கீழும் ஒரு போர்க்கப்பல் இருந்தது.

தபீப் (மருத்துவர்) : தலைமை மருத்துவ அதிகாரி. அனுபவமும் திறமையும் வாய்ந்த ஒன்றுக்கு மேற்பட்ட மருத்துவர்கள் எப்போதும் கலீஃபாவின் அரசவையிலும் நகரிலும் இருந்தனர். கல்வி, கலைகள்

தொடர்பான கூட்டங்களிலும் இவர்கள் கலந்துகொண்டனர். அறிவியலாளர் குழுக்களிலும் உறுப்பினர்களாக இருந்தனர். இவர்களது மேற்பார்வையில், அரசுச்செலவில் மருத்துவமனைகளும் மருந்துக்கடைகளும் இயங்கி வந்தன. பல்வேறு நாடுகளையும் சமயங்களையும் சார்ந்தவர்கள் இத்துறையில் நியமிக்கப்பட்டனர்.

ஏனைய முக்கியமான துறைகளும் நிர்வாகப் பிரிவுகளும் :
கலீஃபா, சுதந்திரமான ஆட்சித் தலைவராக இருந்தபோதிலும் குற்றங்களுக்கான தண்டனையிலிருந்து முழுமையான விலக்கு அவருக்கு அளிக்கப்படவில்லை. அவர்மீது எந்தக் குற்றமும் சுமத்த முடியாது என்ற நிலையும் இல்லை. கலீஃபாவாக நியமிக்கப்பட்ட ஒருவர், மக்களிடமிருந்து வாக்குறுதி பெற்ற பின், தான் குர்ஆனையும் நபிவழியையும் பின்பற்றி நடப்பதாக உடன்படிக்கை மேற்கொண்டாக வேண்டும். நெறிமுறைக்கு மாறான அவருடைய எந்தச் செயலையும் கேள்விக்குட்படுத்தும் உரிமை கல்வியாளர்களுக்கும் சட்ட வல்லுநர்களுக்கும் இருந்தது. கலீஃபாவை அவர்களால் கட்டுப்படுத்தவும் இயன்றது. அரசு, மக்களுடைய உரிமைகளுக்கு எதிராகச் செயல்படும் நிலையில் கலீஃபாவை அவர்கள் எதிர்த்துப் போரிட்டனர். அவரைப் பதவி நீக்கம் செய்வதில் கல்வியாளர்களுக்கும் சட்டவல்லுநர்களுக்கும் மக்கள் ஆதரவளித்தனர்.

கல்வியாளர்களும் சட்ட வல்லுநர்களும் தங்கள் கடமையைச் செய்யத் தவறும்போது நிர்வாக ஊழலுக்கும் ஆட்சி, பலவீனம் அடையவும் காரணமானது. சில சந்தர்ப்பங்களில் தகுதியையும் பெருமையையும் முன்வைத்து, கலீஃபா தனக்கென சில அதிகப்படியான உரிமைகளை எடுத்துக்கொண்டார். யாருடனும் ஆலோசனை மேற்கொள்ளாமல் சில உத்தரவுகளைப் பிறப்பித்து, அவற்றைச் செயல்படுத்தினார். இருப்பினும், பெரும்பாலான பணிகள் வரையறுக்கப்பட்ட நெறிமுறைகளின் கீழ்தான் நடந்தேறின. அரசு இயந்திரமும் தடங்கலின்றிச் செயல்பட்டது. எனவேதான், அப்பாசிய கிலாஃபத்தின்போது சுல்தான்கள், அமீர்களிடையே போர்களும் சச்சரவுகளும் இருந்தபோதிலும் கலைகளும் அறிவியலும் முன்னேற்றம் அடைந்தன. பண்பாடும் ஒழுக்கமும் மேன்மை அடைந்தன.

அப்பாசிய கிலாஃபத்தின் தொடக்கத்தில், பல்வேறுபட்ட கலைகள் மற்றும் அறிவியல் தேடுதல்களுக்கான அடித்தளங்கள் இடப்பட்டன. அனைத்தையும் ஆவணப்படுத்தும் அரியதொரு செயல்பாடு ஏற்கனவே நடந்துகொண்டிருந்தது. அப்பாசிய கிலாஃபத் வீழ்ச்சியடைய ஆரம்பித்த பின்னரும், அவர்களது கலை, அறிவியல் சார்ந்த முன்னேற்றத்திற்கும் புதியவற்றைக் கண்டுபிடிக்கும் முயற்சிகளுக்கும் பாதிப்பு ஏற்படவில்லை. அதன் மாபெரும் பங்களிப்புகளில் ஒன்று, அரசு நிர்வாக அமைப்பில் ஒழுங்குமுறையை உருவாக்கியது. இந்த ஒழுங்குமுறையானது, இஸ்லாமிய அடிப்படைக் கொள்கைகளின்படி அமைக்கப்பட்டது. போர்களாலும் பூசல்களாலும் அரசு பலவீனமடைந்தும்கூட அதன் ஒழுங்குமுறைக்கு எந்தப் பாதிப்பும் நிகழவில்லை. அராஜகங்கள் நிலவிய சூழலிலும், அதிகாரத்தில் இருப்பவர்கள்மீது மக்கள் வெறுப்படைந்த நிலையிலும் அதன் கட்டமைப்புக்கும் விழுமியங்களுக்கும் குந்தகம் நிகழவில்லை. ஆகவேதான் கல்வியிலும், சமூக அமைப்பிலும், ஒழுக்கப் பண்புகளிலும் பெரிய அளவிலான பின்னடைவுகள் ஏற்படவில்லை. ஸமனி, ஸஃப்ஃபாரி, ஸெல்ஜூக் ஆகியோரின் அரசுகள் நிலையாகவும் உறுதியாகவும் இல்லாதிருந்தும் அவர்களது ஆட்சியின்போது மாபெரும் கல்வியாளர்கள் தோன்றினர். கலை, அறிவியல் துறைகளில் புகழ்பெற்ற இந்தக் கல்வியாளர்கள் தங்களின் அழியாத செல்வங்களை உலகிற்கு அளித்துச் சென்றனர்.

திவானுல் அஸீஸ் : கலீஃபாவின் அரசவை, திவானுல் அஸீஸ் என்று அறியப்பட்டது. இதுபோல், அரசாங்கத்தின் அனைத்துத் துறைகளிலும் அதன் தீர்மானங்களிலும் தன்னுடைய மேலாண்மையை நிலை நாட்டியிருந்தவரும் அரசுக் கடிவாளத்தைக் கைகளில் வைத்திருந்தவருமான தலைமை அமைச்சரின் செயலகமும் திவானுல் அஸீஸ் என்றே அறியப்பட்டது. அனைத்துத் துறைகள் சார்ந்த அதிகாரிகளும் தங்களுடைய தலைவருடன் கலந்தாலோசனை செய்த பிறகு, இறுதி உத்தரவுப் பிறப்பிப்பவர் தலைமை அமைச்சர்தான்.

திவானுல் கிராஜ் : வரி அறவீட்டுத்துறை எனப்படும் நிதித்துறை குறிப்பிட்ட காலகட்டங்களில் தலைமை அமைச்சரின் நேரடிக் கண்காணிப்பிலும் வேறு சில சந்தர்ப்பங்களில், தலைமை

அமைச்சரின் கீழ் பணியாற்றும் தனியொரு அமைச்சராலும் நிர்வகிக்கப்பட்டது. சில சந்தர்ப்பங்களில் கலீஃபா தலைமை அமைச்சருக்கும் நிதி அமைச்சருக்குமிடையே எந்தத் தொடர்பும் இல்லாமலும் தனது செயலாளரை மட்டும் தொடர்புகொள்ளும்படியும் கவனித்துக்கொண்டார். தனது விருப்பத்தின்படி தலைமை அமைச்சரே ஒவ்வொரு ஆட்சிப் பகுதியிலும் இதற்கென உதவியாளர்களை நியமித்துக்கொள்வதுமுண்டு. இவர்கள் குறிப்பிட்ட அப்பகுதி ஆளுநர்களின் கட்டுப்பாட்டின்கீழ் வரமாட்டார்கள். மாகாணங்களின் ஆளுநர்களுக்குப் பணத்தைத் தன்னிச்சையாகச் செலவிட தலைமை அமைச்சர் உரிமை வழங்கியிருந்தார். ஆனால், செலவிட்ட தொகைக்கு அவர்கள் பொறுப்பேற்க வேண்டும்.

திவானுல் ஜிஸ்யா அல்லது திவான் தமாம் : ஜிஸ்யா மற்றும் திம்மிகள் தொடர்பான ஆவணங்களை திவானுல் ஜிஸ்யா செயலகங்கள் பாதுகாத்து வந்தன. ஜிஸ்யா வசூலிப்பது, தொகையைத் தீர்மானிப்பது, அதிலிருந்து விலக்களிப்பது ஆகியவை திவானுல் ஜிஸ்யாவின் பொறுப்புகள். இதன் தலைவர், நிதி அமைச்சரின் கீழ் செயல்பட்டார். ஜிஸ்யாவைக் குறைப்பது, விலக்களிப்பது தொடர்பான விஷயங்களில் இவர் தலைமை நடுவரின் (காதியுல் குதத்) அறிவுறுத்தலின்படி செயல்பட்டார்.

திவானுல் அஸ்கர் : படைவீரர்கள் தொடர்பான பதிவுகள், அவர்களுக்கான ஊதியங்களைப் பங்கீடு செய்வது ஆகிய பணிகள் திவானுல் அஸ்கரின் பொறுப்புகளாகும். இத்துறை, கலீஃபா அல்லது தலைமை அமைச்சருடன் நேரடித் தொடர்பு வைத்திருந்தது. அனைத்துப் படைத்தலைவரும் இத்துறையின் ஓர் ஊழியராகக் கருதப்பட்டார். வீரர்களுக்கான ஊதியம் வழங்கும்போது, அதை முன்நின்று கண்காணிக்கும் பொறுப்பு அனைத்துப் படைத்தலைவருக்குரியது. குதிரைகள், கோவேறு கழுதைகள், ஒட்டகங்கள் போன்றவற்றை வாங்குவது, போர்க்கருவிகளைத் திரட்டுவது, சீருடைகள் தயாரிப்பது போன்ற பணிகளும் திவானுல் அஸ்கரின் பொறுப்புகளாகும்.

திவான் ஷுர்தா : காவல்துறை நிர்வாகமும் அதிகாரிகளின் செயல்பாடுகளும் திவான் ஷுர்தாவின் கண்காணிப்பின் கீழ் இருந்து வந்தன. இவரே, காவல்துறைத் தலைவராக

இருந்தார். முஹ்தஸிப்களின் பணியும் திவான் ஷுர்தாவின் கண்காணிப்பின்கீழ்தான் நடைபெற்றது. இதில், பணிபுரியும் ஊர்க் காவலர்களுக்கு படைவீரர்களை விடவும் அதிக ஊதியம் வழங்கப்பட்டது. இதற்கான பணியாளர்கள் மிகுந்த கவனத்துடன் தேர்வு செய்யப்பட்டனர்.

திவான் தஹ்யா : கலீஃபாவின் வரிவிலக்கம் செய்யப்பட்ட சொத்துக்களை நிர்வகிக்கும் பிரிவு. இதன் பொறுப்புகள், நிலங்களைப் பண்படுத்தி, விவசாயம் செய்து, அவற்றை எப்போதும் பசுமையாக வைத்திருப்பதும் இவற்றின் விளைச்சலை மேம்படுத்துவதுமாகும்.

திவான் பரீத் : அஞ்சல் துறையின் பாக்தாத் தலைமையகம். ஆட்சிப் பகுதிகளின் வரைபடங்கள், அஞ்சலகங்களின் பட்டியல், வழித்தடத்தின் ஒவ்வொரு பகுதியிலும் திசைகாட்டி, பாதுகாப்புக் குறித்த எச்சரிக்கைகள் போன்ற அறிவிப்புகள், ஊழியர்களுக்கான பணிப்புரைகள், அவர்களது பணிகள் குறித்தத் தகவல்கள் என அனைத்து விவரங்களும் இத்துறையின் பொறுப்புகளாகும்.

திவானுன் நஃபகாத் : கலீஃபாவின் அரண்மனைச் செலவுகள், அன்பளிப்புகள், பிற நாடுகளுக்கான செலவுகள் அன்பளிப்புகள் தொடர்பான பதிவுகளை மேற்கொள்வது இத்துறையின் பொறுப்புகளாகும்.

திவானுத் தவ்கி : அரசாங்க முத்திரைத் துறை. அரசு உத்தரவின் பிரதிகள் அனைத்தும் இதன் பாதுகாப்பின் கீழிருந்தது. பதிவுத்துறை என்றும் குறிப்பிடப்பட்ட இத்துறை, கத்தீபின் பொறுப்பின்கீழ் செயல்பட்டது.

திவானுன் நஸ்ர் ஃபில் மஸாலிம் : தொழிலாளர்களின் பணிகளை ஆய்வு செய்வது, பதிவு நூல்களிலும் செயலகங்களிலும் ஏற்படும் தவறுகளைத் திருத்துவது, செயலகங்களைக் கண்காணிப்பது, தவறிழைக்கும் தொழிலாளர்களையும் அரசு ஊழியர்களையும் திருத்தி நல்வழிப்படுத்துவது போன்றவை இதன் பொறுப்பாளரான, முஷ்ரிஃபுல் அலாவின் (தலைமைப் பரிசோதகர்) கடமைகள்.

திவானுல் அன்ஹர் : கால்வாய்களைப் பழுதுபார்ப்பது,

இஸ்லாமிய வரலாறு நான்காம் பாகம்

பாதுகாப்பது, நீர் வளங்களை மேம்படுத்துவதுபோன்ற பணிகள் இத்துறையின் பொறுப்புகளாகும். கால்வாய்கள் தோண்ட முன்வரும், ஆர்வமுள்ள விவசாயிகளுக்கும் செல்வந்தர்களுக்கும் மக்கள் சேவையில் ஈடுபாடுகொண்ட குழுவினருக்கும் அதற்கான முழு உரிமைகளும் வழங்கப்பட்டிருந்தன. ஒரு குறிப்பிட்ட பகுதியில் வாழ்கிற விவசாயிகளோ குடிமக்களோ ஒரு புதிய கால்வாயைத் தோண்ட விரும்பினால், அதற்கான செலவில் அரைப் பகுதியை அரசாங்கம் வழங்கும். நீர்ப்பங்கீட்டை முன்வைத்து, இரு பகுதியில் வாழும் மக்களிடையே பிரச்சினைகள் உருவானால், அமைதியான முறையில் அதைத் தீர்த்து வைக்கும் உரிமை விவசாயிகளுக்கு வழங்கப்பட்டிருந்தது. அல்லது திவானுல் அன்ஹார் தலையிட்டுப் பிரச்சினைகளைத் தீர்த்து வைக்கும். இப்புதிய நீராதாரங்களின் பயனாக அரசுக்குப் பல்வேறு நன்மைகள் விளைந்தன. முக்கியமாக, அதிகரித்த விளைச்சலுக்கேற்ப வரியை அதிகமாகப் பெற்றுக் கொண்டது அரசு.

திவானுல் ரஸாயல் : திவானுல் ரஸாயல் எனும் செய்தித் தொடர்பாடல் செயலகத்தின் முக்கியப் பணிகள்: உடன்படிக்கைகள், ஒப்புதல்கள் ஆகியவற்றின் கையெழுத்துப் பிரதிகளுக்கு ஏற்பாடு செய்வது; அவற்றைப் பிரதிகள் எடுத்து வைத்துவிட்டு, செயலக முத்திரைப் பதித்து உறைகளிலிட்டு மெழுகு வைத்து அதன்மீது செயலக முத்திரை பதித்து மூடுவது; முக்கியமான தீர்ப்புகளின் பிரதிகளைப் பாதுகாத்து வைப்பது; அரசாங்க உத்தரவுகளை மாகாணங்களுக்கும் பிற ஆட்சிப் பகுதிகளுக்கும் அனுப்புவது; பொதுமக்களின் முறையீடுகளைக் குறித்து வைத்து, தொடர்புடைய துறைகளுக்கு அனுப்புவது; அந்தந்தச் செயலகங்களுக்குப் பொருத்தமான நிர்வாகக் கொள்கைகளை முன்மொழிவது போன்றவையாகும்.

தாருல் அத்ல் : நடுவர் மன்றங்களின் மேல்முறையீடுகளை தாருல் அத்ல் ஆய்வு செய்யும். மிக முக்கியமான வழக்குகளை பாக்தாத் நடுவரும், தலைமை நடுவரும், அமைச்சர்களும், சட்ட வல்லுநர்களும், கல்வியாளர்களும் சேர்ந்து, தாருல் அத்லில் விசாரணை செய்வார்கள். அவைத் தலைவராக கலீஃபாவும் கலந்துகொள்வார். கலீஃபா தொடர்பான வழக்காக இருந்தால், தலைமை அமைச்சரோ தலைமை நடுவரோ அவைக்குத் தலைமை

வகிப்பார்கள். கிளர்ச்சியிலோ சூழ்ச்சியிலோ ஈடுபட்டதாக, ஆளுநர்கள் மற்றும் அனைத்துப் படைத்தலைவர்கள்மீதான குற்றச்சாட்டுகளில், தங்கள் தரப்பு நியாயத்தைச் சொல்ல வாய்ப்பளிக்கப்பட்டது. நன்னடத்தையையும் சமூகத் தகுதியையும் உறுதிப்படுத்தும் சான்றிதழ்களை வைத்திருப்பவர்கள் மட்டுமே இம்மன்றத்தில் சாட்சி சொல்ல இயலும். அதில், அந்தந்தப் பகுதிகளின் நடுவர் அல்லது முஃப்தஸிப் உறுதிசெய்து கையெழுத்திட்டிருக்க வேண்டும். சமூகத்தின் உயர்நிலையிலுள்ளவர்கள் இம்மன்றத்தில் சாட்சியமளிக்க அஞ்சினார்கள். விசாரணையின்போது தங்களுடைய நடத்தை குறித்த ஐயங்கள் ஏற்பட்டு, அதன் விளைவாகத் தங்களது சாட்சியம் மறுக்கப்பட்டு விடுமோ என்பதுதான் அச்சத்துக்கான காரணம்.

தாருல் கதா : தாருல் கதா என்பது, இஸ்லாமிய நீதியமைப்பில் தனித்துவமான ஒரு நடுவர் மன்றம். இதில் நகரிலுள்ள அனைத்து நடுவர்களும் பங்கு வகிப்பார்கள். ஆளுநர் அல்லது அரசு நிர்வாகிகள் மீதான வழக்குகளில் குற்றம் சாட்டப்பட்டவர் சாதாரண குடிமகனாக வந்து தனது பக்க நியாயத்தை எடுத்துச் சொல்ல வேண்டும். முஸ்லிம் அல்லாதவர்களின் வழக்குகளில் அவர்களில் ஒருவர் நடுவராக நியமிக்கப்படுவார். முஸ்லிம் அல்லாத நடுவர் மன்றத்தில், குடிமை மற்றும் குற்றவியல் வழக்குகளும் விசாரணை செய்யப்பட்டுத் தீர்ப்புகள் வழங்கப்பட்டன. முஸ்லிம்களுக்கும் பிற பிரிவினருக்குமிடையிலான வழக்குகளில், இரு பிரிவினரின் ஒப்புதலின்பேரில், அவர்கள் விரும்பும் நடுவர் மன்றத்தில் வழக்கை விசாரணை செய்ய அனுமதிக்கப்பட்டனர். ஆனால், அதன் மேல்முறையீட்டையும் இந்நடுவர் மன்றமே விசாரணை செய்யும். பொதுவாக, முஸ்லிம் அல்லாதவர்கள் தங்களுக்கிடையிலான பிரச்சினைகளையும் இந்நடுவர் மன்றத்திலேயே தீர்த்துக்கொள்ள விரும்பினர்.

அரசின் பொதுப்படையான நிலை : குடிமக்களின் வாழ்க்கையிலும் அவர்களது அகமனம் சார்ந்த விஷயங்களிலும் அரசு தலையிடுவதில்லை. நகரங்கள் மற்றும் சிற்றூர்களின் நிர்வாக அமைப்புகள், அம்மக்களின் கைகளிலேயே இருந்தன. பாதுகாப்பு ஏற்பாடுகளைத் தங்கள் விருப்பப்படி அவர்கள் அமைத்துக் கொண்டனர். குறிப்பிட்ட நிர்வாகத்தை அவர்கள் விரும்பவில்லை என்றால், அவரை மாற்றக் கோரும் முறையீட்டை

கலீஃபாவுக்கு அனுப்பினர். கலீஃபா பெரும்பாலும் அதை ஏற்றுக்கொண்டார். எந்த நிர்வாகியும் மக்களின் விருப்பத்துக்கு மாறாக நியமிக்கப்படவில்லை.

நகரின் குடிமக்களே ஒரு படையாக இருந்தனர். அரசுப் படைகளின் உதவியுடன் எதிரிகளை எதிர்த்து நிற்கும் நிர்வாகியைக் கடந்து பொதுமக்களே உடன்படிக்கைக்கு வரவும் இயன்றது. இந்நிலையில் அந்நிர்வாகி சிலவேளை நகரை விட்டுச் செல்ல வேண்டிய சூழ்நிலையும் உருவாகும்.

பொதுவாகவே, மக்களின் உரிமைகளில் அதிகாரிகள் தலையிடத் துணிவதில்லை. ஒரு சாதாரண குடிமகனும்கூட, கலீஃபாவையோ உயரதிகாரிகளையோ எதிர்த்து நின்று, தான் சொல்ல வேண்டியதை அச்சமின்றி சொல்ல முடிந்தது. கலீஃபாக்கள், தங்களால் இயன்ற அளவுக்குப் பொறுமையுடனிருந்து, தான் மக்கள் நன்மைக்காக செயல்படுபவன் என்று உறுதிப்படுத்த முயன்றனர். அப்பாசிய கலீஃபாக்கள் தங்கள் ஆட்சியின்போது கலைக்கும் அறிவியலுக்கும் சிறப்பான உதவிகள் செய்தனர்.

பயண வசதிகள் : அப்பாசிய கலீஃபாக்கள் இராக், ஹிஜாஸ், இரான், குராசான், மோசில், சிரியா ஆகிய நாடுகளின் வழித்தடங்களில் பயணிகளுக்குப் பாதுகாப்பான போக்குவரத்து ஏற்பாடுகள் செய்யப்பட்டன. வழித்தடங்களில் பாதுகாப்பு வீரர்கள் நியமிக்கப்பட்டனர். குறிப்பிட்ட தொலைவுகளில் காவலரண்களை ஏற்படுத்தினர். அதில், பயணத்துக்கான குதிரைகள், ஒட்டகங்களுடன் பயணத்துக்கான பிற முன்னேற்பாடுகளும் இருந்தன. குறிப்பிட்ட தொலைவுகளில் பயண விடுதிகளும் உணவுக்கான ஏற்பாடுகளும் செய்யப்பட்டிருந்தன. அஞ்சல் நிலைய வாகனங்களான குதிரைகளில் பொதுமக்களும் பயணம் செய்ய முடிந்தது. வழியில் திருடர்களாலும் கிளர்ச்சியாளர்களாலும் ஆபத்து நேரிடுவதற்கான வாய்ப்பிருந்தால், பயணிகளுக்கு அரசுப் படைப் பாதுகாப்பு வழங்கப்பட்டது. இதுபோல், ஹஜ் பயணக் குழுத் தலைவரின்கீழ் ஒரு படை நியமிக்கப்பட்டது. இப்படை, மக்காவுக்குச் செல்லும் பயணிகளுடன் செல்லும்.

வணிக வசதிகள் : ஒவ்வொரு நகரிலும் ஒரு வணிகர் குழு இருந்தது. இதில், அதிகாரிகள் இருந்தாக வேண்டுமென்ற

கட்டாயமில்லை. விற்பனைப் பொருள்களுக்கான விலையை வணிகர்களே முடிவு செய்துகொண்டனர். பொருள்களின்மீதான வரிகள் நிலையானவை அல்ல. இப்படியாக, வணிகச் சூழல் சிறப்பாக அமைந்திருந்தது. அரசு நிர்வாகிகளை விடவும் வணிகர்களுக்குப் பெரும் மதிப்பளிக்கப்பட்டது. அவர்கள் எப்போது வேண்டுமானாலும் கலீஃபாவின் அரசவைக்கு வருவதற்கான அனுமதி வழங்கப்பட்டிருந்தது. வெளிநாடுகளிலிருந்து பொருள்கள் கொண்டு வந்து விற்பனை செய்யும் வணிகர்களைத் திருப்தியுடனும் மகிழ்ச்சியாகவும் வைத்திருக்க அரசு முயற்சி செய்தது. இவர்கள் மிகுந்த மதிப்புடன் நடத்தப்பட்டனர். பொருள்கள் விற்பனையாகாமல் இருந்தால், அரசு அதிகாரிகளோ, சுல்தானோ, கலீஃபாவோ தங்களுக்குத் தேவைப்படவில்லை என்றால்கூட, அவற்றைக் கொள்முதல் செய்ய முன்வந்தனர். வணிகர்கள் மனச்சோர்வுடன் திரும்பிச்செல்வதை அவர்கள் விரும்புவதில்லை. குறிப்பிட்ட ஒரு நிர்வாகியின் அல்லது ஆளுநரின் ஆட்சிப் பகுதியில் ஒரு வணிகப் பயணக்குழு கொள்ளையடிக்கப்பட்டால், அவர் திறமையற்றவராகவும் இழிவாகவும் கருதப்பட்டார்.

நகரிலுள்ள உயர்குடியினர், வணிகர்களை வரவேற்று அவர்களை மகிழ்ச்சிப்படுத்தி சிறப்பு விருந்தினர்களாக நடத்தினர். வெளிநாட்டிலிருந்து ஒரு வணிகர் வருகை தந்தால், கலீஃபாவே அவரை வரவேற்று விருந்தளித்து அவரது பயணக் கதைகளைக் கேட்டறிந்து அன்பளிப்புகளுடன் வழியனுப்பி வைப்பார். இந்நடைமுறை, வணிகச்சூழலுக்குப் பெரும் உற்சாகத்தையும் துணிச்சலையும் அளித்தது. வணிகம் பெருமளவில் வளர்ச்சியடைந்தது. அப்பாசிய கலீஃபாக்கள் ஆட்சியில் அனைத்து வகையான வணிகங்களும் கைத்தொழில்களும் முழுமையான வளர்ச்சியை அடைந்திருந்தன. ஒவ்வொரு நகரும் குறிப்பிட்ட ஏதாவதொரு கைத்தொழிலுக்குப் பெயர் பெற்று விளங்கியது. ஒரு பகுதியிலுள்ள பொருள்கள் இன்னொரு பகுதிக்கு ஏற்றுமதியாயின.

அரேபியர்கள், பண்டைக் காலம் முதல் வணிகர்களாக இருந்தவர்கள். அப்பாசியர் ஆட்சியில் இரானியர்களும் வணிகத்தில் ஈடுபாட்டை வளர்த்துக்கொண்டனர். முஸ்லிம் வணிகர்கள், வடக்கிலிருக்கும் கடற்கரை பகுதிகளுக்கும் வடக்கு, தெற்கு ஆப்பிரிக்கப் பகுதிகளுக்கும் சென்றனர். ஸ்வீடனிலும் மடகாஸ்கரிலும்

பாக்தாதில் செய்யப்பட்ட கலைப்பொருள்கள் மிகுந்த கவனம் பெற்றன. வத்தீக் பில்லாஹ்போன்ற சில கலீஃபாக்கள் வெளிநாட்டு வணிகர்களுக்கும் இறக்குமதியாகும் பொருள்களுக்கும் வரிவிலக்கு அளித்தனர்.

வரித்துறை : விளைபொருள்கள்மீது வரி விதிப்பதற்கு மாறாக, அவற்றில் பங்கு வசூலிக்கும் முறை நடைமுறையில் இருந்தது. திராட்சை, பேரீச்சை உற்பத்திகளில் பங்கின் அடிப்படையில் பணமாக வசூலிக்கப்பட்டது. விளைபொருளுக்கேற்ப, இருபது, இருபத்தைந்து, நாற்பது சதவிகிதம் என வரி விதிக்கப்பட்டு, வரித்துறை அதிகாரி விளைபொருளாகப் பெற்றுக்கொள்வார்.

தொடக்கக் கால கலீஃபாக்கள் ஆட்சியின் வெற்றிகளுக்குப் பிறகு, பஹ்ரைன், இராக், ஜஸீரா போன்ற சில மாகாணங்களில், உடன்படிக்கையின்கீழ் விவசாய நிலங்களுக்கான வரி வசூலிக்கப்பட்டது. இது, நிலையான ஒன்றாகவும் இதற்குமேல் எந்த வரி விதிப்பும் நிகழாதபடியும் அமைந்திருந்தது. சிறிதளவிலான காரணங்களை முன்வைத்து, பெரும்பாலான நிலங்களுக்கு வரி விலக்கு அளிக்கப்பட்டது.

மக்கள் நலமும் பயிர் வளமும் மேலோங்க வேண்டுமென்ற நோக்கத்துடன் விவசாயிகள் நலனில் அரசாங்கம் சிறப்புக் கவனம் செலுத்தியது. ஆட்சிப் பகுதிகளின் பெரும் பரப்பிலான விவசாய நிலங்களின் விளைபொருள்களில் பத்து சதவிகிதம் மட்டுமே வரியாகப் பெறப்பட்டன.

படையில் நியமிக்கப்படாத திம்மிகளும், அரசின் பாதுகாப்பில் வாழ்பவர்களும் மாறுதலுக்குரிய ஒரு வரியைப் படைச்செலவுக்காகச் செலுத்தி வந்தனர். விருப்பத்துடன் படையில் சேர்ந்த திம்மிகளுக்கு ஜிஸ்யாவிலிருந்து விலக்களிக்கப்பட்டது. படைகளில் சேரவேண்டுமென்ற கட்டாயம் முஸ்லிம்களுக்கு இருந்தது. திம்மிகளில் முதியவர்களுக்கும் இளைய வயதினருக்கும் விலக்கு அளிக்கப்பட்டிருந்தது. செல்வந்தர்களான முஸ்லிம்கள்மீது ஸகாத் வரியும் செல்வந்தர்கள் அல்லாத முஸ்லிம்கள்மீது ஸதக்கா வரியும் கட்டாயமாக்கப்பட்டது.

அரசுச் செலவினங்கள் : ரோமானிய எல்லை நெடுகிலும் நிரந்தரப்

படை முகாம்கள் அமைக்கப்பட்டன. ஏனைய படை வீரர்களைவிட இவர்களுக்கு அதிக ஊதியம் வழங்கப்பட்டது. தலைநகரில் எப்போதும் ஒரு படை தயாராக இருந்து வந்தது. படையின் ஒரு பகுதி, வழித்தடங்களின் பாதுகாப்புக்காக நியமிக்கப்பட்டது. இவர்கள், ஆயிரத்துக்கும் மேற்பட்ட புறக்காவல் நிலையங்களில் பணியில் அமர்த்தப்பட்டனர். முக்கிய நகரங்களிலும் முதன்மை வாய்ந்த பிற பகுதிகளிலும் கணிசமான அளவில் பாதுகாப்பு வீரர்கள் நியமிக்கப்பட்டனர்.

முஹ்தஸிபின் கட்டுப்பாட்டின்கீழ் பணியாற்றி வந்த ஊர்க்காவலர்களுக்கும் காவல்துறைத் தலைவரின்கீழ் பணியாற்றி வந்த ஊர்க்காவலர்களுக்கும் அரசுக் கருவூலத்திலிருந்து ஊதியம் வழங்கப்பட்டது. அரசு வருமானத்தின் பெரும்பகுதியும் படைகளுக்கே செலவிடப்பட்டது. இதில், அஞ்சல் துறை ஊழியர்களும் அதன்கீழ் பணியாற்றிய ஊர்க்காவலர்களும் குதிரைகள் ஒட்டகங்கள் போன்ற வாகனங்களும் உட்படும்.

ரோமானிய எல்லைகளிலுள்ள வீரர்களுக்கான உணவு, குதிரைகள், பிற முக்கியத் தேவைகளையும் அவர்களது குடும்பத்தினருக்கான முக்கியத் தேவைகளையும் அரசே கவனித்துக் கொண்டது. போர்க்காலங்களில் படைகளுக்கான அனைத்துச் செலவுகளும் கருவூலத்திலிருந்து பெறப்பட்டன. ரோமானியர்களுக்கு எதிரான போர் தொடர்ந்து நடைபெற்று வந்தது. இதன் காரணமாக, எல்லைப் பகுதிகளில், நகரங்களையும் கோட்டைகளையும் கட்டியெழுப்ப வேண்டிய தேவை உருவாயிற்று. மாகாணங்களிலுள்ள படைகளுக்கான செலவுகள் அந்தந்த மாகாணங்களிலுள்ள கருவூலங்களிலிருந்து பெறப்பட்டன. ஆயினும், எல்லைப் பகுதிகளிலுள்ள படைவீரர்கள், பாக்தாத், இராக் மற்றும் ஏனைய பகுதிகளுக்கான பாதுகாப்பு, அஞ்சல் வழிப் பாதுகாப்புக்கான போர்க்காவலர்கள், மக்கள் படை, கலீஃபாவின் தனிப்பட்ட படைச்செலவு என அனைத்துச் செலவுகளும் கலீஃபாவின் மத்திய கருவூலத்தின் பொறுப்பாகவே இருந்தது. கலீஃபாவாகப் பொறுப்பேற்ற ஒவ்வொருவரும் படைவீரர்களுக்கு அன்பளிப்பு வழங்குவதை வழக்கமாகக் கொண்டிருந்தனர்.

உயர்நிலை அலுவலர்களுக்கு வரியில்லாத நிலங்கள் வழங்கப்பட்டன. அவர்களுக்கு நிரந்தர ஊதியமும் வழங்கப்பட்டது.

நகரங்கள் மற்றும் கோட்டைகள் கட்டுமானப்பணிகளுடன் கல்விக்கூடங்கள், பாலங்கள், கால்வாய்கள், அகழிகள், கிணறுகள், தொழுகை இல்லங்கள் போன்றவையும் தொடர்ந்து கட்டப்பட்டு வந்தன. தொழில்நுட்ப, அறிவியல் வல்லுநர்கள், கைவினைஞர்களுக்கு சிறப்பான ஊதியங்களும் பிற சலுகைகளும் வழங்கப்பட்டன. இது, அவர்களுக்கு மிகுந்த தூண்டுதலை அளித்தது. மருத்துவர்கள், கவிஞர்கள், கல்வியாளர்கள், சட்ட வல்லுநர்கள் ஆகியோரும் மனத்திருப்தியடையும் அளவுக்குச் சிறப்பிக்கப்பட்டனர். பாக்தாதிலுள்ள சில கிறிஸ்தவ, யூத மருத்துவர்கள், அங்குள்ள அனைத்து மக்களைவிடவும் பொருளாதாரத்தில் வளர்ச்சி பெற்றிருந்தனர். பாக்தாதிலுள்ள பல கல்விக்கூடங்கள், அரசாங்கத்தின் பெருமளவிலான பொருளாதார உதவியுடன் செயல்பட்டு வந்தன. பிற நகரங்களிலும் இப்படியான, பல கல்விக் கூடங்கள் செயல்பட்டு வந்தன. பெருநகரங்களில் அரசின் பெருமளவிலான ஆதரவுடன் போர்க் கருவிகள், ஆடைகள், சர்க்கரை, மருந்து வகைகள், நறுமணப் பொருள்கள் தயாரிக்கும் தொழிற்சாலைகள் நிறுவப்பட்டன. கலீஃபாவின் தனிப்பட்ட விருப்பங்களின் காரணமாக, பட்டாடைகள், கம்பளியாடைகள் நெய்யும் ஆலைகளும் கண்ணாடியிலான கைவினைப்பொருள்கள் செய்யும் தொழிற்கூடங்களும் பெருமளவில் வளர்ச்சியடைந்தன.

சிறந்த வீரர்களையும் கல்வியாளர்களையும் தொழில்நுட்பக் கலைஞர்களையும் அறிவியலாளர்களையும் சிறப்பித்து வந்தார் கலீஃபா. அவர்களுக்கான அன்பளிப்புகளாக, ஒவ்வொரு நிகழ்வுக்கேற்ப அணியும் விலையுயர்ந்த ஆடைகள், வாட்கள், ஈட்டிகள், கேடயங்கள், அம்புகள் போன்றவை கலீஃபாவிடம் எப்போதும் இருக்கும். வெளிநாட்டு வணிகர்கள் கொண்டு வந்த, விலையுயர்ந்த பொருள்களை விலைக்கு வாங்கி, தனது கருவூலத்தில் பாதுகாத்து வைத்திருந்து அவற்றை வெற்றிக்கான நினைவுப்பரிசுகளாகவும் அன்பளிப்புகளாகவும் மக்களுக்கு வழங்கி வந்தார்.

படைகளின் தயார்நிலை : படைகளின் பலம், கால கட்டங்களுக்கு ஏற்ப மாறுபட்டும், பல்வேறு பிரிவுகளாகவும் உப பிரிவுகளாகவும் இருந்தன. பத்தாயிரம் வீரர்களைக்கொண்ட ஒரு படையின் தலைவர் படை அமீர் எனப்பட்டார். அவரது கீழ் பத்து உத்தரவு

அதிகாரிகள் பணியாற்றினர். இவர்கள் ஒவ்வொருவர் கீழும் ஆயிரம் வீரர்களிருந்தனர். உத்தரவு அதிகாரிகள் ஒவ்வொருவருக்கும் பத்து உதவியாளர்கள் இருந்தனர். ஒவ்வொரு உதவியாளரின் கீழ் பணியாற்றிய நூறு வீரர்களும் பத்து தலைவர்களின் கீழ் செயல்பட்டனர்.

கலீஃபாக்கள் தங்கள் விருப்பத்துக்கேற்ப படைச்சீருடைகளில் சில மாற்றங்களைச் செய்துகொண்டனர். கலீஃபா முத்தஸிம், துருக்கியப் படையின் சீருடையில் மேலுமொரு இழையைச் சேர்த்துக்கொண்டார். சில சந்தர்ப்பங்களில் சீருடைகள் மீது, விலை மதிப்புமிக்க பின்னல் பணிகள் சேர்த்துக்கொள்ளப்பட்டன.

படை அணிவகுப்புகளுடன் பெருமளவிலான ஒட்டகங்களும் கோவேறு கழுதைகளும் போருக்கான பொருள்களைக் கொண்டு சென்றன. ஆயுதங்களில் ஈட்டி, வாள், கேடயம் போன்றவை ஏராளமாக இருந்தன. இப்படைப் பிரிவு ஹர்பியா (போரிடும் படை) என்றும் வாள், கேடயம் அம்புகளுடன் செல்லும் படை ரமீயா (எய்யும் அல்லது எறியும் படை) என்றும் குறிப்பிடப்பட்டது.

வீரர்கள் தலைக்கவசம், இரும்புக் கைவளை, கையுறை, குட்டையான காலுறைகள் அணிந்திருந்தனர். ஒவ்வொரு படையிலும் சிறந்த வில்வீரர்களும் ஈட்டி எய்பவர்களும் அடங்கிய குதிரைப் படை இடம்பெற்றிருக்கும். இவர்களுடன் பொறியியலாளர்கள், மருத்துவர்கள், அறுவை சிகிச்சை மருத்துவர்கள்கொண்ட குழுக்கள் கூடவே செல்லும். இதில், நடமாடும் மருத்துவமனைக்கான மருந்துப்பொருள்கள், உபகரணங்கள், போரில் காயமடைந்தவர்களைக் கொண்டு செல்லும் வாகனங்கள் போன்ற அனைத்தும் இருக்கும்.

கிலாஃபத் வலுவிழந்து, புவைஹ் கிளையினரின் ஆதிக்கம் மேலோங்கியபோது, படைத்தலைவர்களுக்கு வரியில்லாத விவசாய நிலங்கள் வழங்கும் வழக்கம் தொடங்கியது. வரி வசூல் அதிகாரிகளிடமிருந்து தங்களுக்கான ஊதியங்களைப் பெற்றுக்கொள்ள அவர்களுக்கு அனுமதி வழங்கப்பட்டது. இது, அப்பகுதிகளிலுள்ள விவசாயிகள்மீதான அதிகாரிகளின் கொடுமைகளுக்கு வழி வகுத்தது. ஆட்சிக்கு வந்த ஸெல்ஜூக்குகள் மற்றொரு புதிய வழக்கத்தை அறிமுகம் செய்து வைத்தனர். இதன்படி ஒவ்வொரு நிர்வாகியும் ஆளுநரும் படைத்தலைவராகக் கருதப்பட்டனர். தங்கள் பகுதிகளில்

வரி வசூல் செய்வதற்காக ஒரு படையைத் தயார் நிலையில் அவர்கள் வைத்திருக்க வேண்டும். இதன் மூலம், விவசாய நிலத்தின் உரிமையாளராக மாறிய படைத்தலைவர்கள், பண்ணைகளுக்குத் தலைவர்களாயினர். இக்கட்டான சூழ்நிலைகளின்போது இவர்கள் கலீஃபாவுக்கு உதவியாக படைகளுடன் செல்ல வேண்டும்.

இப்படியாக, ஆட்சிப் பகுதிகளின் நிர்வாக அமைப்பு, படைத்தலைவர்களின் கைகளுக்குள் வந்தன. முந்தைய நிர்வாகிகளும் பண்ணையாளர்களும் தங்கள் செல்வாக்கை இழந்தனர். படைகளுக்கும் அரசுப் பணத்துக்கும் எந்தத் தொடர்பும் இல்லை என்றானது. தங்களுக்கான ஊதியங்களைப் படைத்தலைவர்களே சம்பாதித்துக்கொள்ளும் அதிகாரம் வழங்கப்பட்டது. சூழ்நிலைகளுக்கேற்ப சம்பள விகிதத்தையும் அவர்களே முடிவு செய்துகொள்ளலாம். கலீஃபாவுக்கு வருமான இழப்பு ஏற்பட்ட நிலையில் அவர், படைவீரர்களின் எண்ணிக்கையைக் குறைக்க வேண்டியதாயிற்று. இது கலீஃபாவின் அதிகாரத்தை சுல்தான்கள் கைப்பற்றுவதில் சென்று முடிந்தது. ஸெல்ஜூக்குகள் பலவீனமடைந்த நிலையில், இராக்கைக் கைப்பற்றிய பாக்தாத் கலீஃபா வரியை அதிகப்படுத்தி, நிர்வாக உரிமையையும் படைகளையும் வேறுபடுத்தி முந்தைய வழக்கத்தை மீண்டும் செயல்படுத்தினார்.

கல்வி வளர்ச்சி : கலீஃபா ஹாருன் ரஷீதின் ஆட்சியில் பாக்தாதில் பைத்துல் ஹிக்மா (அறிவகம்) நிறுவப்பட்டது. கலீஃபா மாமூன், கிரேக்க, எபிரேய, சம்ஸ்கிருத, பாரசீக நூல்களை மொழிபெயர்ப்பதற்காக ஒரு துறையை நிறுவினார். அதில், வழக்காடல்களும் கல்வியியல் ஆய்வுகளும் ஏற்பாடு செய்து தானும் பங்காற்றினார். ஆளுநர்கள், அமைச்சர்கள் போன்ற முக்கியமான தலைவர்களின் இல்லங்களில் கல்வியாளர்கள் ஒன்றுகூடுகிற வழக்கம் உருவானது. அங்கே கல்வி தொடர்பான விஷயங்கள் விவாதிக்கப்பட்டன. கேட்போரின் மனங்கள் மிகத் தெளிவாக ஒளியூட்டப்பெற்றன. நூல்களை எழுதுவதிலும் தொகுப்பதிலும் மொழிபெயர்ப்பதிலும் ஈடுபட்டிருந்தவர்களின் எண்ணிக்கைக்கேற்ப இன்னொரு குழுவினர் அவற்றைப் பிரதி எடுப்பதில் ஈடுபட்டிருந்தனர். நூல் விற்பனையாளர்கள் பெரும் மதிப்புடன் நடத்தப்பட்டனர். நூல்களைப் பிரதியெடுப்பதில் அவர்களும் தங்களை ஈடுபடுத்திக்கொண்டனர். இதற்கென

பிரதியெடுப்பவர்களையும் எழுத்தணிக் கலைஞர்களையும் நியமித்திருந்தனர். கல்வி சார்ந்த ஆய்வுகளுக்காகவும் அறிவைத் தேடவும் தொலைதூர நாடுகளுக்குப் பயணம் மேற்கொண்டவர்கள், மக்களுக்கும் அரசுக்கும் விலை மதிப்பற்ற செல்வமாகக் கருதப்பட்டனர்.

அப்பாசிய கிலாஃபத்தின்போது அரபு இலக்கணமும் பயண இலக்கியங்களும் செழித்து வளர்ந்தன. இதுதொடர்பான பல நூல்கள் எழுதப்பட்டன. நபிகளாரின் பொன்மொழிகள் மிகுந்த கவனத்துடன் தொகுக்கப்பட்டன. உஸூல் அஹாதீஸ், இல்முல் கலாம், இல்முல் ஃபிக்ஹ், இல்முல் உரூத் ஆகியவை குறித்த நூல்கள் ஆயிரக்கணக்கில் எழுதப்பட்டன. பாக்தாதில் மட்டுமின்றி, முக்கியமான அனைத்து நகரங்களுக்கும் பிற பகுதிகளுக்கும் கல்வி தொடர்பான பயணத்தில் ஆசிரியர்கள் ஈடுபடுத்தப்பட்டனர். மருத்துவம், இயற்பியல் துறைகள் சார்ந்த பல நூல்கள் எழுதி வெளியிடப்பட்டன. முதன்முதலாக மருத்துவ அங்காடிகள் தொடங்கப்பட்டதும், வரலாறுகளை முறைப்படித் தொகுத்தளித்ததும் இக்கால கட்டங்களில்தான். மிகச்சிறந்த வானியல் கண்டுபிடிப்புகள் நிகழ்ந்ததும் அப்பாசியர் ஆட்சியில்தான்.

கலீஃபா மாமூன் ரஷீதின் ஆட்சியின்போது, வானிலை ஆய்வுக்கூடங்கள் நிறுவப்பட்டன. பூமியின் சுற்றளவு குறித்துக் கண்டுபிடிக்கப்பட்டதும் மாமூன் ரஷீதின் ஆட்சியில்தான். கட்டிடக்கலை தொடர்பான பல நூல்கள் அவரது காலத்தில் எழுதப்பட்டன. தொலைநோக்குக் கண்ணாடி, நேரங்காட்டி போன்றவை அப்பாசியர் காலத்துக் கண்டுபிடிப்புகள்.

அறநெறி மற்றும் இறையியல் சார்ந்து, குறிப்பிடத்தக்க பல நூல்கள் இக்காலகட்டத்தில் எழுதப்பட்டன. கணிதவியல், வேதியியல், மண்ணியல், விலங்கியல், தாவரவியல், தர்க்கவியல் தொடர்பாகவும் பல்வேறு நூல்கள் எழுதப்பட்டன. முஸ்லிம்கள் இவற்றைப் பயின்று நிறுவவும் செய்தனர். முஸ்லிம்களின் கல்வி சார்ந்த இக்காலகட்டத்தின் சாதனைகளை முழுமையாகக் குறிப்பிட வேண்டுமெனில் தனியொரு நூல் தேவைப்படும். இதில், அன்டலூஸியா முஸ்லிம்களும் பின்தங்கிவிடவில்லை. இன்றைய பல்வேறு கண்டுபிடிப்புகளுக்கு அவர்களது பங்களிப்பு மிக முக்கியமானது.

இரண்டாம் பாகம் : நபிகளாரின் வாழ்க்கை வரலாறு, நபிவழி கலீஃபாக்களின் கால நிலைமைகள் போன்றவை தொடர்பான இஸ்லாமிய வரலாறு முதல் பாகத்தில் பார்த்தோம். இறைத்தூதருடனான உறவை முன்வைத்து யாரும் அவர்களது உடைமைகளிலோ ஆட்சியிலோ முன்னுரிமை கோருவதற்கு இஸ்லாமிய நெறிமுறைகள் அனுமதிக்கவில்லை. இம்முடிவு, இஸ்லாமியக் கோட்பாடுகளின் அடிப்படையில் மேற்கொள்ளப்பட்டது. நபிவழி கலீஃபாக்கள் ஒவ்வொருவருக்கும் ஆண் வாரிசுகள் இருந்தனர். அவர்கள் தகுதி வாய்ந்தவர்களாகவும் இருந்தனர். ஆனால், யாரும் தம் மகனை ஆட்சியின் வாரிசாக முன்மொழியவில்லை. அலீ (ரலி) அவர்களுக்குப் பிறகு, அவரது மகன் ஹஸன் (ரலி) அவர்கள் கூஃபா மக்களால் கலீஃபாவாகத் தேர்வு செய்யப்பட்டார். ஆறு மாதங்களுக்குப் பிறகு அவர் கிலாஃபத்தையும் அரசையும் அமீர் முஆவியா (ரலி) அவர்களிடம் ஒப்படைத்தார்.

ஆனால், அமீர் முஆவியா (ரலி) அரசியல் வாரிசாகத் தன்னுடைய மகன் யஸீதை அறிவித்தார். பெரும்பான்மை முஸ்லிம்களால் தேர்வு செய்யப்பட்டவருக்கு உரிமையான இஸ்லாமிய அரசை, அவர் தனது குடும்பச் சொத்தைப்போல் பாவித்தார். ஆட்சியுரிமை என்பது ஒருவரின் குடும்பச் சொத்து என்று அவர் அறிவிக்கவில்லைதான். ஆனால், யஸீதைக் கலீஃபாவாக ஏற்கும் நம்பிக்கை வாக்குறுதியை மக்களிடமிருந்து பெறுவதற்கான தொடர் முயற்சிகளில் ஈடுபட்டார். கிலாஃபத்தில் வாரிசுரிமை முறையை அனுமதிக்க மறுத்த முஸ்லிம்களை முஆவியாவின் இந்நடவடிக்கை, சிக்கலுக்குள்ளாக்கியது. இதன் காரணமாக ஏற்பட்டதுதான் கர்பலா படுகொலை. முஸ்லிம்களின் தொடர் முயற்சிகளின் காரணமாக, அமீர் முஆவியாவின் குடும்ப ஆட்சி முடிவுக்கு வந்தது. பின்னர், அப்துல்லாஹ் பின் ஸுபைர் கலீஃபாவாக நியமிக்கப்பட்டார். அமீர் முஆவியாவின் இந்நடவடிக்கைகள், இஸ்லாத்துக்கு எதிரான சூழ்ச்சிகளில் ஈடுபடவும் இஸ்லாமிய ஆட்சியின் அடிப்படைகளைத் தகர்க்கவுமான யூதன் அப்துல்லாஹ் பின் ஸபாவின் முயற்சிகளுக்கு உதவியாக அமைந்தன.

முதலாவது, முஆவியா (ரலி) இஸ்லாமிய அரசுக் கோட்பாட்டினுள் செய்த ஒரு தவறு. அடுத்து, அப்துல்லாஹ் பின் ஸபா வெளியிலிருந்து செய்த சூழ்ச்சி. இவை இரண்டும் சேர்ந்து, இதுதான் இஸ்லாமிய

அரசுக் கோட்பாடு என்பதுபோல் முன்வைக்கப்பட்டது. இது, பெரியதொரு சோதனையாக அல்லது ஒழுங்கீனமாக மாறி, இஸ்லாமிய அரசுக் கோட்பாட்டின் அடிக்கட்டுமானத்தைக் குலைத்தது. எதிர்ஆற்றல்களால் உருவாகும் பேரழிவுக்கும் உள்ளானது. கலீஃபாவையும் பிற ஆட்சியாளர்களையும் வாரிசுரிமையில் நியமிக்கும் இவ்வழக்கத்தை மர்வானியக் கலீஃபாக்கள் உறுதிப்படுத்தினார்கள். திறமையற்றவர்கள் கிலாஃபத்தை ஏற்க இது வழியமைத்தது. இஸ்லாமிய ஆட்சியின் மேன்மைக்கும் பெருமைக்கும் பலத்த அடி விழுந்தது. மேலும், இஸ்லாமிய ஆட்சிப் பகுதிகளில் உருவான தொடர் போராட்டங்களும் கிளர்ச்சிகளும் ஸபாவின் நடவடிக்கைகளுக்கு சாதகமாக அமைந்தன.

இறுதியில் கிலாஃபத், உமய்யாக்களிடமிருந்து அப்பாசியர் கைக்கு மாறியது. இஸ்லாமிய அரசின் பிரிவுக்கு இதுவே தொடக்கமாகவும் அமைந்தது. அப்பாசியருக்கு முன், இஸ்லாமிய நாடுகள் அனைத்தையும் ஒரே குடையின்கீழ் உமய்யாக்கள் ஆண்டு வந்தனர். ஸ்பெய்னில் அப்பாசியரின் ஆட்சித் தொடக்கத்தில், அதற்கு வெளியே உமய்யாக்கள் ஆட்சிப்பிரிவு ஒன்று உருவானது. பின்னர், மொராக்கோ, வடஆப்பிரிக்கா மற்றும் ஏனைய ஆட்சிப் பகுதிகளில் தனித்தனி இஸ்லாமிய ஆட்சிப் பிரிவுகள் உருவாயின.

உமய்யா கிலாஃபத் குறித்தும் அப்பாசிய கிலாஃபத் குறித்தும் பார்த்தோம். அப்பாசிய கிலாஃபத்தின்போது நிறுவப்பட்ட ஏனைய அரசுப் பிரிவுகள் குறித்து மூன்றாம் பகுதியில் பார்ப்போம். நிகழ்வுகளின் தொடர்ச்சியையும் அதன் உட்கூறுகளையும் புரிந்துகொள்ள வசதியாக, இந்த அரச குடும்பங்களைப் பற்றிய சிறு விளக்கத்தைத் தருவது பொருத்தமாக இருக்கும்.

ஸ்பெய்ன் : ஸ்பெய்னை வெற்றிகொண்ட முஸ்லிம்கள், ஹிஜ்ரீ 93இல் தங்களது ஆட்சியை நிறுவினர். உமய்யா ஆட்சிப் பகுதியின் ஒரு மாகாணமான ஸ்பெய்னை ஹிஜ்ரீ 138 வரையிலும் ஏனைய பகுதிகள்போல் அமீர்களும் அரசு நிர்வாகிகளும் ஆட்சி செய்து வந்தனர். உமய்யா ஆட்சியை அகற்றிவிட்டு, கிலாஃபத்தை அப்பாசியர் ஏற்றபோது, உமய்யாக்களின் பத்தாவது கலீஃபாவான ஹிஷாமின் பேரன் அப்துர் ரஹ்மான், இரத்த வேட்கை மிகுந்த அப்பாசியரிடமிருந்து தப்பித்து ஸ்பெய்னை

அடைந்து ஹிஜ்ரீ 138இல் தனது அரசை நிறுவிக்கொண்டார். அப்பாசியருக்கும் அப்துர் ரஹ்மானுக்குமிடையே போர் நடந்தது. இதில், அப்பாசியர் தோல்வியடைந்தனர். ஸ்பெய்ன் நகரான கார்டோபாவைத் தலைநகராகக்கொண்டு தனது வீரம் செறிந்த ஆட்சியைத் தொடங்கினார் அப்துர் ரஹ்மான். ஸ்பெயினை ஹிஜ்ரீ 422 வரையிலும் அவரது குடும்பமே ஆட்சி செய்து வந்தது.

ஸ்பெய்ன் கலீஃபாக்களின் அலங்காரமும் கொண்டாட்டமும் நிரம்பிய ஆட்சி, ஐரோப்பாக் கண்டம் முழுவதும் தாக்கத்தை உருவாக்கியது. அவர்களது பண்பாடும் அறிவுத்தேடல் மீதிருந்த நாட்டமும் உலக நாடுகளிடையே வியப்பை உருவாக்கின. உமய்யாக்களின் வெற்றிகளும் சாதனைகளும் அப்பாசியர்களைவிட வியப்பு மிகுந்தவையாகவும் அறிவுறுத்துவதாகவும் அமைந்திருந்தன. ஹிஜ்ரீ 422 இல், ஸ்பெய்னில் அராஜகம் தலைதூக்க ஆரம்பித்து, உமய்யாக்களின் மேன்மை மிகுந்த கிலாஃபத் வீழ்ச்சியடைந்தது. பிறகு, சிறு சிறு முஸ்லிம் நாடுகளாகத் துண்டுபட்ட ஸ்பெய்ன், கார்டோபா, ஸெவில், கிரெனடா, வெலன்ஸியா போன்ற நகரங்களைத் தலைநகர்களாகக் கொண்டு ஆட்சி செய்யப்பட்டு வந்தது.

குறுகிய காலத்தில், ஸ்பெய்னின் பெரும்பகுதி, ஆப்பிரிக்க இஸ்லாமிய அரசுகளின்கீழ் வந்தது. முஸ்லிம்களிடையே உருவான உள்நாட்டுப் போர்களால் கிறிஸ்தவ அரசுகள் பலனடைந்தன. போர்களுக்கு அவர்களது தூண்டுதலும் காரணமாக இருந்தது. ஸ்பெய்னை வெற்றிகொண்ட கிறிஸ்தவ ஆட்சியாளர்கள், மிகவும் பலவீனமடைந்த நிலையிலிருந்த அவர்கள்மீது அடக்கு முறையைக் கட்டவிழ்த்துவிட்டனர். இதற்கு முன், மனிதகுல வரலாற்றில் எந்த ஒரு சமூகமும் இத்தகைய மிக மோசமான அடக்குமுறையை எதிர்கொண்டதில்லை. ஸ்பெய்ன் முஸ்லிம்கள் வீழ்ச்சியுற்ற வரலாறு, இறைநம்பிக்கையாளர்களின் மனத்தைக் காயப்படுத்துகிற ஒன்று.

இதிரீஸிய ஆட்சி, மொராக்கோவில் : ஹிஜ்ரீ 172இல், அப்பாசிய கிலாஃபத்திலிருந்து பிரிந்த மொராக்கோவில் சுதந்திரமான ஓர் அரசு நிறுவப்பட்டது. ஸ்பெய்னை அடுத்து இருந்த, அப்பாசிய கிலாஃபத்தைச் சார்ந்த இந்த சுல்தானியம், ஸ்பெய்ன் கிலாஃபத்துக்கு

எதிராகவே இருந்தது. இந்த ஆட்சி, ஏறக்குறைய 200 ஆண்டுகள் நீடித்திருந்தது. இதிரீசிய மன்னர்கள் 100 - 125 ஆண்டு காலம் ஆட்சி செய்தனர். பின்னர், வடஆப்பிரிக்காவின் உபைதியர்களின் கட்டுப்பாட்டின்கீழ் வந்தது. இறுதியில், பல பகுதிகளாக அது பிரிவுபட்டது. மைய அரசர்களாகவும் தலைவர்களாகவும் செயல்பட்ட பிறகு, இவர்களது ஆட்சியும் முடிவுக்கு வந்தது.

அக்லபியர் சுல்தானியம், வடஆப்பிரிக்காவில் : ஹிஜ்ரீ 184இல், வடஆப்பிரிக்கா (தூனிஸ்) அப்பாசியரிடமிருந்து பிரிவுபட்டது. இப்ராஹீம் அக்லபின் வம்சாவளியினர் வெற்றுக் கொண்டாட்டங்களுடன் 100 ஆண்டுகளுக்கு மேலாக அதை ஆட்சி செய்து வந்தனர். ஹிஜ்ரீ 219இல், கிறிஸ்தவர்களிடமிருந்து சிஸிலி தீவைக் கைப்பற்றிய அக்லபியர், அதைத் தங்கள் பகுதியுடன் இணைத்து ஆட்சி செய்து வந்தனர். இந்த வம்சாவளியினரில் துணிச்சலும் திறமையுமுள்ள சில அரசர்கள் இருந்தனர்.

உபைதியர் (ஃபாத்திமியர்) கிளர்ச்சியின்மூலம், நாட்டைப் பிடித்து, அக்லபியர் உருவாக்கிய அடிப்படைகள்மீது தங்களது ஆட்சியை அமைத்துக்கொண்டனர். இதிரீஸிய அரசைக் கைப்பற்றி, அக்லபியரின் தலைநகரான கைர்வானைத் தங்களுடைய தலைநகராக்கினர். எகிப்து தங்களின் கட்டுப்பாட்டின்கீழ் வந்த பிறகு, எகிப்துக்கு இடம் மாறினார்கள். இதிரீஸியர்களின் வரலாற்றை விடவும் சுவை மிகுந்த அக்லபியரின் வரலாறு ஹிஜ்ரீ 296இல் முடிவுக்கு வந்தது. இந்த வம்சாவளியினர் சிஸிலியை மட்டுமின்றி, மால்ட்டாவையும் ஸார்தீனியாவையும் வெற்றி கொண்டிருந்தனர். அவர்களிடம் ஆற்றல்மிகுந்த ஒரு கடற்படை இருந்தது. அவர்கள் மத்திய தரைக்கடல்மீது மேலாண்மை செலுத்தினர். சிலவேளைகளில் அவர்களது கப்பற்படை கிரேக்கம், இத்தாலி, ஃபிரான்ஸ் ஆகிய நாடுகளின் கடற்கரைப் பகுதிகளைத் தாக்கிக் கொள்ளையடித்ததுமுண்டு.

ஸியாதியர் சுல்தானியம், யேமனில் : ஹிஜ்ரீ 203 இல், ஸியாத் பின் அபீ ஸுஃப்யானின் வம்சாவளியிலுள்ள முஹம்மத் பின் ஸியாத், யேமன் ஆளுநராக நியமிக்கப்பட்டார். அவர், ஸுபைத் எனும் நகரை நிறுவி அதைத் தனது தலைநகராக்கினார். யேமனுக்கு அடுத்திருந்த தஹாமா மாகாணத்தையும் பின்னர், ஹள்ரமவுத்தையும்

வெற்றிகொண்டார். அவரது வம்சாவளியினர் ஹிஜ்ரீ 402 வரையிலும் யேமனை ஆட்சி செய்து வந்தனர்.

இவ்வம்சாவளியினரில் ஆற்றலும் நிர்வாகத் திறனும்கொண்ட அரசர்கள் சிலர் இருந்தனர். ஹிஜ்ரீ 288இல், ஸியாதியரின் ஆட்சிப் பரப்பில் ஒரு பகுதிக்குப் பொறுப்பேற்ற அலவியர், ஸியாதியரின் ஓர் அரசுப் பிரிவாகச் செயல்பட்டனர். இந்த சுல்தானியத்தின் எல்லைகள் வரவரச் சுருங்கின. ஸியாதியர், சுதந்திர அரசாக இருந்தபோதும், அவர்களது ஜுமுஆ பேருரைகளில் அப்பாசிய கலீஃபாக்களின் பெயர்களே வாசிக்கப்பட்டன. ஸியாதியரைத் தவிர, யேமனில் நிறுவப்பட்ட இன்னொரு சுதந்திர அரசு ஜுமுஆ பேருரையிலிருந்து அப்பாசியர் பெயர்களை நீக்கம் செய்தது. ஸியாதிய சுல்தானியம் வலுவிழந்த நிலையில், அவர்களது அடிமைகளும் அடிமைகளின் அடிமைகளும் ஆட்சி செய்யத் தொடங்கினர். அதன் பிறகு, பல்வேறு வம்சாவளியினர் ஒருவர் பின் ஒருவராக யேமனை ஆட்சி செய்து வந்தனர். ஸியாதியருக்குப் பிறகு யஃபூரியா, நஜாஹியா, ஸைல்ஹியா, ஹம்தானியா, மஹ்தியா, ஸுரியா, அய்யூபியா, ரஸுலியா, தஹ்ரியா ஆகிய வம்சாவளியினர் ஹிஜ்ரீ 1000 வரையிலும் சுதந்திர அரசுகளாகச் செயல்பட்டு வந்தனர். இவ்வம்சாவளியினரில் சிலர் ஷியாக்கள்; சிலர் ஸுன்னிகள். இவர்களுடைய வரலாறுகள் குறிப்பிடத்தக்க சிறப்புடையவை அல்ல.

தாஹிர் ஹுஸைன் சுல்தானியம், குராசானில் : மாமூன் ரஷீத் அப்பாசி ஹிஜ்ரீ 205இல், தாஹிர் பின் ஹுஸைனைக் குராசான் ஆளுநராக நியமித்தார். தொடர்ந்து, இவரது குடும்பம் குராசானை 50 ஆண்டுகள் ஆட்சி செய்தது. தாஹிர் வம்சாவளியினர், குராசானை பாக்தாதிலிருந்து விடுபட்ட தனியொரு அரசாக நிறுவியிருந்தனர். ஆயினும் தாங்கள், பாக்தாத் கலீஃபாவின் கட்டுப்பாட்டின்கீழிருப்பவர்கள் என்றே கருதினர். ஜுமுஆ பேருரைகள் பாக்தாத் கலீஃபாக்கள் பெயரில் நிகழ்த்தப்பட்டன. ஆனால், பாக்தாத் அரசு குராசானின் எந்த நடவடிக்கைகளிலும் தலையிடவில்லை.

ஸஃப்ஃபார் வம்சாவளியினர், குராசானிலும் இரானிலும் : ஹிஜ்ரீ 254இல், இரானைக் கைப்பற்றிய யஅக்கூத் பின் லைத் ஸஃப்ஃபார்,

அதை அப்பாசிய கிலாஃபத்திலிருந்து வேறுபடுத்தினார். ஹிஜ்ரீ 259இல், குராசானையும் தனது கட்டுப்பாட்டின் கீழ்க் கொண்டு வந்த அவர், தாஹிரின் அரசுக்கு முடிவுகட்டினார். 40 ஆண்டு கால ஸஃப்ஃபர் வம்சாவளியினரின் ஆட்சிக்கு, ஸமனிய அரசுப் பிரிவு முடிவு கட்டியது. தாஹிர், ஸஃப்ஃபர் வம்சாவளியினர் குறித்து முன்பும் கூறப்பட்டுள்ளது. ஆகவே, இந்த வம்சாவளியினர் குறித்து இனி வரும் பக்கங்களில் காண இயலாது.

ஸமனிய வம்சாவளியினர், மவரோன்னஹ்ரிலும் குராசானிலும்: ஸமனியர்களைக் குறித்த சிலவற்றை ஏற்கனவே பார்த்தோம். மவரோன்னஹ்ரின் ஸமனியர்கள் இரானை ஸஃப்ஃபரியரிடமிருந்தும் தபரிஸ்தானை அலவியரிடமிருந்தும் கைப்பற்றியபோது, அதன் ஆட்சி எல்லை மவரோன்னஹ்ரிலிருந்து, சமர்கண்ட், புக்ஹாரா நகரங்களையும் உள்ளடக்கி, இரானிய வளைகுடா, காஸ்பியன் கடல்வரையிலும் பரந்திருந்தது. இக்கால கட்டத்திலிருந்து மவரோன்னஹ்ர், அப்பாசிய கிலாஃபத்திலிருந்து விடுபட்டிருந்தது. ஸமனிய வம்சாவளியினர் 125 ஆண்டுகள் ஆட்சி செய்தனர். கலை, அறிவியல், பண்பாடு, நாகரிக முன்னேற்றங்களில் ஸமனியரின் பங்களிப்பு மிக முக்கியமானது. கலைகள் மற்றும் அறிவியல் மையங்களாக புக்ஹாராவும் சமர்கண்டும் திகழ்ந்தன. இந்நகரங்கள், கலை மற்றும் அறிவியல் சார்ந்து புகழ்பெற்ற வல்லுநர்களின் பிறப்பிடங்களாகவும் விளங்கின. உலகில் இன்னமும் அவர்கள் நினைவுகூரப்படுகிறார்கள்.

ஏறக்குறைய அரை நூற்றாண்டுக்குப் பிறகு குராசானையும் இரானையும் தபரிஸ்தானையும் ஸமனிய ஆட்சியாளர்களிடமிருந்து விடுவித்த, புவைஹித் வம்சாவளியினர் தங்கள் கட்டுப்பாட்டின்கீழ் கொண்டு வந்தனர். இவர்களின் துருக்கிய அடிமைகள் செல்வாக்குப் பெற்ற நிலையில், புவைஹியரின் வீழ்ச்சி ஆரம்பமாயிற்று. ஹிஜ்ரீ 384 இல், துருக்கிய அடிமையான அல்ப்தகீன், ஸமனியரின் ஓர் ஆட்சிப் பகுதியைக் கைப்பற்றினான். ஹிஜ்ரீ 380 - 389 இன் இடையில் ஸமனிய ஆட்சியின் எஞ்சிய பகுதிகளையும் துருக்கியர் கைப்பற்றினர். இத்துடன் புவைஹித் வம்சாவளி ஆட்சி முடிவுக்கு வந்தது. ஸமனியரின் வரலாறு மிகவும் சுவாரஸ்யமானது. அல்ப்தகீனின் சுல்தானியம் நிறுவப்படுவதற்கு ஸமனிய சுல்தானியம் பேருதவி புரிந்தது. அல்ப்தகீனின் வாரிசான ஸுபக்தகீனின் மகன்

முஹம்மத் கஸ்னவி, ஆசிய வரலாற்று மாணவர்களிடையே சுவாரஸ்யம் மிகுந்த ஒருவராக அமைந்துள்ளார்.

கரமத்தா சுல்தானியம், பஹ்ரைனில் : ஹிஜ்ரீ 286இல், அப்பாசிய கிலாஃபத்திலிருந்து பிரிக்கப்பட்ட பஹ்ரைன் மாகாணங்கள் கரமத்தாவின் ஆட்சியின்கீழ் வந்தன. அவரது அடக்குமுறை ஆட்சியில் மக்கள் நரக வேதனையை அனுபவித்தனர். இது குறித்து மற்றொரு அத்தியாயத்தில் பார்ப்போம். பஹ்ரைனில், ஹிஜ்ரீ 364 வரையிலும் நீடித்திருந்த கரமத்தாவின் ஆட்சியைப் பின்னர், வேறு வம்சாவளியினர் கைப்பற்றினர். தொடர்ந்து, பஹ்ரைன் மாகாணங்கள் பல்வேறு சுதந்திர அரசுகளின்கீழ் வந்தன.

அலவியர் சுல்தானியம், தபரிஸ்தானில்: ஹிஜ்ரீ 250 இலிருந்து 316 வரை தபரிஸ்தானை ஆட்சி செய்து வந்த ஸைதி அலவியரின் வம்சாவளியினர், ஸமனியர்களால் வீழ்த்தப்பட்டனர். ஆயினும், அப்பகுதிகளில் பல்வேறு தரப்பினரிடையே போர்கள் நிகழ்ந்துகொண்டே இருந்தன.

சிந்து மாகாணம் : ஹிஜ்ரீ 265இல் அப்பாசிய கிலாஃபத்திலிருந்து சிந்து மாகாணம் விடுதலை பெற்றது. பின்னர், இரு சுதந்திர அரசுகள் நிறுவப்பட்டன. ஒன்று, முல்தானையும் இன்னொன்று, மன்ஸூராவையும் தலைநகராகக்கொண்டிருந்தன. சிந்துவின் தென்பகுதி, மன்ஸூரா சுல்தானியத்தின் கீழும் வட பகுதி, முல்தான் சுல்தானியத்தின் கீழும் ஆட்சி செய்யப்பட்டன. பெரிய நாடுகளை மைய அரசுகளாக ஏற்று, வரிசெலுத்திக்கொண்டிருந்த அரேபிய இனத்தலைவர்கள், தூரான், கஸ்தார், கைக்னான், மக்ரான், முஷ்க்கீ போன்ற சிறிய அரசுகளை நிறுவினர். இவ்வாறாக சிந்து மாகாணம், பாக்தாத் கலீஃபாவிடமிருந்து முழுமையாக விடுபட்டது. ஆயினும், ஜுமுஆ பேருரையில் கலீஃபாவின் பெயர்தான் இடம் பெற்றது. காலப்போக்கில் வலுவிழந்த இதன் அரசுகள், 100 - 125 ஆண்டுகளுக்குள் முடிவுக்கு வந்தன. ஆனால், மஹ்மூத் கஸ்னவி, இந்தியாவின்மீது படையெடுக்கும் வரையிலும் முல்தான் அரசு செயல்பட்டு வந்தது.

புயீத் அல்லது புவைஹித் வம்சாவளி : புயீதுகள் அல்லது தெலாமியர்கள், ஹிஜ்ரீ 322இலிருந்து 447 வரை, ஏறத்தாழ 125

ஆண்டுகள் இரானையும் இராக்கையும் ஆட்சிசெய்து வந்தனர். கலீஃபாவின் கீழிருந்து விடுதலை அடைவதற்கு மாறாக, கலீஃபாவைத் தங்கள் கட்டுப்பாட்டுக்குள் வைத்து அப்பாசிய கிலாஃபத்தின் நேரடி நிர்வாகத்துக்கு முடிவு கட்டினர். வெறும் பெயரளவில், கலீஃபாவையும் கிலாஃபத்தையும் விட்டுவைத்திருந்தனர். அப்பாசிய கிலாஃபத்தின் பெருமிதங்களுக்கும் உன்னதங்களுக்கும் புயீதுகளால் விழுந்த அடி குறித்தும், கலீஃபாவைப் பொம்மையாக வைத்து அவர்களே ஆட்சி செய்தது குறித்தும் ஏற்கனவே பார்த்தோம்.

துலூனிய சுல்தானியம், எகிப்தில் : இப்னு துலூன் குறித்தும் முன்பு பார்த்தோம். ஹிஜ்ரீ 254 முதல் 292 வரை எகிப்தை ஆட்சி செய்த துலூன் வம்சம், அப்பாசிய கிலாஃபத்திலிருந்து பிரிந்து, சுதந்திரமாக ஆட்சி செய்த நிலையிலும் ஜுமுஆ பேருரைகளில் கலீஃபாவின் பெயரையே குறிப்பிட்டு வந்தனர். பின்னர், அவர்கள் சிரியாவையும் தங்களுடன் இணைத்துக்கொண்டனர். எகிப்திலும் சிரியாவிலும் முழு சுதந்திரமாகச் செயல்பட்ட அவர்களது அரசு, பாக்தாத் கலீஃபாமீது அரசப் பணிவு கொண்டிருந்தது.

அக்ஸீதியர் சுல்தானியம், எகிப்திலும் சிரியாவிலும் : துலூனியர் ஆட்சி எகிப்திலும் சிரியாவிலும் முடிவுக்கு வந்தபோது, இம்மாகாணங்களுக்கான ஆளுநர்கள் கலீஃபாவின் அரசவையிலிருந்து நியமிக்கப்பட்டனர். இந்த இரு மாகாணங்களும் மீண்டும் அப்பாசிய கிலாஃபத் பகுதிகளாக மாறின. பாக்தாத் கலீஃபாவான முக்ததிர் பில்லாஹ் ஹிஜ்ரீ 316இல், முஹம்மத் பின் தஃபாஜை, ரம்லா ஆளுநராகவும், ஹிஜ்ரீ 318இல், டமாஸ்கஸ் ஆளுநராகவும் ஹிஜ்ரீ 323இல் எகிப்து ஆளுநராகவும் நியமித்தார்.

முஹம்மத் பின் தஃபாஜ், மவரோன்னஹ்ரின் பழைமையான ஃபர்கானா அரச வம்சாவளியைச் சேர்ந்தவர். ஃபர்கானா தலைவர்கள் அன்று அக்ஸீதியர் என்று அழைக்கப்பட்டனர். ஹிஜ்ரீ 327இல் எகிப்தைத் தனது கட்டுப்பாட்டின்கீழ்க் கொண்டு வந்த முஹம்மத் பின் தஃபாஜ், அதை சுதந்திர அரசாக அறிவித்து, அக்ஸீத் எனும் சிறப்புப் பெயரையும் வைத்துக்கொண்டார். ஹிஜ்ரீ 330இல், சிரியாவையும், ஹிஜ்ரீ 331இல் ஹிஜாஸையும் ஆட்சியுடன் இணைத்துத் தனது வம்சாவளியை நிறுவினார். இதில், எந்த இடர்பாடுகளையும் அவர் எதிர்கொள்ள வேண்டிய தேவை

ஏற்படவில்லை. ஏனெனில், கலீஃபாவை அப்போது அரசாற்றல் இல்லாத நிலைக்குத் தள்ளிவிட்டிருந்தனர் புயீதியர். கலீஃபாமீதான பயமும் பணிவும் மக்களிடமிருந்து அகன்றிருந்தன. உபைதியர் (ஃபாத்திமியர்), எகிப்தையும் சிரியாவையும் வெற்றிகொண்ட ஹிஜ்ரீ 356 வரை, அக்ஸீதிய வம்சாவளியினர் ஆட்சி செய்து வந்தனர்.

உபைதிய சுல்தானியம்: எகிப்து, வட ஆப்பிரிக்கா, சிரியா :

ஹிஜ்ரீ 296இல், உபைதிய வம்சாவளியினர் வந்ததும் வட ஆப்பிரிக்காவில் அக்லப் வம்சாவளி ஆட்சி முடிவுக்கு வந்தது. ஹிஜ்ரீ 356இல், அக்ஸீத் வம்சத்திலுள்ள இளவயது ஆட்சியாளரிடமிருந்து எகிப்தைக் கைப்பற்றிய உபைதியர், கெய்ரோவைத் தலைநகராகக் கொண்டு நகரைச் சுற்றிலும் பாதுகாப்பு மதில் அமைத்துக்கொண்டனர். ஹிஜ்ரீ 381இல், அலப்போவைக் கைப்பற்றினர். குறுகிய காலஅளவில் அவர்களது ஆட்சி, மொராக்கோ எல்லை முதல் சிரியா வரை பரவியது.

தலைநகரைக் கைர்வானிலிருந்து கெய்ரோவுக்கு மாற்றிக்கொண்ட உபைதியரால், மத்திய தரைக்கடல் தீவுகளையும் வடபகுதிகளையும் கட்டுப்பாட்டுக்குள் வைத்திருக்க இயலவில்லை. ஆயினும் மத்திய தரைக்கடலின் கிழக்குப் பகுதிகளை அவர்களால் கைப்பற்ற முடிந்தது. இது, மேற்குப் பகுதியின் தோல்விகளுக்கு ஈடுகட்டின. அவர்கள் மேற்கில் இழந்ததன் பெரும்பகுதியும் கிறிஸ்தவர்களின் கட்டுப்பாட்டின் கீழ் சென்றன. பின்னர், கிழக்குப் பகுதிகளையும் முஸ்லிம்களிடமிருந்து அவர்கள் கைப்பற்றினர். உபைதியரின் எகிப்து வருகை இப்படியாக, கிறிஸ்தவர்களுக்கு நன்மையையும் முஸ்லிம்களுக்கு இழப்பையும் ஏற்படுத்தியது.

கிலாஃபத்துக்கு உரிமை கோரிய உபைதியர், தங்கள் கட்டுப்பாட்டின் கீழிருந்த மக்களிடம் நம்பிக்கை வாக்குறுதி பெற்று, அவர்களால் கலீஃபா என்று அழைக்கப்பட்டனர். இப்படி, இஸ்லாமிய உலகில் மூன்று வகையான கலீஃபாக்கள் உருவாயினர்.

முதன்மையானதும் நீண்டகாலம் ஆட்சி செய்ததுமான, அபூபக்ர் ஸித்தீக் (ரலி) அவர்களால் நிறுவப்பட்டு, உஸ்மானிய வம்சாவளியினரின் இறுதி கலீஃபாவான சுல்தான் அப்துல் மஜீதுடன் முடிவுக்கு வந்த ஒரு கிலாஃபத்.

இதன் முதல் பகுதி நபிவழி கிலாஃபத் என்றும், இரண்டாவது பகுதி உமய்யாக்கள் ஆட்சி என்றும், மூன்றாவது பகுதி அப்பாசியர் ஆட்சி என்றும், நான்காவது பகுதி எகிப்திய அப்பாசியர் ஆட்சி என்றும் ஐந்தாவது பகுதி உஸ்மானிய பேரரசு என்றும் குறிப்பிடப்படுகின்றன.

இந்நீண்ட தொடரின் நான்கு பகுதிகளை நாம் பார்த்தோம். இனி, தொடர இருப்பது ஐந்தாவது பகுதி.

இன்னொரு கிலாஃபத், ஸ்பெய்னில் மூன்றாம் அப்துர் ரஹ்மானில் தொடங்கி அவரது வம்சாவளியினருடன் முடிவடைகிறது. இஸ்லாமியக் கல்வியாளர்களில் பெரும்பாலானோர், இதைக் கிலாஃபத் சட்டத்துக்குட்பட்டது என்றும் அதன் ஆட்சியாளர்களை இஸ்லாமிய அடிப்படையிலான கலீஃபாக்கள் என்றும் கருதுகிறார்கள்.

மூன்றாவது கிலாஃபத், உபைதியரால் (ஃபாத்திமியர்) தொடங்கப்பட்டது. இஸ்லாமியக் கல்வியாளர்கள் இதை கிலாஃபத்தாகவோ அதன் ஆட்சியாளர்களை கலீஃபாக்களாகவோ ஏற்றுக்கொள்ளவில்லை. அவர்களை மதிப்புக்குரியவர்களாகக் கருதவில்லை. ஏனெனில், அவர்கள் அல்லாஹ்வுக்கு இணை கற்பித்தார்கள். கேட்டை விளைவிக்கும் புதுமைகளைப் புகுத்தினார்கள். இஸ்லாமிய வழிபாட்டு முறைகளை இழிவுபடுத்தினார்கள். பல்வேறு வழிகேடுகளை உருவாக்கினார்கள். உபைதியரின் ஆட்சி ஹிஜ்ரீ 567 வரையிலும் நீடித்தது. இதனை முடிவுக்குக் கொண்டு வந்த சுல்தான் ஸலாஹுத்தீன் அய்யூபி, தனது வம்சாவளி ஆட்சியை நிறுவி, எகிப்தில் அப்பாசிய கலீஃபாக்களின் பெயர்களை ஜுமுஆ பேருரைகளில் மீண்டும் அறிமுகம் செய்தார்.

மோசில், ஜஸீரா, சிரியாவில் தவ்லதுல் ஹம்தான் : ஹிஜ்ரீ 289 இல் மோசில் மாகாணங்களில், அபுல் ஹிஜா அப்துல்லாஹ் பின் ஹம்தான் பின் ஹம்தூன் பின் ஹாரிஸ் பின் லுக்மான் பின் அஸத் பின் ஹஸாம், ஒரு சுதந்திர அரசை நிறுவினார். தொடர்ந்து, இந்த வம்சாவளியினர் ஜஸீராவையும் சிரியாவையும் நூறு ஆண்டுகள் ஆட்சி செய்தனர். தங்கள் ஆட்சிப் பகுதிகளில் அப்பாசிய கலீஃபாக்களின் பெயர்களையே ஜுமுஆ பேருரைகளில் வாசித்து வந்தனர். இவர்களில் புகழ்பெற்றவர்களாக ஆட்சியாளர்களாக

சிரியாவை ஆண்ட ஸைஃபுதுல்லாஹ்வையும் மோசிலை ஆண்ட நஸீருத்துல்லாஹ்வையும் குறிப்பிடலாம். இவர்கள் அக்ஸீத் வம்சாவளியினரிடமிருந்து சிரியாவின் பெரும்பகுதியையும் ஜஸீராவையும் கைப்பற்றினர். புயீதுகளை, அதாவது தெலாமியரைப் பலமுறை இவர்கள் எதிர்த்துப் போரிட்டனர். புயீதுகளும் கடுமையாக எதிர்த்து நின்றனர். அக்காலகட்டத்தில் புயீதுகளின் கைப்பொம்மையாக இருந்த கலீஃபாவையும் சில வேளைகளில் அவர்கள் வெற்றிகொண்டனர்.

ஹம்தானியர் ஆட்சியின்போது, கலீஃபாவின் அரசவை, ரோமானியர்கள்மீதான எந்த நடவடிக்கைகளுக்கும் முன்வரவில்லை. ஹம்தானியர் தனியாக நின்று ரோமானியர்களை எதிர்த்துப் போரில் ஈடுபட்டனர். இவர்களில் சிறப்புக்குரியவர் ஸைஃபுத்துல்லாஹ். கடைசியில் சிரியா மட்டுமே ஹம்தானியர் கட்டுப்பாட்டின் கீழிருந்தது. பிற பகுதிகள் அவர்களது அடிமைகளின் கட்டுப்பாட்டுக்குள் சென்றது. பின்னர், சிரியாவிலும் உபைதியர் பெயரை ஜுமுஆ பேருரையில் அவர்கள் அறிமுகம் செய்தனர். ஹிஜ்ரீ 380இல் ஹம்தானியர் அரசு முடிவுக்கு வந்தது.

மோசிலில் தனது ஆட்சியை நிறுவிய அக்கீல் பின் கஅப் பின் ரபீயா பின் அமீர், ஜஸீரா மாகாணத்தைக் கைப்பற்றினார். இதன் பிறகு, இப்பகுதிகளில் பல்வேறு அரேபிய இனத்தலைவர்கள் தங்களுடைய சிறு சிறு ஆட்சிகளை நிறுவினர். ஸெல்ஜுக்குகள் பாக்தாதைக் கைப்பற்றி இராக் முழுவதையும் கட்டுப்பாட்டுக்குள் கொண்டுவந்து ஆளுநர்களை நியமிக்கும் வரையிலும், அல்லது தங்களுடைய நேரடியான அரசை நிறுவிக்கொள்ளும் வரையிலும், இச்சிறு அரேபிய இனத்தலைவர்கள் பெரிய அரசாற்றல் ஒன்றின்கீழ் இருந்து வந்தனர்.

மக்காவில் சுலைமான் வம்ச அரசு : பாக்தாத் கலீஃபாதான் மக்காவுக்கு ஆளுநர்களை நியமிப்பது வழக்கம். ஆனால், ஹிஜ்ரீ 301 இல், சுலைமான் பின் தாவூத் பின் ஹஸன் முத்தன்னா பின் ஹஸன் பின் அலீ பின் அபூதாலிபின் வம்சாவளியைச் சேர்ந்த முஹம்மத் பின் சுலைமான், மக்காவில் ஒரு சுதந்திர அரசை நிறுவினார். ஹிஜ்ரீ 430 வரையிலும், 125 ஆண்டு காலம் நீடித்த இந்த ஆட்சியில் பல்வேறு பிரச்சினைகள் உருவாயின. இவ்வம்சாவளியிலுள்ள நான்கோ ஐந்தோ

பேர்கள் மக்காவை ஆட்சி செய்தனர். இது ஒரு வகை புதுமையான ஆட்சி முறை. ஹஜ் காலங்களில், எகிப்து மற்றும் பாக்தாத் பயணக் குழுக்கள் மக்காவுக்கு வருவார்கள். ஜுமுஆ பேருரை தொடர்பாக அவர்களிடையே சச்சரவு உருவாகும். மக்காவின் ஆட்சியாளரை அவர்கள் மதிப்பதில்லை. பாக்தாத் அமீர் ஹஜ்ஜுக்குத் தலைமை வகித்தால், அவர் ஜுமுஆ பேருரையில் புயீதுகளின் பெயர்களையும் பாக்தாத் கலீஃபாவின் பெயரையும் வாசிப்பது வழக்கம். எகிப்து அமீர், பாக்தாத் அமீரைத் தோற்கடித்தால் அவர் அக்ஸீத் வம்சாவளியினரின் பெயரை வாசிப்பார். எகிப்தை உபைதியர் வெற்றிகொண்டபோதும், ஜுமுஆ பேருரையை முன்வைத்து பிரச்சினை உருவானது. கரமத்தாவின் ஆட்சியில், அவர்கள் ஹாஜிகளைக் கொன்று மக்காவையும் பயணக்குழுக்களையும் சூறையாடினர். எகிப்தியர்கள் கறுப்புக்கல்லை இகழ்ந்து, அதன்மீது கல்லெறிந்தபோது, இராக்கியர்கள் சீற்றமடைந்து அவர்களைத் தங்கள் வாட்களுக்கு இரையாக்கினர். அதே காலகட்டத்தில், கரமத்தா கறுப்புக்கல்லைப் பெயர்த்தெடுத்து, பஹ்ரைனுக்குக் கொண்டு சென்றான். 20 ஆண்டுகளுக்குப் பிறகுதான் அவன் அதை மக்காவுக்குத் திருப்பிக் கொடுத்தான்.

மக்காவில் ஹஜ் காலங்களில் சுலைமான் வம்ச ஆட்சியின் எந்த ஒரு சட்ட விதிமுறையும் கடைப்பிடிக்கப்படவில்லை. அவர்கள் ஸைதி ஷியாக்கள் என்பதால், இயல்பாகவே உபைதியர் சார்பாக இருந்தனர். ஆயினும், யார் அதிக ஆற்றல் பெற்றவரோ அவர் பக்கம் சாய்ந்து கொண்டனர்.

மக்காவில் ஹாஷிமியர் அரசு : சுலைமான் வம்சாவளியினருக்குப் பின், அபூ ஹாஷிம் முஹம்மத் பின் ஹஸன் பின் முஹம்மத் பின் மூஸா பின் அப்துல்லாஹ் பின் அபீ அல்கரம் பின் மூஸாவின் வம்சாவளியினர் மக்காவை ஆட்சி செய்யத் தொடங்கினார். இவர்களும் சுலைமான் வம்சத்தவர்போல் மக்காவில் வாழ்ந்து வந்தனர். ஸெல்ஜுக்குகளின் தொடக்க காலத்தில், அவர்கள் ஜுமுஆ பேருரைகளில் பாக்தாத் கலீஃபாவின் பெயரைக் குறிப்பிட ஆரம்பித்தனர். அவர்கள் பலவீனமடைந்ததும் உபைதியர் பெயர்களைக் குறிப்பிட ஆரம்பித்தனர்.

ஹிஜ்ரீ 567இல் சுல்தான் ஸலாஹுத்தீன் அய்யூபி, உபைதிய

அரசைத் துடைத்தழித்தார். ஸலாஹுத்தீனின் கட்டுப்பாட்டின்கீழ் ஹிஜாசும் யேமனும் வந்ததால், மக்காவில் ஹாஷிமியர் ஆட்சி முடிவுக்கு வந்தது. பிறகு, மக்காவின் ஆளுநர்கள், ஸலாஹுத்தீனின் வம்சாவளியினரால் நியமிக்கப்பட்டனர்.

சிறிது காலத்துக்குப் பிறகு, மக்காவில் கத்தாதா வம்ச ஆட்சி நிறுவப்பட்டது. தொடர்ந்து, நமீ வம்சமும் வேறு சிலரும் உஸ்மானியர் காலம்வரை ஆட்சியில் இருந்தனர். உஸ்மானியர் ஹிஜாஸை வென்று, மக்காவின் ஷரீஃப் என்று அறியப்பட்ட ஆளுநர்களை நியமிக்கத் தொடங்கினர். இதில், ஷரீஃப் ஹுஸைன் என்பவர், உஸ்மானியருக்கு எதிராக கிளர்ச்சி செய்து, இஸ்லாமிய உலகின் வெறுப்புக்கும் இழிவுக்கும் உள்ளானார். இஸ்லாமிய அரசுக்கு அவரால் பெரும் இன்னல்கள் உருவாயின. ஹாஷிமியரை இழிவுபடுத்திய அவர், கிறிஸ்தவத்தை மேன்மைப்படுத்தினார்.

தயர் பக்ரில் மர்வானிய அரசு : அபூ அலீ பின் மர்வான், குர்து இனத்தைச் சார்ந்தவர். அவர், தயர் பக்ரில் ஒரு சுதந்திர அரசை நிறுவினார். அவரது குடும்ப ஆட்சி, ஹிஜ்ரீ 380 முதல் 489 வரைக்கும் நீடித்தது. இதில், அமத், அர்ஸான், மியாஃபரகீன், கைஃபா எனும் நகரங்கள் அடங்கியிருந்தன. எகிப்தின் உபைதிய அரசுக்கு இவர்கள் கீழ்ப்படிந்தவர்களாக இருந்தனர். உபைதியர், அவர்களை ஹலபின் ஆட்சியாளராக நியமித்தனர். இதன் மூலம், அவர்கள் ஹம்தானிகளுக்கு நிகராயினர். புயீதி வம்சாவளியினருடனும் அவர்கள் நல்லிணக்கம் கொண்டிருந்தனர். ஸெல்ஜுக்குகளின் ஒரு படையெடுப்பு மர்வானிய அரசுக்கு முடிவு கட்டியது.

ஆஃப்கானிஸ்தானில் கஸ்னவி சுல்தானியம் : ஸமனிய சுல்தானியத்தின் தென்பகுதியைக் கைப்பற்றிய அல்ப்தகீன் தனியொரு அரசை நிறுவினார் என்பதை ஏற்கனவே பார்த்தோம். பின்னர், அவரது மருமகனான ஸுபுக்தகீன் அரசு வாரிசாகப் பொறுப்பேற்றார். இவரது மகன்தான் மஹ்மூத் கஸ்னவி. இவ்வம்சாவளியினர், ஹிஜ்ரீ 351 முதல் 552 வரையிலும் ஆட்சி செய்தனர்.

மஹ்மூத் கஸ்னவியின் ஆட்சியின்போது, இந்த சுல்தானியத்தின் பரப்பளவு அதன் உச்சத்தைத் தொட்டது. இந்தியாவில் பஞ்சாப், முல்தான் தொடங்கி மேற்கு எல்லையான குராசான் வரையிலும்,

பாரசீக வளைகுடாவிலிருந்து ஜெஜூன் ஆறுவரையிலும் அது பரவியிருந்தது. சமர்கண்ட், புக்ஹாரா வரையிலுமான ஆட்சிப் பகுதிகள்மீது படையெடுத்த கஸ்னவி, கலிங்கத்தின்மீதும் இன்னொரு புறம் சோமநாதபுரம் மீதும் படையெடுத்தார்.

இவ்வம்சாவளியின் வீழ்ச்சியின்போது குராசானை குவாரிஸ்ம் ஷாக்கள் கைப்பற்றினர். அதே வேளை ஆஃப்கானிஸ்தானையும் பஞ்சாபையும் கோரி வம்சம் கைப்பற்றியது.

கஸ்னவி வம்சாவளியினர் பாக்தாத் கலீஃபாவுக்குக் கீழ்ப்படிந்தவர்களாக இருந்தனர். சுல்தான் மஹ்மூத் கஸ்னவியின் ஆட்சியின்போது, ஸெல்ஜூக்குகள் தங்கள் மூதாதையர்களின் மேற்குச் சீனப்பகுதிகளிலிருந்து வந்து, புக்ஹாரா சமவெளிகளில் குடியேறினர். பின்னர், படிப்படியாக அவர்கள், ஆசியா மைனரில் பரவினார்கள். மஹ்மூத் கஸ்னவி மவரோன்னஹ்ர் வரையிலான ஆட்சிப் பகுதிகளை வெற்றிகொண்டிருந்தார்.

ஸெல்ஜூக் வம்சம் : ஸெல்ஜூக் ஆட்சி, ஹிஜ்ரீ 430இலிருந்து 700 வரையிலும் 270 ஆண்டு காலம் நீடித்திருந்தது. அதன் தொடக்கம் வீரம் செறிந்தது. பல கூறுகளாகப் பிரிவுபட்ட நிலையில் அது முடிவுக்கு வந்தது. ஆரம்பம் முதலே அவர்கள் பல பிரிவினராகவே இருந்தனர். இவர்களில் அல்ப் அர்ஸலன், மாலிக் ஷா ஸெல்ஜூக் போன்ற உலகப் புகழ்பெற்ற அரசர்களைக்கொண்ட ஒரு வம்சாவளிதான் நீண்டகாலம் ஆட்சியில் இருந்தது. இவர்கள் இரான் ஸெல்ஜூக் என்று குறிப்பிடப்பட்டனர். இவர்களைக் குறித்த ஒரு சுருக்கம் ஏற்கனவே சொல்லப்பட்டது.

விவரமான தகவல்கள் தொடரும்.

இவர்களைத் தவிர, கர்மானிய ஸெல்ஜூக், இராக் ஸெல்ஜூக், சிரிய ஸெல்ஜூக், ரோமானிய ஸெல்ஜூக் (இன்றைய துருக்கியர்) ஆகியோரும் புகழ்பெற்றவர்கள். இந்த அனைத்து வம்சாவளியினரின் வரலாறுகளுமே சுவாரஸ்யம் மிகுந்தவைதாம்.

இவர்களுக்குப் பிறகு, இவர்களது அடிமைகளின் சுல்தானியமும் அத்தபெக்குகளின் (அடிமை ஆசிரியர்) சுல்தானியமும் தொடர்ந்தன. இஸ்லாமிய வரலாற்றில் இவர்களும் மிக முக்கியமானவர்கள்.

தைலாமியரின் (புயீது) அடக்குமுறைகள் பாக்தாத் கிலாஃபத்தை

இழிவுபடுத்தி வலுவிழக்கச் செய்தபோது, ஸெல்ஜூக்குகள் தோன்றினர். இஸ்லாமிய அரசு பல்வேறு துண்டுகளாகச் சிதறிக் கிடந்தது. ஸெல்ஜூக்குகள், அப்பாசிய கிலாஃபத் இழந்துவிட்ட பெருமையை மீட்டுக் கொடுத்தனர். பல்வேறு சிறு வம்சாவளியினரின் அரசுகளை இல்லாமல் செய்தனர். மேன்மை மிகுந்த, ஆற்றல்மிக்க அரசை நிறுவி, கலீஃபாவின் பெருமையையும் மாண்பையும் உயிர்ப்பித்தனர்.

ஸெல்ஜூக்குகளின் ஆற்றல், அவர்களது வீரத்தின் அடிப்படையில் அமைந்திருந்தது. அரசியலும் அதன் நிர்வாகமும் படைத்தலைவர்களின் கீழிருந்தன. இது, மிக விரைவாகவே ஒழுங்கின்மையை நோக்கிக் கொண்டு சென்றது. ஸெல்ஜூக் தலைவர்கள் பரஸ்பரம் பகைமையுடன் அவரவர் விருப்பப்படி மாகாணங்களையும் நாடுகளையும் கைப்பற்றி ஆட்சி செய்து வந்தனர். இதன் மூலம், பழைய அராஜக நிலைமைகள் மீண்டும் திரும்பின. புதிதாக இஸ்லாத்தை ஏற்றுக்கொண்டவர்களாக இருப்பினும் ஸெல்ஜூக்குகள் நம்பிக்கைக்குரியவர்களாக திகழ்ந்தனர். அலவியர்களுக்கெதிரான சூழ்ச்சிகளில் ஈடுபடவோ இன்னல்கள் விளைவிக்கவோ அவர்கள் விரும்பவில்லை. இஸ்லாத்துக்குத் தொண்டு செய்வதற்கான பல்வேறு வாய்ப்புகள் அவர்கள்முன் இருந்தன.

சமய அறிவை வளர்ப்பதற்கானப் பணிகளில் தொடர்ந்து அவர்கள் ஈடுபட்டனர். கண்ணியமான மனிதர்களுக்குத் தங்களால் இயன்ற அனைத்து உதவிகளையும் செய்தனர். அப்பாசிய கலீஃபாக்களை உயர்ந்த நிலையில் வைத்திருந்தனர். இஸ்லாமிய மரபு சார்ந்து அவர்களுக்கு அதற்கானத் தகுதியிருப்பதாகக் கருதினர். அப்பாசிய, உமய்ய, அலவியர்களால் எந்தப் பாதிப்பும் அவர்களுக்கு நேரவில்லை. இதில் எந்தப் பிரிவினரையும் அவர்கள் வெறுக்கவுமில்லை. குறிப்பிட்ட ஒரு பிரிவினரை நேர்மையற்ற முறையில் ஆதரிக்கவுமில்லை. அவர்கள் எளிமையான, நேர்மையான, முஸ்லிம்களாக இருந்தனர். கிறிஸ்தவர்களை எதிர்த்து மிகக்கடுமையாகப் போரிட்டனர். முஸ்லிம்களின் வீரம் குறித்த அச்சத்தைக் கிறிஸ்தவ மனங்களில் விதைத்தனர். அவர்களது தொடர் படையெடுப்புகளை நிறுத்தி வைத்தனர். ஸெல்ஜூக்குகளின் வீழ்ச்சிக்கும், வழக்கம்போல் உள்முரண்களும் கருத்து வேற்றுமைகளும் பூசல்களும்தான் காரணங்களாக அமைந்தன.

ஏற்கனவே குறிப்பிட்டதுபோல், ஸெல்ஜூக்குகளின் அரசாற்றலுக்கான காரணம் அவர்களது படைபலம்தான். படைகளைச் சார்ந்தே அரசும் இயங்கி வந்தது. துருக்கிய அடிமைகள், படையதிகாரிகளாக இருந்தனர். கர்க்கேசிய காட்டிலிருந்து அழைத்து வரப்பட்டு விலைக்கு வாங்கப்பட்ட அடிமைகள் ஸெல்ஜூக் சுல்தான்கள்மீது பெரிதும் நம்பிக்கை வைத்தனர். அவர்களது அரசுப் பற்றை என்றுமே அவர்கள் சந்தேகித்ததில்லை. இந்த அடிமைகள் பண்பட்டுத் தலைவர்களான பின், தங்களது அதிகபட்ச துணிச்சலையும் பணிவையும் வெளிப்படுத்தினர். ஸெல்ஜூக் சுல்தான்கள் தங்களின் வாரிசுகளுக்கு அடிமைத் தலைவர்களையே ஆசிரியர்களாகவும் நியமித்தனர். அவர்களும் அடிமைகளின் மாணவர்களாக இருந்து, நற்பழக்கங்களையும் பண்புகளையும் கற்றனர். ஆகவேதான் அடிமை ஆசிரியர்கள் அத்தபெக் எனும் பெயரில் குறிப்பிடப்பட்டனர். இதன் பொருள், அமீர் என்பதாகும். அமீர் என்பதைத் தந்தையின் பிரதிநிதி என்றும் பொருள் கொள்ளலாம்.

பல ஆண்டுகளாகத் தொடர்ந்த போர்களின் முடிவில், ஸெல்ஜூக்குகள் வீழ்ச்சியடைந்தனர். இதன் மூலம் அடிமைகள் அல்லது அத்தபெக்குகள் பல்வேறு பகுதிகளில் ஆட்சிக்கு வந்தனர். ஸெல்ஜூக் தத்தாஷின் சிறிய மகன் வஃபாக் ஸெல்ஜூக்கின் ஆசிரியராக இருந்த அடிமை தஃப்தகீன், வஃபாக்குக்குப் பிறகு ஆட்சிப் பொறுப்பை ஏற்று டமாஸ்கசிலிருந்து ஆட்சி செய்தார். சுல்தான் மாலிக் ஷாவின் அடிமையான இமாதுத்தீன் ஸங்கி, மோசிலிலும் அலப்போவிலும், இராக் சுல்தான் ஸெல்ஜூக் மஸ்ஊதின் அடிமை, அஸர்பைஜானிலும் அத்தபெக் அரசுகளை நிறுவினர். சுல்தான் மாலிக் ஷாவின் அடிமையான அனுஸ்தகீனின் வம்சாவளியினர் குவாரிஸ்ம் ஷா அரசர்களாக இருந்தனர். அதைப்போலவே, இரானில் அத்தபெக் தலைவர் ஸல்ஃபார் தனது அரசை நிறுவினார். சுருக்கமாகச் சொன்னால், ஸெல்ஜூக்குகளின் ஆட்சிப் பகுதிகள் அனைத்தையும் அவர்களது படைத்தலைவர்கள் கைப்பற்றி ஆட்சி செய்து வந்தனர்.

சிரிய, இரானிய அத்தபெக்குகள் : மாலிக் ஷாவின் துருக்கிய அடிமையான அக்ஸன்ஃபார், அவரது ஹஜீபும்கூட. இவர் சிரியா மற்றும் இராக் ஆளுநராக நியமிக்கப்பட்டார். ஹிஜ்ரீ 521இல்,

அக்ஸன்ஃபாரின் மகன் இராக் ஆளுநராகப் பொறுப்பேற்றார். அதே ஆண்டில் மோசில், ஜஸீரா, ஸஞ்சார், ஹர்ரான் உள்ளிட்ட பகுதிகளையும் தனது ஆட்சியின்கீழ் இணைத்துக்கொண்டார். ஹிஜ்ரீ 522 இல், சிரியாவின் பெரும் பகுதியைத் தனது கட்டுப்பாட்டின் கீழ்க்கொண்டு வந்தார். ரோமானியர்மீது படையெடுத்த இமாதுத்தீன், இஸ்லாமிய உலகுக்குத் தன்னை நேயமுள்ளவராக்கிக்கொண்டார். அவருக்குப் பின், அவரது மகன், நூருத்தீன் மஹ்மூத் சிரிய ஆளுநராகவும் இரண்டாவது மகன் ஸைஃபுத்தீன் இராக் ஆளுநராகவும் பொறுப்பேற்றனர். நூருத்தீன் மஹ்மூத், ரோமானியர்களுக்கு எதிரான போரில், தந்தையைவிட அதிகமாக முயற்சி செய்து அவரைவிடப் பெரும் புகழ்பெற்றார். அவருக்குப் பிறகு, அவரது குடும்பம் பல குழுக்களாகப் பிரிந்து உருக்குலைந்தது. அய்யூபின் வம்சாவளியினரும் இமாதுத்தீன் ஸங்கியின் வம்சாவளியினரும், இதே குடும்பத்தின் கிளைகள்தான். இவர்கள் 125 ஆண்டு காலம் தொடர்ந்து ஆட்சி செய்தனர்.

இர்பில் அத்தபெக்குகள் : இமாதுத்தீன் ஸங்கியின் துருக்கிய அதிகாரிகளில் ஒருவர் ஸைன் அலீ கோச்சாக் பின் புக்தகீன். இமாதுத்தீனின் உதவியாளரான இவர், மோசிலில் பணியாற்றினார். ஹிஜ்ரீ 539இல் இவர் ஸஞ்சார், ஹர்ரான், தக்ரைத், இர்பில் (பழைய அர்பேலா) ஆகிய பகுதிகளைத் தனது அரசுடன் இணைத்து, இர்பிலைத் தலைநகராகக்கொண்டு ஒரு சுதந்திர அரசை நிறுவினார். இது, ஹிஜ்ரீ 630 வரையிலும் அவரது குடும்ப ஆட்சியின் கீழிருந்தது. பிறகு, பாக்தாத் கலீஃபாவின் நேரடிக் கட்டுப்பாட்டின்கீழ் வந்தது.

தயார் பக்ர் அத்தபெக்குகள் : படைத்தலைவராக இருந்த, அர்த்தூக் பின் அக்ஸப் ஸெல்ஜூக் என்பவரின் மகன் எல்காஸி, ஹிஜ்ரீ 495இல் தனது அரசை நிறுவினார். பெயரளவில் மட்டுமான அவரது அரசு தைமூர்களின் காலம்வரை, அவரது குடும்பத்தாரிடம் இருந்தது. சுல்தான் ஸலாஹுத்தீன் அய்யூபியின் ஆட்சியாளர்கள்மீது இவர்கள் அரசப்பணிவுகொண்டவர்களாக இருந்தனர்.

ஆர்மேனிய அத்தபெக்குகள் : குத்புத்தீன் ஸெல்ஜூக்கின் அடிமையான ஸல்மான் குத்பி, ஹிஜ்ரீ 493இல், மர்வானிய அரசிடமிருந்து கலாத் நகரைக் கைப்பற்றி, தனது சுல்தானியத்தை

நிறுவிக்கொண்டார். ஹிஜ்ரீ 604இல் அய்யூபி சுல்தானியம் அதை வெற்றிகொள்ளும்வரை அவரது வம்சாவளியினரே ஆட்சி செய்து வந்தனர்.

அஸர்பைஜான் அத்தபெக்குகள்: சுல்தான் மஸ்ஊதின் அடிமையான அலிஸ்காஸ், தனது அரசை அஸர்பைஜானில் நிறுவினார். இது, ஹிஜ்ரீ 531 முதல் 632 வரையிலுமாக 100 ஆண்டுகள் நீடித்திருந்தது.

இரான் அத்தபெக்குகள் : ஒரு துருக்கியக் குழுவின் தலைவரான ஸல்ஃபார், துக்ரல் பயிக் ஸெல்ஜூக்கின் ஆதரவாளர்களுடன் இணைந்தார். அவரது வம்சாவளியில் ஒருவரான ஸன்ஃபார் பின் மௌதூத், ஹிஜ்ரீ 543 இல் இரானைக் கைப்பற்றினார். தொடர்ந்து, ஹிஜ்ரீ 686 வரையிலும் அவரது குடும்பம் இரானை ஆட்சி செய்தது. இவ்வம்சாவளியின் ஆட்சியாளரான அத்தபெக் ஸஅத், குவாரிஸ்ம் ஷாவுக்கு வரி செலுத்தத் தொடங்கினார்.

இவரது பெயரை நினைவில்கொண்டுதான் ஷெய்க் முஸ்லஹூத்தீன் ஷிராஸி, தனது புகழ்பெற்ற நூலுக்கு ‘ஸஅதி’ என்று பெயர் வைத்தார். அத்தபெக் ஸஅதுக்குப் பிறகு, அத்தபெக் அபூபக்ர் பொறுப்புக்கு வந்தார். மங்கோலியர்களின் எக்தகிகான்மீது அவர் அரசுப்பற்றுடையவராக இருந்தார். தலைசிறந்த படைப்பான குலிஸ்தான் எனும் நூலில் குறிப்பிட்டிருக்கும் அத்தபெக் அபூபக்ர் இவர்தான்.

லரீஸ்தான் அத்தபெக்குகள் : இரானில் அரேபிய வளைகுடாவுக்கு அருகிலுள்ள இவ்வம்சாவளியின் நிறுவனர், இரானிய அத்தபெக் தலைவர்களில் ஒருவரான அத்தபெக் தாஹிர். இரானை ஸன்கர் பின் மௌதூத் கைப்பற்றிய ஆண்டில், லரீஸ்தானை வெற்றிகொள்ள அத்தபெக் தாஹிர் அனுப்பி வைக்கப்பட்டார். லரீஸ்தானைக் கைப்பற்றிய இவர், ஹிஜ்ரீ 543இல் தனது ஆட்சியை நிறுவினார். இவரது வம்சாவளியினர் ஹிஜ்ரீ 740 வரையிலும் ஆட்சியில் நீடித்தனர். இவ்வம்சாவளியிலுள்ள ஒரு கிளை, லரீஸ்தானை மிக நீண்ட காலம் ஆட்சி செய்தது.

குவாரிஸ்ம் ஷா அத்தபெக்குகள் : மாலிக் ஷாவின் நீர்ப்பங்கீட்டாளராக இருந்த புல்கதகீன் கஸ்னவியின் துருக்கிய

அடிமை அன்வஸ்தகீன். மாலிக் ஷா அவரை குவாரிஸ்ம் ஆளுநராக நியமித்தார். அவருக்குப் பிறகு, அவரது மகன் குவாரிஸ்ம் ஷா பொறுப்புக்கு வந்தார். இவர் தனது அரசை ஜெஜூன் நதிக்கரை வரையிலும் பரவச் செய்து, குராசானையும் இஸ்ஃபஹானையும் கைப்பற்றினார். குவாரிஸ்ம் ஷாவின் மகன் அலத்தீன் முஹம்மத், ஹிஜ்ரீ 607இல் புக்ஹாராவையும் சமர்கண்டையும் வெற்றிகொண்ட பின், கஸ்னீன் வரையிலுமான ஆஃப்கானிஸ்தானின் பெரும்பகுதியை உட்படுத்தி தங்கள் ஆட்சிப் பகுதியை விரிவு படுத்தினார். பின்னர், ஷியாவாக மாறிய அவர், அப்பாசிய கிலாஃபத்தை வேருடன் களைந்தெறிய விரும்பினார். தனது திட்டத்தைச் செயல்படுத்தத் தொடங்கியபோது, படையெடுத்து வந்த செங்கிஸ்கான் அவரைப் பாதுகாப்புத் தேடி ஓட வேண்டிய நிலைக்குத் தள்ளினான். மங்கோலியர்கள் அவரைத் தேடிப் பின்தொடர்ந்தனர். ஹிஜ்ரீ 617 இல் காஸ்பியன் கடலிலுள்ள ஒரு தீவில், தான் இறக்கும் வரையிலும் அவர் ஓடிக்கொண்டே இருந்தார். மங்கோலியர்களிடமிருந்து தப்பிப்பதற்காக அவரது மூன்று மகன்களும் தலை மறைவாகத் திரிந்தனர்.

அவர்களில் ஒருவரான ஜலாலுத்தீன் குவாரிஸ்ம் இந்தியாவுக்கு ஓடினார். அங்கே இரண்டாண்டுகள் வசித்த அவர், பிறகு, மங்கோலியர்களுக்கு எதிராகப் போரிடத் திரும்பினார். ஹிஜ்ரீ 628 இல் அவர்களது வம்சாவளியை மங்கோலியர்கள் அழித்தனர். ஹிஜ்ரீ 470இல் தொடங்கிய குவாரிஸ்ம் ஷாவின் அரசு ஹிஜ்ரீ 628 இல் முடிவடைந்தது. அவர்களது அரசு, ஸெல்ஜூக்குகளின் அரசுக்கு இணையாகக் கருதப்பட்டது.

அய்யூபிய அரசு : சிரிய, இராக் அத்தபெக்குகள் குறித்த ஒரு விளக்கம் மேலே தரப்பட்டுள்ளது. இவர்களில், இமாதுத்தீன் ஸங்கி, அய்யூப் பின் ஷஅதி எனும் குர்து தலைவர், பால்பெக் நகரின் ஆளுநராக ஒருவரை நியமித்தார். படிப்படியாக இவர் முதன்மை வாய்ந்த ஒரு தலைவராக மாறினார். இமாதுத்தீன் இறந்த பிறகு, அவரது மகன் நூருத்தீன் மஹ்மூத் ஸங்கி அவருக்குப் பின் அரசரானார். இவர், தனது சிறிய தந்தையான ஷெர்க்கோஹ்வை ஹிம்ஸ் மற்றும் ரஹ்பாவின் ஆளுநராக நியமித்தார். இவரது நற்பண்புகளையும் வீரத்தையும் கண்ட நூருத்தீன் ஸங்கி, தனது படையின் உயர் தலைவராக நியமித்தார். ஷெர்க்கோஹ்வை

எகிப்துக்கு அனுப்பிய நூருத்தீன், ஸலாஹுத்தீன் அய்யூபியிடம், அவரை எகிப்துக்கு அழைத்துச் செல்லுமாறு கோரினார். இதுவும் ஏற்கனவே சொல்லப்பட்டுள்ளது. ஸலாஹுத்தீன் தனது சுல்தானியத்தை ஹிஜ்ரீ 564இல் நிறுவினார். எகிப்தும் சிரியாவும் ஹிஜாசும் விரைவிலேயே அதனுடன் இணைக்கப்பட்டன. அவரால் உருவாக்கப்பட்ட அரசு அய்யூபிய அரசு என்று அறியப்பட்டது. இந்த அரசு, ஹிஜ்ரீ 648 வரையிலும் ஆட்சியில் தொடர்ந்திருந்தது. ஸலாஹுத்தீனுக்குப் பிறகு அது பிரிவுபட்டது. இதன் கிளைகளுள் ஒன்று ஹிஜ்ரீ 742 வரையிலும் ஹமாவில் இருந்தது.

எகிப்தின் மம்லுக்குகள் : எகிப்தின் அய்யூபிய வம்சாவளிக்குப் பிறகு, ஹிஜ்ரீ 560இல், அடிமை அரசர்களின் எழுச்சி உருவானது. இதையும் ஏற்கனவே பார்த்தோம். இவர்களின் இரு கிளையினரும் ஹிஜ்ரீ 922இல் மறைந்துபோக உஸ்மானியர் வந்தனர்.

ஸெல்ஜுக் சுல்தான்கள் குறித்த வரலாற்றின் ஒரு பெரும் பகுதியைப் பார்த்தோம். அரசாற்றல் மிக்க பல்வேறு அரசுகளைக் குறித்து அறிந்துகொள்வதற்காக பின்செல்ல வேண்டியது ஏற்பட்டது. இப்போது குராசான், இராக், சிரியா போன்ற கிழக்கத்திய ஆட்சிப்பகுதிகளை விட்டு, மேற்கு நோக்கித் திரும்புவோம்.

துனீசின் ஸெரியா அரசு : உபைதிய வம்சாவளியினர் தங்கள் தலைநகரை கைர்வானிலிருந்து கெய்ரோவுக்கு மாற்றிய அதே நேரத்தில், எகிப்திலிருந்து மொராக்கோ வரையிலான வடஆப்பிரிக்கா அவர்களுடைய ஆட்சிப் பகுதியின் கீழிருந்தது. மத்திய தரைக்கடலிலிருந்த அவர்களது கப்பற்படை, எல்லா கப்பற்படைகளை விடவும் உயர்நிலையிலானவை என்று கருதப்பட்டிருந்தது. ஆனால், கெய்ரோவுக்குத் தலைநகரை மாற்றிய பின், அவர்களுடைய அரசாற்றல் மேற்கத்திய ஆட்சிப் பகுதிகளில் நீடித்திருக்கவில்லை. அப்போது துனீசில் நிறுவப்பட்ட ஸெரியா அரசு ஹிஜ்ரீ 362 முதல் 543 வரையிலும் நீடித்தது.

அல்ஜீரியாவின் ஸமதியாக்கள் : ஸமதியா வம்சாவளியினர், அல்ஜீரியாவில் தங்களுடைய அரசை நிறுவி, ஹிஜ்ரீ 398 முதல் 547 வரையிலும் ஆட்சி செய்தனர். உபைதிகளின் தலைநகர் மாற்றத்தின் காரணமாக, மொராக்கோவிலிருந்த பர்பர் இனக்குழுவினர் விடுதலை பெற்றனர். அவர்கள், முவாஹித் வம்சாவளியினரால் அழிக்கப்பட்டனர்.

முராபித்தூன் அரசு : உமய்யாக்கள் கிலாஃபத்தின்போது, யேமனிலிருந்து சில இனக்குழுவினர் துனீஸ், அல்ஜீரியா, மொராக்கோ போன்ற பர்பர் பகுதிகளில் வந்து குடியேறினர். அவர்களது இஸ்லாமிய போதனைகள், கொள்கை, முன்மாதிரியான வாழ்க்கைமுறை போன்றவை பர்பர்களை இஸ்லாத்தை நோக்கி வரச்செய்தன. மொராக்கோ இனக்குழுவில் இஸ்லாத்தைத் தழுவாதிருந்த பர்பர்களை மல்த்தூனா இனக்குழுவைச் சேர்ந்த ஃபக்கீஹ் அப்துல்லாஹ் பின் யாஸீன் ஹிஜ்ரீ 448இல் தனது சமயச் சொற்பொழிவு மூலம் இஸ்லாத்தைத் தழுவச் செய்தார். அவர்கள் ஃபக்கீஹைத் தங்கள் தலைவராக்க விரும்பினர்.

அவர் அதனை மறுத்து, அபூபக்ர் என்பவரைச் சுட்டிக் காட்டினார். பர்பர் இனப் புதிய முஸ்லிம்கள் அபூபக்ரைத் தலைவராக ஏற்று அமீருல் முஸ்லிமீன் என்று அவரை அழைக்கத் தொடங்கினர். இது, அவர்களின் அண்மையிலிருந்த இன்னொரு இனக்குழுவினரைக் கவர்ந்தது. அப்போது, மொராக்கோவில் நிலையான அரசு என்று எதுவுமில்லை. பல்வேறு கோத்திர ஆட்சிகள்தான் இருந்தன. இவர்களைக் கட்டுப்படுத்தும் ஆற்றல்கொண்ட அரசமைப்பு எதுமில்லை. இந்நிலையில் அபூபக்ரின் ஆட்சி படிப்படியாக எழுச்சியடைந்தது. தனது மக்களை அவர் முராபித்தூன் என்று குறிப்பிட்டார். இதன் பொருள், இஸ்லாமிய எல்லைகளைப் பாதுகாக்கும் படை என்பதாகும்.

மக்களை இஸ்லாமியப் பணியில் ஈடுபடவும், துணிச்சல்மிக்க குடிமக்களாக வாழவும் தூண்டுதல் அளித்த அபூபக்ர், கிழக்கு மொராக்கோவின் ஸிஜில்மஸ்ஸாவை வெற்றிகொண்டு, தனது மைத்துனரான யூஸுஃப் பின் தஷ்ஃபைனை ஆளுநராக நியமித்தார். யூஸுஃப், சமயப் பற்றும் வீரமும் மதிநுட்பமும் நிறைந்தவர். ஹிஜ்ரீ 453இல் அபூபக்ர் இறந்த பின், அவர்களது தலைவரான யூஸுஃப், மொராக்கோவைத் தலைநகராகக்கொண்டு ஆட்சி செய்தார்.

ஹிஜ்ரீ 472இல், கிறிஸ்தவர்கள் ஸ்பெய்ன் முஸ்லிம்களைத் தாக்கினர். அவர்கள், யூஸுஃபிடம் உதவி கோரினர். ஸ்பெய்னை நோக்கிப் படைதிரட்டிச் சென்று கிறிஸ்தவர்களைத் தோற்கடித்த அவர், 3,000 முராபித்தூன்கொண்ட ஒரு படையை ஸ்பெய்னில் பாதுகாப்புக்காக நியமித்துவிட்டு மொராக்கோவுக்குத் திரும்பினார்.

நான்கு ஆண்டுகளுக்குப் பிறகு, கிறிஸ்தவர்கள் மீண்டும் தாக்கினார்கள். இம்முறையும் அவர்களது உதவிக்கு வந்த யூஸுஃப், கிறிஸ்தவர்களைத் தோற்கடித்து, ஸ்பெய்னில் முஸ்லிம்கள் வாழ்ந்த பகுதியைத் தனது அரசுடன் இணைத்துக்கொண்டார்.

சுருக்கமாகச் சொல்வதெனில் ஸ்பெய்ன், மொராக்கோ, துனீஸ், அல்ஜீரியா, திரிப்போலி ஆகிய பகுதிகள் முராபித்தூன் அரசுடன் இணைக்கப்பட்டிருந்தன. இவர்கள், கடற்படையை வலுப்படுத்துவதில் அதிகக் கவனம் செலுத்தவில்லை. இவர்களின் ஆட்சி, ஹிஜ்ரீ 551 வரையிலும் நீடித்திருந்தது. இவர்களது திறமைமிக்க செயல்பாடுகளின் காரணமாக, கிறிஸ்தவர்கள் ஒரு நூற்றாண்டு காலம்வரைக்கும் எதையும் செய்ய இயலாதவர்களாக இருந்து வந்தனர்.

முவாஹிதியர் அரசு : ஸவ்ஸ் மலையில் வசித்து வந்த, மஸ்மூதா எனும் பர்பர் இனக்குழுவைச் சேர்ந்தவர் அபூ அப்துல்லாஹ் முஹம்மத் பின் துமாரத். இவர் நபிகளாரின் பொன்மொழிகள், இஸ்லாமியச் சட்டம், அரபு மொழி, அதன் இலக்கணம் ஆகியவற்றில் ஆழமானப் புலமைபெற்றவர். மக்களை நன்மைகளை நோக்கி அழைப்பதும் தீமைகளைத் தடுப்பதுமான இஸ்லாமிய அழைப்புப் பணியில் இவர் ஆழ்ந்த ஈடுபாடுகொண்டிருந்தார். செல்வந்தர், வறியவர் என்ற எந்த வேறுபாடுமின்றி அனைவரையும் சமமாக நடத்திய இவரது துறவு மனப்பான்மையும் எளிமையான உடைகளும் உணவுப் பழக்கவழக்கங்களும் மக்களை மிகவும் கவர்ந்தன. ஒரு பிரிவினர், இவர்மீது மிகுந்த பற்றுகொண்டிருந்தனர். இம்மக்கள் அவரை மஹ்தி என்றழைத்தனர். ஆதரவாளர்களிடையே அவர் அரசுச் சிறப்புரிமைகள் பெற்றிருந்தார். ஹிஜ்ரீ 522இல் அவர் இறப்பதற்கு முன், முவஹ்ஹத்தீன் எனும் தனது குழுவின் தலைமையைத் தனது நண்பரான அபுல் முஉமீனிடம் ஒப்படைத்தார்.

அபுல் முஉமீன், முராபித்தூன்களுக்கு எதிராகக் கிளர்ச்சி செய்து, இரண்டாண்டுகளுக்குள் அவர்களது பெரும்பாலான ஆட்சிப் பகுதிகளைக் கைப்பற்றினார். முராபித்தூன்களை வீழ்த்திய பின், ஒரு படையை அனுப்பி, ஸ்பெய்னையும் மொராக்கோவையும் வெற்றிகொண்டார். பின்னர், தன்னை அவர் அமீருல் முஃமினீன் என்று அழைத்துக்கொண்டார். ஹிஜ்ரீ 547இல், அல்ஜீரியாவை

வெற்றிகொண்டு ஸமாதிய வம்சாவளியை அழித்தொழித்தார். திரிப்போலியின் வெற்றிக்குப் பிறகு அவரது அரசு, எகிப்து எல்லையிலிருந்து ஸ்பெய்னை உள்ளடக்கிய அட்லாண்டிக் பெருங்கடல் வரையிலும் பரவியது.

ஹிஜ்ரீ 632இல் முவாஹிதியப் படை, கிறிஸ்தவர்களால் பெரும் பின்னடைவை எதிர்கொண்டது. ஸ்பெய்னில் தங்கள் ஆட்சியைத் தொடர அவர்களால் இயலாமல் போயிற்று. ஆயினும், கிரனெடா தலைவர்கள் தொடர்ந்து கிறிஸ்தவர்களை எதிர்த்து நின்றனர். ஸ்பெய்னை இழந்த, முவாஹிதியர்கள் பலவீனமடைந்தனர். சுல்தான் ஸலாஹுத்தீன் அய்யூபி, அவர்களிடமிருந்து திரிப்போலியைக் கைப்பற்றினார். தொடர்ந்து, முவாஹிதியர்களின் உதவியாளர்களாக துனீஸில் ஆட்சி செய்த, ஹஃப்ஸீதிய வம்சாவளியினர் விடுதலைப் பிரகடனம் செய்தனர். அல்ஜீரியாவும் இதைப் பின்பற்றியது. மொராக்கோவின் ஆட்சியைக் கைப்பற்றப் பலர் போட்டியிட்டதில் மரீனிதிய வம்சாவளியினர் வெற்றி பெற்றனர். ஹிஜ்ரீ 667இல் மரீனிதிய ஆட்சியும் முடிவுக்கு வந்தது.

துனீஸில் ஹஃப்ஸீதிய வம்சாவளி: முவாஹிதியர், ஹஃப்ஸ் என்பவரை துனீஸ் ஆளுநராக நியமித்திருந்தனர். பல தலைமுறைகளாக அவரது குடும்பம் இப்பொறுப்பை ஏற்று வந்தது. ஹிஜ்ரீ 625இல் தனது விடுதலையை அறிவித்த ஹஃப்தீஸிய அரசு முந்நூறு ஆண்டுகளுக்கும் மேலாக துனீசைச் சிறப்புடன் ஆட்சி செய்தது. ஹிஜ்ரீ 942இல் உஸ்மானிய கடற்படைத் தலைவரான கைருத்தீன் (பார்பரோஸா) துனீஸை வெற்றிகொண்டு, உஸ்மானியப் பேரரசுடன் இணைத்தார். இத்துடன் ஹஃப்ஸீதிய ஆட்சி முடிவுக்கு வந்தது.

அல்ஜீரியாவின் ஸியானியா அரசு : முவாஹிதியரால் அல்ஜீரிய ஆளுநராக நியமிக்கப்பட்டவர், ஹஃப்ஸீதியர்மீதான பயத்துடன் ஹிஜ்ரீ 633இல் தனது விடுதலையை அறிவித்தார். லெம்சனைத் தலைநகராக்கொண்ட இந்த அரசு ஹிஜ்ரீ 796இல், மொராக்கோவின் மரீனிதியர்களால் கைப்பற்றப்படும் வரையிலும் ஆட்சி செய்தது.

மொராக்கோவின் மரீனிதிய வம்சாவளி : மொராக்கோ மலைப்பகுதிகளை ஹிஜ்ரீ 591 முதல் 667 வரையிலும், மரீனிதியர் ஆண்டு வந்தனர். இவர்கள் முவாஹிதிய ஆட்சிப் பகுதிகளைக்

கைப்பற்றி மொராக்கோ முழுவதையும் தங்களது கட்டுப்பாட்டின்கீழ்க் கொண்டு வந்தனர். ஹிஜ்ரீ 796இல், இதன் கிளைகளில் ஒன்று மரீதினிய ஆட்சிக்கு முடிவு கட்டியது. பின்னர், முஸ்லிம்களின் இரண்டு எதிர்ப்புக் குழுக்கள் தங்களுடைய அரசுகளை இங்கே நிறுவிக்கொண்டன.

இஸ்மாயீலிய அரசியல் கொலைகள் : கிழக்குத்திசையின் சில ஆட்சிகளைப் பற்றிய குறிப்புகள்: பத்து ஷியா இமாம்களாலும் இமாம் ஜஅஃபர் ஸாதிக்கின் வாரிசாக ஏற்றுக்கொள்ளப்படுபவர் அவரது மகன் மூஸா காசிம். இவரது சகோதரர் இமாம் இஸ்மாயீல். இவரை இமாமாக மதிப்பவர்கள் இஸ்மாயீலிய ஷியாக்கள் என்று அறியப்பட்டனர். உபைதியர் (ஃபாத்திமியர்) மிகப்பெரிய இஸ்மாயீலிய அரசின் ஆட்சியாளர்களாக இருந்தனர். தங்களது இலட்சியங்களை அடைவதற்காக, இவர்கள் இரகசியத் திட்டங்களில் ஈடுபட்டு வந்தனர். தங்கள் நம்பிக்கைகளையும் சிந்தனைகளையும் பரப்புரை செய்வதற்காக ஏற்கனவே ஓர் இரகசிய அமைப்பை நிறுவியிருந்தது உபைதிய அரசு. இந்த அமைப்பு, உபைதியரின் கீழிருந்த ஆட்சிப் பகுதிகளுக்கும் பிற நாடுகளுக்கும் சென்று பரப்புரையில் ஈடுபட்டது. இவர்கள், ஆன்மிகத் துறவிகளாகவும் வணிகர்களாகவும் மற்றும் பல வேடங்களிலும் இஸ்லாமிய நாடுகளில் பரவியிருந்தவாறே மக்களுக்கு இஸ்மாயீலிய நம்பிக்கைகளைப் போதித்தனர்.

இந்த போதனைகள் வெறுப்பூட்டுபவையாகவும் அபாயகரமானவையாகவும் அமைந்திருந்தன. குர்ஆன் நடைமுறை வாழ்வியலுக்கு ஏற்புடையதல்ல என்றும் இஸ்மாயீல் பின் ஜஅஃபர் ஸாதிக் இறைத்தூதர் என்றும் அவர்கள் நம்பியிருந்தனர். அவர்களது கூற்றின்படி இமாம்கள் ஏழு பேர்கள். உபைதிய வம்சாவளியின் நிறுவனரை அவர்கள் ஏழாவது இமாமாகக் கருதினர். உபைதிய கலீஃபாக்களுக்குப் பற்றுடையவர்களாக இருப்பது ஒன்றே மீட்சிக்கான வழியென்றும் அவர்கள் நம்பினார்கள். இவர்களது முயற்சிகளின் காரணமாக உபைதிய அரசு புகழும் பெரும் நன்மைகளும் அடைந்தன.

ரேயைச் சேர்ந்த, ஹஸன் பின் ஸபாவின் முந்தைய வம்சாவளி சிக்கல்கள் நிறைந்தது. இவர் ஒரு அரேபியர் என்றும் இவரது

முன்னோர்கள் யேமனிலிருந்து வந்தவர்கள் என்றும் சிலர் கூறுகின்றனர். இன்னொரு தரப்பினர், இவரை மாகியர் என்று கூறுகின்றனர். எதுவாயினும் ஹஸன் பின் ஸபாவின் தந்தையும் உறவினர்களும் ஷியா பிரிவு சார்ந்து நம்பிக்கை வைத்திருந்தனர். இவர் நிஷாப்பூரில் கல்வி கற்றவர். உமர் கய்யாம், அல்ப் அர்ஸலன், மாலிக் ஷாவின் தலைமை அமைச்சரான நிஸாமுல் முல்க் தூஸி ஆகியோரது பள்ளித் தோழர். மிகுந்த அறிவுக் கூர்மைப் படைத்தவர். முஸ்தன்ஷிர் உபைதியின் ஆட்சியின்போது எகிப்தை அடைந்த இவருக்கு மாபெரும் வரவேற்பு அளிக்கப்பட்டது. அரசு விருந்தினராகவும் முஸ்தன்ஷிரின் நண்பராகவும் ஓராண்டுக்குமேல் இவர் எகிப்தில் வாழ்ந்தார். இஸ்மாயீலிய நம்பிக்கையில் முழுத்தெளிவையும் பெற்ற பிறகு, முஸ்தன்ஷிருக்கு நம்பிக்கை வாக்குறுதி அளித்து உபைதிய அரசின் முதன்மைத் தூதுவராகப் பொறுப்பு வகித்தார்.

முஸ்தன்ஷிரை விட்டுப் பிரியும்போது அவர், “உங்களுக்குப் பிறகு இமாமாக நான் யாரைப் பின்பற்றுவது?” என்று முஸ்தன்ஷிரிடம் கேட்டார். அதற்கு அவர், “எனக்குப் பிறகு, என் மகன் நஸார் இமாமாக இருப்பார்” என்றார். ஆகவேதான், ஹஸன் பின் ஸபாவால் உருவாக்கப்பட்ட குழுவினர் நஸாரியாக்கள் என்று குறிப்பிடப்படுகின்றனர். அவர், எகிப்திலிருந்து வந்த பிறகு, சிறிது காலம், இராக்கிலும் இரானிலும் பல நகரங்களில் தங்கியிருந்து மக்களைத் தனது நம்பிக்கையை ஏற்றுக்கொள்ளச் செய்தார். இஸ்மாயீலிய தூதுக்குழுக்களின் முயற்சிகளின் விளைவாக, ஏற்கனவே அதிக அளவிலான ஷியாக்களும் ஷியா அல்லாதவர்களும் இஸ்மாயீலிய நம்பிக்கைக்கு மாறியிருந்தனர். ஹஸன் பின் ஸபாவின் பின்னால் ஏராளமான ஆதரவாளர்கள் மிக விரைவாகவே ஒன்று திரண்டனர்.

அப்போது இஸ்ஃபஹான், காஹிஸ்தான் ஆகிய பகுதிகளில் மாலிக் ஷாவின் ஆளுநராக இருந்தவர் மஹ்தி அலவி. தனது வழிபாட்டில்லத்தைக் கட்டுவதற்காக இவரிடமிருந்து கலாஅல் மவுத் (இறப்பின் கோட்டை) எனும் கோட்டையை வஞ் சகமாக விலைக்கு வாங்கினார் ஹஸன் பின் ஸபா. பின்னர் கோட்டையை வலுப்படுத்திய இவர், தனது ஆதரவாளர்களை ஒன்று திரட்டினார். கல்வியறிவற்றவர்களிடமும் போர்க்குணமிக்க

அண்மைப்பகுதிகளிலுள்ள இனக்குழுவினரிடமும் தன்னை மிகுந்த நேசமுள்ளவராகக் காட்டிக்கொண்டார். பின்னர், படிப்படியாக ஓர் அரசை உருவாக்கி, ஷெய்க் ஜபல் என்று அறியப்படும் நிலைக்கு வந்தார். புது வகையான சில நம்பிக்கைகளையும் சடங்குகளையும் கண்டுபிடித்து, மக்கள் மனங்களில் ஆழமாகப் பதிய வைத்தார். வீரமும் அர்ப்பணிப்பு மனோபாவமும்கொண்ட ஒரு போர்க் குழுவை உருவாக்கி, தயார் நிலையில் வைத்திருந்தார். தனது இறப்புக் கோட்டையில் இருந்தவாறே, அரசர்களையும் அமைச்சர்களையும் கல்வியாளர்களையும் தனது வீரர்கள் மூலம் கொலை செய்யத் தொடங்கினார்.

புகழ்பெற்ற தூதுவரான கய்யா புஸார்க் உம்மீத் என்பவரைத் தனது வாரிசாக நியமித்தார். அவரது வம்சாவளியினர் பல தலைமுறைகளாக ஆட்சி செய்து வந்தனர். ஹிஜ்ரீ 655இல் ஹுலகு கானால் இக்குழு அழித்தொழிக்கப்பட்டது. ஹஸன் பின் ஸபா உருவாக்கிய இந்த அரசு, ஹிஜ்ரீ 483 முதல் 655 வரை, ஏறக்குறைய 175 ஆண்டுகளாக நீடித்திருந்தது. உலகம் முழுவதும் தனது ஆற்றலை நிலைநாட்டியிருந்த இஸ்மாயீலிய அரசின் அரசியல்கொலைகளுக்குப் பேரரசர்களும் பயந்தே வாழ்ந்தனர். ஏனெனில், இவர்கள் எதிர்பாராத நேரத்தில் எதிர்பாராத முறையில் காரணங்களின்றி கொலைகளில் ஈடுபட்டனர்.

சிரியாவுக்கு எதிரான சிலுவைப் போர்கள் : ஹிஜ்ரீ 490இல், ஐரோப்பியக் கிறிஸ்தவர்கள், முஸ்லிம்களைத் தாக்கத் தொடங்கினர். கிறிஸ்தவ தூதுக்குழுவினர், ஐரோப்பிய முஸ்லிம்களுக்கு எதிராக மக்களைத் தூண்டிவிட்டு ஊக்கமளித்தனர். சிரியாவை முஸ்லிம்களிடமிருந்து விடுவிக்க மக்களுக்கு அழைப்பு விடுத்தனர். இதை அவர்கள் சமயத் தொண்டாகவும் மீட்சிக்கான வழியாகவும் கருதினர். இந்தத் தொடர் தாக்குதல்கள் 300 ஆண்டுகளுக்கு மேலாக நீடித்தன. தங்களது அனைத்து ஆற்றல்களையும் ஒன்றுதிரட்டிய கிறிஸ்தவப் படையெடுப்பாளர்களுடன் ஐரோப்பிய கிறிஸ்தவ அரசுகளும் ஆர்த்தெழுந்தன. இது குறித்துப் பின்னர் பார்ப்போம். இச்சிலுவைப் போர்களின் தொடரில், கிறிஸ்தவர்களுக்கு எதிரான சுல்தான் ஸலாஹுத்தீன் அய்யூபியின் நிலைப்பாடு மிக முக்கியமானது; சுவாரஸ்யம் மிகுந்தது.

ஆசியாவின் மங்கோலிய அரசு : ஹிஜ்ரீ ஏழாம் நூற்றாண்டின் தொடக்கத்தில், சீன மலைகளிலிருந்து மங்கோலியர்கள் அல்லது தார்த்தாரியர்கள் எனப்படுவோர் செங்கிஸ்கானின் தலைமையில் மேற்கு நோக்கிப் புறப்பட்டனர். துருக்கிஸ்தான், மவரோன்னஹ்ர், குராசான், அஸர்பைஜான், இஸ்ஃபஹான், ஆஃப்கானிஸ்தான், இராக், சிரியா, ஆசியா மைனர், ரஷ்யா, ஆஸ்ட்ரிய நாடுகளைத் தாக்கி, அட்டூழியங்களைக் கட்டவிழ்த்து விட்டனர். நூற்றுக்கணக்கான அரசுகளை அழித்தும் பல்வேறு அரச வம்சாவளியினரைக் கொன்றொழிக்கவும் செய்தனர். ஹிஜ்ரீ 656 இல், பாக்தாதைக் கொள்ளையடித்த ஹுலகுகான், அப்பாசிய கலீஃபா முத்தஸிம்பில்லாஹ்வைக் கொன்றார். இது குறித்து ஏற்கனவே பார்த்தோம். ஹிஜ்ரீ 624இல், செங்கிஸ்கானின் இறப்பைத் தொடர்ந்து, மங்கோலியப் பேரரசு பல்வேறு பிரிவுகளானது. செங்கிஸ்கானின் வம்சாவளியிலுள்ள ஒரு பிரிவினர் சீனா, துருக்கிஸ்தான், மவரோன்னஹ்ர் பகுதிகளையும் இன்னொரு பிரிவினர், குராசான், இரான் பகுதிகளையும் மற்றொரு பிரிவினர், காஸ்பியன் கடல் சார்ந்த பகுதிகளையும் ஆட்சி செய்தனர்.

இதில், இரானிலும் குராசானிலும் ஹுலகுகானால் நிறுவப்பட்ட மங்கோலிய அரசு, கவனத்துக்குரியது. மிகக்குறுகிய காலத்தினுள் மங்கோலியப் பேரரசின் பெரும் பகுதியும் இஸ்லாமிய ஆட்சி முறையை நோக்கித் திரும்பியது. அதாவது, மங்கோலியர் இஸ்லாத்தைத் தழுவிக்கொண்டனர். 175 அல்லது 200 ஆண்டுகளுக்குப் பிறகு, ஆசியாவில் மங்கோலியப் பேரரசு வீழ்ச்சியடையத் தொடங்கி, அழிந்துபோனது. இரான், குராசான், இராக், மவரோன்னஹ்ர் ஆகிய பகுதிகளில் பல்வேறு சிற்றரசுகள் உருவாயின.

மங்கோலிய வீழ்ச்சியின்போது ஹிஜ்ரீ 800இல், தைமூர் (தமர்லேன்) என்பவர் தோன்றினார். இவர், ஆசியாக் கண்டம் முழுவதிலும் வெற்றி முழக்கமிட்டு, எழுச்சியை உருவாக்கி, செங்கிஸ்கானின் வரலாற்றை மீட்டெடுத்தார். தைமூர் ஒரு முஸ்லிமாக இருந்தும், தனது போர்களின் ஒரு பகுதியாகக் கொலையிலும் கொள்ளையிலும் ஈடுபட்டார். செங்கிஸ்கானுடன் ஒப்பிடும்போது தைமூரின் போர் நடவடிக்கைகளில் சில ஒழுங்குமுறைகள் இருந்தன. செங்கிஸ்கான் வம்சாவளியினர் ஆட்சி செய்த அனைத்துப் பகுதிகளையும் தைமூரின் வம்சாவளியினர் வெற்றிகொண்டனர்.

செங்கிஸ்கான் வம்சாவளியினரின் வீழ்ச்சியைப் போலவே, தைமூரின் வம்சாவளியினரும் வீழ்ச்சியடைந்தனர். இரு பிரிவு மங்கோலியர்களும் ஒரே அளவிலான காலகட்டம் வரைக்கும்தான் ஆட்சி செய்தனர். இரானிலும் துருக்கிஸ்தானிலும் தைமூரின் வம்சாவளி ஆட்சி முடிவுக்கு வந்ததும், அவர்களிடையே தோன்றிய பாபர் என்பவர், குறிப்பிடத்தக்க ஒரு காலகட்டம்வரைக்கும் மிகவும் ஆற்றல்வாய்ந்த ஒரு பேரரசை இந்தியாவிலும் ஆஃப்கானிஸ்தானிலும் நிறுவினார்.

துருக்கியின் உஸ்மானியப் பேரரசு : ஊகுஸ் துருக்கியர் குறித்து ஏற்கனவே பார்த்தோம். ஸெல்ஜூக்குகளின் தாக்குதலின் காரணமாக, ஊகுஸ் இனக்குழுவின் பெரும் பகுதியினர் ஆர்மேனியப் பகுதிகளுக்கும் காஸ்பியன் கடலோரப் பகுதிகளுக்கும் சென்றனர். இவர்களில் ஒருவர்தான், உஸ்மானியப் பேரரசை உருவாக்கிய பெருமை பெற்றவர். ஸெல்ஜூக் சுல்தான்களின் ஆட்சி முடிவடைந்து மங்கோலியரின் அட்டூழியம் ஆரம்பித்த நிலையில், ஆசியா மைனரின் இப்பகுதியில் முஸ்லிம்களின் கீழ் 10 அல்லது 12 சிற்றரசுகள் இருந்தன. இவற்றை, ஸெல்ஜூக் இளவரசர்கள் அல்லது ஸெல்ஜூக் அடிமைகள் ஆட்சி செய்து வந்தனர். இதில், ஆர்மேனியாவின் எல்லைப் பகுதியிலுள்ள அரசு, ஊகுஸ் துருக்கியரில் ஓர் இனக்குழுவின் தலைவரான சுலைமான்கானின் கீழிருந்தது. அலாவுத்தீன் கைக்பாத் ஸெல்ஜூக்மீது மங்கோலியர் படையெடுத்தபோது, சுலைமானும் அவரது மகன் அர்த்துக்ரிலும் அவர்களின் தேசத்தவர்களான துருக்கியர்களுடன் சேர்ந்து அலாவுத்தீன் கைக்பாதுக்கு உதவினார்கள். சரியான நேரத்தில் கிடைத்த உதவி மங்கோலியரைப் புறமுதுகுக்காட்டி ஓட வைத்தது. சுலைமானுக்கு அரசாடை அளித்துச் சிறப்பித்த அலாவுத்தீன் கைக்பாத், அவரைத் தனது அனைத்துப் படைக்கும் தலைவராக நியமித்தார். அவரது மகன் அர்த்துக்ரிலுக்கு அங்காரா நகரின் அருகே, வரியில்லாத ஒரு பெரிய நிலப்பகுதியை அன்பளிப்பாக வழங்கினார். அப்போது, அலாவுத்தீன் கைக்பாத், கோனியாவைத் தலைநகராகக் கொண்டு ஆட்சி செய்து வந்தார்.

அர்த்துக்ரிலுக்கு அன்பளிப்பாக வழங்கப்பட்ட நிலப்பகுதி, ரோமானியப் பேரரசின் எல்லையில் அமைந்திருந்தது. தந்தையின் இறப்புக்குப் பிறகு அர்த்துக்ரில் தனது ஆட்சிப் பகுதியின்

எல்லையைக் கோனியா சுல்தானின் ஆட்சிப் பகுதியில் சிறிதளவும் கிறிஸ்தவர்களிடமிருந்து சிறிதளவு நிலப்பகுதியும் பெற்று விரிவுபடுத்தினார். இப்படியாக, குறிப்பிட்டத்தக்க அளவிலான ஒரு நிலப் பகுதியில் தனது ஆட்சியை அவர் நிறுவிக்கொண்டார்.

ஆசியா மைனரிலிருந்த இச்சிற்றரசுகள்மீது மங்கோலியர் கவனம் செலுத்தவில்லை. ஹிஜ்ரீ 641இல், அலாவுத்தீன் கைக்பாதுக்குப் பின் பொறுப்புக்கு வந்த கியாதுத்தீன் கைக்குஸ்ரூ, மங்கோலியருக்கு வரி செலுத்தவேண்டியதாயிற்று. ஹிஜ்ரீ 657இல், அர்த்துக்ரில் மரணமடைந்தார். தொடர்ந்து, அவரது மகன் முப்பது வயதான உஸ்மான் (துருக்கிய உஸ்மான்) ஆட்சிக்கு வந்தார். கோனியா சுல்தான் கியாதுத்தீன் கைக்குஸ்ரூ, தன் மகளை உஸ்மானுக்கு மணம் செய்து வைத்து அனைத்துப் படைத்தலைவராக நியமித்தார்.

ஹிஜ்ரீ 699இல் கியாதுத்தீன் கைக்குஸ்ரூ கொல்லப்பட்டதைத் தொடர்ந்து, ஸெல்ஜூக் துருக்கியர், கோனியாவின் பொறுப்பை உஸ்மானிடம் ஒப்படைத்தனர். சொந்த ஆட்சிப் பகுதியுடன் இப்போது கோனியாவும் அவரது கட்டுப்பாட்டின்கீழ் வந்தது. தன்னை அவர் சுல்தான் என்று சொல்லிக்கொண்டார். உஸ்மானைத் தொடர்ந்துதான் உஸ்மானியப் பேரரசு உதயமானது. ஆசியா மைனரைக் கைப்பற்றி அங்கிருந்த ரோமானியர்களை உஸ்மானிய சுல்தான்களால் மிக எளிதாகவே வெளியேற்ற முடிந்தது. ஹிஜ்ரீ 663இல் உஸ்மானிய சுல்தான்கள் அத்ரியாநோபிளைக் கைப்பற்றி, தங்கள் தலைநகராக்கினர். திராப்ஸோனைக் கைப்பற்றியதன் மூலம் தென்கிழக்கு ஐரோப்பாவில் இஸ்லாமிய அரசை நிறுவினர். ரோமானியப் பேரரசன், அவர்களுடன் அமைதி உடன்படிக்கை செய்துகொண்டதன் மூலம் தனது ஆட்சிப்பகுதிகளைப் பாதுகாத்துக்கொண்டான்.

உஸ்மானியரால் கிறிஸ்தவர்கள் தொடர்ந்து தோல்விகளை எதிர்கொண்டனர். உஸ்மானிய எல்லைகள் விரிவடைந்தன. இறுதியில், ஹிஜ்ரீ 792இல் ஆஸ்டிரியா, பல்கேரியா, போஸ்னியா, ஹங்கேரி ஆகிய நாடுகளின் கிறிஸ்தவ அரசர்கள் ஒன்றிணைந்து உஸ்மானியர்மீது ஒரு பெரும் தாக்குதலை மேற்கொண்டனர். இதனை ஒரு சிறு படையுடன் எதிர்கொண்ட சுல்தான் முராத், இம்மாபெரும் கிறிஸ்தவ படைகளைத் தோற்கடித்து ஐரோப்பா முழுவதையும் நிலைகுலையச் செய்தார்.

ஹிஜ்ரீ 799இல், ஃபிரான்ஸ், ஜெர்மன் உட்பட ஐரோப்பா முழுவதும் ஒன்றிணைந்து உஸ்மானியப் பேரரசை வேருடன் அகற்ற முன்வந்தன. சுல்தான் முராதின் மகன் சுல்தான் பயாஸித், நிக்கோபோலிசில் வைத்து அவர்களை எதிர்கொண்டார். பயாஸித் யல்த்ரம் எனும் சுல்தான் பயாஸிதிடம், ஒன்றிணைந்த ஐரோப்பியப் படைகள் மிகப்பெரிய தோல்வியைச் சந்தித்தன. இருபதுக்கும் மேற்பட்ட கிறிஸ்தவ ஆட்சியாளர்களும் உயர் அதிகாரிகளும் பயாஸிதின் முன் கைதிகளாக அழைத்து வரப்பட்டனர். இது, கிறிஸ்தவ ஆட்சியாளர்களிடையே பெரும் பயவுணர்வைத் தோற்றுவித்தது. தோல்வியுடன் தங்கள் நாடுகளுக்குத் திரும்பிய கிறிஸ்தவ அரசர்கள் மிகப் பெரிய அளவிலான ஏற்பாடுகளுடன் ஒரு சிலுவைப் போருக்கான ஏற்பாடுகளில் ஈடுபட்டனர்.

பயாஸித் யல்த்ரதுக்கு எதிராக, முன்னர் நடந்ததை விட பெரிய அளவில், முற்று முடிவான ஒரு போரை, சமயப் பற்றுடனும் வெறியுணர்வுடனும் மேற்கொண்டனர் கிறிஸ்தவ அரசர்கள். ஆனால், இதிலும் அவர்கள் தோல்வியையே எதிர்கொள்ள வேண்டியதாயிற்று. இதன்மூலம், ஐரோப்பா முழுவதையும் தனக்கு அடிபணியவைக்க பயாஸிதால் இயன்றது. ரோமானியப் பேரரசனுக்கும் இந்த பயவுணர்வு இருந்தது. சிலுவைப் போராளிகளுக்கு அவன் இரகசியமாகப் படையுதவிகள் செய்து வந்தான். ஆகவே, ரோமானியப் பேரரசனை அடக்கி, பால்கன் வளைகுடா பகுதியின் கிறிஸ்தவ ஆட்சிக்கு ஒரு முடிவு கட்டுவதன் மூலம், முழு ஐரோப்பியக் கண்டத்தையும் வெற்றி கொள்ள நினைத்தார் பயாஸித்.

அப்போது பயாஸிதின் கட்டுப்பாட்டின்கீழிருந்த ஆசியப் பகுதிகள்மீது தைமூர் படையெடுத்திருப்பதாக தகவல் வந்தது. பயாஸிதின் கவனம் தைமூரை நோக்கித் திரும்பியது. ஹிஜ்ரீ 814இல் தைமூருக்கும் பயாஸிதுக்கும் இடையே அங்காராவில் வைத்துப் போர் நடந்தது. இதில், பயாஸித் கைது செய்யப்பட்டார். இப்படியாக, ஐரோப்பா கண்டம் தப்பித்தது.

உஸ்மானியப் பேரரசு இத்துடன் முடிவுக்கு வரப்போவதான ஒரு தோற்றம் அப்போது உருவானது. ஆனால், சில ஆண்டுகளுக்குள், பயாஸித் யல்த்ரமின் ஆட்சியின்போதிருந்த ஆற்றலும் மேன்மையும் மீண்டும் உருவாயின. 50 ஆண்டுகளில் இரண்டாம் முஹம்மத்,

கான்ஸ்டான்டிநோபிளை வென்று, பால்கன் வளைகுடா பகுதி கிறிஸ்தவ ஆட்சிக்கு முடிவு கட்டினார். பின்னர் சுல்தான் ஸலீம் இரானியர்களைத் தோற்கடித்தார். எகிப்து, இராக், அரேபியா பகுதிகளையும் கைப்பற்றி, ஹிஜ்ரீ 922இல் அப்பாசிய கிலாஃபத்துக்கு முடிவு கட்டினார். உஸ்மானிய கிலாஃபத், சங்கிலித் தொடரான பல்வேறு கிலாஃபத்துகளை அறிமுகம் செய்தது. இது குறித்தும் ஏற்கனவே பார்த்தோம். சுவாரஸ்யம் மிகுந்த உஸ்மானியரின் வரலாறு, முஸ்லிம்களுக்கு அறிவார்ந்த பல்வேறு படிப்பினைகளையும் வழங்குகிறது.

கஷ்காரின் துருக்கியர்கள் : ஃபர்கானாவின் கிழக்குப் பகுதியில் வாழ்ந்த துருக்கிய இனக்குழுவினர் இஸ்லாத்தைத் தழுவியிருந்தனர். அவர்கள் நிறுவிய சுதந்திர அரசுகள், ஹிஜ்ரீ 320 முதல் 560 வரையிலும் நீடித்திருந்தன. அதில் ஒருவரான எலக் கான், கஷ்காரைத் தலைநகராகக்கொண்டு துருக்கிஸ்தானை ஆட்சி செய்து வந்தார். இவர், ஊகுஸ் துருக்கிய இனத்தைச் சேர்ந்தவர். உஸ்மானியத் துருக்கியர்கள் இவரது நாட்டைச் சேர்ந்தவர்கள். ஸெல்ஜூக் துருக்கியர்கள் தங்கள் ஆட்சியை நிறுவியபோது, இந்த இனக்குழுவினர் ஆர்மேனியாவுக்கும் அஸர்பைஜானுக்கும் சென்றனர். ஸெல்ஜூக் துருக்கியர்களும் இதே இனத்தைச் சேர்ந்தவர்கள்தாம். இந்த நாடோடி இனக்குழுவினர், காஸ்பியன் கடலோரப் பகுதியில் தங்களது அரசுகளை நிறுவினர். கிழக்குப் பகுதிகளை நோக்கித் தள்ளப்பட்டவர்கள், கஷ்காரைத் தலைநகராகக்கொண்டு துருக்கிஸ்தானில் தங்களது ஆட்சிகளை நிறுவிக்கொண்டனர்.

இந்திய அரசர்கள் : இந்தியாவில் சிந்து அரசு, ஹிஜ்ரீ முதல் நூற்றாண்டில் இஸ்லாமியக் கிலாஃபத்துடன் இணைக்கப்பட்டிருந்தது. பல ஆண்டுகளாக சிந்து ஆளுநர்களைக் கலீஃபாவின் அரசவையே நியமித்து வந்தது. அப்பாசிய கிலாஃபத் வீழ்ச்சியடையத் தொடங்கியதுடன், அங்கே பல்வேறு சுதந்திர அரசுகள் உருவாயின. மெதுவாகவும் படிப்படியாகவும் அந்த இஸ்லாமிய அரசுகளின் ஆட்சிப் பகுதிகள் சுருங்கத் தொடங்கின. சிந்துவிலிருந்த அரசுகளுள் ஒன்று, மஹ்மூத் கஸ்னவியின் படையெடுப்பு வரையிலும் நீடித்திருந்தது. அவர் பஞ்சாபையும் முல்த்தானையும் தாக்கி அவற்றைத் தனது இஸ்லாமிய அரசுடன் இணைத்துக்கொண்டார்.

கஸ்னவியை வெற்றிகொண்ட கோரி, வடஇந்தியாவில் ஆற்றல் மிகுந்த ஒரு முஸ்லிம் அரசை நிறுவினர். இந்தியாவின் அரியணைக்கு வந்த முதல் முஸ்லிம் அரசர் ஷபாபுத்தீன் கோரியின் அடிமையான குத்புத்தீன் அய்பக் ஆவார்.

அடிமை அரசுக்குப் பின், கில்ஜி வம்சமும் அதன் பின், குஸ்ர்கானின் வம்சமும் ஆட்சிக்கு வந்தன. பிறகு, மங்கோலியரும் அவர்களைத் தொடர்ந்து துக்ளக்கியரும் பிறகு, லோடிகளும் ஆட்சிக்கு வந்தனர். பின்னர், முகலாயர்கள் ஆட்சிக்கு வந்தனர். அவர்களை வெளியேற்றிய ஷெர்ஷா, தன்னுடைய அரசை நிறுவிக்கொண்டார். ஷெர்ஷாவின் வம்சாவளியினரூடே முகலாயர்கள் மீண்டும் இந்தியாவைக் கைப்பற்றினர். பிறகு, ஆங்கிலேயர்கள் நுழைந்தனர்.

மேலே குறிப்பிடப்பட்டுள்ள முஸ்லிம் வம்சாவளி ஆட்சி தில்லியிலும் ஆக்ராவிலும் நிறுவப்பட்டிருந்தது. இதே காலகட்டத்தில் பிற முஸ்லிம் அரசர்கள் இந்தியாவின் பல்வேறு பகுதிகளில் ஆட்சி செய்தனர். இதனை இந்திய வரலாற்றில் காணலாம்.

இராக்கின் ஜலைரியா சுல்தானியம் : மங்கோலியப் பேரரசு நிலைகுலைந்த பின், ஜலைர் வம்சாவளியினர் உட்பட்ட மங்கோலியத் தலைவர்கள் பல்வேறு பகுதிகளில் தங்களது சுதந்திர அரசுகளை நிறுவினர். ஜலைர் வம்சாவளியினர், பாக்தாதைத் தலைநகராகக்கொண்டு ஹிஜ்ரீ 736 முதல் 814 வரையிலும் இராக்கை ஆட்சி செய்தனர். இவ்வம்சாவளியை நிறுவியவர், ஷெய்க் ஹஸன் புஸுர்க் ஜலைர் என்பவர்.

ஷெய்க் ஜலைரின் மரணத்துக்குப் பிறகு, அவரது மகன் உவைஸ், ஹிஜ்ரீ 757இல் ஆட்சிப் பொறுப்பேற்றார். இவர் ஹிஜ்ரீ 759இல் துர்க்மனிடமிருந்து அஸர்பைஜானையும் தப்ரீசையும் கைப்பற்றினார். இத்துடன் மோசிலையும் தயர் பக்ரையும் தனது ஆட்சிப் பகுதிக்குள் சேர்த்துக்கொண்டார். இவர் ஹிஜ்ரீ 784இல் இறந்தபோது, குர்திஸ்தானின் ஆட்சிப் பொறுப்பு, அவரது மகன் பயாஸிதுக்கும், இராக் மற்றும் அஸர்பைஜானின் ஆட்சிப் பொறுப்பு, இன்னொரு மகன் சுல்தான் அஹ்மத் ஜலைருக்கும் வழங்கப்பட்டிருந்தது.

ஹிஜ்ரீ 796இல் ஜலைரின் ஆட்சிப் பகுதிகள் முழுவதையும் தைமூர் கைப்பற்றினார். அஹ்மத் ஜலைர் எகிப்துக்கு ஓடினார்.

அங்கே புகலிடம் தேடிய அவர், பல ஆண்டுகள் மம்லுக்குகளுடன் வாழ்ந்திருந்தார். பின்னர், தைமூர் ஸமர்கண்டுக்குத் திரும்பிய பின், மீண்டும் வந்து தனது பழைய ஆட்சிப் பகுதியைக் கைப்பற்றினார். ஹிஜ்ரீ 813 இல் நடந்த ஒரு போரில் துர்க்மனால், அஹ்மத் ஜலைர் கொல்லப்பட்டார். இறுதியில், ஹிஜ்ரீ 814இல் கரா கோய்லுன்லூ துர்க்மனால், இந்த வம்சாவளி முற்றிலுமாக முடிவுக்கு வந்தது.

முஸாஃப்ஃபர் அரசு : முகலாய அரசர்களின் வரிசையில் முஸாஃப்ஃபர் குராசானி என்பவர் மாபெரும் படைத்தலைவராக இருந்தவர். ஹிஜ்ரீ 713இல் முகலாய அரசரான அபூஸயீத், தன் மகன் முபாரஸுத்தீனை இரான் ஆளுநராக நியமித்தார். ஹிஜ்ரீ 715இல் கர்மானும் இரானுடன் இணைக்கப்பட்டது. இதைத் தொடர்ந்து, முபாரஸுத்தீன், தனது ஆட்சியை சுதந்திர அரசாகப் பிரகடனம் செய்தார். இந்த வம்சாவளியினர், ஹிஜ்ரீ 759 வரையிலும் ஆட்சி செய்தனர். இவர்களில் ஒருவரான, ஷுஜா எனும் அரசரின் அவையில், புகழ்பெற்ற கவிஞரான ஹாஃபீஸ் ஷிராஸி பெரும் சிறப்புடன் இருந்து வந்தார்.

அஸர்பைஜானின் கரா கோய்லுன்லூ துர்க்மன் : ஜலைர் வம்சத்தினர்போல், இவர்களும் மங்கோலியப் படைகளின் தலைமையை ஏற்றிருந்தனர். அஸர்பைஜானின் தென்பகுதிகளில் நிறுவிய தங்களுடைய ஆட்சியை, ஹிஜ்ரீ 780 முதல் 874 வரையிலும் இவர்கள் தொடர்ந்தனர். இந்த இனக்குழுவைச் சேர்ந்த யூஸுஃப் துர்க்மன் மிகவும் புகழ்பெற்றவர்.

கரா கோய்லுன்லூவின் ஆட்சி, அக் கோய்லுன்லூ துர்க்மனின் கைகளுக்கு மாறியது. கரா கோய்லுன்லூ என்றால் 'கறுப்பு ஆடு' என்றும், அக் கோய்லுன்லூ என்றால் 'வெள்ளை ஆடு' என்றும் பொருள். கொடியில் கறுப்பு மற்றும் வெள்ளை ஆடுகளைச் சின்னமாகக் கொண்டிருந்ததால் இவ்வாறு இவர்கள் அழைக்கப்பட்டனர்.

அக் கோய்லுன்லூ வம்சாவளி : அக் கோய்லுன்லூ துர்க்மன்கள் ஹிஜ்ரீ 780இல் தங்களது அரசை தயர் பக்ரின் அண்மைப் பகுதியில் நிறுவினர். ஹிஜ்ரீ 784இல் கரா கோய்லுன்லூ துர்க்மன்களை அஸர்பைஜானிலிருந்து வெளியேற்றிவிட்டு, அஸர்பைஜானிலும் தயர் பக்ரிலும் தங்கள் ஆட்சியை நிறுவிக்கொண்டனர். ஹிஜ்ரீ

907இல் ஷா இஸ்மாயீல் ஸஃப்வி என்பவர் அக் கோய்லுன்லூ துர்க்மன்களின் ஆட்சிப் பகுதிகளைக் கைப்பற்றியதுடன் அவர்களது ஆட்சி முடிவுக்கு வந்தது.

ஸஃப்வியின் அரசு : ஹிஜ்ரீ 814இல் அங்காராவைக் கைப்பற்றிய தைமூரின் படையினரிடம் துருக்கியர் பலர் கைதிகளாகப் பிடிபட்டனர். இவர்கள், இமாம் மூஸா காஸிம் வம்சத்தைச் சேர்ந்தவராகக் கருதப்படும் ஷெய்க் ஸைஃபுத்தீன் அர்தபிலிடம் அழைத்துச் செல்லப்பட்டனர். ஸுன்னத் மரபைச் சார்ந்த, ஷெய்க் ஸைஃபுத்தீன் செய்த ஓர் உதவிக்குக் கைம்மாறாக, அவரது விருப்பத்தை நிறைவேற்றி வைப்பதாக தைமூர் வாக்குறுதியளித்திருந்தார். இதன்படி, துருக்கியக் கைதிகள் அனைவரையும் விடுதலை செய்யும்படி கேட்டுக்கொண்டார் ஷெய்க். துருக்கியர்களை விடுதலை செய்த தைமூர், ஷெய்க்குக்கான வாக்குறுதியை அளித்து அவருடன் வாழ்ந்து வந்தார்.

பின்னர், ஷெய்க் ஸைஃபுத்தீனிடமிருந்து விடைபெற்றார் தைமூர். அர்ப்பணிப்பு மனோபாவமுள்ள ஒரு பெரும் கூட்டம் ஷெய்க் ஸைஃபுத்தீனைச் சூழ்ந்திருந்தது. இந்தப் பற்றுதல், ஷெய்கின் பல தலைமுறைகள்வரை தொடர்ந்தது. இறுதியில் அவர்கள், ஷெய்கின் வம்சாவளியிலுள்ள ஷியா மரபைச் சார்ந்த இஸ்மாயீல் ஸஃப்வியை அரசராக நியமித்தனர். ஹிஜ்ரீ 903இல் இரானின் சில நகரங்களைக் கைப்பற்றிய ஸஃப்வியின் கட்டுப்பாட்டின்கீழ், படிப்படியாக முழு இரானும் வந்தது.

ஹிஜ்ரீ 920இல் தப்ரீஸிலிருந்து 20 மைல் தொலைவிலுள்ள ஸல்திரான் எனும் இடத்தில் நடந்த ஒரு போரில் முதலாம் சுல்தான் ஸலீமிடம் மிக மோசமான ஒரு தோல்வியை எதிர்கொண்டார் இஸ்மாயீல் ஸஃப்வி. இவரது ஆட்சிப் பகுதிகளிலுள்ள மேற்கு மாகாணங்களைத் தன்னுடன் இணைத்துக்கொண்ட சுல்தான் ஸலீம், தனது கவனத்தை சிரியா, எகிப்து ஆகிய பகுதிகள்மீது திருப்பினார்.

இத்தோல்விக்குப் பிறகு இஸ்மாயீல் ஸஃப்வி பத்தாண்டுகள் வாழ்ந்திருந்தார். ஹிஜ்ரீ 1148 இல், நதீர் ஷா இரானி, ஸஃப்வியின் வம்சாவளி ஆட்சிக்கு முடிவு கட்டினார். இக்காலகட்டம் வரைக்கும் தொடர்ந்து, ஸஃப்வி வம்சாவளியினர் இரானை

ஆட்சி செய்து வந்தனர். பின்னர், இரானும் ஆஃப்கானிஸ்தானும் பத்தான்களின்கீழும் தொடர்ந்து, கஜர் வம்சாவளியினரின்கீழும் வந்தன.

இத்துடன் இஸ்லாமிய வரலாற்றின் இரண்டாம் பாகம் முடிவுக்கு வருகிறது. இதுவரை வாசித்ததிலிருந்து ஆட்சிகள், அவற்றின் பகுதிகள், காலகட்டங்கள் குறித்த பொதுவான ஒரு சித்திரம் வாசகர்களிடம் உருவாகியிருக்கும். அப்பாசியக் கிலாஃபத்தின் இறுதி வரையிலுமான அரச வம்சாவளியினரின் விவரங்களையும் வாழ்க்கை முறைகளையும் பற்றிய ஒரு புரிதலை மிக எளிதாக இதனூடே அடைய இயலும். அல்ஹம்துலில்லாஹ்!

நான்காம் பாகம் முற்றுப்பெறுகிறது.